Thánh Thư Koran

VIETNAMESE TRANSLATION

Copyright

www.al-Qarni.com

MỤC LỤC

Chương số
1. Chương mở đầu 005
2. Con bò cái 006
3. Dòng họ Imran 048
4. Người phụ nữ 073
5. Bàn ăn 099
6. Gia súc 118
7. Bức tường cao 140
8. Chiến lợi phẩm 164
9. Sự hối cải 173
10. Jonah 191
11. Hud 204
12. Joseph 218
13. Sấm sét 231
14. Abraham 237
15. Hijr 244
16. Ong mật 250
17. Cuộc lữ hành trong đêm tối ... 264
18. Hang động 276
19. Maria 289
20. Ta Ha 298
21. Nhà Tiên Tri 309
22. Sự Hành Hương 319
23. Những người vững lòng tin ... 329
24. Ánh sáng 338
25. Qui luật 348
26. Thi nhân 356
27. Bộ tộc Naml 368
28. Câu chuyện 377
29. Con nhện 388
30. Người La Mã 396

Chương số
31. Luqman 403
32. Sự lễ bái 407
33. Bộ tộc liên hợp 410
34. Saba 420
35. Đấng Sáng Tạo 427
36. Ya Sin 433
37. Người đứng vào hàng ngũ ... 440
38. Sad 449
39. Tập Đoàn 456
40. Tín đồ 465
41. Sự giải thích 475
42. Hội nghị 482
43. Sự trang hoàng 489
44. Khói 496
45. Sự quỳ xuống 499
46. Đồi cát 503
47. Mahômết 508
48. Thắng lợi 512
49. Căn phòng 517
50. Qaf 520
51. Vật rải rắc 523
52. Ngọn núi 527
53. Ngôi sao 530
54. Vầng trăng 533
55. Đấng Khoan Hậu 537
56. Biến cố 541
57. Sắt 546
58. Người phụ nữ kêu nài 550
59. Sự trục xuất 554
60. Người phụ nữ bị thử thách ... 557

Chương số

61. Hàng ngũ 560
62. Sự tập hợp 562
63. Những kẻ ngụy thiện 563
64. Sự ăn thua 565
65. Sự ly hôn 567
66. Sự ngăn cấm 569
67. Vương quyền 571
68. Bút viết 574
69. Sự tất nhiên 577
70. Đỉnh thăng thiên 580
71. Noah 583
72. Jinn 585
73. Người lấy áo che mặt 587
74. Người phủ áo choàng 589
75. Sự Phục Sinh 592
76. Vận mệnh 594
77. Những kẻ được gởi đi 597
78. Tin tức 599
79. Người lôi cuốn 601
80. Sự cau mày 604
81. Sự bao phủ 606
82. Sự nứt rạn 608
83. Những kẻ cân thiếu 609
84. Sự vỡ ra 611
85. Chòm sao 612
86. Khách dạ hành 614
87. Đấng Tối Cao 615
88. Thiên tai bao phủ 616

Chương số

89. Buổi hừng đông 617
90. Thị trấn 619
91. Mặt trời 620
92. Ban đêm 621
93. Buổi sáng 622
94. Mở rộng 623
95. Cây vả 623
96. Giọt máu đông 624
97. Đêm thiên mệnh 625
98. Minh chứng 625
99. Địa chấn 627
100. Đoàn chiến mã phì hơi 627
101. Thiên tai đầy tiếng động 628
102. Tự hào về đồ vật 629
103. Thời buổi suy vong 629
104. Kẻ giềm pha 630
105. Con voi 630
106. Bộ tộc Quraish 631
107. Hành vi từ thiện 631
108. Sự giàu sang 632
109. Những kẻ bất tín 632
110. Sự yểm trợ 633
111. Ngọn lửa 633
112. Tính Duy Nhất thiêng liêng của Chúa Trời 634
113. Buổi bình minh 634
114. Nhân gian 635

Part 1 AL-FATIHAH Chương 1

Chương mở đầu
(Khải thị ở Mécca)

1. Nhân danh A-la, Đấng Khoan Hậu, Đấng Từ Bi.

2. Hãy ca ngợi A-La, Chúa của muôn loài,

3. Đấng Khoan Hậu, Đấng Từ Bi.

4. Đấng chủ tọa Ngày Phán Quyết.

5. Đấng mà chúng ta phải tôn thờ, Đấng mà chúng ta phải cầu xin cứu rỗi.

6. Xin hãy hướng dẫn chúng tôi đến chính đạo,

7. Con đường của những kẻ mà Ngài đã giáng phước, những kẻ đã không làm Ngài nổi giận và những kẻ đã không thờ tà đạo.

Chương 2 AL-BAQARAH Part 1

Con bò cái
(Khải thị ở Mêđina)

1. Nhân danh A-La, Đấng Khoan Hậu, Đấng Từ Bi.

2. Alif Lam Mim.*

3. Đây là quyển Thánh Thư hoàn hảo, không có gì phải nghi ngờ, là sách hướng dẫn cho những kẻ chính trực,

4. Những kẻ tin tưởng ở cõi vô hình, năng cầu nguyện và bố thí tất cả những gì Ta đã ban cho;

5. Những kẻ tin tưởng những điều đã được khải thị cho ngươi hoặc đã được khải thị trước ngươi, là những kẻ vững lòng tin ở kiếp lai sinh.

6. Họ là những kẻ tuân theo lời hướng dẫn của Chúa Trời và sẽ được vinh hiển.

7. Đối với những kẻ bất tín, nếu ngươi có cảnh cáo hay không, chúng chẳng bao giờ tin tưởng nơi Ta.

8. A-La đã niêm chặt con tim và hai tai chúng và bịt mắt chúng lại. Đối với những kẻ này chỉ còn sự trừng phạt nặng nề mà thôi.

9. Lại có những kẻ hoàn toàn không phải là tín đồ mà dám nói: "Chúng tôi tin tưởng A-La và Ngày Tận Thế."

10. Những kẻ này toan lừa dối A-La và các tín đồ mà thật ra đang lừa dối chính họ, chỉ có họ không nhận thức ra.

11. Con tim của họ đã đầy bệnh hoạn và A-La chỉ gây nặng thêm thôi. Kẻ nào nói dối thì phải bị trừng phạt đau đớn.

―――――――

* Ta là A-La, Đấng Toàn Tri.

12. Khi bảo chúng: "Chớ làm việc ác trên mặt đất này," thì chúng bảo: "Chúng tôi là những người đề xướng hòa bình."

13. Hãy coi chừng! Chính những kẻ này phản loạn mà chúng không nhận thức ra.

14. Khi bảo họ: "Hãy tin tưởng như những kẻ khác đã tin tưởng," thì họ trả lời rằng: "Ngươi bảo chúng tôi tin tưởng như những kẻ khờ khạo đã tin tưởng chăng?" Hãy coi chừng! Chính họ là những kẻ khờ khạo mà không biết gì cả.

15. Khi gặp tín đồ thì chúng bảo: "Chúng tôi tin tưởng ở Ngài" nhưng khi trà trộn với bọn phản trắc thì chúng bảo: "Chúng tôi quyết tâm đoàn kết với các ngươi, đây chỉ là lời giả đò mà thôi."

16. A-La sẽ trừng phạt sự nhạo báng của chúng và sẽ để chúng tiếp tục phản loạn, lầm đường lạc lối.

17. Thay vì nghe lời hướng dẫn thì chúng chỉ tạo lỗi lầm. Sự trao đổi này chẳng đem tới lợi ích cũng không có phương châm nào cả.

18. Trường hợp này giống như người đốt lửa. Khi lửa đang chiếu sáng thì A-La dập tắt đi và bỏ mặc chúng trong đêm tối thâm thẳm, chẳng thấy gì cả.

19. Tai điếc, miệng câm và đui mù nên chúng không thể trở về đường cũ.

20. Hoặc giả như có trận mưa lớn tối trời đầy sấm chớp thì chúng bịt hai tai lại, lòng lo sợ cái chết vì sấm sét, nhưng A-La đã bao vây những kẻ bất tín này.

21. Sấm chớp làm chúng tối mặt, mỗi khi chớp sáng trên đầu thì chúng tiến tới, nhưng khi tối mịt lại thì chúng dừng chân. Nếu A-La muốn, Ngài có thể tước đoạt cả thị giác và thính giác của chúng. Ngài quả là Đấng có quyền năng thực hành mọi việc.

22. Hỡi các ngươi, hãy tôn thờ Ngài vì chính Ngài đã sáng tạo ra các ngươi và tổ tiên của các ngươi. Rồi các ngươi sẽ trở thành người chính trực.

23. Ngài đã trải giường cho các ngươi bằng mặt đất này và lợp mái nhà bằng trời xanh, đem mưa từ trời cao xuống sinh ra trái cây làm lương thực cho các ngươi. Như các ngươi đã biết, chớ tôn thờ ai đồng đẳng với A-La.

24. Nếu các ngươi có nghi ngờ gì về những lời Ta đã phán cho Sứ Giả, hãy nêu lên điều đó. Nếu các ngươi nói sự thật, hãy gọi người chứng khác hơn A-La tới đây.

25. Nhưng nếu các ngươi không làm được, điều này dĩ nhiên không thể nào thực hiện được, thì các ngươi hãy coi chừng Hỏa ngục đốt bằng đá và người dành cho những kẻ bất tín.

26. Hãy báo tin lành cho những ai vững lòng tin và năng làm việc thiện rằng Cõi An lạc có sông chảy bên dưới đang chờ họ. Khi họ ăn trái cây nơi đó thì họ sẽ bảo: "Trái này giống như trái mà chúng ta đã hưởng lúc trước," và họ sẽ được ban vô số phẩm vật tương tự, ngoài ra họ sẽ kết hôn với những người nữ trong sạch và sống đời đời nơi đó.

27. A-La không hề khinh thị những tỉ dụ nhỏ nhoi như loài muỗi hoặc hơn. Vì những ai tin tưởng nơi Chúa Trời hiểu rằng đây là chân lý, trong khi những kẻ bất tín bảo rằng: "Không hiểu A-La ám chỉ điều gì bằng những tỉ dụ như thế này." Ngài đã dùng những chuyện cỏn con này để làm mê muội nhiều người đồng thời hướng dẫn nhiều kẻ khác, chỉ có bọn bất tín mới bị Ngài làm cho lầm lẫn.

28. Tức là những kẻ đã kết giao ước với A-La mà bội ước đi, cắt đứt những gì mà Ngài đã ra lệnh phải nối tiếp và gây hỗn loạn trên mặt đất. Chính những kẻ này rồi sẽ bị tổn thất.

29. Làm sao các ngươi có thể không tin tưởng nơi A-La? Trong khi Ngài đã ban cho các ngươi sinh mạng khi các ngươi còn ở cõi chết, Ngài sẽ làm cho các ngươi chết đi rồi cải tử hồi sinh, rồi các ngươi sẽ bị triệu hồi về nơi Ngài ngự.

30. Ngài đã sáng tạo cho các ngươi mọi vật trên mặt đất này, rồi Ngài trở về trời và tu chỉnh thành bảy thiên đàng; Ngài thông toàn mọi việc.

31. Khi Chúa của ngươi phán bảo các thiên sứ: "Ta định đặt một người đại diện trên mặt đất," thì các thiên sứ can rằng: "Tại sao Ngài lại tạo ra những kẻ chỉ gây hỗn loạn và đổ máu trên mặt đất trong khi chúng tôi ca ngợi sự vinh quang của Ngài và tôn thờ Ngài?" Ngài phán bảo: "Ta biết rõ những gì các ngươi không biết."

32. Ngài dạy cho Ađam tên của mọi loài, xong đặt chúng trước các thiên sứ rồi phán: "Nếu các ngươi nói đúng, hãy chỉ cho Ta tên các vật này."

33. Các thiên sứ đều trả lời: "Ngài rất vinh quang! Chúng tôi chẳng biết gì khác ngoài các điều Ngài đã dạy, Ngài thật là Đấng Toàn Tri, Khôn Ngoan."

34. Ngài bảo: "Hỡi Ađam, hãy dạy cho họ biết tên của các loài vật này." Khi hắn chỉ bảo xong thì Ngài phán: "Có phải Ta đã bảo các ngươi rằng Ta biết tất cả bí mật trong trời đất, Ta thấu rõ những gì các ngươi tiết lộ hoặc giấu giếm trong lòng không?"

35. Hãy nhớ lúc Ta phán bảo các thiên sứ: "Hãy tuân phục Ađam." Tất cả đều vâng lời, duy chỉ có Iblis là chẳng tuân theo. Hắn từ chối một cách ngạo mạn và trở thành kẻ bất tín.

36. Ta đã căn dặn: "Hỡi Ađam, hãy lập tổ quyên ương với vợ ngươi ở vườn này và cứ ăn uống đầy đủ như các ngươi muốn, nhưng chớ đến gần cây này, bằng không các ngươi sẽ phạm tội."

37. Nhưng Satăng đã khiến hai người phạm tội rồi đuổi họ ra khỏi vườn ấy. Lúc đó Ta đã phán: "Hãy xuống trần gian và trở thành kẻ thù với nhau, tạm thời các ngươi sẽ được nhà ở và lương thực trên mặt đất."

38. Sau đó Ađam nghe lời Chúa dạy về sự cầu nguyện và xin Ngài cứu rỗi. Ngài là Đấng Từ Bi và Khoan Hồng đối với những kẻ biết ăn năn sám hối.

39. Ta đã phán: "Tất cả các ngươi hãy xuống trần gian mà ở. Nhưng khi Ta mở đường hướng dẫn các ngươi, ai tuân lệnh Ta thì sẽ không có gì phải sợ hãi hoặc buồn rầu cả."

40. Nhưng kẻ nào tỏ thái độ bất tín và cho các Phép Lạ của Ta là giả dối thì sẽ phải xuống Hỏa Ngục và phải sống vĩnh viễn nơi đó.

41. Hỡi con cái Israel! Hãy ghi nhớ ân huệ mà Ta đã ban cho các ngươi và thực hiện lời hứa của các ngươi với Ta. Rồi Ta sẽ làm tròn lời giao ước của Ta với các ngươi. Chỉ có Ta là Đấng mà các ngươi phải kính sợ.

42. Hãy tin ở lời Ta phán vì nó sẽ chứng minh rõ chân lý của vật mà các ngươi đang nắm trong tay. Chớ biến thành kẻ nghi hoặc đầu tiên và đừng bán chác các Phép Lạ của Ta với giá rẻ mạt. Chỉ có Ta là Đấng mà các ngươi phải cầu xin che chở.

43. Chớ đem lời giả dối bao trùm lên chân lý, hoặc biết đó là sự thật mà giấu giếm đi.

44. Hãy nhớ cầu nguyện, bố thí và cúi mình tế lễ như những người chung quanh.

45. Các ngươi đọc Kinh Điển và khuyên kẻ khác làm việc thiện nhưng các ngươi có nhớ thực hành chăng? Các ngươi vẫn chưa giác ngộ sao?

46. Hãy cầu xin cứu rỗi bằng lòng nhẫn nại và sự cầu nguyện, thật ra thực hành điều đó rất gian nan, chỉ trừ những kẻ có lòng khiêm tốn,

47. Tức là những kẻ biết chắc chắn trong

tương lai sẽ được hội diện với Chúa Trời và sẽ được triệu về với Ngài.

48. Hỡi con cái Israel! Hãy nhớ tới ân huệ mà Ta đã ban cho các ngươi và nhớ rằng Ta đã tuyển lựa các ngươi trong đám nhân gian này.

49. Hãy sợ ngày mà không ai sẽ chịu thế thân cho kẻ khác, ngay cả sự xin tội và tiền chuộc cũng không được chấp nhận và không một ai đưa tay giúp đỡ.

50. Hãy nhớ lúc Ta giúp các ngươi thoát khỏi gông cùm của bè lũ Pharaô. Chúng đầy đọa các ngươi một cách tàn nhẫn, xử hình con trai và tha sống phụ nữ; thật ra đó là sự thử thách của Chúa Trời.

51. Và hãy nhớ lúc Ta chia biển làm đôi để cứu vớt các ngươi trong khi bọn Pharaô bị chìm đắm trước mắt các ngươi.

52. Hãy nhớ lúc Ta triệu hồi Môsê trong vòng bốn mươi ngày thì các ngươi đổi lòng và thờ phụng bò con trong lúc người vắng mặt.

53. Nhưng sau đó Ta đã tha thứ cho các ngươi với hy vọng các ngươi sẽ biết ơn Ta.

54. Và hãy nhớ lúc Ta ban cho Môsê Kinh Thánh và Qui luật để phân xử thiện ác, mong rằng các ngươi sẽ được hướng dẫn đến chính đạo.

55. Hãy nhớ lúc Môsê bảo dân chúng: "Các ngươi thật ra đã phạm lỗi khi thờ phụng bò con. Hãy ăn năn sám hối với Chúa Sáng Tạo ra các ngươi và hãy tàn sát thân tộc của các ngươi, đó là cách tốt nhất để làm hài lòng Ngài." Sau đó Chúa đã dung thứ các ngươi. Ngài thật là từ bi và tha thứ tất cả những ai biết ăn năn hối cải.

56. Hãy nhớ khi các ngươi bảo rằng: "Hỡi Môsê, chúng tôi sẽ không tin tưởng ngươi cho đến khi nào chúng tôi chứng kiến A-La tận mắt." Sấm sét đã đánh vào các ngươi đến bất tỉnh.

57. Tuy nhiên Ta đã hồi sinh các ngươi để các ngươi biết ơn Ta.

58. Ta đã đem áng mây che bóng mát cho các ngươi và liệng manna với chim cút cho các ngươi phán rằng: "Hãy ăn các món mà Ta đã ban cho." Chúng chẳng làm hại gì đến Ta mà thật ra chỉ làm hại chính bản thân mình.

59. Hãy nhớ lúc Ta phán: "Hãy tiến vào làng này và ăn uống thật no ở bất cứ nơi nào các ngươi muốn. Nhớ rằng khi tiến vào cổng, các ngươi phải cúi lạy và xưng: "Lạy Chúa, xin Ngài tha thứ tội lỗi của chúng tôi." Ta sẽ thứ tội cho các ngươi và sẽ ban nhiều ân huệ cho kẻ nào làm việc thiện."

60. Nhưng bọn phản loạn đã đem lời phán của Ta đổi thành tư tưởng trái ngược cả. Vì vậy Ta đã trừng phạt chúng từ trời cao bởi chúng khăng khăng không nhìn nhận Ta.

61. Hãy nhớ lúc Môsê cầu nguyện xin nước uống cho dân chúng, Ta đã phán: "Hãy gõ cây gậy lên mặt đá xem sao", tức thì mười hai dòng suối hiện ra, nhờ vậy mỗi bộ tộc biết rõ nơi lấy nước uống của họ. "Nào, hãy ăn uống những gì A-La đã ban và chớ gây tội ác trên mặt đất này."

62. Rồi các ngươi lại đòi hỏi: "Hỡi Môsê, nếu chỉ ăn hoài một món thì chúng tôi không thể nào chịu đựng nổi. Hãy cầu nguyện với Chúa của ngươi cho thứa đất này mọc thêm cải xanh, dưa leo, tỏi, đậu lăng ti và củ hành." Môsê bèn đáp: "Thay vì đồ tốt, các ngươi toan muốn lãnh đồ xấu sao? Hãy đi qua thị trấn khác rồi các ngươi sẽ tìm thấy vật mong muốn." Rồi chúng đã phải chịu tủi nhục và nghèo khổ vì đã làm A-La nổi giận, vì chúng không hề tin tưởng ở các Phép Lạ của Ngài và toan sát hại các Nhà Tiên Tri một cách bất chính, vì chúng luôn luôn ngoan ngạnh và bội ước.

63. Quả thật, những kẻ vững lòng tin, các tín đồ đạo Do thái, đạo Thiên Chúa, đạo Sabi, tức

là những kẻ tin tưởng nơi A-La và Ngày Tận Thế, năng làm việc thiện, họ sẽ được Chúa thưởng và không có gì phải sợ hãi buồn rầu cả.

64. Hãy nhớ lúc Ta kết giao ước với các ngươi rồi dựng đỉnh núi cao trên đầu các ngươi phán rằng: "Hãy nắm chặc những gì Ta đã ban cho các ngươi và ghi nhớ nó trong lòng thì các ngươi sẽ được cứu rỗi."

65. Nhưng sau đó các ngươi lại đổi lòng, nếu không nhờ lòng từ bi và ân huệ của A-La, thì các ngươi đã bại trận rồi.

66. Và chắc chắn là các ngươi đã biết hậu quả của những kẻ vi phạm ngày Sabbath. Vì Ta đã phán: "Hãy biến thành khỉ và cút đi."

67. Ta đã làm như thế để cảnh cáo nhân gian thời đó và cả hậu thế, đó là bài học cho những ai biết kính sợ Chúa Trời.

68. Hãy nhớ lúc Môsê bảo dân chúng: "A-La ra lệnh cho các ngươi phải giết một con bò cái để thượng hiến cho Ngài." Họ bảo: "Ngươi định nhạo báng chúng tôi chăng?" Môsê đáp: "Ta xin A-La giúp cho thoát khỏi vòng ngu muội."

69. Họ bảo: "Hãy cầu nguyện với Chúa của ngươi cho chúng tôi biết Ngài cần loại nào." Môsê đáp: "Chúa phán rằng đó là con bò cái không non lắm mà cũng không già lắm, loại vừa lớn trong khoảng đó. Các ngươi hãy theo lệnh mà làm."

70. Họ lại hỏi: "Hãy cầu nguyện với Chúa của ngươi và cho chúng tôi biết nó màu gì." Môsê đáp: "Chúa phán rằng đó là con bò màu vàng thẫm mà ai trông cũng phải khen ngợi."

71. Họ lại nói: "Hãy cầu nguyện với Chúa của ngươi và cho chúng tôi biết rõ loại gì, vì chúng tôi thấy con bò cái nào cũng giống nhau cả. Nếu A-La hài lòng thì chúng tôi sẽ tuân phục Ngài."

72. Môsê đáp: "Chúa phán rằng đó là con bò chưa bị đem đi cày ruộng hoặc dẫn nước, mạnh

khỏe và không mang thương tích." Họ bèn nói: "Quả thật ngươi đã nói đúng." mặc dầu không muốn nhưng họ đã giết nó và thượng hiến cho Ngài.

73. Hãy nhớ lúc các ngươi giết người và bàn luận về việc đó. A-La sẽ làm sáng tỏ những điều các ngươi đã giấu giếm.

74. Ta đã phán: "Hãy giết kẻ sát nhân để trả thù cho nạn nhân." A-La phục sinh người chết và biểu trưng các Phép Lạ của Ngài để các ngươi hiểu rõ.

75. Nhưng sau đó con tim của các ngươi chai cứng đi, đến nỗi cứng như đá hoặc hơn nữa. Bởi vì từ đá có khi chảy ra sông ngòi hoặc khe nước, hoặc đá bể vụn ra vì kinh sợ sức toàn năng của Ngài. Hãy nhớ rằng A-La không hề quên việc các ngươi làm.

76. Các ngươi còn hy vọng chúng tin tưởng các ngươi chăng? Trong khi một phái của chúng đã nghe lời A-La phán, chúng hiểu rõ song vẫn cố ý giải thích sai lầm đi và chúng đã nếm hậu quả của điều ấy.

77. Khi gặp những người vững lòng tin thì chúng bảo: "Chúng tôi tin tưởng." Nhưng khi gặp đồng bọn thì chúng lại nói: "Ngươi đã thông báo cho họ biết những điều A-La đã phán dạy sao? Bọn chúng sẽ dùng những điều ấy mà tranh luận với ngươi trước mặt Chúa. Ngươi còn chưa hiểu sao?"

78. Chúng không hiểu rằng A-La thấu rõ những gì chúng giấu giếm hoặc tiết lộ sao?

79. Một số trong bọn chúng bị mù chữ, ngoài những kiến thức sai lầm chúng chẳng biết gì về Kinh Thánh và chẳng làm gì ngoài việc mơ tưởng hão huyền.

80. Có kẻ tự tay giả mạo ra Kinh Thánh và để đổi lấy một giá rẻ mạt bèn rao rằng: "Đây là lời phán của A-La", chúng phải chịu đau khổ,

đau khổ vì chính tay chúng đã viết ra, đau khổ vì từ đó chúng đã tạo ra lợi tức.

81. Chúng bảo: "Lửa địa ngục chỉ bén chân chúng ta trong vài ngày mà thôi." Hãy bảo chúng: "Các ngươi đã giao ước với A-La chăng? Nếu có thì A-La chẳng bao giờ bội ước. Hay là các ngươi chẳng hiểu gì về A-La mà định bàn luận về Ngài sao?"

82. Không không, những kẻ nào định tìm lợi tức bằng thủ đoạn ác đức và phạm tội đầy dẫy sẽ phải xuống Hỏa ngục và phải sống vĩnh viễn nơi đó.

83. Những kẻ nào vững lòng tin và năng làm việc thiện thì sẽ được lên Thiên Đàng và được sống đời đời nơi đó.

84. Hãy nhớ lúc Ta kết giao ước với con cái Israel: "Các ngươi không được thờ ai ngoài A-La. Hãy đối xử tử tế với cha mẹ, bà con, trẻ cô nhi và người nghèo khổ. Hãy trò chuyện với người khác một cách hòa nhã, năng cầu nguyện và bố thí." Nhưng chỉ trừ một số ít, hầu hết trong các ngươi trở mặt đi.

85. Hãy nhớ lúc Ta giao ước với các ngươi: "Các ngươi không nên gây đổ máu lẫn nhau hoặc đuổi dân mình ra khỏi nhà các ngươi," các ngươi tự thân mình làm chứng và đã xác nhận điều đó.

86. Nhưng các ngươi đã sát hại thân tộc và còn áp bức chi tộc khác phải lìa khỏi nhà họ, các ngươi ôm lòng thù hận và phản trắc mà đoàn kết chống lại họ. Nhưng nếu họ bị bắt dẫn đến trước các ngươi thì các ngươi trả tiền thế thân cho họ. Nói đúng ra, các ngươi không được đuổi dân mình. Các ngươi tin tưởng ở một phần trong Kinh Điển còn những phần khác các ngươi lại không tin sao? Đối với những kẻ này, đã chẳng

có phần thưởng nào mà chỉ có sự nhục nhã ở kiếp này và đến Ngày Phán Quyết thì sự trừng phạt nghiêm khắc đang chờ họ. Chắc chắn A-La không hề quên việc các ngươi làm.

87. Họ là những kẻ yêu chuộng cuộc sống hiện tại hơn là Kiếp Lai Sinh. Họ sẽ bị trừng phạt không nương tay và không ai sẽ ra tay che chở họ.

88. Quả thật Ta đã ban Kinh Thánh cho Môsê và sai các Sứ giả nối nghiệp hắn. Ta đã ban cho Jêsu, con trai của Maria, nhiều Phép Lạ hiển trứ và luyện hắn cứng cỏi thêm bằng Thánh Linh. Mỗi khi Sứ Giả đến với các ngươi mà các ngươi không hài lòng, các ngươi sẽ kiêu căng, cho kẻ này là láo khoét hoặc sát hại kẻ khác chăng?

89. Chúng bảo: "Con tim chúng tôi đã khép kín." Không, A-La đã chúc dữ chúng vì lòng bất tín. Tuyệt nhiên, ít khi nào chúng tin tưởng nơi Ngài.

90. Khi A-La ban Kinh điển cho chúng để hoàn thành những gì chúng đang có, mặc dẫu trước đó chúng đã cầu nguyện xin thắng lại những kẻ bất tín, những khi Ngài phán bảo những gì chúng đã hiểu thì chúng phủ nhận đi. Những kẻ bất tín sẽ không tránh khỏi bị A-La chúc dữ.

91. Chúng bán linh hồn mình chỉ để mua lấy sự khổ sở: là những kẻ không tin lời Ngài phán, ganh tỵ rằng A-La chỉ ban ân huệ cho những thuộc hạ mà Ngài hài lòng. Vì thế chúng càng trêu cơn thịnh nộ của Ngài, những kẻ bất tín sẽ bị trừng phạt nhục nhã.

92. Khi bảo chúng: "Hãy tin tưởng những điều A-La đã phán," thì chúng trả lời: "Chúng tôi tin tưởng những điều Ngài đã phán cho chúng tôi." Nhưng chúng trở mặt đi, mặc dẫu đó là Chân lý làm sáng tỏ những gì chúng đang có. Hãy bảo chúng: "Nếu các ngươi là tín đồ, tại sao các ngươi toan sát hại các Nhà Tiên Tri của Chúa?"

93. Mặc dầu đã thấy Môsê được ban Phép Lạ, các ngươi dám đem con bò con mà thờ trong lúc hắn vắng mặt. Các ngươi chính là bọn phản loạn.

94. Hãy nhớ lúc Ta kết giao ước với các ngươi rồi dựng đỉnh núi cao trên đầu các ngươi phán rằng: "Hãy giữ và nghe kỹ những gì Ta đã ban cho các ngươi," chúng bèn đáp: "Chúng tôi nghe nhưng chẳng tuân theo đâu." Những kẻ bất tín này mê muội đến nỗi trong mắt họ chỉ có con bò con. Hãy bảo họ: "Nếu các ngươi là tín đồ, hỡi ôi tín ngưỡng của các ngươi chỉ toàn là điều tệ hại!"

95. Hãy bảo chúng: "Nếu các ngươi cho rằng không có dân tộc nào khác ngoài các ngươi sẽ được về Cõi Trên với Chúa, nếu các ngươi nói sự thật, hãy cầu xin cái chết."

96. Nhưng vì chúng đã phạm tội nên chẳng có ai trong bọn chúng mong như thế và A-La biết rõ ai là kẻ phạm tội.

97. Ngược lại, các ngươi sẽ thấy bọn chúng mới là những kẻ tham sống lâu, có khi hơn cả các tín đồ đa thần giáo. Mỗi người trong bọn chúng đều mong sống được ngàn năm, tuy nhiên dầu được trường thọ đến thế đi nữa, chúng cũng không thoát khỏi hình phạt. A-La nhìn thấu tất cả những gì chúng làm.

98. Hãy bảo họ: "Có kẻ nào dám phản lại Gabriel chăng? Vì người đã vâng lời A-La mà truyền cho các ngươi những tín điều để xác nhận những gì đã có trước, là lời hướng dẫn và tin lành cho các tín đồ,

99. Kẻ nào dám phản lại A-La, các Thiên Sứ, các Sứ Giả, Gabriel và Michael, chắc chắn A-La sẽ chống lại những kẻ bất tín này."

100. Ta đã ban các Phép Lạ hiển trứ cho ngươi. Chỉ có những kẻ theo tà đạo mới không tin tưởng thôi.

101. Này! Mỗi khi Ta giao ước với chúng đều có kẻ trong bọn chúng bội ước ngay. Không, hầu hết trong bọn chúng chẳng có ai tin tưởng

cả.

102. Bây giờ Sứ Giả của A-La đã đến để xác nhận vật chúng đang có, một nhóm trong đám dân đã được ban Kinh Thánh đã liệng Kinh Điển của A-La ra sau lưng, làm như không biết gì cả.

103. Những kẻ này theo con đường của những kẻ phản loạn trong thời vua Sôlômôn. Vua Sôlômôn không phải là kẻ bất tín, mà chính bọn phản loạn mới là những kẻ bất tín. Bọn chúng dạy cho thế gian những phép tà đạo mà hai thiên sứ Harut và Marut đã ứng nghiệm tại Babylôn. Tuy nhiên hai thiên sứ này trước khi dạy ai đều tuyên bố rằng: "Chúng tôi chỉ thử thách mà thôi, chớ trở thành kẻ bất tín." Từ đó bọn chúng học cách chia rẽ vợ chồng. Chúng chẳng thâu thập điều lợi ích mà toàn là điều tệ hại, tuy nhiên nếu A-La không cho phép thì chúng chẳng làm hại ai được. Ngược lại chúng chỉ thâu thập những điều hại thân chúng mà chẳng có ích gì. Dẫu biết rằng mua lấy những lỗi lầm này chúng sẽ không được hưởng phần hạnh phúc nào ở kiếp sau, chúng vẫn bán linh hồn mình để đổi lấy điều tệ hại. Hỡi ôi chớ chi chúng giác ngộ điều này!

104. Nếu chúng tin tưởng và hành động ngay thẳng thì A-La đã ban thưởng họ rồi. Hỡi ôi chớ chi chúng giác ngộ điều này!

105. Hỡi các tín đồ, chớ nói: "Rainà" mà hãy nói: "Unzurnà" và hãy nghe kỹ. Những kẻ bất tín sẽ bị trừng phạt đau đớn.

106. Những kẻ bất tín trong đám dân của Kinh Thánh và bọn thờ đa thần giáo không hề mong Chúa ban phúc lành cho các người. Nhưng A-La sẽ mở rộng lòng từ bi cho những ai làm Ngài hài lòng. A-La là Đấng Quảng Đại.

107. Nếu có Phép Lạ nào mà Ta xóa bỏ hoặc khuyên các người quên nó, Ta sẽ ban cho các

ngươi những Phép Lạ tương tự hoặc toàn hảo hơn. Các ngươi không biết A-La là Đấng Toàn Năng hay sao?

108. Các ngươi không biết rằng vạn vật trong trời đất thuộc quyền thống trị của A-La sao? Ngoài Ngài ra không có ai che chở và giúp đỡ các ngươi cả.

109. Các ngươi định chất vấn Sứ giả của Ta như là Môsê đã bị chất vấn trước đây chăng? Kẻ nào đem lòng tin đổi lấy sự bất tín chắc chắn sẽ lầm đường lạc lối.

110. Có nhiều kẻ trong đám dân của Kinh Thánh, mặc dầu thấy chân lý đã hiển hiện ra, vì lòng ganh tỵ, dẫu các ngươi đã trở thành tín đồ, chúng vẫn toan quyền rủ các ngươi vào con đường bất tín. Chớ màng đến họ và hãy quay lưng đi, chờ đến ngày A-La thực hiện mệnh lệnh của Ngài. A-La quả thật là Đấng Toàn Năng.

111. Hãy cầu nguyện và năng bố thí. Những việc thiện mà các ngươi làm cho chính bản thân mình sẽ được A-La nhìn nhận. Quả thật, Ngài thấu rõ tất cả những gì các ngươi đang làm.

112. Chúng bảo: "Ngoài tín đồ đạo Do thái và đạo Thiên Chúa, không ai sẽ được lên Thiên đàng." Đây chỉ là ảo mộng mà thôi. Hãy bảo chúng: "Nếu các ngươi nói sự thật, hãy trưng bằng cớ ra xem."

113. Không, kẻ nào hết lòng tận tụy quy y với A-La và năng làm việc thiện sẽ được Chúa ban thưởng. Họ không có gì phải sợ hãi và buồn rầu cả.

114. Tín đồ đạo Do thái bảo: "Tín đồ đạo Thiên Chúa hoàn toàn láo khoét," và tín đồ đạo Thiên Chúa thì bảo: "Tín đồ đạo Do thái chẳng có bằng chứng gì cả," trong khi chúng cùng đọc chung một quyển Kinh Thánh. Ngay cả bọn vô học thức cũng hùa theo như thế. Nhưng đến Ngày Phục Sinh, A-La sẽ phán quyết về những điều chúng đã tranh luận.

115. Có ai phạm thượng hơn những kẻ dám ngăn cản việc tôn thờ A-La trong Thánh Điện và toan phá hại nó chăng? Chỉ có những kẻ này bước vào đây với lòng sợ hãi; chúng phải chịu nhục nhã ở kiếp này và hình phạt nặng nề ở kiếp sau.

116. Phương Đông cũng như phương Tây đều thuộc về A-La. Các ngươi có quay mặt về hướng nào đi nữa, các ngươi sẽ hội diện với Ngài. Quả thật, A-La là Đấng Quảng Đại, Toàn Tri.

117. Chúng bảo: "A-La đã tạo ra một đứa con cho chính Ngài." Không, vạn vật trong trời đất này đều thuộc quyền thống trị của Ngài. Muôn loài đều tuân phục Ngài.

118. Ngài là Đấng tạo thiên lập địa. Khi Ngài ra lệnh, Ngài chỉ phán: "Hãy nghe Ta!" và đã xảy ra như vậy.

119. Những kẻ vô học thức bảo rằng: "Tại sao A-La không đối thoại với chúng tôi hoặc hiện ra cho chúng tôi thấy?" Trước đây cũng có nhiều kẻ tuyên bố như thế, lòng dạ của chúng giống như nhau cả. Ta chỉ ban Phép Lạ cho những ai vững lòng tin.

120. Ta đã phái ngươi xuống với Chân Lý trong tay để truyền tin lành và đồng thời cảnh cáo nhân loại. Ngươi sẽ không hề bị chất vấn về những kẻ lưu trú ở Địa Ngục.

121. Bọn tín đồ đạo Do thái và đạo Thiên Chúa sẽ không hài lòng về ngươi chỉ trừ khi ngươi tuân theo tôn chỉ của họ. Hãy bảo họ: "Chỉ có lời hướng dẫn của A-La mới là lời hướng dẫn chân thật." Sau khi đã hấp thụ những kiến thức của Ta mà ngươi còn theo đuổi tà ý của chúng thì ngươi phải lìa khỏi Ta và không ai sẽ giúp đỡ hoặc bảo vệ ngươi cả.

122. Nhưng kẻ nào đã được Ta ban Kinh Điển và theo đúng tôn chỉ của nó mới chính là tín đồ của Ta. Những ai không tin nơi nó sẽ bị tổn thất.

123. Hỡi con cái Israel! Hãy nhớ tới ân huệ mà Ta đã ban cho các ngươi, và việc Ta đã tuyển

chọn các ngươi trong đám chư dân.

124. Hãy nhớ tới ngày mà không có ai sẽ chịu thế thân cho kẻ khác, ngay cả sự xin tội và tiền chuộc cũng không được chấp nhận và không một ai đưa tay giúp đỡ.

125. Hãy nhớ lúc Chúa muốn thử lòng Abraham bằng cách ban vài mệnh lệnh mà hắn đã thi hành. Ngài phán: "Ta sẽ lập ngươi thành người lãnh đạo nhân gian." Abraham bèn hỏi: "Và đến đời con cháu của tôi thì ra sao?" Ngài trả lời: "Lời hứa của Ta không đề cập đến những kẻ phản bội."

126. Hãy nhớ lúc Ta đem Thánh Điện làm nơi tập hợp và nơi tị nạn cho nhân gian và khiến các ngươi cầu nguyện ở nơi Abraham đã dừng chân. Ta đã ra lệnh cho Abraham và Ishmael rằng: "Hãy quét dọn Thánh Điện sạch sẽ để những kẻ hành hương đi vòng quanh đó, cho những kẻ sùng đạo được nghỉ ngơi và những người phủ phục xuống cầu nguyện."

127. Abraham nói: "Lạy Chúa, hãy biến nơi này thành thị trấn yên ổn, hãy ban trái cây làm lương thực cho những ai tin tưởng nơi A-La và Ngày tận thế." Ngài bèn phán: "Nhưng đối với những kẻ bất tín, Ta sẽ cho họ hưởng lạc đôi chút rồi đày họ xuống Hỏa Ngục, thật là định mệnh đau đớn."

128. Hãy nhớ lúc Abraham và Ishmael xây nên của Thánh Điện và cầu khẩn: "Lạy Chúa, xin Ngài thâu nhận Thánh Điện này vì Ngài là Đấng nghe tất cả và biết tất cả."

129. "Lạy Chúa, hãy cho phép chúng tôi và con cháu của chúng tôi quy y với Ngài. Hãy chỉ dẫn cho chúng tôi biết cách thờ phụng Ngài và dung thứ cho chúng tôi vì Ngài là Đấng Từ Bi, Đại Lượng."

130. "Và lạy Chúa, hãy tuyển chọn một Sứ Giả trong đám họ để người truyền lại cho họ những Phép Lạ Điềm Thiêng, giảng dạy cho họ về Kinh Điển và Sự Khôn Ngoan đồng thời rửa

tội cho họ. Ngài thật là Đấng Toàn Năng và Khôn Ngoan."

131. Ngoại trừ những kẻ khờ dại, có ai dám phủ nhận tôn giáo của Abraham chăng? Ta đã chọn hắn ở kiếp này và hắn sẽ được xưng tụng là người chính trực ở đời sau.

132. Khi Chúa bảo hắn: "Hãy quy y với Ta," thì hắn đáp: "Tôi xin quy y với Ngài là Chúa của muôn loài."

133. Abraham đã đem câu chuyện này di trối lại cho các con của hắn và Jacob cũng làm như thế, bảo rằng: "Hỡi các con, chính A-La đã chọn tôn giáo này cho các con, vì thế các con không được chết khi chưa quy y với Ngài."

134. Các ngươi có chứng kiến Jacob trước khi chết không? Hắn bảo các con rằng: "Sau khi Ta chết các ngươi định thờ ai?" thì chúng trả lời: "Chúng con sẽ thờ Chúa của cha, là Chúa Trời độc nhất của tổ tiên nhà ta, Abraham, Ishmael và Issac, chúng con sẽ quy y với Ngài."

135. Đây là câu chuyện của một dân tộc trong quá khứ. Họ đã hưởng những gì họ làm, còn các ngươi sẽ hưởng việc các ngươi làm, các ngươi sẽ không bị hạch hỏi về việc họ đã làm.

136. Họ bảo: "Hãy trở thành tín đồ đạo Do thái hoặc đạo Thiên Chúa thì các ngươi sẽ được hướng dẫn đến chính đạo." Hãy trả lời họ: "Không, chúng tôi chỉ thờ tôn giáo duy nhất của Abraham, là người đã không thờ đa thần giáo."

137. Hãy bảo họ: "Chúng tôi tin tưởng ở A-La và những lời Ngài đã khải thị cho chúng tôi, cho Abraham, Ishmael, Issac và Jacob với con cháu của người, hoặc những điều Ngài đã khải thị cho Môsê, Jêsu và các Nhà Tiên Tri. Chúng tôi không hề phân biệt những người này và chỉ quy y nơi Ngài."

138. Nếu họ tôn thờ chung một tín ngưỡng với các ngươi thì họ sẽ được hướng dẫn đến chính đạo, nhưng nếu họ ngoảnh mặt đi thì họ sẽ là kẻ ly giáo, cứ giao việc ấy cho A-La bởi Ngài là Đấng nghe tất cả và biết tất cả.

139. Hãy bảo họ: "Chúng tôi sẽ thờ tôn giáo của A-La, có ai xứng đáng hơn Ngài để truyền giảng tôn giáo chăng? Chúng tôi chỉ thờ phụng Ngài mà thôi."

140. Hãy bảo họ: "Các ngươi định tranh luận với chúng tôi về A-La chăng, trong khi Ngài là Chúa của chúng tôi mà cũng là Chúa của các ngươi? việc chúng tôi làm thì chúng tôi chịu, còn việc các ngươi làm thì các ngươi chịu, chúng tôi chỉ thành tâm tận tụy với Ngài."

141. Hay các ngươi định nói rằng Abraham, Ishmael, Issac và Jacob với con cháu của hắn là tín đồ đạo Do thái hay đạo Thiên Chúa chăng? Hãy bảo họ: "Các ngươi thông thạo hơn A-La chăng?" Không ai tội lỗi hơn kẻ đã nhận được chứng cớ của A-La mà giấu giếm đi. A-La không hề quên việc các ngươi làm.

142. Đây là câu chuyện của một dân tộc trong quá khứ. Họ đã hưởng những gì họ làm, còn các ngươi sẽ hưởng việc các ngươi làm; các ngươi sẽ không bị hạch hỏi về việc họ đã làm.

143. Lại có kẻ khờ dại nói rằng: "Tại sao họ lại đổi phương hướng thờ lạy đi?" Cứ trả lời: "Phương Đông cũng như Phương Tây đều thuộc về A-La. Ngài sẽ hướng dẫn kẻ làm Ngài hài lòng đến chính đạo."

144. Vậy, Ta đã tuyển chọn các ngươi trong các dân tộc, các ngươi sẽ là những kẻ giám hộ nhân loại và Sứ Giả của Chúa Trời sẽ là người giám hộ các ngươi. Ta đã sửa lại phương hướng mà ngươi quỳ lạy trước đây chỉ để phân biệt kẻ nào tuân lời Sứ Giả của Chúa Trời và kẻ nào quay gót đi. Điều này quả thật khó khăn chỉ trừ những ai đã được A-La dẫn đạo. A-La không hề để cho lòng tin của các ngươi trở nên vô hiệu quả, Ngài là Đấng từ bi quảng đại với chư dân.

145. Coi bộ ngươi cứ ngửa mặt lên trời và nhìn quanh quẩn. Ta sẽ chỉ bảo ngươi phương hướng để thờ lạy và chắc chắn ngươi sẽ hài lòng.

Ngươi hãy quay mặt về phương hướng có Thánh Điện; dẫu các ngươi đang ở đâu đi nữa hãy quay mặt về nơi đó. Kẻ nào đã được ban Kinh Điển đều biết rằng đây là chân lý do Chúa phán. A-La không hề quên việc các ngươi làm.

146. Đối với những kẻ đã nhận Kinh Thánh, dẫu ngươi có biểu trưng Phép Lạ cho chúng, chúng cũng không quỳ theo hướng của ngươi đâu. Và ngươi cũng không được quỳ theo hướng của chúng. Ngay cả trong đám ấy, không có ai quỳ theo hướng của kẻ khác. Nếu ngươi đã hấp thụ kiến thức của Ta mà theo đuổi dục vọng của chúng thì ngươi sẽ là một trong những kẻ phản trắc.

147. Những kẻ đã được Ta ban Kinh Thánh đều thông hiểu tường tận như là hiểu biết con cái của họ, nhưng quả thật có một nhóm trong bọn họ cố tình giấu giếm sự thật.

148. Đó là sự thật do Chúa phán, các ngươi chớ nên nghi ngờ.

149. Mỗi người có con đường họ phải đi, vì vậy hãy tranh nhau làm việc thiện. Dẫu các ngươi có phân tán khắp nơi, A-La sẽ tập hợp các ngươi về một chỗ. Ngài có quyền năng thực hiện mọi việc như ý Ngài muốn.

150. Dẫu các ngươi từ đâu đến đi nữa, hãy quay mặt về hướng Thánh Điện, đó là chân lý do Chúa phán. A-La không hề quên việc các ngươi làm.

151. Dẫu các ngươi từ đâu đến đi nữa, hãy quay mặt về hướng Thánh Điện, dẫu các ngươi ở bất cứ nơi nào hãy quay mặt về hướng ấy thì sẽ không có ai trách cứ các ngươi, chỉ trừ những kẻ bất chính, nhưng chớ sợ họ mà hãy kính sợ Ta. Bởi Ta sẽ ban ân huệ cho các ngươi và hướng dẫn các ngươi đến chính đạo.

152. Ta đã chọn một Sứ Giả từ trong đám các ngươi để người truyền cho các ngươi Phép Lạ của Ta, rửa tội cho các ngươi, giảng dạy cho

các ngươi về Kinh Điển và Sự Khôn Ngoan, đồng thời chỉ dẫn cho các ngươi về những điều mà các ngươi chưa rõ.

153. Vì vậy hãy nhớ đến Ta, rồi Ta sẽ nhớ đến các ngươi; hãy cảm tạ Ta và chớ quên ơn Ta.

154. Hỡi những ai vững lòng tin! Hãy cầu xin sự cứu trợ bằng lòng nhẫn nại và cầu nguyện. A-La sẽ nhủ lòng thương những kẻ cương quyết nhẫn nại.

155. Về những kẻ bị giết vì thờ phụng A-La, chớ gọi họ là người chết. Không, họ vẫn còn sống, chỉ có các ngươi không nhận thức ra.

156. Ta sẽ thử lòng các ngươi bằng sự sợ hãi và đói khát, bằng cách làm tổn hại tài sản sinh mạng và lương thực; nhưng hãy báo tin lành cho những kẻ biết nhẫn nại.

157. Tức là những kẻ khi gặp hoạn nạn đều bảo rằng: "Quả thật chúng tôi thuộc về A-La và sẽ trở về với Ngài."

158. Là những kẻ được Chúa chúc phước lành và ban ân huệ, là những kẻ được hướng dẫn đến chính đạo.

159. Dĩ nhiên Al-Safa và Al-Marwa là Phép Lạ của A-La. Kẻ nào vừa đi hành hương ở Thánh Điện vừa đi hành hương ở hai nơi trên đều không bị tội. Ngoài những bổn phận đã định, kẻ nào làm thêm việc thiện sẽ được Ngài cảm tạ. A-La là Đấng Toàn Tri.

160. Những kẻ nào giấu giếm các Phép Lạ và lời hướng dẫn mà Ta đã làm sáng tỏ trong Kinh Điển, những kẻ ấy sẽ bị A-La chúc dữ và phải chịu sự chúc dữ của những người chuyên trù ải.

161. Nhưng với kẻ nào biết ăn năn sám hối và công nhận sự thật, Ta sẽ tha thứ cho, Ta là Đấng Từ Bi, Đại Lượng.

Chương 2   AL-BAQARAH   Part 2

162. Kẻ nào từ chối tín ngưỡng và đến khi chết vẫn còn bất tín, họ không những sẽ bị A-La mà còn bị các thiên sứ và mọi người chúc dữ.

163. Chúng sẽ phải ở mãi dưới địa ngục. Hình phạt sẽ không được nới tay hoặc hoãn lại.

164. Chúa của các ngươi là Chúa Trời độc nhất, không có Chúa Trời nào khác ngoài Ngài, Đấng Từ Bi, Bác Ái.

165. Dĩ nhiên, trong lúc sáng tạo ra trời đất, giữa ngày và đêm, trong những chiếc thuyền ngoài biển cả chất đầy vật dụng hữu ích cho con người, trong nước mưa mà A-La đã ban từ trời cao xuống để làm hồi sinh mặt đất khô cằn và gieo rắc nơi đó mọi loài thú vật, trong khi gió đổi chiều và trong những áng mây bị ép buộc chạy tới lui giữa trời và đất, đều có các Phép Lạ của Ngài dành cho những kẻ biết nhận thức.

166. Trong đám nhân gian này, có kẻ tôn thờ những hình tượng khác ngoài A-La và yêu chuộng nó như là yêu chuộng A-La. Nhưng kẻ vững lòng tin thì tôn sùng A-La nhiệt liệt hơn. Chớ gì bọn phản trắc có cơ hội chứng kiến sự trừng phạt, chúng sẽ nhận thức rằng mọi quyền năng đều thuộc về A-La và Ngài trừng phạt thật là nghiêm khắc.

167. Chúng sẽ thấy rằng những kẻ đã được sùng bái sẽ bỏ rơi đồ đệ và sẽ chứng kiến hình phạt, tất cả mối dây liên lạc giữa chúng sẽ bị cắt đứt.

168. Và lũ đồ đệ sẽ bảo: "Chớ gì chúng tôi có thể trở về, chúng tôi sẽ tông cổ họ như họ đã bỏ rơi chúng tôi." A-La đã cho chúng thấy rằng hành động của chúng đã làm chúng đau khổ, và chúng không thể nào ra khỏi Hỏa Ngục.

169. Hỡi các ngươi! Hãy ăn những gì thanh sạch trên mặt đất mà Ta đã cho phép, chớ theo gót Satăng, bởi hắn là kẻ thù của các ngươi.

170. Hắn chỉ khiến các ngươi làm điều tội lỗi, điên cuồng và buộc các ngươi phủ nhận A-La.

171. Khi bảo họ: "Hãy tuân lời A-La phán," thì họ trả lời: "Không, chúng tôi chỉ tôn thờ nơi tổ tiên hiện ra." Sao! ngay cả khi tổ tiên họ chẳng biết gì và chẳng được hướng dẫn gì cả sao?

172. Tỉ dụ về những kẻ bất tín, dẫu kêu gọi họ, họ chẳng nghe được gì ngoài tiếng gọi và tiếng kêu gào. Họ vừa điếc vừa câm và đui mù nên chẳng nhận thức gì cả.

173. Hỡi những kẻ vững lòng tin! Hãy ăn những vật trong sạch mà Ta đã ban cho các ngươi, nếu các ngươi tôn thờ A-La, hãy cảm tạ Ngài.

174. Ngài chỉ cấm các ngươi ăn xác chết, máu tươi, thịt heo và phẩm vật đã được cúng hiến cho những kẻ khác ngoài A-La. Tuy nhiên kẻ nào bị bắt buộc ăn, không phải vì lòng tham ăn hoặc bất tuân lời cấm, sẽ không bị kết tội. A-La là Đấng khoan dung, nhân từ.

175. Kẻ nào giấu giếm giáo điều mà A-La đã phán trong Kinh Điển và đem nó bán lấy một giá rẻ mạt, kẻ ấy phải nuốt lửa đầy bụng. Đến Ngày Phục Sinh, A-La sẽ không gọi đến tên họ và cũng không rửa tội cho họ. Chỉ có hình phạt đau đớn dành cho những kẻ này.

176. Họ là những kẻ đem sự hướng dẫn đổi lấy sự lầm lạc, đem sự khoan hồng đổi lấy sự trừng phạt. Sự chịu đựng ở Hỏa Ngục thật đau đớn biết bao!

177. Vì A-La đã ủy thác chân lý trong Kinh Điển, kẻ nào dị nghị về nó sẽ lầm đường lạc lối vĩnh viễn.

178. Ngươi quay mặt về phương Đông hoặc phương Tây chưa phải là kẻ đáng kính. Những

kẻ sau đây mới thật là đáng kính trọng, tức là kẻ tin tưởng ở A-La và Ngày Tận Thế, ở các thiên sứ, Kinh Điển và các Nhà Tiên Tri, năng bố thí cho thân quyến, trẻ cô nhi, người nghèo khổ và kẻ ăn xin bỏ tiền ra chuộc lại nô lệ, năng cầu nguyện và làm việc thiện, những kẻ thực hành lời đã hứa, những kẻ nhẫn nại khi nghèo đói và hoạn nạn và những kẻ cương quyết trong lúc lâm chiến; chính những kẻ này thành tâm và biết kính sợ Chúa Trời.

179. Hỡi những kẻ vững lòng tin! Ta đã định phương pháp trả thù sự sát nhân như sau: người tự do đến người tự do, nô lệ đến nô lệ, phụ nữ đến phụ nữ. Nhưng nếu anh em của nạn nhân tỏ lòng ân xá, kẻ sát nhân phải thành tâm bồi thường cho gia đình nạn nhân. Đây cũng là do lòng từ bi của Chúa giúp cho nhẹ tội đi. Nhưng sau đó kẻ nào sinh lòng phản trắc sẽ bị trừng phạt nặng nề.

180. Lối trả thù này sẽ giúp bảo toàn sinh mạng của các ngươi. Hỡi những kẻ biết nhận thức, rồi các ngươi sẽ được an toàn.

181. Nếu kẻ nào trong các ngươi sắp lâm chung mà để lại tài sản, hắn có bổn phận phải làm di chúc chia cho cha mẹ và thân quyến một cách công bằng, đó là bổn phận của những ai kính sợ Chúa Trời.

182. Nếu kẻ nào nghe lời di chúc xong mà sửa đổi nó thì kẻ sửa đổi sẽ bị tội, vì A-La là Đấng nghe tất cả và biết tất cả.

183. Nhưng nếu trong lời di chúc ấy có sự thiên vị hoặc điều sai lầm, kẻ nào đứng ra hòa giải cho họ sẽ không bị tội. A-La là Đấng Khoan Hồng và Từ Bi.

184. Hỡi những kẻ vững lòng tin! Các ngươi

phải nhịn ăn như tổ tiên của các ngươi đã làm, rồi các ngươi sẽ thành người chính trực.

185. Sự nhịn ăn sẽ được thực hành trong số ngày đã định. Nếu kẻ nào trong các ngươi bị bệnh hoạn hay đang trên đường lữ hành thì phải nhịn ăn trong cùng một số ngày như vậy vào lúc khác. Nếu kẻ nào có thể nhịn ăn mà không thực hành được thì kẻ đó phải chia thức ăn cho một người nghèo. Kẻ nào năng làm việc thiện và biết giữ giới luật thì càng tốt. Sự nhịn ăn rất có ích cho các ngươi nếu các ngươi nhận thức ra.

186. Tháng Ramadan là tháng mà Kinh Koran đã được ban xuống với nhiều bằng chứng rõ ràng về sự hướng dẫn và phân biệt thiện ác để làm phương châm cho nhân loại. Vì vậy kẻ nào ở nhà trong tháng này thì phải nhịn ăn. Nhưng kẻ nào bị bệnh hoạn hoặc đang trên đường lữ hành thì phải nhịn ăn trong cùng một số ngày vào lúc khác. A-La muốn các ngươi thực hành một cách dễ dàng chớ không muốn các ngươi gặp khó khăn, để các ngươi hoàn thành số ngày đã định và ca ngợi A-La vì đã hướng dẫn các ngươi, rồi các ngươi sẽ biết ơn Ngài.

187. Khi các tôi tớ của Ta hỏi ngươi về Ta, hãy bảo: "Ngài ở cạnh đây". Ta sẽ trả lời kẻ cầu nguyện khi hắn kêu gọi Ta. Rồi họ sẽ lắng tai nghe Ta và tin tưởng nơi Ta, sau này họ sẽ đi đúng đường.

188. Các ngươi có quyền giao phối với người vợ trong đêm nhịn ăn. Họ là y phục của các ngươi và các ngươi là y phục của họ. A-La biết rằng các ngươi đang đổi lòng nhưng Ngài vẫn tha thứ các ngươi. Bây giờ các ngươi có thể giao phối với họ và tìm kiếm những gì Ngài đã ban cho và cứ ăn uống đến rạng đông, khi các ngươi có thể phân biệt giữa sợi chỉ trắng với chỉ đen. Rồi hãy nhịn ăn suốt ngày cho đến khi đêm xuống và chớ giao phối với họ trong khi các ngươi còn lưu lại trong vòng Thánh Điện. Đây là giới luật do A-La định, chớ phạm đến

nó. Ngài làm sáng tỏ các mệnh lệnh này để mong con người tránh khỏi tội lỗi.

189. Các ngươi chớ phung phí gia sản của các ngươi, hoặc đút của hối lộ cho nhà cầm quyền để âm mưu thâm thủng tài sản của kẻ khác.

190. Nếu họ hỏi ngươi về trăng mới mọc, hãy trả lời: "Đó là tiêu chuẩn để đo thời tiết cho nhân gian và cho những người đi hành hương." Kẻ chính trực thì không bước vào nhà bằng cửa sau. Kẻ chính trực là kẻ biết kính sợ Chúa Trời. Hãy vào nhà bằng cửa trước và kính sợ A-La rồi các ngươi sẽ được vinh hiển.

191. Hãy chiến đấu cho A-La để chống lại những kẻ tấn công các ngươi, nhưng chớ nên phản bội. A-La chẳng hề yêu chuộng những kẻ phản bội.

192. Hãy chống lại họ ở bất cứ nơi nào các ngươi gặp họ và đánh đuổi họ ra khỏi nơi họ đã áp bức các ngươi. Vì sự áp bức còn tội lỗi hơn sự sát nhân. Nhưng nếu họ không khiêu khích các ngươi, chớ nên chiến đấu trong vòng Thánh Điện. Nếu họ khiêu khích, hãy đánh đuổi họ, những kẻ bất tín phải chịu quả báo.

193. Nhưng nếu họ bỏ cuộc thì A-La sẽ dung thứ vì Ngài rất nhân từ.

194. Hãy chống lại họ cho đến khi nào không còn sự áp bức và đến khi tôn giáo được tỏ bày cho A-La một cách công khai. Nhưng nếu họ bỏ cuộc, chỉ trừ những kẻ xâm lấn, các ngươi không nên ôm lòng thù hận.

195. Sự vi phạm trong Tháng Thánh phải được báo thù trong Tháng Thánh, lấy vật thánh đến vật thánh. Vậy kẻ nào phản lại ngươi, hãy trừng phạt họ như họ đã phản bội ngươi. Hãy kính sợ A-La và nhớ rằng Ngài sẽ yêu chuộng những ai kính sợ Ngài.

196. Hãy tiêu xài vì A-La và chớ tự hủy thân mình. Nhớ làm việc thiện vì A-La yêu chuộng những kẻ năng làm việc thiện.

197. Hãy hoàn thành nhiệm vụ hành hương và tế lễ cho A-La. Nhưng nếu các ngươi bị ngăn trở, hãy tìm vật gì dễ kiếm mà thượng hiến cho A-La. Chớ cạo đầu cho tới khi vật thượng hiến được mang tới chỗ. Nếu kẻ nào trong các ngươi bị bệnh hoặc bị thương trên đầu, hãy chuộc tội bằng cách nhịn ăn, hoặc bố thí, hoặc thượng hiến. Nhưng nếu các ngươi không gặp trở ngại, kẻ nào có cơ hội đi tế lễ và hành hương thì hãy tìm vật gì dễ kiếm để thượng hiến. Nếu các ngươi không tìm được, hãy nhịn ăn trong ba ngày hành hương và trong bảy ngày sau khi về nhà, tức là cả thảy mười ngày. Điều này định cho những ai không có thân tộc ở gần Thánh Điện. Hãy kính sợ A-La và nhớ rằng Ngài trừng phạt rất là nghiêm khắc.

198. Tháng hành hương là tháng mọi người đều biết. Trong thời gian đó, kẻ nào muốn đi hành hương phải nhớ rằng họ không được tán ngẫu, phạm tội hoặc cãi vã trong lúc hành hương. Bất cứ điều thiện nào các ngươi làm, A-La đều rõ cả. Hãy chuẩn bị đầy đủ để lên đường, nhưng sự chuẩn bị tốt nhất là lòng chính trực. Hỡi những kẻ biết nhận thức, hãy kính sợ Ta.

199. Việc các ngươi xin Chúa Trời ban ân huệ không phải là tội lỗi. Nhưng khi các ngươi chạy một mạch xuống chân đồi Arafat, hãy tâm niệm A-La nơi Thánh Địa Mashar al-Haram; và hãy nhớ rằng trước đây khi các ngươi còn lầm lẫn, Ngài đã dẫn dắt các ngươi về chính đạo.

200. Rồi hãy theo quần chúng mà chạy một mạch và cầu xin A-La ân xá cho. Ngài là Đấng khoan hồng và từ bi.

201. Sau khi thực hành các nghi thức tế lễ đã định, hãy ca ngợi A-La như các ngươi đã ca ngợi tổ tiên hoặc nhiệt tâm hơn nữa. Có kẻ xin rằng: "Lạy Chúa, hãy ban cho chúng tôi ở kiếp này." Những kẻ này sẽ không nhận được một xu ở kiếp sau.

202. Hoặc có kẻ nài rằng: "Lạy Chúa, hãy ban cho chúng tôi ở kiếp này và luôn cả kiếp sau, và hãy bảo vệ chúng tôi tránh khỏi hình phạt của Hỏa ngục."

203. Những kẻ này sẽ được chia phần tương xứng với những gì họ đã thâu thập. A-La là Đấng tính toán rất nhanh,

204. Hãy nhớ tâm niệm A-La trong số ngày đã định. Nhưng kẻ nào biết kính sợ Chúa Trời mà bận rộn đến nỗi chỉ cầu nguyện được hai ngày thôi, kẻ ấy sẽ không bị tội. Kẻ nào cầu nguyện lâu hơn nữa cũng không bị tội. Hãy kính sợ A-La và nhớ rằng các ngươi sẽ bị triệu hồi về trước nhan Ngài.

205. Lại có kẻ bàn luận về kiếp này đến đỗi làm người cảm phục, hắn dám gọi A-La làm chứng cho những gì xảy ra trong tim hắn, mặc dầu hắn là kẻ hay sinh sự nhất.

206. Khi hắn cầm quyền thì hắn tung hoành khắp lãnh thổ, gây hỗn loạn tàn phá mùa màng và gia súc. A-La không ưa chuộng những kẻ phản loạn này.

207. Nếu khuyên hắn: "Hãy kính sợ A-La" thì chỉ kích thích hắn phạm tội thêm thôi. Chỉ có địa ngục mới vừa với hắn và chôn an nghỉ sẽ khổ ải biết bao.

208. Nhưng cũng có người dám bán cả thân mình để làm hài lòng A-La. Ngài rất nhân từ với các thuộc hạ.

209. Hỡi những kẻ vững lòng tin! Tất cả hãy quy y với Ta. Chớ theo gót quỉ Satăng, hắn là kẻ thù của các ngươi.

210. Nếu Ngài đã ban tất cả Phép Lạ hiển nhiên cho các ngươi mà các ngươi vẫn còn vấp ngã, hãy biết rằng A-La là Đấng Toàn Năng và Khôn Ngoan.

211. Hay họ còn mong A-La và các thiên sứ hiện ra trong áng mây cho họ thấy và giải quyết vấn đề này chăng? Vạn vật rồi sẽ trở về nơi A-La.

212. Hãy hỏi con cái Israel rằng Ta đã ban

cho họ bao nhiêu Phép Lạ Điềm Thiêng. Nhưng kẻ nào đã nhận tặng phẩm của A-La mà sửa chữa nó đi thì Ngài sẽ trừng phạt rất là khắc nghiệt.

213. Những kẻ bất tín thì thấy cõi đời này thật hấp dẫn và chê nhạo những người có lòng tin. Nhưng đến Ngày Phục Sinh, kẻ nào kính sợ Chúa Trời sẽ được đứng trên bọn chúng, A-La sẽ ban tặng phẩm cho kẻ nào làm Ngài hài lòng mà không tính toán.

214. Nhân loại trước đây vốn cùng một nòi giống, nhưng họ tự chia rẽ ra. Vì thế A-La đã phái các Nhà Tiên Tri xuống để truyền tin lành và cảnh cáo nhân gian, Ngài cũng ban Kinh Thánh cho họ, trong đó ghi đầy đủ chân lý để phân xử việc tranh tụng giữa nhân gian. Nhưng bây giờ họ bắt đầu dị nghị về Kinh Thánh, họ đã được ban Kinh Thánh và các Phép Lạ nhưng lại sinh lòng hiềm tỵ lẫn nhau. A-La sẽ dẫn dắt các tín đồ đến chân lý mà những kẻ bất tín đang tranh luận. A-La hướng dẫn kẻ làm Ngài hài lòng đến chính đạo.

215. Các ngươi toan muốn lên Thiên đàng mà không phải trải qua kinh nghiệm của tiên nhân chăng? Họ đã bị khủng hoảng vì sự nghèo khổ và hoạn nạn đến nỗi Sứ Giả và những kẻ có lòng tin phải than rằng: "Bao giờ A-La mới cứu khổ đây?" Họ chẳng biết rằng A-La lúc nào cũng sẵn lòng cứu vớt.

216. Họ sẽ hỏi ngươi về cách chi tiêu. Hãy trả lời: "Đồng tiền mà các ngươi muốn xài chính đáng thì hãy chi dùng cho cha mẹ, bà con, trẻ cô nhi, người nghèo và người lữ hành. Bất cứ việc thiện nào các ngươi làm, A-La đều thấu rõ cả."

217. Các ngươi có nhiệm vụ phải chiến đấu, mặc dầu các ngươi chán ghét nó đi nữa. Có thể các ngươi không thích những điều hữu ích cho các ngươi, hoặc yêu chuộng những điều bất lợi

cho các ngươi. A-La biết tất cả những gì các ngươi không biết.

218. Họ sẽ hỏi ngươi về việc chiến đấu trong Tháng Thánh, hãy trả lời họ: "Sự chiến đấu trong lúc này là sự phạm thượng. Tuy nhiên kẻ nào làm trở ngại con đường của A-La, kẻ nào tỏ thái độ chống lại Thánh Điện và đuổi các tín đồ ra khỏi nơi ấy; đối với A-La đây sẽ là tội lỗi nặng hơn vì sự áp bức còn tai hại hơn sự sát nhân." Nếu có thể, chúng sẽ không ngừng chiến đấu cho đến khi làm các ngươi bỏ đạo đi. Kẻ nào chết đi trong lúc vẫn còn bất tín thì hành vi của họ sẽ trở nên vô nghĩa ở kiếp này và cả kiếp sau. Họ phải xuống Hỏa Ngục và phải sống vĩnh viễn nơi đó.

219. Những kẻ vững lòng tin, những kẻ di trú và chiến đấu gian nan vì A-La, họ là những người mong được A-La nhủ lòng thương, Ngài rất khoan dung, nhân từ.

220. Họ sẽ hỏi ngươi về rượu và trò chơi rút tên, hãy trả lời họ: "Trong hai món này đều có tội ác và lợi ích cho con người, nhưng phần tội ác nặng hơn phần lợi ích." Và họ sẽ hỏi ngươi về việc chi tiêu, hãy trả lời họ: "Hãy tiêu xài phần thặng thừa." A-La đã làm sáng tỏ các mệnh lệnh của Ngài để mong các ngươi hồi tâm.

221. Họ sẽ hỏi ngươi về kiếp này và kiếp sau và đề cập đến trẻ cô nhi, hãy bảo họ: "Hãy đối xử tử tế với chúng, nếu các ngươi hòa mình với chúng, chúng sẽ trở thành huynh đệ của các ngươi. A-La biết rõ ai làm điều thiện và điều ác. Nếu A-La muốn Ngài đã bắt các ngươi chịu gian khổ. Quả thật A-La là Đấng Toàn Năng và Khôn Ngoan.

222. Chớ nên kết hôn với các phụ nữ thờ hình tượng, chỉ trừ khi nào họ trở thành tín đồ. Phụ nữ nô lệ có tín ngưỡng vẫn đáng quý hơn phụ nữ thờ hình tượng, dù họ có làm các ngươi say đắm đi nữa. Và chớ nên đem phụ nữ có tín ngưỡng gả cho những kẻ thờ hình tượng. Người nô lệ có tín ngưỡng vẫn đáng quý hơn

kẻ thờ hình tượng, dù hắn có làm ngươi say đắm đi nữa. Chúng sẽ dụ các ngươi vào Hỏa ngục, trong khi A-La triệu các ngươi lên Thiên Đàng và ra lệnh ân xá cho các ngươi. Rồi Ngài làm sáng tỏ các Phép Lạ để con người có thể hồi tâm.

223. Họ sẽ hỏi ngươi về kinh nguyệt, hãy bảo họ: "Đó là vết thương, vậy hãy tránh xa phụ nữ đang có kinh nguyệt và chớ giao phối với họ cho tới khi họ dứt kinh. Nhưng khi họ đã được sạch mình, hãy giao phối với họ như Ngài đã ra lệnh. A-La yêu chuộng những kẻ quy phục với Ngài và những kẻ giữ mình thanh khiết."

224. Vợ các ngươi là thửa đất của các ngươi, vậy các ngươi cứ vào đấy khi các ngươi muốn và nhớ lưu ý giữ gìn bản thân của các ngươi. Hãy kính sợ A-La và nhớ rằng các ngươi sẽ gặp được Ngài, hãy báo tin lành cho những kẻ có lòng tin.

225. Chớ đem A-La ra thề thốt để tránh làm việc thiện và hành động công chính, để khỏi phải đứng ra hòa giải giữa hai bên. A-La nghe tất cả và biết tất cả.

226. A-La sẽ không quan tâm đến những lời thề vô nghĩa của các ngươi, nhưng Ngài sẽ để ý đến những gì lương tâm các ngươi đã làm. A-La là Đấng Khoan Dung và Nhân Từ nhất.

227. Về những kẻ thề không sống chung với vợ của họ, thời hạn này dài nhất là bốn tháng. sau đó nếu họ rút lại lời thề, A-La là Đấng Khoan Dung, Nhân từ.

228. Nếu họ quyết định ly dị thì chắc chắn A-La sẽ nghe tất cả và biết tất cả.

229. Người phụ nữ đã ly dị phải chờ qua xong ba lần kinh nguyệt. Nếu họ tin tưởng nơi A-La và Ngày Tận Thế thì họ không được giấu giếm vật mà Ngài đã tạo ra trong bào thai của họ. Trong thời gian đó, nếu người chồng muốn nối lại duyên cũ thì họ có quyền dắt vợ trở về.

Mặc dầu đàn ông ở trên phụ nữ một bực, nhưng phụ nữ cũng có quyền bình đẳng như đàn ông. A-La là Đấng Toàn Năng và Khôn Ngoan.

230. Các ngươi chỉ được tuyên bố ly dị đến hai lần thôi. Đối với người vợ, hoặc giữ họ lại và đối xử tử tế, hoặc có nhã ý cho họ ra đi một cách tự do. Các ngươi không được lấy lại những vật đã biếu cho họ, chỉ trừ khi cả hai e rằng không giữ được giới luật của A-La. Nếu cả hai e rằng không giữ được giới luật của Ngài thì người vợ có thể trả đồ để đổi lấy tự do và cả hai bên đều không phạm tội. Đây là giới luật mà A-La đã định, chớ vi phạm đến, kẻ nào phạm giới luật của A-La là kẻ phạm tội.

231. Nếu người chồng tuyên bố ly dị đến lần thứ ba, người chồng sẽ không được nối lại duyên cũ với người vợ cho đến khi nàng lấy chồng khác. Nếu người chồng mới này cũng ly dị với nàng, thì nàng có thể trở về với người chồng cũ và cả hai sẽ không bị tội, nếu hai người tin chắc rằng họ có thể giữ giới luật của A-La. Đây là những giới luật mà A-La đã định và giảng dạy cho những kẻ biết nhận thức.

232. Khi các ngươi tuyên bố ly dị và sắp mãn hạn kỳ, hoặc cầm giữ nàng lại và đối xử tử tế, hoặc tỏ nhã ý cho nàng ra đi một cách tự do. Chớ giữ nàng lại mà đối xử một cách tàn nhẫn, kẻ nào hành động như thế sẽ tự hại thân mình. chớ nên khinh thường mệnh lệnh của A-La. Hãy nhớ tới ân huệ mà A-La đã ban cho các ngươi và cả Kinh Điển lẫn Sự Khôn ngoan để khích lệ các ngươi. Hãy kính sợ A-La, nên nhớ rằng Ngài thông toàn mọi việc.

233. Nếu các ngươi tuyên bố ly dị và mãn hạn kỳ, chớ cản trở người vợ cũ trong việc tái hôn nếu họ yêu nhau thành thật. Đây là giới luật định cho những kẻ tin tưởng ở A-La và Ngày Tận Thế. Làm như thế các ngươi sẽ được hạnh

phúc và thanh khiết hơn. A-La biết tất cả những gì các ngươi không biết.

234. Về các bà mẹ, nếu muốn nuôi con chu đáo, phải cho đứa trẻ bú sữa mẹ trong vòng hai năm. Còn người cha của đứa trẻ phải cung cấp đầy đủ thực phẩm và y phục cần thiết cho người mẹ. Nhưng họ khỏi phải làm quá sức mình, người cha cũng như người mẹ không nên làm cực khổ quá đáng vì đứa con. Bổn phận của đứa con cũng tương tự như vậy. Nếu hai người bàn nhau và đồng ý dứt sữa thì cả hai sẽ không bị chỉ trích. Nếu các ngươi muốn mướn người nhũ mẫu để nuôi con, hãy trả lương xứng đáng cho họ thì các ngươi sẽ không bị khiển trách. Hãy kính sợ A-La và nhớ rằng Ngài nhìn thấu việc các ngươi làm.

235. Về những kẻ chết đi và để vợ lại, người quả phụ phải chờ đến qua hết bốn tháng mười ngày. Sau khi mãn hạn, họ có hành động thế nào đi nữa, các ngươi sẽ không chịu trách nhiệm. A-La luôn luôn lưu ý đến việc các ngươi làm.

236. Các ngươi muốn tỏ ý cầu hôn với người quả phụ hay giữ kín trong lòng, các ngươi vẫn không bị tội. A-La biết rằng các ngươi sẽ tơ tưởng về việc đó. Nhưng nếu các ngươi chưa mở lời cầu hôn, chớ hẹn hò một cách lén lút. Và không được giao ước kết hôn trong thời gian nàng để tang chồng. A-La biết rõ những gì xảy ra trong lòng các ngươi, hãy e sợ điều đó và nhớ rằng Ngài là Đấng Khoan Dung Nhân Từ nhất.

237. Các ngươi sẽ không bị tội nếu các ngươi ly dị với người đàn bà trong khi chưa giao phối với họ và chưa tặng cho họ tiền cheo cưới.

Những kẻ có đức hạnh phải trợ cấp cho họ, kẻ giàu thì theo khả năng kẻ giàu, kẻ nghèo thì theo khả năng kẻ nghèo.

238. Nhưng nếu các người đã định tiền cheo cưới mà chưa giao phối với họ, khi ly dị các người phải biếu cho họ phân nửa số tiền đó; trường hợp ngoại lệ là khi họ từ chối hoặc người mai mối từ chối nhận. Và nếu các người từ chối thâu lại, thật là việc đáng kính. Chớ quên ban ân huệ cho nhau. Quả thật A-La nhìn rõ việc các người làm.

239. Hãy tôn trọng giờ cầu nguyện đã định và cả giờ cầu nguyện lúc chính ngọ, hãy quỳ lạy kính cẩn trước A-La.

240. Nếu các người cảm thấy sợ hãi, hãy cầu nguyện dù đang đi hoặc đang cỡi ngựa. Khi được an toàn, hãy nhớ đến A-La vì Ngài đã chỉ dạy cho các người những điều các người không biết.

241. Kẻ nào sắp chết và để vợ lại thì phải di chúc để người quả phụ được trợ cấp trong vòng một năm mà không bị đuổi ra khỏi nhà. Nhưng nếu họ tự ý ra đi, dẫu họ có hành động thế nào đi nữa, các người không phải chịu trách nhiệm. A-La là Đấng Toàn Năng và Khôn Ngoan.

242. Cả người quả phụ đã ly dị cũng phải được trợ cấp như trên, tùy theo điều kiện đã định. Đây là nhiệm vụ của những kẻ kính sợ Chúa Trời.

243. A-La giải thích mệnh lệnh của Ngài rõ ràng như vậy để các người được hiểu.

244. Các người không biết rằng đã có hàng ngàn người chạy ra khỏi nhà vì sợ chết sao? A-La đã phán: "Hãy chết đi," rồi Ngài cải tử hồi sinh họ. A-La đã rộng lượng với nhân gian biết bao nhưng hầu hết bọn họ đều vong ơn.

245. Hãy chiến đấu vì A-La và nhớ rằng Ngài

nghe tất cả và biết tất cả.

246. Kẻ nào đã hào phóng cho A-La vay mượn chăng? Rồi Ngài sẽ tăng gia nó lên gấp mấy lần. A-La sẽ nhận và khuếch trương ra và các ngươi sẽ được giao trở về cho Ngài.

247. Các ngươi có nghe về việc con cái Israel mở hội nghị sau khi Môsê qua đời chăng? Họ bảo Nhà Tiên Tri: "Hãy chỉ định cho chúng tôi một vị vua để chúng tôi chiến đấu cho A-La", Nhà Tiên Tri bèn đáp: "Nếu chiến tranh xảy ra, có lẽ các ngươi sẽ không có lòng chiến đấu". Họ bèn nói: "Làm sao chúng tôi có thể ngừng chiến đấu vì A-La trong khi chúng tôi đã bị dẫn đi xa, bỏ nhà cửa và con cái lại". Nhưng khi chiến tranh xảy ra, chỉ trừ một số rất ít, hầu hết trong bọn họ trốn đi cả. A-La biết rõ kẻ nào phản trắc.

248. Khi Nhà Tiên tri bảo họ: "A-La đã chỉ định Talut làm vua của các ngươi". Họ trả lời: "Tại sao hắn có thể làm vua của chúng tôi, trong khi chúng tôi xứng đáng được vương vị hơn hắn, vì hắn chẳng giàu có chi?" Nhà Tiên Tri bèn đáp: "A-La đã chọn hắn để đứng trên các ngươi và làm cho kiến thức và thân thể hắn phong phú thêm. A-La giao vương vị cho kẻ nào mà Ngài hài lòng, Ngài rất rộng lượng và thông hiểu tất cả."

249. Nhà Tiên Tri lại bảo họ: "Điềm báo về sự tức vị của hắn là các ngươi sẽ được Chúa ban cho sự bình an trong lòng và các Thiên sứ sẽ hiện ra với vật di tặng của dòng họ Môsê và dòng họ Aarôn. Nếu các ngươi là tín đồ, trong đó sẽ có Phép Lạ cho các ngươi rõ."

250. Khi Ta lut dẫn quân lên đường, hắn bảo: "A-La sẽ dùng con sông để thử lòng các ngươi,

kẻ nào uống nước đó thì không còn là thủ hạ của ta. Kẻ nào không uống thì sẽ được ở bên cạnh ta. Ngoại trừ những kẻ nào uống một ngụm mà thôi." Nhưng chỉ trừ một số ít, hầu hết bọn họ đều uống nước ấy cả. Khi hắn ta và những thủ hạ vâng lời sang sông hết, họ bèn than: "Hôm nay chúng ta không còn sức lực để chiến đấu với Jalut và quân đội của hắn". Nhưng những kẻ biết chắc rằng có ngày họ sẽ gặp được A-La nói rằng: "Đã biết bao lần một đoàn quân nhỏ bé nhờ mệnh lệnh của A-La mà thắng cả đại quân" A-La sẽ đứng về phe của kẻ nào cương quyết nhẫn nại.

251. Khi họ đôi đầu với Jalut và quân đội của hắn thì họ khẩn nguyện: "Chúa hỡi, hãy ban thêm cho chúng tôi lòng nhẫn nại, làm cho đôi chân chúng tôi thêm vững chắc, và giúp chúng tôi chiến thắng kẻ bất tín".

252. Nhờ theo mệnh lệnh của A-La, họ đã đánh đuổi quân thù và Đa vít đã giết được Jalut. A-La phong cho chàng làm vua, truyền thụ cho chàng sự khôn ngoan và chỉ bảo cho chàng đủ điều. Nếu Ngài không khiến con người chống cự lẫn nhau, quả đất này sẽ đầy dẫy sự phạm pháp. Nhưng A-La khoan dung với tất cả nhân loại.

253. Đây là các Phép Lạ của A-La; Ta truyền phán nó cho ngươi với chân lý. Ngươi chính là một trong những người Sứ Giả.

254. Ngay cả với các Sứ Giả, Ta cũng phân ra cấp bực hẳn hòi. Một số trong bọn họ sẽ được A-La nói chuyện trực tiếp và một số trong đó được Ngài nâng lên mấy bực. Ta đã ban cho Jêsu, con của Maria, các Phép Lạ và làm hắn thêm cường tráng bằng Thánh-Linh. Nếu A-La mong muốn, sau khi các Phép Lạ đã được ban cho những kẻ hậu thế, chắc chắn họ sẽ không phân tranh nữa. Nhưng họ bất đồng ý kiến với nhau. Có kẻ tin tưởng và kẻ khác không tin tưởng. Và nếu A-La mong muốn, bọn họ có lẽ đã không phân tranh, nhưng A-La thực hành tất

cả những gì Ngài muốn.

255. Hỡi các tín đồ! Hãy bố thí tất cả những gì Ta đã ban cho các ngươi trước ngày mà sự buôn bán, tình thân hữu và sự xin tội biến mất đi. Chính những kẻ bất tín sẽ làm hại bản thân của chúng.

256. A-La, không có Chúa nào khác tồn tại ngoài Ngài, là Đấng bất tử, vĩnh viễn tồn tại và bao dung tất cả. Sự buồn ngủ và giấc ngủ không hề chinh phục được Ngài. Bất cứ vật gì hiện hữu trên trời và dưới đất đều thuộc về Ngài. Có kẻ nào không được Ngài cho phép mà dám quấy rầy Ngài chăng? Ngài am tường tất cả những gì có trước mặt và sau lưng họ. Nhân gian không thể nào học hỏi được kiến thức của Ngài ngoại trừ khi Ngài hài lòng. Ngự tọa của Ngài bao trùm cả trời đất; việc bảo quản này chẳng hề làm Ngài mệt mỏi. Ngài là Đấng cao minh, quảng đại.

257. Tôn giáo là việc không hề được cưỡng bách. Dĩ nhiên, điều thiện và điều ác được phân biệt hẳn hòi. Vì vậy kẻ nào xa lánh bọn ác nhân và tin tưởng nơi A-La, kẻ ấy sẽ nắm được bàn tay kiên cố không hề bị cắt đứt. A-La nghe tất cả và biết tất cả.

258. A-La là Đấng bảo hộ những kẻ nào tin tưởng nơi Ngài: Ngài đã dẫn dắt họ từ cõi tối tăm ra chốn dương quang. Còn những kẻ bất tín, bọn ác nhân sẽ dụ họ từ chốn dương quang vào nơi tối tăm. Rồi bọn chúng sẽ trở thành dân ở địa ngục và sẽ sống vĩnh viễn nơi đó.

259. Ngươi có biết sự tích Abraham đã tranh luận với một người đàn ông bàn về Chúa, sau khi A-La ban cho Abraham vương quyền chăng? Khi Abraham bảo: "Chúa của ta là Đấng ban sinh mạng và gây ra sự chết", thì hắn trả lời: "Ta cũng ban sinh mạng và gây ra sự chết được". Abraham bèn bảo: "A-La khiến mặt trời mọc ở phương Đông, vậy ngươi hãy khiến nó mọc ở

phương Tây", thù hẳn câm miệng đi. A-La sẽ không hề chỉ giáo những kẻ ác nhân.

260. Hoặc có kẻ đã băng qua một thành phố hoang tàn, giẫm lên những mái nhà đổ nát mà than rằng: "Không biết A-La làm cách nào để hồi sinh những kẻ đã chết". A-La bèn làm cho hắn chết đi trong một trăm năm rồi hồi sinh hắn và hỏi: "Ngươi đã nằm như vậy bao lâu rồi?" thì hẳn trả lời: "Tôi đã ở đây từ một buổi tới một ngày". Ngài bèn bảo hắn: "Không, ngươi đã ở trong trạng thái này suốt một trăm năm. Ngươi hãy nhìn kỹ thức ăn và thức uống của ngươi xem; nó vẫn chưa bị thôi. Nhưng hãy trông con lừa của ngươi, đây là Phép Lạ Ta ban cho ngươi để truyền cho nhân gian. Hãy nhìn kỹ xem Ta làm thế nào để ghép xương lại và phủ thịt lên đó". Khi hẳn hiểu rõ ràng việc này, hẳn đã bảo: Bây giờ ta mới rõ là A-La có quyền năng thực hiện tất cả những gì Ngài muốn.

261. Abraham bảo: "Lạy Chúa, hãy chỉ cho tôi biết Ngài làm cách nào để hồi sinh kẻ đã chết". Ngài bèn vặn lại: "Ngươi vẫn chưa tin sao?" Hắn bèn đáp: "Không phải vậy, tôi hỏi như thế để được yên tâm". Ngài bèn trả lời: "Hãy bắt bốn con chim và huấn luyện cho chúng quen với người, xong xé xác chúng ra và đem mỗi mảnh bỏ trên một đỉnh đồi. Hãy gọi chúng thử xem sao, chúng sẽ bay trở về với ngươi tức thời. Hãy nhớ rằng A-La là Đấng Toàn Năng và Khôn Ngoan".

262. Nêu giả thử về kẻ đã tiêu phí tài sản cho A-La, như là một hạt ngũ cốc nở thành bảy giẻ, mỗi giẻ trổ ra trăm hạt. Ngài sẽ làm tăng lên mấy lần rồi trả lại cho kẻ nào làm Ngài hài lòng, Ngài thật là quảng đại và am tường tất cả.

263. Những kẻ nào đã tiêu phí tài sản cho A-La và không nhục mạ hoặc làm tổn hại đến người khác, kẻ ấy sẽ được Chúa thưởng và không có gì phải sợ hãi hoặc lo buồn.

264. Sau khi làm tổn thương ai, lời nói tử tế và lòng khoan dung vẫn có giá trị hơn là sự bố thí. A-La rất phong phú và rộng lượng.

265. Hỡi các tín đồ! chớ phung phí tài sản để khoe khoang, như những kẻ chẳng hề tin ở A-La và Ngày Tận Thế, chớ dùng của bố thí để nhục mạ hoặc làm tổn thương kẻ khác. Những kẻ này trông giống như hòn đá trơn bị lấp cát, khi mưa xuống chẳng còn gì sót lại cả. Bọn chúng đã thâu được lời lãi nhưng chẳng xài được nó. A-La không hề chỉ dẫn những kẻ bất tín.

266. Có kẻ đã chi phí tài sản để mong A-La hài lòng và để linh hồn hắn được yên ổn, trường hợp này giống như vườn cây trái trên đồi cao, trận mưa lớn sẽ làm cho trái cây tăng lên gấp bội. Hoặc nếu không có mưa to thì cũng có mưa phùn. A-La thấy tất cả những gì các ngươi làm.

267. Nếu các ngươi sở hữu một vườn cây trái đầy cây dừa và cây nho, ngoài ra có đủ mọi loại trái cây khác và có sông chảy dưới đó, trong khi các ngươi đã cao tuổi mà con cái còn thơ ấu, có kẻ nào trong các ngươi dám mong rằng gió cuồn nóng như lửa thổi đến làm cháy cả vườn ấy chăng? Vì vậy A-La đã ban rõ các Phép Lạ để mong các ngươi sẽ hối tâm.

268. Hỡi các tín đồ! Hãy bố thí những gì các ngươi đã thâu thập được và những gì Ta đã ban cho các ngươi dưới đất; nhưng chớ bố thí những đồ tệ hại trong khi các ngươi không hề muốn nhận nó ngoại trừ khi các ngươi không biết. Hãy nhớ rằng A-La rất phong phú và đáng được ca ngợi.

269. Satăng hứa hẹn cho các ngươi sự nghèo khổ và bắt buộc các ngươi làm chuyện đê tiện, trong khi A-La chính thân Ngài giao ước với các ngươi sự khoan dung và ân huệ. A-La là đấng quảng đại và am tường tất cả.

270. Ngài ban trí khôn cho kẻ nào làm Ngài hài lòng và những kẻ này cũng đã được Ngài

ban cho vô số phẩm vật. Nhưng ngoại trừ những kẻ biết phân biệt phải trái, không có ai hồi tâm cả.

271. Dẫu các ngươi có chi phí bao nhiêu đi nữa hoặc có thể thốt bao nhiêu đi nữa, A-La đều rõ cả. Bọn ác nhân sẽ không có ai giúp đỡ cả.

272. Nếu các ngươi bố thí một cách công khai thì tốt biết bao. Nhưng nếu các ngươi âm thầm bố thí cho những người nghèo khổ thì càng tốt cho các ngươi, vì do đó tội lỗi của các ngươi sẽ được nhẹ đi. A-La không hề quên những gì các ngươi làm.

273. Ngươi không cần phải chỉ dẫn bọn chúng tỉ mỉ như vậy. A-La sẽ hướng dẫn những kẻ nào làm Ngài hài lòng. Việc từ thiện mà các ngươi đã làm sẽ có ích cho các ngươi, các ngươi bố thí chỉ để xin A-La ban ân huệ mà thôi. Nếu các ngươi bố thí bao nhiêu, các ngươi sẽ được đền lại bấy nhiêu và không có gì bất công cả.

274. Hãy bố thí cho những kẻ nghèo khổ và bị giam cầm vì theo A-La, bởi họ không thể đi đây đi đó một cách tự do. Kẻ nào không biết thì cho rằng họ không có lòng tham muốn vì họ tránh xin ăn, nhưng nếu người nhìn kỹ thì người sẽ rõ, đặc điểm của họ là không bao giờ họ quấy rầy kẻ khác. Tất cả của cải mà các ngươi bố thí, A-La đều rõ cả.

275. Những kẻ nào bố thí của cải không kể ngày đêm, một cách âm thầm hoặc công khai, sẽ được Chúa thưởng, họ không có gì phải sợ hãi hoặc lo buồn cả.

276. Những kẻ nào ăn hưởng lợi tức thì chỉ có thể đứng dậy như sau khi bị quỉ Satăng nhập hồn và đánh ngã vật ra. Bởi vì họ dám bảo rằng: "Sự buôn bán cũng giống như lợi tức vậy". A-La chỉ cho phép buôn bán nhưng không cho phép lấy lợi tức. Nhưng kẻ nào tiếp xúc với giới luật của Ngài và không theo đuổi lợi tức nữa, thì những kẻ ấy sẽ được hưởng phần đã thâu thập trong quá khứ và việc của họ sẽ do Ngài phán

xét. Những kẻ nào không tuân lời thì phải xuống địa ngục và sống vĩnh viễn nơi đó.

277. A-La bãi bỏ lợi tức nhưng Ngài khuyên nên bù thêm tiền lời khi trả lại của bố thí đã nhận. A-La không yêu chuộng những kẻ vô tín ngưỡng và đầy tội lỗi.

278. Những kẻ nào tin tưởng ở Ngài, ăn ở ngay thẳng, năng cầu nguyện và bố thí chắc chắn sẽ được Chúa thưởng, họ không có gì phải sợ hãi và lo buồn cả.

279. Hỡi những kẻ có lòng tin! Hãy kính sợ A-La. Nếu các người thật là tín đồ, hãy bỏ hết những lợi tức còn lại.

280. Nếu các người không thực hành, hãy lo sợ cuộc chiến tranh từ A-La và Sứ Giả của Ngài. Nhưng nếu các người có lòng hối cải, thì các người sẽ được lãnh phần vốn, tức là các người sẽ không phạm lỗi và cũng không bị đối xử bất công.

281. Nếu kẻ mắc nợ gặp khốn khó, hãy chờ đến khi hắn được dư dả ra. Và nếu các người thấu hiểu, thì việc bố thí luôn của nợ ấy lại càng tốt cho bản thân các người.

282. Hãy sợ ngày mà các người bị dẫn trả về cho A-La. Lúc đó các người sẽ được trả những gì các người đã thâu thập và không ai sẽ bị đối xử bất công.

283. Hỡi những kẻ có lòng tin! Khi các người cho vay mượn lẫn nhau trong một thời gian nhất định, hãy viết ra rõ ràng. Hãy nhờ người thư ký ghi chép một cách chính xác dưới sự chứng nhận của các người; không có người thư ký nào có thể từ chối việc ghi chép, hắn phải ghi chép như là Ngài đã dạy. Kẻ vay mượn phải đọc rõ ra, hãy kính sợ A-La, không được giảm bớt đi điều khoản nào cả. Nếu người vay mượn bị suy nhược thần kinh, đau yếu hoặc không thể nào tự đọc được thì phải nhờ người giám hộ đọc một cách công chính. Hãy chọn trong các người hai người đàn ông để làm chứng, nếu không chọn được hai người đàn ông thì hãy chọn một người đàn ông và hai người đàn bà mà các người thấy xứng đáng làm người chứng, vì nếu

45

Chương 2   AL-BAQARAH   Part 3

người đàn bà này lỡ quên đi nữa thì người kia sẽ bổ túc cho. Kẻ được mời làm người chứng không được từ chối. Các ngươi không được phiền hà và phải viết điều đó ra bên cạnh thời hạn trả nợ, bất chấp số tiền lớn hay nhỏ. Theo quan điểm của A-La, làm như thế sẽ công bình hơn, lời chứng sẽ được bảo đảm hơn và sự nghi hoặc cũng ít khi xảy ra. Vì vậy, các ngươi chớ quên viết ra hẳn hòi, chỉ trừ khi các ngươi trao đổi hàng hóa tận tay, các ngươi không ghi chép ra cũng không phải đắc tội. Nhưng nếu các ngươi ký giao kèo buôn bán với nhau thì phải mời người chứng tới và không được cưỡng ép người thư ký hoặc người chứng; nếu các ngươi làm vậy các ngươi sẽ phạm tội. Hãy kính sợ A-La, Ngài ban cho các ngươi kiến thức và am tường tất cả mọi việc.

284. Nếu các ngươi đang trên đường lữ hành và không tìm được người ghi chép thì phải để đồ vật lại làm chứng. Nếu các ngươi tin tưởng nhau và trao vật làm chứng cho nhau thì kẻ được tín cẩn phải trao lại chứng vật đầy đủ, hẳn phải kính sợ A-La. Các ngươi không được giấu giếm lời chứng; nếu các ngươi giấu giếm, linh hồn các ngươi sẽ phạm tội. A-La không hề quên những gì các ngươi làm.

285. Tất cả những gì hiện hữu trên trời và dưới đất đều thuộc về A-La. Dẫu các ngươi có tiết lộ hay giấu giếm những gì trong lòng các ngươi, A-La sẽ gọi các ngươi đến để thanh toán nó; rồi Ngài sẽ tha thứ hoặc trừng phạt bất cứ ai như ý Ngài. A-La có quyền năng thực hiện tất cả những gì Ngài muốn.

286. Sứ Giả và các tín đồ đều tin tưởng tất cả mọi điều mà Chúa đã ban cho họ. Mọi người trong đoàn thể họ đều tin tưởng nơi A-La, các thiên sứ, Kinh Điển và Các Sứ Giả. Ta không hề phân biệt giai cấp giữa các Sứ Giả. Họ bảo: "Chúng tôi nghe và xin vâng lời Ngài. Lạy Chúa,

xin hãy tha thứ cho chúng tôi, cuối cùng chúng tôi sẽ về với Ngài."

287. A-La không hề bắt các ngươi gánh vác quá sức mình. Mỗi người sẽ được hưởng những gì họ đã thâu thập và chịu hình phạt về những gì họ đã phạm phải. Lạy Chúa nếu chúng tôi lỡ quên hay phạm lỗi, xin đừng trừng phạt chúng tôi. Lạy Chúa, chớ bắt chúng tôi chịu gánh nặng như Ngài đã đặt lên tổ tiên của chúng tôi. Lạy Chúa, chớ bắt chúng tôi chịu đựng những gì chúng tôi không đủ sức gánh vác. Xin Ngài thứ tôi cho chúng tôi, hãy khoan hồng và thương xót chúng tôi. Ngài là Chủ Nhân của chúng tôi, hãy giúp đỡ chúng tôi chiến thắng những kẻ bất tín.

Chương 2 AL-'IMRAN Part 3

 سُورَةُ الِ عِمْرٰنَ مَدَنِيَّةٌ

Dòng họ Imran
(Khải thị ở Mêđina)

1. Nhân danh A-La Đấng Khoan Hậu, Đấng Từ Bi.

2. Alif Lam Mim.

3. Ngoài A-La ra, không có ai là Chúa cả, Ngài là Đấng Hằng Sống, Tự Chủ và Quảng Đại.

4. Ngài đã ban cho ngươi Kinh điển chứa đựng chân lý, để chứng minh những điều hiện hữu trước đây. Ngài cũng đã ban Lề Luật và Sách Phúc Âm để hướng dẫn nhân loại, và ban Qui Luật để xét xử thiện ác.

5. Đương nhiên, kẻ nào phủ nhận các Phép Lạ của A-La sẽ bị trừng phạt nặng nề. A-La là Đấng Toàn Năng, Đấng nắm quyền phục thù.

6. Không có gì trong trời đất này thoát khỏi mắt Ngài.

7. Ngài chính là Đấng đã tạo ra hình dạng của các ngươi ở trong bào thai. Không có Chúa Trời nào khác ngoài Ngài, Đấng Toàn Năng và Khôn Ngoan.

8. Ngài là Đấng đã ban cho ngươi Kinh Điển; trong đó có nhiều đoạn ý nghĩa minh bạch, đó là phần căn bản của Kinh Điển; và nhiều đoạn khác có thể được giải thích ra nhiều ý nghĩa khác nhau. Những kẻ ương ngạnh thì bám lấy các đoạn văn nhiều ý nghĩa này để gây mối bất hòa và cố ý giải thích sai lầm đi. Ngoại trừ A-La và những người có học thức sâu sắc, không ai hiểu được ý nghĩa thật của nó. Họ bảo: "Chúng tôi tin tưởng nơi nó vì tất cả đều do Chúa phán cả", nhưng không kẻ nào hồi tâm trừ những người biết nhận thức.

9. "Lạy Chúa, nếu Ngài đã hướng dẫn chúng tôi, chớ làm chúng tôi rối lòng, xin ban cho chúng

48

tôi sự khoan hồng vì chỉ có Ngài là Đấng ban phước lành mà thôi.

10. Lạy Chúa, Ngày mà ai cũng biết sẽ đến, Ngài sẽ tập hợp nhân loại lại một chỗ. Quả thật, A-La không bao giờ thất hứa."

11. Còn những kẻ bất tín, gia sản và con cái của họ sẽ không có nghĩa gì trước mắt A-La, họ chỉ là nhiên liệu của Hỏa Ngục.

12. Trường hợp của họ giống như trường hợp của bọn Pharaô và những người đời trước, họ đã phủ nhận các Phép Lạ của Ta; vì vậy A-La đã trừng phạt họ, Ngài rất nghiêm khắc trong sự trừng phạt.

13. Hãy nói cho bọn bất tín biết: "Các ngươi sẽ bị bao vây và dẫn xuống địa ngục, rồi chỗ ngủ sẽ đau đớn biết bao".

14. Khi hai toán quân ấy chạm trán với nhau, trong đó cũng có Phép Lạ ban cho các ngươi, một phe thì chiến đấu vì A-La, còn phe kia thì toàn là kẻ bất tín, những kẻ này thấy phe đối thủ đông gấp bội hơn họ. A-La đã yểm trợ và tăng cường sức mạnh cho những ai làm Ngài hài lòng. Đây là bài học cho những kẻ nào có mắt nhìn đời.

15. Phụ nữ, trẻ con, vàng bạc chất thành núi, ngựa tốt, gia súc và ruộng vườn, sự ao ước những dục vọng này dưới mắt con người thật là mỹ lệ, nhưng đó chẳng qua là khoái lạc ở kiếp này mà thôi. Nơi A-La quả thật là Cõi An Lạc.

16. Hãy bảo họ: "Các ngươi có muốn ta chỉ cho các ngươi chỗ tốt hơn không? Những kẻ nào biết sợ Chúa sẽ được về Cõi An Lạc với Ngài, có sông chảy róc rách bên dưới, nơi đó họ sẽ sống đời đời, kết hôn với những người nữ trong sạch. A-La lúc nào cũng lưu ý đến bộ hạ của Ngài,"

17. Tức là những kẻ đã xưng: "Lạy Chúa, chúng tôi rất tin tưởng nơi Ngài, vì vậy hãy thứ tội cho chúng tôi và xin cứu chúng tôi ra khỏi lửa địa ngục".

18. Những kẻ này nhẫn nại, thành thật và khiêm tốn, là những kẻ năng bố thí và cầu xin sự cứu rỗi từ lúc hừng đông.

19. A-La đã chứng minh rằng không có ai là Chúa ngoài Ngài ra, các Thiên sứ và những người có học thức công bình chính trực cũng đồng ý như thế. Chỉ có Ngài là Chúa, là Đấng Toàn Năng và Khôn Ngoan.

20. Islam là tôn giáo chính thức của A-La, những kẻ đã được ban Kinh Thánh mà còn tranh chấp lẫn nhau chỉ vì lòng hiềm thù mà thôi. Đối với những kẻ nào phủ nhận các Phép Lạ của A-La thì Ngài thanh toán rất nhanh.

21. Nhưng nếu bọn họ vẫn tranh luận với ngươi hãy bảo họ: "Ta đã quy y với A-La, và những kẻ theo ta cũng làm như thế". Hãy chất vấn thử những kẻ đã được ban Kinh Thánh và cả những người vô kiến thức: "Các ngươi đã quy y chưa?" Nếu họ đã quy y thì họ được Ngài dẫn đạo. Nhưng nếu họ quay lưng đi, ngươi chỉ có nhiệm vụ truyền đạo mà thôi. A-La lúc nào cũng để ý tới bộ hạ của Ngài.

22. Nhưng kẻ nào phủ nhận các Phép Lạ của A-La, toan sát hại các Nhà Tiên Tri một cách bất chính hoặc sát hại những người công bình chính trực sẽ bị trừng phạt một cách đau đớn.

23. Hành động của họ ở kiếp này và cả kiếp sau sẽ trở nên vô giá trị và sẽ không có ai ra tay giúp đỡ họ.

24. Ngươi có biết những kẻ đã được ban một phần của quyển Kinh thánh chăng? Họ đã được đề nghị dùng quyển Kinh thánh của A-La để xét xử việc tranh tụng giữa bọn họ, nhưng một số trong đó đã ngoảnh mặt làm ngơ.

25. Vì họ bảo: "Lửa địa ngục chỉ bén gót chân chúng ta trong vài ngày mà thôi". Rốt cuộc, những điều ngụy tạo họ thường làm đã khiến họ lầm lẫn trong việc phán đoán tôn giáo.

26. Ta sẽ triệu tập bọn chúng đến Ngày không có gì phải nghi ngờ, rồi bọn chúng sẽ ra sao vì lúc đó mỗi người sẽ lãnh đủ những gì họ đã thâu thập và không một ai sẽ bị đối xử bất công.

27. Hãy xưng tụng: "Hỡi Đấng Tối cao A-La, Ngài là Đấng ban vương vị cho kẻ nào Ngài muốn và tước đoạt vương vị của kẻ nào Ngài đã định. Ngài tuyển lựa những kẻ nào làm Ngài hài lòng và lăng nhục những kẻ nào mà Ngài muốn. Tất cả điều thiện nằm trong tay Ngài, quả thật Ngài có quyền năng thực hành mọi việc.

28. Ngài làm cho ban đêm thành ban ngày rồi ban ngày thành ban đêm, khiến người chết hồi sinh và làm kẻ còn sống chết đi. Ngài ban cho những kẻ nào làm Ngài hài lòng mà không tính toán".

29. Các tín đồ không được làm ngơ với những tín đồ thân hữu mà kết bạn với bọn bất tín. Những kẻ nào làm như thế sẽ không còn liên hệ gì với A-La nữa, trường hợp ngoại lệ là khi các ngươi cảm thấy e dè bọn bất tín. Tuy nhiên A-La cũng răn các ngươi phải sợ hãi sự trừng phạt của Ngài vì vạn vật rốt cuộc sẽ trở về với Ngài.

30. Hãy bảo chúng: "Dẫu các ngươi có giấu giếm hoặc bày tỏ những điều trong lòng các ngươi, A-La đều thấu rõ cả. Ngài am tường vạn vật trên trời và dưới đất. A-La có quyền năng thực hiện mọi việc.

31. Hãy sợ Ngày mà mọi người phải đối diện với tất cả những điều thiện và tội ác mà họ đã làm. Có lẽ họ hy vọng rằng giữa họ và Ngày ấy hãy còn xa lắm. A-La cảnh cáo các ngươi rằng hãy sợ sự trừng phạt của Ngài. Nhưng A-La rất Khoan Hồng với các bề tôi của Ngài.

32. Hãy bảo họ: "Nếu các ngươi kính yêu A-La, hãy theo ta, rồi A-La sẽ yêu chuộng các

ngươi và tha thứ lỗi lầm của các ngươi, và Ngài là Đấng Khoan Dung và Từ Bi hơn hết."

33. Hãy bảo họ: "Hãy vâng lời A-La và Sứ Giả." Nhưng nếu họ quay mặt đi, hãy nhớ rằng A-La không hề yêu chuộng những kẻ bất tín.

34. A-La đã tuyển chọn Ađam, Noah, dòng họ Abraham và dòng họ Imran trong đám nhân gian.

35. Họ vốn là cùng một dòng giống. A-La nghe tất cả và biết tất cả.

36. Hãy nhớ lúc người vợ của Imran bảo: "Lạy Chúa, tôi đã thề sẽ dâng đứa nhỏ trong bào thai này cho Ngài, xin Ngài hãy nhận nó. Ngài quả thật là Đấng nghe tất cả và biết tất cả."

37. Nhưng khi nàng sanh xong, nàng bảo: "Lạy Chúa, tôi đã sanh ra một bé gái - nhưng chuyện sinh nở như thế, Ngài là Đấng biết rõ nhất; đứa con trai mà nàng đã ao ước không giống như đứa con gái mà nàng đã sanh - tôi đã đặt tên nó là Maria. Tôi xin Ngài gia hộ cho nó và cả con cháu của nó để khỏi bị quỉ Satăng ám hại."

38. Chúa đã thâu nhận đứa bé và làm nó trưởng thành mỹ miều ra và khiến Zacarya trông nom nàng. Mỗi khi ông bước vào phòng của nàng, ông đều thấy thức ăn đặt bên cạnh nàng, ông bèn hỏi: "Hỡi Maria, từ đâu nàng được các món này?" Nàng đáp: "Từ A-La." A-La ban bổ cho kẻ nào làm Ngài hài lòng mà không tính toán.

39. Vì thế, Zacarya bèn cầu nguyện với Chúa: "Lạy Chúa, xin Ngài hãy ban cho tôi một đứa bé thuần lương. Ngài là Đấng nghe thấu cả những lời cầu nguyện."

40. Khi ông vẫn còn đứng cầu nguyện trong phòng thì các thiên sứ hiện ra báo rằng: "A-La báo cho ngươi rõ là Ngài sẽ ban cho ngươi tin mừng về Yahya, người sẽ làm chứng cho các lời phán của A-La, là người quí phái, trong sạch

và là Nhà Tiên Tri, là một trong những kẻ chính trực.

41. Ông hỏi: "Lạy Chúa, tôi đã cao tuổi mà vợ tôi lại hiếm hoi, làm sao chúng tôi có thể sanh con được?" Thiên Sứ bèn trả lời: "Đây là cách thức của A-La, Ngài thực hiện những điều Ngài muốn."

42. Ông lại bảo: "Lạy Chúa, xin Ngài ban Phép Lạ cho tôi," Thiên Sứ đáp: "Trong ba ngày ngươi chỉ được nói chuyện bằng cách ra dấu, đó là Phép Lạ của Ngài ban cho ngươi, hãy năng cầu nguyện và tán dương Ngài khi chiều đến và vào lúc hừng đông."

43. Hãy nhớ lúc các Thiên Sứ bảo: "Hỡi Maria, A-La đã chọn ngươi và rửa tội cho ngươi, Ngài đã chọn và đặt ngươi lên trên tất cả các phụ nữ ở thế gian này.

44. "Hỡi Maria, hãy vâng lời Chúa và phủ phục xuống thờ lạy Chúa Trời như những người chung quanh."

45. Đây là câu chuyện về những điều không thể chứng kiến được mà Ta chỉ tiết lộ cho ngươi thôi. Khi họ phóng mũi tên để đánh cuộc rằng ai sẽ là người trông nom Maria, hoặc khi họ tranh luận với nhau, ngươi không hề hiện diện nơi đó.

46. Các Thiên Sứ bảo: "Hỡi Maria, A-La ban tin mừng cho ngươi rằng tên đứa bé sẽ là Messia, Jêsu con trai của Maria, sẽ được tôn kính ở kiếp này và kiếp sau, là một trong những người sẽ được hầu cận Chúa Trời.

47. "Là người sẽ nói chuyện với nhân gian khi còn ở trong nôi và khi đến tuổi trung niên, và sẽ trở thành người chính trực."

48. Nàng hỏi: "Lạy Chúa, làm sao tôi có thể hoài thai trong khi chưa ai rớ tới tôi cả?" Ngài phán: "Đây là cách thức của A-La, Ngài sáng tạo những gì Ngài muốn. Khi Ngài thực hiện điều chi, Ngài chỉ phán: "Hãy nghe Ta!" thì mọi việc đã xảy ra như vậy.

49. Ngài sẽ dạy cho hắn Kinh Thánh, Sự Khôn Ngoan, Lễ Luật và Sách Phúc Âm;

50. Ngài sẽ khiến hắn làm Sứ Giả đến cho

Chương 3   AL-'IMRAN   Part 3

con cái Israel (để rao truyền rằng): "Ta đem Phép Lạ của Chúa đến cho các ngươi. Ta sẽ nặn cho các ngươi một con chim bằng đất sét rồi phà hơi vào nó và nhờ A-La cho phép, nó sẽ biến thành con chim thật. Và ta sẽ chữa lành những kẻ bị mù từ lúc sơ sinh và những người bị bệnh hủi, nhờ phép của A-La ta sẽ cải tử hồi sinh kẻ đã chết. Ta sẽ tiên đoán những gì các ngươi sắp ăn và những gì các ngươi sắp tồn trữ trong kho. Nếu các ngươi thật là tín đồ thì đây là các Phép Lạ ban cho các ngươi.

51. "Ta đến đây để chứng minh luật pháp được ban bố trước đây và giải tỏa một phần giới luật đã răn cấm các ngươi; Ta đến đây với Phép Lạ của Chúa Trời, vì vậy hãy kính sợ A-La và tuân lời ta.

52. "Quả thật, A-La là Chúa của ta và cũng là Chúa của các ngươi, vì vậy hãy tôn thờ Ngài, đây mới thật là chính đạo."

53. Khi Jêsu phát giác ra sự bất tín trong bọn họ, hắn bảo: "Có kẻ nào vì A-La mà giúp đỡ ta chăng?" bọn đệ tử bèn trả lời: "Chúng tôi đều là phụ tá của A-La, chúng tôi tin tưởng nơi Ngài, xin hãy làm chứng rằng chúng tôi đã quy y với Ngài.

54. "Lạy Chúa chúng tôi tin tưởng những điều Ngài đã phán và sẽ tuân phục Sứ Giả này. Xin hãy để thêm tên của chúng tôi bên cạnh những người chứng."

55. Chúng âm mưu đủ điều nhưng A-La còn trù liệu chu đáo hơn. Ngài là Đấng tính toán kỹ lưỡng nhất.

56. Hãy nhớ lời A-La đã phán: "Hỡi Jêsu, Ta sẽ làm ngươi chết tự nhiên, và sẽ triệu hồi ngươi về với Ta, Ta sẽ rửa sạch ngươi khỏi những kẻ bất tín và sẽ đặt những người đã theo ngươi trên những kẻ bất tín cho đến Ngày Phục Sinh. Lúc đó, Ta là nơi các ngươi phải quy hồi và Ta sẽ phân xử, việc tranh luận giữa các ngươi.

57. "Những kẻ nào không tin tưởng sẽ bị trừng phạt nặng nề ở kiếp này cũng như ở kiếp

sau và sẽ không có ai cứu giúp chúng.

58. "Những ai tin tưởng và năng làm việc từ thiện sẽ được Ngài trả lại đầy đủ. A-La không hề yêu chuộng những kẻ ác nhân."

59. Câu chuyện mà Ta thuật lại cho ngươi là một trong những Phép Lạ và lời cảnh cáo quí giá.

60. Dưới mắt A-La, trường hợp của Jêsu giống như trường hợp của Ađam. Ngài nặn hắn bằng đất rồi phán: "Hãy nghe Ta!" thì hắn đã trở thành như thế.

61. Đây là chân lý mà Chúa của ngươi đã phán. Ngươi không được nghi ngờ nó.

62. Những ai đã được truyền thụ kiến thức này mà còn tranh luận với ngươi về hắn, hãy bảo họ: "Nào, hãy gọi các con trai của chúng tôi và các con trai của các ngươi, vợ của chúng tôi và vợ của các ngươi: chính bản thân chúng tôi và chính bản thân các ngươi đến nơi đây, rồi hãy sốt sắng cầu nguyện để bên nào nói láo thì sẽ bị A-La trù ải".

63. Đây là câu chuyện thật. Không ai xứng đáng được tôn thờ ngoài A-La; quả thật A-La là Đấng Toàn Năng và Khôn Ngoan.

64. Nhưng nếu họ vẫn cố ngoảnh mặt đi thì hãy nhớ rằng A-La am tường tất cả những kẻ ác đức.

65. Hãy bảo họ: "Hỡi dân của Kinh Thánh! Hãy tụ tập đến nơi mà lời nói không phân biệt giữa chúng tôi và các người, rằng chúng ta không tôn thờ ai ngoài A-La, không đặt ai bên cạnh Ngài và không được tôn xưng lẫn nhau là Chúa của kẻ khác mà quên đi A-La". Nhưng nếu họ ngoảnh mặt đi thì cứ bảo: "Ít nhất xin hãy làm chứng rằng chúng tôi đã quy y với Ngài".

66. Hỡi dân của Kinh Thánh! Tại sao các ngươi vẫn tranh luận về Abraham trong khi Lê Luật và Sách Phúc âm đến mấy đời sau mới được khải thị? Các ngươi chưa giác ngộ sao?

67. Hãy nhìn đây! Các ngươi đã tranh luận về những điều mà các ngươi am tường, tại sao bây giờ các ngươi lại cãi vã về những việc mà

các ngươi chẳng biết gì cả? A-La thấu hiểu cả, chỉ có các ngươi không hiểu mà thôi.

68. Abraham không là tín đồ đạo Do thái cũng chẳng là tín đồ đạo Thiên Chúa, là kẻ thuần lương và quy y với Ngài, hắn không hề thờ đa thần giáo.

69. Người gần gũi với Abraham nhất là những kẻ đã tòng phục hắn, Nhà Tiên Tri này và những kẻ có tín ngưỡng; A-La là Đấng bảo hộ các tín đồ.

70. Có một số trong đám dân của Kinh Thánh mong quyến rũ các ngươi. Nhưng họ không giác ngộ rằng chính họ là kẻ lầm đường lạc lối.

71. Hỡi dân của Kinh Thánh! Tại sao các ngươi không tin ở các Phép Lạ của A-La trong khi các ngươi là chứng nhân.

72. Hỡi dân của Kinh Thánh! Tại sao các ngươi đem sự giả dối bao trùm lên chân lý và biết đó là chân lý mà giấu giếm đi.

73. Có kẻ trong đám dân của Kinh Thánh dám bảo rằng: "Đối với những giáo điều đã ban cho các tín đồ, hãy tin tưởng nó lúc ban mai và chớ tin nó khi chiều tối, thì có lẽ bọn họ sẽ rút lui.

74. "Và chỉ nên tuân lệnh kẻ nào theo đạo của các ngươi". Hãy bảo chúng: "Nói tới sự dẫn đạo là chỉ có sự dẫn đạo của A-La mà thôi. Những điều mà các ngươi đã được truyền thụ thì kẻ khác cũng được truyền thụ, và họ có thể tranh luận với các ngươi trước mặt Chúa", hãy bảo họ: "Tất cả các ân huệ đều nằm trong tay A-La, Ngài ban nó cho kẻ nào làm Ngài hài lòng. A-La là Đấng Quảng đại và am tường tất cả.

75. "Ngài rất là từ bi đối với kẻ nào làm Ngài hài lòng, A-La là Đấng quảng đại vô biên".

76. Trong đám dân của Kinh Thánh, có kẻ nếu người ký thác cả gia tài cho họ, họ sẽ hoàn trả cho người không thiếu một xu; nhưng cũng

có kẻ khác dẫu ngươi chỉ gởi gắm họ một đi-na, họ không hề trả lại ngươi chỉ trừ khi bị hối thúc. Vì họ cho rằng: "Đối với những kẻ vô học thức, chúng ta có làm gì đi nữa cũng không bị chỉ trích". Mặc dẫu có ý thức, bọn chúng vẫn cố lừa dối A-La.

77. Không, những kẻ nào làm tròn lời hứa và kính sợ Chúa sẽ được A-La yêu chuộng.

78. Kẻ nào đem khế ước với A-La và lời thề của họ bán đi với một giá rẻ mạt thì sẽ không được hưởng phần nào ở kiếp sau cả. Và đến Ngày Phục Sinh, A-La sẽ không nói chuyện với họ cũng không ngó ngàng đến họ; Ngài sẽ không rửa tội cho họ và chỉ có sự trừng phạt đau đớn đang chờ họ.

79. Và cũng có kẻ trong bọn họ dám tráo trở khi đọc Kinh Thánh. Họ đem lời lẽ ở ngoài Kinh Thánh làm cho ngươi tin đó là lời lẽ của Kinh Thánh. Rồi điều đó không phải do A-La ban xuống mà họ dám bảo là do Ngài phán. Mặc dẫu có ý thức, họ vẫn cố lừa dối A-La.

80. Không kẻ nào đã được A-La ban cho Kinh Thánh, trí phán đoán và năng lực tiên tri mà dám tuyên bố: "Chớ theo A-La, hãy làm thủ hạ của ta". Ngược lại, hắn phải nói: "Hãy tận tâm với Chúa và đích thân các ngươi phải học hỏi và truyền giảng Kinh Thánh."

81. Cũng không có kẻ nào dám ra lệnh bảo các ngươi phải thờ các Thiên sứ và các Nhà Tiên Tri như là Chúa Trời. Các ngươi đã quy y với Chúa mà còn bị quyến rũ theo kẻ bất tín hay sao?

82. Hãy nhớ lúc Ngài giao ước với các Nhà Tiên Tri và bảo: "Ta sẽ ban cho các ngươi quyển Kinh Thánh và Sự Khôn Ngoan, rồi Ta sẽ phái một Sứ Giả xuống để xác nhận những gì các ngươi đang có, các ngươi phải tin hắn và giúp đỡ hắn", rồi Ngài thêm: "Các ngươi có chịu trách

nhiệm thi hành việc này chăng?" Họ trả lời: "Chúng tôi sẽ chịu", thì Ngài phán: "Vậy các ngươi hãy làm chứng đi, và Ta sẽ là một trong những người chứng với các ngươi".

83. Nhưng sau đó, kẻ nào trở mặt đi sẽ là kẻ phản trắc.

84. Vạn vật trong trời đất dẫu muốn hay không đều phải quy y với Ngài, và sẽ bị hoàn trả về cho Ngài, các ngươi còn toan theo đuổi tôn giáo khác ngoài A-La hay sao?

85. Hãy bảo họ: "Chúng tôi tin tưởng ở A-La và những lời Ngài đã phán cho chúng tôi và những lời Ngài đã phán cho Abraham, Ishmael, Isaac, Jacob và các bộ tộc, cũng như những lời Ngài đã phán cho Môsê, Jêsu và các Nhà Tiên Tri khác. Chúng tôi không phân biệt những kẻ này và chỉ quy y với Ngài mà thôi."

86. Kẻ nào theo đạo khác ngoài Islam sẽ không được Ngài chấp nhận và sẽ chịu tổn thất ở kiếp sau.

87. Làm sao A-La có thể dẫn đạo những kẻ đã tin tưởng, chứng nhận rằng người Sứ Giả chân thực và đã được ban Phép Lạ mà lại tỏ thái độ bất tín? A-La không hề dẫn đạo những kẻ ác nhân.

88. Những kẻ này sẽ chịu quả báo bằng sự trù ải của A-La, của các Thiên sứ và cả thế gian.

89. Rồi họ sẽ chịu sự trù ải mãi mãi. Hình phạt này sẽ không được nới tay hoặc đình hoãn.

90. Chỉ trừ những kẻ sau đó biết ăn năn sám hối. A-La quả thật là Đấng Khoan Hồng và Từ Bi nhất.

91. Tuy nhiên những kẻ đã là tín đồ mà trở mặt đi và ngang nhiên tỏ thái độ bất tín, dẫu có ăn năn sám hối đi nữa cũng không được chấp nhận, họ chính là những kẻ theo đuổi tà đạo.

92. Về những kẻ trở mặt và chết đi trong khi vẫn còn bất tín, dẫu họ có đem cả thửa ruộng bằng vàng để chuộc tội, họ vẫn không được chấp nhận. Rồi họ sẽ bị trừng phạt một cách đau khổ và không ai sẽ ra tay giúp đỡ.

93. Nếu các ngươi chưa bố thí những gì các ngươi ưa chuộng, các ngươi sẽ không đạt đến bực hiền đức. Bất cứ vật gì các ngươi bố thí, A-La đều rõ cả.

94. Trước khi Lề Luật được ban xuống, con cái Israel đã được phép ăn tất cả các thực phẩm ngoại trừ các món mà đích thân Israel đã kiêng cử. Hãy bảo chúng: "Nếu các ngươi nói thật, hãy đem Lề Luật ra và đọc thử xem sao".

95. Sau đó, kẻ nào toan lừa dối A-La thì chính là kẻ ác nhân.

96. Hãy tuyên bố: "A-La đã nói sự thật, vậy hãy tuân theo tôn giáo của Abraham, là kẻ chỉ nghe lời Chúa Trời và không thờ đa thần giáo".

97. Thánh Điện đầu tiên được thiết lập cho nhân loại nằm ở Becca, được chúc phúc và là nơi dẫn đạo cho mọi người.

98. Là nơi Abraham đã đặt chân đến và đầy các Phép Lạ rõ ràng; bất cứ ai đặt chân vào đó sẽ được an toàn. Những kẻ nào có dư dả để đi đến đó thì sự hành hương ở Thánh Điện là nghĩa vụ của con người đối với Chúa. Dẫu có ai tỏ thái độ bất tín đi nữa, hãy cho hắn biết rằng A-La là Đấng tự lực cánh sinh không cần đến vạn vật.

99. Hãy bảo: "Hỡi dân của Kinh thánh! Tại sao các ngươi vẫn tỏ thái độ bất tín trong khi A-La để ý đến tất cả những gì các ngươi làm?"

100. Hãy bảo: "Hỡi dân của Kinh thánh! Tại sao các ngươi đã là nhân chứng mà còn cản trở các tín đồ đang theo con đường của A-La và làm nó khúc khuỷu đi? A-La không hề quên những gì các ngươi đang làm".

Chương 3 — AL-'IMRAN — Part 4

101. Hỡi những kẻ có lòng tin! Nếu các ngươi tuân theo bất cứ kẻ nào chỉ vì họ đã được quyền Kinh thánh, mặc dầu các ngươi đã theo đạo, họ sẽ lôi cuốn các ngươi vào con đường bất tín.

102. Các ngươi đã được truyền thụ Phép Lạ của A-La và Sứ Giả của Ngài đang hiện diện trong đám các ngươi, làm sao các ngươi có thể từ bỏ tín ngưỡng này được? Kẻ nào nắm chặt lấy A-La thì sẽ được Ngài hướng dẫn đến chính đạo.

103. Hỡi những kẻ có lòng tin! Hãy thành tâm kính sợ A-La; các ngươi không được chết đi khi chưa quy y với Ngài.

104. Hãy cùng nhau nắm chặt lấy sợi dây của A-La và chớ để bị chia rẽ. Hãy nhớ đến ân huệ mà A-La đã ban cho các ngươi khi các ngươi còn thù địch lẫn nhau, Ngài đã liên kết con tim của các ngươi trong tình thương và nhờ ơn Ngài các ngươi đã trở thành huynh đệ, Ngài đã cứu các ngươi khi các ngươi đang ở bên bờ vực thẳm đầy lửa. A-La đã chứng tỏ quyền năng của Ngài để mong các ngươi được hướng dẫn đến chính đạo.

105. Các ngươi hãy đoàn kết lại và năng làm việc thiện, khích lệ những hành vi đoan chính và răn cấm những điều tội lỗi. Chính những kẻ này rồi sẽ được thịnh vượng.

106. Chớ bắt chước những kẻ đã được ban Phép Lạ mà còn chia rẽ và tranh luận lẫn nhau. Vì chính bọn họ sẽ bị trừng phạt nặng nề.

107. Đến Ngày mà có người gương mặt sẽ được trắng ra hoặc có kẻ gương mặt bị đen đi. Những kẻ mặt đen sẽ bị phán: "Các ngươi đã là tín đồ mà trở mặt đi chăng? Vậy hãy nếm sự trừng phạt dành cho những kẻ bất tín."

108. Và những kẻ nào mà gương mặt được trắng ra thì sẽ được hưởng ân huệ của A-La và sẽ sống vĩnh viễn nơi đó.

109. Đây là các Phép Lạ của A-La, Ta đã đem chân lý thuật lại cho ngươi. A-La không hề bất công với muôn loài.

110. Tất cả những gì tồn tại trong trời đất đều thuộc về A-La. Mọi vấn đề sẽ được trình cho Ngài phán quyết.

111. Các ngươi là tập đoàn ưu tú nhất được huấn luyện vì tương lai của nhân loại; các ngươi năng làm việc thiện, răn cấm điều tội lỗi và tin tưởng nơi A-La. Nếu bọn dân của Kinh thánh đã thật lòng tin tưởng thì càng tốt cho họ biết bao. Một số trong bọn họ đúng là tín đồ nhưng phần lớn đều theo tà đạo.

112. Bọn chúng không thể nào làm hại tới chân lông của các ngươi, nếu chúng khiêu chiến với các ngươi thì chúng phải quay lưng chạy dài và chúng sẽ không được ai cứu trợ cả.

113. Khi chúng bị phát giác ở bất cứ nơi nào, chúng sẽ bị hành hạ một cách nhục nhã, ngoại trừ khi chúng được A-La và những kẻ khác bảo hộ. Chúng đã làm Ngài nổi giận rồi chúng sẽ đời đời chịu nghèo khổ. Vì chúng dám từ chối các Phép Lạ của Ngài và sát hại các Nhà Tiên tri một cách bất chính. Tức là chúng đã chống đối và hay vi phạm:

114. Tuy nhiên bọn họ không hẳn giống nhau cả. Trong đám dân của Kinh thánh có một số giữ lời hứa của họ. Họ quỳ lạy hàng giờ trong đêm tối và tụng niệm những lời phán của A-La.

115. Họ tin tưởng ở A-La và Ngày Tận Thế, tuyên dương lẽ phải và răn cấm điều ác đồng thời tranh nhau làm việc thiện; những kẻ này đúng là người chính trực.

116. Bất cứ việc thiện nào họ đã làm, họ sẽ không bị mất phần thưởng. A-La biết rõ kẻ nào

kính sợ Ngài.

117. Về những kẻ bất tín, dẫu họ có bao nhiêu gia tài và con cái đi nữa, trước mắt A-La sẽ không có giá trị gì cả; những kẻ này chính là dân ở địa ngục và phải sống vĩnh viễn nơi đó.

118. Nêu tỉ dụ về sự tiêu phí của họ ở kiếp này, nó giống như là trận gió lạnh buốt thổi đến làm tổn hại mùa màng của những kẻ tự hại thân mình. A-La không làm hại đến họ, chính họ đã tự hại thân mình.

119. Hỡi những kẻ có lòng tin! Chớ kết bạn với những kẻ khác ngoài đồng bào của các ngươi; vì bọn chúng sẽ không ngừng phá hại các ngươi và chỉ mong các ngươi gặp hoạn nạn. Miệng chúng thốt ra toàn là lời thù hằn và những điều chúng ôm ấp trong lòng còn ghê gớm hơn nữa. Nếu các ngươi giác ngộ thì Ta đã làm sáng tỏ bao nhiêu Phép Lạ cho các ngươi rồi.

120. Hãy trông đây! Các ngươi yêu chuộng họ nhưng họ không hề yêu chuộng các ngươi. Các ngươi thành tâm tin tưởng ở Kinh Điển. Khi gặp các ngươi, họ bảo: "Chúng tôi cũng tin tưởng" nhưng khi bọn chúng tụ lại với nhau, bọn chúng tức giận các ngươi đến đỗi cắn móng tay mình. Hãy bảo chúng: "Hãy chết phứt đi vì điên cuồng. A-La biết rõ những gì các ngươi đang ôm ấp trong lòng".

121. Nêu các ngươi gặp hỷ sự, bọn chúng bèn tức tối; nếu các ngươi gặp điều không may thì bọn chúng vui mừng. Nhưng nếu các ngươi nhẫn nại và biết sợ Chúa, âm mưu của chúng không thể nào hại các ngươi được. Đương nhiên A-La thông toàn mọi việc chúng làm.

122. Hãy nhớ khi ngươi ra đi lúc hừng đông,

bài trận cho các tín đồ để chiến đấu. A-La là Đấng nghe tất cả và biết tất cả.

123. Khi hai toán quân trong trận sợ hãi đến nỗi ngẩn ngơ, A-La cũng bảo vệ họ. Các tín đồ phải tin cậy vào Ngài.

124. A-La đã yểm trợ các ngươi tại Badr khi các ngươi yếu thế. Hãy kính sợ A-La và các ngươi phải cảm tạ Ngài.

125. Khi ngươi bảo các tín đồ: "Dẫu Chúa khiến ba ngàn thiên sứ trên trời xuống yểm trợ các ngươi, các ngươi vẫn chưa đủ sao?"

126. Không không, nếu các ngươi nhẫn nại và kính sợ Ngài, khi bọn chúng thình lình tập kích các ngươi, Chúa sẽ khiến năm ngàn thiên sứ xuống yểm trợ và phản công mãnh liệt.

127. Đây chính là tin mừng mà A-La đã ban cho các ngươi để các ngươi được an tâm. Ngoài A-La ra, không ai sẽ yểm trợ các ngươi, Ngài là Đấng Toàn Năng và Khôn Ngoan.

128. Chúa Trời có năng lực phá tan một cánh của bọn bất tín, hoặc lăng nhục rồi đẩy lui họ, làm họ thất vọng não nề.

129. Bọn chúng là kẻ ác đức. Ngài có ân xá hay trừng phạt chúng, ngươi không cần quan tâm đến.

130. Vạn vật trong trời đất đều thuộc về A-La. Ngài dung thứ kẻ nào làm Ngài hài lòng và trừng phạt kẻ nào mà Ngài muốn. A-La là Đấng khoan hồng và từ bi nhất.

131. Hỡi những kẻ có lòng tin! Chớ tham lam phần lợi tức tăng lên mấy lần; kẻ nào kính sợ A-La thì sẽ được thịnh vượng.

132. Và hãy sợ lửa địa ngục dành cho những kẻ bất tín.

133. Hãy tuân lệnh A-La và Sứ Giả rồi các ngươi sẽ được Ngài ban sự từ bi.

134. Hãy mau mau xin Chúa Trời dung thứ và được về Thiên đàng rộng lớn như trời đất, dành cho những kẻ biết kính sợ Ngài,

135. Tức là những người năng bố thí dù giàu có hay đang ở trong nghịch cảnh, những người biết dằn cơn giận và tha thứ kẻ khác; A-La yêu chuộng những ai biết làm việc thiện.

136. Những kẻ nào đã lỡ phạm tội hoặc tự hại thân mình, hãy niệm A-La và xin Ngài thứ tội cho. Ai có thể thứ tội ngoài A-La chăng? Và những kẻ không cố chấp về việc họ đã làm.

137. Vì những kẻ này sẽ được Chúa Trời dung thứ rồi về Cõi An lạc có sông chảy bên dưới và họ sẽ sống vĩnh viễn nơi đó. Phần thưởng cho những kẻ có lòng rực rỡ biết bao!

138. Trước đây Ngài đã trừng phạt nhiều lần. Hãy đi khắp xứ và xem những kẻ dám cho là các Nhà Tiên tri nói láo cuối cùng đã chịu đau khổ biết bao.

139. Đây (Kinh Koran) là lời giảng dạy cho nhân gian, là lời hướng dẫn và giới luật cho kẻ nào kính sợ Chúa.

140. Chớ nản lòng và lo buồn. Nếu các ngươi tin tưởng, các ngươi sẽ chiếm ưu thế.

141. Nếu các ngươi bị thương thì kẻ địch cũng bị thương như thế. Ta đã luân phiên những ngày đó để khuyên cáo các ngươi; rồi A-La có thể phân biệt kẻ nào thật là tín đồ và tuyển chọn nhân chứng trong đám các ngươi. A-La không hề yêu chuộng những kẻ bất chính.

142. Hoặc để A-La thử lòng các tín đồ và sát hại những kẻ bất tín.

143. Các ngươi toan muốn lên Thiên đàng trong khi A-La chưa phân biệt kẻ nào quyết tâm chiến đấu và kẻ nào biết nhẫn nại chăng?

144. Khi chưa đối diện với cái chết, các ngươi thường mong mỏi được chết như thế này; thì bây giờ các ngươi đã chứng kiến nó tận mắt.

145. Mahômết chỉ là Sứ Giả. Trước người đã có nhiều Sứ Giả khác qua đời. Nếu người chết đi hoặc bị sát hại, các ngươi định quay gót đi sao? Nếu có kẻ nào quay gót đi nữa, họ sẽ không làm hại đến A-La được. A-La chắc chắn sẽ ân thưởng kẻ nào biết ơn Ngài.

146. Không ai có thể chết nếu không được A-La cho phép bằng sắc lịnh đã ghi sẵn. Kẻ nào muốn được ân thưởng ở kiếp này, Ta sẽ ban cho; kẻ nào muốn được ân thưởng ở kiếp sau, Ta cũng ban cho. Ta sẽ ban thưởng cho kẻ nào biết ơn Ta.

147. Trên đời này có bao nhiêu Nhà Tiên Tri dám dẫn hàng vạn quân để chiến đấu vì A-La, khi bị tấn công cũng chẳng hề sợ hãi, hoặc tỏ vẻ yếu thế hoặc khuất phục trước kẻ thù? A-La yêu chuộng những kẻ nào biết nhẫn nại.

148. Trong hoàn cảnh nào đi nữa, họ vẫn cầu nguyện: "Lạy chúa, xin Ngài thứ tội cho chúng tôi và tha thứ những điều mà chúng tôi đã làm quá trớn. Hãy củng cố đôi chân của chúng tôi và yểm trợ chúng tôi chống lại kẻ bất tín".

149. Vì vậy, A-La đã ban thưởng cho họ ở kiếp này và cả kiếp sau. A-La yêu chuộng kẻ nào biết làm việc thiện.

150. Hỡi những kẻ có lòng tin! Nếu các ngươi tuân lời bọn bất tín, họ sẽ làm cho các ngươi trở mặt đi rồi các ngươi sẽ là kẻ bại trận.

151. Không, A-La là Đấng bảo hộ cho các ngươi và là Đấng yểm trợ mạnh mẽ nhất.

152. Ta sẽ khủng bố tinh thần bọn bất tín vì

họ dám thờ những kẻ chẳng có quyền năng gì bên cạnh A-La. Họ phải xuống địa ngục mà ở, chỗ trú ẩn của những kẻ ác nhân sẽ cực khổ biết bao!

153. Khi các ngươi theo sắc lịnh của Ngài mà tiêu diệt bọn chúng thì A-La đã làm tròn lời hứa của Ngài. Nhưng sau khi A-La cho các ngươi thấy vật mà các ngươi mong muốn thì các ngươi trở nên nhu nhược, tranh luận về mệnh lệnh của Ngài và có kẻ đã trở mặt đi, Ngài bèn ngưng yểm trợ. Trong đám các ngươi có kẻ ao ước hưởng thụ kiếp này và kẻ khác mong hưởng thụ kiếp sau. Để thử lòng các ngươi, Ngài đã làm các ngươi bại trận. Nhưng bây giờ A-La đã tha thứ cho các ngươi vì Ngài rất nhân từ đối với tín đồ.

154. Khi Sứ Giả từ sau lưng các ngươi kêu gọi, các ngươi chẳng hề ngoái lại mà chỉ biết tìm đường chạy trốn. Vì vậy, Ngài đã gieo rắc hoạn nạn liên tiếp trên đầu các ngươi để các ngươi không có thì giờ mà thương tiếc những gì đã mất hoặc những gì xảy đến cho các ngươi. A-La am tường tất cả những gì các ngươi làm.

155. Rồi sau sự đau khổ thì Ngài đã ban sự yên tĩnh cho các ngươi. Một số trong các ngươi bị cơn buồn ngủ xâm chiếm đến ngủ gà ngủ gật, nhưng một số khác thì lo lắng cho thân mình, suy nghĩ về A-La một cách lầm lẫn như những kẻ ngu dốt, họ tự hỏi: "Không biết chúng ta có liên quan gì đến việc này chăng?" Hãy bảo họ: "Việc này có quan hệ đến A-La". Bọn chúng chẳng dám thổ lộ với ngươi nhưng tự nhủ trong lòng: "Nếu chúng ta có liên quan đến việc này thì chúng ta sẽ không bị chết nơi đây". Hãy bảo chúng: "Dẫu các ngươi có ở riết trong nhà đi nữa, kẻ nào tới số thì sẽ tự dẫn thân đến cõi chết". Rốt cuộc, A-La đã thử lòng các ngươi và tinh luyện con tim của các ngươi. A-La biết rõ những gì các ngươi đang ôm ấp trong lòng.

156. Khi hai đoàn quân giáp chiến* thì có kẻ trong nhóm của các ngươi quay lưng trốn đi, vì hành động họ đã làm, quỉ Satăng đã khiến họ sa ngã. Nhưng chắc chắn A-La đã tha thứ cho họ vì Ngài là Đấng Khoan Hồng và Rộng Lượng.

157. Hỡi những kẻ có lòng tin, chớ hành động như những kẻ bất tín. Nói về đồng bào đang trên đường lữ hành hoặc đang tham chiến, chúng bảo: "Nếu họ ở lại đây với chúng ta, có lẽ họ đã không chết hoặc không bị sát hại". Điều này, có lẽ A-La đã gây ra sự hối tiếc trong lòng họ. A-La ban sinh mệnh và gây ra sự chết. A-La không hề quên những gì các ngươi làm.

158. Nếu các ngươi chết đi hoặc bị sát hại vì A-La, sự khoan hồng và từ bi do A-La ban cho chắc chắn sẽ có giá trị hơn những vật mà họ đã tích trữ.

159. Và nếu các ngươi chết đi hoặc bị sát hại, chắc chắn các ngươi sẽ được triệu hồi về bên A-La.

160. Thật ra ngươi đối xử tử tế với họ cũng do lòng từ bi của A-La mà ra. Nếu ngươi ngược đãi và lãnh đạm với họ, chắc họ đã phân tán đi mất rồi. Vì vậy hãy tha thứ cho họ và cầu xin sự khoan hồng cho họ. Hãy bàn bạc với họ về việc này và khi quyết định xong, hãy tin cậy nơi A-La. A-La yêu chuộng những kẻ nào tin cậy nơi Ngài.

161. Nếu A-la yểm trợ các ngươi, không ai sẽ thắng các ngươi được. Nhưng nếu Ngài bỏ rơi các ngươi, sau đó ai sẽ cứu các ngươi? Thành ra các tín đồ phải tin cậy nơi A-La.

162. Đã là Nhà Tiên Tri thì không thể nào lường gạt người khác được. Nếu kẻ nào hành động như thế thì đến Ngày Phục Sinh, họ phải gánh tội về việc họ đã lường gạt. Lúc đó, mỗi người sẽ được trả đủ về những gì họ đã làm và không một ai sẽ bị đối xử bất công.

163. Những người cố gắng làm hài lòng A-La có giống như những kẻ làm Ngài nổi giận

* Trận chiến ở Uhad

và sống mãi dưới địa ngục chăng? Nơi tháo lui của họ đầy khổ ải biết bao!

164. Dưới mắt A-La, bọn họ cũng chia ra nhiều hạng. Ngài nhìn kỹ những gì họ đã làm.

165. A-La đã ban ơn cho họ bằng cách tuyển chọn một Sứ Giả trong đám họ để người truyền tụng cho họ những Phép Lạ của Ngài, rửa tội cho họ, giảng dạy cho họ về Kinh Điển và Sự khôn ngoan; vì trước đó bọn họ đều lầm đường lạc lối cả.

166. Khi các ngươi gặp rủi, mặc dầu các ngươi đã phạm lỗi gấp bội hơn nữa, các ngươi tự hỏi: "Việc này do đâu mà ra?" Hãy bảo họ: "Tất cả đều do các ngươi mà ra". Đương nhiên, A-La là Đấng Toàn Năng.

167. Khi hai đoàn quân giáp chiến*, những gì xảy đến cho các ngươi đều do mệnh lệnh của A-La cả, vì Ngài có thể phân biệt rõ kẻ nào thật là tín đồ.

168. Và Ngài cũng biết rõ kẻ ngụy thiện. Khi bảo họ: "Hãy tiến lên, hãy chiến đấu vì A-La và đẩy lui kẻ địch", thì họ trả lời: "Nếu chúng tôi biết cách chiến đấu thì chúng tôi đã tham dự với các ngươi rồi". Ngày đó, bọn chúng hành động không giống như các tín đồ mà gần như là kẻ bất tín. Chúng thốt ra những lời không có trong đáy lòng của chúng A-La biết rõ những gì chúng đang ôm ấp trong lòng.

169. Chính chúng là kẻ ẩn nấp ở phía sau mà dám chỉ trích đồng bạn: "Nếu họ nghe lời chúng ta thì họ đã không bị sát hại". Hãy bảo: "Nếu các ngươi nói sự thật, hãy xua đuổi thần chết khỏi các ngươi".

170. Chớ cho những kẻ bị sát hại vì tôn thờ A-La là người chết. Không, họ đã được ân thưởng và đang sống bên cạnh Chúa Trời.

171. Họ rất hoan hỷ vì được Ngài ban thưởng và vui mừng cho những kẻ chậm trễ sẽ

* Trận chiến ở Uhad

đến sau vì họ sẽ không có gì phải sợ hãi và buồn rầu cả.

172. Bọn họ hoan hỷ vì ân huệ và sự khoan dung của A-La và vì lý do Ngài chẳng hề quên ban thưởng các tín đồ.

173. Những kẻ nào dù mang thương tích vẫn đáp lại lời kêu gọi của A-La và Sứ Giả, trong số đó nhất là những kẻ năng làm việc thiện và hành động ngay thẳng thì sẽ được Ngài trọng thưởng.

174. Khi người ta bảo họ: "Bọn chúng đã tập kết lại và đang tiến về phía của các ngươi, hãy đề phòng chúng", nhưng điều này chỉ làm cho lòng tin của họ thêm mạnh mẽ: "Sự hiện diện của A-La cũng đủ cho chúng tôi, Ngài là Đấng bảo hộ siêu quần biết bao".

175. Vì vậy, nhờ ân huệ và lòng thương của A-La mà bọn họ đã trở về mà không bị thương tích. Rồi họ chuyên tâm vào việc làm A-La hài lòng. A-La là Đấng Quảng Đại Từ Bi.

176. Chỉ có quỉ Satăng là kẻ lúc nào cũng uy hiếp đồng bọn. Nếu các ngươi thật là tín đồ, chớ khiếp sợ chúng mà hãy kính sợ Ta.

177. Ngươi chớ đau khổ vì những kẻ vội vàng theo bọn bất tín, vì họ chẳng hề làm hại đến A-La được. Ngài không hề có ý định chia phần cho họ ở kiếp sau và họ chỉ chờ lãnh sự trừng phạt nặng nề mà thôi.

178. Kẻ nào đem lòng tin đổi lấy sự bất tín sẽ không thể nào làm hại A-La được, họ chỉ chờ lãnh sự trừng phạt khổ sở mà thôi.

179. Chớ để những kẻ bất tín tưởng rằng sự đình hoãn của Ta có ích cho họ. Ta đình hoãn lại chỉ để họ có thì giờ gây thêm tội lỗi mà thôi. họ chỉ chờ lãnh sự trừng phạt nhục nhã.

180. A-La không hề để các tín đồ trong trạng thái này mãi, vì Ngài sẽ phân biệt kẻ thiện và

kẻ ác. A-La cũng không hề khải thị cho các ngươi những điều không chứng kiến được. Nhưng A-La chọn trong các Sứ giả kẻ nào làm Ngài hài lòng. Vì vậy, hãy tin tưởng nơi A-La và các Sứ giả của Ngài. Nếu các ngươi có lòng tin và ăn ở ngay thẳng, các ngươi sẽ được trọng thưởng

181. Chớ để những kẻ nào bố thí một cách keo kiệt những ân huệ mà A-La đã ban tưởng rằng điều đó có lợi cho họ; không, ngược lại điều đó chỉ làm hại chúng thôi. Đến Ngày Phục Sinh, những gì họ đã keo kiệt sẽ biến thành vòng đai siết cổ họ. Tất cả di sản trên trời và dưới đất này đều thuộc về A-La, Ngài am tường mọi việc các ngươi làm.

182. A-La cũng đã nghe kỹ những kẻ dám ngạo nghễ: "A-La là kẻ nghèo khổ, chúng ta mới là người giàu có". Ta sẽ ghi chép kỹ lời nói của chúng và cả việc chúng sát hại các Nhà Tiên Tri một cách bất chính. Ta phán: "Hãy nếm sự trừng phạt bằng lửa đỏ".

183. Vì các ngươi đã tự tay gieo họa. A-La chẳng hề đối xử bất công với thủ hạ của Ngài.

184. Họ bảo: "A-La đã giao ước với chúng tôi là nếu Ngài chưa mang lửa đến thiêu hủy chúng tôi thì chớ tin tưởng ở các Sứ Giả". Hãy trả lời họ: "Trước ta cũng đã có nhiều Sứ Giả đem Phép Lạ và vật mà các ngươi bàn tán đến cho các ngươi. Nếu các ngươi nói sự thật, tại sao các ngươi lại giết họ đi?"

185. Nếu họ cho là ngươi nói láo, thì các Sứ giả đã mang đến các Phép Lạ, sách khôn ngoan, Kinh thánh đầy hào quang cũng bị họ cho là láo khoét.

186. Ai cũng phải trải qua cái chết. Các ngươi chỉ được đền bồi đủ khi đến Ngày Phục Sinh. Vì vậy, kẻ nào được vớt ra khỏi địa ngục và vào Thiên đàng thì kẻ ấy đã được toại nguyện. Cuộc sống ở kiếp này chỉ là khoái lạc đầy ảo mộng mà thôi.

187. Các ngươi chắc chắn sẽ bị thử thách về tài sản cũng như về sinh mạng và sẽ nghe những lời xúc phạm từ những kẻ đã được ban Kinh Thánh trước các ngươi và những kẻ thờ đa thần giáo.

188. Hãy nhớ khi A-La giao ước với những kẻ đã được giao Kinh thánh Ngài phán: "Các ngươi phải phổ biến Kinh thánh này cho dân chúng và không được giấu giếm nó", nhưng họ đã liệng nó ra sau lưng và đem nó đổi lấy một giá rẻ mạt. Họ đã mua chuộc lấy sự đau khổ biết bao.

189. Những kẻ nào tự hào về việc họ đã làm hoặc mong người khác khen ngợi họ về việc họ chẳng làm, chớ tưởng rằng họ sẽ thoát khỏi sự trừng phạt. Họ phải chịu sự trừng phạt một cách đau khổ.

190. Vạn vật trên trời và dưới đất đều thuộc về A-La, Ngài là Đấng Toàn Năng.

191. Sự sáng tạo ra trời đất và sự thay đổi ngày đêm cũng là Phép Lạ của Ngài ban cho những kẻ biết nhận thức.

192. Những kẻ này dù đứng hay ngồi hoặc nằm nghiêng đi nữa đều tâm niệm A-La và suy nghĩ về sự sáng tạo ra trời đất: "Lạy Chúa, Ngài chẳng sáng tạo ra nó như một trò chơi. Ngài rất vinh hiển; xin Ngài cứu chúng tôi khỏi sự trừng phạt bằng lửa địa ngục.

193. Lạy Chúa, kẻ nào bị Ngài ném vào lửa địa ngục là kẻ đã bị Ngài bỏ rơi. Kẻ ác nhân sẽ không có ai cứu giúp.

194. Lạy Chúa, chúng tôi đã nghe tiếng gọi "Hãy tin tưởng nơi chúa" nên chúng tôi đã theo đạo. Vì vậy Lạy Chúa, xin Ngài thứ tội cho chúng tôi và tẩy bỏ những điều tệ hại khỏi thân chúng tôi và hãy triệu hồi chúng tôi cùng với những kẻ chính trực về bên cạnh Ngài.

Chương 3 — AL-'IMRAN — Part 4

195. Lạy Chúa, xin Ngài ban cho chúng tôi những gì Ngài đã hứa qua các Sứ Giả của Ngài, xin chớ bỏ quên chúng tôi khi Ngày Phục Sinh đến. Đương nhiên, Ngài không bao giờ bội hứa".

196. Vì vậy Chúa đã đáp lại lời khẩn nguyện của họ, phán rằng: "Các ngươi cũng là huynh đệ với nhau. Dầu nam hay nữ, công lao của các ngươi Ta không hề quên. Vì thế kẻ nào đã di trú và bị đuổi ra khỏi nhà họ, vì Ta mà họ đã bị xử hình, đã chiến đấu và bị sát hại, Ta sẽ tha thứ tội lỗi của họ và cho họ về Cõi An lạc có sông chảy róc rách bên dưới, đây là phần thưởng của A-La. Ngài là Đấng ban thưởng nồng hậu nhất."

197. Chớ thấy bọn bất tín hoành hành trong nước mà thất vọng.

198. Đây chỉ là sự khoái lạc nhất thời mà thôi, rồi bọn họ sẽ xuống địa ngục mà ở. Chỗ trú ẩn sẽ cực khổ biết bao.

199. Nhưng kẻ nào biết kính sợ Chúa thì sẽ được về Cõi An Lạc có sông chảy róc rách bên dưới và sẽ được sống vĩnh viễn nơi đó, đây là sự khoản đãi của A-La. Bất cứ vật gì của A-La đều có ích cho những kẻ chính trực.

200. Chắc chắn trong đám dân của Kinh thánh cũng có người tin tưởng ở A-La và tin ở những lời đã được phán cho các ngươi hoặc cho chính họ, đích thân phủ phục trước A-La và không hề đem các Phép Lạ của Ngài đổi lấy một giá rẻ mạt. Chính họ là những người sẽ được Chúa thưởng. A-La là Đấng tính toán rất nhanh.

201. Hỡi những kẻ có lòng tin! Hãy cố nhẫn nại và tranh đua nhau chịu nhẫn nại. Hãy kiên nhẫn bất khuất và kính sợ A-La rồi các ngươi sẽ được thịnh vượng.

AL-NISA

Người phụ nữ
(Khải thị ở Mêđina)

1. Nhân danh A-La Đấng Khoan Hậu, Đấng Từ Bi.

2. Hỡi các ngươi! hãy kính sợ Chúa, Ngài đã sáng tạo ra các ngươi từ một người duy nhất, từ đó Ngài tạo ra vợ của hắn, rồi từ hai người này sinh ra vô số nam nữ. Hãy kính sợ A-La, các ngươi giao thiệp với nhau dưới danh nghĩa của Ngài và nhất là hãy tôn trọng mối dây thân thích. A-La lúc nào cũng để ý đến các ngươi.

3. Hãy chia cho trẻ mồ côi phần gia tài của chúng và chớ chia đồ xấu thay vì đồ tốt. Cũng không nên thâm thủng phần của chúng để bỏ vào túi của các ngươi. Đó là tội tày trời.

4. Nếu các ngươi e rằng không được công bình trong việc đối xử với các cô nhi, hãy lựa hai, ba hoặc bốn người phụ nữ tùy thích để kết hôn. Nhưng nếu các ngươi lại e rằng không được công bình với các người vợ thì hãy lựa một người mà thôi hoặc kẻ mà các ngươi sở hữu bên tay mặt mà kết hôn. Đây là cách tốt nhất để tránh khỏi sự thiên vị.

5. Hãy nộp tiền dạm cưới xứng đáng cho họ. Nhưng nếu họ có hảo ý để lại một phần thì hãy vui vẻ nhận lấy.

6. Chớ giao cho những kẻ đần độn tài sản mà A-La đã ban để cấp dưỡng gia đình, nhưng hãy cho họ thức ăn, quần áo mặc và hãy trò chuyện nhã nhặn với họ.

7. Hãy thử thách các cô nhi cho đến khi chúng đến tuổi thành hôn. Khi các ngươi thấy chúng đã nên người thì hãy chia gia tài cho

chúng. Chớ nên thâm thủng hoặc vội vã tiêu phí tài sản trong khi chúng chưa trưởng thành. Kẻ giàu thì phải dằn lòng tham, kẻ nghèo hãy chi dùng một cách công bằng. Khi các ngươi chia gia tài cho chúng, hãy nhờ người khác làm chứng. A-La cũng đủ là nhân chứng cho các ngươi.

8. Di sản mà cha mẹ hoặc bà con thân thích để lại cho con trai và di sản mà cha mẹ hoặc bà con thân thích để lại cho con gái, dù ít hay nhiều, đều là phần đã định.

9. Nếu những người bà con xa, các cô nhi hoặc kẻ nghèo hiện diện lúc chia gia tài, hãy biếu họ chút đỉnh và hãy trò chuyện nhã nhặn với họ.

10. Nếu kẻ nào biết mình sắp để lại con cái yếu ớt thì phải lo cho chúng. Trước hết hãy kính sợ A-La và ăn nói chân thật.

11. Kẻ nào thâm thủng gia tài của các cô nhi một cách bất chính sẽ phải nuốt lửa vào bụng và sẽ bị thiêu thân trong lửa đỏ.

12. Nói về con cái, A-La đã ra lệnh cho các ngươi như sau: con trai sẽ được lãnh gấp đôi phần của con gái. Nếu chỉ toàn là con gái và đông hơn hai người thì họ sẽ hưởng hai phần ba của gia tài để lại. Nếu chỉ có một người con gái thì nàng sẽ hưởng phân nửa di sản. Nếu người chết để lại một đứa con thì cha mẹ của họ mỗi người sẽ được hưởng một phần sáu của di sản. Nhưng nếu người chết chỉ để lại cha mẹ và không có con cái thì người mẹ sẽ được hưởng một phần ba. Nếu người chết còn anh em, sau khi trừ ra phần di tặng và nợ nần, người mẹ sẽ được hưởng một phần sáu. Cha mẹ và con cái của các ngươi, chắc các ngươi cũng không biết bên nào có lợi cho mình. Đây là phần A-La đã định. A-La là Đấng Toàn Tri và Khôn Ngoan.

13. Nếu vợ của các ngươi không có con thì các ngươi sẽ được hưởng phân nửa gia tài nàng để lại; nhưng nếu nàng có con thì sau khi trừ

ra phần di tặng và nợ nần, các ngươi sẽ được hưởng một phần tư di sản. Nếu các ngươi không có con thì vợ của các ngươi sẽ được hưởng một phần tư mà các ngươi để lại; nhưng nếu các ngươi có con, sau khi trừ ra phần di tặng và nợ nần, vợ của các ngươi sẽ được một phần tám mà các ngươi để lại. Nếu người chết, nam hay nữ, không có cha mẹ hoặc con cái để thừa kế mà chỉ có một anh em hoặc một chị em thì mỗi người sẽ được hưởng một phần sáu. Nhưng nếu anh chị em đông hơn nữa, sau khi trừ ra phần di tặng và nợ nần mà không thâm thủng tiền trả nợ, họ sẽ được chia đều trong một phần ba của phần còn lại. Đây là mệnh lệnh của A-La, Ngài là Đấng Toàn Tri, Quảng Đại.

14. Đây là giới luật mà A-La đã định; kẻ nào tuân lệnh của A-La và Sứ Giả của Ngài sẽ được Ngài cho vào Cõi An Lạc có sông chảy bên dưới, rồi họ sẽ sống đời đời nơi đó, thật là chiến thắng lớn lao.

15. Kẻ nào không tuân lệnh của A-La và Sứ Giả của Ngài, lại phạm giới luật của Ngài, sẽ bị Ngài liệng vào lửa địa ngục, rồi phải lưu đày vĩnh viễn nơi đó và phải chịu sự trừng phạt nhục nhã.

16. Nếu vợ của các ngươi phạm tội thông dâm, hãy gọi bốn người tới làm chứng. Nếu họ nhìn nhận sự thật, hãy giam nàng vào nhà cho tới khi cái chết đem nàng đi hoặc A-La mở đường ân xá cho nàng.

17. Nếu hai người đàn ông trong đám các ngươi phạm tội dâm đãng, hãy trừng phạt cả hai. Nhưng nếu họ ăn năn hối lỗi, hãy bỏ mặc họ. A-La thật là Quảng Đại và Từ Bi.

18. Tuy nhiên A-La chỉ dung thứ những kẻ phạm tội một cách không cố ý và biết ăn năn hối lỗi tức thời, chỉ có những kẻ này sẽ được A-La ân xá. Ngài là Đấng Toàn Tri, Khôn Ngoan.

19. Kẻ nào liên tiếp làm điều tội lỗi cho đến khi đối diện với cái chết thì vội vã tuyên bố: "Bây giờ tôi thật lòng ăn năn sám hối", sự hối cãi này sẽ không được chấp nhận; kể cả những kẻ lúc chết vẫn chưa chịu theo đạo. Ta đã sửa soạn sự trừng phạt đau đớn cho những kẻ này.

20. Hỡi những kẻ có lòng tin! Các ngươi không được thừa kế người đàn bà một cách cưỡng bách, hoặc ngăn trở việc tái hôn của nàng chỉ để lấy lại một phần mà các ngươi đã cho họ, chỉ trừ trường hợp họ phạm tội thông dâm mà thôi. Hãy đối xử tử tế với họ. Nếu các ngươi không yêu thương họ có lẽ các ngươi không thích những vật mà A-La đã trang bị toàn là đồ tốt.

21. Nếu các ngươi muốn trao đổi vợ với nhau, dẫu các ngươi đã tặng nàng của cải châu báu, các ngươi không được lấy lại phần nào cả. Các ngươi toan lấy lại đến đỗi láo khoét và phạm tội một cách trắng trợn chăng?

22. Làm sao các ngươi có thể lấy lại nó được trong khi các ngươi đã là bạn đời với nhau và họ (người vợ) đã giao ước với các ngươi một cách chắc chắn?

23. Chớ lấy những người đàn bà mà cha ruột của các ngươi đã cưới làm vợ, chỉ trừ những gì đã qua thì không kể đến. Đây là việc phải hổ thẹn và đáng khinh bỉ, thật là tập tục xấu xa.

24. Các ngươi không được kết hôn với những người phụ nữ sau đây: tức là thân mẫu, con gái ruột, chị em ruột, chị em của cha và chị em của mẹ, con gái của anh em mình và con gái của chị em mình, người nhũ mẫu đã cho các ngươi bú và chị em có cùng một người nhũ mẫu với các ngươi, mẹ vợ và con gái của vợ kế mà các ngươi đã giao phối và phải nuôi nâng con gái ấy - nhưng nếu các ngươi chưa giao phối với vợ kế thì các ngươi sẽ không bị tội- và vợ của con trai đã sinh ra từ thắt lưng của các ngươi;

các ngươi cũng không được phép kết hôn với hai chị em cùng lúc, ngoại trừ những gì đã qua thì không kể đến. A-La thật là Đấng Khoan Dung, Nhân Từ,

25. Các ngươi không được lấy những người đàn bà có chồng, ngoại trừ những kẻ mà các ngươi sở hữu bên tay phải. Đây là giới luật mà A-La đã định. Ngoại trừ những qui định trên, các ngươi được phép tìm vợ tùy theo khả năng tài chính của các ngươi nhưng không được thông dâm với nhau. Sau khi hưởng sự khoái lạc, hãy trả cho họ số tiền đã định. Sau khi định xong tiền trả, nếu các ngươi đồng ý bồi thêm nữa cũng không sao. A-La thật là Đấng Toàn Tri và Khôn Ngoan.

26. Hoặc trong đám các ngươi, có kẻ không đủ tài chính để kết hôn với người phụ nữ tự do có tín ngưỡng, hãy chọn một người nữ đầy tớ mà các ngươi sở hữu bên tay phải để làm vợ. A-La là Đấng thấu rõ lòng tin của các ngươi nhất. Các ngươi đều thờ chung một tín ngưỡng. Hãy xin phép gia đình của họ rồi kết hôn và hãy tặng tiền dạm cưới xứng đáng cho họ. Phụ nữ phải giữ trinh tiết, không được gian dâm hoặc có tình phu. Nếu sau khi kết hôn mà họ phạm tội thông dâm thì họ phải chịu phân nửa hình phạt cho những phụ nữ độc thân. Đây là giới luật định cho kẻ nào hay lo lắng về sự gian dâm. Dù sao đi nữa, sự kiêng cữ vẫn là điều tốt nhất cho bản thân của các ngươi. A-La là Đấng Khoan Hồng và Nhân Từ nhất.

27. A-La mong soi sáng và chỉ dẫn cho các ngươi con đường mà những kẻ tiền nhân đã đi qua và tha thứ cho các ngươi. A-La là Đấng Toàn Tri và Khôn Ngoan.

28. A-La muốn tha thứ cho các ngươi, nhưng những kẻ theo đuổi dục vọng của họ thì mong các ngươi lầm đường lạc lối.

29. A-La mong làm nhẹ gánh nặng của các ngươi vì con người được tạo ra một cách yếu ớt.

30. Hỡi những kẻ có lòng tin! Các ngươi không được thâm thụng gia tài của kẻ khác một cách bất hợp pháp ngoại trừ những lợi tức mà hai bên đồng ý trong việc buôn bán. Và chớ sát hại lẫn nhau. A-La rất nhân từ đối với các ngươi.

31. Nếu kẻ nào cố ý làm việc đó một cách bất hợp pháp, Ta sẽ liệng hắn vào lửa địa ngục, với A-La đấy là việc giản dị.

32. Nếu các ngươi lánh xa những điều Ta đã răn cấm các ngươi, Ta sẽ tha thứ những tội lỗi nhỏ nhặt của các ngươi và cho phép các ngươi vào chốn vinh quang.

33. Chớ ganh ty nếu A-La có ban cho kẻ này nhiều ân huệ hơn kẻ khác đi nữa. Đàn ông sẽ hưởng phần họ đã làm và đàn bà sẽ hưởng phần họ đã làm. Hãy cầu xin ân huệ nơi A-La. Ngài am tường tất cả mọi việc.

34. Ta đã định cho mọi người rằng tất cả có quyền thừa kế những gì cha mẹ và bà con thân thích để lại. Và hãy chia phần cho những kẻ mà các ngươi đã ký khế ước. A-La là nhân chứng cho mọi việc.

35. Đàn ông có ưu thế hơn đàn bà vì A-La đã phân biệt thứ hạng giữa hai bên và vì đàn ông là kẻ chi tiền. Vì vậy, người đàn bà có đức hạnh là người biết nghe lời và giữ kín bí mật của chồng họ dưới sự bảo hộ của A-La. Đối với những nàng mà các ngươi thấy không chịu nghe lời thì hãy cảnh cáo chúng, bỏ mặc chúng đơn côi trên giường hoặc có thể đánh chúng. Rồi nếu chúng vâng lời các ngươi, chớ hành hạ chúng nữa. A-La là Đấng Tối Cao, Tối Đại.

36. Nếu các ngươi e ngại có sự bất hòa giữa hai người, hãy chọn một người hòa giải bên nhà trai và một người hòa giải bên nhà gái tới giảng hòa. Nếu họ tỏ ý hòa giải thì A-La sẽ điều đình

cho họ. A-La là Đấng Toàn Tri và lưu ý đến mọi việc.

37. Hãy tôn thờ A-La và chớ đặt ai bên cạnh Ngài. Hãy đối xử tử tế với cha mẹ, bà con, trẻ cô nhi, người nghèo khổ, những người láng giềng chung dòng họ và những người láng giềng khác họ, kẻ đồng bạn, những người lữ hành và cả những người mà các ngươi sở hữu bên tay phải. A-La không hề yêu chuộng những kẻ khoác lác, ngạo mạn,

38. Tức là những kẻ keo kiệt và khuyên người khác sống keo kiệt, giấu giếm những ân huệ mà A-La đã ban cho. Nên Ta đã chuẩn bị sự trừng phạt nhục nhã dành cho những kẻ bất tín,

39. Họ là những kẻ xài tiền một cách lộ liễu trước mắt mọi người, chẳng hề tin ở A-La và Ngày Tận Thế. Kẻ nào kết bạn với Satăng là kẻ đã kết bạn với lũ tà ác biết bao.

40. Việc chúng tin tưởng nơi A-La và Ngày Tận Thế, bố thí những gì A-La đã ban cho có hại gì cho chúng chăng? A-La biết rõ bọn chúng cả.

41. A-La chẳng hề đối xử bất công ngay cả những việc nhỏ nhặt như hạt bụi. Nếu là việc thiện, Ngài sẽ tăng nó lên gấp bội và chính Ngài sẽ ban thưởng trọng hậu.

42. Nếu Ta chọn trong mỗi bộ tộc một người làm chứng và đem tới làm chứng cho họ thì họ sẽ ra sao đây!

43. Tới ngày ấy, kẻ nào không tin tưởng và không tuân lời Sứ Giả sẽ mong mặt đất dâng cao lên che lấp họ đi nhưng họ không thể nào che mắt A-La được.

44. Hỡi những kẻ có lòng tin! Nếu các ngươi say sưa, các ngươi không được lễ bái cho đến khi phân biệt được lời nói của mình. Hoặc nếu các ngươi bị ô uế, chỉ trừ những kẻ đang trên

đường lữ hành, các ngươi không được lễ bái cho tới khi rửa mình xong. Nếu các ngươi đang bệnh hoạn hoặc đang trên đường lữ hành, hoặc phóng uế xong, hoặc đã giao phối với đàn bà, trong trường hợp các ngươi không tìm ra nước để rửa, hãy tìm cát trắng sạch chà vào mặt và tay. A-La quả thật là Đấng Khoan Dung, Nhân Từ.

45. Ngươi có biết những kẻ đã được ban một phần của Kinh Thánh mà chỉ mua chuộc lấy sự mê muội, lại toan làm các ngươi lầm đường lạc lối chăng?

46. A-La biết rõ kẻ thù của các ngươi. A-La cũng đủ là người bảo hộ cho các ngươi và một mình Ngài cũng đủ là người yểm trợ cho các ngươi.

47. Có kẻ trong đám tín đồ đạo Do-thái đã tráo trở những lời nói đúng chỗ, họ bảo: "Chúng tôi đã nghe nhưng chẳng tin đâu", hoặc là: "Hãy nghe những lời chưa hề được ai nghe", hoặc là: "Hãy nhớ đến chúng tôi". Lúc đó miệng lưỡi họ che đậy những gì họ nghĩ trong lòng và họ toan chê nhạo cả tôn giáo này. Nếu họ bảo: "Chúng tôi đã nghe và xin tuân lời" hoặc "Hãy nghe đây" hoặc "Xin hãy để mắt đến chúng tôi" thì còn hữu ích và đúng cho họ biết bao. Nhưng vì chúng là lũ bất tín nên A-La đã trù ải chúng. Vì vậy chỉ trừ một số ít, Ngài chẳng cho chúng theo đạo.

48. Hỡi dân của Kinh Thánh! Trước khi bị Ta hủy hoại không còn mặt mũi hoặc bị vặn lưng ra sau, hoặc bị trù ải như Ta đã trù ải những kẻ vi phạm trong ngày Sabbath, hãy tin tưởng ở những gì Ta đã ban cho các ngươi để xác nhận vật mà các ngươi đang sở hữu. Mệnh lệnh của A-La sẽ được thi hành triệt để.

49. A-La sẽ không tha thứ kẻ nào dám thờ ai chung với Ngài. Ngoại trừ việc này, kẻ nào làm Ngài hài lòng sẽ được Ngài ân xá. Kẻ nào dám thờ ai chung với A-La là kẻ ấy đã phạm tội tầy trời.

50. Ngươi có biết những kẻ dám tự tay mình rửa tội chăng? Không không, chính A-La sẽ rửa

tội cho kẻ nào làm Ngài hài lòng và không có ai sẽ bị đối xử sai lệch đến một sợi chỉ cả.

51. Hãy xem cách họ giả mạo ra điều gian dối với A-La! Điều này cũng đủ là tội lỗi minh bạch rồi.

52. Ngươi có biết những kẻ đã được ban một phần của Kinh Thánh lại tin tưởng ở những điều tệ hại, theo những kẻ phản trắc và nói về những kẻ bất tín: "Họ đã được hướng dẫn đến chính đạo hơn cả những tín đồ".

53. Chính những kẻ này đang bị A-La trù ải. Những kẻ nào bị A-La trù ải thì ngươi không thể nào tìm ra kẻ cứu họ.

54. Bộ chúng nghĩ rằng chúng sẽ được hưởng một phần trong vương quốc hay sao? Nếu có đi nữa, đến một võ rỗng của trái kê, chúng cũng chẳng hề chia cho người khác.

55. Hay bọn chúng còn ganh ty với những người đã được A-La ban ân huệ chăng? Quả thật Ta đã ban Kinh Thánh và Sự Khôn Ngoan cho con cháu của Abraham và đã ban cho chúng vương quốc rộng lớn.

56. Trong bọn chúng có kẻ đã theo đạo nhưng có kẻ tỏ thái độ bất tín. Và lửa thiêu thân cũng đủ là địa ngục rồi.

57. Kẻ nào không tin ở các Phép Lạ của Ta, kẻ đó sẽ bị Ta ném vào lửa đỏ. Nếu da họ bị cháy đi, Ta sẽ thay thế làn da mới ngay để họ có thể nếm sự trừng phạt nhiều lần. A-La là Đấng Toàn Năng và Khôn Ngoan.

58. Kẻ nào tin tưởng và làm việc thiện, Ta sẽ cho họ vào Cõi An Lạc có sông chảy róc rách bên dưới, rồi họ sẽ được sống đời đời nơi đó và kết hôn với những người nữ trong sạch. Ta sẽ dành cho họ một nơi đầy hoan hỷ và bóng mát.

59. A-La đã ra lệnh rằng các ngươi phải đem vật được giao phó tới trả cho đúng chủ, khi xét

xử giữa hai bên thì phải xét xử một cách công bằng. Lời khuyên cáo của Ngài ban cho các ngươi thật toàn hảo biết bao! A-La là Đấng nghe tất cả và thấy tất cả.

60. Hỡi những kẻ có lòng tin! Hãy tuân theo A-La và Sứ Giả của Ngài, và hãy tuân theo những kẻ nắm quyền hành trong đám các ngươi. Khi các ngươi bất đồng ý kiến và tranh chấp lẫn nhau, nếu các ngươi là tín đồ và tin ở Ngày Tận Thế thì hãy đem vấn đề đó trình cho A-La và Sứ Giả của Ngài. Đó là cách tốt nhất để kết luận.

61. Ngươi có biết những kẻ tự xưng là họ tin tưởng ở những gì đã được khải thị cho ngươi và những điều đã được khải thị trước đây chăng? Bọn chúng chỉ chờ lời phán đoán của kẻ phản nghịch mặc dầu chúng đã bị răn cấm không được tuân theo những kẻ ấy. Qui Satăng đã âm mưu làm cho chúng lạc lối xa đi.

62. Hãy thử bảo chúng: "Hãy tập hợp lại nơi có vật mà A-La đã ban và nơi Sứ Giả của Ngài hiện diện", ngươi sẽ thấy những kẻ ngụy thiện quay lưng đi cả.

63. Khi tai nạn xảy đến cho chúng vì hậu quả mà chúng đã làm thì chúng sẽ ra sao? Chắc chắn chúng sẽ đến với ngươi và thề với A-La rằng: "Chúng tôi chẳng có ý định gì khác ngoài lòng hảo tâm và ý định giảng hòa mà thôi".

64. Những điều bí mật trong lòng những kẻ này, A-La đều rõ cả. Vì vậy hãy ngoảnh mặt làm ngơ với chúng, khuyên cáo chúng và dùng những lời hữu hiệu nhất răn cho chúng biết.

65. Ta đã phái Sứ Giả xuống để người được những kẻ khác phục tùng theo mệnh lệnh của A-La. Nếu kẻ nào đã lỡ lầm rồi đến với ngươi để xin A-La ân xá, nếu Sứ Giả cũng xin ân xá cho họ, thì họ chắc chắn đã thấy rằng A-La Khoan Dung và Nhân Từ.

66. Không không, xin thề với Chúa rằng bọn chúng không hề là tín đồ cho tới khi chúng tranh luận với nhau rồi nhờ ngươi phán đoán và không

ai bất mãn về phán quyết ấy, chúng mới thành tâm quy thuận.

67. Nếu Ta ra lệnh cho chúng: "Hãy giết đồng bọn của các ngươi" hoặc "Hãy lìa khỏi nhà của các ngươi", chỉ trừ một số ít, họ chẳng hề thực hành. Nhưng nếu họ thực hành những điều đã được khuyến cáo thì việc đó sẽ hữu ích cho họ và gây thêm sức mạnh biết bao.

68. Lúc đó A-La sẽ đích thân ban thưởng họ trọng hậu,

69. Và sẽ hướng dẫn họ đến chính đạo.

70. Kẻ nào vâng lời A-La và Sứ Giả này thì sẽ được nhập bọn với những người mà A-La đã ban ân huệ, tức là các Nhà Tiên Tri, những kẻ thành thật, các thánh tử vì đạo và những kẻ năng làm việc thiện. Họ là những bạn đường ưu tú biết bao.

71. Đây là ân huệ của A-La, Ngài là Đấng Tự Chủ và Toàn Tri.

72. Hỡi những kẻ có lòng tin! Hãy cẩn thận, hãy chia ra từng toán nhỏ mà xuất trận, hoặc hợp toàn quân lại mà xuất trận.

73. Trong đám các ngươi chắc chắn sẽ có người lẩn trốn ra phía sau. Nếu các ngươi gặp nạn, hắn sẽ bảo: "Quả thật A-La đã ban ân huệ cho ta, nên ta không phải chết vì đạo như bọn chúng".

74. Nhưng nếu các ngươi được Ngài ban phước thì hắn làm như không có tình nghĩa gì với các ngươi: "Nếu ta theo bọn chúng thì ta đã tạo được chiến công lớn biết bao!"

75. Vì vậy, kẻ nào đem cuộc sống ở kiếp này để đổi lấy kiếp lai sinh thì hãy chiến đấu cho A-La. Kẻ nào chiến đấu cho A-La, dù chiến thắng hay bị sát hại, Ta sẽ ban thưởng hắn trọng hậu.

76. Tại sao các ngươi không chiến đấu cho A-La và cho những kẻ yếu sức, phụ nữ và trẻ

con, họ chẳng đang cầu khẩn hay sao: "Chúa hỡi, xin cứu vớt chúng tôi ra khỏi nơi đây vì họ toàn là kẻ áp bức, xin phái người tới bảo vệ chúng tôi và phái người tới yểm trợ chúng tôi"?

77. Kẻ nào có lòng tin thì chiến đấu cho A-La, còn kẻ nào không có lòng tin thì chiến đấu cho bè lũ phản trắc. Hãy đánh đuổi bọn đồng đảng của quỉ Satăng. Chiến lược của Satăng chẳng có gì đáng kể cả!

78. Ngươi có thấy những kẻ đã được ra lệnh: "Hãy dằn tay lại, hãy năng lễ bái và bố thí"? Khi họ tới phiên xuất trận thì một số trong đám họ sợ hãi nhân gian như là A-La hoặc hơn nữa: "Lạy Chúa, tại sao Ngài bắt chúng tôi phải chiến đấu? Ngài không thể nào cho chúng tôi hoãn lại một thời gian hay sao?" Hãy bảo chúng: "Thú vui ở kiếp này rất ngắn ngủi, kẻ nào kính sợ Chúa Trời thì kiếp sau sẽ rực rỡ hơn. Các ngươi sẽ không hề bị đối xử sai lệch đến cả một sợi chỉ nhỏ".

79. Dẫu các ngươi ở đâu đi nữa, ngay cả khi các ngươi trốn trong thành lũy kiên cố, thần chết sẽ viếng các ngươi. Nếu gặp điềm lành chúng bảo: "Đây là do A-La ban". Nhưng nếu gặp tai nạn, chúng bèn bảo: "Đây cũng tại vì các ngươi mà ra". Hãy bảo chúng: "Tất cả đều do A-La gây ra". Tại sao đám dân này chẳng có kiến thức gì cả vậy?

80. Mọi điềm lành xảy đến cho ngươi đều do A-La ban và bất cứ hoạn nạn nào xảy đến cho ngươi đều vì ngươi mà ra. Ta đã phái ngươi xuống để làm Sứ Giả cho nhân loại. Chỉ một mình A-La cũng đủ là nhân chứng rồi.

81. Kẻ nào phục tùng Sứ Giả tức là phục tùng A-La. Kẻ nào quay lưng đi thì Ta đã không phái ngươi xuống để trông nom chúng.

82. Chúng tuyên bố: "Nguyên tắc chỉ đạo của chúng tôi là sự phục tùng". Nhưng khi chúng rời khỏi ngươi, một nhóm trong bọn chúng thức suốt đêm để âm mưu những điều trái ngược với lời ngươi nói. A-La ghi chép tỉ mỉ những gì mà chúng toan tính trong đêm tối. Vì vậy chớ màng đến chúng và hãy tin cẩn A-La. Chỉ một mình A-La cũng đủ là kẻ bảo hộ.

83. Bọn chúng không suy nghĩ về Kinh Koran hay sao? Nếu nó xuất xứ từ những kẻ khác ngoài A-La thì chúng đã tìm ra biết bao điều mâu thuẫn trong đó rồi.

84. Bất cứ tình báo nào cho biết an toàn hay nguy hiểm, bọn chúng đều tiết lộ cả. Nếu chúng trình cho Sứ Giả và nhà đương cuộc, khi muốn biết cứ hỏi thì sẽ biết ngay. Nếu không nhờ ân huệ và lòng từ bi của A-La, chỉ trừ một số ít, các ngươi có lẽ đã theo qui Satăng cả.

85. Vì thế, hãy chiến đấu cho A-La. Ngươi chỉ chịu trách nhiệm về những việc mà ngươi đã làm và hãy khích lệ các tín đồ. Có lẽ A-La sẽ kềm chế lực lượng của bọn bất tín. Về lực lượng Ngài mạnh mẽ hơn chúng, về sự trừng phạt Ngài cũng nghiêm khắc hơn chúng.

86. Kẻ nào tiến cử một cách công bằng sẽ được hưởng một phần trong đó, kẻ nào tiến cử một cách thiên vị sẽ chịu một phần tương tự như thế. A-La là Đấng Toàn Năng trong mọi việc.

87. Khi các ngươi được kẻ khác chào hỏi, hãy chào hỏi lại một cách trịnh trọng hơn hoặc ít nhất chào hỏi lại giống như thế. A-La tính toán đủ mọi việc.

88. A-La là Đấng mà ngoài Ngài ra không có ai đáng được tôn thờ. Chắc chắn Ngài sẽ triệu tập các ngươi khi đến Ngày Phục Sinh, không có gì phải nghi ngờ cả. Có ai nói sự thật đúng hơn A-La chăng?

89. Tại sao các ngươi vì kẻ ngụy thiện mà chia làm hai phái như vậy? A-La đã quật ngã chúng vì tội ác mà chúng đã làm. Các ngươi còn toan dẫn đạo kẻ mà A-La đã làm cho lạc lối hay sao? Kẻ mà A-La đã làm cho lạc lối thì ngay cả ngươi cũng không thể tìm ra nẻo chánh được.

90. Chúng đã tỏ thái độ bất tín nên mong các ngươi tỏ thái độ bất tín, rồi các ngươi sẽ thành đồng đẳng của chúng. Chớ kết bạn với chúng cho đến khi nào chúng quy thuận về con đường của A-La. Nếu chúng quay lưng đi, bất cứ nơi nào các ngươi tìm ra chúng, hãy bắt chúng lại và giết phứt đi. Chớ kết bạn với chúng và chớ nên xin chúng giúp đỡ.

91. Chỉ trừ những kẻ gởi thân mình nơi các bộ tộc có hiệp ước với các ngươi, hoặc những kẻ quy thuận với các ngươi vì không muốn chiến đấu với các ngươi hoặc với bộ tộc của chúng, những kẻ này thì lại khác. Nếu A-La muốn, có lẽ Ngài đã ban cho chúng lực lượng siêu việt hơn các ngươi và khiến chúng chống lại các ngươi. Vì vậy nếu chúng không chống lại các ngươi, rút lui đi và xin giảng hòa thì A-La không cho phép các ngươi tấn công chúng nữa.

92. Các ngươi sẽ thấy có kẻ mong giữ thân tránh khỏi các ngươi và tránh xa cả bộ tộc của chúng. Những kẻ này khi bị quyến rũ thì sa ngã ngay. Vì vậy, nếu chúng không rút lui, không chịu nới tay và cũng không chịu giảng hòa thì khi chạm trán với chúng ở bất cứ nơi nào, hãy bắt chúng lại và giết phứt đi. Ta đã cho các ngươi quyền hành chống lại chúng.

93. Người tín đồ này không được quyền sát hại tín đồ khác, ngoại trừ trường hợp lầm lẫn. Trong trường hợp lầm lẫn mà sát hại tín đồ thì kẻ ấy phải thả một người nô lệ có lòng tin và phải trả tiền nợ máu cho gia đình của nạn nhân, nhưng nếu họ từ chối và bố thí đi thì không kể đến. Nếu nạn nhân là tín đồ nhưng thuộc về bộ tộc thù địch với các ngươi, thì các ngươi phải thả một người nô lệ có lòng tin. Nhưng nếu nạn nhân thuộc về bộ tộc đã ký hòa ước với các ngươi thì kẻ sát nhân phải trả tiền nợ máu cho

gia đình của nạn nhân và thả một người nô lệ có lòng tin. Nhưng nếu kẻ nào không thể thực hành được điều đó thì phải nhịn ăn hai tháng liên tiếp để được A-La ân xá cho. A-La là Đấng Toàn Tri, Khôn Ngoan.

94. Kẻ nào cố ý sát hại tín đồ, quả báo sẽ là địa ngục và hắn phải sống vĩnh viễn nơi đó. A-La sẽ phẫn nộ trù ái hắn và sửa soạn cho hắn sự trừng phạt nặng nề.

95. Hỡi những kẻ có lòng tin! Khi các ngươi lên đường chiến đấu cho A-La, hãy quan sát kỹ lưỡng. Khi có ai chào hỏi các ngươi chớ trả lời: "Ngươi chẳng phải là tín đồ". Các ngươi theo đuổi sự xa hoa ở kiếp này nhưng nơi A-La ngự thì tràn đầy chiến lợi phẩm. Trước đây các ngươi cũng có dã tâm như thế nhưng A-La đã nhủ lòng thương các ngươi, vậy hãy quan sát kỹ lưỡng. Quả thật A-La am tường việc các ngươi làm.

96. Trong đám tín đồ, những kẻ không bị tàn phế mà ở riết trong nhà và những kẻ đem cả tài sản và sinh mạng để chiến đấu cho A-La thì không đồng đẳng với nhau. A-La đã ban cho những kẻ đem cả tài sản và sinh mạng để chiến đấu một bực cao hơn những kẻ trốn trong nhà. Đối với bên nào A-La cũng hứa ban thưởng. Nhưng Ngài ban thưởng cho những kẻ chiến đấu trọng hậu hơn những kẻ ở nhà.

97. Tức là chức vị, sự ân xá và lòng từ bi. A-La là Đấng Khoan Dung Nhân Từ.

98. Về những kẻ tự hại thân mình và bị các thiên sứ triệu hồi đến hỏi: "Các ngươi đã sống ra sao?" thì họ bèn trả lời: "Ở trần gian, chúng tôi là những kẻ yếu thế". Các thiên sứ vặn lại: "Đất lành của A-La không đủ rộng cho các ngươi di trú sao?" Những kẻ này sẽ phải xuống địa ngục mà ở. Chốn đến sẽ đầy khổ ải biết bao!

Chương 4 — AL-NISA — Part 5

99. Chỉ trừ những kẻ không thể nào lập mưu kế hoặc tìm ra nẻo chánh như những người đau yếu, đàn bà và trẻ con thì không kể đến.

100. Có lẽ A-La sẽ tha thứ những kẻ ấy vì Ngài là Đấng Hằng Ân Xá và Khoan Hồng.

101. Kẻ nào vì A-La phải bỏ xứ ra đi thì sẽ tìm được những nơi rộng thênh thang mà di trú. Kẻ nào bỏ nhà ra đi vì A-La và Sứ Giả của Ngài rồi bị chết đi thì phần thưởng ấy sẽ nằm trong tay A-La. Ngài là Đấng Khoan Hồng và Từ Bi.

102. Khi các ngươi đang trên đường lữ hành và e sợ bọn bất tín làm hại các ngươi thì các ngươi có thể rút ngắn sự cầu nguyện mà không phạm tội. Vì bọn bất tín đương nhiên là kẻ thù của các ngươi.

103. Khi ngươi đứng giữa các đệ tử và hướng dẫn buổi cầu nguyện cho họ, hãy khiến một toán mang vũ khí hầu cận với ngươi. Khi xong lễ, hãy cho họ ra phía sau và cho phép những kẻ chưa cầu nguyện tiến lên phía trước để cầu nguyện với ngươi, lúc đó cũng chớ quên đề phòng và hãy cho họ mang vũ khí. Bọn bất tín chỉ mong các ngươi lơ đãng vũ khí và hành lý để nhất loạt tập kích các ngươi. Nếu các ngươi không may gặp mưa hay đau yếu mà gác vũ khí qua một bên thì các ngươi sẽ không bị tội. Nhưng chớ quên đề phòng bọn chúng. A-La đã chuẩn bị sự trừng phạt nhục nhã cho bọn bất tín.

104. Nào, khi các ngươi lễ bái xong, lúc đứng ngồi hay nằm nghiêng đi nữa, chớ quên

niệm A-La. Khi nào được an toàn thì hãy lễ bái theo nghi thức đã định. Các tín đồ có bổn phận phải lễ bái đúng giờ.

105. Chớ nản lòng trong việc theo đuổi kẻ thù. Nếu các ngươi bị khổ ải thì bọn chúng cũng bị khổ ải như các ngươi. Nhưng các ngươi có thể cầu xin nơi A-La những việc mà bọn chúng không thể mong mỏi được. A-La là Đấng Toàn Tri và Khôn Ngoan.

106. Ta đã phái ngươi xuống với quyển Kinh chứa đựng chân lý để ngươi có thể theo những lời A-La dạy mà xét xử nhân gian. Và chớ trở thành người biện hộ cho những kẻ phản trắc;

107. Hãy xin A-La ân xá cho. A-La quả thật là Đấng Khoan Hồng và Từ Bi.

108. Chớ biện hộ cho những kẻ tự dối lòng mình. A-La không hề yêu chuộng những kẻ phản trắc và tội lỗi.

109. Họ có thể lánh mặt những người khác nhưng không thể trốn tránh khỏi A-La được. Khi họ thức suốt đêm âm mưu những việc mà Ngài không hài lòng thì Ngài cũng hiện diện nơi đó. A-La am tường tất cả những gì họ làm.

110. Hãy trông đây! Các ngươi vẫn còn biện hộ cho chúng ở kiếp này, nhưng khi đến Ngày Phục Sinh, ai sẽ biện hộ cho chúng trước mặt A-La và có ai đứng ra bảo vệ chúng chăng?

111. Kẻ nào phạm tội hoặc tự hại thân mình nhưng sau đó biết xin A-La tha thứ thì sẽ thấy rằng Ngài là Đấng Khoan Hồng và rất Từ Bi.

112. Kẻ nào gây ra tội ác thì rốt cuộc chỉ làm hại bản thân mình. A-La là Đấng Toàn Tri và Khôn Ngoan.

113. Kẻ nào lỡ lầm hoặc phạm tội rồi đổ lỗi cho những kẻ vô tội, hiển nhiên phải mang tội vu khống.

114. Nếu không nhờ ân huệ và lòng từ bi

Chương 4 — AL-NISA

của A-La, có lẽ một số trong bọn chúng đã hãm hại ngươi rồi: Nhưng chúng chỉ tự hại thân mình và không thể hãm hại ngươi được. A-La đã ban cho ngươi Kinh Điển và Sự khôn ngoan, Ngài đã truyền cho ngươi những điều ngươi chưa biết, ân huệ mà A-La đã ban cho ngươi lớn biết bao!

115. Ngoài sự bố thí và việc từ thiện hoặc sự hòa giải cho những người khác, phần lớn sự mật đàm của chúng không có gì hữu ích cả. Kẻ nào thực hiện những điều trên để mong làm hài lòng A-La sẽ được Ngài ban thưởng trọng hậu.

116. Sau khi lời chỉ đạo đã được truyền phán, kẻ nào dám chống lại Sứ Giả và theo đuổi con đường khác với các tín đồ, Ta sẽ cho hắn theo đuổi và sẽ liệng hắn xuống địa ngục; chốn đến sẽ đầy khổ ải biết bao.

117. A-La sẽ không dung thứ kẻ nào dám thờ ai ngang hàng với Ngài, nhưng kẻ nào làm Ngài hài lòng sẽ được Ngài tha thứ. Kẻ nào thờ ai ngang hàng với A-La thật ra đã lạc lối xa rồi.

118. Bọn chúng để Ngài qua một bên mà thờ những vật không còn sinh khí; bọn chúng chỉ thờ kẻ phản nghịch Satăng,

119. Là kẻ mà A-La đã trù ái. Hắn đã bảo: "Ta sẽ lãnh một phần trong các thủ hạ của Ngài.

120. "Ta sẽ làm cho chúng mê muội, kích thích lòng tham của chúng và ra lệnh cho chúng cắt tai của các gia súc. Rồi ta sẽ ra lệnh cho chúng sửa đổi những gì mà A-La đã sáng tạo ra". Kẻ nào làm ngơ với A-La mà kết bạn với qui Satăng chắc chắn sẽ bị tổn thất.

121. Satăng hứa hẹn đủ điều với nhân gian và kích thích lòng tham của họ, nhưng đó chỉ

là lời hứa hão huyền.

122. Chỗ ở của chúng sẽ là địa ngục và chúng không thể tìm đường trốn tránh được.

123. Những kẻ nào tin tưởng và năng làm việc thiện, Ta sẽ cho họ vào Cõi An Lạc có sông chảy róc rách bên dưới và họ sẽ được sống đời đời nơi đó. Đây là lời hứa bất diệt của A-La, có kẻ nào ăn nói chân thật hơn Ngài chăng?

124. Vạn sự sẽ không như ý các ngươi mong muốn, cũng không toại lòng đám dân của Kinh Thánh. Kẻ nào gây ra tội ác thì phải chịu quả báo. Ngoài A-La, hẳn không thể nào tìm ra đồng minh hoặc người cứu trợ.

125. Nhưng kẻ nào dù nam hay nữ, là tín đồ và năng làm việc thiện sẽ được vào Thiên đàng và sẽ không bị đối đãi sai lệch ngay cả một vỏ rỗng trong trái kè.

126. Có ai thành tâm hơn kẻ đã quy y với A-La, năng làm việc thiện và theo đạo của Người hiền đức Abraham chăng? A-La đã kết bạn với Abraham.

127. Vạn vật trên trời và dưới đất đều thuộc về A-La; Ngài am tường mọi việc cả.

128. Nếu người ta hỏi ý kiến của ngươi về người phụ nữ, hãy bảo họ: A-La sẽ phán định cho các ngươi rõ về họ. Tức là những điều đã được truyền tụng trong Kinh Thánh nói về những đứa con gái mồ côi mà các ngươi không chia đủ phần gia sản rồi mong cưới họ và nói về những trẻ em yếu ớt. Hoặc nói về việc đối xử công bằng với các cô nhi. Tóm lại hễ các ngươi

làm việc thiện chắc chắn A-La sẽ ghi nhớ.

129. Nếu người đàn bà sợ bị chồng bạc đãi hay lãnh đạm, nếu hai người tìm cách hòa giải với nhau thì không có gì là tội lỗi cả, vì sự hòa giải là tốt nhất. Con người thường hay tham muốn. Nếu các ngươi năng làm việc thiện và ăn ở ngay thẳng, chắc chắn A-La sẽ nhớ đến các ngươi.

130. Dẫu các ngươi mong muốn đi nữa, các ngươi khó mà đối xử công bằng với các người vợ. Nhưng chớ sủng ái kẻ này đến đổi để kẻ khác như vật treo lơ lửng trên không. Nếu các ngươi sửa mình và ăn ở ngay thẳng chắc chắn A-La là Đấng Từ Bi.

131. Nếu hai người ly dị, A-La sẽ đích thân Ngài làm cho họ tự lập. A-La là Đấng Quảng Đại và Khôn Ngoan.

132. Vạn vật trên trời và dưới đất đều thuộc về A-La. Ta đã ra lệnh cho những kẻ được ban Kinh Thánh trước các ngươi và ra lệnh cho cả các ngươi phải kính sợ A-La. Dẫu các ngươi tỏ thái độ bất tín đi nữa, vạn vật trên trời và dưới đất vẫn thuộc về A-La. Ngài rất phong phú và đáng được ca ngợi.

133. Vạn vật trên trời và dưới đất đều thuộc về A-La. Một mình A-La cũng đủ là Đấng Bảo Hộ rồi.

134. Nếu Ngài muốn, hỡi các ngươi, Ngài có thể tiêu diệt các ngươi và đem những kẻ khác thay vào chỗ của các ngươi. A-La có toàn quyền để thực hành điều đó.

135. Có kẻ chỉ mong được ban thưởng ở kiếp này. Nhưng nơi A-La ngự sẽ có phần thưởng của kiếp này và cả kiếp sau. A-La nghe tất cả và thấy tất cả.

136. Hỡi những kẻ có lòng tin! Hãy nhìn nhận sự thật khi làm chứng trước mặt A-La, dẫu điều đó bất lợi cho bản thân của các ngươi, cho cha mẹ hoặc bà con của các ngươi đi nữa. Bất

chấp họ là kẻ giàu hay nghèo, vì A-La biết rõ cả hai bên hơn các ngươi. Vì vậy chớ theo đuổi dục vọng mà hành động một cách bất công. Nếu các ngươi uốn éo sự thật hoặc toan giấu giếm nó đi, hãy nhớ rằng A-La lúc nào cũng lưu ý tới việc các ngươi làm.

137. Hỡi những kẻ có lòng tin! Hãy tin tưởng nơi A-La và Sứ Giả của Ngài, tin tưởng nơi Kinh Điển mà Ngài đã khải thị cho Sứ Giả và Kinh Thánh mà Ngài đã khải thị trước đó. Kẻ nào không tin tưởng nơi A-La và các Thiên sứ, nơi Kinh Điển, các Sứ Giả và Ngày tận thế thì đã lạc lối xa rồi.

138. Với những kẻ nào tin tưởng rồi tỏ thái độ bất tín, sau đó lại theo đạo rồi lại tỏ thái độ bất tín, dần dần tỏ thái độ bất tín một cách lộ liễu ra, A-La sẽ không bao giờ tha thứ chúng cũng không bao giờ hướng dẫn chúng đến chính đạo.

139. Hãy báo cho những kẻ ngụy thiện biết rằng sự trừng phạt đau đớn đang chờ họ,

140. Tức là những kẻ kết bạn với bọn bất tín, thay vì với tín đồ, họ toan tìm danh lợi nơi bọn chúng sao? Mọi quyền thế đều thuộc về A-La cả.

141. Ngài đã khải thị cho các ngươi trong Kinh Điển rằng khi các ngươi nghe chúng phủ nhận hoặc nhạo báng các Phép Lạ của A-La, chớ ngồi chung với họ cho tới khi nào họ bàn qua chuyện khác, vì trong trường hợp đó các ngươi có thể thành đồng đẳng với họ. A-La sẽ tụ tập những kẻ ngụy thiện và bọn bất tín vào địa ngục không sót một tên.

142. Có kẻ dòm ngó tình hình của các ngươi. Khi các ngươi được A-La cho thắng trận thì chúng bảo: "Chúng tôi đã chẳng ở bên cạnh các bạn sao?" Nhưng khi những kẻ bất tín nắm phần thắng lợi thì chúng liền bảo họ: "Chúng tôi đã chẳng nắm phần ưu thế hơn các ngươi sao? chúng tôi đã chẳng bảo vệ các ngươi chống lại bọn tín đồ sao?" Đến Ngày Phục Sinh, A-La sẽ

xét xử các ngươi. A-La sẽ không cho phép bọn bất tín quấy phá các tín đồ.

143. Những kẻ ngụy thiện toan lừa dối A-La nhưng thật ra chính A-La sẽ trừng phạt chúng về sự lường gạt. Khi đứng dậy để lễ bái thì chúng đứng dậy một cách uể oải, chúng chỉ muốn cho mọi người thấy chớ ít khi tâm niệm A-La,

144. Chúng chẳng theo bên này cũng chẳng dựa vào bên kia mà lưỡng lự giữa hai bên. Kẻ mà A-La đã khiến lầm đường lạc lối thì ngươi sẽ không thể tìm ra nẻo chánh cho họ.

145. Hỡi những kẻ có lòng tin! Chớ bỏ các tín đồ qua một bên mà kết bạn với bọn bất tín. Hay các ngươi toan trình cho A-La những chứng cớ rõ ràng bất lợi cho các ngươi sao?

146. Những kẻ ngụy thiện sẽ phải rơi xuống vực sâu nhất ở địa ngục và cả ngươi cũng không thể tìm ra kẻ cứu họ được.

147. Ngoại trừ những kẻ biết hối cải, nắm chặt lấy A-La và một lòng thờ kính Ngài. Những kẻ này lúc nào cũng hoạt động chung với các tín đồ. Chẳng bao lâu A-La sẽ ban thưởng các tín đồ một cách trọng hậu.

148. Làm sao A-La có thể trừng phạt các ngươi nếu các ngươi biết cảm tạ và tin tưởng Ngài? A-La là Đấng ban thưởng và am tường tất cả.

149. A-La chẳng hề yêu chuộng những kẻ nói xấu người khác một cách công khai, chỉ trừ những kẻ bị đối xử bất công thì không kể đến. Quả thật A-La là Đấng nghe tất cả và biết tất cả.

150. Dẫu các ngươi làm việc từ thiện một cách công khai hoặc âm thầm, hoặc tha thứ những kẻ phạm lỗi, A-La là Đấng Khoan Hồng và Toàn Năng.

151. Những kẻ nào không tin tưởng ở A-La và các Sứ Giả, toan chia rẽ A-La với các Sứ Giả rồi tuyên bố: "Chúng tôi chỉ tin tưởng một

phần còn những phần khác thì không tin", chúng chỉ muốn lưỡng lự giữa hai bên.

152. Chính những kẻ này thật là bọn bất tín. Ta đã chuẩn bị cho chúng sự trừng phạt nhục nhã.

153. Những kẻ nào tin tưởng ở A-La và tất cả các Sứ Giả của Ngài mà không phân biệt giữa hai bên, chẳng bao lâu Ngài sẽ ban thưởng họ. A-La là Đấng Khoan Hồng và Từ Bi.

154. Bọn dân của Kinh Thánh sẽ bảo ngươi khiến Kinh Thánh từ trời cao rơi xuống. Bọn này trước đây đã yêu cầu Môsê một việc trọng đại hơn nữa, chúng bảo: "Hãy đem A-La ra cho chúng tôi thấy". Vì sự phản trắc này chúng đã bị sét đánh đến tiêu tan. Sau đó Ta đã ban cho chúng các Phép Lạ nhưng rốt cuộc chúng lại chọn con bò con mà thờ. Nhưng Ta đã tha thứ việc ấy và giao toàn quyền cho Môsê.

155. Rồi Ta đã đem đỉnh núi cao dằn trên đầu chúng và giao ước rằng: "Hãy phủ phục xuống rồi bước vào cổng này". Ta đã bảo chúng: "Chớ vi phạm các giới luật trong ngày Sabbath" và đã nhận lời thề chắc chắn của chúng.

156. Nhưng bọn chúng đã phạm đến qui ước và chẳng hề tin tưởng ở các Phép Lạ của A-La, sát hại các Nhà Tiên Tri một cách bất chính rồi tuyên bố: "Con tim của chúng tôi vẫn còn khép kín". Không, chính A-La đã niêm chặt con tim của họ vì lòng bất tín, vì thế chỉ trừ một số rất ít, hầu hết trong bọn họ chẳng ai theo đạo cả.

157. Chúng lại tỏ thái độ bất tín và nói dối một cách trắng trợn về Maria.

Chương 4   AL-NISA   Part 6

158. Chúng bảo: "Chúng tôi đã giết Messia, tức là Jêsu con trai của Maria và là Sứ Giả của A-La." Chúng đã không giết Jêsu mà cũng chẳng đóng đinh hắn trên thập tự giá, chỉ có chúng đã không phân biệt rõ thôi. Những người dị nghị về điểm này lúc nào cũng hoài nghi về nó, họ không có kiến thức nào hẳn hòi mà chỉ tưởng tượng thôi. Quả thật chúng không hề giết Jêsu.

159. Ngược lại, A-La đã triệu hồi hắn về bên Ngài. Ngài là Đấng Toàn Năng và Khôn Ngoan.

160. Hầu hết chư dân của Kinh Thánh trước khi chết đều tin tưởng ở nó, nhưng đến Ngày Phục Sinh, hắn (Jêsu) sẽ là nhân chứng bất lợi cho họ.

161. Vì sự phản trắc của các tín đồ đạo Do thái, Ta đã răn cấm cả những thức ăn tốt lành mà chúng đã được phép ăn, và cũng vì chúng đã cản trở những người đang theo đuổi con đường của A-La.

162. Vì chúng dám lấy lợi tức và hoang phí tài sản của kẻ khác dù Ta đã nghiêm cấm. Ta đã chuẩn bị sự trừng phạt đau đớn cho những kẻ bất tín trong bọn chúng.

163. Nhưng những ai trong bọn chúng có kiến thức hẳn hòi, những người thật lòng tin tưởng ở những điều đã được phán cho ngươi và đã được phán trước ngươi, nhất là những người biết cầu nguyện và năng bố thí, là những người tin tưởng ở A-La và Ngày Tận Thế. Ta sẽ ban thưởng những kẻ này thật trọng hậu.

164. Quả thật Ta đã khải thị cho ngươi như là đã khải thị cho Noah và các Nhà Tiên Tri sau đó. Ta đã khải thị cho Abraham, Ismael, Isaac, Jacob và con cháu, cho Jêsu, Job và Jonah, cho Aarôn và Solomon. Ta cũng đã ban cho Đavít quyển Thánh Thi.

165. Ta đã phái một số Sứ Giả mà Ta đã báo trước với ngươi, và một số Sứ Giả khác mà Ta chưa đề cập đến. A-La đã trò chuyện một cách thân thiết với Môsê.

166. Các Sứ Giả là những kẻ truyền tin lành cũng như lời cảnh cáo để sau khi các Sứ Giả được phái xuống, không ai sẽ dám cải lời A-La. A-La là Đấng Toàn Năng và Khôn Ngoan.

167. A-La cũng là nhân chứng về những lời mà Ngài đã phán cho ngươi rằng Ngài chỉ phán những điều mà Ngài thấu triệt. Và các Thiên sứ cũng sẽ làm chứng; nhưng một mình A-La cũng đủ là nhân chứng rồi.

168. Những kẻ nào tỏ thái độ bất tín lại cản trở những người khác đang theo con đường của A-La là những kẻ đã lạc lối xa rồi.

169. Những kẻ nào tỏ thái độ bất tín và làm việc ác đức, A-La sẽ không hề tha thứ cũng không dẫn họ đến chính đạo,

170. Chỉ trừ con đường xuống địa ngục, nơi chúng phải sống đời đời. Đó là việc giản dị đối với A-La.

171. Hỡi các ngươi, Sứ Giả đã đem chân lý của Chúa đến truyền cho các ngươi, vì thế hãy tin tưởng người, sau này sẽ có lợi cho các ngươi. Dẫu các ngươi không tin tưởng đi nữa, vạn vật trong trời đất này đều thuộc về A-La. A-La là Đấng Toàn Tri và Khôn Ngoan.

172. Hỡi dân của Kinh Thánh, chớ vượt quá phạm vi tôn giáo của các ngươi, chớ nên tường trình với A-La những điều ngoài sự thật. Quả thật Messia, tức là Jêsu con trai của Maria, chỉ là một Sứ Giả của A-La, là lời hứa mà Ngài đã phán cho Maria, là linh hồn mà Ngài đã tạo ra. Vì thế, hãy tin tưởng nơi A-La và các Sứ Giả, chớ bảo: "Họ có cả thảy ba người". Hãy phủ nhận điều đó thì sẽ có lợi cho các ngươi. A-La quả thật là Chúa Trời duy nhất. Cho rằng Ngài có con là việc phạm đến Thánh linh. Vạn vật trong trời đất này đều thuộc về A-La. Một

Chương 4 — AL-NISA

mình Ngài cũng đủ là Đấng Bảo Hộ rồi.

173. Ngay cả Messia cũng không hề bất mãn về việc là bề tôi của A-La và các Thiên Sứ hầu cận Ngài cũng giống như thế. Kẻ nào cự tuyệt sự thờ phượng Ngài và tỏ thái độ kiêu hãnh sẽ bị Ngài triệu hồi ngay.

174. Kẻ nào tin tưởng và năng làm việc thiện sẽ được Ngài ban thưởng trọng hậu và tăng thêm ân huệ. Nhưng kẻ nào cự tuyệt và kiêu hãnh sẽ bị Ngài trừng phạt một cách đau đớn. Ngoài A-La ra, chúng sẽ không thể nào tìm ra kẻ ủng hộ hoặc cứu trợ cả.

175. Hỡi các ngươi, Phép Lạ của Chúa Trời đã hiển hiện trước mắt các ngươi và Ta đã ban cho các ngươi ánh dương quang.

176. Kẻ nào tin tưởng nơi A-La và nắm chặt lấy Ngài sẽ được Ngài cho vào vòng ân huệ và từ bi, và sẽ được Ngài hướng dẫn đến con đường về với Ngài.

177. Nếu họ hỏi ý kiến của ngươi hãy trả lời: "Về những kẻ qua đời mà không có cha mẹ hoặc con cái để thừa kế, A-La đã chỉ định như sau: người chết không có con cái mà chỉ có một chị em thì người ấy sẽ được hưởng phân nửa di sản. Ngược lại, nếu người chị em này chết mà không có con cái thì hắn sẽ thừa kế cả gia tài. Nếu có hai chị em thì hai người sẽ được hưởng hai phần ba của di sản mà hắn để lại. Nếu người thừa kế là anh em cả nam lẫn nữ thì người nam sẽ hưởng gấp đôi phần của người nữ. A-La đã giải thích điều này cho các ngươi để các ngươi khỏi rối rắm. A-La am tường mọi việc."

AL-MAIDAH

Bàn ăn
(Khải thị ở Mêđina)

1. Nhân danh A-La, Đấng Khoan Hậu, Đấng Từ Bi.

2. Hỡi những kẻ có lòng tin! Hãy làm tròn lời giao ước của các ngươi. Ngoại trừ những vật sẽ liệt kê dưới đây, các ngươi được phép ăn thịt gia súc. Tuy nhiên, khi các ngươi đang hành hương, các ngươi không được phép săn bắn thú vật. A-La phán định những gì Ngài muốn.

3. Hỡi những kẻ có lòng tin! Chớ nên xúc phạm đến các Phép Lạ của A-La, đến Tháng Thánh, gia súc để tế lễ hoặc gia súc để tế lễ có mang vòng cổ, hoặc những người đi tới Thánh Điện để xin ân huệ và sự hài lòng của Chúa. Các ngươi có thể săn bắn sau khi cởi áo hành hương và ra khỏi khu vực của Thánh Điện. Trước đây chúng đã cản trở các ngươi đến Thánh Điện, chớ ôm lòng thù hận và hành hung chúng. Hãy tương trợ lẫn nhau để ăn ở ngay thẳng và làm việc thiện. Chớ tương trợ lẫn nhau để phạm tội và phản trắc. Hãy kính sợ A-La vì Ngài rất nghiêm khắc trong sự trừng phạt.

4. Các ngươi không được ăn những món sau đây, tức là thịt của xác chết, máu, thịt heo và những món đã được cúng hiến cho kẻ khác ngoài A-La, những thú vật đã bị bóp cổ chết, hoặc bị đánh chết, hoặc rơi từ trên cao xuống mà chết, hoặc bị đâm chết, hoặc đã bị các dã thú khác cắn xé, chỉ trừ trường hợp những thú vật mà đích thân các ngươi giết, và sau cùng là những thú vật đã bị giết để tế lễ trước các tà thần. Các ngươi cũng không được bắn tên để đổ bác. Đây thật là hành vi tội lỗi. Lúc này bọn bất tín đã nản lòng về việc áp bức tôn giáo của các ngươi. Vì vậy chớ sợ chúng mà hãy sợ Ta. Bây giờ Ta đã hoàn thành tôn giáo này cho các ngươi, bao trùm ân huệ của Ta trên các ngươi và để xướng Islam là tôn giáo cho các ngươi. Những kẻ nào không có ý phạm tội nhưng bất khả kháng vì đói khát, chắc chắn A-La là Đấng Khoan Dung, Nhân Từ nhất.

5. Nếu họ hỏi ngươi những món nào họ sẽ được phép ăn thì hãy bảo họ: "Các ngươi được phép dùng tất cả những món ăn tươi tốt; và những món mà các thú săn và mãnh điểu đã bắt được nhờ các ngươi đã huấn luyện theo lời A-La dạy. Vậy hãy niệm A-La rồi dùng những món ấy. Hãy kính sợ A-La. Ngài là Đấng tính toán rất nhanh."

6. Hiện thời các ngươi được phép ăn tất cả những món tươi tốt. Các ngươi được phép ăn thực phẩm của bọn dân có Kinh Thánh và họ cũng được phép dùng những thực phẩm của các ngươi. Các ngươi được phép kết hôn với những người nữ tín đồ trinh bạch, hoặc những người nữ tín đồ trinh bạch trong đám những kẻ đã được ban Kinh Thánh trước các ngươi, với điều kiện là nộp tiền dạm cưới xứng đáng cho họ, chớ không được thông dâm hoặc lén lút hẹn hò với nhau. Kẻ nào từ chối tín ngưỡng thì hành vi của hắn sẽ trở nên vô giá trị, đến Kiếp Lai Sinh hắn sẽ là kẻ tổn thất.

7. Hỡi những kẻ có lòng tin! Khi các ngươi đứng cầu nguyện, hãy rửa mặt và rửa tay cho đến cùi chỏ, lấy tay ướt lau chùi đầu tóc và rửa chân lên tới mắt cá. Nếu các ngươi thật dơ dáy, hãy tắm cho sạch. Nếu các ngươi bệnh hoạn hoặc đang trên đường lữ hành, hoặc vừa phóng uế xong hay đã giao phối với đàn bà, nếu không tìm ra nước, hãy lấy cát sạch chà vào mặt và tay. Không phải A-La muốn các ngươi chịu cực khổ mà chỉ muốn rửa tội và ban ơn cho các ngươi để các ngươi biết cảm tạ Ngài.

8. Hãy nhớ tới ân huệ mà A-La đã ban cho các ngươi, lời giao ước với các ngươi và việc các ngươi đã bảo: "Chúng tôi đã nghe và xin tuân lệnh Ngài". Hãy kính sợ A-La. Ngài thấu rõ những gì mà các ngươi đang ôm ấp trong lòng.

9. Hỡi những kẻ có lòng tin! Hãy cương quyết làm nhân chứng công bằng trước mặt A-La. Chớ để lòng thù hằn kẻ khác làm cho các ngươi thiên vị đi. Hãy luôn luôn hành động công bằng vì điều này thật gần với sự chính trực. Hãy kính sợ A-La. Ngài lúc nào cũng lưu ý đến việc các ngươi làm.

10. A-La đã hứa rằng kẻ nào tin tưởng và làm việc thiện sẽ được tha thứ và được ban thưởng trọng hậu.

11. Còn kẻ nào không tin tưởng và phủ nhận các Phép Lạ của Ta, chúng sẽ là dân cư trú ở địa ngục.

12. Hãy nhớ đến ân huệ mà A-La đã ban cho các ngươi, khi bọn chúng toan thò tay ra chụp lấy các ngươi thì A-La đã dằn tay chúng lại. Hãy kính sợ A-La. Các tín đồ phải tin cẩn nơi Ngài.

13. Quả thật A-La đã nhận lời giao ước của con cái Israel, lúc đó Ta đã chọn trong ấy mười hai người làm trưởng lão. A-La đã phán: "Lúc nào Ta cũng ở bên cạnh các ngươi. Nếu các ngươi năng cầu nguyện và bố thí tin tưởng ở các Sứ Giả và ủng hộ họ, kẻ nào cho A-La mượn một cách hào phóng, Ta sẽ tha thứ tội lỗi của các ngươi và cho các ngươi vào Cõi An Lạc có sông chảy róc rách bên dưới. Nhưng kẻ nào sau đó tỏ thái độ bất tín sẽ lạc khỏi chính đạo".

14. Nhưng vì chúng đã phạm đến lời giao ước, Ta đã trù ải chúng và làm cho con tim chúng chai cứng đi. Chúng dời những lời lẽ trong Kinh Thánh cho sai chỗ và quên cả một phần của các giáo điều mà chúng đã được huấn thị. Ngoại trừ một số rất ít, ngươi sẽ không ngừng khám phá ra sự phản bội của chúng. Nhưng hãy tha thứ chúng và ngoảnh mặt đi. A-La yêu chuộng những kẻ năng làm việc thiện.

15. Ta cũng đã giao ước với những kẻ tự

xưng: "Chúng tôi là tín đồ đạo Thiên Chúa". Nhưng bọn chúng cũng quên cả một phần của các giáo điều mà chúng đã được huấn thị. Vì vậy Ta đã gây ra lòng thù địch và oán hận giữa bọn chúng cho tới Ngày Phục Sinh. Rồi A-La sẽ báo cho chúng biết những gì chúng đã làm.

16. Hỡi dân của Kinh Thánh! Sứ giả của Ta đã đến với các ngươi để làm sáng tỏ nhiều đoạn trong Kinh Thánh mà các ngươi đã giấu giếm và để xóa bỏ nhiều đoạn khác. Từ A-La, hào quang và Kinh Điển minh bạch đã đến với các ngươi.

17. Do đó A-La sẽ hướng dẫn những kẻ nào làm Ngài hài lòng đến con đường bình an, đích thân Ngài dắt họ từ chỗ tối tăm ra chốn dương quang, rồi hướng dẫn họ đến chính đạo.

18. Những kẻ nào tuyên bố: "A-La chính là Messia, con trai của Maria" là kẻ đã tỏ thái độ bất tín. Hãy bảo chúng: "Nếu A-La muốn tiêu diệt Messia, con trai của Maria, và mẹ của hắn, và tất cả những vật tồn tại trên quả đất này; có ai dám ngăn cản Ngài chăng?" Trời đất và tất cả những gì tồn tại trong đó đều thuộc quyền thống trị của A-La. Ngài sáng tạo như ý Ngài muốn. Ngài có quyền năng thực hành mọi việc.

19. Dân Do thái và tín đồ đạo Thiên Chúa bảo: "Chúng tôi là con cái của A-La và là con yêu dấu của Ngài." Hãy bảo chúng: "Vậy tại sao Ngài lại trừng phạt tội lỗi của các ngươi? Không, các ngươi chỉ là con người mà A-La đã sáng tạo ra". Ngài tha thứ kẻ nào mà Ngài hài lòng và trừng phạt kẻ khác như Ngài muốn. Trời đất và tất cả những gì tồn tại trong đó đều thuộc quyền thống trị của A-La và vạn vật sẽ trở về với Ngài.

20. Hỡi dân của Kinh Thánh! Sau một thời gian vắng bóng các Sứ Giả, Sứ Giả của Ta đã đến với các ngươi và làm sáng tỏ mọi việc để các ngươi đừng nói: "Không có kẻ truyền phúc âm hoặc người cảnh cáo nào đến với chúng tôi cả." Vì vậy, người mang phúc âm và cảnh cáo đã đến với các ngươi. A-La có quyền năng thực hành mọi việc.

21. Hãy nhớ khi Môsê bảo dân chúng: "Hỡi các ngươi, hãy nhớ đến ân huệ mà A-La đã ban cho các ngươi. Ngài đã chọn trong đám các ngươi những Nhà Tiên Tri và lập các ngươi làm vua. Ngài đã ban cho các ngươi vật mà Ngài không hề ban cho những kẻ khác trên thế gian này.

22. "Hỡi các ngươi, hãy vào Đất Thánh mà A-La đã định cho các ngươi, chớ quay lưng đi vì các ngươi sẽ trở thành kẻ tổn thất."

23. Họ bảo: "Hỡi Môsê, nơi đó có một đám dân rất kiêu căng và mạnh mẽ, chúng tôi không thể nào tiến vào nếu họ chưa ra khỏi chỗ đó. Nếu họ rời khỏi nơi đó thì chúng tôi sẽ tiến vào."

24. Trong số những kẻ kính sợ Chúa, có hai người mà A-La đã ban ân huệ, tiến lên nói rằng: "Nào, hãy tiến vào cổng và tấn công bọn chúng, hễ các ngươi tiến vào thì các ngươi sẽ thắng. Nếu các ngươi là tín đồ, hãy tin cậy nơi A-La."

25. Thì họ bảo: "Hỡi Môsê, nếu bọn chúng còn ở đó thì chúng tôi sẽ không bao giờ tiến vào. Vậy ngươi với hai người và Chúa của các ngươi hãy tiến vào và chiến đấu đi, còn chúng tôi thì ngồi ở đây."

26. Môsê bèn bảo: "Lạy Chúa, tôi không có quyền hạn gì với kẻ khác chỉ trừ với chính tôi và người anh của tôi mà thôi. Vì vậy, xin Ngài hãy phân biệt chúng tôi với lũ dân phản bội này."

27. Chúa bèn phán: "Thế thì Ta sẽ cấm bọn chúng vào đất ấy trong bốn mươi năm, rồi chúng sẽ phải lang thang khắp nơi. Ngươi chớ âu sầu vì lũ dân phản bội này."

28. Hãy thuật lại cho chúng câu chuyện về hai đứa con trai của Ađam. Khi hai người hiền đồ để cúng dường, một người được thâu nhận còn người kia thì không được thâu nhận. Người sau bèn nói: "Ta sẽ giết ngươi," thì người trước trả lời: "A-La chỉ thâu nhận từ kẻ chính trực".

29. "Dẫu ngươi có vươn tay ra để giết ta, ta sẽ không vươn tay ra để giết ngươi. Ta rất kính sợ A-La, là Chúa của muôn loài.

30. "Ta chỉ mong ngươi sẽ gánh tội của ta cũng như tội của ngươi, rồi ngươi sẽ thành kẻ ở địa ngục, đây là quả báo cho những kẻ ác đức."

31. Nhưng con tim hắn đầy sát khí đến nỗi hắn đã giết em mình và trở thành kẻ tổn thất.

32. A-La đã khiến một con quạ xuống cào đất để chỉ cho hắn cách chôn dấu tử thi của người em. Hắn than: "Hỡi ôi, ta chẳng xứng đáng như con quạ này sao, vì ta không thể chôn dấu tử thi của em ta?" Rồi hắn trở nên hối hận.

33. Vì việc này, Ta đã phán định cho con cái Israel như sau, rằng nếu không vì lý do phạm tội sát nhân hoặc phá rối trị an, kẻ nào giết người tức là giết cả nhân loại. Các Sứ Giả của Ta đã mang các Dấu Lạ đến cho chúng nhưng sau đó, đa số trong bọn chúng đã gây ra biết bao tội lỗi trên mặt đất này.

34. Những kẻ nào khiêu chiến với A-La và Sứ Giả, lại còn phá rối trị an, quả báo sẽ là sự tử hình, hoặc bị treo lên thập tự giá, hoặc bị chặt chân và tay mỗi bên một cánh hoặc bị đuổi ra khỏi xứ. Thật là sự nhục nhã cho họ ở kiếp này và kiếp sau họ sẽ bị trừng phạt nặng nề.

35. Chỉ trừ những kẻ ăn năn hối lỗi trước khi bị các ngươi chê ngự. Hãy biết rằng A-La là Đấng Khoan Dung, Nhân Từ.

36. Hỡi những kẻ có lòng tin! Hãy kính sợ A-La, tìm cách đến gần với Ngài và hãy chiến đấu cho con đường của Ngài rồi các ngươi sẽ được vinh hiển.

37. Quả thật, nếu những kẻ bất tín có đem tất cả những vật trên mặt đất hoặc nhiều hơn nữa để làm tiền chuộc cho sự trừng phạt ở Ngày Phục Sinh, họ sẽ không được thâu nhận và phải chịu sự trừng phạt đau đớn.

38. Bọn chúng sẽ tìm cách thoát khỏi Hỏa ngục nhưng không thể ra khỏi được. Hình phạt cho chúng sẽ không bao giờ chấm dứt.

39. Dẫu nam hay nữ, kẻ nào trộm cắp sẽ bị chặt cả hai bàn tay để trừng phạt tội lỗi của họ, đây thật là sự trừng phạt điển hình của A-La. Ngài là Đấng Toàn Năng và Khôn Ngoan.

40. Nhưng kẻ nào sau khi làm điều ác biết ăn năn và sửa mình thì A-La sẽ tha thứ hắn. A-La là Đấng Khoan Dung, Nhân Từ.

41. Ngươi không biết A-La là Đấng thống trị vạn vật trong trời đất hay sao? Ngài trừng phạt kẻ này như Ngài muốn và tha thứ kẻ khác như Ngài muốn. A-La có quyền năng thực hành mọi việc.

42. Hỡi Sứ Giả, chớ âu sầu về những kẻ vội vã theo bọn bất tín, những kẻ tuyên bố: "Chúng tôi tin tưởng", nhưng con tim của bọn chúng không hề tin tưởng. Hoặc những kẻ trong đám tín đồ đạo Do-thái chỉ nghe theo những lời láo khoét rồi kể lại cho những người chưa hề đến với ngươi. Bọn chúng dời cả những lời lẽ đã được đặt đúng chỗ rồi nói: "Nếu nó được ban cho ngươi, hãy thâu nhận nó, nếu nó không được ban cho ngươi thì hãy coi chừng." Nếu A-La muốn thử thách kẻ nào thì ngươi không hề ngăn cản Ngài được. Chúng là những kẻ mà A-La không muốn rửa sạch con tim của chúng. Chúng sẽ bị sỉ nhục ở kiếp này và đến Kiếp Lai Sinh, chúng sẽ bị trừng phạt nặng nề.

43. Chúng là những kẻ quen nghe những điều giả dối và tham muốn những vật đã bị răn cấm. Dù vậy, nếu chúng có đến xin ngươi xét xử, hãy

xét xử, cho chúng hoặc bỏ mặc chúng đi. Nếu ngươi có làm ngơ với chúng đi nữa, chúng cũng chẳng làm hại ngươi được. Nhưng nếu có phân xử cho chúng, hãy phân xử một cách công bằng. A-La yêu chuộng những kẻ công bằng.

44. Nhưng chúng đã cầm trong tay quyền Lê Luật có ghi đầy đủ những lời phán quyết của A-La, sao chúng lại lập ngươi làm người thẩm phán? Dầu biết đi nữa chúng vẫn quay lưng đi, tức là chúng chẳng hề tin tưởng.

45. Quả thật, Ta đã ban quyền Lê Luật với lời hướng dẫn và ánh minh quang. Các Nhà Tiên Tri đã quy y với Ta dựa vào đó mà phân xử dân Do Thái, những kẻ ngoan đạo và những học giả làm luật pháp cũng xét xử như thế, vì họ có nhiệm vụ bảo tồn Kinh Điển của A-La và giám hộ nó. Vì vậy, chớ sợ nhân gian mà hãy kính sợ Ta, chớ đem các Phép Lạ của Ta đổi lấy một giá rẻ mạt. Kẻ nào phân xử mà không dựa vào những lời A-La đã phán là kẻ bất tín.

46. Ta đã phán định trong đó rằng: sinh mạng đền sinh mạng, mắt đền mắt, mũi đền mũi, tai đền tai, răng đền răng, bị thương nơi nào thì trả thù nơi ấy. Kẻ nào bỏ quyền này thì phải bị tội tước chức vị. Kẻ nào phân xử mà không dựa vào những lời A-La đã phán là kẻ phản trắc.

47. Ta đã phái Jêsu, con trai của Maria, theo dấu chân của họ để chứng minh những điều đã được khải thị trước hẳn trong quyển Lê Luật. Ta cũng giao cho hắn Sách Phúc Âm hàm hữu những lời hướng dẫn và ánh minh quang, để chứng minh những điều đã được khải thị trước nó trong quyển Lê Luật, là sự hướng dẫn và khuyến cáo dành cho những kẻ kính sợ Chúa Trời.

48. Vì vậy, dân của Sách Phúc Âm phải xét đoán dựa vào những điều mà A-La đã khải thị

trong đó. Kẻ nào phân xử mà không dựa vào những điều A-La đã khải thị là kẻ phiến loạn.

49. Để xác nhận và bảo hộ Kinh Thánh mà Ta đã ban trước đây, Ta đã ban cho ngươi Kinh Điển chứa đựng chân lý. Vì thế hãy dựa vào những điều A-La đã phán mà phân xử chúng. Chớ sa ngã theo tà ý của chúng mà từ bỏ chân lý đã được truyền cho ngươi. Ta đã định ra Luật pháp và đường lối rõ ràng cho mỗi cá nhân của các ngươi. Nếu Ngài muốn, Ngài đã tạo các ngươi thành một dân tộc duy nhất, nhưng Ngài muốn thử thách các ngươi bằng những điều mà Ngài đã ban cho các ngươi. Vì vậy, hãy tranh nhau làm việc thiện. Rồi tất cả các ngươi sẽ trở về nơi A-La ngự, lúc đó Ngài sẽ phán bảo về những điều mà các ngươi đã tranh luận.

50. Hãy phân xử chúng dựa vào Kinh Điển mà Ta đã ban. Chớ sa ngã theo tà ý của chúng, hãy đề phòng đừng để chúng làm ngươi quên bẳng những điều mà A-La đã phán. Nếu chúng bỏ đi, hãy nhớ rằng A-La sẽ trừng phạt tội lỗi của chúng. Quả thật, đa số trong nhân gian đều là những kẻ theo tà đạo.

51. Bọn chúng toan chờ sự phán quyết như của những ngày u ám trước đây chăng? Với những kẻ có lòng tin vững chắc, có ai là người thẩm phán ưu tú hơn A-La chăng?

52. Hỡi những kẻ có lòng tin! chớ kết bạn với bọn tín đồ đạo Do thái và đạo Thiên Chúa, chỉ có bọn chúng là bạn với nhau thôi. Nếu kẻ nào trong các ngươi kết bạn với chúng thì quả là đồng đẳng của chúng, A-La không hề hướng dẫn những kẻ bất chính.

53. Rồi ngươi sẽ thấy những kẻ mà con tim đầy bệnh hoạn, vội vã theo bọn chúng, nói rằng: "Chúng tôi chỉ lo tai ương xảy đến". Nhưng khi A-La đích thân Ngài ban thắng lợi hoặc biến cố nào khác cho chúng thì bọn chúng sẽ hối hận về những điều chúng đã ôm ấp trong lòng.

54. Các tín đồ sẽ hỏi: "Có phải những kẻ này là những kẻ đã thề với A-La một cách nghiêm

trang rằng chúng lúc nào cũng ở bên cạnh các ngươi không?" Sự nghiệp của chúng rồi sẽ tan tành và chúng sẽ bị tổn thất.

55. Hỡi những kẻ có lòng tin! Nếu có kẻ nào trong các ngươi bỏ đạo, A-La sẽ đem người dân khác thế vào chỗ của hắn, họ là kẻ được Ngài yêu mến và biết kính yêu Ngài, là kẻ tử tế và khiêm tôn với các tín đồ, là kẻ cương nghị đối với bọn bất tín. Họ sẽ chiến đấu cho A-La và chẳng hề sợ hãi những lời chỉ trích. Đây là ân huệ mà A-La ban cho kẻ nào làm Ngài hài lòng. A-La là Đấng Quảng Đại, Toàn Tri.

56. Bạn hữu của các ngươi chỉ gồm có A-La, Sứ Giả của Ngài và các tín đồ, là những kẻ năng cầu nguyện, bố thí và chỉ thờ Chúa Trời mà thôi.

57. Kẻ nào đã chọn A-La, Sứ Giả của Ngài và các tín đồ làm bạn hữu, có thể an tâm rằng đảng của A-La sẽ chiến thắng.

58. Hỡi những kẻ có lòng tin! Chớ kết bạn với những kẻ đã được ban Kinh Thánh trước các ngươi, là những kẻ giễu cợt và xem tôn giáo này như trò giải trí, và những kẻ bất tín. Nếu các ngươi là tín đồ, hãy kính sợ A-La;

59. Khi các ngươi tuyên báo giờ cầu nguyện thì bọn chúng giễu cợt và xem điều đó như trò giải trí. Vì bọn chúng toàn là lũ dân vô kiến thức.

60. Hãy bảo chúng: "Hỡi dân của Kinh Thánh! Các ngươi phê phán chúng tôi vì chúng tôi tin tưởng ở A-La và những điều đã được ban cho chúng tôi hoặc những điều đã được ban trước đây chăng? Hay vì hầu hết trong các ngươi đều là kẻ bất phục tùng Chúa Trời chăng?"

61. Hãy bảo chúng: "Hay là để Ta chỉ cho các ngươi những quả báo do A-La ban còn ghê gớm hơn chăng? Họ là những kẻ đã bị A-La trù ải, bị Ngài trút sự nổi giận lên người và biến thành loài khỉ với loài heo, là những kẻ đã thờ tà thần. Những kẻ này phải chịu định mệnh khôn cùng nhất và đã lạc xa khỏi chính đạo."

62. Khi bọn chúng đến với các ngươi thì bọn chúng bảo: "Chúng tôi tin tưởng", trong khi bọn chúng bước vào và ra đi mà lòng chẳng hề tin

Part 6   AL-MAIDAH   Chương 5

tưởng. A-La thấu rõ mọi điều mà chúng giấu giếm trong lòng.

63. Ngươi sẽ thấy hầu hết trong bọn chúng đua nhau phạm tội, thay lòng đổi dạ và ăn những vật đã bị răn cấm. Những điều chúng đã làm tội lỗi biết bao.

64. Tại sao các nhà thần học và các học giả luật pháp không ngăn cấm họ làm điều tội lỗi và ăn những vật đã bị răn cấm. Những điều chúng đã làm thật tội lỗi biết bao.

65. Bọn dân Do-thái bảo: "Hai tay của A-La đã bị trói chặt." Chính bọn chúng sẽ bị trói tay lại và bị trù ải vì những lời chúng đã nói. Không, hai bàn tay của Ngài đều mở rộng và Ngài bố thí như ý Ngài muốn. Những điều mà Chúa đã phán cho ngươi sẽ làm đa số trong bọn chúng thêm giận dữ và bất tín. Ta đã gieo trong lòng chúng sự thù địch và lòng oán hận cho đến Ngày Phục Sinh. Mỗi khi chúng định khêu lửa chiến tranh thì A-La dập tắt ngay. Bọn chúng tung hoành để phá rối trị an trên mặt đất này, A-La chẳng hề yêu chuộng những kẻ phá hoại.

66. Nếu bọn dân của Kinh Thánh biết tin tưởng và ăn ở ngay thẳng, có lẽ Ta đã tha thứ tội lỗi của chúng và cho chúng vào Cõi An Lạc đầy hoan hỷ rồi.

67. Nếu họ tuân theo Lề Luật, Sách Phúc Âm và những điều do Chúa ban, có lẽ họ đã tìm ra thực phẩm từ trên đầu và dưới chân họ. Trong đó cũng có kẻ biết điều độ, nhưng đa số còn lại, hành vi của chúng thật tội lỗi biết bao.

68. Hỡi Sứ Giả! Hãy truyền lại cho nhân gian những điều mà Chúa đã khải thị cho ngươi, nếu không, ngươi đã chẳng truyền thông điệp của Ngài phần nào cả. A-La sẽ bảo vệ ngươi khỏi những kẻ thù. Chắc chắn A-La sẽ không hướng dẫn những kẻ bất tín.

69. Hãy bảo chúng: "Hỡi dân của Kinh

Thánh! Nếu các ngươi không tuân theo Lề Luật, Sách Phúc Âm và những điều mà Chúa đã phán, các ngươi sẽ không căn cứ vào đâu được." Chắc chắn những điều mà Chúa đã phán cho ngươi sẽ làm cho chúng thêm giận dữ và bất tín.

70. Những kẻ nào biết tin tưởng nơi A-La và Ngày Tận Thế, dù là tín đồ đạo Do-thái, đạo Thiên Chúa hay đạo Sa-bi đi nữa, họ sẽ không có gì phải sợ hãi hoặc lo buồn cả.

71. Quả thật Ta đã nhận lời thề ước của con cái Israel và đã phái các Sứ Giả đến với họ. Nhưng khi Sứ Giả nào mà họ không hài lòng thì họ xem người ấy như là kẻ nói dối và tìm cách sát hại hắn.

72. Chúng vẫn tưởng rằng sẽ không bị trừng phạt; quả thật toàn là lũ không có mắt và điếc đặc cả. Sau đó, A-La đã tha thứ chúng nhưng đa số trong bọn chúng vẫn không sáng mắt và điếc đặc đi. A-La đang theo dõi những gì chúng làm.

73. Thật ra bọn chúng đều là những kẻ bất tín vì dám nói: "A-La chính là Messia, con trai của Maria", trong khi Messia đã bảo: "Hỡi con cái Israel, hãy tôn thờ A-La, Ngài là Chúa của ta và cũng là Chúa của các ngươi." Kẻ nào thờ ai chung với A-La, chắc chắn sẽ bị Ngài cấm vào Thiên đàng và chỗ lưu trú của hắn sẽ là địa ngục. Những kẻ ác đức sẽ không được ai cứu trợ.

74. Kẻ nào dám nói: "A-La là một trong ba người", quả là kẻ bất tín. Ngoài Chúa Trời ra, không có ai là Chúa cả. Nếu họ không rút lại những lời nói ấy thì sự trừng phạt đau đớn sẽ trút lên đầu những kẻ bất tín.

75. Sao họ không cải tâm để xin A-La tha thứ, trong khi Ngài là Đấng Khoan Dung và Nhân Từ?

76. Messia, con trai của Maria, chỉ là một người Sứ Giả thường thôi. Trước hắn cũng có nhiều Sứ Giả khác đã xuất hiện. Và người mẹ

của hắn chỉ là một người phụ nữ chân thật mà thôi. Cả hai người đã ăn uống thực phẩm. Hãy xem Ta đã làm thế nào để giải thích các Phép Lạ cho chúng, và hãy xem cách chúng đã lầm lẫn, mê muội.

77. Hãy bảo chúng: "Các ngươi bỏ A-La mà thờ kẻ không có quyền năng gì để hãm hại hoặc trợ giúp các ngươi sao? Chỉ có A-La là Đấng nghe tất cả và biết tất cả".

78. Hãy bảo chúng: "Hỡi dân của Kinh Thánh! Chớ vượt quá phạm vi của sự thật về tôn giáo của các ngươi, cũng không nên theo đuổi dục vọng của những kẻ đã lầm lẫn trước đây và đã làm mê muội nhiều người khác, là những kẻ đã lạc khỏi chính đạo".

79. Những kẻ bất tín trong đám con cái Israel đã bị miệng lưỡi của Đavít và Jêsu, con trai của Maria, trù ải. Vì chúng cứ bất phục tùng và ngang nhiên phạm tội.

80. Bọn chúng đã không răn cấm lẫn nhau sự độc ác mà chúng đã phạm phải. Hành động của chúng thật tội lỗi biết bao.

81. Rồi ngươi sẽ thấy đa số trong bọn chúng kết bạn với lũ bất tín. Chúng đã tự thân mình gây ra tội lỗi biết bao, vì vậy A-La đã nổi giận và chúng phải sống trong sự trừng phạt đời đời.

82. Nếu chúng tin tưởng nơi A-La và Nhà Tiên Tri này, và tin tưởng ở những điều mà người đã được khải thị, thì chúng đã không kết bạn với họ, nhưng đa số trong bọn chúng vốn là lũ tà ác.

83. Ngươi sẽ thấy các tín đồ đạo Do-thái và đa thần giáo là những kẻ thù ghê gớm nhất của các tín đồ. Rồi ngươi cũng thấy những người tự xưng: "Chúng tôi là tín đồ đạo Thiên Chúa" là những kẻ thân thiết nhất với các tín đồ, vì trong đó có các nhà thông thái và các thầy tu, họ không hề tỏ thái độ ngạo mạn.

84. Khi họ nghe những điều đã được khải

thị cho Sứ Giả, ngươi sẽ thấy mắt họ đầy lệ vì họ đã nhận thức chân lý. Họ bảo: "Lạy Chúa, chúng tôi tin nơi Ngài, xin Ngài ghi tên của chúng tôi với các nhân chứng.

85. "Làm sao chúng tôi không tin tưởng nơi A-La và chân lý đã được truyền phán, trong khi chúng tôi tha thiết mong Ngài liệt chúng tôi vào những kẻ chính trực?"

86. Vì vậy A-La đã đem Cõi An Lạc có sông chảy bên dưới ban thưởng họ về những lời ấy; rồi họ sẽ được sống đời đời nơi đó, đây là phần thưởng cho những kẻ năng làm việc thiện.

87. Kẻ nào tỏ thái độ bất tín và từ chối các Phép Lạ của Ta, chúng phải xuống địa ngục mà ở.

88. Hỡi những kẻ có lòng tin! Chớ răn cấm những vật tốt mà A-La đã cho phép dùng. Cũng không nên vi phạm giới luật. A-La không hề yêu chuộng những kẻ vi phạm.

89. Hãy ăn những thức tươi tốt và hợp với giới luật do A-La ban. Hãy kính sợ A-La, Đấng mà các ngươi tin tưởng.

90. A-La sẽ không cật vấn các ngươi về những lời thề bông lông, nhưng Ngài sẽ cật vấn các ngươi về những lời thề trang trọng của các ngươi. Kẻ nào bội ước thì phải chuộc tội bằng cách bố thí thực phẩm mà gia đình các ngươi thường dùng cho mười người nghèo, hoặc tặng quần áo cho họ, hoặc thả một người nô lệ. Nhưng kẻ nào không thực hiện được thì phải nhịn ăn trong ba ngày. Đó là cách chuộc tội vi phạm những lời thề mà các ngươi đã tuyên thệ. Hãy giữ lời thề của các ngươi. A-La giải thích các Phép Lạ của Ngài để các ngươi biết cảm tạ.

91. Hỡi những kẻ có lòng tin! Rượu chè, trò bắn tên đổ bác, hình tượng và trò bắn tên chiêm đoán là những hành vi ghê tởm của Satăng. Vì vậy hãy lánh xa chúng rồi các ngươi sẽ được vinh hiển.

92. Satăng chỉ muốn dùng rượu và trò bắn tên đổ bác để gây lòng thù địch và oán hận giữa các ngươi, cản trở các ngươi trong việc tụng

niệm A-La và việc lễ bái. Dẫu thế, các ngươi có ngưng chăng?

93. Hãy tuân theo những lời mà A-La và Sứ Giả đã phán. Hãy đề phòng cẩn mật. Nếu các ngươi có quay lưng đi nữa, hãy nhớ rằng Sứ Giả của Ta chỉ có bổn phận rao truyền lời thông điệp mà thôi.

94. Về những kẻ nào tin tưởng và năng làm việc thiện, họ sẽ không bị tội về những thực phẩm đã dùng. Họ biết kính sợ Chúa Trời, tin tưởng và năng làm việc thiện; rồi lại kính sợ Chúa Trời và tin tưởng Ngài, lại kính sợ Chúa Trời hơn và tận lực làm việc thiện. A-La yêu chuộng những kẻ năng làm việc thiện.

95. Hỡi những kẻ có lòng tin! A-La sẽ dùng thú vật mà các ngươi có thể bắt bằng tay hoặc bằng cây thương để thử thách các ngươi xem ai biết kính sợ Ngài trong lòng. Sau đó kẻ nào phản bội sẽ bị trừng phạt nặng nề.

96. Hỡi những kẻ có lòng tin! Chớ săn bắn trong khi hành hương. Kẻ nào cố ý vi phạm, sau khi nhờ hai người chứng công bằng phán xử, hắn phải đem một con thú tương đương với con thú bị giết đến Thánh Điện để tế lễ. Hoặc để nếm mùi quả báo, hắn phải chuộc tội bằng cách tặng thực phẩm cho người nghèo hoặc nhịn ăn trong số ngày tương đương như thế. Việc đã qua thì A-La tha thứ, nhưng kẻ nào tái phạm thì sẽ bị Ngài trừng phạt. A-La là Đấng có quyền năng và phán quyết sự trừng phạt.

97. Các ngươi được phép chài lưới ngoài biển và dùng nó vì đó là thực phẩm dành cho các ngươi và cho những người lữ hành. Nhưng các ngươi không được phép săn bắn trên đất liền trong khi còn mặc áo hành hương. Hãy kính sợ A-La vì các ngươi sẽ bị triệu hồi về với Ngài.

98. A-La đã xây dựng Thánh Điện Kaba để làm nơi tập hợp cho nhân loại và đã qui định Tháng Thánh, vật cúng hiến và những thú vật mang vòng cổ. Điều này để các ngươi hiểu rằng

A-La am tường mọi vật trên trời và mọi vật dưới đất, rằng Ngài biết thông suốt vạn vật.

99. Hãy biết rằng A-La là Đấng trừng phạt rất nghiêm khắc và cũng là Đấng khoan dung và nhân từ nhất.

100. Nhiệm vụ của Sứ giả là chỉ truyền lại Thông điệp mà thôi. A-La biết rõ cả những điều mà các ngươi bộc lộ hay giấu giếm.

101. Hãy bảo chúng: "Điều ác và điều thiện không thể nào giống nhau được. Dẫu điều ác đầy dẫy làm các ngươi kinh ngạc đi nữa. Hỡi những kẻ biết nhận thức, hãy kính sợ A-La rồi các ngươi sẽ được vinh hiển."

102. Hỡi những kẻ có lòng tin! Chớ chất vấn về những điều nêu làm sáng tỏ ra có thể gây tai hại cho các ngươi. Nhưng nếu các ngươi chất vấn những điều ấy trong khi Kinh Koran được khải thị thì Ngài sẽ giải thích cho các ngươi.

103. Cũng có nhiều kẻ trước các ngươi chất vấn về những điều ấy, song chúng trở thành kẻ bất tín ngay.

104. Những loại thú như lạc đà cạo lông tai, lạc đà được miễn lao động, trừu cái sinh con đôi hoặc lạc đà thánh để làm giống, A-La không hề qui định những loại này, chỉ có bọn bất tín giả mạo ra điều láo khoét đối với A-La. Đa số trong bọn chúng chẳng biết phân biệt gì cả.

105. Khi bảo chúng: "Hãy đến với những điều mà A-La đã khải thị và đến với Sứ Giả", thì chúng trả lời: "Nơi chúng tôi gặp được tổ tiên cũng đủ rồi." Sao! ngay cả khi tổ tiên của chúng không có kiến thức hoặc lời hướng dẫn nào cả hay sao?

106. Hỡi những kẻ có lòng tin! Hãy giữ thân mình. Những kẻ lầm đường lạc lối không thể hãm hại các ngươi nếu các ngươi được hướng dẫn theo chính đạo. Tất cả các ngươi sẽ trở về nơi A-La ngự, rồi Ngài sẽ cho các ngươi biết những điều mà các ngươi đã làm.

Part 7   AL-MAIDAH   Chương 5

107. Hỡi những kẻ có lòng tin! Bất cứ ai trong các ngươi trước khi lâm chung mà muốn di ngôn lại thì hãy nhờ hai người công chính trong các ngươi tới làm nhân chứng. Hoặc nếu đang trên đường lữ hành mà bất hạnh qua đời thì có thể gọi hai người ngoài tới làm nhân chứng. Sau khi cầu nguyện, các ngươi có thể gọi hai người ấy lại, nếu nghi ngờ hãy bảo họ thề trước A-La rằng: "Cả hai chúng tôi, dẫu với bà con thân thích đi nữa cũng không bán chác di chúc này với bất cứ giá nào. chúng tôi cũng không giấu giếm lời chứng trước A-La. Nếu không, chúng tôi sẽ là kẻ phạm tội."

108. Nếu phát giác rằng hai người chứng ấy phạm tội, hãy gọi hai người chứng khác trong nhóm người đối địch với hai người chứng trước để thay thế hai người ấy; vì họ có thể trình ra sự thật chính xác hơn. Hai người chứng sau phải thề trước A-La rằng: "Quả thật lời chứng của chúng tôi xác thực hơn lời chứng của hai người trước. Chúng tôi chưa hề phạm tội lần nào cả. Nếu không, chúng tôi sẽ là kẻ bất chính."

109. Đây là phương pháp hữu hiệu nhất để bắt họ làm chứng theo đúng sự thật, vì họ sẽ sợ kẻ khác tuyên thệ sau lời thề của họ. Hãy kính sợ A-La và tuân lời Ngài. A-La chẳng hề hướng dẫn những kẻ bất chính.

110. Hãy nhớ ngày A-La triệu tập các Sứ Giả đến và phán hỏi: "Các ngươi đã được phúc đáp ra sao?" thì nhất loạt đều đáp: "Chúng tôi không biết gì cả, chỉ có Ngài là Đấng am tường tất cả những vật mà mắt thường không thấy được."

111. Hãy nhớ lúc A-La phán: "Hỡi Jêsu, con trai của Maria, hãy ghi nhớ ân huệ mà Ta đã ban cho ngươi và mẹ của ngươi. Ta đã làm ngươi mạnh mẽ thêm bằng Thánh Linh để ngươi có thể nói chuyện với nhân gian khi còn ở trong nôi cũng như khi trưởng thành. Ta đã giảng dạy cho ngươi về Kinh Thánh và Sự Khôn Ngoan, về Lễ Luật và Sách Phúc Âm. Nhờ Ta cho phép,

ngươi đã nặn hình con chim bằng đất và cũng nhờ Ta cho phép, ngươi đã phà hơi vào nó để nó thành con chim thật. Nhờ Ta cho phép, ngươi đã chữa lành người mù và người bị bệnh hủi, nhờ Ta cho phép, ngươi đã hồi sinh người chết. Khi ngươi mang các Phép Lạ đến với con cái Israel, những kẻ bất tín trong đó đã bảo: "Đây chẳng qua là phép tà ma," nhưng Ta đã ngăn cản để chúng khỏi sát hại ngươi."

112. Khi Ta kêu gọi các đồ đệ của Jêsu hãy tin nơi Ta và Sứ giả thì họ bảo: "Chúng tôi tin tưởng, xin Ngài hãy làm chứng rằng chúng tôi đã quy y nơi Ngài."

113. Khi các đồ đệ hỏi: "Hỡi Jêsu, con trai của Maria, Chúa của thầy có thể ban cho chúng tôi một bàn ăn đầy thực phẩm chăng?" thì hắn trả lời: "Nếu các ngươi là tín đồ, hãy kính sợ A-La."

114. Họ bèn nói: "Chúng tôi muốn ăn xong để tâm hồn được yên ổn và để biết rằng thầy đã nói sự thật rồi chúng tôi sẽ làm nhân chứng."

115. Jêsu, con trai của Maria, bèn khẩn nguyện: "Hỡi A-La, Chúa của chúng tôi, xin Ngài hãy ban từ trời cao xuống cho chúng tôi một bàn ăn đầy thực phẩm cho người đầu đến người cuối, để chúng tôi ăn mừng ngày lễ và để chứng tỏ đó là Dấu Lạ của Ngài. Xin hãy ban lương thực cho chúng tôi vì Ngài là Đấng cấp dưỡng chu đáo nhất."

116. A-La phán: "Chắc chắn Ta sẽ ban cho các ngươi. Nhưng sau đó, kẻ nào trong các ngươi tỏ thái độ bất tín, Ta sẽ trừng phạt chúng với hình phạt mà Ta chưa hề áp dụng với bất cứ kẻ nào khác."

117. A-La hỏi: "Hỡi Jêsu, con trai của Maria, ngươi đã nói với nhân gian "ngoài A-La ra, hãy thờ ta và mẹ của ta như hai vị thánh" hay sao?" thì hắn bèn trả lời: "Ngài rất vinh hiển. Làm sao tôi có thể tuyên bố những điều trái ngược như thế. Nếu tôi nói như thế thì chắc chắn Ngài đã rõ rồi. Ngài thấu rõ lòng tôi nhưng tôi không thể hiểu lòng Ngài. Chỉ có Ngài là Đấng am tường những điều không thể thấy được.

118. "Tôi chẳng nói gì với chúng ngoài những điều mà Ngài đã ra lệnh cho tôi: "Hãy tôn thờ A-La, Chúa của ta và cũng là Chúa của các ngươi." Khi tôi hòa mình với họ thì tôi là

người chứng cho họ. Nhưng Ngài đã triệu tôi về, Ngài là Đấng giám thị chúng; chính Ngài là người chứng của vạn vật.

119. "Ngài có quyền trừng phạt chúng vì chúng là bề tôi của Ngài. Nếu Ngài tha thứ chúng, Ngài quả thật là Đấng đầy Quyền Năng và Khôn Ngoan."

120. Vì vậy, A-La đã phán: "Đây quả thật là ngày mà những kẻ thành thật sẽ được ban thưởng vì lòng chân thành của họ. Cõi An Lạc có sông chảy bên dưới đang chờ họ và họ sẽ được sống đời đời nơi đó. A-La sẽ hài lòng về họ và họ sẽ hài lòng về Ngài; thật là thắng lợi lớn lao."

121. Vạn vật trên trời và dưới đất và bất cứ vật gì tồn tại trong đó đều thuộc quyền thống trị của A-La. Ngài là Đấng có toàn quyền trong mọi việc.

Chương 6　　　　　　　AL-ANAM　　　　　　　Part 7

Gia súc
(Khải thị ở Mécca)

1. Nhân danh A-La, Đấng Khoan Hậu, Đấng Từ Bi.

2. Hãy xưng tụng A-La, Ngài là Đấng sáng tạo ra trời đất rồi thiết lập ánh sáng và bóng tối. Song những kẻ bất tín thì thờ kẻ khác chung với Chúa Trời.

3. Ngài là Đấng đã sáng tạo ra các ngươi từ đất sét, rồi đặt ra tuổi thọ. Mỗi tuổi thọ đều do Ngài quyết định. Song các ngươi vẫn còn nghi ngờ!

4. Ngài là A-La, Chúa Trời của Thiên đàng và quả đất. Ngài biết tất cả những gì các ngươi ôm ấp hoặc tiết lộ. Ngài cũng biết rõ lợi tức của các ngươi.

5. Bất cứ Phép Lạ nào Chúa ban cho chúng, chúng đều ngoảnh mặt đi.

6. Khi chân lý được truyền phán cho chúng thì chúng phủ nhận đi, nhưng chẳng bao lâu những điều mà chúng hay nhạo báng sẽ trở thành sự thật.

7. Bọn chúng không biết rằng trước đây Ta đã hủy diệt biết bao nhiêu thế hệ chăng? Ta đã ban cho chúng lực lượng mà Ta đã không ban cho các ngươi, Ta đã chuyển mây vần vũ trên trời và làm mưa tầm tã xuống cho chúng, rồi Ta đã làm sông chảy róc rách dưới chân chúng. Nhưng vì tội lỗi của chúng, Ta đã hủy diệt chúng và dựng lên thế hệ khác sau đó.

8. Nếu Ta có ban cho người Kinh Điển viết lên giấy da trừu và cho phép chúng sờ vào nó, bọn bất tín chắc chắn sẽ bảo: "Đây chẳng qua là phép tà ma."

9. Rồi bọn chúng lại bảo: "Sao thiên sứ không được phái xuống cho hắn?" Nếu Ta phái thiên sứ xuống, vấn đề này có lẽ đã được giải quyết xong và chắc chắn chúng đã không được triển hoãn.

10. Nếu Ta có phái thiên sứ, xuống để làm Sứ Giả, Ta sẽ thể hiện hẳn qua hình dáng của con người, rốt cuộc Ta chỉ làm cho chúng rối loạn thêm về những điều mà chúng đang rối loạn.

11. Các Sứ Giả trước ngươi cũng đã bị nhạo báng nhiều lần. Nhưng bây giờ những người mà chúng đã nhạo báng đang bao vây chúng.

12. Hãy bảo: "Hãy đi khắp xứ và xem những kẻ đã cho rằng các Nhà Tiên Tri nói láo rồi kết cuộc đã ra sao."

13. Hãy bảo: "Vạn vật trên trời và dưới đất này thuộc về ai?" Hãy bảo: "Thuộc về A-La." Ngài rất hằng tâm tha thứ. Chắc chắn Ngài sẽ triệu tập các ngươi về khi đến Ngày Phục Sinh. Không có gì phải nghi ngờ cả. Nhưng những kẻ đã làm mất linh hồn sẽ không hề tin tưởng.

14. Mọi loài vật sinh sống ban đêm và ban ngày đều thuộc về A-La. Ngài là Đấng nghe tất cả và biết tất cả.

15. Hãy bảo: "Làm sao ta có thể chọn kẻ khác ngoài A-La làm người bảo hộ? Ngài là Đấng sáng tạo thiên đàng và quả đất, Ngài cấp dưỡng nhưng không cần ai nuôi dưỡng Ngài." Nào hãy bảo: "Ta đã được ra lệnh là kẻ quy y đầu tiên và không liên kết với bọn thờ đa thần giáo."

16. Hãy bảo: "Thật ra nếu ta bất tuân lệnh của Chúa Trời, ta chỉ e sợ sự trừng phạt của ngày ghê gớm ấy."

17. Đến ngày ấy, kẻ nào tránh khỏi được là kẻ đã được Chúa tha thứ. Thật là một thắng lợi rõ ràng.

18. Một khi A-La gieo tai họa lên các ngươi, ngoài Ngài ra không có ai trừ bỏ nó được. Nếu Ngài có ban phước cho các ngươi, đấy chính vì Ngài có năng lực thực hiện mọi điều Ngài muốn.

19. Ngài là Đấng tối cao ngự trên các bề tôi, là Đấng Khôn Ngoan và Toàn Tri.

20. Hãy bảo: "Ai là nhân chứng đáng tin cậy nhất?" Hãy bảo: "A-La là nhân chứng giữa ta và các ngươi. Kinh Koran này đã được khải thị cho ta để ta có thể cảnh cáo các ngươi và những kẻ đã được giảng dạy. Sao! Các ngươi còn toan

Chương 6 AL-ANAM Part 7

làm chứng rằng có thần thánh khác hiện hữu ngoài A-La chăng?" Hãy bảo: "Ta sẽ không làm chứng cho điều đó." Hãy bảo: "Ngài là Chúa Trời duy nhất. Ta không có quan hệ gì với những kẻ mà các ngươi thờ chung với Ngài."

21. Những kẻ mà Ta đã ban Kinh Điển thì hiểu người như là hiểu con cái của họ, nhưng những kẻ đã mất linh hồn sẽ không hề tin tưởng.

22. Có ai bất chánh hơn những kẻ dám nói láo trước A-La hoặc cho rằng các Phép Lạ của Ngài là giả dối chăng? Chắc chắn những kẻ bất chánh sẽ không hề được vinh hiển.

23. Đến ngày mà Ta triệu tập chúng lại, Ta sẽ hạch hỏi những kẻ đã thờ tà thần: "Nào những kẻ mà các ngươi quả quyết cho là đồng bạn bây giờ ở đâu?"

24. Lúc đó có lẽ chúng không còn sách lược nào ngoài cách nói: "Hỡi A-La, Chúa của chúng tôi, chúng tôi không hề thờ tà thần."

25. Hãy xem cách chúng tự dối lòng và những vật mà chúng giả tạo ra đã không giúp đỡ chúng được.

26. Trong bọn chúng cũng có kẻ để tai nghe lời ngươi nói, nhưng Ta đã che kín con tim của họ để họ không thể nhận thức được và tai họ sẽ điếc đặc. Dẫu họ có thấy bất cứ Phép Lạ nào đi nữa, họ cũng chẳng hề tin tưởng. Khi họ tới với ngươi thì họ tranh luận với ngươi và những kẻ bất tín thì bảo: "Đây chẳng qua là chuyện hoang đường của tổ tiên mà thôi."

27. Rồi chúng răn cấm những kẻ khác tin tưởng những điều ấy, chính bản thân chúng cũng lánh xa đi. Bọn chúng đã chẳng hủy hoại ai khác ngoài chính bản thân mình một cách vô ý thức.

28. Chớ gì ngươi có thể chứng kiến bọn chúng đứng bên bờ lửa địa ngục! Chúng sẽ than: "Hỡi ôi nếu chúng ta được cho phép trở về! Chúng ta sẽ không cho rằng các Phép Lạ của Chúa Trời là điều giả dối và có lẽ sẽ trở thành tín đồ."

29. Không, những điều mà chúng thường giấu giếm nay đã sáng tỏ ra. Nếu bọn chúng có được phép trở về đi nữa, chắc chắn chúng lại phạm phải những điều đã bị răn cấm. Thật toàn là lũ láo khoét.

120

30. Chúng bảo: "Không có gì tồn tại ngoài đời sống ở kiếp này, chúng ta sẽ không bao giờ hồi sinh nữa."

31. Chớ gì ngươi có thể chứng kiến bọn chúng đứng trước Chúa Trời! "Các ngươi còn chưa cho rằng đây là sự thật hay sao?" Chúng bèn trả lời: "Xin thề với Chúa đây quả là như lời Ngài phán." Ngài bèn phán: "Vậy hãy nếm mùi trừng phạt vì lòng bất tín của các ngươi."

32. Những kẻ nào từ chối sự đối diện với A-La là những kẻ đã bại trận. Vì vậy khi giờ ấy thình lình đến thì chúng bèn than: "Khổ thay chúng ta không hề ngờ đến lúc này!" Rồi họ phải chịu lấy gánh nặng trên lưng, gánh nặng mà họ mang đầy tội lỗi biết bao.

33. Cuộc sống ở kiếp này chẳng qua là trò chơi và sự tiêu khiển mà thôi. Những kẻ chính trực chắc chắn sẽ được nơi trú ẩn hoàn hảo hơn ở kiếp lai sinh. Các ngươi còn chưa giác ngộ sao?

34. Ta cũng biết ngươi đang đau khổ vì những lời nói của chúng. Nhưng không phải chúng cho là ngươi nói láo, bọn ác đồ chỉ phủ nhận các Phép Lạ của A-La mà thôi.

35. Các Sứ Giả trước đây cũng đã bị chúng cho là nói láo; nhưng dẫu bị cho là láo khoét và bị đàn áp đi nữa, họ vẫn chịu đựng cho tới khi được Ta cứu trợ. Không ai có thể sửa đổi lời phán của A-La. Chắc chắn tin đồn về các Sứ Giả trước đây đã thấu đến tai ngươi.

36. Nếu sự phản trắc của bọn chúng làm ngươi đau lòng đến thế, nếu ngươi có thể, hãy tìm đường thông xuống đất và tìm thang bắt lên trời để đem minh chứng đến cho chúng. Nhưng nếu A-La muốn, có lẽ Ngài đã triệu tập chúng lại và hướng dẫn đến chính đạo. Vì thế ngươi chớ hành động như những kẻ ngu xuẩn.

37. Những kẻ nào nhìn nhận là những kẻ biết lắng tai nghe. Về những kẻ đã chết, A-La sẽ hồi sinh họ rồi triệu tập họ về với Ngài.

38. Chúng lại hỏi: "Sao Chúa không ban Phép

Lạ cho hắn?" Hãy bảo: "Dĩ nhiên A-La có năng lực ban Phép Lạ, nhưng hầu hết trong bọn chúng chẳng nhận thức được."

39. Dã thú trên mặt đất cũng như chim chóc bay lượn bằng đôi cánh, đều sống tập đoàn như các người. Ta chẳng bỏ sót điều gì trong Kinh Thánh. Chẳng bao lâu chúng sẽ bị triệu hồi về với Chúa.

40. Những kẻ nào phủ nhận các Phép Lạ của Ta là những kẻ đui và điếc, sống trong cõi u ám. Kẻ nào Ngài muốn thì Ngài làm cho hư hỏng đi, kẻ nào Ngài hài lòng thì Ngài đặt trên chính đạo.

41. Hãy bảo: "Các người nghĩ sao? Nếu sự trừng phạt của A-La xảy đến, hoặc khi Giờ ấy đến, nếu các người nói sự thật, các người còn toan cầu khẩn những kẻ khác ngoài A-La chăng?"

42. Không, chắc chắn các người sẽ cầu khẩn Ngài. Nếu Ngài muốn, Ngài sẽ cất bỏ vật mà các người cầu khẩn xin Ngài trừ khứ. Lúc đó các người sẽ quên đi những tà thần mà các người đã thờ chung với Ngài.

43. Thật ra trước đây Ta cũng đã phái các Sứ Giả xuống cho chư dân. Ta đã làm cho họ bị nghèo khổ và hoạn nạn để họ biết sống khiêm tốn.

44. Khi hình phạt của Ta ban xuống, sao chúng chẳng biết tự hạ thân mình? Trái lại, con tim của chúng càng chai cứng đi vì Satăng đã làm cho chúng tưởng lầm là sự nghiệp của chúng rất hữu ích.

45. Rồi khi chúng quên mất những điều cảnh cáo, Ta bèn mở rộng cho chúng các cánh cửa của mọi vật. Khi chúng hoan hỷ vì đồ biếu, đột nhiên Ta bắt chúng lại. Hãy xem! bọn chúng rơi vào trạng thái tuyệt vọng.

46. Như vậy, tàn đảng của bọn dân ác độc đã bị thanh trừng. Hãy ca ngợi A-La, Chúa của muôn loài.

47. Hãy bảo: "Các người nghĩ sao? Nếu A-La tước đoạt tai mắt của các người và niêm chặt con tim của các người, ngoài A-La ra có thần

thánh nào có thể đem trả lại cho các ngươi chăng?" Hãy xem Ta đã làm mọi cách để bày tỏ các Phép Lạ, nhưng chúng vẫn ngoảnh mặt đi.

48. Hãy bảo: "Các ngươi nghĩ sao? Tỉ như hình phạt của A-La đột nhiên hoặc hiển nhiên xảy đến đi nữa, ngoài bọn bất lương, có ai bị hủy diệt chăng?"

49. Ta đã phái Sứ Giả xuống chẳng qua là để truyền tin lành và cảnh cáo mà thôi. Nhưng kẻ nào tin tưởng và tự sửa mình thì sẽ không có gì sợ hãi hoặc buồn rầu cả.

50. Những kẻ nào phủ nhận các Phép Lạ của Ta, vì lòng bất tuân, hình phạt sẽ xảy đến cho chúng.

51. Hãy bảo: "Ta không nói với các ngươi: "Ta giữ châu báu của A-La," ta hoàn toàn không biết gì về những điều vô hình; ta cũng chẳng nói với các ngươi: "Ta là thiên sứ". Ta chỉ tuân theo những điều mà ta được khải thị." Hãy bảo: "Người mù và người sáng mắt có giống nhau chăng? Các ngươi còn chưa hồi tâm sao?"

52. Hãy cảnh cáo những kẻ e sợ rằng họ sẽ bị triệu hồi về với Chúa, rằng ngoài Ngài ra sẽ không có ai bảo vệ hoặc điều đình cả, để chúng có thể thành người chính trực.

53. Chớ xua đuổi những người năng khẩn nguyện Chúa mỗi sáng và chiều để mong diện kiến với Ngài. Họ chẳng hề thâm thủng đến gia sản của ngươi và ngươi cũng chẳng hề ăn bám vào họ. Nếu ngươi xua đuổi họ, ngươi sẽ là kẻ bất chánh.

54. Ta đã làm như thế này để thử lòng chúng với nhau. Chúng tự hỏi: "Có phải những kẻ này trong bọn ta đã được A-La ban ân huệ chăng?" Không phải A-La là Đấng biết rõ nhất ai có lòng

cảm tạ hay sao?

55. Khi những người tin tưởng các Phép Lạ của Ta đến với ngươi, hãy bảo họ: "Bình an cho các ngươi!" Chúa Trời lúc nào cũng sẵn sàng tha thứ. Vì vậy kẻ nào trong các ngươi vô ý mà phạm tội nhưng sau đó biết ăn năn hối cải thì Ngài là Đấng Khoan Hồng và rất Từ Bi.

56. Ta đã giải thích các Phép Lạ như thế để các ngươi biết cầu xin cứu rỗi và để mở đường cho những kẻ đã phạm tội.

57. Hãy bảo: "Ta đã bị cấm thờ những kẻ mà các ngươi đã cầu khẩn ngoài A-La" Hãy bảo: "Ta sẽ không theo đuổi dục vọng của các ngươi. nếu không, ta sẽ bị lạc lối và sẽ không được hướng dẫn đến chính đạo."

58. Hãy bảo: "Ta dựa vào sự thật hiển nhiên do Chúa phán, còn các ngươi thì phủ nhận nó. Việc mà các ngươi thúc giục, ta không thể làm được. Quyền quyết định nằm trong tay A-La. Ngài truyền dạy chân lý và là Đấng Phán Quan tối cao."

59. Hãy bảo: "Nếu ta có thể thực hiện được việc mà các ngươi thúc giục thì vấn đề giữa ta và các ngươi đã được giải quyết rồi. A-La là Đấng thấu rõ nhất những kẻ bất chánh."

60. Ngài nắm giữ chìa khóa của cõi vô hình. Ngoài Ngài ra không ai biết cả. Ngài cũng biết rõ mọi vật trên đất liền và dưới biển cả. Không có chiếc lá nào rơi rụng mà Ngài không hay. Ngay cả một hạt ngũ cốc nằm dưới đất sâu tối tăm, hoặc ngay cả những vật tươi tốt hay khô cằn, không có vật nào mà không được liệt kê trong quyển Kinh Điển minh quang.

61. Khi đêm đến Ngài sẽ triệu các ngươi về và xem xét những hành vi mà các ngươi đã làm lúc ban ngày, rồi Ngài đánh thức các ngươi dậy và cho các ngươi sống trong tuổi đời đã định. Sau đó các ngươi sẽ trở về nơi Ngài ngự. Rồi Ngài sẽ phán cho các ngươi những việc mà các ngươi đã làm

62. Ngài là Đấng Tối Cao trên các thuộc hạ của Ngài. Ngài đã phái những người giám thị

xuống để trông chừng các ngươi. Khi kẻ nào trong các ngươi làm chung, các Sứ Giả của Ta không hề quên triệu hồi hắn về.

63. Rồi chúng được dẫn về nơi A-La, là Chúa Trời thật sự của chúng. Đương nhiên, Ngài là Đấng Phán Quan và là Đấng tính toán nhanh nhất.

64. Hãy bảo họ: "Khi các ngươi hạ mình cầu khẩn Ngài trong lòng, nói rằng "nếu Ngài cứu chúng tôi ra khỏi nơi này thì chúng tôi sẽ biết ơn Ngài", ai sẽ cứu các ngươi ra khỏi tai ương trên mặt đất và dưới biển sâu đây?"

65. Hãy bảo họ: "A-La đã cứu các ngươi ra khỏi những nơi ấy và cất bỏ mọi sự đau khổ, song các ngươi vẫn thờ kẻ khác chung với Ngài."

66. Hãy bảo họ: "Ngài có năng lực gieo rắc hình phạt từ trên đầu và từ dưới chân của các ngươi, hoặc chia rẽ các ngươi thành nhiều phe phái để làm các ngươi rối loạn và chịu đựng sự chém giết lẫn nhau." Hãy xem Ta đã tìm bao cách để giải thích các Phép Lạ, chớ chi chúng hiểu được!

67. Chư dân của ngươi vẫn cho nó là giả dối, mặc dầu đấy chính là sự thật. Hãy bảo họ: "Ta chẳng phải là kẻ giám hộ các ngươi."

68. Mỗi lời tiên tri đều có một thời hạn hẳn hòi, chẳng bao lâu các ngươi sẽ hiểu ra.

69. Khi ngươi thấy chúng bàn bạc về các Phép Lạ của Ta, hãy lánh xa chúng cho tới khi nào chúng bàn qua việc khác. Dầu Satăng có làm ngươi quên lửng đi nữa, khi nhớ ra, chớ ngồi chung với những kẻ bất chánh.

70. Những người chính trực thì hoàn toàn không có trách nhiệm gì về chúng, nhưng họ có bổn phận khuyến cáo chúng để chúng biết kính sợ Chúa Trời.

71. Hãy lánh xa những kẻ xem tôn giáo của họ như trò chơi hoặc sự tiêu khiển và cuộc sống hiện tại của họ đầy sự gian dối. Hãy cảnh cáo mọi người rằng con người có thể bị tàn hại vì việc họ đã làm. Ngoài A-La ra, không ai sẽ đứng ra bảo vệ hoặc điều đình cả. Dẫu có nộp bao nhiêu tiền chuộc thân đi nữa cũng không được Ngài chấp nhận. Chúng là những kẻ tự hủy hoại thân mình vì hành động chúng đã làm. Vì lòng bất tín, chúng phải uống nước sôi hừng hực và chịu sự trừng phạt đau đớn.

72. Hãy bảo: "Ngoài A-La ra, làm sao chúng ta có thể cầu khẩn những kẻ không mang đến lợi ích mà cũng không làm hại chúng ta được? Làm sao chúng ta có thể quay gót đi như những kẻ đã bị Satăng làm lạc lối và phải lang thang khắp xứ, trong khi chúng ta đã được A-La giáo hóa và bạn hữu của chúng ta đã kêu gọi 'hãy đến đây' để hướng dẫn chúng ta?" Hãy bảo: "Lời chỉ đạo của A-La là lời chỉ đạo duy nhất và chúng ta đã được lệnh phải quy y với Chúa của vạn vật."

73. "Và chúng ta cũng đã được ra lệnh như sau: hãy năng cầu nguyện và kính sợ Ngài. Ngài là nơi mà các ngươi sẽ bị triệu hồi về."

74. Ngài là Đấng đã dựa vào chân lý mà sáng tạo ra trời đất; ngày mà Ngài phán: "Hãy nghe Ta!" thì đã xảy ra như vậy. Lời nói của Ngài chính là chân lý. Đến ngày mà kèn thổi lên, vạn vật đều thuộc quyền thống trị của Ngài. Ngài thông suốt cõi hữu hình cũng như cõi vô hình. Ngài là Đấng Khôn Ngoan và am tường mọi việc.

75. Hãy nhớ lúc Abraham nói với cha của hắn là Azar: "Cha định thờ các hình tượng như thần thánh hay sao? Con thấy rằng cha và chư dân rõ ràng đang phạm lỗi đây."

76. Ta đã chỉ cho Abraham thấy vương quốc trong trời đất để hắn được giáo hóa và vững lòng tin.

77. Khi màn đêm buông xuống, hắn trông

thấy một ngôi sao. Hắn liền bảo: "Đây là Chúa của ta!" Nhưng chẳng bao lâu nó lặn đi, hắn bèn bảo: "Ta chẳng thích những vật lặn đi."

78. Khi hắn trông thấy trăng mọc tỏa sáng, hắn bảo: "Đây là Chúa của ta." Nhưng khi nó lặn đi thì hắn bảo: "Nếu Chúa không hướng dẫn ta, có lẽ ta đã thành đồng bạn với những kẻ lầm đường lạc lối rồi."

79. Khi hắn thấy mặt trời mọc sáng chói thì hắn bảo: "Đây mới là Chúa của ta, cái này lớn nhất." Nhưng chẳng bao lâu nó lặn đi, hắn bèn bảo: "Hỡi các ngươi, ta chẳng liên hệ gì với những vật mà các ngươi thờ chung với Chúa Trời."

80. "Ta là tín đồ chân chính của Chúa Trời và hướng mặt về nơi Ngài, là Đấng tạo thiên lập địa, ta không phải là tín đồ của đa thần giáo."

81. Nghe thế, chư dân bèn tranh luận với hắn. Hắn bảo: "Các ngươi định tranh luận với ta về A-La hay sao? Ngài đã hướng dẫn ta. Chỉ trừ khi Chúa muốn, ta chẳng sợ hãi chi những vật mà các ngươi thờ bên cạnh Ngài. Kiến thức của Ngài bao hàm cả vạn vật. Các ngươi còn chưa giác ngộ sao?

82. "Tại sao ta phải sợ hãi những vật mà các ngươi thờ chung với Chúa Trời? Các ngươi chẳng hề sợ hãi việc thờ các tà thần chung với A-La trong khi Ngài chẳng ban cho nó quyền năng nào cả. Nếu các ngươi hiểu biết, thì bên nào có thể bảo đảm sự an toàn đây?

83. "Những kẻ nào tin tưởng và chẳng trà trộn lòng tin với sự gian tà, là những kẻ sẽ được bình an và được hướng dẫn đến chính đạo."

84. Đây là lời biện luận mà Ta đã ban cho Abraham để hắn trả lời dân chúng. Kẻ nào làm Ta hài lòng thì sẽ được Ta nâng cao lên mấy bực. Chúa của ngươi thật là Khôn Ngoan và Toàn Tri.

85. Ta đã ban cho hắn Isaac và Jacob, rồi giáo hóa cả hai. Ngày xưa Ta đã giáo hóa Noah và các con cháu của hắn như là Đavít, Sôlômôn, Job, Môsê và Aaron. Như thế, Ta đã ban thưởng những kẻ năng làm việc thiện.

86. Và Ta đã giáo hóa Zacarya, Joan, Jêsu và Êlia; mỗi người đều là kẻ hiền đức.

87. Ta cũng đã giáo hóa Ishmael, Êlisa, Jôna và Lôt; Ta đã đặt họ trên chư dân.

88. Ta đã lựa ra tổ phụ, con cái và huynh đệ của họ, từ đó Ta đã tuyển chọn họ và hướng dẫn họ đến chính đạo.

89. Đây là sự hướng dẫn của A-La. Ngài hướng dẫn những thuộc hạ làm Ngài hài lòng. Nếu chúng lại bỏ Ngài ra mà thờ tà thần, đương nhiên những gì chúng đã gây dựng đều trở nên vô hiệu.

90. Họ là những kẻ mà Ta đã ban Kinh Thánh, trí khôn và năng lực tiên tri. Nhưng nếu họ chẳng biết ơn những điều ấy, chớ ngại chi vì bây giờ Ta đã ủy thác chúng cho những người biết cảm tạ.

91. Họ là những kẻ đã được Ta giáo hóa, vậy ngươi hãy mô phỏng theo lời hướng dẫn của họ. Hãy bảo: "Ta không đòi các ngươi ban thưởng về việc này, đây chẳng qua là lời cảnh cáo cho nhân loại mà thôi."

92. Có người bảo: "A-La chẳng khải thị điều chi cho nhân gian", họ là những kẻ không biết quyền năng thật sự của A-La. Hãy bảo họ: "Ai đã khải thị quyền Kinh Thánh mà Môsê lấy làm ánh minh quang và sự chỉ đạo cho chư dân? Các ngươi đã biên nó lên giấy và trưng bày ra một phần, còn phần lớn thì các ngươi giấu giếm đi, mặc dầu các ngươi đã được giảng dạy tường tận về những điều mà chính các ngươi và tổ tiên của các ngươi đã không biết." Hãy trả lời họ: "A-La" Rồi hãy để mặc chúng mãi miết bàn bạc về những điều rỗng tuếch.

93. Và đây là Kinh Điển mà Ta đã khải thị và chúc phúc, để làm sáng tỏ những điều đã được ban trước đây, để ngươi khuyến cáo Bà Mẹ của các thành thị và những người sống quanh đó. Kẻ nào tin tưởng Kiếp Lai Sinh thì tin nơi

nó và luôn luôn năng lễ bái.

94. Có kẻ chẳng được khải thị điều gì cả mà dám nói: "Tôi đã được khải thị," hoặc là: "Tôi sẽ ban vật giống như A-La đã ban," có ai tội lỗi hơn hắn chăng? Ta muốn cho ngươi thấy những kẻ ác nhân trong lúc hấp hối, khi thiên sứ vươn hai tay ra truyền phán: "Hãy đem linh hồn của ngươi ra đây. Đây là ngày ngươi sẽ bị trừng phạt nhục nhã vì dám nói dối về A-La và ương ngạnh phủ nhận các Phép Lạ của Ngài."

95. Bây giờ các ngươi đến với Ta từng người một, dưới dung nhan mà Ta đã sáng tạo các ngươi lúc đầu, các ngươi đã để lại tất cả những gì Ta đã ban cho các ngươi. Ta chẳng thấy đâu những kẻ điều đình cho các ngươi, mà các ngươi đã thường chủ trương là bạn hữu của Chúa Trời. Bây giờ các ngươi đã bị tách rời ra và những kẻ mà các ngươi chủ trương đã biến mất đâu cả.

96. Quả thật, A-La là Đấng khiến ngũ cốc và trái kẻ nảy mầm. Ngài dựng lên người sống từ kẻ chết và từ người sống tạo ra kẻ chết. Đây là A-La. Coi! Sao các ngươi vẫn còn mê muội?

97. Ngài phá vỡ màng sương buổi sáng và làm đêm tối xuống để được yên nghỉ. Ngài đã tạo ra mặt trời và mặt trăng để tính toán thời gian. Đây là sắc lịnh của Đấng Toàn Năng và Khôn Ngoan.

98. Ngài cũng là Đấng đã tạo ra các tinh tú để dẫn đường cho các ngươi trên đất liền và trên mặt biển trong đêm tối thâm thẳm. Ta đã giải thích các Phép Lạ thật tường tận cho những kẻ có học thức.

99. Ngài cũng là Đấng đã sáng tạo ra các ngươi từ một người độc nhất và cho các ngươi nhà ở và nơi trú ẩn. Ta đã giải thích các Phép Lạ thật tường tận cho những kẻ biết nhận thức.

100. Ngài cũng là Đấng làm cho mưa rơi từ

trời cao xuống, nhờ thế Ta đã làm cây cỏ nảy mầm, rồi lá xanh tươi tốt sinh ra ngũ cốc dồi dào. Và trên cây kè, trái nở thành chùm treo lơ lửng ngoài bao. Ta cũng tạo ra các vườn nho, ô-liu, lựu; có trái giống nhau nhưng cũng có trái khác nhau. Hãy ngắm kỹ hoa quả khi nó kết trái và chín mùi. Đây quả thật là Phép Lạ ban cho những kẻ vững lòng tin.

101. Thế mà chúng lại thờ Jinn bên cạnh A-La, dù chính Ngài đã tạo ra nó. Rồi chúng lại cho rằng Ngài có con trai và con gái mà chẳng hiểu biết gì cả. Ngài thật vinh hiển và vương lâm trên tất cả những vật mà chúng đặt với Ngài!

102. Đấng tạo thiên lập địa! Làm sao Ngài có thể có con trong khi Ngài không hề có bạn đồng sàng, trong khi Ngài đã sáng tạo ra vạn vật và am tường muôn loài?

103. Đây là A-La, Chúa của các người. Không có Chúa Trời nào khác tồn tại ngoài Ngài, Đấng sáng tạo ra vạn vật, vậy hãy thờ phụng Ngài. Ngài là Đấng giám hộ muôn loài.

104. Mắt trần không thể thấy được Ngài nhưng Ngài trông thấu toàn cõi. Ngài là Đấng Khôn Lường và am tường tất cả.

105. Chứng cớ của Chúa Trời đã đến với các người; vì vậy kẻ nào nhìn nó thì sẽ được lợi ích cho bản thân, kẻ nào nhắm mắt làm ngơ thì sẽ có hại cho hắn. Ta không phải là kẻ giám hộ các người.

106. Ta đã tìm mọi cách biến hóa các Phép Lạ để chân lý được xác nhận nhưng rốt cuộc ra là chúng bảo: "Ngươi đã học hỏi tinh tường." Ta cũng biến hóa các Phép Lạ để giải thích cho những người có học thức.

107. Hãy tuân phục những điều Chúa đã khải thị cho ngươi. Không có Chúa Trời nào khác tồn tại ngoài Ngài, hãy lánh xa bọn tín đồ đa thần giáo.

108. Nếu Ngài muốn, có lẽ chúng đã không thờ tà thần chung với Ngài. Ta không bắt ngươi

làm kẻ trông chừng chúng. Ngươi cũng không phải là kẻ giám hộ chúng.

109. Chớ nguyền rủa tà thần mà chúng thờ phụng không màng đến A-La. Nếu không chúng sẽ ngu xuẩn mà nguyền rủa A-La. Vì thế Ta đã làm cho mọi người tin tưởng rằng hành động của họ rất công chính. Chẳng bao lâu khi chúng trở về với Chúa, Ngài sẽ phán cho chúng biết những gì chúng đã làm.

110. Bọn chúng thề long trọng với A-La rằng nếu Phép Lạ xuất hiện, chúng sẽ hết lòng tin tưởng. Hãy bảo: "Phép Lạ nằm trong tay A-La." Nhưng làm sao các ngươi hiểu được rằng khi Phép Lạ xuất hiện, chúng chẳng hề tin tưởng?

111. Ta sẽ bao trùm con tim và đôi mắt chúng, như chúng chưa tin vào lúc đầu và Ta sẽ để chúng gian tà trong cảnh bối rối.

112. Dẫu Ta có phái thiên sứ xuống cho chúng, bảo người chết trò chuyện với chúng và triệu tập muôn loài cho chúng thấy, có lẽ chúng cũng không tin, ngoại trừ khi A-La muốn. Nhưng đa số trong bọn chúng hành động một cách dốt nát.

113. Tương tự như thế, đối với bất cứ Nhà Tiên Tri nào Ta cũng đặt kẻ thù chống lại hắn, tức là bọn qui yêu trong nhân gian hoặc lũ Jinn. Bọn chúng lường gạt lẫn nhau bằng những lời giả dối. Nếu Chúa của ngươi muốn, có lẽ chúng đã không hành động như thế, vì vậy hãy bỏ mặc chúng với những vật giả mạo.

114. Để cho cõi lòng những kẻ không tin Kiếp Lai Sinh ngả theo nó, mãn nguyện về nó, và để cho những kẻ đang thâu hoạch tiếp tục thâu hoạch.

115. Làm sao ta có thể nhờ kẻ khác ngoài A-La để phân xử, trong khi Ngài là Đấng đã ban cho các ngươi Kinh Điển này, được giải thích rõ ràng cả? Những kẻ nào được Ta ban Kinh Điển này biết rằng nó đã được ban từ Chúa của ngươi và hàm hữu chân lý, vì vậy chớ trở thành một trong những kẻ nghi ngờ.

116. Lời phán của Chúa Trời hoàn toàn đầy chân lý và công chính. Không ai có thể sửa đổi

Chương 6 · AL-ANAM · Part 8

ngôn từ của Ngài. Ngài là Đấng nghe tất cả và biết tất cả.

117. Nếu ngươi tuân theo đa số nhân gian trên mặt đất, chúng sẽ làm ngươi lạc khỏi con đường của A-La. Bọn chúng chỉ mơ mộng hão huyền và luôn luôn nói dối.

118. Đương nhiên Chúa Trời biết rõ nhất ai là kẻ đã lạc khỏi con đường của Ngài và cũng biết rõ nhất ai là kẻ đã được dẫn đạo.

119. Nếu các ngươi tin tưởng nơi các Phép Lạ của Ngài, hãy ăn những vật mà trên đó Danh Ngài đã được xưng tụng.

120. Ngoại trừ trường hợp bất khả kháng, tại sao các ngươi không ăn những vật mà trên đó Danh Ngài đã được xưng tụng? Dù Ngài đã giải thích cho các ngươi về những vật mà Ngài đã răn cấm các ngươi. Nhưng nhiều kẻ vì vô học thức đã để lòng tham của họ làm kẻ khác lầm đường lạc lối. Chúa Trời biết rõ nhất ai là kẻ phản trắc.

121. Hãy từ bỏ những tội lỗi công khai cũng như những tội lỗi bí mật. Những kẻ gây tội lỗi sẽ bị quả báo vì điều chúng đã thâu thập.

122. Chớ ăn những vật mà trên đó Danh A-La không được xưng tụng, vì đó là sự bất tuân. Chắc chắn lũ tà ác sẽ xúi giục đồng bọn để chúng tranh luận với các ngươi. Nếu các ngươi tuân lệnh chúng, các ngươi sẽ là kẻ thờ đa thần giáo.

123. Có thể nào kẻ đã chết và được Ta hồi sinh rồi ban cho hắn ánh sáng để hắn có thể đi đứng như nhân gian, giống như kẻ đang ở trong chốn tối tăm mù mịt và không thể tìm đường ra chăng? Như thế, những kẻ bất tín chỉ thấy hành động của chúng là chính đáng.

124. Rồi Ta đã dựng trong mỗi thành thị một đầu lãnh trên những kẻ phạm tội; giống như

132

những kẻ đang ở trong chốn tối tăm mù mịt, và cho chúng mặc tình âm mưu việc ác. Nhưng chúng chẳng âm mưu hại ai ngoài bản thân của chúng mà không nhận thức ra.

125. Khi Phép Lạ được ban xuống, chúng bảo: "Chúng tôi sẽ không hề tin tưởng cho đến khi nào chúng tôi được ban Phép Lạ giống như các Sứ Giả của A-La đã được ban." A-La biết rõ nhất nơi truyền phán thông điệp của Ngài. Về những kẻ phạm tội, quả báo sẽ là sự trừng phạt nhục nhã và đau đớn trước nhan A-La.

126. Thế nên kẻ nào A-La muốn hướng dẫn thì Ngài sẽ mở rộng lòng hắn để hấp thụ Islam; còn kẻ nào Ngài muốn làm cho lạc lối, Ngài sẽ làm cho cõi lòng hắn hẹp hòi và khép kín như khi hắn leo lên trời. A-La đã gia hình như thế cho những kẻ nào thiếu lòng tin.

127. Đây là con đường của Chúa của ngươi dẫn thẳng đến nơi Ngài ngự. Thật ra Ta đã giải thích tường tận các Phép Lạ cho những kẻ biết hối cải.

128. Họ sẽ được chỗ cư trú bình an nơi Chúa ngự và Ngài sẽ là Đấng bảo hộ họ nhờ công đức họ đã làm.

129. Đến ngày mà Ngài triệu tập tất cả bọn chúng đến, Ngài sẽ phán: "Hỡi bè lũ Jinn! Các ngươi đã quyến rũ nhiều người để làm họ tuân phục các ngươi!" Đồng bọn của chúng trong đám nhân gian bèn thưa: "Lạy Chúa, chúng tôi đã lợi dụng lẫn nhau, bây giờ chúng tôi đã mãn hạn kỳ mà Ngài đã định." Ngài sẽ phán: "Hỏa ngục sẽ là chỗ ở của các ngươi và các ngươi phải sống vĩnh viễn nơi đó, chỉ trừ khi A-La muốn thì lại khác." Quả thật Chúa của ngươi là Đấng Khôn Ngoan, Toàn Tri.

130. Tương tự như thế, Ta đã sắp hạng một số ác nhân này trên một số khác tùy theo việc chúng đã làm.

131. Hỡi bè lũ Jinn và nhân gian! Các Sứ Giả đã chẳng đến từ các ngươi để truyền dạy

các Phép Lạ của Ta và đã cảnh cáo các ngươi về việc hội diện hôm nay chăng?" Chúng sẽ đáp: "Chúng tôi xin chứng nhận việc chúng tôi đã làm." Chúng đã bị cuộc sống hiện tại làm hoa mắt, rồi chúng phải làm chứng rằng chúng đã thiếu lòng tin.

132. Điều này chứng tỏ rằng Chúa của ngươi chẳng hề tàn phá đô thị mà không cảnh cáo dân chúng trước.

133. Và mọi người sẽ được sắp theo thứ hạng tùy theo hành vi của họ. Chúa của ngươi chẳng phải là Đấng không quan tâm đến việc nhân gian làm.

134. Chúa của ngươi là Đấng tự chủ và đầy lòng từ bi. Nếu Ngài muốn, Ngài có thể giết các ngươi đi và đem kẻ thừa kế mà Ngài hài lòng thế vào chỗ các ngươi, cũng như Ngài đã tạo các ngươi từ con cháu của dân tộc khác vậy.

135. Việc mà các ngươi đã được hứa hẹn chắc chắn sẽ đến, các ngươi không thể tránh khỏi được.

136. Hãy bảo: "Hỡi các ngươi, hãy làm tận lực mình, ta cũng đang làm đây. Chẳng bao lâu các ngươi sẽ rõ phần thưởng tối hậu của nơi cư trú ấy thuộc về ai." Chắc chắn kẻ ác nhân sẽ không hề được vinh hiển.

137. Chúng đã để ra một phần của ngũ cốc hoặc gia súc, mà A-La đã ban cho, cúng dâng cho Ngài rồi bảo: "Đây là phần dành cho A-La." như chúng đang chợt nghĩ ra, hoặc: "Đây là phần dành cho chư thần." Nhưng vật để cúng dâng cho thần tượng của chúng chẳng hề được hiến cho A-La, còn vật dành cho A-La thì được cúng hiến cho thần tượng của chúng. Sự phán đoán của chúng thật tệ hại biết bao.

138. Những tà thần của chúng còn làm cho đa số tín đồ đa thần giáo tưởng rằng sự sát hại con cái họ là chính đáng. Đây chỉ để làm cho nhân gian bị tàn hại và làm cho tôn giáo bị rối loạn mà thôi. Nếu A-La muốn, có lẽ chúng đã không hành động như thế, nên hãy để chúng làm như ý muốn.

139. Rồi chúng chủ trương: "Những gia súc

và ngũ cốc này là những vật bị răn cấm. Không ai được phép ăn nó ngoại trừ khi chúng tôi cho phép." Hoặc đặt ra điều láo khoét: "Đây là gia súc mà lưng nó bị cấm dùng hoặc đây là gia súc mà trên đó Danh A-La không được xưng tụng." Chẳng bao lâu Ngài sẽ trả quả báo cho chúng vì những điều chúng đã giả tạo.

140. Chúng cũng nói: "Vật ở trong bào thai của các gia súc này chỉ dành riêng cho bọn đàn ông và cấm đàn bà không được dùng; nhưng nếu nó bị sinh ra mà chết đi thì mọi người có quyền chia phần." Ngài sẽ trả quả báo cho chúng vì những điều chúng đã chủ trương. Ngài quả thật là Đấng Khôn Ngoan, Toàn Tri.

141. Những kẻ đã sát hại con cái của chúng vì sự dốt nát, cấm cử những vật mà A-La đã ban cho chúng và bày ra điều giả dối với A-La là những kẻ sẽ bị tổn thất. Bọn chúng hoàn toàn lạc lối và không hề được hướng dẫn đến chính đạo.

142. Ngài chính là Đấng sáng tạo ra vườn hoa quả, có giàn hoặc không có giàn, trái kè và các vườn tược có đủ thứ ngũ cốc, ô-liu, trái lựu, có trái giống nhau mà cũng có trái khác nhau. Khi cây kết quả, hãy ăn trái đó. Đến ngày gặt hái, phần phải nộp cho Ngài thì hãy thượng hiến nhưng chớ phung phí. A-La không hề yêu chuộng những kẻ phung phí.

143. Về gia súc, Ngài đã tạo ra những loài dành để chuyên chở và những loài dành để lấy thịt. Hãy ăn những gì Ngài đã ban cho các ngươi, và chớ theo gót quỉ Satăng. Nó là kẻ thù không đội trời chung với các ngươi.

144. Bàn về tám con gia súc mà Ngài đã tạo thành đôi: về hai con trừu và hai con dê, hãy bảo: "Ngài đã cấm hai con đực hoặc hai con cái, hoặc vật trong bào thai của hai con cái hay sao? Nếu các ngươi nói sự thật, hãy đưa bằng cớ ra xem."

145. Về hai con lạc đà và hai con bò, hãy

135

Chương 6   AL-ANAM   Part 8

bảo: "Ngài đã cấm hai con đực hoặc hai con cái, hoặc vật trong bào thai của hai con cái hay sao? Các ngươi đã hiện diện khi A-La ra lệnh cho các ngươi sao?" Có ai tội lỗi hơn kẻ chẳng có học thức gì mà dám tạo điều giả dối về A-La để làm những người khác lầm đường lạc lối? A-La thật ra không hề hướng dẫn những kẻ bất chánh.

146. Hãy bảo: "Ta chẳng hề thấy trong những điều đã được khải thị có khoản cấm cử ai muốn ăn vật ấy, ngoại trừ những vật đã chết, máu tươi hoặc thịt heo, vì đó là những vật ô uế; và những vật đã được cúng dâng cho kẻ khác ngoài A-La. Nhưng kẻ nào phải ăn vì bất khả kháng, không phải vì lòng tham muốn hoặc cố ý vi phạm, Chúa của ngươi quả là Đấng Khoan Dung, Nhân Từ."

147. Với những tín đồ đạo Do thái, Ta đã cấm chúng ăn tất cả những loại thú vật có một móng chân, Ta cũng cấm chúng ăn mỡ của con bò, trừu và dê, ngoại trừ phần thịt lưng, đồ lòng và phần dính vào xương. Đây là quả báo Ta đã ban cho chúng vì sự phản nghịch của chúng. Lời phán của Ta lúc nào cũng là sự thật.

148. Nếu chúng cho là ngươi nói dối, hãy bảo: "Chúa của các ngươi là Đấng Quảng Đại, Từ Bi; nhưng sự lôi đình của Ngài sẽ không thể nào cất khỏi bọn dân tội lỗi."

149. Những kẻ thờ tà thần với Chúa Trời sẽ bảo: "Nếu A-La muốn, có lẽ chúng tôi và tổ tiên của chúng tôi đã không thờ chư thần với Ngài, và đã không răn cấm vật gì cả." Tương tự như thế tiên nhân của chúng đã vu khống Sứ Giả của Chúa Trời là láo khoét và đã nếm mùi trận lôi đình của Ta. Hãy bảo: "Các ngươi có kiến thức cỏn con nào chăng? Hãy đưa ra cho chúng tôi xem nào. Các ngươi chẳng theo đuổi gì khác ngoài việc mơ mộng hão huyền. Các ngươi chỉ biết láo khoét mà thôi."

150. Hãy bảo: "Lời của A-La là luận cứ có chung cuộc hẳn hòi. Nếu Ngài muốn, có lẽ Ngài đã hướng dẫn tất cả các ngươi rồi."

151. Hãy bảo: "Hãy đem nhân chứng của các ngươi đến làm chứng rằng A-La đã răn cấm vật

136

đó." Dẫu chúng có chứng nhận đi nữa, ngươi chớ làm chứng chung với chúng, cũng không nên sa ngã theo dục vọng của những kẻ dám cho rằng Phép Lạ của Ta là giả tạo và những kẻ không hề tin tưởng ở Kiếp Lai Sinh và thờ tà thần.

152. Hãy bảo: "Hãy đến đây, ta sẽ đọc cho các ngươi rõ những điều mà A-La đã khuyên không được phạm đến: các ngươi không được thờ kẻ khác chung với Ngài, phải ăn ở hiếu thảo với cha mẹ, chớ sát hại con cái vì cảnh nghèo túng - Ta sẽ cấp dưỡng cho các ngươi và con cái của các ngươi - chớ phạm tới những hành vi đê tiện, dù công khai hay bí mật; ngoại trừ lý do chính đáng, chớ sát hại sinh mạng mà A-La đã định là bất khả xâm phạm. Đây là mệnh lệnh mà Ngài đã ban để các ngươi hiểu được."

153. "Ngoại trừ trường hợp mà các ngươi thấy là thích đáng nhất, chớ xài đến tài sản của trẻ cô nhi, cho đến khi chúng trưởng thành. Hãy đong cho đầy và cân cho đúng. Ta không hề bắt các ngươi làm quá khả năng của các ngươi. Khi mở miệng nói, dẫu người đối thoại là thân tộc đi nữa, hãy giữ thái độ công chính và làm tròn lời giao ước với A-La. Đây là mệnh lệnh mà Ngài đã ban để cho các ngươi hiểu được."

154. Hãy bảo: "Đây mới thật là chính đạo của Ngài. Vì thế, hãy theo nó; chớ bước vào nẻo khác. Nếu không chúng sẽ làm các ngươi lạc khỏi con đường của Ngài. Đây là mệnh lệnh mà Ngài đã ban để các ngươi có thể đề phòng bọn gian tà."

155. Ta đã ban cho Môsê quyển Kinh Thánh hàm hữu những điều chí thiện, là sự giải thích tất cả những điều cần thiết, sự dẫn đạo và lòng từ bi. Để mong nhân gian tin tưởng nơi sự hội diện với Chúa của họ.

156. Và đây là Kinh Điển mà Ta đã ban xuống và được chúc phước lành. Nên hãy tuân theo nó và phòng ngừa tội lỗi để các ngươi có thể được Ngài tha thứ.

Chương 6   AL-ANAM   Part 8

157. Để các ngươi đừng nói: "Kinh Điển chỉ được ban cho hai tôn giáo trước chúng tôi, và chúng tôi chẳng quan tâm đến việc học hỏi nơi họ."

158. Hoặc để các ngươi đừng nói: "Chớ gì chúng tôi được ban Kinh Điển thì chúng tôi đã được hướng dẫn đúng đường hơn họ rồi." Bây giờ bằng chứng rõ ràng, sự dẫn đạo và lòng từ bi của Chúa đang giáng lai xuống cho các ngươi. Có ai tội lỗi hơn kẻ dám phủ nhận các Phép Lạ của A-La và quay mặt đi chăng? Với kẻ nào làm ngơ trước các Phép Lạ của Ta, quả báo sẽ là sự trừng phạt nghiêm khắc.

159. Hay chúng toan chờ thiên sứ đến với chúng, hay đích thân Chúa giáng lâm, hay Phép Lạ nào của Chúa hiện ra cho chúng sao? Ngày mà Phép Lạ của Chúa hiện ra, những kẻ nào trước đó chẳng hề tin tưởng hoặc không hề làm việc thiện, lúc đó có tỏ lòng tin đi nữa cũng không có hiệu lực. Hãy bảo: "Hãy đợi vì chúng tôi cũng đang đợi đây."

160. Về những người chia rẽ tôn giáo của họ và phân ra bè phái, ngươi không can hệ gì cả. Cứ giao việc ấy cho A-La, Ngài sẽ phán bảo chúng về việc chúng đã làm.

161. Kẻ nào làm việc thiện sẽ được hưởng gấp mười lần điều đó. Kẻ nào làm điều ác sẽ phải chịu quả báo tương đương như thế; chúng sẽ không hề bị đối xử bất công.

162. Hãy bảo: "Về phần ta, Chúa đã hướng dẫn ta đến chính đạo, là tôn giáo công chính, tôn giáo của Abraham, người ngay thẳng, người chẳng hề thờ đa thần giáo.

163. Hãy bảo: "Sự cầu nguyện, sự khổ hành, sinh mạng của ta, cái chết của ta, tất cả đều dâng cho A-La, Chúa của vạn vật.

164. "Ngài không hề có bạn đồng hành nào cả. Ta đã được Ngài ra lệnh như thế, và ta là kẻ đầu tiên trong những người đã quy y nơi Ngài."

165. Hãy bảo: "Làm sao ta tìm kiếm Chúa Trời khác hơn A-La được, trong khi Ngài là Chúa của vạn vật? Kẻ nào gieo rắc thì phải thâu thập. Không ai sẽ phải lãnh gánh nặng của người khác. Rồi các ngươi sẽ trở về với Chúa Trời. Ngài sẽ phán bảo cho các ngươi về những điều mà các ngươi thường tranh luận.

166. Ngài cũng là Đấng đã phái các ngươi làm những người đại diện trên mặt đất này và đã tuyển chọn một số trong các ngươi nâng cao lên mấy bậc hơn kẻ khác. Ngài có thể thử thách các ngươi bằng những vật mà Ngài đã ban cho các ngươi. Quả thật, Chúa của ngươi phán quyết rất lẹ làng. Ngài thật là Đấng Khoan Hồng và rất Từ Bi.

Chương 7   AL-ARAF   Part 8

 سُورَةُ الْأَعْرَافِ مَكِّيَّةٌ

Bức tường cao
(Khải thị ở Mecca)

1. Nhân danh A-La Đấng Khoan Hậu, Đấng Từ Bi.

2. Alif Lam Mim Sad.

3. Đây là Kinh Điển đã được khải thị cho ngươi. Chớ lo âu nghĩ ngợi về nó, vì ngươi sẽ dùng nó để cảnh cáo và làm huấn thị cho các tín đồ.

4. Hãy tuân theo những điều mà Chúa đã phán cho các ngươi, và chớ nghe theo những kẻ bảo hộ khác hơn Ngài. Các ngươi ít khi nào biết hối cải!

5. Ta đã hủy diệt biết bao nhiêu đô thị! Hình phạt của Ta đã giáng xuống giữa đêm khuya hoặc trong lúc chúng nghỉ trưa.

6. Vì vậy khi hình phạt của Ta giáng xuống, chúng chỉ kêu gào: "Chúng tôi quả thật là lũ ác nhân"

7. Ta sẽ chất vấn những kẻ mà Ta đã phái các Sứ Giả xuống cho họ, và Ta cũng sẽ chất vấn các Sứ Giả này.

8. Rồi Ta sẽ dựa vào kiến thức phán bảo cho chúng biết hành vi chúng đã làm vì Ta đã chẳng hề vắng mặt.

9. Sự cân lường của ngày ấy thật là công bằng. Lúc đó kẻ nào cân nặng thì sẽ được vinh hiển.

10. Và kẻ nào cân nhẹ, là kẻ đã tự hại thân mình vì đã dám khinh thường Phép Lạ của Ta.

11. Ta đã đặt các ngươi trên quả đất này và cung cấp đầy đủ lương thực để các ngươi có thể sinh tồn. Các ngươi ít khi nào biết cảm tạ!

12. Ta đã tạo ra các ngươi và ban cho các ngươi hình dạng, rồi Ta phán bảo các Thiên sứ: "Hãy tuân theo Adam", tất cả đều vâng lời chỉ trừ Iblis, hắn đã không tuân lệnh.

140

13. Chúa đã phán: "Việc gì đã cản trở ngươi sự tuân phục khi Ta ra lệnh cho ngươi?" Hắn trả lời: "Tôi xứng đáng hơn hắn. Ngài đã tạo tôi từ lửa đỏ còn hắn thì từ đất sét."

14. Chúa đã phán: "Hãy rơi xuống đi, ngươi không được ngạo mạn nơi đây. Cút đi, ngươi là kẻ đáng tởm."

15. Hắn bảo: "Xin hãy hoãn lại cho đến ngày nhân gian được hồi sinh."

16. Chúa đã phán: "Ngươi sẽ được triển hoãn lại."

17. Hắn bảo: "Bây giờ, Ngài đã phán xử rằng tôi lầm đường lạc lối, tôi sẽ ẩn nấp chờ những người đang đi đến chính đạo của Ngài."

18. Rồi từ trước mặt và sau lưng họ, từ bên phải và bên trái của họ, tôi sẽ chộp lấy họ, Ngài sẽ thấy hầu hết trong đám họ không hề biết cảm tạ."

19. Chúa đã phán: "Lũ đáng khinh phải bị xua đuổi, hãy cút đi. Kẻ nào theo gót ngươi, Ta sẽ tóm cổ các ngươi dồn vào địa ngục cho đầy cả."

20. "Hỡi Ađam, hãy lập tổ uyên ương với vợ ngươi ở vườn này và ăn bất cứ vật gì các ngươi muốn, nhưng chớ đến gần cây này, bằng không các ngươi sẽ phạm tội."

21. Nhưng Satăng rỉ thầm vào tai họ để mong làm cho họ thấy nơi họ phải xấu hổ mà họ đã không biết, hắn bảo: "Chúa của các ngươi đã cấm các ngươi rớ đến cây này vì sợ rằng các ngươi sẽ trở thành thiên thần hoặc được sống đời đời."

22. Rồi hắn thề với họ: "Ta là cố vấn trung thành của các ngươi."

23. Hắn đã làm cho họ phạm tội bằng sự gạt

gẫm. Khi họ nếm mùi trái cây ấy thì nơi xấu hổ của họ lộ liễu ra trước mắt họ và họ bắt đầu hái lá cây trong vườn để che thân mình. Lúc đó Chúa đã gọi họ đến và phán: "Ta đã không cấm các ngươi rớ đến cây ấy và bảo các ngươi rằng Satăng là kẻ thù của các ngươi sao?"

24. Họ thưa: "Lạy Chúa, chúng tôi đã lầm lỗi, nếu Ngài không tha thứ và không nhủ lòng thương chúng tôi, chúng tôi sẽ bị lầm đường lạc lối."

25. Ngài đã phán: "Hãy đi đi, các ngươi sẽ trở thành thù địch với nhau. Các ngươi sẽ có nơi trú ẩn trên mặt đất và lương thực trong một thời gian."

26. Ngài phán tiếp: "Các ngươi sẽ sinh sống nơi đó và sẽ chết nơi đó, từ đó các ngươi sẽ bị triệu hồi về."

27. Hỡi con cái của Ađam! Ta đã ban cho các ngươi y phục và quần áo lộng lẫy để che giấu nơi xấu hổ của các ngươi, nhưng lòng chính trực mới là y phục tốt nhất. Đây là một trong những Phép Lạ mà A-La đã ban cho các ngươi để các ngươi biết hối cải.

28. Hỡi con cái của Ađam! Chớ để Satăng dụ dỗ các ngươi như hắn đã đuổi tổ tiên các ngươi ra khỏi Vườn địa đàng và lột bỏ y phục của họ để làm lộ liễu nơi xấu hổ của họ. Hắn và bộ tộc của hắn đang dòm ngó các ngươi từ nơi mà các ngươi không nhìn thấy chúng được. Thật ra Ta đã khiến Satăng làm đồng đẳng của những kẻ bất tín.

29. Khi chúng làm việc đê tiện thì chúng bèn nói: "Chúng tôi thấy tổ tiên của chúng tôi cũng làm như thế, và A-La đã ra lệnh cho chúng tôi như vậy." Hãy bảo chúng: "A-La chẳng hề bắt các ngươi làm chuyện đê tiện. Các ngươi toan bàn luận về A-La những điều mà các ngươi không biết sao?"

30. Hãy bảo: "Chúa của ta đã truyền phán sự

thực hành chính nghĩa. Bất cứ lúc nào và ở bất cứ nơi nào mà các ngươi lễ bái, hãy hướng về Ngài và thành tâm cầu nguyện. Vì Ngài đã tạo ra các ngươi, nên các ngươi sẽ trở về nơi Ngài."

31. Có kẻ được Ngài dẫn đạo, song cũng có kẻ đã lầm đường lạc lối. Chúng để A-La qua một bên và kết bạn với lũ tà ma nhưng chúng vẫn đinh ninh rằng đã được dẫn đạo.

32. Hỡi con cái của Ađam! Bất cứ, lúc nào và ở bất cứ nơi nào mà các ngươi lễ bái, hãy giữ gìn y phục chỉnh tề, hãy ăn uống nhưng chớ nên quá độ. Ngài không hề yêu chuộng những kẻ quá độ.

33. Hãy bảo: "Ai đã dám cấm cản những y phục và thực phẩm mà A-La đã ban cho thuộc hạ của Ngài?" Hãy bảo: "Đây là phần ban cho những kẻ vững lòng tin ở kiếp này và chỉ dành riêng cho họ khi đến Ngày Phục Sinh." Ta đã giải thích các Phép Lạ cho những kẻ có học thức.

34. Hãy bảo: "Chúa chỉ răn cấm những hành vi đồi bại, công khai hay bí mật, việc tội lỗi, sự phản loạn không có lý do chính đáng, việc thờ phụng những kẻ mà A-La không hề ban bố quyền năng, việc bàn luận về A-La những điều mà các ngươi không biết; chỉ có thế thôi."

35. Mỗi dân tộc có một hạn kỳ nhất định, khi hạn kỳ ấy mãn, chúng không thể kéo dài thêm một khắc hoặc rút ngắn nó đi.

36. Hỡi con cái Ađam! Nếu các Sứ Giả đến từ trong đám các ngươi để truyền cho các ngươi những Phép Lạ của Ta, kẻ nào kính sợ Chúa Trời và năng làm việc thiện thì không có gì phải sợ hãi hoặc buồn rầu cả.

37. Nhưng kẻ nào phủ nhận các Phép Lạ của Ta và tỏ thái độ ngạo mạn, chúng sẽ là dân ở Hỏa ngục và phải sống vĩnh viễn nơi đó.

38. Có ai tội lỗi hơn những kẻ dám nói dối

về A-La và cho những Phép Lạ của Ngài là giả tạo? Những kẻ này sau khi sống hết tuổi đời của chúng, đến lượt các Sứ Giả của Ta viếng chúng để triệu hồi chúng về và hỏi: "Những kẻ mà các ngươi thường thờ phụng không màng đến A-La, bây giờ ở đâu?" Chúng sẽ trả lời: "Chúng đã biến mất cả." Tự thân chúng phải làm chứng rằng chúng là lũ bất tín.

39. Ngài sẽ phán: "Hãy sa vào Hỏa ngục với tập đoàn của lũ Jinn và nhân gian đã qua đời trước các ngươi." Mỗi khi tập đoàn nào vào Hỏa ngục thì chúng trù ái tập đoàn huynh đệ của chúng cho đến khi bọn chúng vào hết trong đó thì bọn cuối cùng mới phân bua về bọn đầu tiên: "Lạy Chúa, những kẻ này đã làm chúng tôi lầm lẫn, vậy hãy cho chúng nếm gấp đôi hình phạt ở Hỏa ngục." Ngài sẽ phán: "Mỗi nhóm tới trước đều bị hình phạt gấp đôi, các ngươi không biết đấy thôi."

40. Rồi bọn đầu tiên bèn nói với bọn sau cùng: "Các ngươi không có điểm nào thắng hơn chúng tôi, vậy hãy nếm mùi hình phạt mà các ngươi đã làm."

41. Với những kẻ nào phủ nhận các Phép Lạ của Ta và tỏ thái độ ngạo mạn, cửa Trời sẽ không hề mở ra, và họ sẽ không bao giờ được vào Thiên đàng chỉ trừ khi con lạc đà chui qua lỗ kim được. Ta đã thù lao cho những kẻ phạm tội như thế.

42. Chúng sẽ được giường ngủ bằng hỏa ngục và nắp đậy trên đó. Ta đã thù lao cho những kẻ bất chánh như thế.

43. Nhưng kẻ nào tin tưởng và năng làm việc thiện, và Ta chẳng hề bắt ai làm quá sức họ, họ sẽ được vào Thiên đàng và sống đời đời nơi đó.

44. Ta sẽ tẩy trừ sự thù hằn trong tim họ. Sông ngòi sẽ chảy dưới chân họ. Và họ sẽ ca ngợi: "Vang Danh A-La, Đấng đã hướng dẫn chúng ta đến nơi đây. Nếu A-La không dẫn dắt chúng ta, có lẽ chúng ta đã không tìm ra chính đạo. Các Sứ Giả của Chúa quả thật đã rao truyền chân lý." Và vang lên lời phán rằng: "Đây là

Thiên đàng, là phần thưởng cho những việc mà các ngươi đã năng làm."

45. Những người ở Thiên đàng sẽ gọi những người ở Hỏa ngục, nói rằng: "Chúng tôi đã thấy rằng những điều Chúa hứa là sự thật. Các ngươi có thấy rằng những điều Chúa hứa cho các ngươi thành sự thật chăng?" Chúng sẽ trả lời: "Vâng." Lúc đó có người đứng ra tuyên bố: "Sự chúc dữ của A-La chỉ giáng xuống những kẻ ác đức,

46. "Vì chúng dám cản trở con đường của A-La và toan uốn cong nó đi, vì chúng chẳng hề tin tưởng ở Kiếp Lai Sinh."

47. Giữa hai bên sẽ có bức tường chắn và trên Đài cao ấy, có những người biết rõ nhân gian qua dấu riêng của họ. Những người ấy sẽ kêu gọi những người ở Thiên đàng: "Bình an cho các ngươi." Đấy là những kẻ tuy chưa vào nơi ấy, nhưng trong tương lai hy vọng vào được.

48. Và khi mắt họ hướng về những người ở Hỏa ngục thì họ cầu khẩn: "Lạy Chúa, xin đừng đặt chúng tôi chung với những kẻ bất chánh."

49. Và những kẻ đứng trên Đài cao sẽ gọi những người mà họ nhận ra qua dấu riêng của chúng, bảo rằng: "Những vật mà các ngươi đã thâu thập cũng như thái độ ngạo mạn của các ngươi rốt cuộc chẳng giúp ích gì cho các ngươi.

50. "Có phải đây là những người mà các ngươi dám quả quyết rằng họ không được A-La nhủ lòng từ bi chăng? Họ đã được phán: "Hãy bước vào Cõi An Lạc, các ngươi không có điều chi phải sợ hãi hoặc buồn rầu cả."

51. Rồi những kẻ ở Hỏa ngục sẽ kêu gọi những người ở Thiên đàng nói rằng: "Hãy tưới cho chúng tôi chút nước hoặc chút vật gì mà A-La đã ban cho các ngươi." Họ sẽ trả lời: "A-La đã cầm cả hai thứ không được cho những kẻ bất tín.

52. Chúng xem tôn giáo như trò du hí hoặc tiêu khiển và cuộc sống của chúng toàn là sự gian dối." Vì vậy, hôm nay Ta sẽ quên chúng như chúng đã quên sự hội diện của ngày nay và thường phủ nhận các Phép Lạ của Ta.

53. Quả thật Ta đã ban cho chúng Kinh Điển mà Ta đã đem kiến thức để giảng dạy, để làm phương châm và sự từ bi cho những kẻ vững lòng tin.

54. Hay chúng còn chờ sự thực hành những lời khuyên cáo trong đó chăng? Nhưng đến ngày mà sự thực hành xảy ra, những người trước đây đã quên bẵng nó sẽ bảo rằng: "Các Sứ Giả của Chúa quả đã nói sự thật. Có ai đứng ra điều đình cho chúng ta chăng? Hoặc có thể nào chúng ta được phép trở về để làm những hành vi khác hơn những việc chúng ta đã làm?" Nhưng chúng đã tự hại thân mình và những vật mà chúng giả tạo đã biến mất cả.

55. Quả thật Chúa của các ngươi là A-La, là Đấng đã sáng tạo ra trời đất trong sáu thời kỳ, rồi quang lâm trên Ngự Tọa. Ngài khiến đêm tối bao trùm lên ban ngày và khiến ban ngày vội vã đuổi đêm tối đi. Ngài đã tạo ra mặt trời, mặt trăng và các tinh tú, tất cả đều hoạt động theo mệnh lệnh của Ngài. Quả thật Ngài là Đấng sáng tạo và chỉ huy. Sáng Danh A-La, Chúa của muôn loài.

56. Hãy hạ mình cầu khẩn Chúa trong lòng. Ngài không hề yêu chuộng những kẻ ngoan ngạnh.

57. Chớ gây hỗn loạn trên thửa đất đã được bình định. Hãy đem lòng kính sợ và hy vọng mà cầu khẩn Ngài. Quả thật lòng từ bi của A-La đang ở kề cận những kẻ năng làm việc thiện.

58. Ngài là Đấng đã làm gió thổi để báo điềm lành. Chẳng bao lâu mây vần vũ trong đó thì Ta đã đem nó đến những thửa đất khô cằn và làm mưa xuống sinh ra đủ thứ trái cây. Ta cũng gây ra cái chết bằng một cách tương tự như thế, để các ngươi biết hối cải.

59. Đất tốt thì nhờ Chúa cho phép sẽ sinh đầy hoa quả, nhưng đất xấu thì chỉ sinh ra vật

vô dụng. Ta đã biến đổi các Phép Lạ như thế để cho những kẻ có lòng cảm tạ hiểu rõ.

60. Ta đã phái Noah xuống cho dân của hắn. Hắn đã bảo: "Hỡi các ngươi, hãy thờ phụng A-La, các ngươi không có Chúa Trời nào khác ngoài Ngài. Ta chỉ lo cho các ngươi sự trừng phạt của cái ngày ghê gớm ấy."

61. Các trưởng lão trong chư dân nói rằng: "Chúng tôi thấy rằng ngươi đã lầm lẫn."

62. Hắn trả lời: "Hỡi các ngươi, ta không hề lầm lẫn, ta là Sứ Giả do Chúa của vạn vật phái xuống.

63. "Ta rao truyền thông điệp của Chúa cho các ngươi và thành tâm khuyên cáo các ngươi. Ta được A-La cho biết những điều mà các ngươi không biết.

64. "Các ngươi lấy làm lạ vì lời khuyên cáo của Chúa Trời được rao truyền từ một kẻ trong các ngươi hay sao? Đây chẳng qua là để cảnh cáo các ngươi, để các ngươi thành người chính trực và được Ngài nhủ lòng thương."

65. Nhưng chúng đã cho rằng hắn nói dối. Vì thế Ta đã cứu hắn và đoàn tùy tùng đem lên tàu và nhận chìm những kẻ đã dám phủ nhận Phép Lạ của Ta. Chúng chỉ là những kẻ đui mù.

66. Ta đã phái người huynh đệ Hud xuống cho bộ tộc Ad. Hắn bảo: "Hỡi các ngươi, hãy thờ phụng A-La, các ngươi không có Chúa Trời nào khác ngoài Ngài? Các ngươi còn chưa kính sợ Chúa Trời sao?"

67. Các trưởng lão bất tín trong chư dân của hắn nói rằng: "Chúng tôi thấy rằng ngươi ăn nói điên cuồng mất, chúng tôi nghĩ rằng ngươi chỉ là kẻ nói láo."

68. Hud bèn trả lời: "Hỡi các ngươi, ta không hề điên cuồng, ta là Sứ Giả do Chúa của vạn vật phái xuống.

69. "Ta rao truyền thông điệp của Chúa cho các ngươi và là người cô vấn trung thành của các ngươi.

70. "Các ngươi lấy làm lạ vì lời khuyên cáo của Chúa Trời được rao truyền từ một kẻ trong các ngươi hay sao? Đây chẳng qua là để cảnh

cáo các ngươi. Hãy nhớ rằng Ngài đã khiến các ngươi làm kẻ thừa kế con cháu của Noah và làm thân thể các ngươi thêm cường tráng. Hãy ghi nhớ ân huệ của A-La rồi các ngươi sẽ được vinh hiển."

71. Chúng bèn nói: "Ngươi đến đây bảo chúng tôi thờ phụng A-La và bãi bỏ những vật mà tổ tiên chúng tôi đã thờ phụng hay sao? Nếu ngươi nói sự thật, hãy trưng ra vật mà ngươi đã đe dọa chúng tôi."

72. Hắn bèn trả lời: "Sự trừng phạt và cơn lôi đình của Chúa Trời đã giáng xuống các ngươi. Các ngươi định tranh luận với ta về những tên mà các ngươi và tiên tổ đã mệnh danh hay sao, dù A-La chẳng hề ban cho chúng quyền năng nào cả? Vậy hãy đợi xem. Ta cũng đợi với các ngươi đây."

73. Vì thế Ta đã nhủ lòng từ bi cứu hắn và các đồ đệ. Và những kẻ không tin tưởng đều đã bị Ta hủy diệt không còn một tên.

74. Ta cũng đã phái người huynh đệ Salih xuống cho bộ tộc Thamud. Hắn bảo: "Hỡi các ngươi, hãy tôn thờ A-La, các ngươi không có Chúa nào khác ngoài Ngài. Bây giờ Phép Lạ hiển nhiên của Chúa đang đến với các ngươi. Đây là con lạc đà cái do A-La ban để làm Phép Lạ cho các ngươi. Vì thế hãy cho nó ăn đầy đủ nơi đất lành của A-La và chớ ngược đãi nó, bằng không các ngươi sẽ bị trừng phạt đau đớn.

75. "Hãy nhớ rằng Ngài đã khiến các ngươi làm kẻ thừa kế cho bộ tộc Ad và ban cho các ngươi nơi cư trú trên mặt đất này. Các ngươi đã xây lầu các trên bình nguyên và đẽo núi lập nhà. Vì thế hãy ghi nhớ ân huệ của A-La, chớ làm việc ác và gây hỗn loạn trên mặt đất."

76. Các trưởng lão ngạo mạn trong đám dân ấy bảo với các tín đồ yếu thế rằng: "Các ngươi có tin chắc rằng Salih là kẻ do Chúa phái xuống chăng?" Họ bèn trả lời: "Chúng tôi tin tưởng ở những điều mà người đã được truyền phán."

77. Tức thì những kẻ ngạo mạn bảo rằng: "Chúng tôi thật chẳng tin được những điều mà các ngươi tin tưởng."

78. Rồi chúng cắt nhượng chân con lạc đà cái và chống lại mệnh lệnh của Chúa, nói rằng: "Hỡi Salih, nếu ngươi quả thật là Sứ Giả, hãy trưng ra vật mà ngươi đã đe dọa chúng tôi."

79. Tức thì mặt đất rung chuyển và đến sáng hôm sau, chúng đã nằm la liệt trên nền nhà.

80. Salih bèn bỏ chúng quay lưng đi và nói: "Hỡi các ngươi, ta đã rao truyền thông điệp của Chúa cho các ngươi và thành tâm khuyên cáo các ngươi, nhưng các ngươi chẳng yêu chuộng những kẻ khuyên cáo."

81. Ta cũng đã phái Lot xuống, hắn bảo chư dân rằng: "Các ngươi toan làm những điều nhục nhã mà chưa có ai trên thế giới này phạm phải chăng?

82. Các ngươi đem lòng dâm dục mà giao thiệp với đàn ông thay vì đàn bà. Không không, các ngươi là loại dân không hề biết giữ giới luật."

83. Câu trả lời của họ chỉ là những lời sau đây: "Hãy đuổi bọn này ra khỏi thị trấn của các ngươi, vì chúng là những kẻ ra vẻ như người trong sạch."

84. Vì vậy Ta đã cứu hắn và cả gia tộc chỉ trừ người vợ của hắn, vì nàng đã bị bỏ rơi lại.

85. Rồi Ta đã làm mưa như thác đổ lên chúng. Nào, hãy xem chung cuộc của những kẻ phạm tội ra sao!

86. Ta cũng đã phái người huynh đệ Shuaib xuống cho bộ tộc Midian. Hắn bảo: "Hỡi các ngươi, hãy tôn thờ A-La, ngoài Ngài ra các ngươi không có ai là Chúa cả. Phép Lạ hiển nhiên của Chúa Trời đã đến với các ngươi. Vì thế hãy đong cho đầy và cân cho đúng, hãy thù lao xứng đáng với công việc họ đã làm và chớ gây hỗn loạn trên thửa đất đã được bình định. Nếu các ngươi là tín đồ thì đây là những điều hữu ích cho các ngươi.

87. "Chớ ngồi trên mỗi nẻo đường để đe dọa hoặc làm trở ngại những người tin tưởng nơi A-La và đang theo đuổi con đường của Ngài, chớ tìm cách uốn khúc con đường ấy. Hãy nhớ

rằng các ngươi đã là nhóm thiểu số và Ngài đã làm tăng lên đông đảo như thế này. Hãy xem chung cuộc của những kẻ dấy loạn!

88. "Nếu trong các ngươi có một phe tin tưởng ở những điều mà ta đã được ban và có phe khác thì không tin, hãy kiên nhẫn chờ đến khi A-La phân xử giữa hai bên. Ngài là Đấng Phán Quan ưu tú nhất."

89. Trong đám dân ấy có các trưởng lão ngạo mạn nói rằng: "Hỡi Shuaib, chúng tôi sẽ tống cổ ngươi và những kẻ tin theo ngươi ra khỏi thị trấn này. Nếu sợ thì hãy quay về thờ tôn giáo của chúng tôi." Hắn bèn đáp: "Ngay cả khi chúng tôi không muốn nữa hay sao?

90. "A-La đã cứu vớt chúng tôi ra khỏi tôn giáo của các ngươi. Nếu chúng tôi trở về thờ nó thì chúng tôi đã lừa dối Ngài. Đến bao giờ A-La, Chúa của chúng tôi, không cho phép, thì chúng tôi không thể nào trở về nơi ấy. Kiến thức của Chúa Trời bao hàm vạn vật. Chúng tôi tin cậy nơi A-La. Lạy Chúa, hãy dựa vào sự thật mà phán xử giữa chúng tôi và bọn dân này. Ngài là Đấng Phán Quan ưu tú nhất."

91. Các trưởng lão trong đám dân ấy bảo: "Nếu các ngươi tuân theo Shuaib, các ngươi sẽ bị tổn thất."

92. Tức thì mặt đất rung chuyển và đến sáng hôm sau, chúng đã nằm la liệt trên nền nhà.

93. Những kẻ cho là Shuaib nói dối trở nên như là họ đã không hề sống ở nơi ấy. Chính những kẻ cho là Shuaib nói dối thật ra đã bị tổn hại.

94. Hắn bèn bỏ chúng quay lưng đi và nói: "Hỡi các ngươi, ta đã rao truyền thông điệp của Chúa cho các ngươi và thành tâm khuyên cáo các ngươi. Tại sao ta phải buồn rầu về những kẻ bất tín?"

95. Khi Ta phái Nhà Tiên Tri xuống thị trấn nào thì Ta sẽ làm cho dân chúng nơi ấy gặp hoạn nạn và khốn khổ để chúng biết hạ mình khiêm tốn.

96. Rồi Ta đổi sự khốn khổ thành hạnh phúc cho đến khi chúng được phồn vinh và tự bảo nhau: "Tổ tiên chúng ta cũng đã chịu khốn khổ và được hạnh phúc." Sau đó đột nhiên Ta tóm lấy chúng trong lúc chúng chẳng hề ngờ tới.

97. Nếu dân chúng ở các thị trấn này biết tin tưởng và hành động ngay thẳng, có lẽ Ta đã mở cửa trời và đất để chúc phúc cho chúng. Nhưng chúng chẳng hề tin tưởng, nên Ta đã tóm lấy chúng vì hậu quả của những việc chúng thường làm.

98. Hay là dân chúng ở các thị trấn này đinh ninh rằng hình phạt của Ta không hề giáng xuống giữa đêm khuya, trong lúc chúng an nghỉ?

99. Hay là dân chúng ở các thị trấn này đinh ninh rằng hình phạt của Ta không hề giáng xuống giữa ban ngày, trong lúc chúng mải miết ăn chơi?

100. Hay là chúng đinh ninh rằng sẽ thoát khỏi sự trù liệu của A-La. Chỉ có những kẻ đinh ninh thoát khỏi sự trù liệu của A-La là những kẻ đã bị diệt vong.

101. Đây chẳng phải là bài học cho những người thừa kế mảnh đất của những kẻ đã bị diệt vong hay sao? Nếu Ta muốn, Ta sẽ trừng phạt chúng vì tội lỗi chúng đã làm và niêm kín con tim của chúng để chúng không thể nghe được.

102. Những câu chuyện của các thị trấn ấy, Ta đã kể cho ngươi. Các Sứ Giả của chúng quả thật đã đem Phép Lạ đến cho chúng, nhưng chúng chẳng hề tin tưởng những điều mà trước đó chúng đã không tin. A-La đã niêm kín con tim của những kẻ bất tín như thế ấy.

103. Ta thấy đa số trong bọn chúng không hề lưu tâm đến lời giao ước mà chỉ thấy toàn là những kẻ ác nhân.

104. Rồi sau đời chúng, Ta đã phái Môsê mang Phép Lạ xuống cho Pharaô và các cận thần, nhưng chúng đã ngang nhiên phủ nhận nó. Hãy xem chung cuộc của những kẻ dấy loạn!

105. Môsê bảo: "Hỡi Pharaô, quả thật ta là Sứ Giả do Chúa của vạn vật phái xuống.

106. "Bàn về A-La, ta chỉ nói sự thật, đây là công việc thích đáng với ta. Ta đã mang Phép Lạ hiển nhiên của Chúa đến cho các ngươi. Vậy hãy để con cái Israel ra đi với ta."

107. Pharaô trả lời: "Nếu quả ngươi đã mang Phép Lạ đến, nếu ngươi nói thật, hãy đưa ra xem."

108. Hắn bèn ném cây gậy của mình xuống đất, hãy xem! rõ ràng nó đã trở thành một con rắn.

109. Và khi hắn dơ tay ra, hãy xem! nó trở nên trắng toát trước mắt những người chứng kiến.

110. Các trưởng lão trong dân của Pharaô tâu rằng: "Người này quả thật là thầy phù thủy xảo diệu nhất."

111. "Hắn định đuổi các ngươi ra khỏi xứ của các ngươi. Bây giờ các ngươi định bảo sao?"

112. Họ bảo: "Hãy bắt hắn và người anh của hắn đợi một thời gian và phái các quan trưng tập đi khắp xứ,

113. "Để trưng tập tất cả những thầy phù thủy xảo diệu đến đây."

114. Các thầy phù thủy đến nơi Pharaô tâu rằng: "Nếu chúng tôi thắng đương nhiên xin lãnh phần thưởng."

115. Pharaô bèn bảo: "Được rồi, ta sẽ cho các ngươi làm kẻ hầu cận."

116. Họ bèn nói: "Hỡi Môsê, ngươi liệng trước hay là để chúng tôi liệng trước."

117. Hắn đáp: "Các ngươi cứ liệng trước đi." Khi họ liệng xong, họ đã làm cho mắt mọi người bị hoa đi và làm chúng sợ hãi với trò ảo thuật rất xảo diệu.

118. Ta đã khuyên Môsê: "Hãy ném cây gậy của ngươi." Hãy xem! nó nuốt chửng hết tất cả những vật mà chúng đã giả tạo ra.

119. Chân lý đã thắng thế và việc chúng làm đều trở nên rỗng tuếch.

120. Chúng đã bị bại trận và trở nên xấu hổ.

121. Và các thầy phù thủy đã phải phủ phục xuống.

122. Chúng thưa: "Chúng tôi tin tưởng ở Chúa của vạn vật,

123. "Chúa của Môsê và Aarôn."

124. Pharaô bảo: "Các ngươi dám tin nơi hắn trước khi ta cho phép các ngươi rời khỏi nơi đây. Quả thật, đây là kế hoạch mà các ngươi đã âm mưu để xua đuổi dân cư ra khỏi thị trấn này, rồi các ngươi sẽ biết hậu quả liền đây.

125. "Ta sẽ chặt tay và chân của các ngươi mỗi bên một cánh. Rồi ta sẽ đóng đinh các ngươi lên thập tự giá không chừa một tên."

126. Chúng bèn trả lời: "Chúng tôi sẽ trở về nơi Chúa ngự.

127. "Bệ hạ trả thù chúng tôi chỉ vì lý do chúng tôi đã tin tưởng nơi các Phép Lạ do Chúa ban xuống. Lạy Chúa, hãy ban cho chúng tôi lòng cương quyết và triệu hồi chúng tôi về với Ngài."

128. Lúc đó các trưởng lão trong dân của Pharaô tâu rằng: "Bệ hạ định để Môsê và dân của hắn dấy loạn trong nước, bỏ rơi bệ hạ và thánh thần của bệ hạ hay sao?" Hắn trả lời: "Hãy giết tất cả con trai của chúng và tha sống phụ nữ. Chắc chắn chúng ta sẽ thắng bọn chúng."

129. Môsê bảo dân chúng: "Hãy cầu xin A-La che chở và ráng nhẫn nại. Đất này thuộc về A-La. Trong đám thuộc hạ của Ngài, kẻ nào mà Ngài hài lòng thì Ngài sẽ cho phép thừa kế nó, chung cuộc sẽ về tay những kẻ kính sợ Chúa Trời."

130. Họ bèn trả lời: "Chúng tôi đã bị áp bức trước khi người tới đây và ngay cả sau khi người tới đây." Hắn đã bảo: "Chúa của các ngươi sẽ tận diệt kẻ thù của các ngươi và lập các ngươi làm kẻ thống trị đất này, và Ngài sẽ xem các ngươi hành động ra sao."

131. Ta đã trừng phạt dân của Pharaô bằng cơn hạn hán và sự thiếu hụt hoa quả để chúng

biết hối cải.

132. Nhưng khi chúng được hạnh phúc thì chúng bảo: "Điều này quả thật dành cho chúng ta." Nếu chúng gặp hoạn nạn thì chúng cho rằng Môsê và bộ tộc của hắn là nguyên nhân của tai ương. Vận hung khiết đều nằm trong tay A-La, nhưng hầu hết trong bọn chúng đều không biết.

133. Và chúng đã nói: "Bất cứ Phép Lạ nào mà ngươi đem ra để làm mê mẩn chúng tôi, chúng tôi sẽ không hề tin ngươi."

134. Nên Ta đã gieo cho chúng bão lụt, châu chấu, chí rận, ếch nhái và máu tươi, là những Phép Lạ rõ ràng, nhưng chúng vẫn ngoan ngạnh và đã trở thành một đám dân đầy tội lỗi.

135. Mỗi khi hình phạt giáng xuống thì chúng van: "Hỡi Môsê, hãy cầu nguyện dùm chúng tôi với Chúa của ngươi mà ngươi đã kết giao ước. Nếu ngươi cất bỏ hình phạt khỏi người chúng tôi, chúng tôi sẽ tin ngươi và sẽ cho con cái Israel ra đi với ngươi."

136. Nhưng khi Ta cất bỏ hình phạt khỏi người chúng trong một thời gian nhất định; nào hãy xem! Chúng đã bội ước ngay.

137. Vì chúng đã dám cho những Phép Lạ của Ta là giả dối, trong lúc chúng khinh suất, Ta đã trừng phạt và liệng chúng xuống biển.

138. Rồi Ta đã cho phép đám dân thường bị xem là yếu thế đến thừa hưởng lãnh địa miền đông và miền tây mà Ta đã chúc phúc. Lời nhân từ của Chúa đã được thực hiện cho con cái Israel vì lòng nhẫn nại của họ. Ta đã hủy diệt tất cả những gì mà Pharaô và dân của hắn đã kiến tạo.

139. Ta đã cho con cái Israel vượt qua biển,

chúng gặp phải một đám dân thờ hình tượng. Chúng bảo: "Hỡi Môsê, hãy ban cho chúng tôi một vị thần như chúng đang thờ chư thần." Môsê trả lời: "Các ngươi thật là bọn dốt nát.

140. "Vật mà bọn chúng đang thờ phụng nếu bị đập nát đi thì việc chúng làm đều trở nên rỗng tuếch."

141. Hắn bảo thêm: "Hay là để ta tìm thần thánh khác hơn A-La cho các ngươi, mặc dầu Ngài đã tuyển chọn các ngươi trong vạn dân?"

142. Hãy nhớ lúc Ta giải thoát các ngươi khỏi tay bọn Pharaô. Chúng đã hành hạ các ngươi một cách tàn nhẫn, sát hại con trai của các ngươi và tha sống phụ nữ. Đây là sự thử thách lớn lao của Chúa Trời ban cho các ngươi.

143. Ta đã giao ước với Môsê ba mươi đêm và cộng thêm mười đêm. Tức thời gian Chúa định, cả thảy là bốn mươi ngày, đã được hoàn tất. Môsê đã bảo người anh của hắn là Aarôn: "Hãy thay mặt tôi mà trị dân trong lúc tôi vắng mặt. Hãy giữ trật tự, xin đừng nghe theo những kẻ dấy loạn."

144. Khi Môsê đến nơi giao ước và Chúa sắp phán bảo thì hắn thưa: "Lạy Chúa, xin hãy hiện ra để tôi được thấy nhan Ngài." Ngài phán: "Ngươi không thể thấy Ta. Nhưng hãy nhìn lên núi kia, nếu nó bất động thì ngươi sẽ nhìn thấy Ta." Khi Chúa hiện ra trên núi thì Ngài phá vỡ nó ra thành vạn mảnh và Môsê ngã ra bất tỉnh. Khi hắn tỉnh dậy, hắn thưa: "Ngài rất vinh hiển. Tôi xin quy y nơi Ngài và tôi là người đầu tiên tin tưởng nơi Ngài."

145. Chúa Trời phán: "Hỡi Môsê, Ta đã chọn ngươi trong chư dân và gởi gắm thông điệp với ngôn từ của Ta nơi ngươi. Vậy hãy nhận lấy những gì Ta ban và hãy nhớ ơn Ta."

146. Ta đã viết lên bảng đá cho hắn mọi điều

khuyến cáo và mọi điều giảng dạy. "Hãy giữ kỹ nó và ra lệnh cho dân của ngươi theo con đường tốt nhất trong đó. Ta sẽ cho ngươi thấy ngay chỗ ở của những kẻ phản nghịch."

147. Ta sẽ cất bỏ Phép Lạ khỏi những kẻ ngạo mạn trên đất này; nếu chúng có thấy Phép Lạ đi nữa, chúng sẽ không hề tin tưởng; nếu chúng có thấy chính đạo, chúng chẳng hề theo, nhưng nếu chúng gặp tà đạo thì chúng sẽ chọn làm con đường của chúng. Đây cũng vì chúng thường cho những Phép Lạ của Ta là giả dối và khinh thường nó.

148. Những kẻ nào không tin tưởng các Phép Lạ của Ta và sự hội diện ở Kiếp Lai Sinh, công trình của chúng sẽ trở nên rỗng tuếch. Chúng chỉ được đền bù về những việc chúng đã làm mà thôi.

149. Trong lúc Môsê vắng mặt, dân chúng của hắn đã đúc ra một con bò vàng biết rống bằng đồ trang sức của họ. Chúng không thấy rằng nó chẳng nói năng gì với chúng hoặc hướng dẫn chúng đến con đường nào cả hay sao? Chúng đã chọn nó để thờ phụng và là những kẻ phản trắc.

150. Nhưng khi chúng hối hận và thấy rằng đã lầm lẫn thì chúng than: "Nếu Chúa không nhủ lòng thương mà tha thứ chúng tôi thì chúng tôi sẽ bị tận diệt cả"

151. Khi Môsê trở về nơi dân của hắn, phẫn nộ và buồn bã, bảo rằng: "Các ngươi đã làm chuyện đê tiện trong lúc ta vắng mặt. Các ngươi định vội vã tìm đường chết mà không đợi mệnh lệnh của Chúa hay sao?" Rồi hắn đặt tấm bảng xuống, nắm lấy tóc người anh của hắn kéo về phía mình. Người ấy (Aarôn) bảo: "Hỡi con trai cùng mẹ với ta, bọn dân này thấy ta yếu thế và toan giết ta. Vì vậy chớ làm cho những kẻ thù này mừng rỡ và chớ đặt ta chung với bọn bất chính."

152. Môsê bảo: "Lạy Chúa, xin hãy tha thứ cho tôi và người anh của tôi, xin Ngài hãy nhủ

lòng thương chúng tôi, vì Ngài là Đấng Từ Bi nhất trong những người có lòng từ bi."

153. Về những kẻ đã thờ bò con, sự phẫn nộ của Chúa đã giáng xuống và họ phải chịu tủi nhục ở kiếp này. Ta đã thù lao như thế cho những kẻ đã dám đặt điều giả dối.

154. Nhưng kẻ nào đã lỡ làm những việc đê tiện mà sau đó biết hối cải và tin tưởng, quả thật Chúa của ngươi sẽ là Đấng Khoan Hồng và Từ Bi.

155. Khi cơn giận của Môsê hạ xuống, hắn nhặt các bảng đá lên, những lời ghi khắc trong đó là những lời dẫn đạo và sự từ bi ban cho những kẻ biết kính sợ Chúa Trời.

156. Môsê đã chọn bảy mươi người để hội kiến với Ta. Nhưng khi cơn động đất xảy ra, hắn thưa: "Lạy Chúa, nếu Ngài muốn có lẽ Ngài đã tận diệt tôi và bọn chúng rồi. Ngài định tận diệt chúng tôi vì những điều mà bọn ngu xuẩn trong đám chúng tôi đã làm chăng? Đây chẳng qua là sự thử thách của Ngài. Ngài tận diệt kẻ này và hướng dẫn kẻ khác tùy ý Ngài muốn. Ngài là Đấng bảo hộ chúng tôi, vì vậy xin hãy tha thứ chúng tôi và nhủ lòng thương chúng tôi, vì Ngài là Đấng khoan hồng nhất.

157. "Hãy chỉ định cho chúng tôi những điều thiện ở kiếp này cũng như ở kiếp sau vì chúng tôi đã hướng về Ngài với lòng ăn năn sám hối." Chúa Trời phán: "Ta sẽ giáng hình phạt cho kẻ nào Ta muốn, nhưng lòng từ bi của Ta bao trùm vạn vật. Vì vậy Ta sẽ ban nó cho kẻ nào hành động công chính, năng bố thí và những kẻ tin tưởng ở Phép Lạ của Ta.

158. "Là những kẻ tuân theo Sứ Giả, là Nhà Tiên Tri mù chữ, là người đã được nhắc nhở đến trong Sách Lê Luật và Sách Phúc Âm mà họ nắm trong tay. Người khuyên khích việc thiện và răn cấm điều ác, cho phép dùng vật tốt và răn cấm vật xấu, là người sẽ cất bỏ gánh nặng và gông cùm trên người họ. Vì vậy kẻ nào tin tưởng người, tôn trọng người, ủng hộ và giúp

Chương 7 — AL-ARAF — Part 9

đỡ người và đi theo ánh minh quang đã được ban xuống cho người - những kẻ này rồi sẽ được vinh hiển."

159. Hãy bảo: "Hỡi nhân loại! Ta là Sứ Giả do A-La phái xuống cho tất cả các ngươi. Ngài là Đấng thống trị trời đất. Không có Chúa Trời nào tồn tại ngoài Ngài. Ngài ban sự sống và gây ra cái chết. Nên hãy tin tưởng nơi A-La và Sứ Giả của Ngài, là Nhà Tiên Tri mù chữ, là người tin tưởng nơi A-La và ngôn từ của Ngài, hãy theo gót người để các ngươi được hướng dẫn đến chính đạo."

160. Trong đám dân của Môsê, có một phái dựa vào chân lý mà hướng dẫn nhân dân và làm việc chính nghĩa.

161. Ta đã chia chúng thành mười hai bộ tộc khác biệt nhau. Khi dân chúng đòi Môsê nước uống, Ta đã phán bảo hắn: "Hãy gõ cây gậy của ngươi lên mặt đá xem sao", tức thì mười hai dòng suối chảy ra và mỗi bộ tộc biết nơi lấy nước của họ. Ta đã khiến mây che phủ chúng, ban cho chúng mật và chim cút: "Hãy ăn những vật tươi tốt này mà Ta đã ban cho các ngươi." Chúng chẳng hại được Ta nhưng chỉ tự hại thân mình.

162. Chúng đã được phán: "Hãy cư trú ở thị trấn này và ăn uống tùy thích, hãy cúi mình bước vào cổng và thưa "lạy Chúa, xin Ngài thứ tội chúng tôi", Ta sẽ tha thứ tội lỗi của các ngươi và sẽ bội thưởng những kẻ năng làm việc thiện."

163. Nhưng những kẻ phản trắc trong bọn chúng đã đem những lời được phán đổi thành lời khác hẳn. Vì vậy Ta đã gieo hình phạt từ trời cao xuống cho chúng, vì chúng cứ ngoan ngạnh.

164. Hãy hỏi chúng về thị trấn hướng ra

bờ biển. Về việc chúng đã vi phạm Ngày Sabbath; đến Ngày Sabbath cá lội tràn trề trên mặt nước, nhưng khi chúng không giữ luật Ngày Sabbath chẳng con nào đến cả. Ta đã thử thách chúng như thế vì chúng dám ương ngạnh.

165. Một phái trong bọn chúng nói: "Tại sao các ngươi lại thuyết giáo những kẻ mà A-La sắp tận diệt hoặc giáng xuống họ hình phạt ghê gớm chăng?" Họ trả lời: "Để chúng tôi có thể biện giải trước nhan Chúa và để chúng biết kính sợ A-La."

166. Nhưng chúng đã quên những điều khuyên cáo, Ta đã cứu những kẻ lánh xa điều ác và trừng phạt những kẻ ngoan ngạnh vì những việc đê tiện chúng đã làm.

167. Khi chúng ngang nhiên phạm đến điều cấm, Ta đã phán cho chúng: "Hãy biến thành loài khỉ và cút đi!"

168. Hãy nhớ khi Chúa tuyên bố rằng Ngài sẽ phái những kẻ xuống để làm chúng khổ sở cho đến Ngày Phục Sinh. Quả thật Chúa của ngươi trừng phạt rất nhanh chóng và cũng là Đấng Khoan Hồng và Từ Bi nhất.

169. Ta đã phân chúng ra thành nhiều dân tộc khác nhau trên mặt đất. Trong đó có nhiều người lương thiện và nhiều người khác không hẳn thế. Ta đã thử thách chúng bằng hạnh phúc và hoạn nạn để chúng biết quay về nẻo chánh.

170. Nhưng sau đời chúng một thế hệ đê hèn đã thừa hưởng Kinh Thánh. Khi chúng thâu thập những lợi tức vô nghĩa ở kiếp này, chúng bèn nói: "Chúng ta sẽ được tha thứ nếu nhận bấy nhiêu này thôi." Nhưng khi thấy những lợi tức khác, chúng lại thâu lượm thêm. Không phải chúng đã giao ước trong Kinh Thánh rằng chúng không được bàn về A-La những điều khác hơn sự thật hay sao? Và chúng đã học hỏi những điều ghi trong đó. Nơi cư trú của Kiếp Lai Sinh là nơi tốt nhất dành cho những người chính trực. Các ngươi còn chưa giác ngộ sao?

171. Những kẻ nào nắm giữ Kinh Điển và năng cầu nguyện, Ta sẽ không hề quên phần thưởng cho những người chính trực ấy.

172. Khi Ta dựng đỉnh núi trông như nắp đậy trên đầu chúng và chúng đã cảm thấy nó sắp rơi xuống thân mình, Ta đã phán: "Hãy giữ kỹ vật mà Ta đã ban cho các ngươi, hãy ghi nhớ những điều trong đó rồi các ngươi sẽ được cứu rỗi."

173. Khi Chúa sáng tạo từ con cái của Ađam - tức là từ thắt lưng của chúng - con cháu của họ và khiến chúng làm chứng về chính thân mình, Ngài phán: "Ta không phải là Chúa của các ngươi sao?" Chúng thưa: "Vâng, chúng tôi xin làm chứng." Ngài đã làm như thế để khi đến Ngày Phục Sinh, các ngươi đừng nói: "Chúng tôi hoàn toàn không biết gì về điều này."

174. Và để các ngươi đừng nói: "Tổ tiên của chúng tôi đã thờ đa thần giáo từ xưa và chúng tôi chỉ là con cháu của họ. Ngài định tận diệt chúng tôi vì việc những kẻ lừa dối đã làm chăng?"

175. Ta đã làm sáng tỏ Phép Lạ bằng cách ấy để chúng biết hối cải và quay về với Ta.

176. Hãy thuật cho chúng nghe câu chuyện của kẻ mà Ta đã ban Phép Lạ nhưng hắn đã ngoảnh mặt làm ngơ, nên bị Satăng theo kịp và đã trở thành kẻ lầm lạc.

177. Nếu Ta muốn, lúc đó Ta đã nâng cao hắn lên rồi. Nhưng hắn cố bám lấy mặt đất và theo đuổi dục vọng của mình. Nếu đem tỉ dụ, trường hợp này giống như trường hợp của con chó; nếu ngươi xua đuổi nó, nó thè lưỡi ra; nếu ngươi bỏ nó một mình, nó vẫn thè lưỡi ra. Những kẻ không tin tưởng ở Phép Lạ của Ta cũng giống như trường hợp trên. Vậy hãy kể cho chúng nghe câu chuyện trên để chúng biết hối cải.

178. Không còn tỉ dụ nào xấu xa hơn những kẻ dám cho Phép Lạ của Ta là giả dối. Chính bọn chúng đã tự hại thân mình.

179. Những kẻ nào được A-La hướng dẫn thì đang đi trên chính đạo. Kẻ nào mà Ngài làm cho lầm lạc là kẻ sẽ bị tổn thất.

180. Quả thật Ta đã tạo ra vô số Jinn và nhân gian để cho vào địa ngục! Chúng có con tim nhưng không biết giác ngộ, có mắt nhưng không trông thấy, có tai nhưng không nghe thấy được. Những kẻ này giống như súc vật. Không, chúng còn lầm lạc xa hơn nữa. Thật toàn là lũ hoàn toàn khinh suất.

181. Tất cả những danh xưng tốt đẹp nhất đều dành cho Ngài. Vậy hãy dùng những lời đó mà kêu gọi Ngài, hãy bỏ mặc những kẻ toan sửa đổi những lời đó. Chúng sẽ được trả đủ về việc chúng đã làm.

182. Trong những kẻ Ta đã sáng tạo cũng có dân tộc đã đem chân lý hướng dẫn nhân gian và dựa vào đó làm việc công chính.

183. Còn những kẻ phủ nhận Phép Lạ của Ta, Ta sẽ làm cho chúng lần lần tiêu diệt đi bằng cách mà chúng không ngờ đến.

184. Ta đang thả lỏng cho chúng hành động. Kế hoạch của Ta thật vạn toàn.

185. Chúng chưa từng nghĩ rằng đồng bạn của chúng không hề loạn trí hay sao? Rõ ràng người chỉ là Người Cảnh Cáo mà thôi.

186. Chúng chưa hề nhìn đến vương quốc trong trời đất và tất cả vạn vật mà A-La đã sáng tạo hay sao? Chúng không thấy rằng kỳ hạn của chúng sắp gần mãn hay sao? Rồi sau đó chúng sẽ tin ở cái gì đây?

187. Kẻ nào bị A-La phán rằng đã lầm lạc, không còn sự dẫn đạo nào dành cho hắn nữa. A-La sẽ bỏ mặc cho chúng ngoan ngạnh và lang thang trong cảnh bối rối.

188. Chúng sẽ hỏi ngươi về Giờ ấy: "Khi nào nó xảy đến?" Hãy trả lời: "Việc đó chỉ có Chúa biết rõ. Khi Giờ ấy đến, ngoài Ngài ra không ai có thể biểu thị nó được. Nó đè nặng trời đất. Nó chỉ xảy ra cho các ngươi một cách bất ngờ." Chúng hỏi ngươi làm như là ngươi am tường về việc ấy. Hãy bảo: "Việc đó chỉ có A-La biết rõ, nhưng hầu hết trong nhân gian đều không hiểu."

189. Hãy bảo: "Ta không có quyền năng nào để gây lợi hại cho bản thân ta, ngoại trừ khi A-La muốn. Nếu ta am tường cõi vô hình, có lẽ ta đã được hạnh phúc tràn trề và đã không hề gặp hoạn nạn rồi. Ta chỉ là người cảnh cáo và truyền phúc âm cho những kẻ có lòng tin."

190. Ngài là Đấng đã sáng tạo các ngươi từ một người duy nhất, rồi từ đó Ngài đã tạo ra người vợ của hắn, để hắn tìm nguồn an ủi nơi nàng. Khi hắn giao phối với nàng xong thì nàng cảm thấy đã chịu một gánh nhẹ nhưng vẫn đi lại với hắn. Và khi nàng cảm thấy càng ngày càng nặng mình ra, cả hai đã cầu khẩn Chúa của họ là A-La, nói rằng: "Nếu Ngài ban cho chúng tôi một đứa con tốt lành, chúng tôi sẽ cảm tạ Ngài."

191. Nhưng khi Ngài ban cho họ một đứa con tốt lành, để đền đáp lại họ đã thờ tà thần bên cạnh Ngài. Nhưng A-La quang lâm trên tất cả những vật mà chúng thờ chung với Ngài.

192. Họ định thờ chung với Ngài những vật đã được sáng tạo mà tự nó không biết sáng tạo chăng?

193. Và những vật ấy chẳng hề cứu trợ họ, cũng không cứu thân mình được.

194. Dẫu các ngươi có kêu gọi họ về chính đạo, họ sẽ không tuân lời các ngươi. Các ngươi có kêu gọi họ hay nín lặng đi nữa, kết quả đều giống nhau.

195. Những kẻ mà các ngươi thờ phụng không màng đến A-La, chẳng qua là những thuộc hạ giống như các ngươi. Nếu các ngươi nói sự thật, cứ cầu khẩn chúng, chắc chúng sẽ đáp lại các ngươi.

196. Chúng có chân để đi đứng chăng, có tay để cầm chăng, có mắt để trông chăng, có tai để nghe chăng? Hãy bảo: "Hãy cầu khẩn những tà thần mà các ngươi thờ chung với Chúa Trời, cứ âm mưu chống lại ta, và chớ triển hoãn cho ta giây khắc nào.

197. "Quả thật, người bảo vệ ta là A-La, là Đấng đã khải thị ra Kinh Điển này. Ngài chỉ bảo vệ những kẻ chính trực.

198. "Những kẻ mà các ngươi cầu khẩn không màng đến A-La, chúng không hề cứu trợ

199. Dẫu các ngươi có kêu gọi chúng về chính đạo, chúng cũng chẳng nghe. Ngươi sẽ thấy chúng đang trông về hướng ngươi, nhưng chúng chẳng thấy gì cả.

200. Hãy nhớ lòng khoan dung và năng làm việc thiện, hãy xa lánh những kẻ dốt nát.

201. Nếu Satăng có tỏ lời dụ dỗ ngươi, hãy xin A-La che chở cho. Ngài quả là Đấng nghe tất cả và biết tất cả.

202. Còn những kẻ chính trực, khi Satăng dụ dỗ họ, họ liền tâm niệm Chúa Trời: hãy xem! họ liền sáng mắt ra.

203. Ngay cả anh em của chúng làm cho chúng mê muội thêm, và chúng càng ngày càng sa lầy.

204. Khi ngươi không trưng Phép Lạ cho chúng thấy, chúng sẽ bảo: "Tại sao nhà ngươi không tạo nó ra?" Hãy bảo chúng: "Ta chỉ tuân theo những điều đã do Chúa khải thị cho ta. Đây quả thật là hào quang minh bạch của Chúa, là sự hướng dẫn và lòng từ bi dành cho những kẻ vững lòng tin."

205. Khi Kinh Koran được tụng lên, hãy giữ im lặng và lắng tai nghe. Chắc chắn các ngươi sẽ được Ngài nhủ lòng từ bi.

206. Mỗi sáng và chiều, hãy kính cẩn tâm niệm Chúa trong lòng và chớ niệm lớn tiếng, cũng chớ quên bổn phận đó.

207. Những kẻ ở kề cận Chúa không hề cao ngạo trong việc thờ phụng Ngài. Họ chỉ một lòng ca ngợi Ngài và phủ phục lạy trước nhan Ngài.

Chương 8 AL-ANFAL Part 9

Chiến lợi phẩm
(Khải thị ở Mêđina)

1. Nhân danh A-La, Đấng Khoan Hậu, Đấng Từ Bi.

2. Họ sẽ hỏi ngươi về chiến lợi phẩm. Hãy bảo họ: "Chiến lợi phẩm thuộc về A-La và Sứ Giả. Vậy hãy kính sợ A-La và dàn xếp việc tranh luận giữa các ngươi một cách công chính. Nếu các ngươi là tín đồ, hãy tuân lời A-La và Sứ Giả của Ngài."

3. Những tín đồ chân chính là những người khi nghe nhắc nhở đến Danh A-La thì tim họ run rẩy, khi Phép Lạ của Ngài được tuyên đọc thì họ càng vững lòng trung thành và tin cậy nơi Chúa.

4. Là những kẻ năng cầu nguyện và bố thí những gì Ta đã ban cho họ.

5. Chính những người này mới thật là tín đồ. Tước vị, sự ân xá và vô số phẩm vật quí giá của Chúa đang chờ họ.

6. Khi Chúa vì lý do chính đáng đã dẫn ngươi ra khỏi nhà, trong các tín đồ có một nhóm tỏ vẻ bất mãn.

7. Chúng tranh luận với ngươi về chân lý mặc dầu nó đã được làm sáng tỏ, như là chúng sắp bị dẫn vào tử địa.

8. Khi A-La hứa rằng sẽ giao cho các ngươi một trong hai đoàn quân ấy, các ngươi đã ao ước rằng đoàn quân không võ trang sẽ rơi vào tay các ngươi. Nhưng A-La muốn làm sáng tỏ chân lý bằng ngôn từ của Ngài và tận diệt đến gốc rễ những kẻ bất tín.

9. Vì Ngài chỉ muốn làm sáng tỏ chân lý và bài trừ sự ảo nguy, dẫu những kẻ phạm tội không thích đi nữa.

10. Khi các ngươi cầu khẩn xin Chúa cứu

trợ, Ngài đã phán: "Ta sẽ phái một ngàn thiên sứ xuống hậu trận để yểm trợ các ngươi."

11. Ngài đã phán như thế làm tin lành cho các ngươi và để các ngươi được yên tâm. Sự cứu trợ chỉ do A-La ban, quả thật Ngài là Đấng Toàn Năng và Khôn Ngoan.

12. Hãy nhớ lúc Ngài đã làm các ngươi ngủ thiếp đi để ban sự an tịnh. Ngài đã làm mưa từ trời cao xuống để thanh tẩy các ngươi và để rửa sạch vết nhơ bẩn của Satăng, để củng cố tinh thần và bước chân của các ngươi.

13. Lúc đó Chúa đã phán bảo với các thiên sứ: "Ta đang ở cạnh các ngươi; vì vậy hãy củng cố tinh thần của các tín đồ. Ta sẽ gieo sự kinh hãi vào lòng của những kẻ bất tín. Hãy đập vào phần cổ trên của chúng và đập nát tất cả móng tay của chúng."

14. Vì chúng đã dám chống lại A-La và Sứ Giả của Ngài. Với kẻ nào chống lại A-La và Sứ Giả của Ngài, Ngài sẽ xử phạt rất là nghiêm khắc.

15. Đây là hình phạt dành cho các ngươi, vậy hãy nếm mùi nó; hãy nhớ rằng những kẻ bất tín sẽ bị trừng phạt bằng Hỏa ngục.

16. Hỡi những kẻ vững lòng tin! Khi các ngươi phải tiến lên chống lại những kẻ bất tín, chớ quay lưng về phía họ.

17. Ngoại trừ trường hợp dàn quân để tấn công hoặc quay về hợp với toán quân khác, ngày ấy kẻ nào quay lưng về phía họ sẽ chịu cơn phẫn nộ của A-La và hắn phải xuống địa ngục. Nơi yên nghỉ sẽ đầy khổ ải biết bao.

18. Các ngươi đã không giết chúng, chính A-La đã giết chúng. Khi các ngươi quật ngã chúng, không phải các ngươi đã quật ngã mà chính A-La đã quật ngã để thắng lại những kẻ bất tín và là sự thử thách tốt đẹp cho các tín đồ. Quả thật A-La là Đấng nghe tất cả và biết tất cả.

19. Đây là việc đã xảy ra; hãy nhớ rằng A-La sẽ phá tan kế hoạch của bọn bất tín.

20. Nếu các ngươi mong sự phán quyết, thì sự phán quyết quả đã đến với các ngươi. Nếu các ngươi thâu tay lại, điều này sẽ có lợi cho các ngươi. Nhưng nếu các ngươi lại tỏ thái độ

khiêu khích, Ta sẽ trả đũa lại. Dẫu quân đội của các ngươi có đông đảo đến đâu đi nữa cũng không ra gì. Hãy nhớ rằng A-La lúc nào cũng đứng về phe các tín đồ.

21. Hỡi những kẻ vững lòng tin! Hãy tuân lệnh A-La và Sứ Giả của Ngài, chớ quay lưng đi trong khi nghe người thuyết giảng.

22. Chớ trở thành những kẻ chẳng nghe gì cả nhưng dám nói: "Chúng tôi đã hiểu."

23. Quả thật, dưới mắt A-La loài súc sinh đê tiện nhất là những kẻ câm và điếc không hề biết giác ngộ.

24. Nếu A-La thấy được điều lương thiện nơi chúng, có lẽ Ngài đã khiến chúng nghe được. Nhưng dẫu Ngài có làm chúng nghe được đi nữa, chắc chắn chúng sẽ ngoảnh mặt đi.

25. Hỡi những kẻ vững lòng tin! Hãy đáp lại A-La và Sứ Giả, khi người kêu gọi các ngươi về sự sinh tồn của các ngươi. Hãy nhớ rằng A-La gần gũi với con người hơn là tâm hồn của hắn, rằng Ngài là nơi mà các ngươi sẽ được triệu hồi về.

26. Hãy đề phòng tai ương, vì nó không hẳn chỉ giáng xuống những kẻ làm điều ác. Hãy nhớ rằng A-La trừng phạt rất nghiêm khắc.

27. Hãy nhớ khi các ngươi hãy còn là nhóm thiểu số và bị xem là yếu thế ở đất này, các ngươi lúc nào cũng lo sợ kẻ khác đến cướp bóc các ngươi, nhưng Ngài đã che chở các ngươi, yểm trợ các ngươi để các ngươi thêm mạnh mẽ và ban cho các ngươi thực phẩm tươi tốt để các ngươi biết cảm tạ Ngài.

28. Hỡi những kẻ vững lòng tin! Chớ bội phản A-La và Sứ Giả, cũng chớ phản lại lòng tín cẩn của các ngươi một cách cố ý.

29. Hãy nhớ rằng tài sản và con cái của các ngươi chẳng qua là sự cám dỗ và nơi A-La sẽ có phần thưởng trọng hậu.

30. Hỡi những kẻ vững lòng tin! Nếu các ngươi kính sợ A-La, Ngài sẽ cứu rỗi các ngươi,

trừ khử mọi điều tội lỗi khỏi các ngươi và tha thứ các ngươi. A-La là Đấng có lòng bao dung vô biên.

31. Hãy nhớ lúc những kẻ bất tín âm mưu để giam cầm các ngươi, sát hại các ngươi hoặc đánh đuổi các ngươi. Bọn chúng đã âm mưu đủ điều nhưng A-La cũng đã trù liệu, Ngài là người trù liệu chu đáo nhất.

32. Khi Kinh Điển của Ta được tuyên đọc cho chúng thì chúng bảo: "Chúng tôi đã nghe rồi. Nếu chúng tôi muốn chúng tôi cũng đã đọc ra những điều như thế này rồi. Đây chẳng qua là những chuyện cổ tích đời xưa mà thôi."

33. Hãy nhớ lúc chúng dám bảo: "Hỡi A-La, nếu quả thật đây là chân lý do Ngài phán, hãy làm mưa đá rơi từ trời cao xuống chúng tôi hoặc là giáng xuống chúng tôi hình phạt đau đớn."

34. Nhưng A-La không muốn trừng phạt chúng trong khi ngươi còn ở giữa chúng, và Ngài không muốn trừng phạt chúng trong khi chúng đang xin ân xá.

35. Chúng không phải là người thủ hộ nhưng dám ngăn trở những người đến Thánh Điện, làm sao A-La không thể trừng phạt chúng được? Người thủ hộ là người biết kính sợ Chúa, nhưng đa số trong bọn họ không biết điều đó.

36. Và những lời cầu nguyện của chúng trong Thánh Điện chẳng qua là sự huýt sáo và vỗ tay. "Hãy nếm mùi hình phạt vì lòng bất tín của các ngươi."

37. Quả thật những kẻ bất tín đang chi dùng tài sản của chúng để làm trở ngại con đường của A-La. Chắc chắn chúng sẽ tiếp tục chi dùng như thế, nhưng khi điều ấy trở thành mối lo của chúng thì chúng sẽ bị thất bại. Rồi những kẻ bất tín sẽ bị tập trung xuống Địa ngục.

38. A-La tách rời kẻ ác khỏi người lương

thiện và chồng chất kẻ ác này lên kẻ khác, rồi bao vây chúng lại và ném tất cả vào Địa ngục.

39. Hãy bảo bọn bất tín, nếu chúng từ bỏ thái độ đó, những việc trong qúa khứ của chúng sẽ được tha thứ. Nhưng nếu chúng quay về đường cũ, thì kinh nghiệm của tiền nhân đã rõ ràng trước mắt chúng.

40. Hãy chiến đấu chống lại chúng cho đến khi nào không còn sự áp bức và tôn giáo này hoàn toàn thuộc về A-La. Nhưng nếu chúng từ bỏ thì A-La sẽ theo dõi kỹ những điều chúng làm.

41. Nhưng nếu chúng quay lưng đi, hãy nhớ rằng A-La là Đấng bảo vệ các ngươi. Thật là Đấng bảo vệ ưu tú biết bao, thật là Đấng cứu trợ ưu tú biết bao!

42. Nếu các ngươi tin tưởng nơi A-La và những điều Ta đã ban cho thuộc hạ trong cái Ngày Phân Minh ấy - ngày mà hai đoàn quân giáp mặt nhau - hãy nhớ rằng bất cứ chiến lợi phẩm nào mà các ngươi thâu thập được, một phần năm trong đó sẽ thuộc về A-La và Sứ Giả, cho những người thân thích, trẻ cô nhi, người nghèo khổ và những kẻ lữ hành. A-La là Đấng Toàn Năng.

43. Khi các ngươi đứng bên bờ thung lũng này và bọn chúng ở bên bờ kia, còn đoàn khách thương thì đang ở phía dưới của các ngươi. Nếu các ngươi và bọn chúng đã giao ước với nhau, chắc chắn các ngươi đã phá lời giao ước rồi. Nhưng sự giao chiến đã xảy ra vì A-La muốn hoàn thành việc đã định, nên kẻ phải chết thì sau khi Phép Lạ xảy ra sẽ chết, kẻ được sống thì sau khi Phép Lạ xảy ra sẽ được sống sót. Quả thật A-La nghe tất cả và biết tất cả.

44. A-La đã cho ngươi thấy trong giấc mộng thế lực của chúng rất ít. Nếu Ngài cho ngươi thấy thế lực của chúng đông đảo, chắc chắn các ngươi đã ngã lòng và tranh luận với nhau về quyết định này, nhưng A-La đã cứu các ngươi. Đương nhiên Ngài am tường những điều các ngươi ôm ấp trong lòng.

45. Và khi các ngươi đối đầu với bọn chúng, Ngài đã làm cho chúng ít đi dưới mắt các ngươi

và làm cho thế lực của các ngươi ít đi dưới mắt chúng, để A-La hoàn thành việc đã định. Vạn sự chung cuộc đều do A-La quyết định.

46. Hỡi những kẻ vững lòng tin! Khi các ngươi đối đầu với quân thù, hãy giữ lòng cương quyết và nhớ tâm niệm A-La, rồi các ngươi sẽ được thành công.

47. Hãy tuân lời A-La và Sứ Giả của Ngài, chớ nên cãi vã lẫn nhau chớ nên ngã lòng và đừng để chí khí tiêu tan. Hãy rán nhẫn nại, chắc chắn A-La sẽ đứng về phía những người nhẫn nại.

48. Chớ hành động như những kẻ bước ra khỏi nhà một cách kiêu ngạo và khoe trương rồi ngăn trở con đường của A-La, Ngài am tường mọi hành vi của chúng.

49. Satăng đã làm cho chúng thấy hành vi của chúng tốt đẹp và nói rằng: "Hôm nay không ai sẽ thắng lại các ngươi và ta là kẻ bảo vệ các ngươi." Nhưng khi hai bên nhìn thấy nhau, hắn bèn quay gót đi nói rằng: "Ta không can hệ gì đến các ngươi, ta thấy những gì mà các ngươi không thấy. Quả thật ta rất sợ A-La, Ngài là Đấng trừng phạt rất nghiêm khắc."

50. Những kẻ ngụy thiện và những người mà con tim đầy bệnh hoạn đã nói: "Những người này đã bị tôn giáo của họ lừa dối họ." Kẻ nào tin cậy nơi A-La, chắc chắn Ngài là Đấng Toàn Năng và Khôn Ngoan.

51. Ta muốn cho ngươi thấy khi các thiên sứ triệu hồi linh hồn của những kẻ bất tín, đánh vào mặt và lưng chúng bảo rằng: "Hãy nếm mùi hình phạt của lửa thiêu."

52. "Đây cũng vì những điều mà các ngươi đã tạo ra. Hãy nhớ rằng A-La không hề bất công với thuộc hạ của Ngài."

53. Trường hợp của họ giống như trường hợp của dân chúng của Pharaô và những người trước đó: họ đã không hề tin tưởng nơi Phép Lạ của A-La, nên Ngài đã trừng phạt tội lỗi của họ. Quả thật, A-La là Đấng Cường lực và nghiêm

Chương 8 — AL-ANFAL — Part 10

khắc trong sự trừng phạt.

54. Đây cũng vì một khi A-La đã ban ân huệ cho dân tộc nào, Ngài chẳng hề rút lại chỉ trừ khi họ thay lòng đổi dạ, hãy nhớ rằng A-La nghe tất cả và biết tất cả.

55. Trường hợp của họ giống như trường hợp của dân chúng của Pharaô: Chúng đã phủ nhận Phép Lạ của Chúa, nên Ta đã tận diệt chúng vì tội lỗi chúng đã làm. Ta đã nhận chìm dân của Pharaô vì tất cả đều là kẻ ác.

56. Quả thật, dưới mắt A-La, những loài súc sinh đê tiện nhất là những kẻ không hề biết cảm tạ và không hề biết tin tưởng.

57. Những kẻ mà ngươi đã kết giao ước với họ nhưng mỗi lần đó họ đều bội ước và không hề biết kính sợ Chúa Trời.

58. Nếu ngươi chạm trán với chúng trong lúc giao chiến, hãy đánh tan chúng và làm những kẻ ở phía sau chúng kinh hãi để họ biết ăn năn hối cải.

59. Nếu giả như ngươi có e ngại sự phản bội của chi tộc nào thì chính thân ngươi hãy hủy bỏ lời giao ước với chúng. A-La không hề yêu chuộng những kẻ phản bội.

60. Chớ để những kẻ bất tín tưởng rằng chúng đã vượt qua mặt chúng ta. Chúng không thể nào làm hư hỏng mục tiêu của Chúa Trời.

61. Hãy chuẩn bị cho họ quân đội và toán kỵ mã thật đầy đủ, hãy khủng bố những kẻ thù của A-La và của các ngươi và những kẻ thù mà các ngươi không biết nhưng A-La biết rõ. Bất cứ những gì các ngươi chi dùng vì con đường của A-La, các ngươi sẽ được trả lại đầy đủ và sẽ không hề bị đối xử bất công.

62. Nếu chúng muốn hòa bình, ngươi hãy tỏ

ý như thế và hãy tin cậy nơi A-La. Vì Ngài là Đấng nghe tất cả và biết tất cả.

63. Và nếu chúng toan đánh lừa ngươi, sự hiện diện của A-La cũng đủ cho ngươi. Ngài đã đem sự cứu trợ và các tín đồ làm ngươi thêm mạnh mẽ;

64. Ngài đã liên kết con tim của họ. Dẫu ngươi có chi xài tất cả của cải trên mặt đất này có lẽ ngươi không thể liên kết con tim của họ được. Nhưng A-La đã liên kết họ, Ngài quả là Đấng Toàn Năng và Khôn Ngoan.

65. Hỡi Nhà Tiên Tri, một mình A-La cũng đủ cho ngươi và các tín đồ tuân lệnh ngươi.

66. Hỡi Nhà Tiên Tri, hãy thúc đẩy các tín đồ để chiến đấu. Nếu trong quân của các ngươi có hai mươi người cương quyết nhẫn nại, họ sẽ thắng lại hai trăm người, nếu có một trăm người như thế, họ sẽ thắng lại một ngàn người bất tín, vì chúng là một lũ dân không hề biết giác ngộ.

67. Bây giờ A-La đã làm nhẹ gánh nặng của các ngươi vì Ngài biết rằng các ngươi hãy còn yếu kém. Nếu trong quân của các ngươi có một trăm người cương quyết nhẫn nại, họ sẽ thắng lại hai trăm người; nếu có một ngàn người như thế, nhờ A-La chỉ huy họ sẽ thắng lại hai ngàn người. A-La lúc nào cũng đứng về phía những kẻ cương quyết nhẫn nại.

68. Việc bắt quân địch làm tù binh không phải là công việc của Nhà Tiên Tri, chỉ trừ khi người đã lâm chiến nhiều trận trên đất này. Các ngươi ao ước tiền tài ở kiếp này, trong khi A-La muốn ban cho các ngươi ở kiếp sau. A-La là Đấng Toàn Năng và Khôn Ngoan.

69. Nếu không có quy định của A-La ban cho các ngươi, có lẽ các ngươi đã bị trừng phạt nặng nề vì món mà các ngươi đã nhận lãnh.

70. Nhưng trong những chiến lợi phẩm, hãy ăn những món hợp pháp và tươi tốt và hãy kính sợ A-La. A-La là Đấng Khoan Hồng và Từ Bi.

71. Hỡi Nhà Tiên Tri, hãy bảo các tù binh nằm dưới tay ngươi: "Nếu A-La biết con tim

của các ngươi có chút gì lương thiện, Ngài sẽ ban cho các ngươi nhiều hơn những gì các ngươi đã bị tước đoạt; và Ngài sẽ tha thứ các ngươi. A-La là Đấng Khoan Hồng và Từ Bi.

72. Nếu chúng định phản lại nhà ngươi thì trước đó chúng đã phản lại A-La, nhưng Ngài đã ban cho ngươi lực lượng siêu quần hơn chúng. Ngài là Đấng Toàn Tri, Khôn Ngoan.

73. Những người đã theo đạo, di trú và đem cả tài sản lẫn sinh mạng để chiến đấu vì A-La, những người đã che chở và yểm trợ họ - hai bên đều là bạn đồng minh với nhau. Còn những kẻ nào đã theo đạo nhưng không chịu di trú; cho đến khi họ chịu ra đi, các ngươi hoàn toàn không có trách nhiệm gì về việc bảo vệ họ. Nhưng nếu họ xin các ngươi che chở vì lý do tôn giáo, ngoại trừ lúc phải đối đầu với chi tộc đã kết giao ước với các ngươi, các ngươi có bổn phận phải cứu trợ họ. A-La nhìn tất cả việc các ngươi làm.

74. Những kẻ bất tín đều là bạn đồng minh với nhau. Nếu các ngươi không hành động như thế, điều ác và cơn loạn lạc sẽ lan tràn trên đất này.

75. Những người đã theo đạo, di trú và đem cả tài sản lẫn sinh mạng để chiến đấu vì A-La cùng với những người đã che chở và yểm trợ họ, những người này mới thật là tín đồ. Sự ân xá và phẩm vật quí giá đang dành cho họ.

76. Còn những kẻ sau đó đã theo đạo, di trú và cùng các ngươi chiến đấu vì A-La, họ là đồng bọn với các ngươi. Nhưng theo qui định của A-La, những kẻ cùng chung dòng máu thì gần gũi hơn những người trên. Quả thật A-La am tường mọi việc.

AL-TAUBA — Chương 9 — Part 10

Sự hối cải
(Khải thị ở Mêđina)

1. Đây là lời tuyên cáo của A-La và Sứ Giả về sự miễn trừ đặc biệt dành cho những kẻ thờ đa thần giáo mà các ngươi đã kết giao ước.

2. Các ngươi có quyền đi lại tự do trong xứ trong bốn tháng trời, hãy nhớ rằng các ngươi không thể nào làm hỏng kế hoạch của A-La và Ngài sẽ lăng nhục những kẻ bất tín.

3. Và đây là lời tuyên cáo của A-La và Sứ Giả ban cho mọi người nhân ngày Đại Lễ Hành Hương, rằng A-La và Sứ Giả của Ngài không hề có liên quan đến những kẻ thờ đa thần giáo. Vì vậy, nếu các ngươi hối cải thì sẽ có lợi cho bản thân của các ngươi, nếu các ngươi ngoảnh mặt đi thì hãy nhớ rằng các ngươi không thể nào làm hỏng kế hoạch của A-La. Hãy tuyên cáo rằng sự trừng phạt đau đớn đang chờ những kẻ bất tín.

4. Nhưng trong số những kẻ thờ đa thần giáo mà các ngươi đã kết giao ước, những người không hề xâm phạm đến các ngươi và cũng không giúp đỡ kẻ thù của các ngươi, những người này là trường hợp ngoại lệ. Vậy hãy giữ lời giao ước với chúng cho đến khi mãn hạn. A-La chỉ yêu chuộng những người chính trực.

5. Và khi hết tháng thánh, hãy giết phứt đi các tín đồ đa thần giáo ở bất cứ nơi nào các ngươi gặp chúng, hoặc bắt chúng lại nhốt vào ngục, hãy mai phục để tập kích chúng ở mọi nẻo đường. Nhưng nếu chúng tỏ lòng hối cải, năng cầu nguyện và bố thí, hãy tha chúng đi. A-La là Đấng Khoan Hồng và rất Từ Bi.

6. Trong số tín đồ đa thần giáo, nếu có ai xin ngươi che chở, hãy bảo vệ hắn, truyền cho hắn nghe giáo điều của A-La và đưa hắn đến chốn an toàn. Vì họ là những người không biết gì cả.

7. Ngoại trừ những người mà các ngươi đã kết giao ước tại Thánh Điện, làm sao A-La và Sứ Giả của Ngài có thể kết giao ước với những tín đồ đa thần giáo này? Đến bao giờ chúng còn đối xử thành thật với các ngươi, hãy đối xử thành thật với chúng. A-La chỉ yêu chuộng những người chính trực.

8. Nhưng làm gì có chuyện này, nếu chúng thắng lại các ngươi, chúng sẽ không hề tôn trọng tình máu mủ và lời giao ước với các ngươi. Chúng sẽ làm các ngươi vui lòng bằng miệng lưỡi nhưng con tim của chúng thì phủ nhận vì hầu hết trong bọn chúng đều là những kẻ hai lòng.

9. Chúng đem Phép Lạ của A-La đổi lấy một giá rẻ mạt và cản trở những người đang theo đuổi con đường của Ngài. Những việc chúng làm thật là tệ hại.

10. Chúng không hề tôn trọng tình máu mủ hoặc lời giao ước với các tín đồ. Chính bọn chúng mới là kẻ phản trắc.

11. Nhưng nếu chúng biết hối cải, năng cầu nguyện và bố thí, thì chúng sẽ là anh em cùng đạo với các ngươi. Ta đang giải thích Phép Lạ cho những người biết nhận thức.

12. Nếu chúng phạm đến lời thề sau khi đã kết giao ước với các ngươi và lăng mạ tôn giáo của các ngươi, hãy chống lại các đầu lãnh của những kẻ bất tín. Đương nhiên chúng không bao giờ giữ lời thề. Chắc chắn chúng sẽ rút lui.

13. Chúng đã phá bỏ lời thề, đã âm mưu đánh đuổi Sứ Giả và là những kẻ đầu tiên khiêu khích các ngươi, các ngươi không chống lại chúng sao? Các ngươi sợ hãi chúng hay sao? Không, nếu các ngươi là tín đồ, chỉ có A-La là Đấng mà các ngươi phải kính sợ.

14. Hãy chiến đấu chống lại chúng, rồi A-La sẽ mượn tay các ngươi mà trừng phạt chúng, lăng nhục chúng và giúp các ngươi thắng lại chúng để làm an tâm những kẻ vững lòng tin.

15. Để Ngài cất bỏ sự phẫn nộ trong lòng

174

họ. A-La tha thứ kẻ nào làm Ngài hài lòng. A-La là Đấng Toàn Tri và Khôn Ngoan.

16. Trong khi A-La chưa biết rõ ai đã chiến đấu vì A-La và không kết bạn với những kẻ khác ngoài A-La, Sứ Giả và các tín đồ, các ngươi nghĩ rằng các ngươi sẽ được yên thân hay sao? A-La am tường tất cả những gì các ngươi làm.

17. Những kẻ thờ đa thần giáo không xứng đáng để giữ gìn Thánh Điện, trong khi chúng phải làm chứng về sự bất tín của chúng. Công trình của chúng sẽ trở nên vô nghĩa và Hỏa Ngục sẽ là nơi trú ẩn của chúng.

18. Kẻ nào tin tưởng nơi A-La và Ngày Tận Thế, năng cầu nguyện và bố thí, không hề kính sợ ai ngoài A-La, chỉ có kẻ ấy mới xứng đáng để giữ gìn Thánh Điện. Những người này rồi sẽ được hướng dẫn đến chính đạo.

19. Các ngươi định cho rằng sự cấp nước cho những người hành hương và sự quản lý Thánh Điện đồng đẳng với công trình của những người tin tưởng nơi A-La và Ngày Tận Thế và chiến đấu vì con đường của Ngài hay sao? Dưới mắt A-La những việc này không hề đồng đẳng với nhau. Và A-La không bao giờ hướng dẫn những kẻ bất chính.

20. Nhưng người vững lòng tin, di trú và đem cả tài sản lẫn sinh mạng để chiến đấu vì A-La, họ sẽ được A-La ban tước vị cao nhất. Chính những người này sẽ chiến thắng.

21. Đích thân Chúa sẽ ban tin mừng cho họ về sự từ bi của Ngài, sự mãn nguyện của Ngài và Cõi An Lạc với hạnh phúc trường cửu dành cho họ;

22. Rồi họ sẽ được sống đời đời nơi đó. Quả thật, phần thưởng trọng hậu đang nằm trong tay A-La.

23. Hỡi những kẻ vững lòng tin! Chớ kết nghĩa với phụ thân hoặc anh em của các ngươi nếu họ chọn sự bất tín thay vì chọn tín ngưỡng.

Những kẻ nào kết nghĩa với họ sẽ là những kẻ đắc tội.

24. Hãy bảo: "Nếu cha mẹ, con cái, anh em, thê thiếp, thân tộc, tài sản mà các ngươi đã thâu thập, hàng hóa mà các ngươi sợ không bán được và nhà cửa mà các ngươi ưa chuộng, đối với các ngươi yêu quí hơn A-La và Sứ Giả và sự chiến đấu vì Ngài, hãy chờ đến khi A-La phán quyết. A-La không hề hướng dẫn những kẻ ương ngạnh."

25. A-La đã yểm trợ các ngươi trong nhiều trận giao tranh, cũng như trong Ngày của trận Hunain. Thế lực đông đảo của các ngươi đã làm các ngươi hãnh diện, nhưng chẳng được thắng lợi nào, và đất rộng thênh thang đã trở thành lối hẹp trước mắt các ngươi, rồi các ngươi phải xoay lưng để tháo lui.

26. Lúc ấy A-La đã ban sự yên tĩnh cho Sứ Giả và các tín đồ, Ngài cũng ban quân đoàn mà mắt trần không thấy được để trừng phạt những kẻ bất tín. Đây là quả báo dành cho bọn bất tín.

27. Nhưng sau đó Ngài sẽ nhủ lòng thương kẻ nào làm Ngài hài lòng. A-La là Đấng Khoan Hồng và Từ Bi nhất.

28. Hỡi những kẻ vững lòng tin! Tín đồ đa thần giáo là những kẻ ô uế. Từ năm nay về sau, chúng sẽ không được phép đến gần Thánh Điện. Nếu các ngươi lo sợ sự nghèo khổ, A-La sẽ đem ân huệ làm các ngươi phú cường, nếu Ngài muốn. A-La là Đấng Toàn Năng và Khôn Ngoan.

29. Hãy chống lại những kẻ đã được ban Kinh Thánh nhưng không hề tin tưởng nơi A-La và Ngày Tận Thế, cũng không chừa bỏ những điều mà A-La và Sứ Giả đã răn cấm và không

thờ tôn giáo chân chính, cho đến khi nào chúng chịu đóng thuế và nhìn nhận sự chinh phục.

30. Tín đồ đạo Do thái thì nói rằng Ezra là con trai của A-La, tín đồ đạo Thiên Chúa thì nói rằng Messia là con trai của A-La. Đây chỉ là lời lẽ đầu môi chót lưỡi mà chúng đã bắt chước từ những lời lẽ của bọn bất tín. Chớ chi A-La trừng phạt chúng! Toàn là lũ ngoan ngạnh cả!

31. Chúng tôn thờ các học giả, các thầy dòng và cả con trai của Maria là Messia mà không màng đến A-La, mặc dầu chúng đã được ra lệnh phải thờ Chúa Trời độc nhất. Không có Chúa Trời nào khác tồn tại ngoài Ngài. Ngài rất vinh hiển so với những gì chúng thờ chung với Ngài.

32. Chúng toan dập tắt ánh minh quang của A-La bằng miệng lưỡi nhưng A-La sẽ hoàn thành ánh minh quang của Ngài dầu những kẻ bất tín không thích đi nữa.

33. Ngài đã phái Sứ Giả xuống với sự dẫn đạo và tôn giáo chân chính để làm nó siêu việt hơn tất cả các tôn giáo khác, dầu những kẻ thờ đa thần giáo không thích đi nữa.

34. Hỡi những kẻ vững lòng tin! Đa số trong các học giả và thầy dòng đã thâm thủng tài sản của kẻ khác bằng những thủ đoạn giả dối và làm trở ngại con đường của A-La. Những kẻ nào tích trữ vàng bạc mà không chi dùng vì con đường của A-La, hãy báo cho chúng biết sự trừng phạt đau đớn đang chờ chúng,

35. Ngày mà vật ấy sẽ bị đốt nóng bằng lửa địa ngục, rồi trán, hông và lưng của chúng sẽ bị đóng dấu bằng vật ấy: "Đây là vật mà các ngươi đã tích trữ cho chính các ngươi, vậy hãy nếm mùi vật mà các ngươi đã tích trữ."

36. Từ ngày tạo thiên lập địa, theo sắc lịnh của A-La số tháng là mười hai, bốn tháng trong đó là tháng thánh. Đây là tín điều trường cửu. Vì vậy trong những tháng này các ngươi không được phạm lỗi. Các ngươi hãy đem toàn lực chống lại các tín đồ đa thần giáo, như chúng đã

đem toàn lực chống lại các ngươi. Hãy nhớ rằng A-La luôn luôn đứng về phía những người chính trực.

37. Sự bãi bỏ một Tháng Thánh chỉ là sự tăng thêm lòng bất tín. Những kẻ không hề tin tưởng đang bị làm lầm đường lạc lối vì điều đó. Có năm thì chúng cho phép, có năm thì chúng lại cấm chỉ điều đó, để hòa hợp với số tháng mà A-La đã định là tháng thánh và làm hợp pháp điều mà A-La đã răn cấm. Hành vi xấu xa của chúng trở nên đẹp đẽ dưới mắt chúng. A-La không hề hướng dẫn những kẻ bất tín.

38. Hỡi những kẻ vững lòng tin! Khi các ngươi được ra lệnh hãy tiến lên vì con đường của A-La, tại sao các ngươi lại ngồi riệt trên mặt đất? Các ngươi toại nguyện về kiếp này hơn là Kiếp Lai Sinh hay sao? So với Kiếp Lai Sinh, lợi lộc ở kiếp này chỉ là vật còn con.

39. Nếu các ngươi không tiến lên chiến đấu, Ngài sẽ trừng phạt các ngươi một cách đau đớn và sẽ chọn những kẻ khác thay thế vào chỗ của các ngươi. Các ngươi sẽ không hề gây khó khăn cho Ngài được. Vì A-La có toàn quyền thực hành mọi việc.

40. Dẫu các ngươi không trợ giúp Mahômết đi nữa, trước đây khi bọn bất tín đánh đuổi người, A-La đã cứu trợ người. Khi hai người đang ở trong hang, người bảo với người bạn đồng hành: "Chớ lo âu, vì A-La đứng về phe của chúng ta." Rồi A-La đã ban cho hắn sự an tâm và đem binh đội mà mắt thường không thấy được để yểm trợ người, Ngài đã lăng nhục ngôn từ của bọn bất tín, chỉ có ngôn từ của A-La là tối thượng. A-La là Đấng Toàn Năng và Khôn Ngoan.

41. Kẻ nhẹ thân cũng như kẻ mang gánh nặng, hãy tiến lên và đem tài sản lẫn sinh mạng của các ngươi để chiến đấu vì A-La. Nếu các ngươi nhận thức được, điều này càng có lợi cho các ngươi.

42. Nếu đó là lợi lộc trước mắt và là cuộc hành trình ngắn ngủi, chắc chắn chúng đã theo ngươi, nhưng cuộc hành trình gian lao thì chúng không chịu nổi. Nhưng chúng vẫn cố thề với A-

La: "Nếu chúng tôi có khả năng, chắc chắn chúng tôi đã theo các ngươi rồi." Rốt cuộc chúng chỉ tự hại thân mình. A-La biết rõ rằng chúng đã nói dối.

43. Chớ chi A-La tha thứ ngươi. Tại sao ngươi dám cho phép chúng ở lại trong khi ngươi chưa rõ ai là kẻ đã nói sự thật và ai là kẻ đã nói dối?

44. Những kẻ vững lòng tin nơi A-La và Ngày Tận Thế sẽ không hề xin ngươi cho phép ở lại để tránh khỏi việc đem cả tài sản và sinh mạng để chiến đấu. A-La biết rõ những người chính trực.

45. Chỉ có những kẻ xin ngươi cho phép ở lại là những kẻ không hề tin nơi A-La và Ngày Tận Thế, lòng chúng đầy mối nghi ngờ và chúng do dự vì mối nghi ngờ ấy.

46. Nếu chúng mong xuất trận, chắc chắn chúng đã chuẩn bị rồi. Nhưng A-La không thích cho chúng ra trận, nên Ngài đã giữ chúng lại và có lời phán: "Các ngươi hãy ở lại với những kẻ giữ nhà."

47. Nếu chúng có theo các ngươi ra trận, chúng chỉ làm rối rắm các ngươi, chắc chắn chúng đã đi đi lại lại giữa các ngươi để gây sự bất hòa giữa các ngươi. Rồi trong đám các ngươi sẽ có kẻ ngã lòng nghe lời chúng. A-La biết rõ những kẻ ác nhân.

48. Trước đây chúng cũng đã toan dấy loạn và âm mưu chống lại ngươi. Nhưng trái với ý định của chúng, chân lý đã quang lâm và mục tiêu của A-La đã thành tựu.

49. Trong bọn chúng có kẻ nói: "Hãy cho phép tôi ở lại và chớ làm tôi lạc đường." Thật ra, chúng đã lầm đường lạc lối và địa ngục đang bao vây những kẻ bất tín.

50. Nếu ngươi gặp vận may, chúng cảm thấy khó chịu; nhưng nếu ngươi gặp hoạn nạn, chúng bèn nói: "Quả thật chúng ta đã dự phòng trước." Và chúng hớn hở quay lưng đi.

Chương 9   AL-TAUBA   Part 10

51. Hãy bảo: "Không có việc gì sẽ xảy ra cho chúng tôi, ngoại trừ những việc mà A-La đã định. Ngài là Đấng Bảo Hộ của chúng tôi. Các tín đồ phải tín cẩn nơi A-La."

52. Hãy bảo: "Các ngươi chẳng mong gì ở chúng tôi ngoại trừ một trong hai điều tốt ấy, còn chúng tôi thì mong A-La đích thân Ngài hoặc mượn tay chúng tôi mà trừng phạt các ngươi. Vậy hãy rán chờ, chúng tôi cũng đang chờ với các ngươi."

53. Hãy bảo: "Nếu các ngươi có chi phí một cách sốt sắng hay do dự, các ngươi sẽ không được thâu nhận. Các ngươi thật toàn là lũ ngoan ngạnh."

54. Sự đóng góp của chúng không được thâu nhận chẳng qua là vì chúng không hề tin tưởng nơi A-La và Sứ Giả. Chúng chỉ lễ bái một cách lười biếng và đóng góp một cách do dự.

55. Vì vậy chớ để gia tài cũng như con cái của chúng làm ngươi hoa mắt. A-La chỉ muốn dùng nó để trừng phạt chúng ở kiếp này, để linh hồn của chúng ra đi trong khi chúng vẫn còn bất tín.

56. Chúng thề với A-La rằng chúng là đồng chí của các ngươi nhưng chúng không phải là đồng chí của các ngươi mà là những kẻ nhút nhát.

57. Nếu chúng tìm ra một nơi lánh nạn, một hang động hay ngay cả một nơi để chui vào, chắc chắn chúng sẽ vội vã đào tẩu vào nơi ấy.

58. Trong bọn chúng có kẻ chỉ trích ngươi về vấn đề bố thí. Nếu chúng được chia phần thì chúng hài lòng; nhưng nếu chúng không được chia phần, hãy xem! chúng tỏ vẻ bất mãn.

59. Chớ chi chúng biết hài lòng về những gì mà A-La và Sứ Giả đã ban cho chúng và biết nói rằng: "A-La và Sứ Giả cũng đủ cho chúng

180

tôi. A-La và Sứ Giả sẽ ban ân huệ cho chúng tôi. Ngài là Đấng mà chúng tôi hằng tâm thỉnh nguyện," thì tốt cho bản thân chúng biết bao.

60. Của bố thí chỉ dành cho những người nghèo khổ, kẻ túng thiếu, những người đã bỏ công quyên tiền, những kẻ chịu khuất phục và để cứu người nô lệ, để giúp những kẻ mang nợ nần, để chi dùng vì con đường của A-La, và để giúp những kẻ lữ hành. Đây là mệnh lệnh của A-La. A-La là Đấng Toàn Tri và Khôn Ngoan.

61. Trong bọn chúng có kẻ dám xúc phạm đến Nhà Tiên Tri, nói rằng: "Ai nói hắn cũng nghe". Hãy bảo: "Người chỉ nghe những điều hữu ích cho các ngươi; người chỉ tin tưởng nơi A-La và tin cậy các tín đồ, người là sự từ bi dành cho những kẻ nào trong các ngươi biết tin tưởng." Kẻ nào dám xúc phạm đến Sứ Giả của A-La sẽ phải chịu sự trừng phạt ghê gớm.

62. Chúng thề với A-La để làm các ngươi vui lòng; nhưng nếu chúng thật là tín đồ thì A-La và Sứ Giả mới đáng để chúng làm vui lòng.

63. Chúng chưa biết rằng kẻ nào dám chống lại A-La và Sứ Giả sẽ phải xuống Hỏa Ngục và sống vĩnh viễn nơi đó hay sao? Thật là điều nhục nhã vô cùng.

64. Những kẻ ngụy thiện thì e sợ một chương nói về chúng sẽ được khải thị, để vạch rõ cho chúng biết những điều mà chúng đang ôm ấp trong lòng. Hãy bảo: "Cứ tha hồ nhạo báng đi! Chắc chắn A-La sẽ làm sáng tỏ điều các ngươi e sợ."

65. Nếu ngươi có chất vấn chúng thì chúng sẽ bảo: "Chúng tôi chỉ tán ngẫu và nói đùa mà thôi." Hãy bảo: "Các ngươi đã nhạo báng A-La, các Phép Lạ và Sứ Giả của Ngài hay sao?

66. "Chớ ngụy biện. Các ngươi đang theo đạo mà lại tỏ thái độ bất tín. Nếu Ta có tha thứ một nhóm trong các ngươi đi nữa, Ta sẽ trừng phạt nhóm đã phạm tội."

67. Những kẻ ngụy thiện, cả nam lẫn nữ đều giống nhau cả. Chúng tưởng lệ việc ác và răn cấm việc thiện, là những kẻ rất keo kiệt. Chúng đã quên A-La nên A-La cũng đã quên chúng.

Chương 9   AL-TAUBA   Part 10

Chính những kẻ ngụy thiện là những kẻ phản bội.

68. A-La đã hứa sẽ ban cho những kẻ ngụy thiện, nam lẫn nữ, và những kẻ bất tín lửa địa ngục, chúng sẽ sống vĩnh viễn nơi đó. Điều này cũng đủ cho chúng rồi. A-La đã chúc dữ cho chúng. Chúng sẽ chịu sự trừng phạt đời đời.

69. Giống như những kẻ trước các ngươi. Chúng có thể lực mạnh mẽ, của cải và con cái nhiều hơn các ngươi. Chúng đã tận hưởng hạnh phúc, nên các ngươi sẽ hưởng hạnh phúc như những kẻ trước các ngươi đã hưởng hạnh phúc. Các ngươi mãi miết tán ngẫu như chúng đã mãi miết tán ngẫu. Sự nghiệp của những kẻ này sẽ trở nên vô nghĩa ở kiếp này cũng như ở kiếp sau. Chính chúng sẽ là những kẻ tổn thất.

70. Chúng chẳng nghe những câu chuyện về những người đã sống trước chúng sao? Tức là bộ tộc của Noah, Ad, Thamud, bộ tộc của Abraham, dân cư ở Midian và những đô thị đã bị tàn phá. Các Sứ Giả đã mang Phép Lạ rõ ràng đến cho họ. A-La không hề đối xử bất công với họ, chỉ có họ đã tự hại thân mình.

71. Còn các tín đồ, nam lẫn nữ đều là bạn với nhau. Họ tưởng lệ điều thiện và răn cấm điều ác, năng cầu nguyện và bố thí, tuân lời A-La và Sứ Giả của Ngài. Chính những kẻ này sẽ được A-La nhủ lòng từ bi. Quả thật A-La là Đấng Toàn Năng và Khôn Ngoan.

72. A-La đã hứa ban cho các tín đồ nam lẫn nữ Cõi An Lạc có sông chảy bên dưới, nơi họ sẽ sống đời đời, và chốn cư trú thảnh thơi ở Vườn Địa Đàng. Và sự hài lòng của A-La còn lớn lao hơn nữa. Đây là phần thưởng tối hậu.

73. Hỡi Nhà Tiên Tri, hãy chống lại những kẻ bất tín và bọn người ngụy thiện. Chớ nương tay với chúng. Chỗ ở của chúng sẽ là Địa Ngục, thật là một định mệnh đau đớn.

74. Chúng thề với A-La rằng chúng chẳng nói gì cả, nhưng thật ra chúng đã tỏ lời xúc phạm và tỏ thái độ bất tín sau khi đã theo đạo. Và điều chúng đã âm mưu không thành tựu được. Chúng chỉ ôm lòng oán hờn vì A-La và Sứ Giả đã ban ân huệ làm họ giàu có. Nếu chúng biết hối cải thì tốt cho bản thân chúng biết bao. Nhưng nếu chúng ngoảnh mặt đi, A-La sẽ trừng phạt chúng bằng hình phạt ghê gớm ở kiếp này và cả kiếp sau, chúng sẽ không được ai yểm trợ hoặc cứu giúp trên đất này.

75. Trong bọn chúng có kẻ đã thề với A-La rằng: "Nếu Ngài ban ân huệ cho chúng tôi, chúng tôi sẽ bố thí và trở thành người lương thiện."

76. Nhưng khi Ngài ban ân huệ cho chúng thì chúng trở nên keo kiệt và quay lưng đi một cách ngạo mạn.

77. Vì chúng đã bội ước với A-La và nói dối, để báo thù Ngài đã làm cho con tim chúng ngụy thiện mãi mãi cho đến ngày chúng hội diện với Ngài.

78. Chúng không biết rằng A-La thấu rõ mọi điều bí mật và những câu chuyện kín của chúng và là Đấng am tường mọi vật trong cõi vô hình hay sao?

79. Những kẻ nào chỉ trích các tín đồ sốt sắng bố thí và những người không sở hữu gì ngoài sức lao động của họ, chúng đã chê nhạo họ. A-La sẽ thù lao cho chúng vì sự chê nhạo ấy, và hình phạt ghê gớm đang chờ chúng.

80. Ngươi có xin sự ân xá cho chúng hay không xin, dẫu ngươi có xin sự ân xá cho chúng bảy mươi lần đi nữa, A-La sẽ không bao giờ tha thứ chúng. Vì chúng không hề tin tưởng nơi A-La và Sứ Giả của Ngài. A-La không hề hướng dẫn những kẻ phản trắc.

81. Những kẻ ở lại vui mừng vì được ẩn thân

sau lưng Sứ Giả của A-La, và không thích đem tài sản lẫn sinh mạng để chiến đấu vì A-La. Chúng bảo: "Chớ tiến vào chỗ nóng bức ấy." Hãy bảo: "Lửa địa ngục còn nóng bỏng hơn." Chớ chi chúng hiểu được!

82. Hãy để cho chúng cười đôi chút, rồi chúng phải khóc nhiều vì hậu quả của những việc chúng đã làm.

83. Khi A-La khiến ngươi trở về nơi chúng, nếu có một nhóm trong bọn chúng xin ngươi cho họ ra trận, hãy bảo chúng: "Các ngươi không được ra trận với ta và không được cùng ta chiến đấu chống kẻ thù. Các ngươi đã đồng ý ở lại từ lúc đầu, vậy hãy ở lại với những người còn sót lại."

84. Và dẫu có ai trong bọn chúng qua đời đi nữa, chớ cầu nguyện cho họ, cũng chớ cầu nguyện bên phần mộ của họ; vì họ đã không tin tưởng nơi A-La và Sứ Giả và chết đi trong khi vẫn còn ngoan ngạnh.

85. Chớ để tài sản và con cái của họ làm ngươi hoa mắt. A-La chỉ muốn dùng nó để trừng phạt chúng ở kiếp này, để linh hồn của chúng ra đi trong khi chúng vẫn còn bất tín.

86. Khi một chương trong Khải Thị ra lệnh rằng: "Hãy tin tưởng nơi A-La và cùng với Sứ Giả chiến đấu vì Ngài," những kẻ giàu có trong bọn chúng đã xin ngươi cho phép ở lại nói rằng: "Hãy để cho chúng tôi ở lại với những kẻ giữ nhà."

87. Chúng bằng lòng ở lại với phái yếu, là những người được phép ở hậu phương, con tim của chúng đã bị niêm kín nên chúng không hiểu gì cả.

88. Nhưng Sứ Giả và những người cùng tin tưởng với ngươi đã đem tài sản và sinh mạng của họ để chiến đấu vì A-La. Chính những người

này sẽ được hưởng phước và sẽ được vinh hiển.

89. A-La đã dành cho họ Cõi An Lạc có sông chảy bên dưới, nơi đó họ sẽ sống đời đời. Đây mới là phần thưởng tối cao.

90. Cũng có kẻ trong đám dân du mục đã đến viện cớ để xin được miễn dịch, và có kẻ thì nói dối với A-La và Sứ Giả để được ở lại. Sự trừng phạt ghê gớm sẽ giáng xuống những kẻ bất tín này.

91. Những người yếu đuối hoặc bệnh hoạn, những người không có đồng nào để xuất nạp, nếu họ trung thành với A-La và Sứ Giả, thì sẽ không bị khiển trách. Không có lý do gì để quở trách những người lương thiện. A-La là Đấng Khoan Hồng và Từ Bi.

92. Cũng không được quở trách những người đã đến xin ngươi chở họ, ngươi đã bảo: "Ta không có phương tiện nào để chở các ngươi được;" họ bỏ đi mắt đầy lệ, lòng buồn bã rằng họ không thể nào chi phí được.

93. Chỉ nên quở trách những kẻ giàu có mà xin ngươi cho phép ở lại. Chúng bằng lòng ở lại với phái yếu. A-La đã niêm kín con tim của chúng nên chúng không biết gì cả.

94. Chúng sẽ biện giải với các ngươi khi các ngươi trở về nơi chúng. Hãy bảo chúng: "Chớ bào chữa, chúng tôi sẽ không hề tin tưởng các ngươi. A-La đã chỉ rõ cho chúng tôi chân tướng của các ngươi. A-La và Sứ Giả đang quan sát cách ăn ở của các ngươi, rồi các ngươi sẽ bị triệu hồi về nơi Ngài, là Đấng am tường cõi vô hình cũng như cõi hữu hình, Ngài sẽ phán cho các ngươi rõ những việc các ngươi đã làm."

95. Khi các ngươi trở về nơi chúng, chúng sẽ thề trước A-La với các ngươi để mong các

ngươi bỏ mặc chúng. Vậy hãy bỏ mặc chúng. Quả thật, chúng là lũ gớm ghiếc và chỗ ở của chúng sẽ là địa ngục - là quả báo tương xứng với những việc mà chúng thường làm.

96. Chúng sẽ thề với các ngươi để làm các ngươi vui lòng. Dẫu các ngươi có vui lòng đi nữa, A-La sẽ không hề vui lòng về bọn phản nghịch.

97. Những dân du mục là những kẻ bất tín và ngụy thiện nhất, và đa số trong bọn chúng không đủ khả năng để hiểu qui định trong Khải Thị mà A-La đã ban cho Sứ Giả của Ngài. A-La là Đấng Toàn Tri và Khôn Ngoan.

98. Trong đám dân du mục có kẻ nghĩ rằng phần họ đã chi ra vì Chúa Trời là tiền trưng dụng và mong mỏi rằng hoạn nạn sẽ xảy đến cho các ngươi. Nhưng tai ương ghê gớm sẽ giáng xuống người chúng. A-La là Đấng nghe tất cả và biết tất cả.

99. Nhưng trong đám dân du mục cũng có người tin ở A-La và Ngày Tận Thế, nghĩ rằng phần họ đã chi ra là cách để đến gần A-La và nhờ đó được Nhà Tiên Tri chúc phước lành. Quả nhiên! Đó là cách chắc chắn để họ đến gần Chúa Trời. Chẳng bao lâu A-La sẽ cho phép họ vào vòng từ bi của Ngài. A-La là Đấng Khoan Dung và Từ Bi nhất.

100. Về những người tiên phong trong các tín đồ, những Người di cư* đầu tiên, những Người ủng hộ** và những người ưu tú đã theo họ, A-La rất hài lòng về họ và họ cũng mãn nguyện về Ngài. Ngài đã dành cho họ Cõi An Lạc có sông chảy bên dưới. Họ sẽ được sống đời đời nơi đó. Đây mới là phần thưởng tối cao.

101. Trong đám dân du mục sống quanh các ngươi có kẻ ngụy thiện và trong dân chúng ở Mêđina cũng có những kẻ khăng khăng ôm lòng ngụy thiện. Ngươi không biết chúng nhưng Ta biết chúng. Ta sẽ trừng phạt chúng hai lần rồi triệu chúng về để trừng phạt nặng nề hơn.

102. Ngoài ra cũng có kẻ biết nhìn nhận lỗi

---

* từ Mécca.   ** ở Mêđina

lầm của họ. Họ đã làm việc thiện và cả việc ác. Có lẽ A-La sẽ tha thứ họ. A-La là Đấng Khoan Dung và Từ Bi nhất.

103. Hãy nhận của bố thí từ gia sản của họ để làm sạch họ và nhờ đó rửa tội cho họ. Hãy cầu nguyện giùm cho họ; lời cầu nguyện của ngươi sẽ là nguồn yên tĩnh cho họ. A-La nghe tất cả và biết tất cả.

104. Họ không biết rằng A-La là Đấng chấp nhận sự hối cải của các thuộc hạ và nhìn nhận của bố thí hay sao? A-La là Đấng hay tha thứ và rất Từ Bi.

105. Hãy bảo: "Hãy năng làm, A-La sẽ theo dõi hành động của các ngươi, Sứ Giả và các tín đồ cũng đang nhìn việc làm của các ngươi. Các ngươi sẽ bị triệu về nơi Ngài, là Đấng trông thấu cõi vô hình cũng như cõi hữu hình; rồi Ngài sẽ phán bảo các ngươi việc các ngươi đã làm.

106. Có những kẻ khác đang chờ đợi mệnh lệnh của A-La, xem Ngài sẽ trừng phạt chúng hay tha thứ chúng. A-La là Đấng Toàn Tri và Khôn Ngoan.

107. Trong đám người ngụy thiện có những kẻ đã lập đền thờ để gây trở ngại, gieo mối nghi ngờ và gây sự chia rẽ giữa các tín đồ, đồng thời làm nơi ẩn nấp cho những kẻ đã chống lại A-La và Sứ Giả trước đây. Chắc chắn chúng sẽ thề rằng: "Chúng tôi không có ý gì khác ngoài điều thiện." Nhưng A-La làm chứng rằng chúng đã nói láo.

108. Chớ cầu nguyện nơi đó. Thánh Điện được kiến tạo với lòng kính cẩn từ những ngày đầu tiên mới là nơi đáng cho ngươi cầu nguyện. Nơi đó có những người mong được thanh tẩy, A-La yêu chuộng những kẻ biết thanh tẩy.

109. Thế thì, kẻ đã xây dựng nên móng với lòng kính sợ A-La và với sự hài lòng của Ngài là kẻ thắng thế, hay kẻ đã xây dựng nên móng trên cồn cát bị nước xoi mòn đến lung lay và đã sụp đổ với hắn xuống Hỏa Ngục là kẻ thắng

thể chăng? A-La không hề hướng dẫn những kẻ phản nghịch.

110. Nền móng mà chúng đã xây dựng sẽ là mối băn khoăn trong lòng chúng, cho đến khi con tim chúng bị xé ra từng mảnh. A-La là Đấng Toàn Tri và Khôn Ngoan.

111. A-La đã mua lấy sinh mạng và tài sản của các tín đồ để đổi với Cõi An Lạc mà chúng sẽ được hưởng. Chúng chiến đấu vì A-La, sát hại và sẽ bị sát hại. Đây là lời hứa chắc chắn mà Ngài đã ghi trong quyển Lê Luật, Sách Phúc Âm và Koran. Có ai thành thật hơn A-La trong việc thực hành lời hứa chăng? Vậy hãy vui hưởng sự đổi chác với Ngài, vì đó là phần thưởng tối cao.

112. Họ là những người biết hối cải, những người thờ phụng Ngài, những người cương quyết và đi khắp xứ để phụng sự Ngài, những người phủ phục xuống để cầu nguyện, những người năng làm việc thiện và răn cấm điều ác và những người biết giữ gìn giới luật của A-La. Hãy báo tin mừng cho những kẻ vững lòng tin.

113. Sau khi thấy rõ ràng những kẻ thờ đa thần giáo là người ở địa ngục, dẫu họ là người thân thích đi nữa, Nhà Tiên Tri và các tín đồ không được xin sự ân xá cho họ.

114. Abraham đã cầu xin sự ân xá cho cha của hắn chỉ vì lời hứa với ông, nhưng khi biết rằng ông là kẻ thù của A-La, hắn đã rời khỏi ông. Abraham quả thật là người tốt bụng và khoan dung.

115. Một khi A-La đã hướng dẫn ai, cho đến khi Ngài cho họ thấy những điều họ phải đề phòng, Ngài không hề làm họ lầm lạc. A-La biết rõ mọi việc.

116. Quả thật quyền thống trị trời đất thuộc về A-La. Ngài ban sinh mạng và gây ra cái chết. Ngoài A-La ra các ngươi sẽ không có ai che chở hoặc yểm trợ cả.

117. A-La đã nhủ lòng từ bi cho Nhà Tiên Tri, cho những người di trú và những người yểm trợ, họ đã theo gót người trong những lúc hoạn nạn. Lúc đó một nhóm trong bọn họ gần như đổi lòng, nhưng A-La đã tha thứ họ. Ngài rất thương xót và từ bi với họ.

118. A-La cũng đã nhủ lòng ân xá cho cả ba người. Mặc dầu họ đã ở lại, dần dần đất rộng đã trở thành nơi khốn khổ và tâm hồn họ bị dẫn dắt, rồi họ phải giác ngộ rằng ngoài A-La ra họ không còn nơi nào để nương tựa. Sau đó A-La đã tha thứ họ để họ quay về với Ngài. Quả thật A-La là Đấng đầy lòng trắc ẩn và từ bi.

119. Hỡi những kẻ vững lòng tin! Hãy kính sợ A-La và ăn ở chân thật.

120. Dân chúng ở Mêđina và những bộ tộc du mục ở quanh đó không được bỏ Sứ Giả để ở lại cũng không được tiếc rẻ sinh mạng của họ hơn là sinh mạng của người. Vì mỗi khi họ bị khát, mệt mỏi hoặc đói lả trên con đường của A-La, mỗi khi họ giẫm lên chốn mà những kẻ bất tín phẫn nộ hoặc mỗi khi họ gây thương tích cho kẻ thù, điều đó sẽ được xem là việc thiện và được ghi chép cho họ. A-La sẽ không làm mất mát phần thưởng cho những kẻ năng làm việc thiện.

121. Bất cứ số tiền nào họ đã chi ra, nhiều hay ít, mỗi khi họ băng qua thung lũng nào, tất cả đều được ghi chép cho họ, để A-La ban cho họ phần thưởng xứng đáng với việc họ đã làm.

122. Các tín đồ không nên ra trận cùng một lúc. Trong mỗi đội phải chừa một nhóm ở lại để học hỏi thêm về tôn giáo, để cảnh cáo đồng bạn khi họ trở về và nhờ đó họ biết đề phòng.

123. Hỡi những kẻ vững lòng tin! Hãy chống lại những kẻ bất tín ở gần các ngươi và hãy cho chúng thấy lòng cương quyết của các ngươi. Hãy nhớ rằng A-La lúc nào cũng đứng về phía những người chính trực.

124. Khi một chương được khải thị thì có kẻ bảo: "Nhờ chương này ai trong các ngươi càng vững lòng tin đầy?" Nhưng những người vững lòng tin thì hớn hở và càng tin tưởng thêm.

125. Còn những kẻ nào mà con tim đầy bệnh hoạn, điều ấy chỉ làm tăng thêm vết nhơ hiện tại của chúng và chúng chết đi trong khi vẫn còn bất tín.

126. Chúng không thấy rằng chúng bị thử thách mỗi năm một hoặc hai lần hay sao? Dẫu vậy chúng vẫn chưa biết hối cải hoặc giác ngộ chi cả.

127. Mỗi khi một chương được khải thị thì chúng nhìn nhau bảo rằng: "Có ai thấy chăng?" Rồi chúng quay lưng đi. A-La đã làm con tim chúng ngoảnh đi vì chúng là những người không biết nhận thức.

128. Quả thật Sứ Giả đã xuất hiện từ trong các ngươi. Người sẽ đau khổ khi các ngươi gặp hoạn nạn, hết lòng lo lắng cho sự an toàn của các ngươi và đầy lòng trắc ẩn từ bi với các tín đồ.

129. Nhưng nếu chúng vẫn ngoảnh mặt đi, hãy bảo: "A-La cũng đủ cho tôi. Không có Chúa Trời nào tồn tại ngoài Ngài. Tôi tin cậy nơi Ngài và Ngài là Chúa của Ngai Vàng vĩ đại ấy."

Part 11　　　　　　　　　　YUNUS　　　　　　　　　Chương 10

JONAH
(Khải thị ở Mécca)

1. Nhân danh A-La, Đấng Khoan Hậu, Đấng Từ Bi.

2. Alif Lam Ra* Đây là những lời của quyển Thánh Thư đầy trí huệ.

3. Ta đã khải thị cho một người trong bọn chúng rằng: "Hãy cảnh cáo nhân loại và báo tin mừng cho những người vững lòng tin rằng họ sẽ được tước vị cao cả nơi Chúa ngự." Việc ấy đáng để cho con người phải kinh ngạc hay sao? Những kẻ bất tín nói rằng: "Quả thật, đây là trò phù thủy."

4. Quả thật, Chúa của các ngươi là A-La, Đấng đã sáng tạo ra trời đất trong sáu thời kỳ, rồi đích thân Ngài ngự trên Ngai Vàng và chỉ huy mọi việc. Không có ai sẽ được phép điều đình với Ngài nếu không được Ngài cho phép. Đây là A-La, Chúa của các ngươi, vậy hãy tôn thờ Ngài. Các ngươi còn chưa giác ngộ sao?

5. Tất cả các ngươi sẽ trở về nơi Ngài ngự. Đây quả thật là lời giao ước của A-La" Ngài đã khởi đầu sự sáng tạo, rồi làm sinh sôi nảy nở thêm để tưởng thưởng một cách công bằng những người năng làm việc thiện. Còn những kẻ bất tín, vì lòng bất tín của chúng, chúng sẽ phải uống nước sôi và chịu hình phạt đau đớn.

6. Ngài là Đấng đã làm mặt trời chói lọi và làm mặt trăng tỏa sáng, và định sự vận hành của nó để các ngươi biết định giờ giấc và tháng năm. Ngài chỉ dựa vào chân lý mà sáng tạo nó. Ngài giảng dạy tường tận các Phép Lạ cho những người biết nhận thức.

7. Quả nhiên, giữa ngày và đêm, giữa những vật mà A-La đã sáng tạo trong trời đất đều có

_____
* Ta là A-La, Đấng trông thấy tất cả

Phép Lạ dành cho những người biết kính sợ Chúa Trời.

8. Những kẻ nào không mong mỏi sự hội diện với Ta, bằng lòng với cuộc sống hiện tại và cảm thấy yên ổn nơi đó, và những kẻ không màng đến các Phép Lạ của Ta -

9. Chính những kẻ này rồi phải xuống Hỏa Ngục, là quả báo cho những gì chúng đã thâu thập.

10. Nhưng với những kẻ nào vững lòng tin và năng làm việc thiện, vì lòng tin của họ Chúa sẽ hướng dẫn họ đến chính đạo. Nơi Cõi An Lạc sông sẽ chảy dưới chân họ.

11. Nơi đó lời cầu nguyện của họ sẽ là: "Hỡi A-La, Ngài rất vinh quang," và lời chào hỏi của họ sẽ là: "Hãy được bình an". Lời cầu nguyện cuối cùng sẽ là: "Vang Danh A-La, Chúa của muôn loài."

12. Và nếu A-La vội vã gây tai họa cho con người như họ đã vội vã làm giàu, chắc chắn chúng đã tận số rồi. Nhưng Ta đã bỏ mặc những kẻ không mong sự hội diện với Ta, cho chúng lang thang với lòng ngoan ngạnh.

13. Khi hoạn nạn xảy đến cho con người thì hắn nằm nghiêng, ngồi dậy hoặc đứng lên mà cầu khẩn Ta, nhưng khi Ta cất bỏ hoạn nạn khỏi người hắn, hắn bỏ đi làm như hắn đã không hề cầu khẩn xin Ta cất bỏ hoạn nạn trên người hắn. Hành động của những kẻ vô lại trở nên chính đáng dưới mắt chúng.

14. Ta đã hủy diệt bao thế hệ trước các ngươi vì họ đã phạm tội ác. Các Sứ Giả đã đến với họ mang các Phép Lạ rõ ràng nhưng họ đã chẳng hề tin tưởng, nên Ta đã trả quả báo cho những kẻ tội lỗi.

15. Rồi Ta đã khiến các ngươi làm kẻ thừa kế họ trên mặt đất này, để xem các ngươi hành động ra sao.

16. Khi Phép Lạ của Ta được tuyên đọc cho chúng, những người không mong sự hội diện với

Ta bèn bảo rằng: "Hãy đem quyển Koran khác tới đây hoặc sửa đổi nó." Hãy bảo chúng: "Ta không thể nào sửa đổi nó như ý ta muốn. Ta chỉ tuân theo những điều đã được khải thị. Thật ra nếu ta bất tuân lời Chúa, ta chỉ e sợ hình phạt của cái ngày ghê gớm ấy."

17. Hãy bảo: "Nếu A-La muốn, ta đã không tuyên đọc nó cho các ngươi và Ngài cũng đã không cho các ngươi biết về nó. Trước việc này, ta đã sống chung với các ngươi phần lớn đời người, các ngươi còn chưa hiểu sao?"

18. Không ai phản trắc hơn kẻ dám đặt điều láo khoét về A-La và cho rằng Phép Lạ của Ngài là giả dối. Những kẻ phạm tội sẽ không bao giờ được vinh hiển.

19. Thay vì A-La, chúng thờ phụng những vật không hề gây tai hại cũng không có lợi ích gì cho chúng và nói rằng: "Đây là những người trung gian giữa chúng tôi với A-La." Hãy bảo: "Các ngươi định báo với A-La rằng có vật trên trời và dưới đất mà Ngài không biết chăng?" Ngài rất vinh hiển và quang lâm trên tất cả những vật mà chúng đặt chung với Ngài."

20. Nhân loại trước đây chỉ là một cộng đồng, nhưng họ đã tự chia rẽ ra, nếu không có lời của Chúa phán trước đó thì họ đã bị xét xử về việc đã dám chia rẽ ra.

21. Chúng bảo: "Sao chưa có Phép Lạ nào của Chúa ban cho hắn?" Hãy trả lời: "Cõi vô hình nằm trong tay A-La. Vậy hãy chờ, ta cũng đang chờ với các ngươi."

22. Khi Ta cho con người hưởng ân huệ sau khi họ gặp hoạn nạn, hãy xem! họ bèn âm mưu chống lại Phép Lạ của Ta. Hãy bảo: "A-La còn trù liệu nhanh chóng hơn." Sứ Giả của Ta sẽ ghi chép những việc mà các ngươi âm mưu.

23. Ngài là Đấng làm cho các ngươi có thể đi lại trên đất liền và trên biển cả cũng như khi các ngươi ngồi trên thuyền bè. Khi thuyền trương buồm chở chúng vượt biển dưới làn gió mát thì chúng hoan hỷ, thình lình giông tố nổi lên và

sóng gió từ bốn phương đổ đến và chúng thấy rằng không còn cách trốn thoát, chúng bèn đem hết lòng thành mà cầu khẩn A-La, nói rằng: "Nếu Ngài cứu chúng tôi thoát khỏi chốn này, chúng tôi sẽ cảm tạ Ngài."

24. Nhưng khi Ngài cứu vớt chúng, hãy xem! chúng bắt đầu phạm tội trên mặt đất. Hỡi con người, hành vi bất nghĩa của các ngươi rốt cuộc chỉ có hại cho các ngươi. Cứ tha hồ thâu hoạch ở kiếp này. Rồi các ngươi sẽ bị triệu hồi về nơi Ta, Ta sẽ báo cho các ngươi biết việc các ngươi đã làm.

25. Tỉ dụ về cuộc sống hiện tại này, nó giống như nước mưa mà Ta đổ từ trời cao xuống. Cây cối trên mặt đất sẽ hấp thụ nó để làm thực phẩm cho con người và gia súc, khi mặt đất được trang hoàng và trở nên đẹp đẽ ra, các địa chủ bèn nghĩ rằng họ đã thông trị nó; lúc đó mệnh lệnh của Ta đã giáng xuống không kể ngày đêm và Ta đã làm cho thửa đất khô cằn đi gần như là không có vật gì sinh sôi nảy nở ngày trước đó. Ta đã giải thích các Phép Lạ như thế cho những ai biết suy nghĩ.

26. A-La sẽ mời đến chốn bình an và dẫn dắt kẻ làm Ngài hài lòng đến chính đạo.

27. Với những người năng làm việc thiện, phần thưởng lớn lao và thêm nhiều phước lành đang chờ họ. Sự âu sầu và nhục nhã sẽ không hề bao phủ gương mặt họ. Chính những người này rồi sẽ được về Thiên đàng và sẽ được sống đời đời nơi đó.

28. Còn những kẻ chỉ làm việc ác, hình phạt tương đương với việc ác ấy đang chờ chúng và sự nhục nhã sẽ bao phủ chúng. Chúng sẽ không có gì để phòng ngự A-La. Và gương mặt của chúng trông giống như bị bao phủ bởi một mảnh của màn đêm. Chính những kẻ này rồi phải xuống Hỏa ngục và sẽ sống vĩnh viễn nơi đó.

29. Ngày mà Ta triệu tập tất cả bọn chúng lại, Ta sẽ phán bảo những kẻ đã thờ tà thần: "Các ngươi và tà thần của các ngươi, tất cả hãy đứng yên tại chỗ." Rồi Ta sẽ tách rời bọn chúng ra mỗi bên một nơi, các tà thần của chúng sẽ nói: "Chúng tôi không phải là kẻ để các ngươi tôn thờ.

30. "Bây giờ A-La cũng đủ là Nhân Chứng giữa chúng tôi với các ngươi. Thật ra chúng tôi đã không quan tâm gì đến việc thờ phụng của các ngươi."

31. Lúc ấy mọi người mới hiểu ra việc chúng đã làm trước kia. Rồi chúng sẽ bị trả về nơi A-La, là Chúa thật sự của chúng, và những vật mà chúng đã giả tạo đều biến mất cả.

32. Hãy bảo: "Ai đã ban cho các ngươi lương thực từ trên trời và dưới đất đây? Ai có quyền chế ngự tai và mắt đây? Ai đem người sống từ kẻ chết và người chết từ kẻ sống ra đây? Ai cai quản mọi việc đây?" Chúng sẽ trả lời: "A-La," Thế thì hãy bảo: "Các ngươi còn chưa kính sợ hay sao?"

33. Đây là A-La, là Chúa thật sự của các ngươi. Nếu không kể chân lý, có gì khác hơn sự lầm lẫn chăng? Tại sao các ngươi lại ngoảnh mặt đi trước sự thật?

34. Lời của Chúa về những kẻ phản bội, rằng chúng không hề tin tưởng, đã trở thành sự thật.

35, Hãy bảo: "Có tà thần nào của các ngươi biết sáng tạo rồi lại tái tạo nó chăng?" Hãy bảo: "Chỉ có A-La là Đấng đã khởi ra sự sáng tạo rồi lại tái tạo nó. Tại sao các ngươi vẫn còn ngoảnh mặt đi?"

36. Hãy bảo: "Có tà thần nào của các ngươi biết hướng dẫn đến chân lý chăng?" Hãy bảo: "Chỉ có A-La là Đấng hướng dẫn đến chân lý. Thế thì người hướng dẫn đến chân lý đáng được tòng phục hơn chăng, hay là kẻ nếu không được dẫn dắt thì không thể nào tìm ra chính đạo chăng? Thế thì các ngươi còn thắc mắc gì chăng? Các ngươi nghĩ sao?"

37. Hầu hết trong bọn chúng chỉ tuân theo sự phỏng đoán mà thôi. Chắc chắn sự phỏng đoán không thể nào thay thế sự thật được. Quả thật A-La rất am tường việc chúng làm.

38. Trừ A-La ra không ai có thể tạo ra kinh Koran này được. Nó là vật để xác nhận những điều đã được khải thị trước đây và là sự giảng dạy về Lề Luật của Chúa Trời. Không có điều gì phải nghi ngờ trong đó, đây là lời phán từ Chúa của muôn loài.

39. Nếu chúng nói: "Hắn đã giả mạo ra nó," thì hãy trả lời: "Nếu các ngươi nói sự thật, hãy trưng ra một chương như thể này và cầu khẩn kẻ mà các ngươi có thể cầu khẩn ngoài A-La."

40. Không, chúng đã phủ nhận kiến thức mà chúng chưa hiểu được và ý nghĩa của nó cũng chưa được giải thích. Những kẻ trước chúng cũng đã phủ nhận sự thật một cách tương tự như thể. Nào hãy xem chung cuộc của những kẻ lầm đường lạc lối!

41. Trong bọn chúng có kẻ thì tin nơi nó và có kẻ khác thì không tin, và Chúa của ngươi biết rõ ai là kẻ dấy loạn.

42. Nếu chúng không nhìn nhận ngươi, hãy bảo: "Ta chịu trách nhiệm về hành vi của ta còn các ngươi thì chịu trách nhiệm về hành vi của các ngươi. Các ngươi không hề có trách nhiệm về việc ta làm và ta cũng không hề có trách nhiệm về việc các ngươi làm."

43. Trong bọn chúng cũng có kẻ lắng tai nghe ngươi nói. Nhưng ngươi định giảng cho người điếc nghe dẫu họ không giác ngộ gì cả sao?

44. Trong bọn chúng cũng có kẻ để mắt đến ngươi. Nhưng ngươi định hướng dẫn người mù dẫu họ không thấy gì cả sao?

45. A-La không bao giờ hại con người nhưng con người tự hại thân mình.

46. Ngày mà Chúa triệu tập chúng lại, chúng sẽ cảm thấy rằng chúng chỉ lưu lại ở trần thế trong một khắc của ban ngày và chúng sẽ nhìn ra nhau ngay. Những kẻ phủ nhận sự hội diện

với A-La và đã không nghe theo lời hướng dẫn rồi sẽ bị tận diệt.

47. Dẫu Ta có cho ngươi thấy sự thực hiện vài điều mà Ta đã cảnh cáo chúng, hoặc giả như Ta có triệu hồi ngươi về, rốt cuộc chỉ có nơi Ta là chúng phải trở về, rồi ngươi sẽ thấy sự thực hiện ở thế giới bên kia. Lúc đó, đích thân A-La sẽ làm chứng về mọi việc mà chúng đã làm.

48. Mỗi dân tộc đều có một Sứ Giả hiện diện. Mỗi khi Sứ Giả được phái xuống cho họ, họ sẽ được xét xử một cách công bình và không hề bị đối xử một cách bất công.

49. Chúng nói: "Nếu các người nói sự thật thì lời hứa này đến bao giờ mới được thực hiện?"

50. Hãy bảo: "Nếu A-La không muốn, tự ta không có khả năng gì để làm hại hoặc tạo hạnh phúc cả. Mỗi dân tộc đều có một kỳ hạn hẳn hòi. Khi kỳ hạn ấy mãn, họ không thể nào rút ngắn lại hoặc kéo dài ra một khắc nào cả."

51. Hãy bảo: "Nếu hình phạt của Ngài giáng xuống không kể ngày hay đêm, những kẻ phạm tội dẫu mau chân đến đâu đi nữa, làm sao chúng có thể tránh khỏi đây?"

52. "Đến khi hình phạt giáng xuống, các người mới tin tưởng hay sao? Nào! Đây chẳng phải là điều mà các người đã thường thúc giục hay sao?"

53. Lúc đó những kẻ đã làm việc ác sẽ bị phán rằng: "Hãy nếm mùi của hình phạt đời đời. các người chỉ được trả quả báo về những việc mà các người đã làm."

54. Chúng sẽ hỏi ngươi: "Có thật vậy chăng?" Hãy trả lời: "Đúng vậy, xin thề với Chúa! quả là sự thật, các người không thể nào thoát khỏi được."

55. Và nếu mỗi người trong bọn ác nhân sở hữu tất cả những gì có trên mặt đất, chắc chắn chúng sẽ dâng lên để chuộc thân mình. Khi chúng chứng kiến sự trừng phạt trước mắt, chúng mới ôm lòng hối hận. Nhưng lời phán quyết sẽ được ban bố một cách công chính và chúng sẽ không hề bị đối xử bất công.

56. Hãy nhớ kỹ! vạn vật trong trời đất đều thuộc quyền thống trị của A-La, lời hứa của Ngài chắc chắn là sự thật. Nhưng đa số trong bọn chúng không hiểu điều đó.

57. Ngài là Đấng ban sinh mạng và gây ra cái chết, và các ngươi sẽ bị dẫn về nơi Ngài.

58. Hỡi nhân loại! Sự cảnh cáo của Chúa đã đến với các ngươi và phương thuốc để chữa bất cứ bệnh hoạn nào trong con tim, cả sự hướng dẫn và lòng từ bi ban cho các tín đồ.

59. Hãy bảo: "Tất cả đều do ân huệ và lòng từ bi của A-La," để chúng hân hoan về điều đó. Vì nó đáng giá hơn những vật mà chúng đã tích trữ.

60. Hãy bảo: "Các ngươi nghĩ sao khi A-La ban lương thực cho các ngươi, có món thì các ngươi răn cấm và có món thì các ngươi cho phép ăn?" Hãy bảo: "A-La đã cho phép các ngươi làm như thế hay sao, hay là các ngươi định đem A-La ra để đặt điều giả dối?"

61. Những kẻ đã đặt điều giả dối về A-La sẽ nghĩ sao khi đến Ngày Phục Sinh? A-La rất thương xót nhân loại nhưng hầu hết trong bọn họ không hề biết cảm tạ.

62. Khi ngươi tham dự vào việc gì, khi ngươi tuyên đọc bất cứ đoạn văn nào trong Kinh Koran, hoặc khi các ngươi làm việc gì hay để hết tâm lực vào nó, đều có Ta chứng kiến. Một hạt bụi nhỏ trên trời hay dưới đất cũng không thoát khỏi mắt của Chúa. Và không có vật gì lớn hơn hoặc nhỏ hơn nó mà không được ghi chép trong quyển Sách minh quang.

63. Hãy xem! Những kẻ có mối giao hữu với A-La sẽ không có chi phải sợ hãi hoặc lo buồn-

64. Là những kẻ tin tưởng và luôn luôn giữ lòng chính trực -

65. Tin lành về kiếp này và cả kiếp sau đang chờ họ - lời phán của A-La không hề thay đổi; đây quả thật là phần thưởng tối cao.

66. Ngươi chớ sầu não về lời nói của chúng. Tất cả quyền năng đều thuộc về A-La. Ngài là

Đấng nghe tất cả và biết tất cả.

67. Hãy nhớ kỹ! Vạn vật trên trời và dưới đất đều thuộc quyền thống trị của A-La. Những kẻ cầu khẩn những người khác hơn A-La, thật ra chúng chẳng tuân theo những người đó mà chỉ dựa vào sự phỏng đoán và chỉ ngụy biện mà thôi.

68. Ngài là Đấng đã khiến đêm đến để các ngươi được yên nghỉ, khiến ban ngày sáng sủa để các ngươi nhìn rõ. Trong đó quả có Phép Lạ cho những người biết lắng tai nghe.

69. Chúng bảo: "A-La đã tạo ra một đứa con cho Ngài." Ngài vinh hiển thay! Ngài là Đấng Tự Túc. Vạn vật trên trời và dưới đất đều thuộc quyền thống trị của Ngài. Các ngươi không có quyền hạn gì về việc này. Các ngươi định nói về A-La những điều mà các ngươi không biết hay sao?

70. Hãy bảo: "Những kẻ nào dám đặt điều giả dối về A-La sẽ không hề được vinh hiển."

71. Sau khi hưởng lạc thú ngắn ngủi ở kiếp này, chúng sẽ bị dẫn về nơi Ta. Rồi Ta sẽ cho chúng nếm mùi hình phạt đau đớn vì lòng bất tín của chúng.

72. Hãy kể cho chúng nghe câu chuyện của Noah, lúc hắn nói với chư dân: "Hỡi các ngươi, nếu sự hiện diện của ta và sự nhắc nhở các ngươi về bổn phận của các ngươi bằng Phép Lạ của A-La có làm các ngươi mích lòng đi nữa, ta vẫn đặt lòng tín cẩn nơi A-La. Vậy các ngươi và lũ tà thần hãy triệu tập hết tất cả âm mưu lại, chớ để công việc này lờ mờ khó hiểu, rồi hãy thực hành âm mưu của các ngươi chống lại ta, đừng để trễ khắc nào.

73. "Nhưng nếu các ngươi quay lưng đi cũng không sao. Ta không đòi các ngươi tưởng thưởng. Phần thưởng của ta đang nằm trong tay A-La, vì ta đã được ra lệnh phải quy y nơi Ngài."

74. Nhưng chúng đã phủ nhận lời nói của hắn, nên Ta đã cứu hắn và đoàn tùy tùng đem lên tàu, và đã khiến họ làm những người thừa kế. Còn những kẻ phủ nhận các Phép Lạ của Ta đã bị Ta nhận chìm xuống biển. Nên hãy xem chung cuộc của những kẻ đã bị cảnh cáo!

75. Rồi sau đó, sau đời hắn Ta đã phái các Sứ Giả xuống cho dân tộc của họ. Họ đã trưng ra nhiều Phép Lạ hẳn hòi, nhưng vì trước đó con người đã phủ nhận những điều ấy nên chúng chẳng hề tin tưởng nó. Ta đã niêm phong con tim của lũ phản bội như thế.

76. Rồi sau đó, Ta cũng đã phái Môsê và Aarôn mang Phép Lạ đến với Pharaô và các cận thần của hắn, nhưng chúng đã tỏ thái độ ngạo mạn và là đám dân tội lỗi.

77. Khi chân lý của Ta được trưng ra, chúng đã bảo: "Rõ ràng là trò phù thủy."

78. Môsê bảo: "Các ngươi dám nói như thế về sự thật hay sao? Đây là trò phù thủy hay sao? Những tên phù thủy sẽ không bao giờ được vinh hiển."

79. Chúng nói: "Các ngươi đến đây để làm chúng tôi từ bỏ những vật mà tổ tiên của chúng tôi đã tôn thờ, và hai đứa ngươi định tiếm quyền trong xứ này chăng? Chúng tôi sẽ không hề tin tưởng các ngươi đâu."

80. Pharaô nói: "Hãy dẫn đến đây tất cả những thầy phù thủy xảo diệu nhất."

81. Khi các thầy phù thủy đến, Môsê bảo họ: "Hãy liệng những gì các ngươi có thể liệng."

82. Khi họ đã liệng xong, Môsê nói: "Việc các ngươi làm mới thật là trò phù thủy. A-La sẽ làm nó vô hiệu. Vì Ngài không cho phép những kẻ lường gạt được vinh hiển.

83. "Dầu những kẻ phạm tội không thích đi nữa, A-La sẽ làm sáng tỏ chân lý bằng lời nói của Ngài."

84. Ngoại trừ một nhóm trong dân chúng của Môsê, chẳng ai tin theo hắn vì sợ rằng Pharaô và các cận thần sẽ bắt bớ họ. Bởi Pharaô rất ngạo mạn và hung bạo trong xứ.

85. Môsê bảo: "Hỡi các ngươi, nếu các ngươi

tin tưởng A-La và thành tâm quy y với Ngài, hãy tin cậy nơi Ngài."

86. Họ nói: "Chúng tôi tin cậy nơi A-La. Lạy Chúa, xin đừng đem chúng tôi làm vật thử thách cho bọn vô đạo."

87. Xin Ngài đem lòng từ bi mà giải thoát chúng tôi khỏi tay bọn bất tín."

88. Ta đã bảo Môsê và người anh của hắn: "Hãy cất nhà cho dân của các ngươi ở thành phố này, hãy cất nhà của các ngươi mặt đối mặt và rán cầu nguyện. Hãy báo tin mừng cho những người vững lòng tin."

89. Môsê thưa: "Lạy Chúa, Ngài đã ban cho Pharaô và các cận thần sự huy hoàng và của cải ở kiếp này, lạy Chúa, rốt cuộc là chúng đã lìa xa khỏi con đường của Ngài. Lạy Chúa! Xin hãy tiêu diệt của cải của chúng và làm con tim của chúng chai đá để chúng đừng tin tưởng, cho đến khi nào chúng thấy tận mắt hình phạt đau đớn."

90. Ngài phán: "Lời cầu nguyện của ngươi đã được chấp nhận. Vậy hãy giữ lòng cương quyết và chớ đi theo con đường của những kẻ chẳng biết giác ngộ."

91. Ta đã đem con cái Israel vượt qua biển. Pharaô và quân đội của hắn đã truy nã họ một cách tàn ác và hung bạo, cho đến khi sắp bị chết đuối hắn mới nói: "Tôi tin rằng không có Chúa Trời nào khác ngoài Đấng mà con cái Israel tin tưởng, tôi xin quy y nơi Ngài."

92. Sao! Trước đây ngươi há chẳng ngoan ngạnh và tạo phản hay sao!

93. Nhưng hôm nay Ta sẽ cứu một thân ngươi để làm Phép Lạ cho những kẻ đến sau ngươi. Quả thật có nhiều người hoàn toàn không lưu ý đến Phép Lạ của Ta.

94. Ta đã ban cho con cái Israel chỗ cư trú toàn hảo và cung cấp cho chúng vô số phẩm vật

tươi tốt. Và chúng không hề bất đồng ý kiến cho đến khi chúng biết nhận thức. Đến Ngày Phục Sinh, Chúa của ngươi sẽ phân xử chúng về việc chúng bất đồng ý kiến.

95. Nếu ngươi có thắc mắc gì về những điều mà Ta đã ban cho ngươi, hãy hỏi những người đã đọc Kinh Thánh trước ngươi. Quả thật chân lý của Chúa đã đến với ngươi, vậy chớ nên nghi ngờ.

96. Ngươi cũng không được phủ nhận Phép Lạ của A-La, nếu không ngươi sẽ bị tận diệt.

97. Chắc chắn những kẻ mà lời của Chúa đã ứng nghiệm sẽ không hề tin tưởng.

98. Dẫu bao nhiêu Phép Lạ hiện ra đi nữa, chỉ trừ khi chúng thấy tận mắt hình phạt đau đớn.

99. Ngoại trừ dân chúng của Jonah là những người biết tin tưởng và nhờ đó được lợi ích, tại sao không có dân tộc nào khác cả? Khi họ tỏ lòng tin, Ta đã cất bỏ hình phạt nhục nhã ở kiếp này khỏi người họ và đã ban cho họ lương thực trong một thời gian.

100. Nếu Chúa của ngươi muốn, có lẽ Ngài đã làm cho vạn dân trên mặt đất cùng theo đạo. Vậy ngươi còn mong ép buộc con người cho họ trở thành tín đồ hay sao?

101. Không ai có thể theo đạo nếu không được A-La cho phép. Và Ngài sẽ giáng cơn phẫn nộ xuống những kẻ không biết giác ngộ.

102. Hãy bảo: "Hãy xem những gì đang xảy ra trên trời và dưới đất." Nhưng Phép Lạ và Sự Cảnh Cáo chẳng giúp ích gì cho những kẻ không có lòng tin.

103. Ngoại trừ hình phạt mà những người trước chúng đã chịu đựng, chúng còn mong gì nữa chăng? Hãy bảo: "Thế thì hãy đợi, ta cũng đang đợi với các ngươi đây."

104. Rồi Ta sẽ cứu các Sứ Giả và tín đồ. Lúc nào cũng vậy, bổn phận của Ta là cứu vớt các tín đồ.

105. Hãy bảo: "Hỡi các ngươi, nếu các ngươi nghi ngờ tôn giáo của ta, hãy nhớ rằng ta không thờ những vật mà các ngươi thờ phụng ngoài A-La. Ta chỉ tôn thờ A-La, Đấng làm các ngươi chết đi, và ta đã được ra lệnh rằng phải trở thành tín đồ chân chính."

106. Và rằng: "Hãy kiên trì mục đích của ngươi vì tôn giáo như là kẻ hết lòng thờ Chúa, tuyệt đối không được theo những kẻ thờ đa thần giáo.

107. "Ngoài A-La ra, chớ cầu khẩn những kẻ chẳng đem lợi ích cũng không gây tai hại cho ngươi được. Nếu ngươi làm thế, ngươi sẽ trở thành kẻ phạm tội."

108. Nếu A-La gieo tai họa cho ngươi, ngoài Ngài ra không ai có thể cất bỏ nó được. Nếu Ngài muốn ban phước cho ngươi, không ai có thể đẩy lui nó được. Ngài ban bố nó cho kẻ nào trong đám thuộc hạ mà Ngài vừa lòng. Ngài là Đấng Khoan Dung, Nhân Từ.

109. Hãy bảo: "Hỡi các ngươi, chân lý của Chúa đã đến với các ngươi. Kẻ nào nghe lời hướng dẫn thì theo chính đạo để có lợi cho bản thân họ, kẻ nào lầm đường lạc lối thì sẽ bị tổn hại. Ta chẳng phải là kẻ trông nom các ngươi."

110. Hãy tuân theo những điều đã được khải thị cho ngươi và nhẫn nại chờ đến khi A-La phán quyết. Ngài là Đấng Phán Quan ưu tú nhất.

Chương 11 — HUD

HUD
(Khải thị ở Mécca)

1. Nhân danh A-La, Đấng Khoan Hậu, Đấng Từ Bi.

2. Alif Lam Ra. Đây là Thánh Thư do Đấng Khôn Ngoan và Toàn Tri đã ban xuống, tất cả những lời trong đó đều đã được xác nhận và giải thích rõ ràng.

3. Tôn chỉ của nó là "các ngươi không được tôn thờ ai khác hơn A-La." Ta là người do Chúa phái xuống để cảnh cáo và truyền Phúc Âm cho các ngươi.

4. Và rằng "các ngươi hãy xin Chúa tha thứ và quay về với Ngài, thì Ngài sẽ ban cho các ngươi hạnh phúc cho đến khi hết hạn kỳ. Ngài sẽ ban ân huệ cho những kẻ nào xứng đáng được tưởng thưởng." Nếu các ngươi ngoảnh mặt đi, ta e sợ cho các ngươi hình phạt của cái ngày ghê gớm ấy.

5. Nơi các ngươi trở về là A-La và Ngài có toàn quyền trên mọi việc.

6. Hãy xem, chúng đang khép ngực lại để mong tránh khỏi A-La. Không, dẫu chúng có lấy y phục che mặt đi nữa, Ngài vẫn thấu rõ những gì chúng giấu giếm hoặc tiết lộ. Ngài am tường tất cả những gì đang có trong lòng chúng.

7. Không có sinh vật nào trên mặt đất có thể sống mà không nhờ đến lương thực do A-La cấp. Ngài biết chỗ ở tạm thời và vĩnh viễn của chúng. Tất cả những điều này đã được ghi chép trong quyển Sách minh quang.

8. Ngài là Đấng đã sáng tạo trời đất trong sáu thời kỳ, ngự tọa của Ngài nằm trên mặt nước để thử xem ai trong các ngươi là kẻ có đức hạnh. Nếu ngươi có bảo: "Các ngươi sẽ được hồi sinh sau khi chết," thì bọn bất tín chắc chắn sẽ nói: "Đây chẳng qua là sự lừa gạt."

9. Nếu Ta hoãn lại sự trừng phạt chúng một thời gian, chắc chắn chúng sẽ nói: "Điều gì đã cản trở nó vậy?" Nhưng đến ngày mà hình phạt giáng xuống chúng, không ai có thể ngăn cản nó giùm chúng được. Và những gì mà chúng thường chê nhạo sẽ bao vây chúng.

10. Nếu Ta cho con người hưởng ân huệ rồi thâu nó lại, hắn liền tuyệt vọng và bội ơn.

11. Hoặc sau khi hắn gặp hoạn nạn, nếu Ta cho hắn hưởng mùi phồn vinh, chắc chắn hắn sẽ bảo: "Tai nạn đã qua rồi." Xem kìa! hắn mừng rỡ và ngạo mạn.

12. Chỉ trừ những người nhẫn nại và năng làm việc thiện, những người này sẽ được tha thứ và được tưởng thưởng trọng hậu.

13. Chúng tưởng rằng ngươi sắp rút ngắn một phần của lời khải thị và lòng ngươi rối rắm, vì chúng nói: "Tại sao châu báu không được ban cho hắn và thiên sứ không đến với hắn?" Thật ra ngươi chỉ là người cảnh cáo còn A-La là Đấng giám hộ muôn loài.

14. Hoặc có kẻ nói: "hắn đã giả mạo ra nó." Hãy bảo: "Nếu các ngươi nói sự thật, hãy trưng ra mười chương đã được giả mạo giống như thế này và cầu khẩn những kẻ mà các ngươi có thể cầu khẩn ngoài A-La."

15. Và nếu chúng không trả lời các ngươi, hãy biết rằng nó đã được khải thị bằng kiến thức của A-La và không có Chúa Trời nào khác tồn tại ngoài Ngài. Thế thì các ngươi có bằng lòng quy y chăng?

16. Kẻ nào chỉ tham muốn cuộc sống hiện tại và vẻ hào nhoáng của nó, Ta sẽ trả đủ về hành vi chúng làm ở kiếp này và không hề có sự bất công.

17. Nhưng những kẻ này sẽ không có gì ở

Kiếp Lai Sinh ngoại trừ lửa đỏ. Sự nghiệp của chúng sẽ tiêu tan và việc chúng làm trở nên vô nghĩa.

18. Làm sao các người có thể phủ nhận người đã được Phép Lạ do Chúa ban, nhân chứng của Chúa sẽ tuân theo người và đã được báo trước trong Kinh Thánh của Môsê, là phương châm và ân huệ cho con người? Những ai thường suy nghĩ về vấn đề này thì tin tưởng người. Và những kẻ nào trong các bộ tộc không hề tin tưởng, hỏa ngục sẽ là nơi dành riêng cho chúng. Vậy chớ nghi ngờ điều ấy. Đây quả là chân lý do Chúa ban nhưng đa số trong con người không hề tin tưởng.

19. Có ai đắc tội hơn kẻ dám nói dối về A-La? Những kẻ này sẽ bị dẫn đến trước nhan Chúa và các nhân chứng sẽ nói: "Chính những người này đã nói dối về Chúa." Hãy xem, lời chúc dữ của A-La đang giáng xuống bọn vô đạo.

20. Tức là những kẻ dám cản trở những người theo đuổi con đường của A-La và toan uốn khúc nó. Và chúng không hề tin tưởng ở Kiếp Lai Sinh.

21. Chúng không thể nào làm hỏng kế hoạch của A-La trên mặt đất. Ngoài A-La ra chúng sẽ không có ai bảo vệ và hình phạt sẽ tăng lên gấp đôi. Chúng không thể nào nghe, cũng không thể thấy được.

22. Chính những kẻ này đã tự hại thân mình, và những gì chúng đã giả tạo ra đều biến mất cả.

23. Đương nhiên chúng sẽ là kẻ bị tổn thất ở kiếp sau.

24. Còn những người vững lòng tin, năng làm việc thiện và biết hạ mình trước nhan Chúa, họ sẽ được vào Thiên đàng và sống vĩnh viễn nơi đó.

25. Tỉ dụ về hai bên, một bên thì đui và điếc, còn một bên thì mắt sáng và nghe được. Hai bên

có giống nhau chăng? Các ngươi còn chưa hiểu sao?

26. Ta đã phái Noah xuống cho dân của hắn, hắn bảo: "Ta chỉ là người cảnh cáo các ngươi,

27. Rằng các ngươi không được tôn thờ ai khác hơn A-La. Thật ra ta chỉ e sợ cho các ngươi hình phạt của cái ngày ghê gớm ấy."

28. Các trưởng lão bất tín trong dân của hắn bèn trả lời: "Chúng tôi thấy rằng ngươi chỉ là một người giống như chúng tôi, và chỉ có những kẻ hạ tiện nhất mới nghe lời ngươi. Chúng tôi nghĩ rằng ngươi chẳng có điểm nào siêu việt hơn chúng tôi. Không, ngươi là kẻ nói láo."

29. Hắn bảo: "Hỡi các ngươi, các ngươi nghĩ sao: nếu ta dựa vào bằng chứng do Chúa ban và Ngài đã ban bố ân huệ cho ta mà các ngươi không thấy được, làm sao ta có thể ép buộc nó cho các ngươi trong khi các ngươi không thích?

30. "Hỡi các ngươi, ta chẳng đòi các ngươi tiền thưởng. Phần thưởng của ta chỉ do A-La nắm giữ. Ta sẽ không bao giờ xua đuổi những người vững lòng tin. Họ sẽ được hội diện với Chúa. Nhưng ta thấy các ngươi là những kẻ hoàn toàn không biết gì cả.

31. "Hỡi các ngươi, nếu ta xua đuổi họ, ai sẽ giúp ta chống lại A-La đây? Các ngươi còn chưa nghĩ đến sao?

32. "Ta không hề bảo các ngươi rằng ta có giữ châu báu của A-La, vì ta không biết gì về cõi vô hình. Ta cũng không bảo các ngươi rằng ta là thiên sứ. Ta cũng không hề nói với những người mà các ngươi khinh rẻ, rằng A-La sẽ không ban ân huệ đâu, vì A-La biết rõ nhất những gì trong lòng họ. Nếu ta nói thế ta sẽ trở thành kẻ vô đạo."

33. Chúng bèn nói: "Hỡi Noah, ngươi đã tranh luận dài dòng với chúng tôi và đã mấy phen

Chương 11   HUD   Part 12

rồi, nếu ngươi nói sự thật, hãy trưng ra cho chúng tôi thấy vật mà ngươi thường đe dọa chúng tôi."

34. Hắn bảo: "A-la sẽ mang đến cho các ngươi khi Ngài muốn, và các ngươi không thể nào tránh khỏi được."

35. Dẫu ta có muốn khuyên cáo các ngươi đi nữa, nếu A-La muốn các ngươi bị lầm lạc mãi mãi thì lời khuyên cáo của ta sẽ không có lợi ích gì cho các ngươi. Ngài là Chúa của các ngươi và các ngươi sẽ bị dẫn về nơi Ngài."

36. Hoặc chúng sẽ nói: "Hắn đã giả mạo ra điều ấy." Hãy bảo: "Nếu ta đã giả mạo ra điều ấy, ta sẽ có tội, nhưng ta sẽ không có trách nhiệm về tội lỗi các ngươi làm."

37. Rồi Noah đã được khải thị rằng: "Ngoại trừ những người đã tin tưởng không có ai khác trong đám dân của ngươi sẽ tin tưởng, vậy chớ buồn rầu vì những việc chúng làm.

38. "Hãy đóng một chiếc thuyền lớn y như lời khải thị trước mắt Ta. Và chớ thưa bẩm với Ta về những kẻ ác nhân. Vì chúng sẽ bị chết đuối."

39. Rồi hắn bắt đầu đóng thuyền lớn. Mỗi khi các trưởng lão đi ngang qua, họ bèn chê nhạo hắn. Hắn đáp: "Các ngươi cứ tha hồ chê nhạo chúng tôi, nhưng chẳng bao lâu chúng tôi sẽ chê nhạo các ngươi như các ngươi đang chê nhạo chúng tôi đây.

40. "Rồi các ngươi sẽ biết ai sẽ chịu sự trừng phạt nhục nhã và ai sẽ chịu sự trừng phạt vĩnh cửu."

41. Khi mệnh lệnh của Ta được ban ra, suối nguồn trên mặt đất chảy ào ạt. Ta đã phán: "Hãy chất lên thuyền mọi loài vật mỗi thứ một cặp, con đực và con cái, hãy đem lên thuyền gia đình của ngươi và những người vững lòng tin, chỉ trừ những kẻ đã bị tuyên cáo." Nhưng những người cùng tin tưởng với hắn thật là ít oi.

42. Rồi hắn bảo: "Hãy lên tàu đi. Thuyền có chạy hay cắm neo đều tùy danh A-La. Chúa của ta là Đấng Khoan Hồng và Từ Bi."

43. Và thuyền đã chở họ vượt qua những làn sóng cao như núi. Noah đã kêu gọi đứa con đứng trơ trọi một mình: "Con ơi, hãy mau mau lên tàu, chớ ở chung với bọn bất tín."

44. Chàng ta trả lời: "Con sẽ rút lên núi, nơi đó sẽ che chở con tránh khỏi nước lụt." Hắn bảo: "Ngoại trừ những người đã được A-La nhủ lòng thương, hôm nay không có ai sẽ được che chở khỏi sự phán quyết của Ngài." Sóng lớn đã tách rời hai người ra và chàng ta đã bị chết đuối.

45. Rồi có lời phán rằng: "Hỡi mặt đất, hãy uống cạn nước của ngươi. Hỡi vòm trời, hãy ngừng mưa đi." Tức thì nước rút xuống và việc ấy đã chấm dứt. Thuyền lớn đã đậu trên đỉnh núi Judi. Lại có lời phán: "Dân ác độc sẽ bị tiêu diệt."

46. Noah đã kêu nài với Chúa rằng: "Lạy Chúa, con trai của tôi cũng là một người trong gia đình, lời hứa của Ngài quả là sự thật, Ngài thật là Đấng Phán Quan ưu tú nhất."

47. Ngài phán: "Hỡi Noah, hắn không phải là người trong gia đình của ngươi. Phẩm hạnh của hắn không tốt. Chớ cật vấn Ta về những việc mà ngươi không biết. Ta khuyến cáo ngươi để ngươi đừng trở thành kẻ vô tri."

48. Hắn thưa: "Lạy Chúa, xin Ngài giúp tôi đừng hỏi han Ngài những việc mà tôi không biết. Nếu Ngài không tha thứ và không nhủ lòng thương, tôi sẽ không còn lối thoát."

49. Lúc đó có lời phán: "Hỡi Noah, hãy nhận sự bình an của Ta và lời chúc phúc cho ngươi và những kẻ được sinh ra từ các ngươi rồi xuống thuyền đi. Nhưng sẽ có những dân tộc được Ta ban bố một thời gian rồi bị giáng xuống hình phạt đau đớn."

50. Đây là những lời báo về cõi vô hình mà Ta đã khải thị cho ngươi. Trước đây, ngươi và dân chúng của ngươi chưa hề biết đến việc này.

Vậy hãy kiên nhẫn vì thắng lợi sẽ về tay những người biết kính sợ Chúa Trời.

51. Và Ta đã phái người huynh đệ Hud xuống bộ tộc Ad. Hắn bảo: "Hỡi các ngươi, hãy tôn thờ A-La, không có Chúa Trời nào khác ngoài Ngài. Các ngươi chỉ đặt điều giả dối đó thôi.

52. "Hỡi các ngươi, ta không đòi các ngươi tiền thưởng. Phần thưởng của ta chỉ do A-La nắm giữ, là Đấng đã tạo ra ta. Các ngươi còn chưa giác ngộ sao?

53. "Và hỡi các ngươi, hãy cầu xin Chúa tha thứ và quay về với Ngài. Ngài sẽ khiến mây làm mưa rơi xuống cho các ngươi và sẽ tăng cường thêm sức mạnh của các ngươi. Chớ quay mặt đi mà đắc tội."

54. Chúng nói: "Hỡi Hud, ngươi chẳng hề đem đến cho chúng tôi bằng chứng nào cả, chúng tôi sẽ không từ bỏ thần thánh của chúng tôi vì lời nói của ngươi và chúng tôi cũng không tin ngươi đâu.

55. "Chúng tôi chỉ muốn nói rằng có vị thần nào đó đã trù ải ngươi thôi." Hắn đáp: "Ta cầu xin A-La làm chứng cho, và các ngươi cũng hãy làm chứng rằng ta không có quan hệ gì với những tà thần mà các ngươi thờ phụng ngoài A-La.

56. "Vậy các ngươi cứ âm mưu chống lại ta và chớ triển hoãn giây khắc nào.

57. "Vì ta đã tin cẩn A-La, là Chúa của ta và cũng là Chúa của các ngươi. Không có sinh vật nào không bị Ngài nắm lấy chùm tóc trước trán. Quả thật Chúa của ta lúc nào cũng đứng trên chính đạo.

58. "Nếu các ngươi có ngoảnh mặt đi nữa, ta đang truyền lại cho các ngươi những điều mà ta đã được phái đem xuống cho các ngươi. Chúa sẽ đem dân tộc khác thay thế vào chỗ của các ngươi. Các ngươi không thể nào làm hại Ngài được. Chúa của ta là Đấng giám hộ muôn loài."

59. Khi mệnh lệnh của Ta ban xuống, Ta đã nhủ lòng thương cứu Hud và những người cùng tin tưởng với hắn. Tức là Ta đã cứu họ tránh khỏi hình phạt khốc liệt.

60. Đây là bộ tộc Ad. Chúng đã phủ nhận Phép Lạ của Chúa, chẳng tuân lời Sứ Giả và chỉ

tuân theo mệnh lệnh của những kẻ kiêu ngạo và chống lại chân lý.

61. Lời chúc dữ đang theo sát người chúng ở kiếp này cũng như ở Ngày Phục Sinh. Hãy xem! Bộ tộc Ad đã không tin tưởng Chúa. Kìa! Ad, dân của Hud đã bị hủy diệt.

62. Và Ta đã khiến người huynh đệ Salih đến với bộ tộc Thamud. Hắn bảo: "Hỡi các ngươi, hãy tôn thờ A-La. Các ngươi không có Chúa Trời nào khác ngoài Ngài. Ngài đã tạo các ngươi từ đất lành và cho các ngươi an cư lập nghiệp nơi đó. Vậy hãy cầu xin Ngài tha thứ và đem lòng thành sám hối trước nhan Ngài. Quả thật Chúa của Ta đang ở gần đây và lúc nào cũng đáp lại lời khẩn cầu."

63. Chúng đáp: "Hỡi Salih, ngươi là kẻ mà chúng tôi đã đặt niềm hy vọng. Ngươi định cấm chúng tôi thờ những vật mà tổ tiên chúng tôi đã thờ hay sao? Vật mà ngươi đem ra để kêu gọi chúng tôi, chúng tôi thấy băn khoăn và chẳng tin được."

64. Hắn bảo: "Hỡi các ngươi , hãy cho ta biết: nếu ta dựa vào chứng cớ minh bạch của Chúa và đích thân Ngài đã nhủ lòng thương ta, ai sẽ giúp ta chống lại A-La nếu ta bất tuân lời Ngài? Các ngươi chỉ khiến ta bước sâu vào chốn diệt vong.

65. "Và hỡi các ngươi, đây là con lạc đà cái mà A-La đã ban cho các ngươi như là Phép Lạ, vậy hãy cho nó ăn uống tự do trong đất lành của A-La. Chớ ngược đãi nó, bằng không các ngươi sẽ bị hình phạt giáng xuống."

66. Nhưng chúng đã cắt nhượng chân của nó, lúc đó hắn bảo: "Các ngươi chỉ còn ba ngày để hưởng lạc thú trong nhà. Đây là lời giao ước không thể cắt bỏ được."

67. Nên khi mệnh lệnh của Ta ban xuống, Ta đã nhủ lòng thương cứu Salih và những người cùng tin tưởng với hắn, tức là Ta đã cứu họ khỏi sự ô nhục của ngày ấy. Chúa của ngươi thật là Cường Lực và Toàn Năng.

68. Và sấm sét đã giáng xuống những kẻ ác đức, đến sáng hôm sau chúng đã nằm phủ phục

trên nền nhà.

69. Như là chúng chưa hề sinh sống nơi đó. Hãy xem! Bộ tộc Thamud đã không tin tưởng Chúa. Kìa! Bộ tộc Thamud đã bị hủy diệt.

70. Quả thật các Sứ Giả của Ta đã mang tin lành đến cho Abraham. Họ nói: "Bình an cho ông." Hắn trả lời: "Bình an cho các ông" và lẹ làng đem con bê nướng ra mời.

71. Nhưng khi thấy họ không rớ tới nó, hắn bèn hoài nghi và lo sợ. Họ liền bảo: "Chớ sợ chi, vì chúng tôi đã được phái đến cho dân của Lot."

72. Và vợ của hắn đứng cạnh đó đã cười khi Ta báo cho nàng tin mừng về sự sinh ra Isaac, và sau Isaac là Jacob.

73. Nàng bảo: "Ô, buồn thay! Làm sao tôi có thể sinh con khi tôi đã già nua và chồng tôi cũng cao tuổi? Thật là chuyện lạ lùng!"

74. Họ nói: "Bà định nghi ngờ mệnh lệnh của A-La chăng? Hỡi những người trong nhà này, chớ gì lòng từ bi và phước lành của A-La được ban cho các ngươi. Ngài là Đấng đáng được ca ngợi và vinh hiển thay."

75. Khi Abraham hết lo sợ và tin mừng đã đến với hắn, hắn bắt đầu van nài với Ta về số mạng của dân chúng của Lot.

76. Thật ra Abraham là người tánh khoan dung và nhân hậu, lúc nào cũng biết quay về với Chúa Trời.

77. "Hỡi Abraham, hãy tránh đi. Mệnh lệnh của Chúa đã ban ra, hình phạt đang tiến đến gần chúng và không thể tránh khỏi được."

78. Và khi các Sứ Giả của Ta đến nơi Lot ở, hắn buồn rầu vì cảm thấy bất lực không thể bảo vệ họ được và than rằng: "Hôm nay thật là ngày vô phương cứu chữa."

79. Dân của hắn chạy đến nơi hắn, giận run cả người, và trước đó chúng đã thường làm việc

ác. Hắn nói: "Hỡi các ngươi, này đây là các con gái của tôi, chúng vẫn còn trong sạch, hãy xử với chúng tùy ý các ngươi. Hãy kính sợ A-La và chớ lăng nhục tôi vì những người khách của tôi. Không có ai trong các ngươi là người biết điều hay sao?"

80. Chúng bèn đáp: "Ngươi tất biết rõ chúng tôi chẳng đòi hỏi về các con gái của ngươi, ngươi chắc chắn biết rõ điều chúng tôi muốn."

81. Hắn than: "Chớ gì ta có đủ quyền lực để đối chọi với các ngươi, hoặc có thể tìm nơi vạn toàn để ẩn náu."

82. Các Sứ Giả bảo: "Hỡi Lot, chúng tôi là Sứ Giả của Chúa Trời. Chúng không thể nào động đến ngươi được. Hãy nhân đêm tối mà dẫn gia đình của ngươi đi đi. Chớ để một ai trong các ngươi ngoái lại. Chỉ trừ vợ ngươi, vì hoạn nạn xảy đến cho chúng cũng sẽ xảy đến cho nàng. Kỳ hạn của chúng là buổi sáng. Không phải trời đã gần sáng hay sao?"

83. Nên khi mệnh lệnh của Ta ban ra, Ta đã lật úp thị trấn ấy và làm mưa bằng hạt đất sét đổ lên nó lớp này đến lớp khác.

84. Trong đó đều có dấu hiệu của Chúa. Và những kẻ ác ở kiếp này sẽ không tránh khỏi hình phạt tương tự.

85. Và Ta đã phái người huynh đệ Shu'aib đến bộ tộc Miđian. Hắn bảo: "Hỡi các ngươi, hãy tôn thờ A-La. Các ngươi không có Chúa Trời nào khác hơn Ngài. Chớ đo hụt hay cân lường thiếu. Ta thấy các ngươi có vẻ phồn vinh, nhưng ta e sợ cho các ngươi hình phạt của cái ngày diệt vong ấy.

86. "Và hỡi các ngươi, hãy đo cho đủ và cân cho đầy một cách công chính. Chớ thâm thủng tài sản của kẻ khác, chớ làm việc ác và gây họa trên mặt đất.

87. "Nếu các ngươi thật là tín đồ, những gì mà A-La đã để lại cho các ngươi mới thật có ích cho các ngươi. Và ta chẳng phải là kẻ giám

hộ các ngươi."

88. Chúng bèn trả lời: "Hỡi Shu'aib, có phải ngươi cầu nguyện để khiến chúng tôi từ bỏ những vật mà tổ tiên chúng tôi đã tôn thờ và ngưng sử dụng tài sản như ý thích của chúng tôi sao? A, ngươi thật là khôn ngoan và chân chính đấy."

89. Hắn bảo: "Hỡi các ngươi, hãy cho ta biết: nếu ta dựa vào bằng chứng minh bạch của Chúa và Ngài đã ban cho ta đầy đủ lương thực, các ngươi sẽ đối đáp thế nào với Ngài đây? Ta không hề có ý định làm những việc mà ta đã răn cấm các ngươi. Ta chỉ muốn đem hết khả năng để sửa đời. Không ai cứu giúp ta ngoại trừ A-La. Ta tin cậy nơi Ngài và sẽ trở về với Ngài.

90. "Và hỡi các ngươi, chớ hờn oán ta mà đắc tội. Bằng không thì hoạn nạn đã xảy đến cho dân của Noah, dân của Hud và dân của Salih sẽ giáng xuống các ngươi đấy. Dân của Lot cũng chẳng xa gì với các ngươi.

91. "Hãy cầu xin Chúa tha thứ, và thành tâm quay về với Ngài. Quả thật Chúa của ta rất là Từ Bi, Hiền Hậu."

92. Chúng bèn trả lời: "Hỡi Shu'aib, chúng tôi chẳng hiểu gì lắm những lời ngươi nói. Chúng tôi thấy rằng ngươi là kẻ vô thế lực. Nếu không vì chi tộc của ngươi, có lẽ chúng tôi đã ném đá vào ngươi rồi. Ngươi chẳng có quyền lực gì để đối chọi với chúng tôi."

93. Hắn bảo: "Hỡi các ngươi, đối với các ngươi, chi tộc của ta quan trọng hơn A-La hay sao? Các ngươi đã quay lưng đi và không ngó ngàng đến Ngài. Chúa của ta thấu rõ tất cả những việc các ngươi làm.

94. "Hỡi các ngươi, các ngươi cứ hành động tùy thích. Ta cũng làm như thế. Rồi các ngươi sẽ biết ai phải chịu hình phạt nhục nhã và ai là kẻ đã nói dối. Cứ chờ xem, và ta cũng chờ với các ngươi đấy."

Part 12   HUD   Chương 11

95. Nên khi mệnh lệnh của Ta ban ra, Ta đã nhủ lòng thương cứu Shu'aib và những người cùng tin với hắn, và hình phạt đã giáng xuống những kẻ làm việc ác, đến đổi chúng phải nằm phủ phục trên nền nhà,

96. Như là chúng chưa hề sinh sống nơi đó. Dân Midian đã bị tiêu diệt như dân Thamud đã bị tiêu diệt.

97. Rồi Ta đã ban cho Môsê nhiều Phép Lạ và quyền năng hiển trứ,

98. Và phái hắn xuống nơi Pharaô và các cận thần. Nhưng bọn chúng chỉ tuân theo mệnh lệnh của Pharaô mặc dầu không đúng lý chút nào cả.

99. Đến Ngày Phục Sinh, Pharaô sẽ đứng đầu và dẫn dân chúng của hắn xuống Hỏa Ngục, như là gia súc bị dẫn đến chỗ lấy nước. Thật là định mệnh đau đớn thay.

100. Lời chúc dữ sẽ theo sát người chúng ở kiếp này cũng như ở Ngày Phục Sinh. Thật là món quà đầy tai họa.

101. Đây là câu chuyện về những thành thị xưa mà Ta đã kể cho ngươi nghe. Có một số hãy còn tồn tại và một số khác đã bị xén bỏ như lúa gặt.

102. Và Ta không hề hại chúng, chính chúng đã tự hại thân mình. Khi mệnh lệnh của Chúa ban ra, các tà thần mà chúng đã cầu khẩn ngoài A-La không hề giúp ích gì cho chúng nhưng chỉ giúp chúng bị diệt vong mà thôi.

103. Đây là cách chộp của Chúa khi Ngài bao vây những thành thị mà dân cư nơi đó đã làm việc ác, và cái chộp của Ngài vừa đau đớn vừa khốc liệt.

104. Trong đó quả có Phép Lạ dành cho những kẻ biết e sợ sự trừng phạt ở kiếp sau. Là ngày mà toàn thể nhân loại sẽ bị triệu tập về một chỗ và mọi người sẽ phải chứng nhận việc họ đã làm.

105. Và Ta chỉ đình hoãn việc này trong một thời gian nhất định mà thôi.

215

106. Đến ngày ấy, nếu không được phép của Ngài, không ai có quyền nói năng gì cả. Rồi trong số đó sẽ có kẻ bất hạnh và có kẻ khác được hạnh vận.

107. Những kẻ bất hạnh sẽ phải vào Hỏa ngục, nơi đó chúng sẽ thở dài và khóc nức nở,

108. Chừng nào mà trời đất còn tồn tại, chúng phải sống vĩnh viễn nơi đó. Điều này tùy ý Chúa. Chúa của ngươi thực hiện bất cứ điều gì Ngài muốn.

109. Còn những người được hạnh vận sẽ được vào Thiên đàng. Chừng nào mà trời đất còn tồn tại, họ sẽ được sống đời đời nơi đó, là phần thưởng không hề bị thâu hồi lại, chỉ trừ khi Chúa muốn.

110. Nên chớ hoài nghi vật mà chúng tôn thờ. Vì chúng chỉ thờ phụng như tổ tiên đã thờ phụng, và chắc chắn Ta sẽ trả chúng đầy đủ không thiếu phần nào.

111. Quả thật Ta đã ban cho Môsê Thánh Thư, nhưng có nhiều ý kiến riêng rẽ về nó. Nếu không có lời của Chúa phán trước đây, chắc chắn chúng đã bị phân xử lâu rồi. Và bây giờ chúng lo âu nghi ngờ về nó.

112. Chúa của ngươi sẽ thù lao đầy đủ tùy theo hành vi của chúng. Ngài am tường tất cả những điều chúng làm.

113. Ngươi và những kẻ đã cùng ngươi quy y với Chúa Trời, hãy tuân theo chính đạo như lệnh truyền; và chớ đi thái quá. Hỡi các tín đồ, Chúa lúc nào cũng nhìn việc các ngươi làm.

114. Chớ sa ngã theo những kẻ tà ác, bằng không lửa địa ngục sẽ bén chân các ngươi. Ngoài A-La ra, các ngươi sẽ không có ai che chở hoặc giúp đỡ cả.

115. Hãy cầu nguyện vào buổi đầu và buổi

cuối của ban ngày và lúc rạng đông. Việc thiện sẽ đẩy lui việc ác. Đây là lời nhắc nhở dành cho những kẻ biết giác ngộ.

116. Hãy cố cương quyết và nhẫn nại, vì chắc chắn A-La không hề quên phần thưởng dành cho những kẻ chính trực.

117. Trong những thế hệ trước các người, chỉ trừ một số ít đã được Ta cứu rỗi, sao lại không có kẻ hiền đức nào biết răn cấm những việc tà ác trên mặt đất này? Bọn ác nhân chỉ biết theo đuổi lạc thú và không ngừng phạm tội.

118. Chúa của người không hề tàn phá đô thị một cách bất công nếu dân chúng ở đó là những kẻ lương thiện.

119. Và nếu Chúa muốn, Ngài đã làm nhân loại thành một dân tộc duy nhất nhưng chúng không ngừng chia rẽ nhau.

120. Chỉ trừ những kẻ đã được Chúa của người nhủ lòng thương. Và Ngài đã sáng tạo con người để chúng trở thành như thế. Lời của Chúa sẽ được thực hiện: "Quả thật, Ta sẽ đem lũ Jinn và con người làm đầy địa ngục."

121. Ta đã kể cho người nghe những câu chuyện về các Sứ Giả, để củng cố tâm hồn người. Trong đó bao hàm chân lý, lời cảnh cáo và lời nhắc nhở cho các tín đồ.

122. Và hãy bảo với những kẻ chưa tin tưởng rằng: "Các người cứ hành động tùy theo khả năng mình, chúng tôi cũng làm như thế.

123. "Và hãy đợi, chúng tôi cũng đang đợi đây."

124. Tất cả những vật vô hình trong trời đất đều thuộc về A-La. Mọi vấn đề đều có liên quan đến Ngài. Vậy hãy tôn thờ Ngài và tin cậy Ngài. Chúa của người không phải là kẻ chẳng quan tâm đến việc các người làm.

Chương 12 — YUSUF

JOSEPH
(Khải thị ở Mécca)

1. Nhân danh A-La, Đấng Khoan Hậu, Đấng Từ Bi.

2. Alif Lam Ra. Đây là những lời của quyển Thánh thư minh bạch.

3. Ta đã khải thị nó thành một quyển Kinh thường được truyền tụng bằng một ngôn ngữ dễ hiểu để mong các ngươi biết giác ngộ.

4. Ta sẽ kể cho ngươi nghe những câu chuyện hay nhất qua việc khải thị quyển Koran này, dầu trước đây ngươi là kẻ hoàn toàn vô ý thức.

5. Hãy nhớ lúc Joseph nói với cha của nó: "Thưa cha, con đã nằm mộng thấy mười một vì sao, mặt trời và mặt trăng, tất cả đều phủ phục xuống lạy con."

6. Ông bảo: "Con yêu dấu chớ kể lại giấc mộng của con cho các anh con, kẻo chúng tìm cách hại con. Satăng rõ ràng là kẻ thù của con người.

7. "Như con đã thấy, Chúa đã chọn con, dạy cho con cách giải thích những câu chuyện huyền diệu và giáng phước cho con và dòng họ Jacob như Ngài đã giáng phước cho hai tổ phụ Abraham và Isaac. Quả thật Chúa của con là Đấng Toàn Tri, Khôn Ngoan."

8. Quả thật, câu chuyện của Joseph và các anh em là Phép Lạ dành cho những kẻ truy cứu.

9. Khi chúng bàn với nhau: "Joseph và em của nó được cha yêu thương hơn chúng ta, mặc dầu chúng ta thề đông như vậy. Quả cha chúng ta đã lầm lẫn.

10. "Hãy giết Joseph hoặc đuổi nó đi miền xa, thì tình thương của cha các ngươi sẽ đặc biệt dành cho các ngươi, và sau đó các ngươi sẽ trở thành kẻ lương thiện."

11. Một người trong bọn chúng bảo: "Chớ sát hại Joseph, nếu các ngươi muốn ra tay, hãy vất nó xuống đáy giếng, có lẽ đoàn khách thương nào đó sẽ cứu nó."

12. Chúng bèn nói: "Thưa cha, tại sao cha không giao Joseph cho chúng con trông nom dầu chúng con rất mến nó?

13. "Ngày mai hãy cho nó theo chúng con thì nó rất vui và chơi đùa được, chúng con sẽ trông nom nó."

14. Ông bảo: "Nếu các ngươi dẫn nó đi, ta buồn lắm. Ta sợ rằng khi các ngươi lơ đãng, chó sói sẽ ăn nó mất."

15. Chúng nói: "Bọn chúng con đông như thế này mà nó còn bị chó sói ăn thì chúng con sẽ không còn mặt mũi nào"

16. Khi chúng dẫn Joseph đi và đồng ý liệng nó xuống đáy giếng, Ta đã khải thị cho nó rằng: "Một ngày kia, ngươi sẽ vạch trần cho chúng về việc này trong khi chúng không nhìn ra ngươi."

17. Chiều xuống chúng tụ lại nơi người cha và khóc lóc,

18. Nói rằng: "Thưa cha, chúng con chạy đua với nhau mãi đằng xa và để Joseph ở lại với hành lý, chó sói đã ăn nó mất. Dẫu chúng con có nói sự thật đi nữa, có lẽ cha sẽ không tin chúng con."

19. Rồi chúng bôi vết máu giả lên áo của nó. Ông bảo: "Không không, tâm hồn các ngươi đã khiến các ngươi muốn làm việc giả dối. Bây giờ ta chỉ biết kiên nhẫn mà thôi. Ta chỉ xin A-La giúp ta chịu đựng điều mà các ngươi đã quả quyết."

20. Rồi có một đoàn khách thương đến và sai người đi lấy nước. Người ấy bỏ gàu xuống giếng. Hắn nói: "Ồ thật là tin mừng! Có đứa trẻ

ở đây!" Rồi chúng giấu nó để đem bán, và A-La biết rõ việc chúng đã làm.

21. Chúng đem nó bán lấy một giá rẻ mạt, khoảng vài đồng, và không hề tiếc rẻ.

22. Người Ai-cập đã mua nó, nói với vợ rằng: "Hãy cho nó sống đầy đủ thể diện. Có lẽ nó sẽ giúp ích chúng ta. Hoặc là chúng ta sẽ cho nó làm con nuôi." Rồi Ta đã cho Joseph an cư trong xứ đó, để chỉ dạy cho nó cách giải thích những việc thần diệu. A-La có toàn quyền thực hiện mệnh lệnh của Ngài, nhưng hầu hết con người không biết điều đó.

23. Khi Joseph trưởng thành, Ta đã ban cho hắn trí phán đoán và kiến thức. Ta đã ban thưởng như vậy cho những kẻ năng làm việc thiện.

24. Bà chủ nhà mà hắn ở toan quyền rũ hắn. Nàng đóng chặt cửa lại và nói: "Nào đến đây đi." Hắn đáp: "Tôi xin A-La che chở cho. Ngài là Chúa của tôi. Ngài đã cho tôi ở đây đầy đủ thể diện. Kẻ nào làm chuyện đê tiện sẽ không bao giờ được vinh hiển."

25. Nàng quyết tâm quyến rũ hắn nhưng hắn đã quyết lòng từ khước nàng. Nếu không thấy được Phép Lạ của Chúa, có lẽ hắn không thể quyết định như thế được. Ta đã trù liệu như thế để cắt bỏ khỏi người hắn những điều đê tiện, dâm ô.

26. Cả hai người tranh nhau chạy về phía cửa, nàng đã từ sau lưng xé lấy áo của hắn và hai người chạm trán với chồng của nàng ngay trước cửa. Nàng hô oán: "Kẻ đã toan xâm phạm đến vợ của ông, còn hình phạt nào xứng đáng hơn là việc tống giam hoặc sự trừng phạt đau đớn chăng?"

27. Hắn thưa: "chính bà nhà đã toan quyến rũ tôi." Lúc đó một trong những người hầu cận làm chứng rằng: "Nếu áo của hắn bị xé từ phía trước thì bà nhà đã nói thật và hắn là kẻ nói dối.

28. "Nhưng nếu áo của hắn bị xé từ phía sau thì bà nhà đã nói dối và hắn đã nói thật."

29. Nên khi ông thấy áo của hắn bị xé từ phía sau, ông bảo: "Đây quả thật là âm mưu của bọn đàn bà. Âm mưu của các ngươi thật đáng sợ."

30. "Hỡi Joseph, hãy nín lặng về chuyện này. Còn ngươi, con đàn bà, hãy cầu xin thứ tội đi. Ngươi mới là kẻ phạm tội."

31. Các phụ nữ trong thành phố bảo nhau: "Nghe nói phu nhân của quan tổng quản cận vệ đã toan quyến rũ tên nô lệ của bà ta. Hắn đã làm bà ta yêu đến phát điên đi được. Chúng tôi thấy rằng bà ta rõ ràng đã phạm lỗi."

32. Khi nàng nghe đến những lời đàm tiếu, nàng sai người triệu họ đến và bày tiệc, phát cho mỗi người một con dao rồi bảo Joseph: "Hãy đến với các bà ấy." Khi họ thấy hắn, họ suy nghĩ mãi đến đổi phải chặt bỏ tay mình và bảo: "A-La sẽ che chở hắn. Đây chẳng phải là con người mà thật là thiên sứ cao cả."

33. Nàng bảo: "Chính vì người này mà các ngươi đã chỉ trích ta. Quả ta đã tìm cách quyến rũ hắn, nhưng hắn đã cố giữ mình. Lần này nếu hắn không nghe lời ta, hắn sẽ bị cầm tù và trở thành kẻ hạ tiện."

34. Hắn bèn thưa: "Lạy Chúa, tôi thà bị cầm tù hơn là nghe lời quyến rũ của họ. Nếu Ngài không cắt bỏ âm mưu của họ khỏi người tôi, tôi sẽ sa ngã với họ và sẽ thành kẻ vô tri mất."

35. Nên Chúa đã chiều nhậm lời cầu khẩn của hắn và cứu hắn thoát khỏi âm mưu của họ. Ngài quả là Đấng nghe tất cả và biết tất cả.

36. Sau khi thấy rằng hắn vô tội, nhưng để giữ thể diện, các quan đã đồng ý tống giam hắn một thời gian.

37. Và có hai người thanh niên cùng bị giam vào ngục với hắn. Một trong hai người nói: "Tôi đã nằm mơ thấy mình vắt rượu nho." Còn người kia thì nói: "Tôi thì nằm mơ thấy mình đội bánh mì trên đầu và chim chóc đang rỉa nó. Xin giải thích cho chúng tôi ý nghĩa của nó, bởi chúng tôi thấy ngươi có vẻ chính trực."

38. Hắn đáp: "Tôi sẽ giải thích ý nghĩa trong đó trước khi buổi cơm của các ngươi được mang tới đây, chắc chắn trước buổi cơm. Điều này do Chúa đã dạy cho tôi biết. Tôi đã từ khước tôn giáo của những kẻ không tin tưởng A-La và không tin tưởng ở Kiếp Lai Sinh.

39. "Và tôi đã theo đạo của các tổ phụ, Abraham, Isaac và Jacob. Quả thật chúng tôi không thể thờ ai khác chung với A-La. Đây là ân huệ của A-La ban cho chúng tôi và cho cả nhân loại, nhưng hầu hết con người không hề biết cảm tạ.

40. "Hỡi hai bạn cùng ngục với tôi, những tà thần lặt vặt và A-La, Đấng Tôi Cao duy nhất, ai đáng giá hơn đây?

41. "Vật mà các ngươi thờ phụng không màng đến A-La chẳng qua là những danh từ mà các ngươi và tổ phụ của các ngươi đã mệnh danh. A-La không hề ban cho nó quyền hạn nào cả. Quyền phán quyết chỉ nằm trong tay A-La. Ngài đã ra lệnh rằng các ngươi không được thờ ai khác hơn Ngài. Đây là lòng tin ở chân lý vĩnh cửu, nhưng hầu hết con người không biết điều đó.

42. "Hỡi hai bạn cùng ngục với tôi, một trong hai người sẽ hầu rượu cho nhà vua. Nhưng người còn lại sẽ bị treo lên thập tự giá và bầy

chim sẽ rỉa thịt đầu của hắn. Việc mà các ngươi xin giải thích đã được quyết định như thế."

43. Rồi hắn nói với kẻ hy vọng được tha trong hai người, rằng: "Xin hãy nhắc nhở việc của tôi với vua của ngươi. Nhưng Satăng đã làm hắn quên bẵng sự nhắc nhở điều ấy với nhà vua nên chàng ta đã phải bị cầm tù thêm vài năm nữa.

44. Rồi nhà vua bảo: "Ta nằm mơ thấy bảy con bò cái béo tốt bị bảy con bò cái khác gầy ốm ăn mất đi, rồi bảy giẻ lúa tươi xanh và bảy giẻ lúa khô. Hỡi chư khanh, nếu các ngươi biết giải mộng, hãy giải thích cho Ta biết ý nghĩa của giấc mơ ấy."

45. Chúng bèn tâu: "Đây là những giấc mơ lộn xộn, chúng thần không biết cách nào để giải thích những giấc mơ ấy."

46. Nhưng kẻ đã được cứu thoát trong hai người trên, trầm ngâm một hồi thì chợt nhớ ra và nói: "Tôi sẽ cho các ông biết cách giải mộng, xin cho tôi đi một chốc."

47. "Hỡi Joseph! Người chân thật, hãy giải thích cho chúng tôi biết ý nghĩa của việc bảy con bò cái béo tốt bị bảy con bò cái gầy ăn mất và bảy giẻ lúa tươi xanh với bảy giẻ lúa khô, để tôi trở về cho họ biết."

48. Hắn đáp: "Cứ gieo hạt và rán làm lụng đều trong bảy năm, lúa gặt xong ngoại trừ một phần ít để ăn, phần còn lại cứ để nguyên giẻ.

49. "Rồi sau đó bảy năm khốn khổ sẽ đến và tiêu thụ hầu hết những gì mà các ông đã tích trữ trước đó, chỉ chừa lại một số ít tồn kho mà thôi.

50. "Rồi năm kế tiếp sẽ được mưa dồi dào và dân chúng sẽ ép nho làm rượu."

51. Nhà vua bảo: "Hãy dẫn hắn tới đây cho trẫm." Nhưng khi sứ giả gặp hắn thì hắn nói: "Hãy trở về hỏi nhà vua rằng những người đàn

bà đã chặt tay họ bây giờ ra sao. Chúa của ta biết rõ âm mưu của họ."

52. Nhà vua bèn hỏi mấy bà này: "Khi các ngươi định quyến rũ Joseph thì sự tình ra sao?" Họ trả lời: "Hắn đã tránh xa tội lỗi vì kính sợ A-La, chúng tôi hoàn toàn không có gì để kết tội hắn." Lúc đó người vợ của quan tổng quản mới nói: "Bây giờ sự thật mới được sáng tỏ. Chính tôi mới là người định quyến rũ hắn. Quả hắn đã nói thật."

53. Joseph thưa: "Tôi đòi hỏi cuộc điều tra này để cho mọi người biết rằng tôi đã không phản bội chủ tôi trong lúc người vắng mặt và rằng A-La không bao giờ cho phép âm mưu của những kẻ bất lương được thành tựu.

54. "Và tôi không biện giải cho chính bản thân tôi, vì con người lúc nào cũng dễ sa vào tội lỗi trừ những ai được Chúa nhủ lòng thương. Chúa của tôi là Đấng Khoan Hồng và Từ Bi."

55. Nhà vua bèn phán: "Hãy dẫn hắn tới đây cho trẫm, để trẫm cho hắn hầu cận trẫm." Ông đã bàn bạc với hắn và tuyên bố: "Kể từ hôm nay, khanh sẽ là người có đầy quyền lực và tín nhiệm với chúng tôi."

56. Lúc đó hắn tâu: "Xin hãy giao lương khô trong nước cho thần, thần là người bảo quản ưu tú và kiến thức rộng rãi."

57. Ta đã cho Joseph lập nghiệp ở xứ ấy, hắn có thể sống ở bất cứ nơi nào hắn muốn. Ta ban ân huệ cho kẻ nào mà Ta vừa lòng. Ta không hề quên phần thưởng cho những người lương thiện.

58. Những kẻ nào tin tưởng và kính sợ Chúa Trời, chắc chắn phần thưởng ở Kiếp Lai Sinh còn trọng hậu hơn.

59. Chẳng bao lâu những người anh của Joseph đến và ra mắt hắn. Hắn đã nhận ra họ nhưng họ không biết hắn.

60. Khi hắn cấp lương thực cho họ xong, hắn bảo: "Hãy dẫn đến cho ta đứa em cùng cha với các ngươi. Các ngươi không thấy rằng ta đã đong đầy cho các ngươi và không có ai đãi khách trọng hậu hơn ta hay sao?

61. Nếu các ngươi không dẫn nó đến, ta sẽ không còn lúa đong cho các ngươi và các ngươi đừng mong yết kiến ta nữa."

62. Họ bèn đáp: "Chúng tôi sẽ tìm cách dụ cha chúng tôi rời nó và chắc chắn sẽ dẫn nó đến đây."

63. Rồi hắn bảo các thuộc hạ: "Hãy nhét tiền của họ vào hai bên yên. Khi họ về tới nhà, họ sẽ phát giác ra và có lẽ sẽ trở lại đây."

64. Khi họ trở về với cha mình, họ thưa: "Thưa cha, chúng con đã bị từ chối đong thêm lúa, hãy cho thằng em của chúng con đi theo để chúng con được đong thêm, chúng con sẽ trông nom nó."

65. Ông bảo: "Ta không thể giao nó cho các ngươi như ta đã phó thác thằng anh của nó cho các ngươi trước đây. Chính A-La mới là Đấng bảo hộ siêu việt nhất và đầy lòng từ bi nhất."

66. Khi họ mở hàng ra, họ mới thấy rằng tiền của họ đã được hoàn trả lại. Họ nói: "Thưa cha, chúng ta còn mong gì hơn đây. Này đây là tiền của chúng ta đã được hoàn lại. Chúng con sẽ đi tìm lương thực cho cả nhà. Chúng con sẽ trông nom thằng bé và xin đong thêm phần chở của một con lạc đà. Phần này chẳng có bao nhiêu."

67. Ông bảo: "Ta sẽ không giao nó cho các ngươi chỉ trừ khi các ngươi hứa với ta trước danh A-La rằng nếu các ngươi không bị bao vây, các ngươi sẽ đem nó về với ta." Rồi khi họ đã long trọng thề với ông, ông bảo: "A-La là nhân chứng cho lời nói của chúng ta."

68. Rồi ông nói thêm: "Này các con, chớ vào chung một cổng, hãy vào bằng những cổng riêng biệt. Ta chẳng giúp gì được cho các ngươi trước nhan A-La. Chỉ có A-La nắm quyền quyết định. Ta tin cậy nơi Ngài, và những ai muốn tin cậy, hãy tin cậy nơi Ngài."

69. Họ đã tiến vào như lời cha họ đã dặn, nhưng điều đó không giúp gì được cho họ trước nhan A-La. Đây chẳng qua là ý nghĩ thoáng qua trong lòng Jacob. Chính vì Ta đã chỉ bảo Jacob nên ông mới có kiến thức rộng rãi như thế,

nhưng hầu hết trong con người không biết điều đó.

70. Khi họ yết kiến Joseph, hắn đã cầm người em lại với mình, nói rằng: "Ta là anh ruột của ngươi đây, vậy chớ nên buồn phiền về những việc họ đã làm."

71. Khi hắn cung cấp đầy đủ lương thực cho họ xong, hắn đã nhét bửu bối vào túi yên của người em. Đoạn có kẻ hô hoán: "Hỡi đoàn khách thương kia, các ngươi đã phạm tội trộm cắp đây."

72. Cả đoàn quay lại hỏi: "Các ông đã mất mát gì chăng?"

73. Họ trả lời: "Bửu bối của nhà vua đã lạc mất, kẻ nào đem ra được sẽ được phần hành lý của một con lạc đà. Ta sẽ làm chứng điều đó."

74. Cả đoàn thưa: "Xin thề với Chúa, các ông biết rõ rằng chúng tôi không đến đây để gây loạn trong xứ và chúng tôi không phải là kẻ trộm cắp."

75. Họ nói: "Nếu các ngươi nói dối thì hình phạt sẽ ra sao?"

76. Cả đoàn thưa: "Hình phạt như thế này: nếu vật ấy tìm ra trong túi yên của kẻ nào thì kẻ ấy sẽ chịu tội. Chúng tôi xử phạt những kẻ gian tà như thế ấy."

77. Rồi hắn bắt đầu lục lạo hành lý của các người anh, cuối cùng mới lục đến hành lý của người em út và đem bửu bối ấy ra. Ta đã trù liệu cho Joseph như thế. Nếu A-La không muốn việc ấy, hắn không thể nào dùng luật pháp của nhà vua để cầm chân người em lại. Ta thăng chức cho kẻ nào làm Ta hài lòng. Và ngự trên tất cả những nhà hiền triết là Đấng Duy Nhất, Đấng Toàn Tri.

78. Cả đoàn bèn nói: "Nếu nó trộm đồ, thằng anh của nó trước đây chắc cũng đã trộm cắp." Nhưng Joseph giữ kín điều ấy trong lòng và không thổ lộ cho họ biết. Hắn chỉ nói: "Các ngươi đang ở trong trường hợp không lối thoát đây. A-La biết rõ những điều mà các ngươi toan tính."

79. Cả đoàn thưa: "Thưa các hạ, nó còn cha già. Xin hãy bắt một người trong bọn chúng tôi

để thế thân nó, chắc chắn ngài là người rộng lượng."

80. Hắn trả lời: "Ngoài kẻ nắm giữ đồ đạc của chúng tôi, A-La không cho phép chúng tôi bắt bớ người khác. Nếu chúng tôi làm thế, chúng tôi là kẻ bất nghĩa mất."

81. Cả đoàn thất vọng và tụ lại bàn bạc với nhau. Người trưởng đoàn nói: "Các ngươi không nhớ rằng cha đã bắt các ngươi thề long trọng trước danh A-La hay sao, và cả việc các ngươi đã phạm tội với Joseph nữa? Nên ta sẽ không rời khỏi xứ này, trừ phi cha cho phép hoặc A-La phân xử giùm ta. Ngài là Đấng Phán Quan ưu tú nhất.

82. "Các ngươi hãy trở về với cha thưa rằng: "Thưa cha, đứa con của cha đã trộm cắp, chúng con chỉ chứng nhận những điều nghe thấy, còn những điều không thấy tận mắt thì chúng con không thể phòng hờ được.

83. "Xin hãy hỏi dân cư ở thị trấn mà chúng con trú ngụ và đoàn khách thương đồng hành với chúng con. Điều chúng con nói quả là sự thật."

84. Ông trả lời: "Không không, tâm hồn các ngươi đã khiến các ngươi làm việc giả dối. Bây giờ ta chỉ biết kiên nhẫn chờ đợi. Có lẽ A-La sẽ dẫn chúng về cho ta, bởi Ngài là Đấng Toàn Tri, Đấng Khôn Ngoan.

85. Đoạn ông rời khỏi họ, than rằng: "Hỡi ôi, thương thay cho Joseph!" Và hai mắt của ông trắng bệch ra vì nỗi đau khổ đang dày vò ông.

86. Họ nói: "Xin thề với Chúa, đừng kể lể đến Joseph nữa, nếu không cha sẽ bị bệnh nặng mà chết mất."

87. Ông đáp: "Ta chỉ than thở nỗi đau khổ của ta với A-La, vì ta được Ngài cho biết những điều mà các ngươi không biết.

88. "Này các con, hãy lên đường dò hỏi tin tức của Joseph và thằng em nó. Đừng tuyệt vọng

Chương 12   YUSUF   Part 13

về sự gia hộ của A-La, chỉ có những kẻ vô tín ngưỡng mới không hy vọng ở sự gia hộ của Ngài."

89. Khi họ đến ra mắt Joseph, họ nói: "Thưa các hạ, sự nghèo khó đang dằn vặt chúng tôi và gia đình chúng tôi. Chúng tôi chỉ có chút ít tiền này thôi, xin Ngài nhủ lòng đong đầy cho chúng tôi. Chắc chắn A-La sẽ hậu thưởng những kẻ năng làm việc thiện."

90. Hắn bảo: "Các ngươi cho là không hay biết gì cả, nhưng các ngươi có biết việc các ngươi đã gây cho Joseph và em của nó chăng?"

91. Họ hỏi lại: "Có phải ngài là Joseph chăng?" Hắn bảo: "Tôi chính là Joseph và đây là em của tôi. A-La đã ban phước cho chúng tôi. Bất cứ ai ăn ở ngay thẳng và biết nhẫn nại, A-La sẽ không bao giờ quên phần thưởng cho những kẻ năng làm việc thiện."

92. Họ nói: "Xin thề với A-La, A-La đã đặt ngài trên chúng tôi, quả thật chúng tôi đã phạm tội."

93. Hắn nói: "Đã đến ngày này thì tôi không có ý định gì khiển trách các ngươi. Chớ chi A-La tha thứ các ngươi. Bởi Ngài là Đấng Từ Bi Quảng Đại."

94. "Hãy đem chiếc áo của tôi về trưng cho cha thấy, chắc chắn người sẽ hiểu mọi việc. Rồi hãy dẫn toàn thể gia đình của các ngươi tới đây."

95. Lúc đoàn khách thương lên đường, cha họ đã nói: "Dẫu các ngươi có cho là ta lẩm cẩm đi nữa, ta vẫn ngửi thấy mùi của Joseph."

96. Họ trả lời: "Xin thề với A-La, cha vẫn còn lẩm cẩm như trước thôi."

97. Khi người mang tin mừng đến và đặt nó trước mặt ông thì ông hiểu rõ ra. Đoạn ông bảo: "Ta đã chẳng bảo các ngươi rằng ta được A-La chỉ dạy những điều mà các ngươi không hề biết hay sao?"

98. Họ nói: "Thưa cha, hãy cầu xin sự thứ tội cho chúng con. Thật chúng con đã phạm tội."

99. Ông nói: "Ta sẽ xin Chúa thứ tội cho các ngươi. Ngài thật là Đấng Khoan Hồng và Từ Bi."

100. Khi cả đoàn đến nơi Joseph, hắn cho cha mẹ ở chung với mình, nói rằng: "Nếu A-La muốn, hãy vào Ai-cập và sống yên ổn ở đây."

101. Hắn lại cho cha mẹ ngồi trên ngai và cả đoàn phủ phục xuống lạy. Hắn nói: "Thưa cha, đây là điềm giải thích giấc mơ ngày xưa. Chúa đã làm nó thành sự thật. Ngài đã ban phước cho con. Bởi sau khi Satăng đã gây mối bất hòa giữa con và các anh con, Ngài đã đem con ra khỏi ngục và dẫn mọi người từ sa mạc tới đây. Chúa của con rất độ lượng với kẻ nào mà Ngài hài lòng, bởi Ngài là Đấng Toàn Tri và Khôn Ngoan hơn hết.

102. "Lạy Chúa, Ngài đã ban cho tôi quyền hành và chỉ dạy tôi cách giải mộng. Hỡi Đấng tạo thiên lập địa, Ngài là Đấng bảo hộ tôi ở kiếp này cũng như kiếp sau. Xin hãy triệu tôi về trong trạng thái quy y với Ngài và hãy liệt tôi chung với những người chính trực."

103. Đây là một trong những câu chuyện về cõi vô hình mà Ta đã khải thị cho ngươi. Bởi ngươi đã không có mặt khi chúng quyết định âm mưu ấy.

104. Dẫu ngươi hết lòng mong mỏi đi nữa, hầu hết con người sẽ không tin tưởng.

105. Và ngươi cũng không hề đòi họ tưởng thưởng về việc này. Đây chỉ là sự cảnh các cho nhân loại mà thôi.

106. Trên trời và dưới đất có biết bao nhiêu Phép Lạ mà chúng cứ ngoảnh mặt làm ngơ đi tuốt.

107. Đa số trong bọn chúng chẳng hề tin tưởng A-La mà toàn là những kẻ thờ tà thần.

108. Hay chúng không hề lo rằng hình phạt của A-La sẽ giáng xuống một cách bất ngờ hoặc giờ khắc ấy sẽ thình lình xảy đến trong lúc chúng khinh suất?"

109. Hãy bảo: "Đây là con đường của Ta. Ta và những kẻ theo ta đều dựa vào kiến thức vững chắc mà cầu khẩn A-La. Hãy ca ngợi A-La. Ta không phải là tín đồ đa thần giáo."

110. Những Sứ Giả mà Ta đã phái trước ngươi đều là những kẻ xuất thân từ dân cư ở các đô thị và đã được Ta khải thị. Họ đã chẳng đi đi lại lại trên mặt đất để chứng kiến chung cuộc của tiền nhân hay sao? Đối với những ai biết kính sợ Chúa Trời, nơi cư trú ở Kiếp Lai Sinh còn đáng giá hơn. Các người còn chưa giác ngộ sao?

111. Rồi khi các Sứ Giả thất vọng về dân chúng của họ và nghĩ rằng họ đã bị khước từ, Ta đã yểm trợ họ và kẻ nào mà Ta vừa lòng thì đã được Ta cứu vớt. Nhưng hình phạt của Ta không thể cất khỏi những kẻ tội lỗi.

112. Trong những câu chuyện về họ đều có bài học cho những người biết nhận thức. Nó không phải là câu chuyện bịa đặt, mà chỉ là bằng chứng để xác nhận vật đã có từ xưa, là sự giải thích tỉ mỉ mọi điều, là lời hướng dẫn và ân huệ cho những người vững lòng tin.

SẤM SÉT
(Khải thị ở Mécca)

1. Nhân danh A-La, Đấng Khoan Hậu, Đấng Từ Bi.

2. Alif Lam Mim Ra. Đây là những lời khải thị của quyển Thánh thư ấy. Những điều do Chúa ban cho ngươi đều là chân lý song đa số trong nhân gian không hề tin tưởng.

3. A-La là Đấng đã dựng lên vòm trời không có cột trụ nào mà mắt thường có thể thấy được. Rồi Ngài ngự trên Ngai vàng, khiến mặt trời và mặt trăng vận chuyển cho đến kỳ hạn đã định. Ngài quản trị Luật thiên nhiên. Ngài đã giải thích rõ ràng các Phép Lạ để các ngươi vững lòng tin ở sự hội diện với Chúa.

4. Ngài cũng là Đấng đã trải rộng mặt đất và dựng trên đó núi non với sông ngòi. Và Ngài đã tạo ra mọi loài trái cây với hai giống đực và cái. Ngài khiến đêm tối bao phủ ban ngày. Trong đó đều có Phép Lạ dành cho những người biết suy nghĩ.

5. Trên mặt đất có những vùng rộng lớn nối tiếp nhau, những vườn nho ruộng lúa, những cây kè mọc rậm rạp từ một gốc và những cây khác không tươi tốt lắm, dầu được tưới bằng cùng một dòng nước, nhưng Ta đã làm một số trong đó thành trái cây tươi tốt hơn những quả khác. Trong đó đều có Phép Lạ dành cho những người biết nhận thức.

6. Nếu ngươi có việc lấy làm lạ thì việc chúng nói rằng: "Sao! Khi chúng ta đã trở thành cát bụi, làm sao chúng ta có thể được tái tạo đây?" mới là việc lạ lùng. Chính những kẻ này không hề tin tưởng Chúa, rồi chúng sẽ bị xiềng xích vào cổ, sẽ thành dân cư ở Hỏa ngục và sống vĩnh viễn nơi đó.

7. Chúng thúc giục ngươi mang đến tai họa (mà ngươi thường cảnh cáo) hơn là tin lành (mà

ngươi thường hứa hẹn), mặc dầu những hình phạt để răn đời đã xảy ra trước chúng. Và Chúa của ngươi đầy lòng khoan dung đối với hành vi tội lỗi của con người. Nhưng Ngài cũng là Đấng trừng phạt rất khốc liệt.

8. Và những kẻ không tin tưởng thường nói: "Phép Lạ của Chúa sao không được ban cho hắn?" Ngươi chỉ là người cảnh cáo và ngoài ra có Sách dẫn đạo dành cho mọi người.

9. A-La biết rõ vật mà mỗi người đàn bà mang và thấu rõ cả khi tử cung thắt lại hay lớn ra. Và mọi vật đều được đo lường theo kích thước của Ngài.

10. Ngài là Đấng thấu rõ cõi vô hình cũng như cõi hữu hình, Đấng Tối Cao, Tối Đại.

11. Trong các ngươi, kẻ giấu giếm lời của hắn cũng như kẻ lớn tiếng nói ra, kẻ ẩn mình trong đêm tối cũng như kẻ ngang nhiên hoành hành giữa ban ngày, tất cả đều ngang nhau dưới mắt Ngài.

12. Sứ Giả sẽ được một đoàn thiên sứ đứng trước mặt và sau lưng, họ sẽ bảo vệ người theo mệnh lệnh của A-La. A-La sẽ không bao giờ thay đổi trạng huống của dân tộc nào chỉ trừ khi họ thay lòng đổi dạ. Nhưng một khi A-La định trừng phạt dân tộc nào, không có gì đẩy lui nó được, và ngoài Ngài ra không có ai cứu trợ cả.

13. Ngài là Đấng đã giáng sấm sét để gợi cho các ngươi sự sợ hãi cũng như mối hy vọng, và cũng là Đấng đã vần vũ những đám mây dầy đặc.

14. Sấm sét ca ngợi sự vinh quang của Ngài và các thiên sứ đều kính sợ mà ca tụng Ngài. Trong khi con người vẫn còn tranh luận về A-La, Ngài đã khiến sấm sét đánh thẳng vào chúng như ý muốn. Này, Ngài rất nghiêm khắc trong sự trừng phạt.

15. Lời cầu nguyện chân thành là lời cầu nguyện với Chúa. Những kẻ mà chúng cầu khẩn không màng đến A-La, không hề đáp lại lời chúng. Giống như kẻ vươn hai tay ra để mong nước chảy vào miệng nhưng nước chẳng bao giờ chảy vào được. Và lời cầu nguyện của những kẻ bất tín chỉ là việc hoài công.

16. Muôn loài trong trời đất cũng như hình bóng của chúng vào buổi sáng và chiều, dù muốn hay không đều thờ lạy A-La.

17. Hãy bảo: "Ai là Chúa của thiên đàng và quả đất?" Cứ nói: "A-La" Hãy bảo: "Thế mà các ngươi không màng đến A-La và dám chọn những kẻ yếm trợ mà chính họ không có quyền năng để gây lợi ích hoặc tai ương cho bản thân họ hay sao?" Hãy bảo: "Người mù có giống người sáng mắt chăng? Hoặc bóng tối có giống ánh sáng chăng? Hay là chúng định đặt bên cạnh A-La những tà thần đã làm ra những vật giống như sự sáng tạo của Ngài để hai sự sáng tạo tương tự như nhau chăng?" Hãy bảo: "Chỉ có A-La là Đấng sáng tạo vạn vật, Ngài là Đấng Duy Nhất, Đấng Tối Cao."

18. Ngài làm mưa rơi từ trời cao xuống, để thung lũng chảy theo chiều rộng của nó, và nước lũ nổi đầy bọt bèo trên mặt. Từ chất kim thuộc nấu chảy trong lửa để làm đồ trang sức hoặc dụng cụ cũng sôi bọt giống như thế. A-La phác họa chân lý và sự ảo ngụy như thế ấy. Rồi bọt bèo thì tan đi như rác rến nhưng vật nào hữu dụng cho con người thì còn lại trên mặt đất. A-La đã dùng những chuyện ngụ ý như thế.

19. Kẻ nào đáp lại lời Chúa sẽ gặp điều may. Còn kẻ nào không đáp lại lời của Ngài, nếu chúng có tất cả những vật trong lãnh địa và cả phần gấp đôi, chúng sẽ sẵn sàng đem chuộc thân mình. Nhưng đây chỉ là sự tính toán lầm lẫn, chỗ ở của chúng sẽ là Địa Ngục. Thật là nơi an nghỉ khốn khổ biết bao!

20. Thế thì kẻ biết rằng những điều do Chúa khải thị cho ngươi là sự thật có giống như kẻ đui mù chăng? Chỉ có những người biết nhận thức mới hồi tâm,

21. Là những người làm tròn lời hứa với A-La và không hề phá lời giao ước;

22. Và những người chắp nối vật mà A-La

đã ra lệnh phải chắp nối, tôn kính Chúa Trời và ghê sợ sự tính toán lầm lẫn.

23. Và những người kiên nhẫn cầu xin ân huệ của Chúa, năng cầu nguyện và bố thí một cách âm thầm hoặc công khai những gì Ta đã ban cho họ và lấy ơn trả oán. Chính những người này sẽ được ban nơi cư trú cuối cùng.

24. Tức là Vườn địa đàng. Họ sẽ được vào đó cùng với những người chính trực trong số tổ tiên, thê thiếp và con cái của họ. Rồi thiên sứ sẽ từ mọi nẻo tiến vào nơi họ, tuyên rằng:

25. "Bình an cho các ngươi, bởi các ngươi đã biết kiên nhẫn. Hãy xem nơi cư trú cuối cùng này tốt đẹp biết bao!"

26. Còn những kẻ đã lập lời giao ước với A-La mà phá lời ấy, cắt rời những gì mà A-La đã ra lệnh phải nối tiếp và hành động phi pháp trên mặt đất này, những kẻ này sẽ bị chúc dữ và sẽ lãnh nơi cư trú đầy khốn khổ.

27. A-La gia tăng lương thực hoặc giảm thiểu nó cho bất cứ kẻ nào tùy ý Ngài muốn. Chúng vui hưởng cuộc sống ở kiếp này, nhưng so với kiếp sau, kiếp này chỉ là một nguồn vui ngắn ngủi.

28. Và những kẻ không có lòng tin thì nói rằng: "Sao chẳng có Phép Lạ nào của Chúa ban cho hắn cả?" Hãy nói: "A-La làm cho lầm lạc bất cứ kẻ nào mà Ngài muốn và dẫn dắt về nơi Ngài những kẻ nào biết hối cải:

29. "Tức là những kẻ vững lòng tin và thấy lòng yên tĩnh khi tâm niệm A-La. Không! chỉ có sự tâm niệm A-La mới làm cho cõi lòng yên tĩnh;

30. "Những kẻ nào vững lòng tin và năng làm việc thiện sẽ được hạnh phúc và nơi cư trú tốt đẹp."

31. Như thế ấy, Ta đã phái ngươi xuống cho một dân tộc mà trước họ đã có nhiều dân tộc khác diệt vong, để ngươi truyền tụng cho họ những điều mà Ta đã khải thị cho ngươi. Nhưng họ không hề tin tưởng ở Chúa Trời ân đức bao la. Hãy bảo: "Ngài là Chúa của ta, không có Chúa Trời nào khác ngoài Ngài. Ta tin cẩn nơi Ngài và sẽ trở về nơi Ngài."

32. Nếu Kinh Koran có thể làm núi lay chuyển hay đất nứt ra, hoặc làm người chết nói chuyện được, có lẽ chúng cũng không tin nó. Không, mọi việc đều do A-La định đoạt. Những người vững lòng tin chưa hiểu rằng nếu A-La muốn có lẽ Ngài đã hướng dẫn toàn thể nhân loại hay sao? Còn những kẻ không hề tin tưởng, vì những việc chúng đã làm, tai ương sẽ không ngừng đổ lên người chúng hoặc giáng xuống gần nhà chúng cho đến khi nào lời hứa của A-La được thực hiện. Quả thật A-La không hề thất hứa.

33. Thật ra trước nhà ngươi cũng có nhiều Sứ Giả đã bị chê diễu. Ta đã triển hạn cho những kẻ không tin tưởng rồi chộp lấy chúng, sự trừng phạt của Ta đã ghê đến bực nào!

34. Có thể nào Đấng ngự trên mọi linh hồn để xem xét hành động của chúng sẽ cho phép chúng thoát khỏi hình phạt hay sao? Dù vậy, chúng vẫn thờ tà thần bên cạnh A-La. Hãy bảo: "Hãy cho biết tên tuổi của chư thần. Hay các ngươi định chỉ bảo cho Ngài rằng có việc mà Ngài không biết trên mặt đất này chăng? Hay đây chỉ là những lời khoác lác?" Không, đối với bọn bất tín âm mưu của chúng trở nên đẹp đẽ dưới mắt chúng và chúng đã bị dẫn đi xa khỏi chính đạo. Và kẻ nào bị A-La làm cho lạc lối sẽ không còn ai để dẫn đường.

35. Đối với chúng chỉ có sự trừng phạt ở kiếp này và hình phạt ở kiếp sau còn nặng hơn, không ai sẽ cứu chúng khỏi tay A-La.

36. Nói về quang cảnh của Thiên đàng dành cho những kẻ kính sợ Chúa Trời, nơi ấy sông chảy róc rách, trái cây và bóng mát đầy dẫy bất tận. Đây là phần thưởng cho những người chính trực, còn phần thưởng cho bọn bất tín là hỏa ngục.

37. Những người đã được Ta ban Kinh Điển thì hoan hỷ về những điều đã được khải thị cho ngươi. Và trong các bộ tộc cũng có kẻ phủ nhận một phần trong đó. Hãy bảo: "Ta chỉ được lệnh phải tôn thờ A-La và không được thờ tà thần chung với Ngài. Ta cầu nguyện với Ngài và Ngài là nơi ta sẽ quy hồi."

38. Ta đã khải thị nó để làm tiêu chuẩn xét xử. Sau khi hấp thụ kiến thức này, nếu ngươi còn theo đuổi dục vọng đê hèn của chúng, ngươi sẽ không có ai bảo trợ hoặc cứu ngươi thoát khỏi tay A-La.

39. Thật ra trước nhà ngươi Ta đã phái nhiều Sứ Giả xuống và ban cho họ thê thiếp với con cái. Nhưng không Sứ Giả nào có thể trưng ra Phép Lạ nếu không có lệnh của A-La. Tức là ở mỗi thời đại đều có thiên mệnh hẳn hoi.

40. A-La xóa bỏ nó hoặc đặt ra nó tùy ý Ngài. Và khởi nguyên của thiên mệnh nằm trong tay Ngài.

41. Và dẫu Ta có cho ngươi thấy sự thực hiện những điều mà Ta đã đe dọa chúng, hoặc Ta có triệu ngươi về; những điều này không khác nhau mấy, bởi ngươi chỉ có bổn phận rao truyền thông điệp, còn việc tính toán thì do Ta quyết định.

42. Chúng không thấy rằng Ta đang thâu hẹp lãnh thổ của chúng dần dần từ biên giới hay sao? Chỉ có A-La phân xử; không ai có thể kháng cự lại phán quyết của Ngài. Và Ngài tính toán rất nhanh chóng.

43. Và những người trước đời chúng cũng đã bày mưu vạch kế. Nhưng kế hoạch chu đáo nhất là của A-La. Ngài biết rõ phần mỗi người thâu thập. Bọn bất tín chẳng bao lâu sẽ rõ nơi cư trú sau cùng thuộc về ai.

44. Và những kẻ không tin tưởng thì nói: "Ngươi chẳng phải là Sứ Giả." Hãy bảo: "A-La và người có kiến thức về Kinh Điển cũng đủ là nhân chứng giữa ta và các người."

ABRAHAM
(Khải thị ở Mécca)

1. Nhân danh A-La, Đấng Khoan Hậu, Đấng Từ Bi.

2. Alif Lam Ra. Đây là Kinh Điển mà Ta đã khải thị cho ngươi để ngươi theo lệnh của Chúa mà dẫn dắt nhân loại từ bóng tối ra chốn dương quang, dẫn đến con đường của Đấng Vạn Năng và đáng được ca ngợi.

3. Tức là A-La, Đấng mà vạn vật trong trời đất đều thuộc về Ngài. Và những kẻ bất tín rồi phải chịu sự trừng phạt khủng khiếp:

4. Là những kẻ yêu chuộng cuộc sống ở kiếp này hơn là Kiếp Lai Sinh, cản trở những người đang theo đuổi con đường của A-La và toan uốn khúc nó đi. Những kẻ này thật ra đã lầm đường lạc lối.

5. Mỗi khi Ta phái Sứ Giả nào xuống Ta đều khiến người xử dụng ngôn ngữ của dân tộc nơi đó để làm họ dễ hiểu. Rồi A-La làm lạc lối kẻ này hoặc dẫn dắt kẻ khác tùy ý Ngài. Bởi Ngài là Đấng Toàn Năng và Khôn Ngoan.

6. Ta đã phái Môsê xuống mang theo Phép Lạ của Ta, phán rằng: "Hãy dẫn dắt bộ tộc của ngươi từ bóng tối ra chốn dương quang, hãy nhắc nhở họ về những ngày của A-La." Trong đó hàm chứa những Phép Lạ dành cho những kẻ biết kiên nhẫn và có lòng cảm tạ.

7. Hãy nhớ lúc Môsê bảo dân của hắn: "Hãy nhớ tới ân huệ của A-La ban cho các ngươi khi Ngài giải thoát các ngươi khỏi tay bọn Pharaô, chúng đã hành hạ các ngươi một cách tàn nhẫn, sát hại con trai và tha sống phụ nữ. Ấy quả thật là thử thách lớn lao của Chúa ban cho các ngươi."

8. Lúc đó Chúa đã tuyên bố: "Nếu các ngươi biết cảm tạ, chắc chắn Ta sẽ ban thêm ân huệ

Chương 14   IBRAHIM   Part 13

cho các ngươi, nhưng nếu các ngươi vong ơn, hãy nhớ rằng hình phạt của Ta rất khốc liệt."

9. Và Môsê nói: "Nếu các ngươi không tin tưởng, các ngươi và ngay cả mọi người trên mặt đất này hợp lại với nhau cũng không thể nào làm hại đến Chúa Trời được. Bởi A-La là Đấng Phú Cường và đáng được ca ngợi."

10. Câu chuyện về những người sống trước đời các ngươi, như dân chúng của Noah, bộ tộc Ad và Thamud chưa thấu đến tai các ngươi hay sao? Và những đời sau đó không ai biết rõ họ, chỉ trừ A-La. Các Sứ Giả đã mang Phép Lạ đến với họ nhưng họ đã dùng tay bịt miệng những người này nói rằng: "Chúng tôi chẳng bao giờ tin những điều mà các ngươi đã được ban, chúng tôi rất ngờ vực những điều mà các ngươi kêu gọi chúng tôi."

11. Các Sứ Giả bèn nói: "các ngươi còn nghi ngờ A-La, Đấng tạo thiên lập địa hay sao? Ngài kêu gọi các ngươi để thứ tội của các ngươi và cho các ngươi được triển hoãn một thời gian đây." Họ nói: "Các ngươi chỉ là con người như chúng tôi. Các ngươi định làm chúng tôi từ bỏ những vật mà tổ tiên chúng tôi thường tôn thờ. Vậy hãy trưng cho chúng tôi thấy chứng cớ hẳn hòi."

12. Các Sứ Giả bảo họ: "Chúng tôi quả thật là con người như các ngươi, nhưng A-La ban ân huệ của Ngài cho kẻ nào trong đám thuộc hạ mà Ngài vừa lòng. Chỉ trừ khi có mệnh lệnh của A-La, chúng tôi không thể nào trưng ra Phép Lạ cho các ngươi được. Và chỉ có A-La là nơi các tín đồ phải tin cậy.

13. "Tại sao chúng tôi không tin cậy A-La được trong khi Ngài đã chỉ dẫn cho chúng tôi con đường phải đi? Và chúng tôi sẽ kiên nhẫn chịu đựng tất cả những hành vi áp bức của các ngươi. Vậy hãy để những ai tin cậy đặt lòng tin của họ nơi A-La."

14. Và những kẻ không hề tin tưởng thì nói với các Sứ Giả rằng: "Chúng tôi sẽ đày các ngươi ra khỏi xứ này, ngoại trừ khi các ngươi

chịu theo đạo của chúng tôi." Tức thì Chúa đã khải thị: "Ta sẽ tận diệt những kẻ ngoan ngạnh.

15. "Rồi sau đó Ta sẽ cho các ngươi sinh cơ lập nghiệp ở xứ này. Điều này dành cho những người e sợ sự phán quyết và lời cảnh cáo của Ta."

16. Rồi các Sứ Giả đã cầu xin cứu trợ. Rốt cuộc những kẻ ngạo mạn chống lại chân lý đã bị tận diệt không sót một tên.

17. Trước mặt hắn là Địa Ngục và hắn đã phải chịu uống nước sôi bỏng.

18. Hắn phải hớp lấy nó nhưng không thể nuốt trôi. Và cái chết bao vây hắn tứ bề nhưng hắn vẫn chưa chết được. Ngoài ra còn hình phạt ghê gớm đang chờ hắn.

19. Trường hợp của những kẻ không tin tưởng ở Chúa Trời, sự nghiệp của chúng giống như tro bụi bị gió cuốn đi trong ngày bão tố. Chúng sẽ không có quyền hạn gì về những vật đã thâu thập được. Thật là sự thất bại não nề.

20. Ngươi không thấy rằng A-La đã dựa vào chân lý để sáng tạo ra trời đất hay sao? Nếu Ngài muốn, Ngài có thể hủy diệt các ngươi và làm ra sự sáng tạo mới rồi.

21. Và việc này không có gì khó khăn đối với A-La.

22. Khi toàn thể bọn chúng trình diện trước nhan A-La, những kẻ yếu thế sẽ nói với những kẻ kiêu ngạo: "Chúng tôi đã nghe theo các ngài, các ngài có thể nào làm nhẹ hình phạt của A-La cho chúng tôi chăng?" Thì chúng trả lời: "Nếu A-La đã dẫn đạo chúng tôi, chắc chắn chúng tôi đã hướng dẫn các ngươi rồi. Bây giờ thì chúng ta có bồn chồn hay kiên nhẫn đều như nhau cả, bởi chúng ta không còn lối thoát nữa."

23. Và khi công việc được quyết định xong, Satăng đã nói: "A-La đã hứa với các ngươi lời hứa thật, còn ta đã hứa với các ngươi nhưng ta đã bội ước. Ta không có quyền hạn gì đối với các ngươi, chẳng qua là ta đã kêu gọi các ngươi và các ngươi đã nghe lời ta. Nên chớ đổ lỗi cho ta mà hãy tự trách thân mình. Ta không

thể cứu giúp các ngươi và các ngươi cũng không thể cứu ta. Ta đã từ chối việc các ngươi thờ ta chung với Chúa Trời. Bởi những kẻ phạm tội sẽ phải chịu hình phạt nặng nề."

24. Còn những kẻ vững lòng tin và năng làm việc thiện sẽ được vào Cõi An Lạc có sông chảy bên dưới và được Chúa cho phép sống đời đời nơi đó. Lời chào hỏi của họ sẽ là: "Bình an cho ngài."

25. Ngươi không thấy rằng A-La đã tỉ dụ như, thế nào chăng? Lời hữu ích thì giống như cây tươi tốt, gốc rễ cứng cỏi và cành cây thì vươn cao đến trời xanh.

26. Nó sẽ theo lệnh của A-La mà sinh ra hoa quả suốt bốn mùa. A-La đã tỉ dụ cho con người thấy để họ biết hối tâm.

27. Còn những lời hạ tiện thì giống như cây xấu bị bứng rễ, hoàn toàn không vững vàng.

28. Ở kiếp này cũng như kiếp sau, A-La cùng cố các tín đồ bằng những lời có căn cứ vững chắc, và để cho những kẻ ác đức lầm lạc mãi mãi. A-La thực hành mọi việc như ý Ngài.

29. Ngươi không thấy những kẻ đã đem ân huệ của A-La đổi lấy sự vong ân và dồn dân chúng của họ vào chỗ diệt vong hay sao?

30. Tức là Địa Ngục; chúng sẽ bị thiêu thân nơi đó, thật là chốn an nghỉ khổ sở biết bao.

31. Và chúng đã dựng ra đối thủ của A-La để làm dân chúng lạc khỏi con đường của Ngài. Hãy bảo: "Hãy vui hưởng một thời gian, rồi định mệnh của các ngươi sẽ là Hỏa Ngục."

32. Hãy bảo với các thuộc hạ của Ta, là những người vững lòng tin, rằng họ phải năng cầu nguyện và bố thí, âm thầm hoặc công khai, những gì Ta đã ban cho họ trước ngày mà sự đổi chác cũng như tình hữu nghị không còn nữa.

33. A-La là Đấng đã tạo thiên lập địa và khiến mưa rơi từ trời cao xuống, sinh ra hoa quả làm lương thực cho các ngươi. Và Ngài đã ban thuyền bè cho các ngươi để nhờ Ngài cho phép mà đi lại trên biển cả, Ngài cũng đã ban cho các ngươi sông ngòi.

34. Ngài đã khiến mặt trời và mặt trăng vận chuyển theo chu kỳ nhất định. Ngài cũng khiến ban ngày và ban đêm phục vụ các ngươi.

35. Ngài đã ban cho các ngươi tất cả những gì mà các ngươi đã van nài. Nếu các ngươi định kể ra ân huệ của A-La, các ngươi không thể nào đếm cho xuể. Quả thật con người toàn là kẻ bất nghĩa, vong ân.

36. Hãy nhớ lúc Abraham nói: "Lạy Chúa, xin hãy làm cho thị trấn này được yên ổn, và hãy giúp tôi và con cháu của tôi lánh xa việc thờ hình tượng.

37. "Lạy Chúa, chúng đã làm nhiều người bị lầm lạc, kẻ nào theo tôi thì thật là người của tôi, còn kẻ nào không nghe lời tôi đi nữa, thì Ngài thật là Đấng Khoan Hồng và Từ Bi nhất.

38. "Lạy Chúa, tôi đã định cư một số con cái trong vùng thung lũng khô cằn gần Thánh Điện của Ngài để chúng cầu nguyện. Xin hãy làm cho mọi người yêu mến chúng và hãy cung cấp trái cây cho chúng để chúng biết cảm tạ.

39. "Lạy Chúa, Ngài biết rõ nhất mọi điều mà chúng tôi bày tỏ. Không có vật gì dù ở dưới đất hay trên trời có thể thoát khỏi mắt A-La.

40. "Sáng danh A-La, Đấng đã ban cho tôi Ishmael và Isaac, dù tôi đã cao tuổi. Chúa thật là Đấng nghe rõ cả lời cầu nguyện.

41. "Lạy Chúa, xin hãy làm cho tôi thành người năng cầu nguyện, và cả con cháu của tôi nữa. Lạy Chúa! Xin Ngài chấp nhận lời cầu nguyện của tôi.

42. "Lạy Chúa, ngày mà sự thanh toán xảy ra, xin Ngài tha thứ tôi, cha mẹ của tôi và các tín đồ."

43. Chớ nghĩ rằng A-La không quan tâm đến hành vi mà những kẻ ác đức đã làm. Ngài chỉ cho chúng được đình hoãn đến ngày mà mắt chúng phải mở toát ra,

44. Lòng bồn chồn sợ hãi, cổ vươn cao, mắt nhìn đăm đăm quên cả bản thân và cõi lòng thì trống trải ghê gớm.

45. Hãy cảnh cáo nhân gian rằng cái ngày mà hình phạt đã hứa sẽ xảy ra. Lúc đó những kẻ thường làm việc ác sẽ nói: "Lạy Chúa, xin hãy cho chúng tôi được triển hạn một thời gian ngắn. Chúng tôi sẽ đáp lại lời kêu gọi của Ngài và sẽ nghe lời các Sứ Giả." "Các ngươi đã chẳng từng thề thốt trước đây rằng các ngươi sẽ không hề thất bại hay sao?

46. "Các ngươi cư ngụ ở những nơi mà những kẻ tự hại bản thân thường tụ tập. Việc Ta đã đối xử với chúng như thế nào và việc Ta đã dùng tỉ dụ minh bạch cho các ngươi thấy, bây giờ đã trở nên rõ ràng trước mắt các ngươi."

47. Chúng đã ngấm ngầm trù định âm mưu, nhưng dẫu âm mưu của chúng có lay chuyển núi non đi nữa, đối với A-La đều vô hiệu quả.

48. Vì vậy chớ nghĩ rằng A-La sẽ quên lời hứa với các Sứ Giả. A-La là Đấng Tối Cao, Đấng trừng phạt tội ác,

49. Ngày mà mặt đất không còn là mặt đất nữa và vòm trời cũng thế, tất cả bọn chúng phải trình diện trước A-La, Đấng Duy Nhất, Đấng Tối Thượng;

50. Rồi ngươi sẽ thấy những tội nhân bị xiềng lại với nhau.

51. Quần áo của chúng sẽ là chất lịch thanh và lửa đỏ sẽ bao trùm gương mặt chúng.

52. Ấy là vì A-La sẽ thù lao mỗi người tương đương với những gì chúng đã thâu thập. A-La tính toán thật nhanh chóng.

53. Thật là lời khuyên cáo hoàn bị dành cho nhân loại, để chúng được cảnh giác, để biết rằng

Ngài là Chúa Trời Duy Nhất và để những kẻ biết nhận thức hồi tâm.

إِلَٰهٌ وَاحِدٌ وَلِيَذَّكَّرَ أُولُوا الْأَلْبَابِ ۝

Chương 15 — AL-HIJR

HIJR
(Khải thị ở Mécca)

1. Nhân danh A-La Đấng Khoan Hậu, Đấng Từ Bi.

2. Alif Lam Rà. Đây là những đoạn của quyển Thánh Thư và quyển Koran minh bạch.

3. Có lẽ bọn bất tín cũng mong rằng chúng sẽ là những người theo đạo.

4. Hãy bỏ mặc cho chúng ăn uống, vui hưởng và sự hy vọng hão huyền làm con tim chúng khuây khỏa. Rồi chúng sẽ hiểu ra.

5. Mỗi khi Ta hủy diệt đô thị nào đều có qui định hẳn hòi về thời hạn của nó.

6. Không có dân tộc nào có thể đến trước hoặc trễ trãi kỳ hạn của họ.

7. Chúng nói: "Hỡi người đã được ban lời khuyên cáo, ngươi quả là kẻ điên khùng.

8. "Nếu ngươi nói thật, tại sao không dẫn thiên sứ đến cho chúng tôi thấy?"

9. Ta chỉ phái thiên sứ xuống khi có lý do chính đáng, và vì thế chúng không được triển hoãn giây khắc nào.

10. Quả thật Ta đã ban Lời Khuyên Cáo này và Ta sẽ giám hộ nó.

11. Trước nhà ngươi Ta đã phái các Sứ Giả xuất thân từ các bộ tộc trước đây.

12. Và không có Sứ Giả nào mà không bị chúng chê diễu.

13. Ta đã làm cho thói chê diễu này thẩm nhuần vào con tim của những kẻ tội lỗi.

14. Mặc dầu tiền lệ của mấy người đời trước có đó nhưng chúng vẫn không chịu tin tưởng.

15. Dẫu Ta có mở một cánh cửa thiên đàng ra cho chúng và cho phép chúng leo lên từng người một,

16. Chắc chắn chúng sẽ nói: "Chúng ta chỉ bị quáng mắt, nói đúng hơn là chúng ta đang mắc phải tà thuật."

17. Quả thật Ta đã tạo ra tinh tú trên trời và trang hoàng nó cho những kẻ nào nhìn nó.

18. Và Ta đã bảo vệ nó tránh khỏi Satăng, kẻ đã bị loại trừ.

19. Nhưng kẻ nào dám để tai nghe trộm, lửa đỏ sẽ đuổi theo chân hắn.

20. Và Ta đã trải mặt đất rộng ra, dựng núi non trên đó và làm cho mọi loài sinh sôi nảy nở một cách cân xứng.

21. Ta đã cung cấp cho các ngươi lương thực để sống và cũng cho cả những kẻ mà các ngươi không nuôi dưỡng.

22. Không có vật nào mà không thuộc về kho tàng của Ta, và Ta chỉ ban nó xuống với một lượng nhất định.

23. Ta đã khiến gió thổi mang đám mây đến, làm mưa rơi từ trời cao xuống và đem nó cho các ngươi uống, các ngươi không phải là kẻ tích trữ nó.

24. Chính Ta là Đấng ban sự sống và gây ra cái chết, và chỉ có Ta là Người Thừa Kế duy nhất.

25. Ta biết rõ nhất ai là kẻ sốt sắng dẫn đầu trong các ngươi và cũng biết ai là kẻ lục đục theo sau.

26. Và Chúa của ngươi sẽ triệu tập tất cả bọn chúng lại. Ngài là Đấng Khôn Ngoan và am tường mọi việc.

27. Ta đã tạo ra con người bằng đất sét khô tức bùn lầy nắn thành hình.

28. Và trước đó Ta đã chế ra Jinn từ hơi lửa.

29. Hãy nhớ lúc Chúa của ngươi phán bảo các thiên sứ: "Ta định chế tạo ra con người bằng đất sét khô, tức là bùn lầy nắn thành hình;

30. "Vậy khi Ta hoàn thành nó xong và phà Linh Hồn của Ta vào nó, các ngươi hãy cúi lạy tuân phục nó."

31. Nên tất cả các thiên sứ đều phủ phục xuống lạy,

32. Chỉ có Iblis là chẳng hề tuân theo.

33. Chúa phán: "Hỡi Iblis, tại sao ngươi không chịu tuân phục như mọi người?"

34. Hắn trả lời: "Tôi sẽ không bao giờ tuân phục con người mà Ngài đã tạo ra bằng đất sét khô, tức bùn lầy nắn thành hình."

35. Chúa phán: "Vậy hãy cút đi bởi ngươi đã bị loại trừ.

36. "Và lời chúc dữ của Ta sẽ đè nặng trên ngươi cho đến Ngày Phục Sinh."

37. Hắn thưa: "Lạy Chúa, vậy hãy triển hạn cho tôi đến ngày mà mọi người được hồi sinh."

38. Chúa phán: "Ngươi sẽ được triển hạn,

39. "Đến ngày đã định kỳ."

40. Hắn thưa: "Lạy Chúa, vì Ngài đã kết án rằng tôi phải bị loại trừ, tôi sẽ làm con người trên mặt đất thấy việc xấu thành việc tốt và sẽ làm cho mọi người phạm tội,

41. "Chỉ trừ những thuộc hạ trung thành của Ngài."

42. Chúa phán: "Đó mới thật là con đường dẫn đến nơi Ta.

43. "Ngươi không có quyền hạn gì đối với lũ thuộc hạ của Ta, chỉ trừ những kẻ đích thân phạm tội và nghe theo ngươi."

44. Và Địa Ngục sẽ là nơi dành cho tất cả bọn chúng.

45. Nơi đó có bảy cổng, mỗi cổng sẽ cho vào một số người của chúng.

46. Còn những người chính trực sẽ được cho vào Cõi An Lạc có suối chảy.

47. "Hãy thong thả và an lòng bước vào đó."

48. Và Ta sẽ trừ bỏ mọi điều hiềm tỵ trong lòng họ, để họ ngồi trên ghế dài đối mặt nhau như huynh đệ một nhà.

49. Họ sẽ không bao giờ bị mệt mỏi cũng không bị xua đuổi khỏi chốn ấy.

50. Hãy nói cho các thuộc hạ của Ta biết rằng Ta là Đấng Khoan Hồng và Từ Bi nhất"

51. Và hình phạt của Ta cũng là hình phạt đau đớn.

52. Hãy thuật lại cho chúng câu chuyện về những người khách của Abraham.

53. Khi họ đến viếng hắn và nói: "Bình an cho ông." Hắn bảo: "Chúng tôi thấy sợ các ông quá."

54. Họ nói: "Chớ sợ chi, chúng tôi báo tin mừng cho ông biết là ông sẽ được một đứa con trai, sau này nó sẽ được ban kiến thức rộng rãi."

55. Hắn nói: "Tôi đã cao tuổi như thế này mà các ông còn báo tin mừng cho tôi sao? Vì sao các ông lại báo tin ấy cho tôi vậy?"

56. Họ nói: "Chúng tôi đã báo tin mừng về sự thật cho ông, nên chớ thất vọng chi."

57. Hắn nói: "Chỉ trừ những kẻ đã lạc đường, ai có thể thất vọng về ân huệ của Chúa chăng?"

58. Đoạn nói thêm: "Hỡi các Sứ Giả, sứ mệnh của các ngài là gì vậy?"

59. Họ bảo: "Chúng tôi đã được phái đến với một nhóm dân đầy tội lỗi,

60. "Ngoại trừ dòng họ nhà Lot. Chúng tôi sẽ cứu toàn gia,

61. "Chỉ trừ vợ hắn. Chúng tôi đoán rằng nàng sẽ bị bỏ rơi lại."

62. Khi các Sứ Giả ấy đến viếng gia đình Lot,

63. Lot nói: "Các ông quả là khách lạ."

64. Họ bèn nói: "Không không, chúng tôi đến với nhà ngươi đem theo vật mà bọn chúng nghi ngờ.

65. "Và chúng tôi đã đem chân lý đến cho ngươi, lời chúng tôi nói là sự thật."

66. "Vậy hãy dẫn gia đình ngươi ra đi trước khi đêm tàn và đích thân ngươi hãy đi đoạn hậu. Không ai được phép ngoái lại và hãy đi theo nơi đã được chỉ dẫn."

67. Ta đã truyền cho hắn biết mệnh lệnh rằng tất cả những người ở lại sẽ bị tận diệt vào buổi sáng.

68. Rồi dân chúng trong thị trấn hớn hở kéo nhau đến.

69. Hắn nói: "Những người này là khách của tôi, chớ làm tôi phải xấu hổ."

70. "Hãy kính sợ A-La và chớ lăng nhục tôi."

71. Chúng bảo: "Chúng tôi đã chẳng cấm các ngươi rằng chớ tiếp đãi bất cứ ai hay sao?"

72. Hắn nói: "Nếu các ngươi toan làm dữ thì này đây là các con gái của tôi."

73. Thề với sinh mạng của ngươi, rằng tất cả bọn chúng đã say sưa lạng quạng.

74. Khi mặt trời mọc, hình phạt đã đổ xuống đầu chúng.

75. Ta đã lật đổ thị trấn ấy và làm mưa gạch

76. Trong đó có những Phép Lạ dành cho những kẻ biết nhận thức.

77. Và dấu vết còn sót lại bên đường cho đến ngày nay.

78. Trong đó có những Phép Lạ dành cho những kẻ vững lòng tin.

79. Và bọn dân trong Rừng gồm toàn là kẻ ác.

80. Nên Ta đã trả thù chúng. Và cả hai trường hợp đều còn lại dấu tích rõ ràng.

81. Và dân chúng ở Hijr cũng đã cho các Sứ Giả là những kẻ nói láo.

82. Ta đã ban cho chúng nhiều Phép Lạ nhưng chúng ngoảnh mặt làm ngơ.

83. Chúng đục đá trong núi để làm nhà và yên thân nơi đó.

84. Nhưng có một buổi sáng, hình phạt đã chộp lấy chúng,

85. Và tất cả những gì chúng đã tích trữ đều không giúp ích gì cho chúng.

86. Ta chỉ dựa vào chân lý mà sáng tạo trời đất và muôn loài trong đó; và Giờ Khắc ấy chắc chắn sẽ đến. Vì vậy hãy bỏ mặc chúng một cách nhã nhặn.

87. Chính Chúa của ngươi mới thật là Đấng Sáng Tạo, Đấng am tường mọi việc.

88. Và Ta đã ban cho ngươi bảy vần thơ thường tụng niệm và quyển Kinh Koran vĩ đại này.

89. Chớ để mắt đến một số trong bọn chúng

mà Ta đã ban ân huệ trong một thời gian ngắn và chớ buồn bã vì chúng. Hãy hạ thấp đôi cánh từ bi của ngươi trên các tín đồ.

90. Và hãy bảo: "Ta mới thật là Người Cảnh Cáo."

91. Bởi Ta đã quyết định sẽ giáng hình phạt lên những kẻ đã tự chia bè phái và đã chia Kinh Koran thành nhiều đoạn riêng rẽ,

92. Tức là những kẻ đã dám cho là Kinh Koran hàm chứa nhiều điều giả dối.

93. Xin thề với Chúa của ngươi, Ta sẽ hạch hỏi tất cả bọn chúng

94. Về những điều mà chúng đã thường làm.

95. Vậy hãy tuyên bố công khai những điều mà ngươi đã được ra lệnh. Và hãy lánh xa những tín đồ thờ đa thần giáo.

96. Ta sẽ đánh đuổi những kẻ đã dám chê diễu ngươi.

97. Chúng dựng ra Chúa Trời khác bên cạnh A-La, nhưng rồi chúng sẽ biết hậu quả.

98. Thật ra Ta biết rằng cõi lòng của ngươi đau thắt vì lời lẽ của chúng.

99. Nhưng hãy ca ngợi ánh vinh quang của Chúa của ngươi và hãy cùng mọi người phủ phục trước nhan Ngài.

100. Và hãy tôn thờ Chúa, cho đến khi nào thần chết viếng ngươi.

Chương 16   AL-RAHL   Part 14

ONG MẬT
(Khải thị ở Mécca)

1. Nhân danh A-La Đấng Khoan Hậu, Đấng Từ Bi.

2. Sắc lịnh của A-La chắc chắn sẽ giáng lâm nên chớ hấp tấp đòi hỏi nó. Ngài thật vinh hiển và ngự trị trên tất cả những gì mà chúng đặt chung với Ngài.

3. Ngài đã ra lệnh phái các thiên sứ đem lời khải thị xuống cho những thuộc hạ mà Ngài vừa lòng, tuyên rằng: "Hãy cảnh cáo nhân gian rằng không có Chúa Trời nào khác ngoài Ta, nên hãy kính sợ Ta'"

4. Ngài đã dựa vào chân lý mà sáng tạo ra trời đất. Ngài quang lâm trên tất cả những gì mà chúng đặt chung với Ngài.

5. Ngài đã tạo ra con người từ một giọt dung dịch. Nhưng xem kìa! Con người dám ngang nhiên phạm thượng.

6. Và Ngài cũng đã tạo ra gia súc cho các ngươi, nhờ đó các ngươi được ấm thân, được lợi tức và dùng nó làm thực phẩm.

7. Buổi chiều khi các ngươi dắt cả bầy về nhà và buổi sáng khi các ngươi dẫn cả bầy ra đồng cỏ, thật là cảnh đẹp mắt.

8. Và chúng chở giùm hành lý của các ngươi đến những miền mà các ngươi không thể tới nếu không chịu cực khổ lao tâm. Quả thật Chúa của các ngươi là Đấng đầy lòng trắc ẩn và từ bi.

9. Và Ngài đã tạo ra ngựa, la và lừa để các ngươi cỡi và làm vật trang hoàng. Rồi Ngài sẽ tạo ra những vật mà các ngươi chưa hề biết.

10. Sự hướng dẫn đến chính đạo là công việc của A-La. Nhưng cũng có nhiều nẻo khác lạc xa khỏi chính đạo. Nếu Ngài muốn, có lẽ Ngài đã hướng dẫn tất cả các ngươi rồi.

11. Ngài là Đấng làm mưa rơi từ trời cao xuống; nhờ đó các ngươi được nước uống, và cũng nhờ đó cây cỏ sinh sôi nảy nở để các ngươi cho gia súc ăn.

12. Ngài cũng tạo ra cho các ngươi ngũ cốc, ô-liu, trái kè, nho và đủ thứ trái cây. Trong đó quả là Phép Lạ ban cho những kẻ biết suy nghĩ.

13. Ngài đã khiến ngày và đêm, mặt trời và mặt trăng vận chuyển cho các ngươi; và vô số tinh tú cũng phải vận hành theo mệnh lệnh của Ngài. Quả thật trong đó có Phép Lạ ban cho những kẻ biết phân biệt phải trái.

14. Ngài cũng đã tạo ra trên mặt đất những vật đủ màu sắc. Trong đó hàm chứa Phép Lạ ban cho những kẻ biết lưu ý.

15. Ngài cũng đã ban cho các ngươi biển cả để các ngươi có thể ăn thịt cá tươi hoặc thâu thập phẩm vật làm đồ trang sức. Chắc ngươi thấy thuyền bè đi lại trên đó, ấy là để các ngươi du hành, rồi các ngươi sẽ cầu xin ân huệ của Ngài và sẽ tỏ lòng cảm tạ Ngài.

16. Ngài đã dựng trên mặt đất những núi non để mặt đất đừng lay động các ngươi, và cả sông ngòi lẫn đường xá để các ngươi đi đúng đường.

17. Và cả những dấu tích nhờ đó và nhờ các tinh tú mà con người đi đúng đường.

18. Vậy thì Đấng Sáng Tạo có giống như kẻ không hề biết sáng tạo chăng? Thế mà các ngươi còn chưa phân biệt chăng?

19. Nếu các ngươi định kể lể ân huệ của A-La, các ngươi không thể nào đếm cho xuể. Quả thật, A-La là Đấng Khoan Dung và Từ Bi hơn hết.

20. Và A-La biết rõ những gì các ngươi giấu giếm hoặc tiết lộ.

21. Những tà thần mà chúng cầu khẩn không màng đến A-La, không hề biết sáng tạo. Trái lại chúng là những vật đã được sáng tạo,

22. Là những vật chết không có sinh mệnh và không biết khi nào sẽ được hồi sinh.

Chương 16 AL-RAHL Part 14

23. Chúa của ngươi là Chúa Trời Duy Nhất. Kẻ nào không tin tưởng ở Kiếp Lai Sinh, vì lòng kiêu hãnh nên con tim của họ không chịu nhìn nhận sự thật.

24. Chắc chắn A-La biết rõ điều chúng giấu giếm và điều chúng tiết lộ. Ngài chẳng bao giờ yêu chuộng những kẻ tự phụ.

25. Khi hỏi chúng: "Các ngươi nghĩ sao về những điều Chúa đã ban?" chúng bèn trả lời: "Truyền thuyết đời xưa,"

26. Đến Ngày Phục Sinh, chúng phải chịu tất cả những gánh nặng của chúng, và cả một phần gánh nặng của những kẻ vô học thức đã bị chúng làm mê hoặc. Xem kìa! Gánh nặng mà chúng phải chịu đựng lớn biết bao.

27. Trước họ cũng có kẻ đã âm mưu, nhưng A-La đã phá hỏng cơ cấu của chúng từ nền móng; và mái nhà đã sập đổ từ trên đầu chúng, hình phạt đã giáng xuống trong lúc chúng không ngờ.

28. Rồi đến Ngày Phục Sinh, Ngài sẽ lăng nhục chúng, phán rằng: "Nào "đồng bạn" của Ta vì chúng mà các ngươi chống lại các Nhà Tiên Tri, bây giờ ở đâu?" Những người có kiến thức sẽ thưa: "Hôm nay, sự nhục nhã và tai họa sẽ giáng xuống những kẻ bất tín,"

29. Là những kẻ bị các thiên sứ triệu hồi trong khi vẫn còn đang tự hại thân mình. Lúc đó chúng mới chịu khuất phục, thưa rằng: "Chúng tôi thật chẳng làm điều chi ác đức cả." Không không, A-La biết rõ những gì các ngươi đã làm.

30. Vậy hãy bước vào cổng Địa Ngục để sống vĩnh viễn nơi đó. Chỗ cư trú của những kẻ kiêu ngạo đấy khổ ải biết bao.

31. Và khi hỏi những người chính trực: "Các ngươi nghĩ sao về những điều Chúa đã ban?" Họ sẽ thưa: "Những điều toàn thiện." Bởi những kẻ năng làm việc thiện cũng được hưởng phước ở kiếp này. Nhưng căn nhà ở Kiếp Lai Sinh còn tốt đẹp hơn. Nơi cư trú của những người chính trực thật tráng lệ biết bao.

اِلٰهُكُمْ اِلٰهٌ وَّاحِدٌ ۚ فَالَّذِيْنَ لَا يُؤْمِنُوْنَ بِالْاٰخِرَةِ قُلُوْبُهُمْ مُّنْكِرَةٌ وَّهُمْ مُّسْتَكْبِرُوْنَ ۝

لَا جَرَمَ اَنَّ اللّٰهَ يَعْلَمُ مَا يُسِرُّوْنَ وَمَا يُعْلِنُوْنَ ۚ اِنَّهٗ لَا يُحِبُّ الْمُسْتَكْبِرِيْنَ ۝

وَاِذَا قِيْلَ لَهُمْ مَّاذَاۤ اَنْزَلَ رَبُّكُمْ ۙ قَالُوْۤا اَسَاطِيْرُ الْاَوَّلِيْنَ ۝

لِيَحْمِلُوْۤا اَوْزَارَهُمْ كَامِلَةً يَّوْمَ الْقِيٰمَةِ ۙ وَمِنْ اَوْزَارِ الَّذِيْنَ يُضِلُّوْنَهُمْ بِغَيْرِ عِلْمٍ ۗ اَلَا سَآءَ مَا يَزِرُوْنَ ۝

قَدْ مَكَرَ الَّذِيْنَ مِنْ قَبْلِهِمْ فَاَتَى اللّٰهُ بُنْيَانَهُمْ مِّنَ الْقَوَاعِدِ فَخَرَّ عَلَيْهِمُ السَّقْفُ مِنْ فَوْقِهِمْ وَاَتٰىهُمُ الْعَذَابُ مِنْ حَيْثُ لَا يَشْعُرُوْنَ ۝

ثُمَّ يَوْمَ الْقِيٰمَةِ يُخْزِيْهِمْ وَيَقُوْلُ اَيْنَ شُرَكَآءِيَ الَّذِيْنَ كُنْتُمْ تُشَآقُّوْنَ فِيْهِمْ ۗ قَالَ الَّذِيْنَ اُوْتُوا الْعِلْمَ اِنَّ الْخِزْيَ الْيَوْمَ وَالسُّوْٓءَ عَلَى الْكٰفِرِيْنَ ۝

الَّذِيْنَ تَتَوَفّٰىهُمُ الْمَلٰۤئِكَةُ ظَالِمِيْۤ اَنْفُسِهِمْ ۖ فَاَلْقَوُا السَّلَمَ مَا كُنَّا نَعْمَلُ مِنْ سُوْۤءٍ ۗ بَلٰۤى اِنَّ اللّٰهَ عَلِيْمٌۢ بِمَا كُنْتُمْ تَعْمَلُوْنَ ۝

فَادْخُلُوْۤا اَبْوَابَ جَهَنَّمَ خٰلِدِيْنَ فِيْهَا ۗ فَلَبِئْسَ مَثْوَى الْمُتَكَبِّرِيْنَ ۝

وَقِيْلَ لِلَّذِيْنَ اتَّقَوْا مَاذَاۤ اَنْزَلَ رَبُّكُمْ ۗ قَالُوْا خَيْرًا ۗ لِلَّذِيْنَ اَحْسَنُوْا فِيْ هٰذِهِ الدُّنْيَا حَسَنَةٌ ۗ وَلَدَارُ الْاٰخِرَةِ خَيْرٌ ۗ وَلَنِعْمَ دَارُ الْمُتَّقِيْنَ ۝

32. Vườn địa đàng mà họ sẽ vào có sông chảy bên dưới. Họ sẽ được bất cứ những gì họ muốn. Ấy là cách A-La ban thưởng cho những người chính trực,

33. Là những người được các thiên sứ triệu hồi trong lúc vẫn còn thanh sạch, phán rằng: "Bình an cho các ngươi! Vì công việc các ngươi đã làm, hãy bước vào Cõi An Lạc."

34. Ngoài việc các thiên sứ giáng lâm hoặc mệnh lệnh của A-La được ban hành, chúng còn mong mỏi gì đây? Những người trước chúng cũng hành động như thế. A-La không hề làm tổn hại chúng, chính chúng đã tự hại thân mình.

35. Nên hậu quả ghê gớm của những việc chúng đã làm giáng xuống thân chúng và những gì mà chúng thường chế diễu bây giờ bao vây chúng.

36. Những kẻ thờ tà thần nói rằng: "Nếu A-La muốn, có lẽ chúng tôi và cả tiên tổ đã không thờ ai khác hơn Ngài, và đã không cấm cử món gì nếu không có mệnh lệnh của Ngài." Những người trước chúng cũng đã làm như thế. Nhưng ngoài việc rao truyền thông điệp, các Sứ Giả còn có phận sự nào khác chăng?

37. Ta đã chọn trong mỗi dân tộc một người Sứ Giả, nguyện rằng: "Hãy thờ phụng A-La và tránh bọn tà ác." Trong số họ có người đã được A-La dẫn đạo, nhưng cũng có kẻ bị lầm đường lạc lối. Hãy đi khắp nơi trên mặt đất và xem chung cuộc của những kẻ dám cho các Nhà Tiên Tri là giả dối đã ra sao!

38. Nếu ngươi lo lắng về việc hướng dẫn chúng, hãy nhớ rằng A-La không hề dẫn đạo những kẻ làm người khác lầm lạc. Những kẻ này sẽ không có ai cứu giúp cả.

39. Chúng long trọng thề thốt với A-La rằng A-La sẽ không bao giờ hồi sinh người chết. Không không, chắc chắn Ngài sẽ hồi sinh chúng

- đó là lời hứa chân thật của Ngài nhưng hầu hết con người không biết điều đó.

40. Ngài sẽ hồi sinh chúng để làm sáng tỏ những điểm mà chúng đã tranh luận, và để cho những kẻ bất tín biết rằng chúng đã nói láo.

41. Khi Ta muốn việc gì, Ta chỉ cần nói "Hãy nghe Ta", thì đã xảy ra như thế.

42. Còn những người đã bị đàn áp và vì A-La mà phải rời bỏ cố hương, Ta sẽ ban cho họ nơi cư trú thảnh thơi ở kiếp này. Nếu họ hiểu ra thì phần thưởng ở Kiếp Lai Sinh còn lớn lao hơn.

43. Họ là những người kiên quyết và tin cẩn Chúa Trời.

44. Những Sứ Giả mà Ta đã phái xuống trước nhà ngươi đều là những người đã được Ta khải thị. Nếu các ngươi không biết, hãy hỏi những người có kiến thức về Kinh Thánh.

45. Ta đã ban cho các Sứ Giả nhiều Phép Lạ hiển nhiên và cả Kinh Thánh, và Ta đã ban cho ngươi Lời Huấn Thị để ngươi cắt nghĩa cho con người biết những điều đã được ban cho họ trước kia, có lẽ họ sẽ biết hối tâm.

46. Hay là những kẻ chủ mưu việc ác định yên tâm rằng A-La sẽ không chôn vùi chúng dưới đất, hoặc hình phạt sẽ không giáng xuống khi chúng không ngờ tới chăng?

47. Hay là Ngài sẽ không chộp lấy chúng trong lúc chúng tới lui, để chúng không thể phá hỏng kế hoạch của Chúa chăng?

48. Hay là Ngài sẽ không tóm lấy chúng một cách từ từ chăng? Dẫu sao đi nữa, Chúa của các ngươi thật là Đấng đầy lòng trắc ẩn từ bi.

49. Chúng không thấy rằng hình bóng của mọi vật mà A-La đã sáng tạo đang nghiêng qua bên tả và bên hữu, phủ phục xuống thờ lạy A-La chăng?

50. Mọi vật trên trời và muôn loài dưới đất, ngay cả các thiên sứ nữa, tất cả đều kính cẩn thờ lạy A-La và không hề ngạo mạn.

51. Tất cả đều kính sợ Chúa bề trên và thi

hành mệnh lệnh của Ngài.

52. A-La đã phán: "Chớ thờ hai Chúa. Chỉ có một thượng đế duy nhất. Vậy hãy kính sợ Ta mà thôi."

53. Vạn vật trong trời đất đều thuộc về tay Ngài, chỉ có Ngài là Đấng cai quản tôn giáo vĩnh viễn. Thế thì các ngươi còn kính sợ kẻ nào khác hơn A-La chăng?

54. Bất cứ ân huệ nào mà các ngươi được hưởng, đấy là do A-La ban. Nhưng khi tai ương giáng xuống các ngươi, các ngươi kêu gào xin Ngài cứu trợ.

55. Rồi sau khi Ngài cất bỏ hoạn nạn khỏi các ngươi, xem kìa! một bọn trong các ngươi lại đặt tà thần bên cạnh Chúa,

56. Và phủ nhận những gì Ta đã ban cho chúng. Được lắm, hãy hưởng lạc một thời gian rồi các ngươi sẽ biết.

57. Và chúng dành riêng cho những tà thần mà chúng chẳng hiểu biết gì, một phần của lương thực mà Ta đã ban cho chúng. Xin thề với Chúa, các ngươi sẽ bị chất vấn về những vật mà các ngươi đã dám giả tạo ra.

58. Rồi chúng lại cho rằng A-La có con gái. Ngài vinh hiển thay! Trong khi chính thân chúng muốn gì được nấy.

59. Khi kẻ nào trong bọn chúng được tin sinh con gái thì gương mặt tối sầm lại và cô dằn nỗi buồn.

60. Hắn lánh mặt thiên hạ vì tin chẳng lành ấy: "Rán chịu xấu hổ mà nuôi nó hay là chôn phứt nó dưới đất đây?" Hỡi ôi, sự phán đoán của chúng thật là đê hèn.

61. Những kẻ không tin tưởng ở Kiếp Lai Sinh thì phẩm cách thật là hạ tiện, trong khi phẩm hạnh của A-La thật là cao cả, Ngài là Đấng Toàn Năng và Khôn Ngoan.

62. Nếu A-La định trừng phạt con người vì ác nghiệp của chúng, có lẽ không còn sinh vật

nào sót lại trên mặt đất này. Thật ra Ngài chỉ triển hoãn cho chúng một thời gian nhất định. Khi thời hạn ấy mãn, chúng không thể nào chần chờ lại hoặc tiến tới sớm một khắc nào cả.

63. Chúng đổ cho A-La những điều mà chúng gớm ghét, miệng lưỡi chúng thì toàn là láo khoét, rằng cái nào tốt nhất thì thuộc về chúng. Chẳng ngờ chi nữa, Hỏa Ngục đang chờ chúng và chúng sẽ bị liệng vào đó.

64. Xin thề rằng, trước ngươi Ta đã phái nhiều Sứ Giả xuống cho chư dân, nhưng Satăng đã làm cho họ tưởng là hành vi của họ thật quang minh chính đại. Ngày nay hắn vẫn còn là người bảo hộ chúng; rồi chúng sẽ phải chịu hình phạt ghê gớm.

65. Ta đã ban Kinh Điển này cho ngươi chẳng qua là để ngươi cắt nghĩa cho chúng rõ những điểm mà chúng thường tranh luận, và để làm phương châm với sự từ bi ban cho những người vững lòng tin.

66. A-La đã làm mưa rơi từ trời cao xuống, hồi sinh mặt đất đã chết khô cằn. Thật là Phép Lạ cho những kẻ biết lắng tai nghe.

67. Ngay cả trong gia súc cũng có huấn từ ban cho các ngươi. Từ những vật hỗn tạp và máu trong bụng chúng, Ta đã tạo ra sữa tươi mà ai uống cũng thấy khoan khoái và ban nó cho các ngươi.

68. Và từ trái kè với trái nho, các ngươi đã chế ra rượu và những món ăn ngon lành. Thật là Phép Lạ cho những người biết nhận thức.

69. Và Chúa của ngươi đã bảo với ong mật rằng: "Hãy làm ổ trên đồi, trên cây hoặc hàng rào mà họ đã dựng,

70. Hãy ăn mọi loài hoa quả rồi theo con đường bằng phẳng của Chúa mà trở về." Từ trong bụng chúng một thức uống nhiều màu sắc chảy ra và làm thuốc chữa cho con người. Thật là Phép Lạ cho những người biết suy nghĩ.

71. A-La đã sáng tạo ra các ngươi rồi sẽ triệu hồi các ngươi về. Nhưng cũng có kẻ trong các ngươi bị Ngài cho ở lại đến tuổi già, đến đỗi

Part 14   AL-RAHL   Chương 16

quên hết cả những điều đã biết. A-La thật là Đấng Toàn Tri, Toàn Năng.

72. Và A-La đã ban cho một số trong các ngươi nhiều phẩm vật hơn những người khác. Nhưng những kẻ được đặc ân ấy không hề chia chác phẩm vật cho những người mà họ sở hữu bên tay phải để mọi người bình đẳng với nhau. Chúng định phủ nhận ân huệ của A-La hay sao?

73. A-La cũng đã chọn vợ cho các ngươi từ trong đồng bạn của các ngươi, và từ người vợ ấy ban cho các ngươi con cái và cháu chắt, ngoài ra còn ban cho các ngươi vô số phẩm vật tốt. Thế mà chúng vẫn còn tin tưởng những việc hảo huyền và phủ nhận ân huệ của A-La chăng?

74. Chúng bỏ mặc A-La mà tôn thờ những vật không có năng lực nào để ban cho chúng cả một phẩm vật còn con từ trên trời hoặc từ dưới đất.

75. Nên chớ đem A-La ra tỉ dụ. Bởi A-La biết rõ nhưng các ngươi chẳng biết gì cả.

76. A-La tỉ dụ về một người nô lệ bị sở hữu và hoàn toàn không có quyền hạn với một người tự do được Ta ban cho phẩm vật tốt tươi và bố thí nó một cách âm thầm hoặc công khai. Làm sao họ đồng đẳng với nhau được. Sáng danh A-La! Nhưng hầu hết nhân gian không hiểu điều đó.

77. Và A-La cũng đặt ra tỉ dụ khác về hai người. Một người thì câm, không thể làm việc gì được, là gánh nặng cho chủ nhân của hắn, và có phái hắn đi đâu đi nữa, hắn không hề đem lại kết quả tốt. Người như thế này có thể nào đồng đẳng với kẻ tưởng lệ công lý và đang đi trên chính đạo chăng?

78. Cõi vô hình giữa trời và đất đều thuộc về A-La. Vấn đề về giờ khắc ấy chỉ giống như một cái nháy mắt mà thôi. Không không, còn gần hơn nữa. A-La thật là Đấng có toàn quyền trên mọi việc.

257

79. A-La đã đem các ngươi từ trong lòng mẹ của các ngươi ra, trong lúc các ngươi chưa hiểu biết gì, và đã ban cho các ngươi tai, mắt và con tim để các ngươi biết cảm tạ Ngài.

80. Các ngươi chưa thấy loài chim bay nhảy trong vòm trời hay sao? Chỉ có A-La đỡ thân chúng. Thật là Phép Lạ dành cho những kẻ vững lòng tin.

81. A-La đã ban cho các ngươi nhà cửa để yên nghỉ, tạo cho các ngươi lều chõng bằng da của gia súc để các ngươi được nhẹ thân trên đường du mục hoặc trong lúc cắm trại. Tạm thời Ngài cũng đã ban cho các ngươi lông trừu lông lạc đà, da sơn dương để các ngươi tạo ra y phục và đồ dùng trong nhà.

82. Và A-La đã dựng cho các ngươi bóng mát từ những vật mà Ngài đã sáng tạo, làm ra chỗ ẩn núp trong núi non, tạo ra y phục để che chở các ngươi tránh hơi nóng, hoặc y phục để che chở các ngươi trong chiến trận. Ngài đã hoàn tất ân huệ cho các ngươi như thế này để mong các ngươi thành tâm quy y nơi Ngài.

83. Nhưng nếu chúng quay mặt đi, thì ngươi chỉ có bổn phận rao truyền thông điệp minh bạch ấy.

84. Chúng biết rõ ân huệ của A-La mà vẫn phủ nhận nó. Đa số trong bọn chúng là những kẻ vong ân.

85. Ngày mà Ta chọn trong mỗi dân tộc một người chứng, lúc đó những kẻ bất tín sẽ không được phép ăn năn hối cải, cũng không được phép đến gần Ngài.

86. Và khi những kẻ thường làm việc ác chứng kiến sự trừng phạt, chúng sẽ không hề được giảm nhẹ hoặc triển hạn giây khắc nào cả.

87. Rồi khi những kẻ thờ tà thần trông thấy bọn chúng, họ sẽ nói: "Lạy Chúa, đây là những

tà thần mà chúng tôi đã cầu khẩn không màng đến Ngài." Chúng bèn vặn lại: "Các ngươi mới là kẻ nói láo."

88. Ngày ấy chúng mới tỏ lòng quy y với A-La và những vật mà chúng đã giả tạo biến mất cả.

89. Còn những kẻ bất tín lại cản trở những người theo đuổi con đường của A-La, vì tội lỗi chúng đã làm, Ta sẽ tăng thêm hình phạt lên hình phạt của chúng.

90. Ngày mà Ta chọn trong mỗi dân tộc một người chứng từ trong đồng bọn của họ, Ta sẽ đem ngươi ra để làm chứng trước những người ấy. Và Ta đã ban cho ngươi Kinh Điển để giảng dạy mọi điều, để làm phương châm, sự từ bi và tin mừng cho những người quy y với Chúa Trời.

91. A-La bắt buộc thực hiện sự công bằng và việc đối xử tử tế với mọi người như là với người thân tộc, răn cấm sự dâm loạn, những hành vi đê tiện và sự phản nghịch. Ngài khuyên cáo các ngươi để mong các ngươi biết hối cải.

92. Một khi đã giao ước với A-La, hãy làm tròn lời giao ước ấy. Các ngươi đã nhờ A-La làm người bảo chứng cho lời thề của các ngươi thì các ngươi không được phá lời thề ấy. Chắc chắn A-La biết rõ việc các ngươi làm.

93. Chớ hành động như người đàn bà đã se chỉ thật chặt mà lại gỡ nó ra thành từng cọng nhỏ. Các ngươi dùng lời thề để lừa gạt lẫn nhau vì sợ rằng bộ tộc này sẽ chiếm ưu thế hơn bộ tộc khác. Quả thật A-La dùng việc này để thử thách các ngươi và đến Ngày Phục Sinh, Ngài sẽ làm sáng tỏ những điểm mà các ngươi thường tranh luận.

94. Nếu A-La muốn có lẽ Ngài đã tạo các ngươi thành một dân tộc duy nhất rồi. Nhưng Ngài làm lạc lối kẻ nào muốn lạc lối và dẫn đạo kẻ nào muốn được dẫn đạo. Rồi các ngươi chắc chắn sẽ bị chất vấn về những việc các ngươi đã làm.

95. Chớ dùng lời thề của các ngươi để lừa

gạt lẫn nhau. Bằng không các người sẽ bị trượt chân sau khi đã đứng vững và phải nếm mùi tai họa vì đã dám cản trở con đường của A-La, các người sẽ phải chịu hình phạt ghê gớm.

96. Chớ đem lời giao ước với A-La đổi lấy một giá rẻ mạt. Nếu các người hiểu được, chính những vật trong tay A-La mới thật hữu ích cho các người.

97. Những vật mà các người sở hữu sẽ cạn dần, còn những vật của A-La thì tồn tại mãi mãi. Ta sẽ ban cho những người kiên quyết phần thưởng tương xứng với những hành vi cao thượng nhất của họ.

98. Dù nam hay nữ, kẻ nào ăn ở ngay thẳng và biết tin tưởng, Ta sẽ cho họ sống một cuộc đời hạnh phúc và sẽ ban cho họ phần thưởng tương xứng với những hành vi tốt đẹp nhất của họ.

99. Khi người tụng đọc Kinh Koran, hãy cầu xin A-La gia hộ để tránh khỏi Satăng, kẻ đã bị xua đuổi.

100. Vì hắn không thể nào động đến những người vững lòng tin và tin cậy Chúa Trời.

101. Hắn chỉ có quyền hạn đối với những người được hắn bảo hộ và những kẻ thờ tà thần.

102. A-La biết rõ nhất những gì Ngài đã khải thị, nhưng nếu Ta có đem một đoạn này thay thế vào một đoạn khác, chúng liền nói: "Người thật là kẻ giả mạo." Thật ra đa số con người không biết điều đó.

103. Hãy bảo: "Thánh Linh đã mang nó với chân lý từ nơi Chúa ngự xuống đây, để củng cố tinh thần của những kẻ vững lòng tin, để làm phương châm và tin mừng cho các tín đồ."

104. Thật ra Ta biết chúng đang nói rằng

chính con người đã truyền dạy cho người. Nhưng tiếng nói của kẻ mà chúng ám chỉ là tiếng ngoại quốc, trong khi những lời này hoàn toàn là tiếng Á-rập minh bạch.

105. Kẻ nào không tin tưởng ở Phép Lạ của A-La, chắc chắn Ngài sẽ không hướng dẫn chúng và chúng phải chịu hình phạt đau đớn.

106. Chỉ có những kẻ không tin tưởng ở Phép Lạ của A-La mới đặt điều giả dối và chính chúng mới là kẻ nói láo.

107. Chỉ trừ những người bị ép buộc nhưng con tim vẫn một lòng theo đạo thì không kể đến, nhưng kẻ nào đã theo đạo mà tỏ thái độ bất tín với A-La, như những kẻ ưỡn ngực ra đón lấy sự bất tín, những kẻ này sẽ bị A-La chúc dữ và sẽ phải chịu hình phạt khốc liệt.

108. Ấy là vì chúng yêu chuộng cuộc sống hiện tại hơn Kiếp Lai Sinh và bởi vì A-La không bao giờ hướng dẫn những kẻ bất tín.

109. Chính chúng là những kẻ mà con tim, tai và mắt đã bị A-La niêm chặt. Và chính họ là những kẻ vô ý tứ.

110. Chắc chắn chúng sẽ là những kẻ thua thiệt ở Kiếp Lai Sinh.

111. Nhưng đối với những kẻ đã rời khỏi cố hương sau khi bị đàn áp, chiến đấu gian khổ vì A-La và một lòng kiên quyết, từ đây về sau Chúa của ngươi là Đấng Khoan Dung và Từ Bi hơn hết.

112. Ngày mà mỗi người sẽ đến để tự biện hộ cho mình, và mỗi người sẽ được trả đầy đủ với việc họ đã làm, không ai sẽ bị đối xử bất công cả.

113. A-La đã đưa ra một tỉ dụ về một đô thị đầy an ninh và hòa bình, lương thực thì tràn đầy khắp nơi. Nhưng họ đã tỏ thái độ vong ân

với A-La, vì sự ác này Ngài đã cho họ nếm mùi bằng sự đói khát và sợ hãi bao trùm lấy họ.

114. Thật ra có một nhà Sứ Giả đã xuất thân từ trong đám dân ấy, nhưng họ đã cho rằng ông là kẻ nói láo, vì thế hình phạt đã giáng xuống trong lúc họ vẫn còn theo đuổi sự ác.

115. Hãy ăn những món chính đáng và tươi tốt mà A-La đã ban cho các ngươi, nếu các ngươi tôn thờ A-La, hãy tỏ lòng cảm tạ ân huệ của Ngài.

116. Ngài chỉ cấm các ngươi không được ăn thịt xác chết của thú vật," máu tươi và thịt heo, và cả những món đã được dâng hiến cho những kẻ khác hơn A-La" Nhưng kẻ nào không phải vì lòng tham muốn hay cố ý vi phạm giới luật mà vì trường hợp bất khả kháng, thì A-La là Đấng Khoan Dung và Từ Bi hơn hết.

117. Chớ vì những điều láo khoét mà miệng lưỡi các ngươi thường thốt ra, các ngươi không được phép đặt điều giả dối về A-La như là "món này thì được phép dùng" hoặc "món này thì bị răn cấm." Những kẻ đặt điều giả dối về A-La sẽ không bao giờ được vinh hiển.

118. Chỉ vì lợi ích cỏn con mà chúng phải chịu hình phạt đau đớn.

119. Đối với những tín đồ đạo Do Thái, trước đây Ta cũng đã răn cấm họ những điều như Ta đã nói với ngươi. Ta chẳng hề làm thiệt hại cho chúng nhưng chúng đã tự hại thân mình.

120. Hơn nữa, đối với những người lỡ phạm tội vì dốt nát, nhưng sau đó biết hối cải và sửa mình, từ đây về sau Chúa của ngươi là Đấng Khoan Dung và Từ Bi hơn hết.

121. Abraham quả là một người gương mẫu, tòng phục A-La và một lòng thờ phụng Ngài, hẳn không phải là kẻ thờ đa thần giáo,

122. Biết cảm tạ ân huệ của Ngài, Đấng đã tuyển chọn hắn và hướng dẫn hắn đến chính đạo.

123. Ta đã ban cho hắn nhiều sự lành ở kiếp này và đến Kiếp Lai Sinh hắn sẽ là một trong những người lương thiện.

124. Nên Ta đã khải thị cho ngươi rằng: "Hãy theo con đường của Abraham, người đã một lòng thờ phụng Chúa Trời và không hề thờ đa thần giáo."

125. Ngày Sabbath đã được đặt ra cho những kẻ thường dị nghị về điều ấy (con đường của Abraham). Đến Ngày Phục Sinh, Chúa của ngươi sẽ phân xử chúng về những điều mà chúng thường tranh luận.

126. Hãy dùng sự khôn ngoan và những lời khuyên cáo hữu ích mà dẫn dụ về con đường của Chúa. Hãy lựa cách tốt nhất mà tranh luận với họ. Quả Chúa của ngươi biết rõ ai là kẻ lạc lối và Ngài cũng biết ai là kẻ đang được dẫn đến chính đạo.

127. Nếu các ngươi muốn trừng phạt, hãy trừng phạt đến độ mà các ngươi đã bị áp bức. Nhưng nếu các ngươi kiên nhẫn chịu đựng thì không có gì tốt bằng.

128. Hãy nhẫn nhục chịu đựng. Ngươi chịu đựng được cũng nhờ có A-La giúp. Chớ lo buồn vì bọn chúng và chớ tuyệt vọng vì âm mưu của chúng.

129. Bởi A-La lúc nào cũng ở cạnh những người chính trực và những người năng làm việc thiện.

Chương 17 — BANI ISRA'IL

CUỘC LỮ HÀNH TRONG ĐÊM TỐI
(Khải thị ở Mécca)

1. Nhân danh A-La, Đấng Khoan Hậu, Đấng Từ Bi.

2. Vinh quang cho Ngài, Đấng đã dẫn thuộc hạ của Ngài từ Thánh Điện đi suốt đêm đến Thánh đường ở phương xa, mà chung quanh đó Ta đã chúc phúc, để chỉ cho người thấy Phép Lạ của Ta. Chỉ có Ngài là Đấng nghe rõ và nhìn thấu.

3. Ta đã ban cho Môsê quyển Kinh Thánh, để làm phương châm cho con cái Israel, phán rằng: "Chớ chọn người bảo hộ nào khác hơn Ta."

4. Hỡi các ngươi, con cháu của những kẻ mà Ta đã đem lên Thuyền Lớn với Noah, hẳn quả thật là thuộc hạ có lòng cảm tạ.

5. Ta đã khải thị cho con cái Israel trong Kinh Thánh rằng: "Các ngươi sẽ phạm lỗi đến hai lần trong xứ và sẽ trở nên hống hách đến cực điểm."

6. Khi lời cảnh cáo thứ nhất thành sự thật, Ta đã phái một số thuộc hạ với lực lượng hùng hậu tấn công các ngươi, và chúng đã xâm nhập vào mọi nẻo nhà của các ngươi. Lời cảnh cáo đã được thực hiện như thế.

7. Sau đó Ta đã ban cho các ngươi lực lượng để chống lại chúng, bổ sung tài sản và con cái của các ngươi đồng thời tăng cường binh lực của các ngươi.

8. Nếu các ngươi làm việc thiện tức là các ngươi đã làm việc thiện cho chính thân mình. Nếu các ngươi làm việc ác, nó chỉ có hại cho các ngươi. Khi lời cảnh cáo thứ hai thành sự thật, Ta đã khiến chúng bao phủ gương mặt của các ngươi bằng sự đau khổ, cho chúng xâm nhập Thánh đường như lần thứ nhất và tàn phá tất cả những gì đã chiếm được.

9. Bây giờ có lẽ Chúa đã nhủ lòng thương

hại các ngươi; nhưng nếu các ngươi lại tái phạm thì Ta sẽ ra tay. Và Ta đã tạo ra Hỏa Ngục để làm nơi giam giữ những kẻ bất tín.

10. Quả thật, Kinh Koran này hướng dẫn đến con đường quang minh chính đại nhất, và báo cho những tín đồ năng làm việc thiện tin mừng rằng họ sẽ được ban thưởng trọng hậu.

11. Và báo cho những kẻ không tin ở Kiếp Lai Sinh rằng Ta đã chuẩn bị cho chúng hình phạt đau đớn.

12. Con người cầu xin sự bất hạnh như là cầu xin hạnh phúc; con người thật toàn là những kẻ hấp tấp.

13. Ta đã làm ban đêm và ban ngày thành hai phép Lạ, rồi Ta đã làm Phép Lạ của ban đêm tối đi và làm Phép Lạ của ban ngày sáng ra cho mắt nhìn thấy được, để các ngươi có thể cầu xin ân huệ của Chúa và biết cách tính toán số năm và giờ khắc. Và mọi việc Ta đều đã cắt nghĩa tường tận cả.

14. Ta đã buộc vào cổ của mỗi người vận mệnh của họ. Đến Ngày Phục Sinh, Ta sẽ đem một quyển sách mở sẵn trưng cho hắn thấy,

15. "Nào hãy đọc sổ sách của ngươi. Hôm nay chính thân người cũng đủ để thanh toán việc của ngươi."

16. Kẻ nào theo chính đạo thì việc ấy có lợi cho chính bản thân hắn; kẻ nào lầm đường lạc lối thì việc ấy chỉ có hại cho chính bản thân hắn. và kẻ mang gánh nặng không phải chịu gánh nặng của người khác. Ta sẽ không bao giờ trừng phạt cho đến khi nào Ta phái Sứ Giả xuống.

17. Khi Ta định hủy diệt đô thị nào, Ta đều ra lệnh cho những người hữu quyền nơi đó. Nhưng chúng vẫn tỏ thái độ ương ngạnh nên lời tuyên án về đô thị ấy được thi hành và Ta đã tàn phá nó không nương tay.

18. Ta đã tận diệt biết bao nhiêu thế hệ sau đời Noah! Chỉ có Chúa của ngươi là Đấng biết rõ và trông rõ tội lỗi của thuộc hạ của Ngài.

Chương 17 BANI ISRA'IL Part 15

19. Kẻ nào ham muốn cuộc sống ở kiếp này, trong số đó kẻ nào mà Ta muốn Ta sẽ vội vã ban cho hắn như ý Ta. Rồi sau đó Ta sẽ bổ nhiệm hắn xuống Hỏa Ngục, hắn sẽ bị kết án, bị loại trừ và sẽ bị thiêu thân nơi đó.

20. Nhưng kẻ nào mong mỏi Kiếp Lai Sinh, là tín đồ và tận tâm nỗ lực vì nó, chính những kẻ này sẽ được Chúa ban phước.

21. Ta đều ban cho mọi người, kẻ này cũng như kẻ kia, tặng phẩm của Chúa. Và tặng phẩm của Chúa thì không có giới hạn.

22. Hãy xem Ta đã ban cho kẻ này nhiều hơn kẻ khác ở kiếp này như thế nào. Và đến Kiếp Lai Sinh, tước vị cũng như ân huệ còn khác nhau xa nữa.

23. Chớ đặt tà thần nào khác bên cạnh A-La. Nếu không các ngươi sẽ bị bỏ rơi lại một cách nhục nhã.

24. Chúa của ngươi đã ra lệnh rằng "chớ thờ ai ngoài Ngài ra, hãy ăn ở hiếu thảo với cha mẹ. Nếu một trong hai người hoặc cả hai người đều già nua, chớ tỏ lời bất mãn hoặc khiển trách họ, hãy trò chuyện với họ một cách kính cẩn.

25. "Và hãy phủ lên người họ đôi cánh khiêm tôn với lòng từ tế. Hãy thưa: "Lạy Chúa, xin hãy thương xót cha mẹ như họ đã nuôi nâng tôi lúc thơ âu."

26. Chúa biết rõ nhất những điều trong lòng của các ngươi. Nếu các ngươi là kẻ lương thiện, Ngài là Đấng khoan hồng nhất đối với những ai biết ăn năn hối cải quay về với Ngài.

27. Hãy chia cho những người thân thích phần của họ, và cả những người nghèo khổ với những người lữ hành, nhưng chớ phung phí tài sản.

28. Những kẻ phung phí là những người

đồng đẳng với Satăng, và đối với Chúa Satăng thật là kẻ vong ân.

29. Và nếu ngươi phải bỏ đi không nhìn đến chúng vì cầu xin lòng từ bi của Chúa mà ngươi hằng mong mỏi, ít nhất hãy tỏ với họ đôi lời nhã nhặn.

30. Chớ tỏ thái độ keo kiệt, nhưng cũng chớ trưng bày ra hết, nếu không ngươi sẽ bị chỉ trích và phải hối hận.

31. Quả thật Chúa tăng gia phẩm vật hoặc thâu hẹp nó lại cho bất cứ kẻ nào tùy ý Ngài muốn. Chúa biết rõ và nhìn thấu từng thuộc hạ của Ngài.

32. Chớ sát hại con cái vì sợ sự nghèo khổ - chính Ta sẽ nuôi dưỡng chúng nó và các ngươi. Sát hại chúng thật là tội ác tầy trời.

33. Chớ la cà đến sự gian dâm, thật là việc đáng xấu hổ, là con đường hạ tiện.

34. Ngoại trừ lý do chính đáng, chớ sát hại sinh mạng, A-La đã răn cấm việc này. Kẻ nào bị sát hại một cách bất chính, Ta sẽ cho người thừa kế họ có quyền phục thù, nhưng người ấy không được lạm dụng sự sát hại bởi hắn sẽ được luật pháp gia hộ.

35. Ngoại trừ khi vì lý do chính đáng hơn, chớ rớ tới tài sản của trẻ cô nhi cho đến khi nó trưởng thành. Hãy làm tròn lời giao ước, bởi lời giao ước sau này sẽ được đem ra chất vấn.

36. Khi đong hãy đong cho đầy, khi cân hãy cân thật đủ. Ấy là hành vi tốt đẹp và đáng khen ngợi.

37. Và chớ nghe theo những điều mà các ngươi không biết. Vì tai, mắt và con tim sau này sẽ bị gọi ra để hạch hỏi.

38. Chớ đi đứng trên mặt đất một cách kiêu ngạo, bởi các ngươi không thể giẫm nát đất lành và thân các ngươi không cao như núi.

39. Tất cả những điều tà ác như trên thật đáng ghét dưới mắt Chúa.

267

40. Đây là một phần trong sự khôn ngoan mà Chúa đã truyền thụ cho ngươi. Chớ thờ tà thần nào khác bên cạnh A-La, nếu không ngươi sẽ bị kết án, bị loại trừ và sẽ bị liệng vào Hỏa Ngục.

41. Chúa đã đặc biệt ban cho các ngươi con trai mà lại chọn lựa con gái trong đám thiên sứ hay sao? Các ngươi thật dám thốt ra những điều phạm thượng.

42. Ta đã giảng dạy chân lý trong quyển Koran này bằng nhiều cách để mong chúng biết hối cải. Nhưng điều này chỉ làm tăng thêm lòng oán hận của chúng.

43. Nào, ngoài Chúa ra nếu có những tà thần khác như lời chúng nói, thì những kẻ thờ đa thần giáo có lẽ đã tìm ra con đường dẫn tới chủ nhân của ngai vàng ấy rồi.

44. Ngài vinh hiển thay, và quang lâm trên tất cả những vật mà chúng chủ trương.

45. Bảy vòm trời và mặt đất và muôn loài trong đó đều ca ngợi Ngài. Không có sinh vật nào mà không ca ngợi vinh quang của Ngài, nhưng các ngươi không hiểu được sự tán dương ấy mà thôi. Ngài thật là Đấng Quảng Đại và Khoan Dung.

46. Khi ngươi tụng đọc Kinh Koran, Ta đã giăng bức màn vô hình giữa ngươi và những kẻ không tin tưởng ở Kiếp Lai Sinh.

47. Ta đã bao phủ con tim của chúng và làm tai chúng điếc đi để không hiểu nó được. Khi ngươi nhấn mạnh về Chúa trong Koran thì chúng quay lưng đi với lòng oán ghét.

48. Khi chúng lắng tai nghe lời ngươi nói, Ta biết rõ nhất những điều mà chúng để ý nghe; và cả khi chúng mật đàm, những kẻ vô lại sẽ nói: "Người mà các ngươi tuân theo chẳng qua là kẻ đã bị làm mê hồn."

49. Hãy xem cách chúng tỉ dụ bao điều về ngươi, rồi rốt cuộc bị lâm lạc đến không tìm được lối ra.

50. Và chúng nói: "Sau khi chúng tôi trở thành xương và mảnh vụn, ngươi định nói rằng chúng tôi sẽ được hồi sinh thành sinh vật mới

hay sao?"

51. Hãy bảo: "Dẫu các ngươi có thành đá hay sắt đi nữa,

52. "Hoặc thành bất cứ vật gì mà các ngươi cho là cứng nhất đi nữa, các ngươi vẫn sẽ bị hồi sinh." Thì chúng sẽ hỏi: "Ai sẽ hoàn lại hình trạng của chúng tôi?" Hãy trả lời: "Đấng đã sáng tạo ra các ngươi lúc đầu tiên." Chúng sẽ nhìn ngươi lắc đầu mà nói: "Vậy thì lúc nào mới xảy ra?" Hãy bảo: "Có lẽ gần lắm,

53. "Vào ngày mà Chúa gọi các ngươi, các ngươi phải đáp lại và ca ngợi Ngài, và các ngươi sẽ cảm thấy rằng các ngươi chỉ phải đợi một chốc mà thôi."

54. Hãy bảo các thuộc hạ của Ta rằng họ phải dùng những lời lẽ lịch sự hơn. Satăng thường gây mối bất hòa giữa con người. Satăng rõ ràng là kẻ thù của con người.

55. Chúa biết rõ các ngươi hơn ai hết. Nếu Ngài muốn, Ngài sẽ nhủ lòng thương các ngươi, hoặc nếu Ngài muốn, Ngài sẽ trừng phạt các ngươi. Và Ta chẳng phái ngươi để làm kẻ giám hộ chúng.

56. Chúa của ngươi biết rõ muôn loài trong trời đất hơn ai hết. Trong các Nhà Tiên Tri, có kẻ được Ta cất nhắc lên cao hơn kẻ khác, và Ta đã ban Thánh thi cho Đavít.

57. Hãy bảo: "Hãy cầu khẩn những kẻ mà các ngươi tôn thờ không màng đến Ngài; rồi các ngươi sẽ thấy rằng họ không có quyền năng nào để cất bỏ hoặc phòng ngừa tai họa cho các ngươi."

58. Những kẻ mà chúng cầu khẩn, chính họ mong được đến gần Chúa Trời - ngay cả những kẻ kề cận nhất- họ còn mong mỏi lòng từ bi và kinh sợ sự trừng phạt của Ngài. Sự trừng phạt của Chúa thật đáng sợ.

59. Không có đô thị nào mà không bị Ta hủy

diệt hoặc trừng phạt khốc liệt trước Ngày Phục Sinh. Điều này đã được ghi chép trong sách vở.

60. Ta ngừng ban Phép Lạ chẳng qua là vì những người đời xưa đã phủ nhận nó. Ta đã ban cho bộ tộc Thamud con lạc đà cái để làm Phép Lạ minh bạch, nhưng chúng đã ngược đãi nó. Ta đã ban những Phép Lạ này chỉ để cảnh cáo mà thôi.

61. Hãy nhớ lúc Ta bảo các ngươi: "Chúa đã bao vây tất cả nhân gian." Giấc mơ mà Ta đã cho người thấy chỉ để làm sự thử thách cho con người, và cả cây bị chúc dữ trong Kinh Koran này cũng thế. Ta đã cảnh cáo chúng nhưng nó chỉ làm chúng thêm ương ngạnh.

62. Hãy nhớ lúc Ta bảo các thiên sứ: "Hãy tuân phục Adam," tất cả đều vâng lời duy chỉ có Iblis là chẳng tuân theo. Hắn nói: "Tôi lại đi tuân phục kẻ mà Ngài đã tạo ra bằng đất hay sao?"

63. Rồi hắn nói thêm: "Ngài nghĩ sao về kẻ mà Ngài quí trọng hơn tôi? Nếu Ngài cho tôi được triển hoãn đến Ngày Phục Sinh, chỉ trừ một số ít chắc chắn tôi sẽ điều khiển con cháu của hắn."

64. Ngài bảo: "Hãy cút đi! Những kẻ nào dám tuân theo ngươi, Địa ngục sẽ là phần thù lao cho các ngươi và là phần thù lao đầy đủ.

65. "Hãy dùng lời nói của ngươi mà dụ dỗ con người, hãy dùng ngựa và binh của ngươi mà xúi giục chúng, hãy chia xẻ tài sản và con cái với chúng và hãy kết giao ước với chúng." Và lời hứa của Satăng chỉ là sự lường gạt.

66. "Còn đối với những thuộc hạ của Ta, các ngươi không có quyền hạn gì cả." Chúa của ngươi đủ là Đấng giám hộ chúng.

67. Chúa là Đấng làm thuyền bè đi lại trên biển cả để các ngươi có thể tìm được ân huệ của Ngài. Ngài thật là từ bi đối với các ngươi.

68. Khi các ngươi gặp tai nạn trên biển cả, ngoài Ngài ra, tất cả những kẻ mà các ngươi đã cầu khẩn đều biến mất cả. Nhưng khi Ngài đưa các ngươi lên bờ một cách an toàn, các ngươi trở mặt đi. Con người thật toàn là kẻ vong ân.

69. Các ngươi yên tâm rằng Ngài sẽ không nhận chìm các ngươi tại chỗ gần bờ biển hoặc sẽ không gieo trận bão cát lên các ngươi hay sao? Lúc đó các ngươi sẽ không tìm được ai để bảo vệ các ngươi cả.

70. Hoặc giả, các ngươi yên tâm rằng Ngài sẽ không đẩy ngược các ngươi ra nơi ấy lần nữa, rồi gây trận cuồng phong và nhận chìm các ngươi vì sự bất tín hay sao? Nếu vậy các ngươi sẽ không tìm được ai dám chống lại Ta để cứu các ngươi.

71. Quả thật, Ta đã làm vẻ vang con cháu của Ađam, đem chúng vượt qua đất liền và biển cả, ban cho chúng đủ thứ vật tốt, và ưu đãi chúng hơn tất cả những gì Ta đã sáng tạo.

72. Hãy nhớ ngày mà Ta sẽ triệu hồi mọi người với đầu lãnh của chúng. Kẻ nào được trao quyền sổ vào bàn tay phải thì kẻ ấy sẽ phải đọc nó và chúng sẽ không bị đối xử sai lệch một mảy may nào.

73. Kẻ nào mù quáng ở kiếp này thì cũng sẽ mù quáng ở Kiếp Lai Sinh, và càng lầm đường lạc lối xa hơn nữa.

74. Và suýt nữa thì chúng đã gây cho ngươi tai họa ghê gớm về những điều Ta đã khải thị cho ngươi, tức là làm cho ngươi giả mạo ra những điều khác để chống lại Ta, rồi chúng sẽ chọn ngươi làm bạn hữu.

75. Và nếu Ta không củng cố tinh thần ngươi bằng Kinh Koran này, có lẽ ngươi đã xiêu lòng theo chúng.

76. Trong trường hợp đó, Ta sẽ trừng phạt ngươi gấp đôi ở kiếp này và cả kiếp sau. Lúc đó ngươi sẽ không tìm ra được ai dám chống lại Ta để cứu ngươi.

77. Và thật ra chúng đã áp bức ngươi và toan

đuổi ngươi ra khỏi xứ này. Nhưng trong trường hợp đó, sau khi ngươi ra đi, chúng chỉ có thể lưu lại nơi đó một thời gian ngắn ngủi mà thôi.

78. Đó là quán lệ của Ta đối với các Sứ Giả mà Ta đã phái trước ngươi. Và ngươi sẽ thấy rằng quán lệ của Ta không hề thay đổi.

79. Hãy cầu nguyện từ lúc xế chiều cho đến khi tôi hẳn, và hãy tụng Kinh Koran vào buổi rạng đông, lời tụng Kinh Koran vào buổi rạng đông đặc biệt được Chúa chuẩn nhận.

80. Phận sự chuyên cần của ngươi là phải thức dậy vào nửa đêm và tụng Kinh Koran. Chúa sẽ nâng ngươi lên trước vị mà ai cũng phải ca ngợi.

81. Hãy nói: "Lạy Chúa, xin hãy cho tôi bước vào một cách chân chính và xin hãy cho tôi ra đi một cách chân chính và đích thân Ngài hãy ban cho tôi binh lực phụ trợ."

82. Hãy bảo: "Chân lý đã đến. Sự giả dối đã tiêu tan. Sự giả dối chắc chắn sẽ tiêu tan nhanh chóng."

83. Ta khải thị Kinh Koran này để làm dịu vết thương và là ân huệ ban cho các tín đồ, nhưng nó chỉ gây tổn thất cho những kẻ ác đức.

84. Khi Ta ban ân huệ cho con người, hắn quay lưng bỏ đi. Khi tai họa xảy ra thì hắn hoàn toàn tuyệt vọng.

85. Hãy bảo: "Mỗi người hành động theo lối của họ. Nhưng chỉ có Chúa biết kẻ nào được hướng dẫn đúng đường nhất."

86. Họ sẽ hỏi ngươi về linh hồn. Hãy bảo: "Linh hồn sinh ra do mệnh lệnh của Chúa. Kiến thức mà các ngươi hấp thụ chỉ là một phần nhỏ nhoi."

87. Nếu Ta muốn, Ta sẽ lấy đi những gì Ta đã khải thị cho ngươi, và ngươi sẽ không tìm được ai dám chống lại Ta để bảo vệ ngươi.

88. Chỉ trừ lòng từ bi của Chúa. Ân huệ của Ngài dành cho ngươi thật lớn lao.

89. Hãy bảo: "Nếu nhân loại và lũ Jinn muốn hợp lại để chế ra vật tương tự như Kinh Koran này đi nữa, chúng không thể nào tạo ra vật giống như nó, dù chúng góp sức trợ lực với nhau."

90. Trong quyển Koran này Ta đã dùng mọi cách đối chiếu cho nhân gian thấy nhưng hầu hết đều phủ nhận và cứ khăng khăng không chịu tin tưởng.

91. Và chúng nói: "Chúng tôi sẽ không hề tin tưởng ngươi trừ phi ngươi khiến suối chảy từ mặt đất ra cho chúng tôi;

92. "Hoặc trừ phi ngươi sở hữu một vườn cây kè và nho, và làm cho sông chảy rào rạt trong đó;

93. "Hoặc ngươi làm cho vòm trời vỡ ra từng mảnh rớt xuống chúng tôi, như ngươi thường tuyên bố, hoặc ngươi đem A-La và các thiên sứ cho chúng tôi thấy mặt đối mặt;

94. "Hoặc ngươi có được một căn nhà bằng vàng hay ngươi được thăng thiên; nhưng chúng tôi sẽ không hề tin tưởng sự thăng thiên của ngươi trừ phi ngươi ném xuống cho chúng tôi một quyển sách để chúng tôi đọc." Hãy bảo: "Chúa vinh hiển thay! Ta chỉ là một con người đã được phái xuống để làm Sứ Giả."

95. Khi lời dẫn đạo đến với nhân gian, chỉ có việc chúng nói: "A-La đã phái một người trần tục để làm Sứ Giả hay sao?" đã ngăn trở lòng tin của chúng.

96. Hãy bảo: "Nếu thiên sứ được đi lại trên mặt đất một cách yên ổn, có lẽ Ta đã ban cho chúng một thiên sứ trên trời xuống làm Sứ Giả."

97. Hãy bảo: "A-La cũng đủ là nhân chứng giữa ta và các ngươi. Dĩ nhiên, A-La biết rõ và nhìn rõ thuộc hạ của Ngài."

98. Kẻ mà A-La hướng dẫn mới thật là kẻ được hướng dẫn đến chính đạo. Còn những kẻ nào không lọt vào nhãn quang của Ngài, ngoài Ngài ra các ngươi sẽ không tìm được ai cứu giúp chúng. Đến Ngày Phục Sinh, Ta sẽ triệu tập

chúng lại, chúng bèn trở nên mù mắt, miệng câm, tai điếc và cúi gằm mặt xuống. Nơi chúng đến sẽ là địa ngục. Mỗi khi lửa dịu xuống, Ta sẽ làm cho nó cháy mạnh lên.

99. Đây là cách thù lao của Ta. Vì chúng đã dám phủ nhận Phép Lạ của Ta và nói: "Sao! Sau khi chúng tôi trở thành xương và mảnh vụn, ngươi định nói rằng chúng tôi sẽ được hồi sinh thành sinh vật mới hay sao?"

100. Chúng không hiểu rằng A-La, Đấng đã tạo thiên lập địa, có năng lực tạo ra kẻ giống như chúng hay sao? Ngài đã định cho chúng thời hạn, điều này không có gì phải nghi ngờ cả. Nhưng những kẻ ác đức đã phủ nhận điều đó và khăng khăng tỏ thái độ bất tín.

101. Hãy bảo: "Nếu các ngươi có sở hữu cả kho tàng của ân huệ mà Chúa ban, các ngươi sẽ ôm chặt lấy nó bởi e sợ sự tiêu phí, con người thật là keo kiệt."

102. Ta đã ban cho Môsê chín Phép Lạ hiển nhiên. Vậy hãy hỏi con cái Israel về điều đó. Khi hắn đến, Pharaô bảo hắn: "Hỡi Môsê, ta nghĩ rằng ngươi đã mắc trò phù thủy."

103. Hắn bảo: "Ngài biết rõ rằng ngoài Chúa của trời đất, không ai có thể ban ra những Phép Lạ rõ ràng như thế này. Hỡi Pharaô, tôi nghĩ rằng Ngài là người sắp bị diệt vong đây."

104. Nên hắn đã quyết định đuổi họ ra khỏi xứ; nhưng Ta đã nhận chìm hắn chung với tất cả những kẻ tùy tùng.

105. Sau đó Ta đã bảo với con cái Israel: "Hãy lập nghiệp ở xứ ấy. Nhưng khi lời hứa về những ngày sau xảy ra, Ta sẽ gom các ngươi từ bốn phương về một chỗ."

106. Chính vì Ta đã dựa vào chân lý mà khải thị nó nên nó đã giáng trần hàm chứa toàn là chân lý. Và Ta chỉ phái ngươi xuống với tư cách là người truyền Phúc Âm và là người cảnh cáo mà thôi.

107. Ta đã khải thị cho ngươi Kinh Koran này thành từng phần để ngươi thỉnh thoảng truyền tụng cho nhân gian, và Ta đã ban nó từ từ cho ngươi.

108. Hãy bảo: "Dù các ngươi có tin hay không tin đi nữa, những kẻ nào trước đây đã hấp thụ kiến thức, khi nghe những lời đó thì cúi mình phủ phục xuống

109. Và nói: "Chúa vinh hiển thay. Chắc chắn lời hứa của Ngài sẽ thành tựu"."

110. Họ phủ phục mắt đầy lệ và lòng càng trở nên khiêm tốn.

111. Hãy bảo: "Các ngươi có gọi Ngài là A-La hay Rahman đi nữa, những danh từ đẹp đẽ nhất đều dành cho Ngài." Và chớ cầu nguyện lớn tiếng, cũng đừng hạ thấp giọng quá, nên để ý trong khoảng giữa đó."

112. Hãy bảo: "Hãy ca ngợi A-La. Ngài không hề có con cái, cũng không có ai chia xẻ vương quyền, và không cần ai giúp đỡ Ngài vì sự yếu thế." Hãy hết lòng tán dương sự vinh quang của Ngài.

AL-KAHF

HANG ĐỘNG
(Khải thị ở Mécca)

1. Nhân danh A-La, Đấng Khoan Hậu, Đấng Từ Bi.

2. Hãy ca ngợi A-La, Đấng đã ban Kinh Điển này cho thuộc hạ của Ngài và hoàn toàn không đặt điều gian trá nào trong đó.

3. Ngài đã làm nó thành kẻ giám hộ để cảnh cáo về sự trừng phạt đau đớn của Ngài, và để ban cho tín đồ tin lành rằng họ sẽ được tưởng thưởng trọng hậu,

4. Và sẽ được sống đời đời nơi đó.

5. Và để cảnh cáo những kẻ dám nói: "A-La có một đứa con trai."

6. Chúng và tổ tiên của chúng thật ra không biết gì cả. Những lời từ miệng chúng thốt ra thật là ghê gớm. Chúng chỉ tuyên bố những điều láo khoét.

7. Vì chúng không tin tưởng điều này mà ngươi theo đuổi chúng, ngươi sẽ phải lo buồn đến chết mất.

8. Ta đã tạo ra muôn loài trên mặt đất chỉ để làm vật trang hoàng cho nó; và cũng để thử thách xem ai trong đám con người có phẩm hạnh tốt nhất.

9. Rồi Ta sẽ làm cho mọi loài trên mặt đất trở thành thửa đất khô cằn.

10. Ngươi có nghĩ rằng câu chuyện về Những Người trong Hang động và Những Lời trên tấm bia là sự huyền diệu trong những Phép Lạ của Ta hay không?

11. Khi những người trai trẻ lui vào hang

động để ẩn mình, họ đã nói: "Lạy Chúa, xin Ngài tôi lòng thương chúng tôi và chỉ cho chúng con nẻo chánh trong việc này."

12. Nên Ta đã cắt đứt mọi tin tức của thế giới bên ngoài với họ trong vòng vài năm.

13. Sau đó Ta đã đánh thức họ dậy để biết trong hai phái, phái nào có thể tính toán đúng thời gian đã ẩn nấp.

14. Ta sẽ kể sự thật về câu chuyện của họ cho ngươi rõ. Họ là những người tin tưởng Chúa và Ta đã tăng cường thêm lòng tin của họ.

15. Ta đã củng cố con tim của họ. Lúc đó cả thảy đã đứng lên nói: "Chúa của chúng ta là Chúa của trời đất. Chúng ta sẽ không cầu khẩn ai ngoài Ngài, nếu chúng ta làm thế chúng ta sẽ phạm thượng ghê gớm.

16. "Những kẻ này, những người cùng xứ với chúng ta đã bỏ Ngài qua một bên và chọn những tà thần khác mà thờ. Tại sao chúng không trình rõ ra bằng chứng của chúng. Có ai tội lỗi hơn kẻ dám đặt điều giả dối về A-La chăng?

17. "Khi các ngươi đã đoạn tuyệt với chúng và với những vật mà chúng tôn thờ không màng đến A-La, hãy vào hang động mà ẩn náu. Chúa sẽ mở rộng lòng thương các ngươi và ban cho các ngươi đầy đủ tiện nghi hằng ngày."

18. Lúc họ đang ẩn náu trong hang động thênh thang ấy, ngươi có thể thấy khi mặt trời mọc, nó sẽ xiêng về bên phải của hang ấy, và khi nó lặn, nó sẽ dời đi về phía bên trái của họ ấy là một trong những Phép Lạ của A-La. Kẻ nào được A-La hướng dẫn sẽ được hướng dẫn đến chính đạo, nhưng kẻ nào bị Ngài làm cho lầm lạc thì ngươi không thể tìm ra kẻ bảo hộ hẳn để hướng dẫn đến chính đạo.

19. Ngươi cứ tưởng là họ đang thức nhưng

Chương 18   AL-KAHF   Part 15

thật ra họ đang ngủ, Ta đã làm cho họ trở người qua bên phải và bên trái, và con chó của họ thì duỗi hai chân trước ra ở cửa hang. Nếu ngươi gặp họ có lẽ ngươi đã run sợ mà chạy mất.

20. Rồi Ta đã đánh thức họ dậy, tức thì họ bèn hỏi nhau. Một người thì nói: "Các bạn đã ở đây bao lâu rồi?!' Họ trả lời: "Một ngày hay một buổi gì đó." Rồi có kẻ khác lại nói: "Chỉ có Chúa biết rõ nhất thời gian ẩn náu nơi đây. Bây giờ hãy sai một người trong các bạn đem những đồng bạc này xuống chợ, tìm thức ăn thanh sạch nhất và mua thực phẩm về cho mọi người ở đây. Nhớ cư xử lễ độ và chớ để ai biết về các bạn."

21. "Nếu chúng biết chuyện của các bạn, chúng sẽ ném đá vào các bạn hoặc lôi cuốn các bạn về tôn giáo của chúng. Rồi các bạn sẽ không bao giờ được vinh hiển."

22. Rồi Ta đã tiết lộ việc của chúng cho mọi người biết, để họ biết rằng lời hứa của A-La là sự thật và rằng không có gì nghi ngờ về giờ khắc ấy. Xem kìa, mọi người bắt đầu tranh luận về họ và nói: "Hãy cất một tòa nhà trên người chúng." Chúa biết rõ họ nhất. Lại có kẻ khác chẳng chịu yếu thế, nói rằng: "Chúng tôi sẽ lập nhà thờ trên những kẻ ấy."

23. Có kẻ nói: "Cả thảy ba người, thêm con chó nữa là bốn." Kẻ khác thì ước đoán: "Năm người, thêm con chó nữa là sáu." Cũng có người nói: "Bảy người, thêm con chó nữa là tám." Hãy bảo: "Chúa biết rõ nhất số người của họ. Chỉ trừ một số rất ít, không ai biết về họ cả." Vì vậy, chỉ trừ những chi tiết nhỏ nhặt, chớ nghi ngờ về việc của họ, và cũng chớ hỏi han kẻ khác về họ.

24. Về chuyện gì cũng vậy, chớ bảo: "Tôi sẽ làm việc ấy ngày mai,"

278

25. Chỉ trừ khi A-La muốn. Nếu lỡ quên, hãy cầu nguyện với Chúa và bảo: "Tôi mong rằng Chúa sẽ dẫn tôi đến nẻo gần với chính đạo nhất."

26. Rồi họ đã ở trong hang hết ba trăm năm và ở thêm chín năm nữa.

27. Hãy bảo: "A-La biết rõ nhất họ đã ở đây bao lâu. Những bí mật trong trời đất đều thuộc về Ngài. Ngài trông rõ thay và nghe rõ thay! Ngoài Ngài ra họ sẽ không có ai bảo vệ, và Ngài không hề để ai chia xẻ vương quyền của Ngài."

28. Hãy truyền tụng lại những điều Chúa đã khải thị cho ngươi trong Kinh Điển. Không ai có thể thay đổi lời ngọc của Ngài, và ngoài Ngài ra ngươi không thể tìm được chỗ lánh nạn.

29. Hãy đoàn kết với những người năng cầu khẩn Chúa mỗi sáng và chiều để được Ngài vừa lòng. Chớ vì theo đuổi sự hào nhoáng ở kiếp này mà quên để mắt đến họ. Chớ tuân theo những kẻ mà Ta đã làm cho lòng họ quên cả việc tâm niệm, chỉ theo đuổi dục vọng và hành động quá trớn.

30. Hãy nói: "Chân lý là do Chúa ban. Kẻ nào muốn thì cứ tin, kẻ nào không muốn thì chớ tin." Ta đã chuẩn bị lửa đỏ chờ những kẻ ác đức, màn lửa sẽ bao vây chúng. Nếu chúng có kêu cứu thì sẽ bị xối nước nóng như chì đốt chảy đến phỏng cả mặt. Thức uống ghê gớm thay, chỗ ở đau đớn thay!"

31. Quả thật, đối với những kẻ nào tin tưởng và năng làm việc thiện, chắc chắn Ta sẽ không để phần thưởng cho những người năng làm việc thiện mất mát đi.

32. Chính những người này sẽ được vào

vườn địa đàng có sông chảy bên dưới. Nơi đó họ sẽ trang sức với vòng cổ tay bằng vàng và mặc áo lụa xanh thêu đầy trên đó, rồi tựa thân vào ghế dài. Phần thưởng tốt biết bao và chỗ ở đẹp biết bao!

33. Hãy tỉ dụ cho chúng biết câu chuyện của hai người đàn ông: một trong hai người đã được Ta ban hai vườn nho có cây kè bao quanh và giữa hai vườn ấy Ta đã đặt một thửa ruộng.

34. Mỗi vườn đều kết trái đầy dẫy và không có đến một trái lép. Giữa hai bên Ta đã cho sông chảy trong đó.

35. Rồi hắn đã hái trái rất nhiều. Hắn bèn tỏ vẻ ngạo nghễ với người bạn: "Ta giàu hơn ngươi và thủ hạ của ta cũng đông hơn ngươi."

36. Và hắn bước vào vườn nho và nói những lời làm hại thân mình: "Ta không tin rằng vườn nho này sẽ tàn đi;

37. "Và cũng chẳng nghĩ rằng Giờ ấy sẽ xảy ra. Mà dẫu ta có bị triệu về nơi Chúa, có lẽ ta sẽ tìm ra chỗ ở tốt hơn nơi này."

38. Người bạn của hắn cãi lại, bảo rằng: "Ngươi dám tỏ thái độ bất tín với Ngài, Đấng đã tạo ngươi từ đất bụi, rồi từ một giọt tinh trùng và nặn ngươi thành hình con người hay sao?"

39. "Còn phần ta, ta tin rằng chỉ có A-La mới là Chúa của ta, ta sẽ không bao giờ thờ ai chung với Ngài.

40. "Và tại sao khi vào vườn nho của ngươi, ngươi không nói rằng: "Những gì A-La muốn, xin hãy xảy ra như vậy. Không có quyền năng nào tồn tại ngoại trừ nơi A-La"? Dù ngươi có nghĩ rằng ta ít gia sản và con cái hơn ngươi đi nữa.

41. "Có lẽ Chúa sẽ ban cho ta vật tốt hơn vườn nho của ngươi, và sẽ giáng sấm sét từ trời cao xuống vườn nho ấy, thì nó sẽ trở thành bãi hoang.

42. "Hoặc là nước ở đó sẽ thấm hết xuống đất, và ngươi không thể nào tìm ra nó nữa."

43. Quả nhiên hoa quả đã bị tiêu diệt. Trái cây lẫn giàn nho đều ngã rạp xuống. Hắn bắt đầu siết hai lại tiếc công đã tiêu phí vì nó rồi than: "Ôi, nếu ta không thờ ai khác hơn Chúa, có lẽ đâu đến nỗi này!"

44. Rồi hắn đã không được ai giúp đỡ để cự lại A-La, rốt cuộc hắn đã không bảo vệ được thân mình.

45. Trong hoàn cảnh ấy, sự cứu trợ chỉ đến từ A-La, Đấng Toàn Chân. Ngài là Đấng ban thưởng trọng hậu nhất, là Đấng đem lại kết quả tốt nhất.

46. Hãy tỉ dụ cho chúng biết về cuộc sống ở kiếp này: nó như là nước mưa mà Ta ban từ trời cao xuống. Thảo mộc trên đất lành sẽ quyện lấy nó, nhưng chẳng bao lâu sẽ thành cỏ khô và bị gió thổi bay đi tứ tán. A-La thật có quyền năng làm mọi việc.

47. Tài sản và con cái chỉ là để trang sức ở kiếp này. Nhưng những hành vi từ thiện lâu dài sẽ được Chúa ân thưởng nhiều hơn và sẽ hàm chứa nhiều hy vọng ở tương lai.

48. Ngày mà Ta dời núi non đi, ngươi sẽ thấy các xứ va chạm nhau và Ta sẽ triệu hồi chúng lại không sót một người.

49. Rồi chúng sẽ sắp hàng trước nhan Chúa của ngươi và bị thẩm vấn: "Bây giờ các ngươi đã trở về với Ta dưới hình dạng mà Ta đã tạo ra lúc đầu. Dù các ngươi đã cho rằng Ta sẽ không định ra thời khắc để thực hiện lời hứa của Ta với các ngươi."

50. Và quyền sổ sẽ được đưa ra trước mặt chúng, ngươi sẽ thấy những kẻ đã phạm tội thì

e sợ những điều đã được ghi chép trong đó. Chúng sẽ than: "Ôi, thật là tai họa! Quyển sổ này là cái gì đây! Không có việc nhỏ hay việc lớn nào mà nó không ghi." Chúng sẽ đối diện với những gì chúng đã làm. Chúa không hề đối xử bất công với ai cả.

51. Hãy nhớ lúc Ta bảo các thiên sứ: "Hãy tuân phục Ađam,' tất cả đều vâng lời, duy chỉ có Iblis. Hắn là một kẻ trong lũ Jinn và chẳng tuân theo mệnh lệnh của Chúa. Các ngươi định bỏ Ta mà chọn hắn và con cháu của hắn làm bạn hay sao? Dù chúng là kẻ thù của các ngươi đi nữa. Thật là sự trao đổi tai hại cho những kẻ ác đức.

52. Ta chẳng hề cho chúng làm nhân chứng trước sự sáng tạo trời đất và cả sự sáng tạo ra chúng. Bởi xưa nay Ta không hề chọn những kẻ mê hoặc nhân gian để làm kẻ phụ tá.

53. Hãy nhớ ngày mà Ngài sẽ phán: "Hãy gọi những kẻ mà các ngươi cho là thần thánh tới đây." Rồi chúng gọi mãi nhưng không thấy trả lời, vì Ta đã đặt bức tường chắn giữa chúng.

54. Rồi khi những kẻ phạm tội nhìn thấy Hỏa Ngục, Chúng mới biết rằng chúng sẽ rơi vào đó và sẽ không còn lối nào để thoát được.

55. Trong Kinh Koran này Ta đã dùng mọi tỉ dụ để giải thích cho con người hiểu, mong rằng nhân gian sẽ hướng thượng, nhưng con người là sinh vật hay tranh chấp nhất.

56. Khi lời hướng dẫn đến với nhân gian, không có gì ngăn cản họ việc tin tưởng và cầu xin Chúa tha thứ, ngoại trừ việc họ chờ những biến cố đã xảy ra cho người xưa hoặc hình phạt giáng xuống trước mắt họ.

57. Và Ta đã phái các Sứ Giả xuống chẳng qua là để làm kẻ rao giảng tin lành và cảnh cáo mà thôi. Nhưng những kẻ bất tín thì dùng những điều ảo ngụy để mong đả phá chân lý, đem Phép Lạ và lời cảnh cáo của Ta làm trò cười.

58. Có ai đắc tội hơn kẻ đã được Phép Lạ

của Chúa cảnh cáo mà ngoảnh mặt đi và quên mất những gì mà chính tay hắn đã làm chăng? Thật ra Ta đã phủ bức màn lên con tim của chúng và làm tai chúng điếc đi để không thể hiểu được. Nên nếu ngươi gọi chúng đến để giáo hóa, chúng sẽ không hề tuân theo.

59. Chúa của ngươi là Đấng khoan dung và đầy lòng từ bi. Nếu Ngài định phạt chúng vì những vật chúng đã thâu thập, chắc chắn Ngài đã vội vã trừng phạt chúng rồi. Không, chúng đều có kỳ hạn đã định và không có cách nào thoát khỏi cả.

60. Và những đô thị đã bị Ta hủy diệt vì đã gây sự ác. Ta đã định thời kỳ để tiêu diệt chúng.

61. Hãy nhớ lúc Môsê bảo với tên tiểu đồng: "Dẫu mất bao năm đi nữa, ta sẽ tiếp tục cuộc hành trình cho đến nơi mà hai biển thông nhau."

62. Nhưng khi họ đến eo biển, họ quên bẵng con cá trong tay nên nó lặn xuống biển trong nháy mắt.

63. Khi họ qua khỏi nơi ấy, hắn bảo tiểu đồng: "Hãy dọn buổi ăn sáng, chúng ta đã mỏi mệt vì chuyến đi này."

64. Nó trả lời: "Thầy có biết rằng khi chúng ta ngồi trên tảng đá để nghỉ mệt, tôi đã quên con cá, chỉ có Satăng mới làm tôi quên không để ý đến nó, rồi nó đã chuồn xuống biển một cách tuyệt diệu."

65. Hắn bảo: "Ấy mới thật là vật mà chúng ta đang tìm kiếm." Rồi cả hai quay gót nương theo đường cũ mà trở lại.

66. Họ đã gặp một trong những tôi tớ của Ta, kẻ mà Ta đã nhủ lòng thương và đích thân Ta đã truyền dạy cho hắn.

67. Môsê ngỏ lời với người ấy: "Tôi có thể

theo ngài để ngài chỉ giáo cho tôi những điều đã được giảng dạy chăng?"

68. Hắn trả lời: "Ngươi không thể nào kiên nhẫn mà theo ta.

69. "Làm sao ngươi có thể chịu nhẫn nại về những việc mà ngươi không biết ất giáp gì cả?"

70. Môsê lại nói: "Nếu A-La muốn, ngài sẽ thấy rằng tôi chịu nhẫn nại được. Tôi sẽ không cãi lời ngài về bất cứ chuyện gì cả."

71. Hắn bảo: "Được lắm, nếu ngươi theo ta, chớ hỏi han ta về bất cứ chuyện gì cho đến khi ta giải thích cho ngươi rõ."

72. Rồi cả hai lại lên đường, khi lên thuyền để đi, người ấy làm thủng đáy thuyền. Môsê vội nói: "Ngài làm thủng nó để mọi người chết đuối hay sao? Ngài đã làm chuyện dễ sợ."

73. Hắn trả lời: "Kìa, ta đã chẳng nói rằng ngươi không thể nào kiên nhẫn mà theo ta hay sao?"

74. Môsê bảo: "Xin đừng khiển trách việc tôi đã quên, đừng gắt gỏng quá vì sự lãng trí của tôi."

75. Rồi hai người lại ra đi, chẳng bao lâu họ gặp một chàng trai trẻ thì người ấy giết hắn đi. Môsê hỏi: "Tại sao ngài lại giết kẻ vô tội không phải vì báo thù? Ngài đã phạm việc đáng tởm rồi."

76. Hắn trả lời: "Kìa, ta đã chẳng nói rằng ngươi không thể nào kiên nhẫn mà theo ta hay sao?"

77. Môsê nói: "Sau việc này, nếu tôi còn hỏi ngài về bất cứ chuyện gì, xin đừng dẫn tôi theo nữa, bởi ngài đã có lý do để thoái thác."

78. Rồi họ lại lên đường, chẳng bao lâu họ gặp dân chúng trong một thị trấn, họ bèn xin những người đó lương thực, nhưng chúng đã từ chối tiếp đãi họ. Lúc đó họ thấy một bức tường sắp ngã, người ấy bèn sửa nó lại. Môsê nói: "Nếu ngài muốn có lẽ ngài đã lãnh được tiền công rồi."

79. Người ấy nói: "Vì việc này ta và ngươi phải chia tay rồi. Bây giờ ta sẽ giải thích cho ngươi rõ việc mà ngươi đã không thể kiên nhẫn chờ được.

80. "Về việc chiếc thuyền, nó thuộc về những người nghèo chài lưới trên biển. Ta đã làm thủng nó vì sau lưng họ có một nhà vua toan dùng vũ lực để đoạt tất cả thuyền bè.

81. "Còn người thanh niên ấy thì cha mẹ hẳn là kẻ sùng đạo, chúng ta sợ rằng vì sự hung bạo và lòng bất tín hẳn sẽ làm khổ họ.

82. "Nên chúng ta đã mong rằng để bù lại, Chúa sẽ ban cho họ đứa con khác trong sạch và hiếu thảo hơn.

83. "Còn về bức tường, nó thuộc về hai đứa trẻ trai mồ côi trong thị trấn, dưới đó có gia tài của chúng, và cha của chúng trước đây là người chính trực. Nên Chúa đã muốn rằng khi chúng trưởng thành, chúng sẽ lấy gia tài ấy ra như là ân huệ của Chúa. Và ta đã hành động như thế không phải vì ý ta muốn. Đây là lời giải thích việc mà ngươi đã không nén lòng chịu được."

84. Chúng sẽ hỏi ngươi về Dhu'l Qarnain. Hãy bảo: "Ta sẽ kể cho các ngươi nghe câu chuyện về người ấy."

85. Ta đã ban cho hắn quyền lực trên mặt đất và mở rộng cho hắn mọi nẻo để hoàn thành sự nghiệp.

86. Hắn đã nương theo một nẻo đường,

87. Cho đến một chỗ mà mặt trời lặn, hắn thấy rằng nó lặn ngay giữa vũng nước lầy và quanh đó có một đám dân. Ta đã bảo: "Hỡi Dhu'l Quarnain, ngươi hãy trừng phạt họ hoặc đối xử

tử tê với họ."

88. Hắn nói: "Kẻ nào làm việc ác, chúng tôi sẽ trừng phạt hắn, rồi hắn sẽ bị dẫn về với Chúa, Ngài sẽ phạt hắn bằng một hình phạt đau đớn."

89. Nhưng kẻ nào tin tưởng và hành động chân chính, hắn sẽ được ban thưởng trọng hậu, Ta sẽ ra lệnh cho hắn làm những công vụ nhẹ nhàng.

90. Đoạn hắn lại nương theo một nẻo khác.

91. Cho đến một chỗ mà mặt trời mọc, hắn thấy rằng nó mọc trên một đám dân không có gì để che nắng.

92. Và sự việc đã xảy ra như thế ấy. Thật ra Ta biết rõ mọi vật mà hắn nắm trong tay.

93. Rồi hắn lại theo đường khác mà đi.

94. Cho đến một chỗ giữa hai ngọn núi, hắn gặp phải một nhóm dân hầu như không hiểu đến một tiếng nào cả.

95. Họ nói: "Hỡi Dhu'l Qarnain, Gog và Magog đang dấy loạn trong xứ, có thể nào chúng tôi cống hiến cho ngài với điều kiện là ngài xây giùm một bức tường thành giữa chúng tôi với bọn họ?"

96. Hắn trả lời: "Quyền năng mà Chúa ban cho ta còn lớn hơn vật cống hiến, nhưng các ngươi hãy ra sức giúp ta, thì ta sẽ xây thành lũy giữa các ngươi với bọn chúng.

97. "Hãy mang những khối sắt tới đây." Chẳng bao lâu lấp đầy khoảng trống giữa hai sườn núi, hắn bảo: "Hãy thổi đi." Họ bèn thổi cho đến khi nó nóng đỏ lên như lửa, hắn nói: "Hãy đem đồng nấu chảy tới đây để ta chế lên nó."

98. Vì vậy chúng (Gog và Magog) không thể nào leo lên, cũng không thể đục thủng nó được.

99. Hắn bèn bảo: "Đây quả thật là lòng từ bi của Chúa. Nhưng khi lời giao ước của Chúa giáng lâm, Ngài sẽ phá nó thành từng mảnh vụn. Quả lời giao ước của Chúa là sự thật."

100. Ngày đó Ta sẽ để cho họ xung đột với nhau như biển nổi sóng, rồi kèn sẽ vang lên, Ta sẽ triệu tập tất cả bọn chúng lại.

101. Chính vào ngày đó Ta sẽ trưng Hỏa Ngục ra trước mặt bọn bất tín,

102. Mắt của chúng thì bị bao trùm nên chẳng thấy được sự cảnh cáo của Ta, và tai chúng cũng không nghe được nữa.

103. Bọn bất tín định bỏ Ta mà chọn những tôi tớ của Ta để làm kẻ bảo hộ hay sao? Quả Ta đã dọn Địa Ngục để làm chỗ đón tiếp những kẻ bất tín.

104. Hãy bảo chúng: "Hay là để Ta chỉ cho các ngươi thấy những kẻ đã làm việc uổng công nhất chăng?

105. "Tức là những kẻ cứ tưởng rằng chúng đang làm việc thiện nhưng mọi công trình của chúng đều biến mất vào việc theo đuổi vật chất ở kiếp này."

106. Là những kẻ không hề tin ở Phép Lạ của Chúa và sự hội diện với Ngài. Nên việc làm của chúng sẽ trở nên vô nghĩa. Đến Ngày Phục Sinh, Ta sẽ không ban cho chúng một lượng nào cả.

107. Đây là phần thù lao cho bọn chúng, tức là Địa ngục, vì chúng đã tỏ thái độ bất tín, đem Phép Lạ và các Sứ Giả của Ta làm trò cười.

108. Dĩ nhiên, những ai tin tưởng và năng làm việc thiện sẽ được Vườn địa đàng đón tiếp,

109. Rồi họ sẽ được sống đời đời nơi đó và không còn muốn dời đi đâu nữa.

110. Hãy bảo: "Nếu đại dương có trở thành

mực để ghi chép lời của Chúa, lời của Chúa chưa dứt thì biển đã cạn. Dẫu Ta có đem đến một biển khác để tiếp sức đi nữa."

111. Hãy bảo: "Ta chỉ là con người như các ngươi; nhưng ta đã được khải thị rằng Chúa của các ngươi là Chúa Trời Duy Nhất. Vậy ai mong được hội diện với Chúa thì phải năng làm việc thiện và không được thờ ai chung với Chúa Trời."

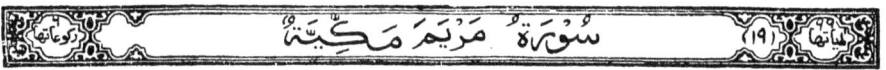

MARIA
(Khải thị ở Mécca)

1. Nhân danh A-La Đấng Khoan Hậu, Đấng Từ Bi.

2. Kàf Hà Yà'Ain Sād*.

3. Đây là lòng từ bi mà Chúa của ngươi đã ban cho bề tôi của Ngài là Zacarya.

4. Khi hắn âm thầm cầu khẩn với Chúa,

5. Hắn bảo: "Lạy Chúa, xương xóc của tôi đã yếu dần, đầu tôi thì đầy tóc bạc. Lạy Chúa, nhưng không bao giờ tôi gặp sự bất hạnh khi tôi cầu khẩn Ngài.

6. "Tôi e sợ những người thân tộc sau khi tôi mất, và vợ tôi thì hiếm hoi. Đích thân Ngài xin hãy ban cho tôi một đứa con nối dõi,

7. "Để nó làm người thừa kế cho tôi và cho Dòng họ Jacob. Và lạy Chúa, xin hãy làm cho nó được Ngài vừa lòng."

8. "Hỡi Zacarya, Ta báo cho ngươi biết là ngươi sẽ được một đứa con trai, mệnh danh là Joan, từ trước đến nay Ta chưa bao giờ ban cho ai cái tên ấy."

9. Hắn nói: "Lạy Chúa, làm sao tôi có thể có con được trong khi vợ tôi thì hiếm hoi và tôi đã già nua?"

10. Ngài phán: "Đúng vậy. Nhưng Chúa của ngươi đã bảo: "thật là chuyện giản dị đối với Ta, vì trước đây", khi ngươi chưa tồn tại Ta đã sáng tạo ra ngươi." "

11. Hắn nói: "Lạy Chúa, xin hãy ban dấu lạ cho tôi." Chúa phán: "Dấu lạ cho ngươi là ngươi sẽ không được nói năng với bất cứ ai trong ba ngày ba đêm."

12. Rồi hắn bước ra khỏi điện thờ, đến với

---

* Ngài thật phong phú và Ngài là Nẻo Chánh, Hỡi Đấng Toàn Tri, Chúa Trời thật sự!

mọi người và ra hiệu cho họ ngày đêm phải ca ngợi Chúa Trời.

13. "Hỡi Joan, hãy giữ kỹ Kinh Thánh này." Ta đã ban cho hắn trí tuệ từ lúc ấu thơ,

14. Và cả lòng khoan hậu với con tim trong sạch. Hắn là người sùng đạo

15. Và ăn ở hiếu thảo với song thân. Hắn không phải là kẻ kiêu ngạo hoặc hay tạo phản.

16. Bình an cho hắn vào ngày hắn chào đời và ngày hắn chết đi, rồi ngày mà hắn được hồi sinh hắn cũng sẽ được bình an.

17. Hãy thuật lại câu chuyện về Maria như đã đề cập trong Thánh thư này. Lúc nàng rời khỏi thân tộc lui về một chỗ ở phía đông,

18. Và bỏ màn tránh mặt thân nhân. Ta đã phái thiên sứ xuống. Hắn đã hiện ra trước nàng qua hình dạng của một người đàn ông.

19. Nàng nói: "Tôi sẽ xin Chúa từ tâm cứu tôi tránh khỏi ông, dầu ông là kẻ biết kính sợ Ngài đi nữa."

20. Hắn trả lời: "Ta chỉ là Sứ Giả của Chúa, để ban cho ngươi một đứa con lương thiện."

21. Nàng nói: "Chưa có ai rớ tới tôi cả và tôi cũng chẳng phải là kẻ bất trinh, làm sao tôi có thể hoài thai được?"

22. Hắn trả lời: "Đúng vậy nhưng Chúa đã phán rằng: "ấy là việc giản dị với Ta. Ta làm thế để hắn thành Phép Lạ và sự từ bi của Ta ban cho nhân gian. Việc này đã được định trước rồi." "

23. Rồi nàng đã hoài thai và mang đứa nhỏ trong lòng dời về một chỗ hẻo lánh.

24. Và cơn đau lúc lâm bồn làm nàng phải ôm lấy thân cây kè nói rằng: "Ôi, chớ chi tôi chết phứt trước việc này và được mọi người quên lãng!"

25. Lúc đó hắn (thiên sứ) đã gọi nàng từ bên dưới: "Chớ buồn chi. Chúa đã đặt lạch nước

nơi chân của ngươi.

26. "Hãy lắc thân cây kè, trái chín sẽ rụng xuống cho ngươi.

27. "Nên hãy ăn và uống để làm dịu mắt ngươi. Nếu có gặp ai hãy nói: "Tôi đã thề với Chúa từ tâm nhịn nói. Nên hôm nay tôi không thể nói chuyện với ai được."

28. Rồi nàng ẩm đứa nhỏ về nhà. Mọi người nói: "Hỡi Maria, ngươi đã sinh ra vật quái gở này."

29. "Hỡi người chị của Aarôn; cha ngươi không phải là kẻ ác đức, mẹ ngươi cũng không phải là gái lăng loàn!"

30. Lúc ấy nàng chỉ vào đứa nhỏ. Họ bèn nói: "Làm sao chúng tôi gợi chuyện với đứa nhỏ trong nôi được?"

31. Tức thì đứa nhỏ lên tiếng: "Ta là bề tôi của A-La. Ngài đã ban cho ta Kinh Thánh và khiến ta làm Nhà Tiên Tri;

32. "Ngài đã làm cho ta được chúc phước lành ở mọi nơi, và bắt ta phải cầu nguyện và bố thí suốt đời.

33. "Ngài khiến ta phải ăn ở hiếu thảo với mẹ của ta và không cho phép ta thành kẻ ngạo mạn ác đức.

34. "Ngày ta chào đời đầy sự bình an. Rồi ngày mà ta chết đi và ngày mà ta được hồi sinh lại cũng sẽ bình an."

35. Ấy là Jêsu, con trai của Maria. Đây là lời xác nhận sự thật mà mọi người đang nghi ngờ.

36. Việc A-La có con hoàn toàn không thích đáng chút nào. Ngài vinh hiển thay. Khi Ngài quyết định việc gì, Ngài chỉ phán: "Hãy nghe Ta!", thì đã xảy ra như vậy.

37. Jêsu đã nói: "Quả thật A-La là Chúa của ta và cũng là Chúa của các ngươi. Nên hãy tôn thờ Ngài, đây mới thật là chính đạo."

38. Nhưng các bè phái trong bọn chúng đã bất đồng ý kiến với nhau, rồi bọn bất tín sẽ gặp tai họa khi cái ngày ghê gớm ấy xảy ra.

39. Ngày mà chúng đến với Ta, chúng sẽ nghe và thấy rõ biết bao! Nhưng hôm nay thì bọn ác đức rõ ràng đang lâm đường lạc lối.

40. Hãy cảnh cáo chúng về cái ngày đầy khổ ải ấy, khi vấn đề được quyết định. Nhưng bây giờ chúng không hề lưu ý nên không tin tưởng.

41. Chính Ta là kẻ sẽ thừa hưởng mặt đất và muôn loài trong đó, và tất cả rồi sẽ bị hoàn lại cho Ta.

42. Hãy thuật lại câu chuyện về Abraham như đã đề cập trong Kinh Điển này. Hắn là người thành thật và là Nhà Tiên Tri.

43. Hãy nhớ lúc hắn nói với người cha: "Thưa cha, tại sao cha lại thờ vật chẳng nghe được, không thấy được và chẳng có lợi ích gì cả?

44. "Thưa cha, quả con đã được ban một số kiến thức mà cha không có. Nên hãy theo con, con sẽ hướng dẫn cha đến chính đạo.

45. "Thưa cha, chớ thờ phụng Satăng, quả hắn là kẻ dám chống lại Chúa Trời đầy ân đức.

46. "Thưa cha, con chỉ sợ rằng cha sẽ lãnh lấy hình phạt từ Chúa Trời đầy ân đức, rồi cha sẽ trở thành đồng bạn của Satăng."

47. Ông ta trả lời: "Hỡi Abraham, ngươi định từ bỏ chư thần của ta hay sao? Nếu ngươi chẳng chịu ngừng, ta sẽ đoạn tuyệt với ngươi. Bây giờ hãy để ta được yên thân một thời gian."

48. Abraham nói: "Bình an cho cha. Con sẽ xin Chúa tha thứ cha. Ngài lúc nào cũng đầy ân đức đối với con.

49. "Ta sẽ từ biệt các ngươi và vật mà các ngươi cầu khẩn không màng đến A-La. Ta chỉ cầu nguyện với Chúa, vì trong việc cầu nguyện với Chúa ta sẽ không bị thất vọng."

50. Sau khi hắn chia tay với họ và vật mà họ thờ phụng không màng đến A-La, Ta đã ban cho hắn Isaac và Jacob, và đã làm cả hai thành Nhà Tiên Tri.

51. Và Ta đã nhủ lòng thương họ, rồi làm rạng rỡ danh tiếng của họ.

52. Hãy thuật lại câu chuyện về Môsê như đã đã cập trong Kinh Điển này. Hắn là người đã được tuyển chọn, là Sứ Giả và là Nhà Tiên Tri.

53. Ta đã gọi hắn từ bên phải của núi ấy và đã kéo hắn lại gần Ta để mật đàm.

54. Và Ta đã nhủ lòng thương ban cho hắn người anh tên là Aaron để làm Nhà Tiên Tri.

55. Hãy thuật lại câu chuyện về Ishmael như đã đề cập trong Kinh Điển này. Hắn là kẻ lúc nào cũng giữ lời hứa, là Sứ Giả và Nhà Tiên Tri.

56. Hắn đã thường khuyên dân chúng năng cầu nguyện và bố thí, và là kẻ được Chúa yêu mến.

57. Hãy thuật lại câu chuyện về Idris như đã đề cập trong Kinh Điển này. Hắn là người thành thật và là Nhà Tiên Tri.

58. Và Ta nâng hắn lên đến địa vị cao cả.

59. Họ là những Nhà Tiên Tri đã được A-La ban phước, xuất thân từ con cháu của Adam, là con cháu của những kẻ mà Ta đã đem lên

thuyền với Noah, là con cháu của Abraham và Israel, và là những kẻ mà Ta đã hướng dẫn và tuyển chọn. Khi Phép Lạ của Chúa Trời từ bi được tuyên đọc thì họ phủ phục xuống lạy Chúa và mắt đầy lệ.

60. Nhưng con cháu của họ thì quên lãng sự cầu nguyện và mãi miết theo đuổi dục vọng. Những kẻ này rồi sẽ lâm vào cảnh tuyệt vọng.

61. Chỉ trừ những kẻ biết hối cải, tin tưởng và năng làm việc thiện. Những người này rồi sẽ được vào Thiên đàng, và không hề bị đối xử sai lệch một mảy may nào -

62. Tức Vườn địa đàng ở cõi vô hình mà Chúa Trời từ bi đã hứa với các bề tôi của Ngài. Chắc chắn lời hứa của Ngài sẽ xảy ra.

63. Nơi đó họ sẽ không hề nghe những lời than oán mà chỉ có lời chào bình an. Họ sẽ được thức ăn mỗi sáng và chiều.

64. Đấy là Cõi An Lạc mà Ta cho các bề tôi có lòng chính trực thừa hưởng.

65. "Và chúng tôi (thiên sứ) chỉ giáng trần theo mệnh lệnh của Chúa. Tất cả những gì ở trước mắt chúng tôi, tất cả những gì ở sau lưng chúng tôi và tất cả những gì ở giữa đó đều thuộc về Ngài. Chúa của ngươi không phải là Đấng hay quên lãng."

66. Ngài là Chúa của trời đất và muôn loài tồn tại trong đó. Vậy hãy tôn thờ Ngài và giữ lòng kiên quyết trong việc thờ phụng Ngài. Ngươi có biết ai đồng đẳng với Chúa chăng?

67. Con người nói: "Cái gì! Sau khi chết đi tôi lại được hồi sinh hay sao?"

68. Con người không nhớ rằng trước đây, hắn chưa tồn tại gì cả và đã được Ta tạo ra hay sao?

69. Xin thề rằng Ta sẽ triệu tập chúng và cả lũ satăng; rồi Ta sẽ dẫn chúng ra bắt quỳ gối quanh Địa Ngục.

70. Và trong mỗi phái Ta sẽ kéo ra một kẻ

ương ngạnh nhất trong việc chống lại Chúa Trời Từ Bi.

71. Và Ta biết rõ nhất kẻ nào đáng bị thiêu thân trong đó.

72. Không có ai trong các ngươi sẽ không đến đó. Đây là mệnh lệnh nghiêm trọng do Chúa định.

73. Rồi Ta sẽ cứu những người chính trực và bỏ mặc bọn ác nhân quỳ gối nơi đó.

74. Khi Phép Lạ hiển nhiên của Ta được tuyên đọc, những kẻ bất tín nói với các tín đồ: "Trong hai phái, phái nào có địa vị cao hơn và ảnh hưởng lớn hơn đây?"

75. Nhưng trước đời chúng có biết bao nhiêu thế hệ mà gia tài lớn lao hơn và phong mạo đẹp đẽ hơn đã bị Ta tận diệt đây!

76. Hãy bảo: "Chúa Trời Từ Bi có lẽ đang cho phép những kẻ lầm lạc được triển hoãn. Nhưng khi chúng thấy sự việc mà chúng đã bị cảnh cáo- dầu là hình phạt hay cái Giờ ấy đi nữa- chúng sẽ hiểu bên nào địa vị thấp hơn và bên nào thế lực yếu hơn.

77. "Và A-La tăng cường sự dẫn đạo cho kẻ nào theo chính đạo. Những hành vi từ thiện lâu dài sẽ được Chúa tưởng thưởng nhiều nhất và được chỗ cư trú tốt nhất."

78. Ngươi có thấy chăng kẻ không hề tin tưởng ở những Phép Lạ của Ta và nói: "Chắc chắn tôi sẽ được ban gia tài và con cái"?

79. Bộ hắn đã nhìn thấu được cõi vô hình hoặc đã kết giao ước với Chúa Trời Từ Bi hay sao?

80. Không không! Ta sẽ ghi chép kỹ những lời hắn nói và sẽ triển hoãn hình phạt cho hắn thật lâu.

81. Ta sẽ lãnh hết những lời hắn nói, và hắn sẽ phải đơn thân đến với Ta.

82. Chúng bỏ A-La mà chọn những tà thần để mong bành trướng thế lực.

83. Không đời nào! Họ sẽ từ chối sự lễ bái của chúng và sẽ trở thành kẻ thù của chúng.

84. Ngươi không thấy rằng Ta đã khiến satăng kích thích bọn bất tín dấy loạn chăng?

85. Nên chớ vội vã chống lại chúng. Bởi Ta đang đếm kỹ những hành vi của chúng.

86. Hãy nhớ ngày mà Ta triệu tập những người chính trực đến trước nhan Chúa Trời Từ Bi như là thượng khách.

87. Và Ta sẽ đuổi những kẻ tội lỗi xuống Địa ngục như bầy gia súc.

88. Chỉ trừ kẻ đã kết giao ước với Chúa Trời từ bi, không ai có quyền đứng ra điều đình cả.

89. Chúng nói: "Chúa Trời Từ Bi đã tạo cho Ngài một đứa con."

90. Quả các ngươi đã đặt chuyện quái đản!

91. Vì vậy vòm trời sắp vỡ ra, đất nứt và núi non gần như sập đi,

92. Bởi chúng dám cho rằng Chúa Trời Từ Bi có con.

93. Trong khi Chúa Trời Từ Bi không hề có con.

94. Muôn loài trong trời đất rồi sẽ thành bề tôi và trở về với Ngài.

95. Ngài thấu rõ từng người và đếm kỹ số mạng của họ.

96. Và đến Ngày Phục Sinh, bọn chúng phải trình diện trước nhan Ngài từng người một.

97. Kẻ nào tin tưởng và năng làm việc thiện, Chúa Trời Từ Bi sẽ gieo tình thương trong lòng họ.

98. Nên Ta đã dùng lời lẽ của ngươi để làm nó (Kinh Koran) được dễ hiểu, để ngươi ban tin lành cho những người chính trực, đồng thời để cảnh cáo những kẻ hay tranh luận.

99. Ta đã hủy diệt biết bao nhiêu thế hệ trước chúng! Ngươi có thể nhìn thấy kẻ nào trong bọn chúng chăng, hoặc nghe được cả một lời thì thầm của chúng chăng?

وَكَمْ أَهْلَكْنَا قَبْلَهُم مِّن قَرْنٍ هَلْ تُحِسُّ مِنْهُم مِّنْ أَحَدٍ أَوْ تَسْمَعُ لَهُمْ رِكْزًا ۝

Chương 20 TA HA Part 16

TA HA
(Khải thị ở Mécca)

1. Nhân danh A-La, Đấng Khoan Hậu, Đấng Từ Bi.

2. Ta Ha*.

3. Ta đã ban Kinh Koran này cho ngươi không phải để làm ngươi phiền não,

4. Nhưng để làm lời cảnh cáo cho kẻ nào biết kính sợ Chúa Trời,

5. Và là lời khải thị từ Đấng đã sáng tạo ra đất lành và trời cao.

6. Ngài là Chúa Trời Từ Bi và ngự trên Ngai vàng.

7. Bất cứ vật gì ở trên trời, bất cứ vật gì ở trên mặt đất, bất cứ vật gì ở giữa đó và bất cứ vật gì tồn tại dưới đất, tất cả đều thuộc về Ngài.

8. Ngươi có nói lớn tiếng đi nữa cũng chẳng khác nhau mấy, bởi Ngài thấu rõ những điều bí mật và ngay cả những việc được giấu giếm kỹ hơn nữa.

9. A-La - không có Chúa Trời nào khác ngoài Ngài. Tất cả những danh xưng đẹp đẽ nhất đều dành cho Ngài.

10. Ngươi có nghe tới câu chuyện của Môsê chưa?

11. Khi hắn trông thấy ngọn lửa, hắn bảo với gia nhân: "Hãy đợi một chốc, tôi thấy có ngọn lửa; có lẽ tôi sẽ đem đến cho các ngươi một ngọn lửa nhúm từ đó, hoặc nhờ ngọn lửa đó mà tìm được lối đi."

12. Khi hắn đến nơi đó, hắn nghe tiếng gọi: "Hỡi Môsê,

13. "Ta là Chúa của ngươi đây. Hãy cởi giày ra, bởi ngươi đang ở trong Thánh địa Tuwa.

14. "Ta đã chọn ngươi, vậy hãy nghe những lời phán.

15. "Ta chính là A-La và không có Chúa Trời nào khác ngoài Ta. Vậy hãy tôn thờ Ta, hãy tâm niệm Ta và năng cầu nguyện.

* Hỡi Người Toàn Thiện!

16. "Giờ ấy đang đến gần, Ta sắp bày tỏ nó, rằng mỗi người sẽ được thù lao xứng đáng với nỗ lực của họ.

17. "Còn những kẻ không tin tưởng ở điều đó và chỉ theo đuổi dục vọng của họ, chớ để họ làm ngươi quay mặt bỏ đi, nếu không ngươi sẽ bị tận diệt.

18. "Còn vật mà ngươi nắm trong tay phải là cái gì vậy, hỡi Môsê?"

19. Hắn thưa:"Đây là cây gậy của tôi, tôi tựa vào nó hoặc đập cho lá rụng để dọn đường cho bầy trừu, ngoài ra còn nhiều cách dùng khác nữa."

20. Ngài bảo: "Hỡi Môsê, hãy liệng nó xuống."

21. Khi hắn liệng nó xuống, xem kìa! nó hóa thành một con rắn đang bò.

22. Chúa bảo: "Hãy bắt nó lại, chớ sợ chi. Ta sẽ biến nó lại thành nguyên hình như trước.

23. "Bây giờ hãy kẹp hai bàn tay dưới nách của ngươi, khi đưa ra nó sẽ trắng toát ra tuy không mắc bệnh gì cả, ấy là Phép Lạ thứ hai,

24. "Vì Ta định cho ngươi thấy vài Phép Lạ lớn lao của Ta.

25. "Hãy đến chỗ của Pharaô, hắn thật là hung bạo."

26. Môsê thưa: "Lạy Chúa, xin hãy mở rộng con tim của tôi,

27. "Hãy giúp cho công việc của tôi được suông sẻ,

28. "Hãy làm cho lưỡi tôi đừng ngọng nghịu,

29. "Để họ có thể hiểu được lời tôi nói,

30. "Hãy bổ nhiệm một người trong gia tộc làm phụ tá cho tôi,

31. "Tức là Aarôn, người anh của tôi;

32. "Hãy đem anh ấy trợ lực cho tôi,

33. "Và khiến anh ấy chia xẻ công việc với tôi,

34. "Để chúng tôi tận lực làm vẻ vang danh Ngài,

35. "Và hết lòng tâm niệm Ngài.

36. "Ngài thật biết rõ mọi điều về chúng tôi."

37. Chúa bảo: "Hỡi Môsê! lời cầu nguyện của ngươi sẽ được chuẩn nhận,

38. "Thật ra trong lời cầu nguyện khác trước đây, Ta cũng đã ban phước cho ngươi,

39. "Ta đã ban cho mẹ của ngươi lời khải thị như sau,

40. " 'Hãy đặt nó vào một chiếc thuyền nhỏ, rồi đẩy xuống sông, sông sẽ dạt nó vào bờ, rồi một người là kẻ thù của Ta và cũng là kẻ thù của nó sẽ lượm nó lên.' Rồi Ta đã choàng lên ngươi tình thương của Ta, để ngươi được nuôi nấng ngay dưới mắt Ta.

41. "Rồi chị của ngươi đã lân la đến gần, nói rằng: 'Các ngài có muốn tôi chỉ cho các ngài một người để nuôi dưỡng nó chăng?' Ta đã trả ngươi về cho mẹ của ngươi để bà được yên tâm và khỏi phải đau khổ nữa. Rồi ngươi đã phạm tội sát nhân, nhưng Ta đã cứu ngươi khỏi sự khổ não. Ta đã thử thách ngươi nhiều phen. Và ngươi đã sống chung nhiều năm với người Midian. Hỡi Môsê, ngươi đã đến đây đúng như dự định.

42. "Và Ta đã chọn ngươi để phục vụ Ta.

43. "Ngươi và anh của ngươi, hãy đem Phép Lạ của Ta lên đường đi, và chớ xao lãng việc tâm niệm Ta.

44. "Các ngươi hãy đến nơi Pharaô ở, bởi hắn thật là hung bạo.

45. "Nhưng hãy tỏ lời với hắn một cách nhã nhặn, họa may hắn sẽ hồi tâm hoặc tỏ lòng kính sợ."

46. Họ thưa: "Lạy Chúa, chúng tôi ngại rằng hắn sẽ tìm cách hại chúng tôi hoặc càng hung tợn hơn nữa."

47. Chúa bảo: "Chớ sợ chi, bởi Ta ở chung với các ngươi đây. Ta nghe và thấy rõ cả.

48. "Nên các ngươi cứ tới nơi hắn và nói: 'Chúng tôi là Sứ Giả của Chúa của ngài, nên

hãy cho con cái Israel ra đi với chúng tôi, chớ hành hạ họ. Thật ra chúng tôi đã đem Phép Lạ của Chúa đến cho ngài, kẻ nào nghe theo lời dẫn đạo thì sẽ được bình an;

49. 'Chúng tôi đã được khải thị rằng kẻ nào phủ nhận nó và quay lưng đi thì sẽ bị trừng phạt.' "

50. Pharaô bảo: "Chúa của các ngươi là ai vậy, hỡi Môsê?"

51. Hắn trả lời: "Chúa của chúng tôi là Đấng đã ban cho muôn loài hình dáng riêng biệt và dạy cho mỗi loài công việc của chúng."

52. Pharaô bảo: "Thế thì số phận của những thế hệ trước đây sẽ ra sao?"

53. Hắn trả lời: "Kiến thức về việc ấy nằm trong tay Chúa và được ghi chép rõ trong sổ cả. Chúa không hề lầm lẫn cũng không bao giờ quên."

54. Ngài là Đấng đã làm mặt đất thành cái nôi cho các ngươi, mở mang đường xá trong đó và khiến mưa rơi từ trời cao xuống, nhờ đó Ta đã làm mọi loài thảo mộc sinh sôi nảy nở nơi đó.

55. Cứ ăn đi và hãy cho cả gia súc ăn. Quả thật trong đó hàm chứa nhiều Phép Lạ dành cho những kẻ biết phân biệt phải trái.

56. Từ đó Ta đã tạo ra các ngươi, khiến các ngươi trở về nơi đó, rồi lại kéo các ngươi ra khỏi đó lần nữa.

57. Ta đã trưng cho hắn (Pharaô) đủ các Phép Lạ, nhưng hắn đã từ khước và chẳng chịu tin tưởng.

58. Hắn nói: "Hỡi Môsê, ngươi định đến đây dùng trò phù thủy để đuổi chúng tôi ra khỏi xứ này hay sao?"

59. "Thế thì chúng tôi sẽ trưng cho người thầy trò ảo thuật tương tự. Vậy hãy chỉ định cho chúng tôi và nhà ngươi một chỗ thích đáng, chúng tôi và nhà ngươi, không ai được bội ước.

60. Môsê bảo: "Vậy hãy hẹn nhau vào ngày hội lễ, hãy triệu tập dân chúng lại khi mặt trời đứng bóng."

61. Đoạn Pharaô thoái triều, sắp đặt kế hoạch rồi đến nơi hẹn.

62. Môsê nói với họ: "Các ngươi sắp mắc họa đến nơi rồi, chớ đặt điều giả dối với A-La, bằng không Ngài sẽ dùng hình phạt mà tiêu diệt các ngươi, chắc chắn kẻ nào đặt điều giả dối sẽ bị diệt vong."

63. Họ bèn đem công việc ra thảo luận và mật đàm với nhau.

64. Họ nói: "Hai tên này quả thật là phù thủy, chúng định dùng tà thuật để đuổi các ngươi ra khỏi xứ này và bãi bỏ những tập quán tốt đẹp nhất của các ngươi.

65. "Vậy hãy trù liệu thật kỹ và sắp đặt hàng ngũ chỉnh tề mà tiến lên đi, kẻ nào chiếm ưu thế thì sẽ được vinh hiển."

66. Chúng nói: "Hỡi Môsê, ngươi liệng ra hay là chúng tôi liệng ra trước đây."

67. Hắn bảo: "Không, các ngươi hãy liệng đi." Thì kìa! dây thừng và cây gậy của chúng, dưới trò ảo thuật, giống như vật đang bò lượn.

68. Môsê cảm thấy lo sợ.

69. Ta đã bảo: "Chớ sợ chi, bởi ngươi sẽ chiếm ưu thế.

70. "Hãy liệng ra vật trong bàn tay phải của ngươi, nó sẽ nuốt chửng vật mà chúng đã tạo ra, bởi vật mà chúng đã tạo ra chỉ là trò lừa phỉnh của thầy phù thủy. Bọn phù thủy có đến đâu đi nữa cũng không hề phát đạt."

71. Rồi bọn phù thủy đã đồng thanh quỳ xuống nói rằng: "Chúng tôi tin tưởng ở Chúa của Aarôn và Môsê."

72. Pharaô bảo: "Các ngươi dám tin tưởng hắn trước khi ta cho phép các ngươi ra đi hay sao? Chắc hẳn là kẻ đầu lãnh đã dạy cho các ngươi trò ảo thuật chớ gì. Ta sẽ chặt tay và chân

các ngươi mỗi bên một cái rồi đóng đinh các ngươi trên thân cây kè, các ngươi sẽ rõ là bên nào xử phạt nghiêm khắc và trường kỳ hơn đây."

73. Chúng nói: "Chúng tôi không nghĩ rằng ngài siêu việt hơn những Phép Lạ đã đến với chúng tôi và Đấng đã sáng tạo ra chúng tôi. Vậy cứ phân xử như ý ngài; nhưng ngài chỉ có thể xét xử về cuộc sống ở kiếp này.

74. Quả chúng tôi tin tưởng nơi Chúa, để Ngài tha thứ tội lỗi của chúng tôi và trò ảo thuật mà các ngài đã ép buộc chúng tôi làm. Và A-La là Đấng Tối Thiện, Đấng Trường Cửu."

75. Quả thật, kẻ nào đến với Chúa với tư cách là tội nhân thì địa ngục đang chờ hắn; nơi đó hắn không thể sống cũng không thể chết được.

76. Nhưng kẻ nào đến nơi Ngài với tư cách là tín đồ năng làm việc thiện, tước vị cao nhất đang chờ họ -

77. Tức là Vườn địa đàng có sông chảy bên dưới, họ sẽ được sống đời đời nơi đó. Đó là sự thù lao cho những ai biết giữ lòng thanh sạch.

78. Ta đã ban lời khải thị cho Môsê rằng: "Hãy nhân đêm tối dẫn bầy tôi của Ta đi đi và hãy dọn cho họ một con đường ráo khô xuyên qua biển. Đừng sợ bị bắt lại cũng đừng sợ biển cả."

79. Pharaô dẫn binh đội của hắn đuổi theo họ nhưng biển cả bao la đã nhận chìm tất cả.

80. Pharaô đã làm cho dân của hắn lâm đường lạc lối và không hề hướng dẫn họ đến chính đạo.

81. "Hỡi con cái Israel, Ta đã giải thoát các ngươi khỏi tay kẻ thù của các ngươi, Ta đã kết giao ước với các ngươi ở bên phải của Núi ấy và Ta đã ban cho các ngươi manna với chim cút.

Chương 20 — TA HA — Part 16

82. "Hãy ăn những vật tươi tốt mà Ta đã ban cho các ngươi và chớ tỏ lòng phản trắc, bằng không cơn thịnh nộ của Ta sẽ giáng xuống các ngươi, kẻ nào bị cơn thịnh nộ của Ta giáng xuống thì sẽ bị tiêu diệt;

83. "Nhưng Ta rất khoan hồng đối với những ai biết ăn năn, tin tưởng, năng làm việc thiện và tuân theo chính đạo.

84. "Hỡi Môsê, tại sao ngươi hối hả bỏ dân chúng mà đến đây vậy?"

85. Hắn thưa: "Họ sắp đến đây, lạy Chúa, tôi vội vã đến với Ngài để mong rằng Ngài sẽ hài lòng."

86. Chúa bảo: "Ta đã thử thách dân chúng của ngươi trong khi ngươi vắng mặt, người Samaria đã làm chúng phạm lỗi."

87. Nên Môsê trở về với dân chúng lòng phẫn nộ và buồn bã. Hắn bảo: "Hỡi các ngươi, Chúa đã chẳng ban cho các ngươi lời hứa đầy ân huệ hay sao? Kỳ hạn ấy đối với các ngươi lâu quá hay sao? Hay các ngươi đã phá lời giao ước với ta vì muốn cơn thịnh nộ của Chúa giáng xuống các ngươi chăng?"

88. Họ nói: "Không phải chúng tôi cố ý phá lời giao ước với ngài, nhưng chúng tôi đã phải chở những món đồ trang hoàng của bọn dân ấy, chúng tôi đã liệng nó đi và người Samaria cũng đã làm như thế."

89. Rồi hắn đã chế cho họ một con bò bằng vàng biết rống. Chúng bảo: "Đây là Chúa của các ngươi và là Chúa của Môsê." Nên họ quên cả lời giảng dạy của Môsê.

90. Chúng không thấy rằng nó chẳng đáp lại lời nào và cũng chẳng có quyền năng gì để làm hại hoặc đem lợi ích cho chúng hay sao?

91. Và trước đó Aarôn đã bảo họ: "Hỡi các ngươi, các ngươi đã bị thử thách bằng vật này

(con bò) đó thôi. Chúa Trời Từ Bi mới thật là Chúa của các ngươi, nên hãy theo ta và tuân lời ta."

92. Họ trả lời: "Chúng tôi sẽ không bỏ việc thờ nó cho đến khi nào Môsê trở về đây."

93. Môsê bảo: "Hỡi Aarôn, cái gì đã cản trở ông khi ông thấy chúng phạm lỗi,

94. "Trong việc tuân lệnh tôi? Ông định phản lại mệnh lệnh của tôi hay sao?"

95. Hắn trả lời: "Hỡi người con cùng mẹ với tôi, xin đừng nắm râu tóc của tôi. Bởi tôi sợ bị ông trách rằng: 'ông đã gây chia rẽ giữa con cái Israel và chẳng chờ lệnh của tôi.' "

96. Môsê bảo: "Hỡi người Samaria, ngươi có lời gì phải nói chăng?"

97. Hắn bảo: "Tôi thấy được những gì họ không thấy. Tôi đã chịu một phần ảnh hưởng của Nhà Sứ Giả, nhưng tôi đã tẩy trừ nó luôn. Vì vậy chính con tim của tôi đã thúc đẩy tôi làm việc ấy."

98. Môsê bảo: "Hãy cút đi. Chừng nào ngươi còn sống ngươi phải nói 'chớ rớ tới tôi', và lời hứa về hình phạt không hề bị bãi bỏ sẽ xảy đến cho ngươi. Nào hãy xem thần thánh mà ngươi đã nhiệt tâm thờ phụng. Chúng tôi sẽ đốt nó và rải rác nó xuống biển."

99. Chỉ có A-La là Chúa Trời của các ngươi, ngoài Ngài ra không có Chúa nào khác cả. Ngài am tường mọi việc.

100. Ta đã thuật lại cho ngươi như trên những câu chuyện đã xảy ra trước đây. Và đích thân Ta đã ban cho ngươi Lời Huấn Thị.

101. Kẻ nào ngoảnh mặt đi từ khước nó, đến Ngày Phục Sinh kẻ ấy sẽ phải chịu lấy gánh nặng,

102. Và phải gánh vác nó mãi mãi. Gánh nặng của chúng vào Ngày Phục Sinh sẽ đầy khổ ải biết bao.

103. Ngày mà kèn thổi vang lên, chính vào ngày ấy Ta sẽ triệu tập những kẻ phạm tội lại, đôi mắt sầu thảm.

104. Chúng sẽ thì thầm với nhau: "Các ngươi chỉ đã ở lại có mười ngày"

105. Nhưng kẻ ăn ở chân chính nhất trong bọn chúng sẽ nói: "Các ngươi chỉ đã ở lại có một ngày." Những gì chúng sẽ nói Ta đều rõ cả.

106. Họ sẽ hỏi ngươi về núi non. Hãy bảo: "Ngài sẽ đập nó thành từng mảnh và vải ra như cát bụi.

107. "Và làm nó thành bình nguyên hoang vắng,

108. "Không có vũng thấp hay đồi cao nào cả."

109. Ngày ấy chúng sẽ bước theo gót chân người Sứ triệu hồi tiến một mạch về phía trước, tất cả những tiếng nói sẽ phải im lặng trước nhan Chúa Trời Từ Bi và ngươi chỉ nghe được tiếng của những bước chân lặng lẽ mà thôi.

110. Ngày ấy lời xin tội cho ai đi nữa cũng không có hiệu quả, chỉ trừ kẻ được Chúa Trời Từ Bi cho phép và lời lẽ thành tâm của hắn làm Ngài hài lòng.

111. Ngài biết rõ tất cả những gì ở trước mắt chúng và tất cả những gì ở sau lưng chúng, nhưng kiến thức của chúng không thể nào hiểu nổi việc này.

112. Và mọi gương mặt sẽ phải tỏ lòng kính cẩn trước Đấng Trường Sinh Bất Tử, Chúa Trời Tự Chủ và Quảng Đại. Và những kẻ mang gánh nặng bất nhân sẽ bị tận diệt.

113. Nhưng kẻ nào là tín đồ và năng làm việc thiện thì không cần phải lo sợ sự đối đãi bất công hoặc phần thù lao bị mất mát.

114. Ta đã ban quyển Koran này bằng tiếng Á-rập như thế ấy, và Ta đã giải thích những lời cảnh cáo trong đó để chúng biết kính sợ Chúa Trời và họa may biết ăn năn hối cải.

115. A-La thật là cao cả, Ngài mới thật là Đế Vương! Và chớ nóng lòng về quyển Koran này, hãy chờ đến khi lời khải thị cho ngươi được

hoàn tất, hãy nói rằng: "Lạy Chúa, xin Ngài ban thêm kiến thức cho tôi."

116. Thật ra trước đây Ta đã kết giao ước với Ađam, nhưng hắn đã quên nó. Ta thấy rằng hắn không có thái độ kiên quyết.

117. Ta đã bảo các thiên sứ: "Hãy tuân phục Ađam." Tất cả đều vâng lời, duy chỉ có Iblis là chẳng tuân theo.

118. Lúc đó Ta đã bảo Ađam: "Hỡi Ađam, kẻ này quả là kẻ thù của ngươi và cả vợ ngươi. Chớ để hắn làm các ngươi bị đuổi ra khỏi vườn địa đàng và nếm mùi đau khổ.

119. "Nếu các ngươi ở đây, các ngươi sẽ không hề bị đói kém hoặc trần truồng,

120. "Và cũng không hề bị khát nước hoặc bị nắng rọi như thiêu."

121, Nhưng Satăng đã rỉ thầm vào tai hắn lời đề nghị hiểm độc: "Này Ađam, ngươi có muốn ta chỉ cho ngươi cây bất tử và xứ bất diệt hay không?"

122. Khi cả hai ăn phải trái đó thì chỗ kín của họ trở nên lộ liễu trước mắt họ, rồi họ bắt đầu hái lá trong vườn để che thân. Ađam đã chẳng tuân lệnh Chúa và đã lạc khỏi chính đạo.

123. Nhưng sau đó Chúa đã nhủ lòng thương chọn hắn, chấp nhận sự hối cải của hắn và dẫn dắt hắn.

124. Ngài phán: "Hai đứa ngươi hãy đi khỏi chốn này, một số trong các ngươi sẽ trở thành thù địch với nhau. Nhưng khi lời dẫn đạo của Ta quang lâm, kẻ nào nghe theo lời dẫn đạo của Ta thì kẻ ấy sẽ không bị lạc lối và khỏi phải chịu đau khổ.

125. "Nhưng kẻ nào quay mặt đi không màng đến Lời Huấn Thị, kẻ ấy sẽ phải sống một đời khốn khổ và đến Ngày Phục Sinh Ta sẽ làm hắn đui mù và triệu hắn về."

126. Hắn sẽ nói: "Lạy Chúa trước đây tôi là kẻ sáng mắt, tại sao Ngài lại làm cho tôi đui mù và triệu tôi về?"

127. Chúa sẽ phán: "Hắn là đã thế, Phép Lạ của Ta đã đến với ngươi nhưng ngươi đã không quan tâm đến nó, thì hôm nay ngươi sẽ bị quên lãng giống như vậy."

128. Ta sẽ thù lao như thế cho kẻ nào dám ngạo mạn và chẳng tin tưởng ở Phép Lạ của Chúa; và sự trừng phạt ở kiếp sau còn khốc liệt và lâu dài hơn.

129. Lời dẫn đạo đã chẳng đến với chúng hay sao? Có biết bao thế hệ trước đây đã bị Ta tận diệt và nơi cư trú của họ thì bây giờ chúng đang đặt chân lên. Trong đó quả có Phép Lạ dành cho những kẻ biết giác ngộ.

130. Nếu không có lời phán từ Chúa Trời và không có hạn kỳ đã định, hẳn sự trừng phạt đã không tránh khỏi được.

131. Hãy kiên nhẫn chịu đựng những lời chúng nói, hãy ca ngợi Chúa trước khi mặt trời mọc và trước khi mặt trời lặn, hãy ca tụng danh Ngài vào giữa đêm khuya và vào khoảng đầu và cuối ngày, rồi ngươi sẽ tìm thấy hạnh phúc thật sự.

132. Chớ dòm ngó đến sự huy hoàng ở kiếp này mà Ta đã cho một số trong bọn chúng hưởng thụ trong một thời gian ngắn, bởi nhờ đó Ta sẽ thử lòng chúng. Phẩm vật do Chúa ban còn tốt hơn và lâu dài hơn.

133. Hãy khuyên mọi người năng cầu nguyện và đích thân ngươi hãy chuyên tâm thực hành việc ấy. Ta không đòi hỏi ngươi phẩm vật, chính Ta là Đấng ban phẩm vật cho ngươi. Và chung cuộc sẽ về tay những người chính trực.

134. Chúng đã nói: "Tại sao hắn không trưng cho chúng ta thấy Phép Lạ của Chúa?" Những bằng chứng hiển nhiên ghi chép trong văn thư trước đây đã chẳng xảy ra cho chúng sao?

135. Nếu Ta dùng hình phạt tận diệt chúng trước việc này, chắc chắn chúng sẽ nói: "Lạy Chúa, tại sao Ngài đã chẳng ban cho chúng tôi một người Sứ Giả; nếu thế chúng tôi đã chẳng bị xấu hổ, sỉ nhục và đã tuân theo mệnh lệnh của Ngài rồi?"

136. Hãy bảo: "Mọi người đều đợi, vậy các ngươi hãy đợi; rồi các ngươi sẽ biết ai là kẻ đang đi trên chính đạo và được hướng dẫn thật sự."

… Part 17 — AL-ANBIYA' — Chương 21

NHÀ TIÊN TRI
(Khải thị ở Mécca)

1. Nhân danh A-La, Đấng Khoan Hậu, Đấng Từ Bi.

2. Sự thanh toán sắp xảy ra nhưng con người vẫn ngoảnh mặt đi không hề quan tâm đến.

3. Mỗi khi lời cảnh cáo mới nào do Chúa ban xuống thì chúng vừa nghe vừa chê diễu.

4. Và con tim của chúng thì chẳng màng đến. Những kẻ phạm pháp âm thầm bàn tán với nhau nói rằng: "Người này chẳng phải là người trần xác thịt như các ngươi hay sao? Các ngươi có mắt trông mà lại mắc phải trò phù thủy hay sao?"

5. Chúa đã bảo Nhà Tiên Tri: "Hãy nói: 'Chúa biết rõ tất cả những điều đã được thốt ra trong trời đất. Ngài là Đấng nghe tất cả và am tường tất cả',"

6. Chúng nói: "Không, đây chỉ là những giấc mơ lộn xộn", hoặc "không, hẳn đã giả mạo ra nó," hoặc "không, hẳn chỉ là một thi nhân," hoặc "nếu vậy hãy để hắn mang Phép Lạ đến như những Nhà Tiên Tri trước đây đã được phái xuống với Phép Lạ trong tay."

7. Trước đời chúng, những thành thị mà Ta đã tận diệt đều không hề tin tưởng. Thế thì chúng có chịu tin tưởng chăng?

8. Những kẻ mà Ta đã phái xuống để làm Sứ Giả chỉ là những người trần đã được Ta khải thị. Nếu các ngươi không biết, hãy hỏi những người có kiến thức về Kinh Thánh.

9. Và Ta đã chẳng tạo ra họ thành những thân thể không cần ăn thực phẩm, và họ cũng không phải là những kẻ trường sinh bất tử.

10. Rồi Ta đã thực hành lời hứa với họ, Ta đã cứu họ với những kẻ mà Ta muốn và tận diệt những kẻ hung bạo.

11. Bây giờ Ta đã ban cho các ngươi Kinh Điển ghi chép những lời cảnh cáo, các ngươi vẫn chưa giác ngộ sao?

12. Ta đã tàn phá biết bao nhiêu đô thị hành động trái với đạo lý, và sau đó đã lập nên dân tộc khác.

13. Khi chúng cảm thấy uy lực của Ta thì chúng bèn bỏ chạy.

14. "Đừng bỏ chạy, hãy quay về với những lạc thú mà các ngươi đã vui hưởng và nhà cửa của các ngươi, rồi các ngươi sẽ bị chất vấn đây."

15. Chúng nói: "Hỡi ôi, tai họa đã đến, chúng ta thật là đắc tội!"

16. Lời than vãn của chúng không hề ngớt cho đến khi Ta xén bỏ chúng và đốt thành tro bụi.

17. Ta đã chẳng sáng tạo trời đất và muôn loài trong đó như là trò tiêu khiển.

18. Và như Ta có muốn khuây khỏa đi nữa, có lẽ Ta đã tiêu khiển bằng những vật có sẵn trong tay.

19. Không, khi Ta ném chân lý vào sự ảo nguy, nó liền vỡ đầu ra và tiêu tan tức khắc. Vì những điều mà các ngươi đổ cho Chúa, các ngươi sẽ phải mắc họa.

20. Muôn loài trong trời đất đều thuộc về Ngài. Những kẻ ở cạnh Ngài thì không bao giờ khinh thị sự tôn thờ Ngài và cũng không hề mỏi mệt;

21. Họ ca ngợi Ngài cả ngày lẫn đêm và không hề xao lãng.

22. Hay chúng đã kéo từ dưới đất lên những tà thần biết hồi sinh người chết?

23. Nếu trong trời đất này còn hiện hữu những thần thánh khác hơn A-La, chắc chắn cả hai đều phải sập đổ. Vậy hãy ca ngợi A-La, Chúa Tể của Ngai Vàng, quang lâm chí cao trên tất cả những gì mà chúng đặt ra.

24. Ngài không hề bị chất vấn về việc Ngài làm, nhưng bọn chúng sẽ bị chất vấn.

25. Hay là chúng đã được thần thánh khác ngoài Ngài? Hãy bảo: "Hãy trưng chứng cớ của các ngươi ra. Đây là Kinh Điển ban cho những

kẻ theo ta và những người trước đời ta." Nhưng hầu hết bọn chúng không biết rõ sự thật nên quay lưng đi.

26. Trước nhà ngươi, khi Ta phái Sứ Giả nào xuống Ta đều phán: "Không có Chúa Trời nào khác ngoài Ta, vậy hãy tôn thờ Ta mà thôi."

27. Và chúng nói: "Chúa Trời Từ Bi có con cái." Ngài vinh hiển thay. Đây chỉ là những bề tôi đáng kính mà thôi.

28. Họ không bao giờ mở miệng nói trước khi Ngài phán và chỉ hành động theo mệnh lệnh của Ngài.

29. Ngài biết rõ vật ở trước mặt họ và vật ở sau lưng họ, họ không bao giờ dám điều đình chỉ trừ kẻ được Ngài chấp thuận, họ hành động cẩn thận vì kính sợ Ngài.

30. Kẻ nào trong đám họ dám nói: "Ta là thần thánh khác hơn Ngài," Ta sẽ đem địa ngục thù lao cho hắn. Ta đã báo đáp những kẻ ác đức như thế.

31. Bọn bất tín không hiểu rằng trời và đất là một khối đóng chặt lại và Ta đã cắt nó rời ra hay sao? Và Ta đã dùng nước sáng tạo ra mọi sinh vật. Chúng còn chưa tin tưởng hay sao?

32. Ta đã dựng trên mặt đất những núi non kiên cố để nó đừng rung chuyển với con người, rồi Ta đã tạo đường xá rộng rãi trên đó mong rằng con người sẽ được hướng dẫn đến chính đạo.

33. Ta đã tạo vòm trời thành một mái vòm được chống đỡ hẳn hỏi, song chúng vẫn quay lưng đi không màng đến những Phép Lạ này.

34. Ngài là Đấng đã sáng tạo đêm và ngày, mặt trời và mặt trăng, mỗi cái vận chuyển theo quỹ đạo của nó.

35. Trước nhà ngươi Ta không hề ban cho bất cứ con người nào cuộc đời trường sinh bất tử. Vậy nếu ngươi chết đi, có thể nào chúng sống đời đời được chăng?

36. Ai cũng phải nếm mùi cái chết. Ta dùng sự dữ và sự lành để thử thách các ngươi, rồi các ngươi sẽ bị dẫn về nơi Ta.

37. Khi bọn bất tín trông thấy ngươi, chúng chỉ chê nhạo ngươi, nói rằng: "Đây có phải là kẻ chỉ trích thần thánh của các ngươi chăng?" trong khi chính thân chúng chẳng quan tâm đến lời cảnh cáo của Chúa Trời Từ Bi.

38. Con người vốn tính tình hấp tấp. Chắc chắn Ta sẽ cho các ngươi thấy Phép Lạ của Ta, nên chớ thúc giục Ta.

39. Chúng hỏi: "Nếu các ngươi nói thật, lời hứa này khi nào mới được thực hiện?"

40. Nếu bọn bất tín biết rõ lúc mà chúng không thể tránh khỏi lửa bén đến trước mắt và sau lưng, và sẽ không có ai cứu giúp thì sẽ ra sao!

41. Không, nó sẽ thình lình xảy đến cho chúng và làm chúng rối loạn, chúng không thể nào chống lại nó và cũng không được đình hoãn.

42. Thật ra trước ngươi các Sứ Giả đã bị chê diễu, nhưng việc mà những kẻ ấy cười nhạo đã bao vây chúng.

43. Hãy bảo: "Ai có thể bảo vệ các ngươi tránh khỏi Chúa Trời Từ Bi cả ngày lẫn đêm đây?" Vậy mà chúng vẫn ngoảnh mặt đi không màng đến Chúa Trời.

44. Ngoài Ta ra chúng còn thần thánh nào để bảo vệ chúng chăng? Những kẻ này không thể cứu nổi bản thân của chúng, cũng không thể cứu ai khác khỏi tay Ta.

45. Không, Ta đã ban cho những kẻ này và cả tổ tiên của họ những điều lành ở kiếp này, rồi cho họ một cuộc đời trường thọ. Chúng không thấy rằng Ta đang viếng xứ này và thâu hẹp nó dần dần từ cõi ngoài biên hay sao? Chúng có thể thắng nổi hay sao?

46. Hãy bảo: "Ta chỉ dựa vào lời khải thị thiêng liêng để cảnh cáo các ngươi." Nhưng dù bị cảnh cáo, những kẻ điếc tai không thể nghe

thầu được.

47. Nhưng nếu ngay cả một làn hơi nhẹ của hình phạt của Chúa rớ tới chúng thì chúng liền la lên: "Hỡi ôi, tai họa đã đến, chúng ta thật là đắc tội."

48. Đến Ngày Phục Sinh Ta sẽ dọn ra một cán cân công lý thật chính xác, để không có ai sẽ bị đối xử sai lệch một mảy may nào. Dù cho nó là trọng lượng của một hạt giống mù tạt đi nữa, Ta cũng cân được. Việc tính toán thì một mình Ta cũng đủ rồi.

49. Ta đã ban cho Môsê và Aaron Qui Luật, Ánh Sáng và Lời Khuyên Cáo dành cho những người chính trực,

50. Là những kẻ kính sợ Chúa Trời ở cõi vô hình và sợ hãi Giờ Phán Quyết.

51. Đây là Lời Khuyên Cáo đầy phước lành mà Ta đã ban xuống, các ngươi dám từ khước nó hay sao?

52. Trước đây Ta đã ban cho Abraham cách dẫn đạo, bởi Ta biết rõ hắn.

53. Khi hắn hỏi phụ thân và dân chúng: "Những hình tượng này mà các ngươi sùng bái là gì vậy?"

54. Chúng trả lời: "Bởi tổ tiên của chúng tôi đã thờ phụng như thế."

55. Hắn bảo: "Các ngươi và tổ tiên của các ngươi đã lầm rồi."

56. Chúng nói: "Ngươi nói thật hay là nói giỡn đây?"

57. Hắn trả lời: "Không, Chúa của các ngươi là Chúa của trời đất, là Đấng đã sáng tạo ra nó. Ta là một trong những người làm chứng điều đó.

58. "Xin thề với A-La, sau khi các ngươi quay lưng bỏ đi, ta sẽ trù liệu âm mưu để đối phó với các hình tượng của các ngươi."

59. Hắn đã đập những tượng ấy vỡ vụn ra, chỉ trừ cái lớn nhất, hy vọng rằng chúng sẽ trở lại hạch hỏi.

60. Chúng nói: "Kẻ nào đã dám động đến thần thánh của chúng ta vậy? Thật là kẻ bất lương."

61. Lại nói thêm: "Nghe đâu có một người thanh niên tên là Abraham đang nói xấu chư thần."

62. Rồi nói tiếp: "Vậy hãy dẫn hắn ra trước mặt mọi người để họ làm chứng giùm."

63. Họ hỏi Abraham: "Hỡi Abraham, có phải ngươi là kẻ đã phá hoại chư thần của chúng tôi chăng?"

64. Hắn trả lời: "Không không, cái lớn nhất này đã làm việc ấy. Nếu những cái này biết nói thì hãy hỏi chúng."

65. Bọn chúng bèn nhìn nhau nói rằng: "Chính các ngươi đã lầm lẫn."

66. Và cả bọn cúi đầu xuống vì sự xấu hổ, nói rằng: "Ngươi hẳn biết những vật này không thể nói được."

67. Hắn nói: "Thế thì thay vì A-La các ngươi lại thờ phụng những vật không thể giúp ích cũng không thể làm hại các ngươi hay sao?

68. "Các ngươi và những vật mà các ngươi thờ phụng thay vì A-La, thật đáng tởm thay! Các ngươi còn chưa hiểu sao?"

69. Chúng bèn nói: "Nếu các ngươi muốn ra tay, hãy hỏa thiêu hắn và bảo vệ chư thần của các ngươi."

70. Lúc đó Ta đã phán: "Hỡi lửa đỏ, hãy nguội đi và chớ hại đến Abraham!"

71. Chúng lại tìm cách hãm hại hắn, nhưng Ta đã làm cho chúng phải thảm bại.

72. Ta đã cứu hắn với Lot và dẫn cả hai đến nơi mà Ta đã chúc phúc cho vạn dân.

73. Rồi Ta đã ban cho hắn Isaac và đứa cháu là Jacob, Ta đã làm cho họ trở thành người chính trực.

74. Ta đã khiến họ làm người lãnh đạo, theo

mệnh lệnh của Ta mà dẫn dắt con người. Ta đã khải thị cho họ rằng phải năng làm việc thiện, năng cầu nguyện và bố thí. Và họ chỉ tôn thờ Ta mà thôi.

75. Ta đã ban cho Lot sự khôn ngoan và kiến thức. Ta đã cứu hắn thoát khỏi thị trấn thường làm chuyện đáng tởm. Thật là bọn hung dữ và phản trắc.

76. Ta đã tiếp nhận hắn vào vòng từ bi của Ta, bởi hắn là kẻ chính trực.

77. Và trước đó khi Noah kêu gọi Ta, Ta đã nghe thấu lời cầu nguyện của hắn và đã giải thoát hắn với gia tộc khỏi cơn tai biến.

78. Ta đã giúp hắn chống lại những kẻ phủ nhận Phép Lạ của Ta. Bởi chúng toàn là lũ hung bạo nên Ta đã làm chìm đắm tất cả.

79. Hãy nhớ lúc Đavít và Sôlômôn phân xử về thửa ruộng đã bị bầy trừu của người khác giẫm lên. Ta đã làm nhân chứng trong việc phân xử của họ.

80. Và Ta đã ban cho Sôlômôn trí phán đoán vấn đề ấy và ban cho cả hai sự khôn ngoan với kiến thức. Chính Ta đã khiến núi non và chim chóc cùng với Đavít ca ngợi Chúa Trời.

81. Ta đã dạy hắn cách làm áo giáp để các ngươi giữ mình tránh khỏi vũ lực. Các ngươi có biết cảm tạ chăng?

82. Ta đã ban cho Sôlômôn luồng gió mạnh. Nó đã theo lệnh của hắn mà thổi về xứ mà Ta đã chúc phúc. Ta biết mọi điều thật tường tận.

83. Và Ta cũng đã ban cho hắn những người thợ lặn và làm cả những công việc khác, chính Ta đã trông chừng họ.

84. Hãy nhớ lúc Job kêu cứu với Chúa: "Tôi đã gặp nạn và Ngài là Đấng từ bi hơn hết trong những ai hằng nhủ lòng từ bi."

85. Nên Ta đã đáp lại lời cầu nguyện của hắn và đã cất bỏ hoạn nạn mà hắn chịu đựng. Rồi Ta đã ban cho hắn phần gấp đôi hơn lúc trước, là lòng thương xót và sự khuyến cáo dành cho những người biết thờ kính.

86. Hãy nhớ đến Ishmael, Idris và Dhu'l-Kifl. Cả ba đều là những người kiên quyết.

87. Ta đã đón họ vào vòng từ bi của Ta, bởi họ là những người chính trực.

88. Hãy nhớ lúc Dhu'l-Nun nổi giận bỏ đi và nghĩ rằng mệnh lệnh của Ta không thể nào rớ tới hắn. Nhưng trong bóng tối hắn đã kêu cứu: "Không có Chúa Trời nào khác ngoài Ngài, Ngài vinh hiển thay. Tôi thật là kẻ bất lương."

89. Nên Ta đã đáp lại lời cầu nguyện của hắn và đã cứu hắn thoát khỏi tai ương. Ta đã cứu giúp các tín đồ như thế ấy.

90. Hãy nhớ lúc Zacarya cầu khẩn Chúa: "Lạy Chúa, xin đừng để tôi bị tuyệt dòng giống, vì Ngài là Đấng thừa kế ưu tú nhất."

91. Nên Ta đã đáp lại lời khẩn cầu của hắn, ban cho hắn Joan và chữa lành vợ của hắn. Họ tranh nhau làm việc thiện và thường kêu gọi Ta với lòng hy vọng lẫn sợ hãi. Lúc nào họ cũng tỏ vẻ cung kính trước nhan Ta.

92. Nói về người đàn bà đã giữ lòng trong sạch, Ta đã phà hơi Thánh Linh vào người nàng, làm nàng và đứa con thành Phép Lạ cho vạn dân.

93. Quả thật đây là tập đoàn của các ngươi, là tập đoàn duy nhất, và Ta là Chúa của các ngươi nên hãy tôn thờ Ta.

94. Nhưng chúng đã chia rẽ ra vì vấn đề ấy, dù tất cả rồi sẽ trở về nơi Ta.

95. Nên kẻ nào năng làm việc thiện và biết tin tưởng, nỗ lực của hắn sẽ không hề bị quên lãng, vì chắc chắn Ta sẽ ghi chép nó.

96. Thành thị nào đã bị Ta tàn phá thì dân cư nơi đó không thể trở về được, đây là qui luật bất khả xâm phạm.

97. Ngay cả khi Gog và Magog được thả ra, Chúng sẽ từ mọi sườn núi ào ạt tiến tới.

98. Rồi lời hứa thật sự sẽ xảy ra. Hãy xem, đôi mắt của những kẻ bất tín sẽ trợn trắng ra và chúng sẽ nói: "Hỡi ôi, thật là tai họa. Chúng ta thật đã chẳng ngờ đến việc này. Không, chúng ta đã làm việc ác đức!"

99. "Các ngươi và những vật mà các ngươi tôn thờ ngoài A-La, chắc chắn sẽ thành nhiên liệu dưới Hỏa Ngục, nơi mà các ngươi sẽ đến."

100. Nếu những vật này là thần thánh, chúng đã chẳng rơi xuống đó. Nhưng rốt cuộc cả bọn sẽ phải sống vĩnh viễn nơi đó.

101. Nơi đó vang rền lời than thở của chúng, nhưng chúng sẽ không nghe được tiếng nào cả.

102. Nhưng kẻ nào đã được Ta hứa ban thưởng thì sẽ được lìa xa khỏi chốn ấy.

103. Họ sẽ không nghe đến một tiếng thì thầm ở nơi đó và sẽ được sống đời đời ở nơi mà họ đã ao ước.

104. Cơn khủng khiếp lớn nhất sẽ không làm phiền não họ và các thiên sứ sẽ đón chào rằng: "Đây là ngày mà các ngươi đã được hứa."

105. Ngày ấy Ta sẽ cuộn tròn vòm trời lại như người thơ ký cuộn giấy. Ta đã thực hiện sự sáng tạo đầu tiên, nên Ta sẽ làm lại lần nữa. Ta sẽ thực hành điều đó như là lời hứa với chính

Chương 21 — AL-ANBIYA' — Part 17

bản thân Ta.

106. Ta đã ghi trong quyển Thánh Thi của Đavít, sau lời khuyên cáo, rằng những bề tôi chính trực của Ta sẽ được thừa hưởng đất lành.

107. Đây cũng đủ là thông điệp ban cho những ai thờ phụng Chúa Trời.

108. Ta đã phái ngươi xuống chỉ để làm sự từ bi ban cho vạn dân.

109. Hãy bảo: "Ta đã được khải thị rằng Chúa của các ngươi là Chúa Trời Duy Nhất. Các ngươi có chịu quy y chăng?"

110. Nhưng nếu chúng quay lưng đi, hãy bảo: "Ta đã nhất loạt cáo tri cho các ngươi biết. Song ta không rõ điều mà các ngươi đã được hứa sắp xảy ra hay hãy còn xa đây.

111. "Quả thật, Ngài thấu rõ những điều mà các ngươi nói ra và cũng thấu rõ những điều mà các ngươi giấu giếm trong lòng.

112. "Và ta cũng không rõ ấy là sự thử thách cho các ngươi hay chỉ là lạc thú trong một thời gian ngắn mà thôi."

113. Hãy bảo: "Lạy Chúa, xin hãy dựa vào sự thật mà phân xử. Chúa của chúng tôi là Chúa Trời đầy ân đức, sự cứu trợ của Ngài rất cần thiết để đối phó với những điều mà các ngươi chủ trương."

SỰ HÀNH HƯƠNG
(Khải thị ở Mécca)

1. Nhân danh A-La, Đấng Khoan Hậu, Đấng Từ Bi.

2. Hỡi các ngươi, hãy kính sợ Chúa của các ngươi, bởi cơn chấn động của Giờ Khắc ấy quả thật là dữ dội.

3. Ngày mà các ngươi chứng kiến việc ấy, người đàn bà đang cho con bú sẽ quên cả đứa con đang bú, người đàn bà đang mang thai sẽ bị xảy thai, ngươi sẽ thấy mọi người như đang say rượu nhưng thật ra họ chẳng hề say sưa, bởi hình phạt của A-La thật là khốc liệt.

4. Trong đám nhân gian có kẻ không hề biết gì mà dám bàn luận về A-La và lúc nào cũng nghe lời bọn phản trắc satăng,

5. Với những kẻ này, thiên mệnh đã định rằng: 'Kẻ nào kết bạn với hắn sẽ bị hắn làm cho lầm lạc và sẽ bị dẫn tới hình phạt ở Hỏa Ngục,'

6. Hỡi nhân gian, nếu các ngươi nghi ngờ Sự Phục Sinh, hãy nhớ rằng Ta đã tạo các ngươi từ đất bụi, rồi từ một giọt tinh trùng, từ một giọt máu đông, và từ những mảnh thịt, có cái ra hình, có cái không có hình dạng, để cho các ngươi hiểu quyền năng của Ta. Và Ta đã gây ra vật mà Ta muốn giữ lại trong bào thai một thời kỳ đã định; rồi cho các ngươi ra đời thành trẻ sơ sinh, sau đó Ta đã lo cho các ngươi được trưởng thành. Trong các ngươi có kẻ bị chết lúc còn thơ ấu, hoặc có kẻ được sống đến tuổi già đến đỗi quên hết những điều đã hiểu biết. Này ngươi đang thấy mặt đất khô cằn nhưng khi Ta làm mưa xuống, mặt đất sẽ động đậy và căng

Chương 22   AL-HAJJ   Part 17

lên, sinh ra mọi loài thảo mộc đẹp đẽ.

7. Ấy bởi vì A-La là chân lý là Đấng cải tử hồi sinh và Ngài có quyền năng thực hiện mọi việc.

8. Và bởi vì Giờ Khắc ấy chắc chắn sẽ xảy ra mà không có gì phải nghi ngờ cả, lúc đó A-La sẽ hồi sinh những người trong mộ.

9. Trong đám nhân gian có kẻ không hề biết gì, không có một phương châm và không có một Kinh thư minh bạch nào cả mà dám bàn luận về A-La,

10. Đi đứng một cách kiêu hãnh và làm cho người khác lạc khỏi con đường của A-La. Kiếp này hắn sẽ bị nhục nhã và đến Ngày Phục Sinh Ta sẽ cho hắn nếm mùi của hình phạt hỏa thiêu.

11. Đây là vì hành động mà chính tay các ngươi đã làm, và A-La không hề đối đãi bất công với bề tôi của Ngài.

12. Và trong đám nhân gian cũng có kẻ thờ phụng A-La một cách hời hợt. Khi gặp vận may thì hắn hài lòng nhưng khi gặp sự thử thách thì hắn liền sa ngã. Những kẻ này rồi sẽ bị tổn thất ở kiếp này và cả kiếp sau. Thật là sự thua thiệt rõ ràng.

13. Hắn không màng đến A-La và kêu gọi những kẻ không thể gieo họa cũng không thể giúp ích gì cho hắn. Thật là sự lầm lạc quá đỗi.

14. Hắn kêu gọi đến kẻ mà mối tai họa đang ở kề cận hơn là lợi ích. Thật là người bảo hộ tai hại biết bao, thật là kẻ đồng đẳng tai hại biết bao.

15. Chắc chắn A-La sẽ cho những kẻ tin tưởng và năng làm việc thiện vào Cõi An Lạc có sông chảy bên dưới. A-La đã muốn thì làm

ngay.

16. Kẻ nào nghĩ rằng A-La sẽ không hề trợ giúp người (Nhà Tiên Tri) ở kiếp này cũng như Kiếp Lai Sinh, hãy để hắn tìm lối lên trời và cắt đứt sự cứu trợ của Ngài. Rồi hãy để hắn xem âm mưu ấy có thể nào trừ khử được nguyên nhân làm hắn nổi giận hay không.

17. Như thế ấy Ta đã ban nó (Kinh Koran) xuống như là Phép Lạ hiển nhiên và chắc chắn A-La sẽ dẫn dắt kẻ nào Ngài muốn.

18. Còn những người biết tin tưởng, những tín đồ đạo Do-Thái, tín đồ đạo Sabi, tín đồ đạo Thiên Chúa, tín đồ đạo Bái hỏa và tín đồ thờ đa thần giáo, đến Ngày Phục Sinh A-La sẽ phân xử giữa họ, bởi Ngài luôn luôn chứng kiến mọi việc.

19. Việc muôn loài trên trời và dưới đất, mặt trời mặt trăng và các vì sao, núi non cây cối dã thú và đa số nhân gian đều thờ kính A-La, ngươi chưa thấy hay sao? Nhưng cũng có nhiều kẻ đáng bị trừng phạt. Kẻ nào mà A-La hất hủi sẽ không được ai kính trọng cả. Đương nhiên A-La thực hành bất cứ điều gì Ngài muốn.

20. Hai phe này là hai phe thù địch với nhau và thường tranh luận về Chúa của họ. Y phục bằng lửa đỏ sẽ được cắt may sẵn dành cho bọn bất tín và nước sôi bỏng sẽ tưới lên đầu chúng,

21. Vì thế ruột gan và da thịt của chúng sẽ bị tan ra,

22. Rồi hãy còn gậy sắt dành cho chúng.

23. Mỗi khi chúng toan thoát khỏi sự đau đớn, chúng sẽ bị kéo trở lại: "Hãy nếm mùi hình phạt hỏa thiêu'"

Chương 22 — AL-HAJJ — Part 17

24. Nhưng A-La sẽ cho những người tin tưởng và năng làm việc thiện vào Cõi An Lạc có sông chảy bên dưới. Họ sẽ được trang sức bằng vòng tay bằng hoàng kim với ngọc trai, y phục thì dệt bằng tơ lụa.

25. Họ sẽ được dẫn dắt đến lời nói chân chính và được hướng dẫn đến con đường của Chúa Trời đáng ca ngợi.

26. Những kẻ không hề tin tưởng, cản trở những người theo đuổi con đường của A-La và cản trở những người đến Thánh Điện mà Ta đã cho phép mọi người có quyền vào, dù họ là những người định cư nơi đó hay là những du khách từ sa mạc đến; và những kẻ làm điều gian tà phi pháp trong đó, Ta sẽ cho những kẻ này nếm mùi hình phạt đau đớn.

27. Hãy nhớ lúc Ta chọn chỗ cho Abraham lập Thánh Điện và phán: "Chớ thờ ai chung với Ta, hãy giữ Thánh Điện lúc nào cũng thanh sạch cho những người hành hương đi vòng quanh đó, những người đứng dậy và cúi mình xuống để cầu nguyện;

28. "Hãy tuyên cáo cho nhân loại biết Sự Hành Hương. Họ sẽ đi bộ, hoặc từ chốn xa cõi lạc đà gầy ốm đến với ngươi,

29. "Để chứng kiến việc hữu ích cho họ, và để ca ngợi Danh A-La trong suốt thời gian đã định, trên những gia súc để tế lễ mà Ngài đã ban cho họ. Hãy ăn những vật ấy và nhớ chia phần cho những kẻ nghèo khổ.

30. "Rồi hãy cho họ tẩy sạch mình mẩy, làm tròn lời thề và tuần hành quanh Thánh Điện cổ thời."

31. Ấy là mệnh lệnh của Chúa Trời. Kẻ nào tôn trọng giới luật của A-La, kẻ ấy sẽ được Chúa vừa lòng. Các ngươi được phép ăn thịt gia súc,

322

ngoại trừ những vật đã được cáo tri. Hãy lánh xa việc tế lễ hình tượng, hãy lánh xa những lời giả dối.

32. Hãy giữ lòng trung thành với A-La và chớ thờ ai chung với Ngài. Kẻ nào thờ ai chung với A-La thì giống như kẻ rơi từ trời cao xuống và bị chim chóc rỉa hoặc bị gió cuốn đi đến chôn xa xôi.

33. Thật vậy, kẻ nào tôn trọng nghi thức đối với A-La , điều ấy do lòng chính trực mà ra.

34. Vật thượng hiến sẽ giúp ích cho các ngươi trong một thời gian đã định, sau đó nó sẽ được đem đi tế lễ ở Thánh Điện cổ thời.

35. Ta đã san định ra nghi thức thượng hiến cho các dân tộc, để họ xưng tụng Danh A-La trên những gia súc mà Ngài đã ban cho họ. Chúa của các ngươi là Chúa Trời Duy Nhất. Nên các ngươi hãy quy y nơi Ngài. Và ngươi hãy báo tin lành cho những người khiêm tốn,

36. Con tim của họ đầy lòng kính sợ khi nghe đến Danh A-La, dù có việc gì xảy ra đi nữa họ đều kiên nhẫn chịu đựng, năng cầu nguyện và thường bố thí những gì Ta đã ban cho họ.

37. Con lạc đà mà Ta đã định cho các ngươi làm vật thượng hiến cho A-La là loài gia súc rất hữu ích cho các ngươi. Nên hãy xưng tụng Danh A-La khi sắp hàng chúng nó để đem đi tế lễ. Rồi khi nó nằm duỗi dài ra chết đi, hãy ăn thịt nó. Và nhớ chia phần cho những người mãn nguyện cũng như những người ăn mày. Ta đã ban chúng nó cho các ngươi để mong các ngươi biết cảm tạ.

38. Không phải mảnh thịt của chúng đến nơi A-La, cũng không phải máu của chúng, mà chính là lòng chính trực của các ngươi đến nơi Ngài. Ngài đã ban chúng cho các ngươi để các ngươi ca ngợi A-La vì đã dẫn dắt các ngươi. Và ngươi hãy báo tin lành cho những người năng làm việc thiện.

39. Chắc chắn A-La sẽ bảo vệ những người vững lòng tin. A-La không hề yêu chuộng bất cứ kẻ nào phản trắc, vong ân.

40. Những kẻ nào bị đàn áp thì có quyền chiến đấu. Và A-La có quyền năng trợ giúp những người này.

41. Là những người đã bị đàn áp và bị đuổi ra khỏi cố hương của họ chỉ vì đã nói: "Chúa của chúng tôi là A-La" - Nếu A-La không cho phép con người tự vệ chống lại sự đàn áp của kẻ khác thì tu viện, giáo đường, giảng đường và thánh đường, nơi mà Danh A-La thường được tưởng niệm, tất cả có lẽ đã bị tàn phá hết. A-La sẽ trợ lực kẻ nào giúp đỡ Ngài. A-La thật là đầy quyền năng và uy lực -

42. Là những kẻ nếu Ta đặt họ trên mặt đất, họ sẽ cầu nguyện, bố thí, tưởng lệ việc thiện và răn cấm điều ác. Rồi chung cuộc của mọi vấn đề đều quy thuộc về A-La.

43. Nếu chúng có cho là ngươi nói láo thì trước đây, dân của Noah, bộ tộc Ad và bộ tộc Thanud cũng đã cho các Nhà Tiên Tri của họ là láo khoét.

44. Hơn nữa dân của Abraham và dân của Lot cũng thế,

45. Và cả dân cư ở Midian. Môsê cũng đã bị cho là láo khoét. Nhưng Ta đã cho bọn bất tín triển hạn rồi thình lình chộp lấy chúng. Sự biến đổi mà Ta đã gây cho chúng ghê gớm đến bực nào!

46. Có biết bao nhiêu thành thị vì hành vi trái đạo đã bị Ta hủy diệt, và chúng đã sụp đổ từ mái nhà này đến mái nhà khác. Có biết bao nhiêu giếng khô và lâu các hoang phế đây!

47. Chúng chưa từng đi đây đi đó trên mặt đất này hay sao? Nếu thế chúng đã có con tim biết giác ngộ và hai tai biết lắng nghe. Nhưng

thật ra không phải đôi mắt bị mù lòa mà chính con tim trong lồng ngực đang đui mù.

48. Chúng đòi ngươi mau cho chúng thấy hình phạt, nhưng A-La không bao giờ phá bỏ lời hứa của Ngài. Một ngày nơi Chúa ngự nếu các ngươi tính ra sẽ dài đến một ngàn năm.

49. Có biết bao nhiêu thành thị đã được Ta triển hạn dù đang làm việc trái đạo. Rồi Ta đã chộp lấy chúng, chính Ta là nơi chúng đến.

50. Hãy bảo: "Hỡi con người, ta chỉ là một Người cảnh cáo các ngươi."

51. Kẻ nào vững lòng tin và năng làm việc thiện, sự khoan hồng và tặng vật quí giá đang chờ họ.

52. Nhưng những kẻ nào dám chống lại Phép Lạ của Ta để mong làm hỏng kế hoạch của Ta, những kẻ ấy sẽ thành đồng bọn ở Hỏa Ngục.

53. Những Sứ Giả hoặc Nhà Tiên Tri mà Ta đã phái xuống trước nhà ngươi, mỗi khi họ định hoàn thành việc gì, Satăng đều gây trở ngại trên con đường của họ. Nhưng A-La đã cất bỏ mọi chướng ngại do Satăng gây ra. Rồi A-La củng cố Phép Lạ của Ngài. A-La là Đấng Toàn Tri và Khôn Ngoan.

54. Ngài đã để việc này xảy ra để đem chướng ngại của Satăng làm sự thử thách cho những kẻ mà con tim bệnh hoạn và những kẻ mà con tim chai đá. Những kẻ bất lương thật đã lầm lạc quá đổi.

55. Và để những người có kiến thức biết rằng nó là chân lý do Chúa ban, rồi họ sẽ tin tưởng và tỏ lòng kính cẩn với Ngài. Chắc chắn A-La sẽ dẫn dắt những ai vững lòng tin đến chính đạo.

56. Và những kẻ bất tín sẽ nghi ngờ nó mãi

cho đến khi Giờ Khắc ấy đột nhiên xảy ra và hình phạt của cái ngày tai họa trút lên người chúng.

57. Vương quyền ở ngày ấy sẽ thuộc về A-La và Ngài sẽ phân xử giữa hai bên. Những ai vững lòng tin và năng làm việc thiện sẽ được vào Cõi An Lạc đầy hoan hỷ,

58. Còn những kẻ bất tín và phủ nhận Phép Lạ của Ta sẽ phải chịu hình phạt nhục nhã.

59. Còn những người vì A-La mà phải rời bỏ cố hương, sau đó bị sát hại hoặc chết đi, A-La sẽ ban cho họ tặng vật tốt đẹp. A-La là Đấng ban thưởng trọng hậu nhất.

60. Chắc chắn Ngài sẽ cho họ vào chốn mà họ vui lòng. A-La thật là Đấng Toàn Tri và Rộng Lượng.

61. Thật vậy. Và kẻ nào đã trả thù tương xứng với tai họa mà hắn đã chịu rồi sau đó lại bị hành hung, chắc chắn A-La sẽ trợ giúp hắn. A-La là Đấng Khoan Dung và hay tha thứ tội lỗi.

62. Bởi A-La là Đấng làm cho ban đêm chui vào ban ngày và ban ngày chui vào ban đêm, vì Ngài là Đấng nghe tất cả và thấy tất cả.

63. Và bởi vì A-La là Sự Thật, những vật mà chúng cầu khẩn ngoài A-La đều là ảo ngụy, vì A-La là Đấng Tối Cao, Tối Đại.

64. Ngươi không thấy rằng A-La đã làm mưa rơi từ trời cao xuống và mặt đất trở thành một màu xanh hay sao? A-La thật là Đấng khéo tay và am tường mọi việc.

65. Vạn vật trên trời và dưới đất đều thuộc về Ngài. A-La thật là Đấng Phong Phú và đáng được ca ngợi.

66. Ngươi không thấy rằng A-La đã khiến muôn loài dưới đất phục vụ các ngươi và làm

thuyền bè chạy trên biển theo mệnh lệnh của Ngài hay sao? Ngài cầm giữ cơn mưa lại không cho rơi xuống đất, chỉ trừ khi có mệnh lệnh của Ngài. A-La thật đầy lòng trắc ẩn và từ bi đối với con người.

67. Và Ngài là Đấng ban cho các ngươi sinh mệnh, rồi làm cho các ngươi chết đi, sau đó Ngài sẽ hồi sinh các ngươi. Con người thật toàn là những kẻ vong ân.

68. Ta đã san định cách tế lễ cho mỗi dân tộc. Nên chớ để họ tranh luận với ngươi về vấn đề này. Hãy cầu khẩn Chúa của ngươi, bởi ngươi đang nương theo chính đạo.

69. Nếu họ tìm cách tranh luận với ngươi, hãy bảo: "A-La biết rõ việc các ngươi làm,

70. "Đến Ngày Phục Sinh A-La sẽ phân xử giữa các ngươi về việc mà các ngươi thường bất đồng ý kiến."

71. Ngươi không biết rằng A-La am tường bất cứ vật gì tồn tại trong trời đất hay sao? Vì tất cả đều được ghi chép trong Quyển Sổ trên trời, thật là việc giản dị đối với A-La.

72. Chúng bỏ mặc A-La mà thờ phụng những kẻ mà Ngài không ban bố quyền hạn nào cả và là những kẻ mà chúng không biết gì cả. Những kẻ bất lương sẽ không được ai cứu giúp cả.

73. Khi Phép Lạ của Ta được tuyên đọc, ngươi sẽ thấy sự hờn oán trên gương mặt của bọn bất tín. Chúng gần như toan tập kích những người tuyên đọc Phép Lạ của Ta cho chúng. Hãy bảo: "Các ngươi có muốn Ta cho các ngươi biết vật ghê gớm hơn chăng? Đây là Hỏa Ngục! A-La đã hứa sẽ ban nó cho những kẻ bất tín. Thật là một chung cuộc đê hèn biết bao! "

74. Hỡi con người, một ví dụ đã được đặt ra, hãy nghe đây. Thay vì A-La, những kẻ mà các ngươi cầu khẩn dù có quyết tâm hiệp lực

đi nữa cũng không thể tạo ra được một con ruồi. Và nếu nó có đớp lấy vật gì của chúng đi nữa, chúng không thể nào giựt lại được. Kẻ cầu khẩn cũng như kẻ được cầu khẩn, cả hai đều yếu thế;

75. Chúng không ước đoán một cách chính xác lực lượng của A-La. A-La thật là Mạnh Mẽ và đầy Uy Lực.

76. A-La tuyển chọn các Sứ Giả từ các thiên sứ và nhân gian. A-La nghe tất cả và biết tất cả.

77. Ngài biết rõ những gì ở trước mặt chúng và những gì ở sau lưng chúng. Mọi vật rồi sẽ được đem về cho Ngài.

78. Hỡi những người vững lòng tin! Hãy quỳ xuống và cúi mình cầu nguyện, hãy thờ phụng Chúa. Hãy năng làm việc thiện rồi các người sẽ được vinh hiển.

79. Hãy đem toàn lực chiến đấu vì A-La. Ngài đã tuyển chọn các người và chưa hề bắt các người phải chịu gian khổ vì tôn giáo này, tức là tôn giáo của tổ phụ Abraham của các người. Xưa cũng như nay, Ngài đã mệnh danh các người là Muslim, để Sứ Giả làm nhân chứng cho các người và để các người làm nhân chứng cho thế gian. Vì vậy, hãy năng cầu nguyện, bố thí và theo sát A-La. Ngài là Đấng Bảo Hộ cho các người, thật là Đấng Bảo Hộ Siêu Việt biết bao! Thật là Đấng Yểm Trợ Siêu Việt biết bao!

Part 18   AL-MUMINUN   Chương 23

NHỮNG NGƯỜI VỮNG LÒNG TIN
(Khải thị ở Mécca)

1. Nhân danh A-La, Đấng Khoan Hậu, Đấng Từ Bi.

2. Những ai tin tưởng sẽ được thịnh vượng.

3. Là những người lễ bái một cách khiêm tốn,

4. Những người tránh xa chuyện tầm phào,

5. Những người tích cực trong việc bố thí,

6. Những người giữ lòng đoan chính-

7. Chỉ trừ khi đối với vợ hoặc những người mà họ sở hữu bên tay phải, họ sẽ không bị trách cứ về điều này.

8. Kẻ nào ham muốn hơn nữa là kẻ đi quá trớn.

9. Và những người giữ kỹ vật đã được ủy thác và lời giao ước.

10. Những người chuyên cần trong việc lễ bái.

11. Ấy quả là những người thừa kế,

12. Họ sẽ được thừa hưởng Thiên Đàng và sống đời đời nơi đó.

13. Ta đã tạo ra con người từ chất tinh túy của đất bùn;

14. Rồi làm hắn thành một giọt tinh trùng đặt trong một nơi bảo quản an toàn.

15. Ta đã tạo giọt ấy thành một giọt máu đông, từ giọt máu đông Ta tạo ra một khối thịt, rồi tạo ra xương xóc bao quanh khối thịt và phủ lên xương ấy những mảnh da thịt. Ta đã phát triển nó thành một sinh vật mới. A-La, Đấng sáng tạo ưu tú nhất, Ngài thật đáng để tôn thờ.

16. Rồi sau đó chắc chắn các ngươi phải chết,

Chương 23 — AL-MUMINUN — Part 18

17. Đến Ngày Phục Sinh Ta sẽ hồi sinh các ngươi.

18. Ta đã tạo ra trên đầu các ngươi bảy thiên đàng chồng chất lên nhau, Ta không hề xao lãng sự sáng tạo.

19. Ta đã làm mưa rơi từ trời cao xuống có chừng mực và làm nó đọng lại dưới đất. Và cả việc nó khô cạn đi cũng do Ta làm.

20. Nhờ đó Ta đã tạo cho các ngươi những vườn cây kè và nho kết đầy quả, và các ngươi ăn nó.

21. Và một loại cây mọc ở núi Sinai, sinh ra dầu ăn có vị rất ngon.

22. Trong gia súc cũng hàm chứa Phép Lạ cho các ngươi. Ta đã cho các ngươi thức uống từ trong bụng chúng, các ngươi nhờ chúng mà được nhiều lợi ích và dùng chúng làm thực phẩm,

23. Các ngươi cỡi chúng và lên tàu để di chuyển.

24. Ta đã khiến Noah xuống với dân của hắn. Hắn bảo: "Hỡi các ngươi, hãy phụng sự A-La, các ngươi không có Chúa Trời nào khác ngoài Ngài. Các ngươi còn chưa chịu ăn ở chân chính hay sao?"

25. Các trưởng lão bất tín trong đám dân của hắn bảo rằng: "Hắn chỉ là một người phàm tục như các ngươi, hắn định hống hách làm oai với các ngươi. Nếu A-La muốn chắc chắn Ngài đã phái thiên sứ xuống rồi. Từ đời tiên tổ của chúng ta, chúng ta chưa hề nghe nói đến chuyện này.

26. "Hắn chỉ là kẻ bị quỉ ám. Hãy đợi một thời gian coi hắn ra sao."

27. Hắn bảo: "Lạy Chúa, xin hãy giúp tôi, bởi chúng cho là tôi nói láo."

28. Nên Ta đã khải thị cho hắn rằng: "Hãy đóng một chiếc tàu lớn trước mắt Ta và y theo lời Ta phán. Khi mệnh lệnh của Ta ban ra và suối nguồn chảy như nước lũ, hãy đem lên tàu

các loài thú mỗi thứ một cặp đực và cái, cùng với gia đình của ngươi, chỉ trừ những kẻ đã bị tuyên án trước đây. Chớ hỏi han Ta về những kẻ bất lương, chúng sẽ bị chết đuối.

29. "Và khi ngươi lên tàu xong, ngươi và đoàn tùy tùng hãy bảo: 'Sáng danh A-La, Đấng đã cứu chúng ta thoát khỏi tay bọn bất chính!'

30. "Và hãy bảo: 'Lạy Chúa, xin hãy cho tôi lên bờ một cách bình an, bởi Ngài là Đấng cho con người lên bờ một cách an toàn nhất.' "

31. Quả thật trong chuyện này có nhiều Phép Lạ, Ta đã thử lòng dân chúng của Noah.

32. Sau đó Ta đã dựng nên thế hệ khác,

33. Và Ta đã chọn trong đó một người để làm Sứ Giả, nói rằng: "Hãy phụng sự A-La, các ngươi không có Chúa Trời nào khác ngoài Ngài. Các ngươi còn chưa kính sợ Chúa Trời hay sao?"

34. Các trưởng lão trong đám dân của hắn, những kẻ không hề tin tưởng và phủ nhận sự hội diện ở Kiếp Lai Sinh và là những kẻ mà Ta đã ban cho lạc thú ở kiếp này, nói rằng: "Hắn chỉ là một người phàm trần như các ngươi. Hắn ăn những món các ngươi ăn và uống những thức các ngươi uống.

35. "Nếu các ngươi tuân lời một người giống như các ngươi, các ngươi sẽ là kẻ thua thiệt.

36. "Hắn đã đe dọa rằng sau khi các ngươi chết đi và trở thành đất với xương, các ngươi lại bị kéo lên hay sao?

37. "Những lời đe dọa ấy hoàn toàn vô căn cứ.

38. "Không có kiếp nào khác hơn kiếp này nơi chúng ta sống và chết. Nhưng chúng ta sẽ không bao giờ bị hồi sinh lại.

39. "Hắn chỉ là người đặt điều giả dối về A-La, chúng ta thật không thể nào tin hắn được."

40. Hắn bảo: "Lạy Chúa, xin hãy giúp tôi, bởi chúng cho là tôi nói láo."

41. Chúa phán: "Chẳng bao lâu chúng sẽ phải hối hận."

42. Rồi hình phạt đã giáng thẳng xuống người chúng, Ta đã làm cho chúng tan như rác rến. Dân tàn ác sẽ phải bị diệt vong!

43. Sau đó Ta đã dựng nên những thế hệ khác.

44. Không dân tộc nào có thể tới sớm trước kỳ hạn hoặc đình hoãn lại giây khắc nào cả.

45. Ta đã lần lượt phái các Sứ Giả. Mỗi khi Sứ Giả nào đến với chúng, chúng đều cho là họ nói láo. Nên Ta đã cho chúng lần lượt đi vào chỗ diệt vong và trở thành chuyện răn đời. Dân vô tín ngưỡng sẽ phải bị diệt vong!

46. Rồi Ta đã khiến Môsê và người anh của hắn Aarôn mang theo Phép Lạ của Ta và quyền uy hiển trứ,

47. Đến nơi Pharaô và các cận thần, nhưng chúng đã tỏ thái độ hống hách và là lũ dân kiêu ngạo.

48. Chúng nói: "Làm sao chúng ta có thể tin tưởng hai tên này, là con người như chúng ta và dân của chúng làm nô lệ cho chúng ta?"

49. Chúng đã cho rằng họ là những kẻ dối trá, nên đã trở thành những kẻ bị diệt vong.

50. Ta đã ban cho Môsê quyền Kinh Thánh để họ được giáo hóa.

51. Và Ta cũng đã làm cho con trai của Maria và người mẹ của hắn thành Phép Lạ, đem họ đến một đồi cao yên tĩnh có suối chảy.

52. Hỡi các Sứ Giả, hãy ăn những vật thanh sạch và hãy làm những việc công chính. Quả Ta rất am tường việc các ngươi làm.

53. Hãy nhớ rằng cộng đồng này của các ngươi là cộng đồng duy nhất, Ta là Chúa của các ngươi nên hãy làm tròn nhiệm vụ đối với

Ta.

54. Nhưng chúng đã tự chia rẽ ra thành nhiều phe phái, mỗi phái đều tự hào về những vật mà chúng sở hữu.

55. Nên hãy để mặc chúng chìm trong sự hỗn độn một thời gian.

56. Chúng nghĩ rằng việc Ta ban cho chúng tài sản và con cái

57. Là vì Ta đã vội vã ban phước cho chúng hay sao? Không, chúng không hiểu gì cả.

58. Quả thật, những ai sống luôn luôn kính sợ uy lực ghê gớm của Chúa,

59. Những người tin tưởng ở Phép Lạ của Chúa,

60. Những người không thờ ai khác chung với Chúa,

61. Những người nghĩ đến việc họ sẽ trở về với Chúa mà lòng phát sợ và bố thí vật phải bố thí,

62. Chính những người này là những kẻ mau mắn và sốt sắng làm việc thiện.

63. Ta không hề bắt ai làm quá sức họ. Nơi Ta có một Quyển Sổ kể lể sự thật nên chúng sẽ không hề bị đối xử bất công.

64. Không, con tim của chúng hoàn toàn không lưu ý đến Quyển Sổ ấy. Và chúng cứ tiếp tục những hành vi ấy mà không quan tâm đến nó.

65. Cho đến khi Ta giáng hình phạt xuống những kẻ ham mê khoái lạc trong bọn chúng, xem kìa, chúng bèn kêu cứu.

66. "Đã đến ngày này chớ kêu cứu làm chi, các ngươi sẽ không được cứu thoát khỏi tay Ta.

67. "Thật ra Phép Lạ của Ta đã được tuyên đọc cho các ngươi, nhưng các ngươi thường quay gót đi,

68. "Lòng kiêu hãnh tột bực, suốt đêm kể lể những chuyện về nó (Kinh Koran) bằng những lời vô nghĩa."

| Chương 23 | AL-MUMINUN | Part 18 |

69. Chúng không hề ngẫm nghĩ đến Những Lời Thần Diệu ấy sao? Hay là vật ngày xưa đã không giáng xuống cho tổ tiên của chúng bây giờ được ban cho chúng sao?

70. Hay là chúng không nhìn ra Sứ Giả của chúng nên chúng đã phủ nhận người chăng?

71. Hay chúng định nói rằng 'hắn đã bị quỉ ám' hay sao? Không, người đã đem sự thật đến cho chúng, nhưng hầu hết trong bọn chúng ghét bỏ sự thật.

72. Nhưng nếu Chân Lý tuân theo dục vọng của chúng, có lẽ trời đất và muôn loài trong đó đã sụp đổ rồi. Không, Ta đã đem lời giáo huấn đến cho chúng, nhưng chúng đã quay lưng đi không màng đến lời giáo huấn ấy.

73. Hoặc là ngươi đã đòi hỏi họ tặng vật hay sao? Nhưng tặng vật của Chúa còn tốt đẹp hơn nữa. Bởi Ngài là Đấng ban bố nồng hậu nhất.

74. Quả thật ngươi đang mời họ đến chính đạo.

75. Nhưng kẻ nào không tin tưởng Kiếp Lai Sinh sẽ lạc khỏi lối ấy.

76. Nếu Ta có nhủ lòng thương cất bỏ hoạn nạn khỏi người chúng, chắc chắn chúng sẽ lang thang và tỏ thái độ phản trắc.

77. Ta đã gia hình phạt cho chúng, nhưng chúng không chịu khuất phục trước nhan Chúa và cũng chẳng chịu quỳ lạy.

78. Cho đến khi Ta mở rộng cho chúng cánh cửa của hình phạt khốc liệt, hãy xem, chúng hoàn toàn tuyệt vọng.

79. Ngài là Đấng đã tạo cho các ngươi tai mắt và con tim, nhưng các ngươi ít khi biết cảm tạ.

80. Và Ngài là Đấng đã làm các ngươi bành trướng trên mặt đất, rồi các ngươi sẽ bị triệu hồi về nơi Ngài.

81. Ngài là Đấng ban sự sống và gây ra cái chết, và sự thay đổi ngày đêm cũng nằm trong tay Ngài. Các ngươi còn chưa tỉnh ngộ sao?

82. Nhưng chúng vẫn nói như những người xưa đã nói.

83. Chúng nói: "Sao! một khi chúng tôi chết đi và trở thành cát bụi, làm gì có chuyện chúng tôi sẽ bị hồi sinh lại?

84. "Chúng tôi và tổ tiên của chúng tôi trước đây đã bị đe dọa như thế nhưng đây chẳng qua là truyền thuyết của người xưa."

85. Hãy bảo: "Nếu các ngươi biết, đất lành và mọi vật trên đó thuộc về ai đây?"

86. Chúng sẽ nói: "Thuộc về A-La." Hãy bảo: "Thế thì các ngươi còn chưa giác ngộ sao?"

87. Hãy bảo: "Ai là Chúa của bảy vòm trời và là Chúa Tể của Ngai Vàng vĩ đại ấy?"

88. Chúng sẽ nói: "A-La." Hãy bảo: "Thế thì các ngươi còn chưa chịu tôn Ngài làm Đấng Gia Hộ hay sao?"

89. Hãy bảo: "Nếu các ngươi biết, Ai là Đấng nắm quyền thống trị muôn loài, là Đấng Gia Hộ nhưng không cần được che chở đây?"

90. Chúng sẽ nói: "A-La." Hãy bảo: "Thế thì tại sao các ngươi lại bị quyến rũ?"

91. Không không, Ta đã mang chân lý đến cho chúng nhưng chúng hoàn toàn dối trá.

92. A-La không hề có con và không có thần thánh nào khác ngang hàng với Ngài. Nếu có, mỗi thần thánh sẽ lấy đi phần họ đã sáng tạo và chắc chắn sẽ tìm cách tranh quyền lẫn nhau. A-La vinh hiển thay và siêu việt hơn tất cả những gì mà chúng đặt ngang hàng với Ngài.

93. Đấng am tường cõi vô hình cũng như cõi hữu hình! Ngài cao cả thay và ngự trên tất cả những gì mà chúng thờ chung với Ngài!

94. Hãy bảo: "Lạy Chúa, nếu Ngài định cho tôi thấy sự việc mà Ngài đã đe dọa chúng,

95. "Lạy Chúa, xin đừng đặt tôi chung với bọn bất lương."

96. Quả Ta có đủ quyền năng để cho ngươi thấy việc mà Ta đã đe dọa chúng.

97. Hãy đem việc thiện xua đuổi việc ác. Ta biết rõ tất cả những điều chúng chủ trương.

98. Và hãy bảo: "Lạy Chúa, tôi xin nương tựa nơi Ngài để tránh khỏi sự dụ dỗ của ma quỉ.

99. "Và lạy Chúa, tôi xin nương tựa nơi Ngài, kẻo chúng đến gần tôi."

100. Rồi khi một kẻ trong bọn chúng sắp lâm chung, hắn nói: "Chúa ôi, xin cho phép tôi trở về,

101. "Để tôi làm việc thiện suốt cuộc đời còn lại." Không bao giờ, đấy chỉ là lời giả dối. Và sau lưng chúng sẽ có một bức tường chắn lại cho đến ngày chúng bị hồi sinh.

102. Khi kèn thổi lên, ngày ấy sẽ không còn mối dây thân thích nào giữa chúng và chúng cũng không được hỏi han với nhau.

103. Rồi những người mà cán cân nặng ra sẽ được vinh hiển,

104. Còn những kẻ mà cán cân nhẹ đi, những kẻ này tự hại thân mình và phải sống vĩnh viễn dưới Địa Ngục.

105. Lửa đỏ sẽ đốt cháy gương mặt chúng và chúng sẽ phải cắn răng chịu đựng.

106. "Phép Lạ của Ta đã chẳng được tuyên đọc cho các ngươi hay sao? Nhưng các ngươi đã cho là họ nói láo."

107. Chúng sẽ nói: "Lạy Chúa, tính hung ác đã chế ngự chúng tôi, chúng tôi là đám dân đã lầm lỗi.

108. "Lạy Chúa, xin hãy đem chúng tôi ra khỏi nơi này. Nếu chúng tôi còn tái phạm, quả thật chúng tôi là những kẻ bất lương."

109. Chúa phán: "Hãy dang ra, chớ thưa bẩm gì với Ta.

110. "Trong những bề tôi của Ta có một nhóm nói rằng: 'Lạy Chúa, chúng tôi tin tưởng

nên xin hãy tha thứ tội lỗi của chúng tôi và xin nhủ lòng thương chúng tôi, vì Ngài là Đấng Từ Bi hơn hết.'

111. "Nhưng các ngươi đã đem họ làm trò cười, đến đỗi quên cả việc tâm niệm Ta. Các ngươi đã chê nhạo họ.

112. "Hôm nay Ta đã ban thưởng họ vì lòng kiên quyết của họ. Họ mới là kẻ thắng cuộc."

113. Ngài lại phán: "Các ngươi đã ở trên mặt đất bao nhiêu năm rồi?"

114. Chúng sẽ trả lời: "Chúng tôi đã ở đây một ngày hay một buổi gì đó. Xin hãy hỏi người kê toán."

115. Ngài phán: "Các ngươi chỉ ở đây một chốc mà thôi, chớ chi các ngươi biết được!"

116. "Các ngươi nghĩ rằng Ta đã tạo các ngươi như trò tiêu khiển hay sao? Rằng các ngươi sẽ không bị dẫn trả về nơi Ta hay sao?"

117. A-La Cao Cả thay, Chúa Tể thật sự, không có Chúa Trời nào khác ngoài Ngài, Chúa của Ngai Vàng đầy vinh quang ấy.

118. Và kẻ nào cầu khẩn đến thần thánh khác chung với A-La, thần thánh mà hắn không thể trưng ra chứng cớ được, hắn sẽ phải chịu sự thanh toán trước nhan Chúa. Bọn bất tín sẽ không bao giờ được vinh hiển.

119. Hãy bảo: "Lạy Chúa, xin hãy tha thứ và nhủ lòng thương. Ngài là Đấng Từ Bi hơn hết."

ÁNH SÁNG
(Khải thị ở Mêđina)

1. Nhân danh A-La, Đấng Khoan Hậu, Đấng Từ Bi.

2. Đây là chương mà Ta đã khải thị để làm giới luật. Ta đã khải thị trong đó những Phép Lạ rõ ràng để mong các ngươi biết hồi tâm.

3. Người đàn ông và người đàn bà đã phạm tội gian dâm, mỗi người phải bị đánh một trăm roi. Nếu các ngươi tin tưởng nơi A-La và Ngày Tận Thế, chớ tỏ lòng thương hại cả hai trong việc thi hành Lời Dạy của A-La. Hãy mời một nhóm tín đồ làm chứng trước sự trừng phạt chúng.

4. Người đàn ông đã phạm tội gian dâm không được kết hôn với ai khác ngoại trừ với người đàn bà đã phạm tội gian dâm hoặc đàn bà thờ đa thần giáo. Người đàn bà đã phạm tội gian dâm không được kết hôn với ai khác ngoại trừ với người đàn ông đã phạm tội gian dâm hoặc đàn ông thờ đa thần giáo. Các tín đồ không được vi phạm đến điều này.

5. Kẻ nào vu oan cho người phụ nữ trinh bạch mà không dẫn ra được bốn người chứng, hãy đánh hắn tám mươi roi. Sau đó không được nghe lời chứng của chúng, những kẻ này toàn là kẻ thất đức.

6. Chỉ trừ những người sau đó ăn năn và tỏ lòng hối cải, A-La thật là Đấng Khoan Dung và rất Từ Bi.

7. Còn kẻ nào vu oan cho vợ của hắn và ngoài hắn không có ai làm chứng, lời chứng của hắn chỉ được chấp nhận nếu hắn thề với A-La bốn lần rằng hắn đã nói thật.

8. Và lời thề thứ năm là nếu hắn nói dối, hắn

sẽ bị A-La chúc dữ.

9. Hình phạt sẽ được cất bỏ khỏi người đàn bà ấy nếu nàng làm chứng bốn lần, thề với A-La rằng hắn đã nói dối,

10. Và lời thề thứ năm là nếu hắn đã nói thật thì nàng sẽ bị A-La chúc dữ.

11. Nếu không nhờ ân đức và lòng từ bi mà A-La ban cho các ngươi, và nếu A-La chẳng phải là Đấng đầy lòng trắc ẩn và Khôn Ngoan, các ngươi đã phải lo rầu mất.

12. Quả thật những kẻ đã đồn đãi tin ấy là một nhóm trong các ngươi. Chớ nghĩ rằng việc này là mối họa cho các ngươi, không, đó là điều tốt cho các ngươi. Mỗi người trong bọn chúng đều gánh phần tội lỗi mà hắn đã làm, và kẻ chủ mưu việc ấy sẽ phải chịu hình phạt đau đớn.

13. Khi các ngươi nghe đến chuyện ấy, tại sao những tín đồ nam cũng như nữ không có lòng thành để nói rằng: "Việc này chẳng qua là tin đồn mà thôi"?

14. Tại sao chúng không mời bốn người chứng tới làm chứng việc ấy? Vì chúng không thể tìm được người làm chứng, dưới mắt A-La, chúng là những kẻ nói dối!

15. Nếu không nhờ ân đức và lòng từ bi mà A-La ban cho các ngươi ở kiếp này cũng như Kiếp Lai Sinh, vì tội vu không người khác, hình phạt nặng nề có lẽ đã giáng xuống các ngươi rồi.

16. Các ngươi nhận nó bằng chót lưỡi rồi truyền lại bằng đầu môi việc mà các ngươi hoàn toàn không biết, các ngươi nghĩ rằng ấy là việc còn con, nhưng dưới mắt A-La, ấy là việc trọng đại.

17. Khi các ngươi nghe đến chuyện ấy, tại sao các ngươi không nói rằng: "Chúng tôi thấy không nên bàn tán về chuyện này. Lạy Chúa, Ngài vinh hiển thay. Đây là sự vu không thật trắng trợn!"

18. A-La cảnh cáo rằng nếu các ngươi là tín đồ, các ngươi không được tái phạm việc tương tự như thế.

19. A-La giảng dạy cho các ngươi rõ những điều răn của Ngài. A-La thật là Đấng Toàn Tri, Khôn Ngoan.

20. Kẻ nào thích rằng những chuyện đồi phong bại tục được loan truyền ra trong các tín đồ, kẻ ấy sẽ phải chịu hình phạt đau đớn ở kiếp này cũng như Kiếp Lai Sinh. Tuy các ngươi không biết nhưng A-La biết rõ cả.

21. Nếu không nhờ ân đức và lòng từ bi mà A-La ban cho các ngươi, và nếu A-La chẳng phải là Đấng đầy lòng trắc ẩn từ bi, có lẽ các ngươi đã bị tận diệt rồi.

22. Hỡi những người vững lòng tin! chớ theo gót Satăng, kẻ nào theo gót Satăng thì hãy nhớ rằng hắn sẽ ép buộc những việc đồi bại và tội lỗi. Nếu không nhờ ân đức và lòng từ bi mà A-La ban cho các ngươi, không một ai trong các ngươi sẽ được trong sạch. Nhưng A-La sẽ thanh tẩy kẻ nào mà Ngài vừa lòng. A-La là Đấng nghe tất cả và thấy tất cả.

23. Trong đám các ngươi, ai có tài sản và lương khô giàu có thì không được thề rằng chẳng chia phần cho trẻ mồ côi, người nghèo khổ và những người đã rời bỏ cố hương vì A-La. Hãy tha thứ và tỏ lòng rộng lượng với họ. Các ngươi không mong được A-La tha thứ hay sao? A-La là Đấng Khoan Hồng và Từ Bi nhất.

24. Những kẻ nào vu khống người đàn bà lơ đễnh nhưng lòng trinh bạch và biết tin tưởng, những kẻ ấy sẽ bị chúc dữ ở kiếp này cũng như Kiếp Lai Sinh và sẽ bị nghiêm trị,

25. Vào ngày mà lưỡi, tay và chân chúng sẽ làm chứng cho những việc chúng đã làm.

26. Ngày ấy A-La sẽ trả đủ với phần chúng đã làm, và chúng sẽ rõ rằng chỉ có A-La là Chân Lý hiển nhiên.

27. Đàn bà vô lại thì xứng đôi với đàn ông vô lại, đàn ông vô lại thì xứng đôi với đàn bà vô lại. Đàn bà có đức hạnh thì xứng đôi với đàn ông có đức hạnh, đàn ông có đức hạnh thì xứng đôi với đàn bà có đức hạnh. Những người này thì không liên can gì đến việc mà bọn vu khống chủ trương. Họ sẽ được ân xá và cả phần thưởng cao quí.

28. Hỡi những kẻ vững lòng tin! Ngoại trừ nhà cửa của các người, chớ bước vào nhà của kẻ khác mà không xin phép và chào hỏi người trong nhà ấy. Điều này càng tốt cho các người, để các người biết hồi tâm.

29. Nếu các người không gặp ai cả, các người không được vào nơi ấy cho đến khi được phép. Nếu các người bị nói 'đi đi' thì hãy lui ra, việc ấy thật đường đường chính chính cho các người. A-La am tường việc các người làm.

30. Các người sẽ không mắc tội nếu tiến vào căn nhà bỏ hoang không ai ở và xử dụng nó. A-La biết rõ điều các người tiết lộ cũng như điều các người giấu giếm.

31. Hãy bảo những người nam tín đồ hạ thấp đôi mắt và giữ gìn nơi phải che đậy của họ. Điều ấy càng thanh sạch cho bản thân họ. Quả thật A-La lúc nào cũng để ý đến việc họ làm.

32. Và hãy bảo những người nữ tín đồ hạ thấp đôi mắt và giữ gìn nơi phải che đậy của họ, ngoại trừ phần lộ liễu, họ không được để lộ ra phần trang hoàng cho thân thể. Hãy phủ khăn che mặt dài đến ngang ngực. Chồng của họ, cha ruột, cha của chồng, con trai của họ hoặc con trai của chồng, anh em ruột, con trai của anh

em ruột hoặc chị em ruột, bà con phái nữ hoặc người mà họ sở hữu bên tay phải, hoặc đầy tớ trai không có lòng dâm dục và những đứa trẻ không hiểu biết gì về chỗ kín của đàn bà, ngoại trừ với những người kể trên, họ không được để lộ ra sắc đẹp của họ. Họ cũng không được giậm chân để vật trang sức đã che đậy bị lộ liễu ra. Hỡi các tín đồ, tất cả hãy hồi tâm quay về với A-La, rồi các ngươi sẽ thành công.

33. Hãy lo liệu cuộc hôn nhân cho những người độc thân trong các ngươi, cho những người nam nô lệ và những người nữ nô lệ xứng đôi vừa lứa. Nếu họ nghèo khó, A-La sẽ đem lòng Khoan Hậu làm cho họ sung túc. A-La là Đấng Quảng Đại và am tường tất cả.

34. Còn những kẻ nào không đủ tài chính để kết hôn, hãy giữ lòng trinh bạch cho đến khi nào A-La đem lòng Khoan Hậu làm cho họ sung túc. Trong những kẻ mà các ngươi sở hữu bên tay phải, nếu kẻ nào muốn xin chứng thư giải phóng và các ngươi thấy họ có điểm tốt thì hãy trao chứng thư cho họ và cấp cho họ một phần trong tài sản mà A-La đã ban cho các ngươi. Nếu những người tớ gái của các ngươi muốn giữ lòng trinh bạch, chớ cưỡng ép họ thành kẻ bất trinh và ngăn cản không cho họ kết hôn để mong tìm lợi tức ở kiếp này. Nếu kẻ nào cưỡng ép họ, sau đó A-La sẽ tỏ lòng Khoan Hậu và Từ Bi với họ.

35. Ta đã ban cho các ngươi những Phép Lạ rõ ràng và các ví dụ về những người đã qua đời trước các ngươi và lời cảnh cáo cho những ai biết kính sợ Chúa Trời.

36. A-La là Ánh Sáng của trời đất. Tỉ dụ về hào quang của Ngài, nó giống như là cái khám xây trong tường tỏa đầy ánh sáng, trong đó có một cái đèn, ngọn đèn nằm trong khối thủy tinh, khối thủy tinh ấy giống như vì sao chói lóng lánh. Nó được đốt bằng một loại cây ô-liu, chẳng phải từ phương đông cũng không phải từ phương tây, dầu của nó gần như chói lọi dù chưa rớ tới lửa. Thật là Ánh Sáng thêm vào Ánh Sáng! A-La

hướng dẫn kẻ nào Ngài muốn đến hào quang của Ngài. A-La đặt nhiều ví dụ cho con người. Ngài am tường không sót một việc.

37. Ánh hào quang ấy bây giờ đang soi sáng những tòa nhà mà A-La đã ra lệnh kiến tạo thật cao để tưởng niệm danh Ngài. Nơi đó mỗi sáng và chiều đều vang lên lời ca ngợi Ngài.

38. Những người này không vì hàng hóa hoặc sự buôn bán mà xao lãng việc tâm niệm A-La, việc cầu nguyện và bố thí. Họ e sợ cái ngày mà con tim và đôi mắt sẽ bị đảo điên,

39. Để A-La ban thưởng cho việc làm tốt nhất của họ và ban thêm ân huệ cho họ. Và A-La thường ban bố cho kẻ nào Ngài muốn mà không cần tính toán.

40. Còn những kẻ không hề tin tưởng, hành vi của chúng giống như ảo cảnh trong sa mạc, kẻ đang khát thì tưởng nó là nước nhưng khi đến gần thì chẳng tìm thấy gì cả. Và hắn tìm ra A-La, nơi đó Ngài sẽ trả đủ với hành vi của hắn. A-La tính toán thật nhanh chóng.

41. Hoặc là hành vi của chúng giống như bóng tối dày đặc trên biển cả bao la không thấy đáy, trên đó có sóng bao trùm, lại còn thêm từng làn sóng khác, bên trên có mây phủ, và bóng tối hết lớp này tới lớp khác. Khi hắn giơ bàn tay ra, hắn khó mà trông thấy nó. Kẻ nào mà A-La không ban cho ánh sáng thì không còn ánh sáng nào cả.

42. Muôn loài trong trời đất và cả loài chim đang duỗi cánh bay đều ca ngợi A-La, ngươi không thấy hay sao? Loài nào cũng biết cách tế lễ và ca ngợi. A-La biết rõ việc chúng làm.

43. Vương quyền trong trời đất thuộc về A-La, tất cả rồi sẽ trở về với Ngài.

44. A-La lùa những đám mây đi và tom góp

Chương 24   AL-NUR   Part 18

về một chỗ rồi chồng chất chúng lên nhau để mưa từ đó rơi xuống, ngươi không thấy hay sao? Ngài gieo từ trời cao xuống những đám mây lớn như núi chứa đầy mưa đá, rồi đập vào kẻ nào Ngài muốn và dời nó khỏi kẻ nào Ngài muốn. Tia sáng của sấm sét làm mọi người gần như hoa mắt cả.

45. A-La cũng luân chuyển ngày đêm. Trong đó hàm chứa sự giáo huấn cho những kẻ nào có mắt nhìn đời.

46. A-La cũng đã sáng tạo mọi loài thú vật từ nước. Trong số đó, có loài thì bò bằng bụng, có loài thì đi đứng bằng hai chân và có loài thì đi đứng bằng bốn chân. A-La sáng tạo bất cứ vật gì mà Ngài muốn. Quả thật A-La có quyền năng thực hiện mọi việc.

47. Quả Ta đã ban xuống nhiều Phép Lạ rõ ràng. A-La hướng dẫn đến chính đạo kẻ nào mà Ngài hài lòng.

48. Chúng nói: "Chúng tôi tin tưởng nơi A-La và Sứ Giả, và sẵn lòng tuân phục," nhưng sau đó một nhóm trong bọn chúng quay lưng đi, những kẻ này không phải là tín đồ.

49. Khi chúng bị gọi đến trước A-La và Sứ Giả để người phân xử cho chúng, thì kìa! một nhóm trong bọn chúng quay lưng đi.

50. Nếu chúng tin rằng phe của chúng có lý, chúng sẽ khép nép kính cẩn đến với người.

51. Con tim của chúng đang mắc bệnh chăng? Hay chúng đang nghi ngờ hoặc lo rằng A-La và Sứ Giả của Ngài sẽ đối xử bất công với chúng? Không không, chính chúng mới là những kẻ bất lương.

52. Nếu là tín đồ, khi bị gọi đến trước A-La và Sứ Giả để người phân xử cho họ, họ chỉ thưa:"Chúng tôi xin nghe và vâng lời." Chính những người này rồi sẽ được vinh hiển.

53. Kẻ nào tuân phục A-La và Sứ Giả, kính

344

sợ A-La và xin Ngài gia hộ, chính những kẻ này sẽ được thắng lợi.

54. Họ thề long trọng với A-La rằng nếu ngươi ra lệnh, họ sẽ sẵn sàng lên đường. Hãy bảo: "Chớ thề thốt chi, việc phải làm là sự tuân phục những điều chính đáng. A-La thật am tường việc các ngươi làm."

55. Hãy bảo: "Hãy tuân phục A-La và hãy tuân phục Sứ Giả." Nếu các ngươi có quay lưng đi nữa, người sẽ chịu gánh nặng của người và các ngươi sẽ chịu gánh nặng của các ngươi.

56. A-La đã hứa với những người vững lòng tin và năng làm việc thiện trong nhóm các ngươi rằng Ngài sẽ cho họ làm người thừa hưởng đất lành như những người xưa đã được thừa hưởng; rằng Ngài sẽ dựng lên tôn giáo mà Ngài đã chọn cho họ; rằng Ngài sẽ ban sự an tâm để đối với sự sợ hãi của họ. Họ tôn thờ Ta và sẽ không đặt ai chung với Ta. Nhưng sau đó kẻ nào tỏ thái độ vong ân, kẻ ấy là lũ phản trắc.

57. Hãy năng cầu nguyện, bố thí và tuân lệnh Sứ Giả rồi các ngươi sẽ được ban phước.

58. Chớ nghĩ rằng lũ bất tín có thể làm hỏng kế hoạch của Ta trên mặt đất. Chỗ ở của chúng là địa ngục, thật là nơi lưu trú đầy khổ ải biết bao.

59. Hỡi những kẻ vững lòng tin, hãy buộc những kẻ mà các ngươi sở hữu bên tay phải và những kẻ chưa đến tuổi thành niên xin phép vào gặp các ngươi trong ba thời khắc sau: trước lúc cầu nguyện buổi sáng, buổi trưa khi các ngươi cởi y phục để nghỉ và sau lúc cầu nguyện buổi tối. Ấy là ba giờ khắc riêng tư của các ngươi.

Ngoài những giờ khắc ấy, các ngươi và họ có quyền ra vào gặp nhau mà không phải đắc tội. A-La đã giảng dạy rõ ràng Phép Lạ cho các ngươi. Ngài là Đấng Toàn Tri, Khôn Ngoan.

60. Khi con cái của các ngươi đến tuổi thành niên, chúng cũng phải xin phép như những kẻ trước đây đã xin phép. A-La đã giảng dạy rõ ràng mệnh lệnh của Ngài cho các ngươi. A-La thật là Đấng Toàn Tri, Khôn Ngoan.

61. Còn những người phụ nữ đã cao tuổi và không mong kết hôn nữa, nếu họ cởi y phục ngoài mà không để lộ liễu nơi trang hoàng thân thể thì họ sẽ không đắc tội. Nhưng nếu họ biết thận trọng thì càng tốt cho họ. A-La là Đấng nghe tất cả và thấy tất cả.

62. Những người mù, những người què quặt, những người bệnh tật và cả các ngươi sẽ không bị cấm cử nếu các ngươi ăn uống tại nhà của các ngươi, hoặc tại nhà của cha, hoặc tại nhà của mẹ, hoặc tại nhà của anh em, hoặc tại nhà của chị em, hoặc tại nhà của chú bác, hoặc tại nhà của cô, hoặc tại nhà của cậu, hoặc tại nhà của dì, hoặc tại nhà mà các ngươi giữ chìa khóa, hoặc tại nhà của bạn bè. Các ngươi có ăn chung với nhau hay riêng rẽ đều không hại gì. Nhưng khi các ngươi bước vào nhà, hãy chào hỏi người trong nhà bằng lời chào thanh khiết đầy phước lành của Chúa. A-La đã giải thích rõ ràng như thế mệnh lệnh của Ngài để các ngươi biết giác ngộ.

63. Tín đồ chân chính là những người tin tưởng A-La và Sứ Giả của Ngài. Khi hội họp với người về những vấn đề liên quan đến cộng đồng, họ không hề bỏ đi mà không xin phép người. Những kẻ xin phép ngươi mới thật là những người tin tưởng A-La và Sứ Giả của Ngài. Vì vậy khi họ xin phép ngươi rời khỏi vì có chuyện riêng, hãy cho phép kẻ nào mà

ngươi vừa ý và xin A-La tha thứ cho họ. A-La thật là Đấng Khoan Hồng và Từ Bi.

64. Chớ kêu gọi Sứ Giả như các ngươi kêu gọi lẫn nhau. A-La biết rõ kẻ nào toan trốn đi một cách lén lút. Hãy cảnh cáo những kẻ dám trái lệnh của Ngài rằng sự thử thách sẽ xảy ra, hoặc hình phạt sẽ giáng xuống người chúng.

65. Hãy nghe đây! muôn loài hiện hữu trong trời đất đều thuộc về A-La. Ngài biết rõ thực trạng của các ngươi. Ngày mà chúng bị triệu hồi về nơi Ngài, Ngài sẽ báo cho chúng biết những việc chúng đã làm, A-La biết rõ không sót một việc.

Chương 25   AL-FURQAN   Part 18

QUI LUẬT
(Khải thị ở Mécca)

1. Nhân danh A-La, Đấng Khoan Hậu, Đấng Từ Bi.

2. Phước lành cho Ngài, Đấng đã ban Qui Luật, tức là Thánh thư Koran, cho bề tôi của Ngài để làm người cảnh cáo vạn dân.

3. Vương quyền trong trời đất thuộc về Ngài. Ngài hoàn toàn không có con cái và cũng không có ai để chia xẻ vương quyền, Ngài đã sáng tạo ra muôn loài và sắp đặt nó theo thứ tự hẳn hòi.

4. Thế mà chúng không màng đến Ngài mà chọn những thần thánh đã được tạo ra và không hề biết sáng tạo, chẳng có quyền năng gì để gây hại hoặc làm lợi ích, cũng không thể cai quản sự chết, sự sống và sự phục sinh.

5. Những kẻ bất tín đã nói: "Ấy chẳng qua là sự láo khoét mà hắn đã đặt ra. Rồi những kẻ khác đã hiệp lực với hắn." Chính bọn chúng mới là những kẻ đã tạo ra sự bất công và giả dối.

6. Và chúng nói: "Đây là những chuyện thần thoại đời xưa. Họ đã kể cho hắn nghe mỗi sáng và chiều rồi hắn đã ghi chép nó."

7. Hãy bảo: "Đấng thấu rõ mọi điều bí mật trong trời đất đã khải thị nó. Ngài là Đấng Khoan Hồng và Từ Bi hơn hết."

8. Chúng lại nói: "Có gì Sứ Giả này lại ăn thực phẩm và đi lại trên đường phố? Tại sao thiên sứ không được phái xuống cho hắn để cùng hắn làm người cảnh cáo?

9. "Hoặc đúng ra châu báu phải được thẩy xuống cho hắn, hoặc đúng ra hắn phải được vườn cây trái để hái mà ăn." Và bọn bất lương lại bảo: "Kẻ mà các ngươi tuân phục chẳng qua là người bị quỉ ám."

10. Hãy xem chúng dùng bao nhiêu cách ví dụ về ngươi! Nên chúng đã lầm lạc và không thể tìm ra nẻo chánh.

11. Phước lành cho Ngài, nếu Ngài muốn Ngài sẽ ban cho ngươi Cõi An Lạc có sông chảy bên dưới, còn tốt đẹp hơn những món ấy, và sẽ ban cho ngươi hằng mấy cung điện.

12. Không, chúng đã phủ nhận Giờ Khắc ấy, Ta đã chuẩn bị lửa thiêu dành cho những kẻ dám phủ nhận Giờ Khắc ấy.

13. Khi chúng nhìn thấy nó, chúng sẽ nghe tiếng gầm và tiếng rống của nó.

14. Khi chúng bị xiêng lại và liệng vào chỗ hẹp trong hỏa ngục, chúng bèn xin bị giết phứt đi.

15. "Đã đến ngày này chớ cầu mong được chết một lần. Hãy cầu xin được chết nhiều lần."

16. Hãy bảo: "Như thế sướng hơn hay là Vườn địa đàng hứa ban cho những người chính trực tốt hơn đây? Đây là phần thưởng và là nơi họ sẽ tới."

17. Nơi đó họ sẽ được bất cứ món gì họ muốn và được sống đời đời ở đó. Đây là lời giao ước đáng nên cầu khẩn nơi Chúa.

18. Ngày mà Ngài triệu tập chúng và những kẻ mà chúng tôn thờ không màng đến Ngài, Ngài sẽ phán: "Có phải các ngươi là kẻ đã quyến rũ bê tôi của Ta chăng, hay là tự thân chúng đã lạc lối chăng?"

19. Chúng sẽ nói: "Ngài vinh hiển thay! Làm sao có chuyện chúng tôi bỏ Ngài mà chọn kẻ

Chương 25　　　　　　　AL-FURQAN　　　　　　　Part 19

khác làm người che chở được. Nhưng Ngài đã ban cho chúng và tổ tiên của chúng nhiều lạc thú ở kiếp này đến đỗi chúng quên cả lời khuyến cáo và trở thành lũ dân trụy lạc."

20. Rồi Ta sẽ hỏi những kẻ thờ tà thần: "Bây giờ chúng đã cho là các ngươi nói láo, nên các ngươi không thể tránh khỏi hình phạt cũng không được ai cứu giúp cả." Kẻ nào trong các ngươi làm chuyện bất chính, Ta sẽ cho hắn nếm mùi hình phạt đau đớn.

21. Những Sứ Giả mà Ta đã phái xuống trước nhà ngươi, không kẻ nào mà không ăn thức ăn và không đi lại trên đường phố. Ta đã làm cho các ngươi thành sự thử thách lẫn nhau. Các ngươi có chịu đựng được chăng? Chúa là Đấng nhìn thấu mọi việc.

22. Và những kẻ không mong mỏi sự hội diện với Ta thì nói: "Tại sao thiên sứ không được phái xuống đây cho chúng tôi? Tại sao chúng tôi không thấy được nhan Chúa?" Chúng ngạo mạn quá đỗi và dám tỏ thái độ phạm thượng.

23. Ngày mà chúng thấy được thiên sứ, kẻ phạm tội sẽ không được một tin mừng nào cả, mà chỉ nói: "Hỡi ôi chướng ngại lớn biết bao!"

24. Rồi Ta sẽ hướng về sự nghiệp của chúng và sẽ đập vỡ nó tan thành từng mảnh vụn.

25. Ngày ấy những người cư trú ở Thiên đàng sẽ được hưởng chỗ ở toàn hảo và chỗ nghỉ trưa êm ái.

26. Ngày mà vòm trời và mây mù bị vỡ ra làm đôi và vô số thiên sứ giáng trần,

27. Ngày ấy vương quyền thật sự nằm trong tay Chúa Trời Từ Bi, và sẽ là ngày khôn khổ cho bọn bất tín.

28. Ngày ấy bọn bất lương sẽ siết tay lại than thở: "Ôi chớ chi ta chọn con đường như Sứ Giả!

29. "Ôi họa đã tới nơi! chớ chi ta đừng chọn hắn làm bạn hữu!

30. "Lời giáo huấn đã đến với ta nhưng hắn đã làm ta lầm lạc." Satăng là kẻ thường bỏ rơi con người.

31. Sứ Giả sẽ thưa: "'Lạy Chúa, dân của tôi đã cho Kinh Koran này là vật vô giá trị."

32. Đối với Nhà Tiên Tri nào Ta đều chọn trong những kẻ tội lỗi người thù địch để đối đầu với hắn. Chúa của ngươi đủ là Đấng hướng dẫn và cứu trợ.

33. Bọn bất tín thì bảo: "Tại sao Kinh Koran không được khải thị cho hắn cùng một lúc?" Ta đã khải thị nó để củng cố tinh thần của ngươi và đã sắp đặt nó thành hình thức hoàn mỹ nhất.

34. Mỗi khi chúng ví dụ về ngươi, Ta đều ban cho ngươi chân lý và sự giải thích tường tận.

35. Những kẻ bị triệu hồi xuống địa ngục mặt nằm sấp, là những kẻ sẽ chịu số phận đau khổ nhất, là những kẻ hoàn toàn lạc khỏi chính đạo.

36. Ta đã ban Kinh Thánh cho Môsê và chỉ định người anh của hắn là Aarôn làm phụ tá,

37. Và Ta đã phán:"Các ngươi hãy đến với lũ dân đã phủ nhận Phép Lạ của Ta." Rồi Ta đã tận diệt chúng.

38. Còn dân của Noah, khi chúng từ chối các Sứ Giả của Ta, Ta đã làm chúng chết đuối để làm Phép Lạ cho nhân gian thấy. Lúc nào Ta cũng chuẩn bị sẵn hình phạt đau đớn dành cho những kẻ bất lương.

39. Lại thêm bộ tộc Ad, Thamud, dân của

Giếng nước và nhiều thế hệ đã hưng vong,

40. Mỗi bộ tộc Ta đều đem ví dụ mà răn dạy, rồi mỗi bộ tộc đều bị Ta tiêu diệt hoàn toàn.

41. Chắc chắn chúng đã viếng thăm thị trấn bị cơn mưa ghê gớm. Chúng chưa thấy hay sao? Không, chúng không hề nghĩ đến sự phục sinh.

42. Khi chúng thấy ngươi chúng chỉ nhạo báng ngươi: "Đây có phải là kẻ mà A-La đã phái làm Sứ Giả chăng?

43. "Nếu chúng ta không vững lòng, có lẽ chúng ta đã bị hắn làm cho lầm lạc và từ bỏ chư thần của chúng ta rồi." Khi chúng chứng kiến hình phạt, chúng sẽ biết ai là kẻ đã lạc khỏi chính đạo.

44. Ngươi có thấy kẻ xem dục vọng của họ như là thần thánh hay không? Ngươi định làm kẻ bảo hộ hắn hay sao?

45. Ngươi nghĩ rằng đa số trong bọn chúng biết lắng tai nghe hoặc giác ngộ hay sao? Chúng chỉ giống như loài gia súc- không, chúng còn lạc đường xa hơn nữa.

46. Ngươi có từng thấy Chúa đã làm cách nào để kéo dài hình bóng chăng? Nếu Ngài muốn Ngài đã làm nó bất động. Rồi Ta đã khiến mặt trời làm kẻ dẫn đường cho nó,

47. Rồi Ta rút ngắn nó dần dần về phía Ta.

48. Ngài là Đấng đã tạo ra đêm tối để làm màn phủ cho các ngươi, tạo ra giấc ngủ để nghỉ ngơi và tạo ra ban ngày để thức dậy.

49. Và Ngài cũng là Đấng gởi gió đi để báo tin lành trước khi giáng ơn xuống, rồi làm mưa thanh khiết rơi từ trời cao xuống,

50. Để nhờ đó làm sống lại mặt đất đã hạn hán, và để làm thức uống cho vô số gia súc và nhân gian mà Ta đã tạo ra.

51. Ta đã dùng mọi cách để giải thích cho chúng, mong rằng chúng sẽ hồi tâm, nhưng đa số trong nhân gian vẫn khăng khăng ôm lòng bất tín.

52. Nếu Ta muốn, Ta đã phái Người Cảnh Cáo đến mỗi thị trấn rồi.

53. Vì vậy chớ nghe lời bọn bất tín và hãy dùng vật này (Kinh Koran) mà quyết liệt chống lại chúng.

54. Ngài là Đấng đã làm hai biển tách rời ra, một bên thì ngon và ngọt còn bên kia thì mặn và đắng, giữa hai bên Ngài đã đặt một bức tường chắn, là nơi không thể vượt qua được.

55. Ngài cũng là Đấng đã tạo ra con người từ dòng nước, rồi tạo cho hắn con cháu và thân thích. Chúa thật là Toàn Năng.

56. Tuy vậy chúng vẫn không màng đến A-La và tôn thờ những kẻ không có lợi cũng không có hại gì cho chúng. Bọn bất tín là những kẻ ủng hộ kẻ thù của Chúa.

57. Ta đã phái ngươi xuống chỉ để làm người báo tin lành và cảnh cáo.

58. Hãy bảo: "Ta không hề đòi hỏi các ngươi tiền thưởng về vật này, nhưng mong rằng kẻ nào đã chọn nó có thể tìm được con đường về với Chúa."

59. Hãy tin cậy Đấng Trường Sinh Bất Tử và hết lời tán dương Ngài. Một mình Ngài cũng đủ là Đấng am tường tội lỗi của các thuộc hạ.

60. Ngài là Đấng đã sáng tạo ra trời đất và mọi loài trong đó trong sáu thời kỳ, rồi quang lâm trên Ngự Tọa, là Chúa Trời Từ Bi! Hãy hỏi những người có kiến thức về Ngài.

61. Nhưng khi nghe lời kêu gọi: "Hãy quy y với Chúa Trời Từ Bi," thì chúng sẽ nói: "Ai là Chúa Trời Từ Bi? Chúng tôi há lại đi thờ phụng kẻ mà các ngươi ép buộc chúng tôi hay sao?" Rồi chúng càng tìm cách tránh xa đi.

62. Phước lành cho Ngài, Đấng đã tạo ra những chòm sao trên trời và đã đặt nơi đó Nguồn

sáng với mặt trăng lóng lánh.

63. Ngài cũng là Đấng đã tạo ra đêm và ngày luân phiên với nhau, dành cho những ai muốn cảnh tỉnh và những ai muốn cảm tạ.

64. Những bề tôi của Chúa Trời Từ Bi là những người đi đứng trên mặt đất một cách đoan trang, khi những kẻ vô tri có gọi họ, họ sẽ nói: "Bình an cho ngài!"

65. Là những người thức suốt đêm, phủ phục xuống hoặc đứng yên trước nhan Chúa,

66. Là những người thưa rằng: "Lạy Chúa, xin hãy cất khỏi chúng tôi hình phạt ở Địa ngục. Thật là hình phạt đau đớn.

67. "Đó là chốn an nghỉ và cư trú đầy khổ ải biết bao;"

68. Là những người khi chi xài không hề phung phí hoặc keo kiệt mà giữ điều độ trong khoảng trung gian ấy;

69. Là những kẻ không cầu khẩn đến thần thánh nào khác hơn A-La, không sát hại sinh mạng mà A-La đã cấm chỉ, ngoại trừ khi có lý do chính đáng; cũng không phạm tội gian dâm. Kẻ nào phạm đến những điều trên phải lãnh quả báo của tội lỗi ấy.

70. Và đến Ngày Phục Sinh, hình phạt sẽ tăng lên gấp đôi, hắn phải chịu sự nhục nhã và lưu lại nơi đó vĩnh viễn,

71. Chỉ trừ những ai biết ăn năn hối cải, tin tưởng và năng làm việc thiện, A-La sẽ đổi việc ác của họ thành việc thiện. A-La là Đấng Khoan Hồng và Từ Bi hơn hết.

72. Những kẻ ăn năn và làm việc thiện là những kẻ thật lòng sám hối với A-La;

73. Những người không hề làm chứng một cách gian dối, khi đi ngang qua những chuyện

tâm phào vẫn giữ tư cách trang nghiêm.

74. Và những người khi nghe nhắc nhở đến Phép Lạ của Chúa, không tỏ thái độ tai điếc mắt đui.

75. Và những người nói: "Lạy Chúa, xin hãy ban cho chúng tôi vợ con để làm nguồn vui. Xin hãy làm chúng tôi thành những người tiên phong trong những kẻ kính sợ Ngài."

76. Những người này rồi sẽ được ban địa vị cao cả ở Thiên đàng vì lòng kiên quyết của họ, và sẽ được đón tiếp bằng sự hoan nghinh và lời chào bình an,

77. Rồi được sống đời đời nơi đó. Thật là chỗ lưu trú tốt biết bao, là chỗ ở tốt biết bao.

78. Hãy bảo bọn bất tín: "Nếu không có lời cầu nguyện của các ngươi, Chúa sẽ không hề lưu ý đến các ngươi. Bây giờ các ngươi phủ nhận sự thật, tai họa sẽ giáng xuống các ngươi."

Chương 26 — AL-SHU'ARA' — Part 19

THI NHÂN
(Khải thị ở Mécca)

1. Nhân danh A-La, Đấng Khoan Hậu, Đấng Từ Bi.

2. Ta Sin Mim.*

3. Đây là những đoạn văn trong quyển Kinh Điển minh bạch.

4. Có lẽ ngươi sẽ lo rầu đến chết vì chúng chẳng chịu tin tưởng.

5. Nếu Ta muốn, Ta đã ban Phép Lạ từ trên trời xuống cho chúng rồi, và chúng sẽ cúi đầu bái lạy nó.

6. Mỗi khi Lời Giáo Huấn nào của Chúa Trời Từ Bi ban cho chúng, chúng đều ngoảnh mặt đi.

7. Chúng đã cho nó là sự giả dối, nhưng chẳng bao lâu lời báo về vật mà chúng đã nhạo báng sẽ xảy đến cho chúng.

8. Chúng không nhìn thấy đất lành hay sao? Có biết bao nhiêu cây cỏ tốt tươi mà Ta đã làm nảy nở nơi đó.

9. Trong đó quả thật hàm chứa Phép Lạ nhưng đa số trong bọn chúng không hề tin tưởng.

10. Chúa thật là Đấng Mạnh Mẽ và đầy lòng từ bi.

11. Hãy nhớ lúc Chúa kêu gọi Môsê, phán rằng: "Hãy đến với lũ dân hung bạo ấy.

12. "Lũ dân của Pharaô, chúng không kính sợ Chúa Trời hay sao?"

13. Hắn thưa: "Lạy Chúa, tôi sợ rằng chúng cho là tôi nói láo;

14. "Lồng ngực thì thấp thỏm lo sợ và miệng lưỡi thì không lưu loát. Vì vậy xin Ngài hãy gọi Aarôn.

15. " Tôi là kẻ đắc tội với chúng, nên tôi e rằng chúng sẽ giết tôi."

16. Chúa phán: "Không sao đâu, các ngươi hãy đem Phép Lạ của Ta mà đi đi. Ta sẽ cùng với các ngươi lắng tai nghe.

* Chúa Trời Khoan Hậu, nghe thấu và am tường mọi việc

17. "Nên hãy đến nơi Pharaô ở, nói rằng: 'chúng tôi là Sứ Giả của Chúa của muôn loài,

18. 'Xin hãy cho con cái Israel ra đi với chúng tôi.'"

19. Pharaô nói: "Chúng tôi đã chẳng nuôi nấng ngươi như con ruột hay sao? Ngươi đã chẳng ăn ở nhiều năm với chúng tôi hay sao?

20. "Vậy mà ngươi đã ra tay làm việc ấy, ngươi thật là kẻ vong ân."

21. Môsê đáp: "Quả tôi đã làm chuyện ấy trong lúc tôi còn theo bọn gian tà.

22. "Nên tôi đã lẩn trốn vì e sợ các ngài. Sau đó Chúa đã ban cho tôi trí huệ và khiến tôi làm Sứ Giả.

23. "Các ngài bắt con cái Israel làm nô lệ mà định bảo rằng ấy là ân huệ ban cho tôi."

24. Pharaô hỏi: "Chúa của muôn loài là gì vậy?"

25. Môsê đáp: "Là Chúa của trời đất và muôn loài tồn tại trong đó. Chớ chi các ngài có lòng tin."

26. Pharaô nói với những kẻ hầu cận: "Các ngươi có nghe chứ?"

27. Môsê nói: "Là Chúa của các ngài và cũng là Chúa của tổ tiên của các ngài từ đời xưa."

28. Pharaô nói: "Sứ Giả được phái đến cho các ngươi đúng là kẻ mất trí."

29. Môsê nói: "Là Chúa của Phương Đông và Phương Tây và muôn loài tồn tại trong đó, chớ chi các ngài hiểu được."

30. Pharaô nói: "Nếu ngươi dám chọn thần thánh nào khác hơn ta, ta sẽ tống giam ngươi vào ngục."

31. Môsê nói: "Dẫu tôi có trưng cho các ngài thấy chứng cớ hiển nhiên đi nữa hay sao?"

32. Pharaô nói: "Nếu ngươi nói thật, hãy trưng ra xem."

33. Nên hắn đã ném cây gậy xuống, thì kìa! rõ ràng nó biến thành con rắn.

Chương 26 — AL-SHU'ARA' — Part 19

34. Đoạn hắn giơ bàn tay ra, xem kìa, nó trở nên trắng bệch trước mắt mọi người.

35. Pharaô bảo với các cận thần: "Đây quả thật là tên phù thủy rất xảo diệu.

36. "Hắn định dùng trò phù thủy để đuổi các ngươi ra khỏi xứ này. Các ngươi có ý kiến gì không?"

37. Chúng tâu: "Hãy bắt hắn và người anh của hắn đợi một thời gian và phái các quan triệu hồi đi khắp các thành thị,

38. "Để dẫn về cho bệ hạ tất cả những thầy pháp khéo tay."

39. Nên các thầy pháp đã được triệu tập lại đúng ngày giờ đã định.

40. Và có lời loan truyền với dân chúng: "Mọi người đã tập hợp lại chưa?

41. "Nếu các thầy pháp thắng cuộc, chúng ta sẽ theo họ."

42. Khi các thầy pháp đến, họ tâu với Pharaô: "Nếu chúng tôi thắng cuộc, chúng tôi sẽ được ban thưởng chăng?"

43. Hắn đáp: "Được lắm, lúc đó trẫm sẽ cho các ngươi làm những kẻ hầu cận."

44. Môsê nói với họ: "Nào hãy liệng ra bất cứ vật gì các ngươi muốn liệng."

45. Họ bèn liệng ra dây thừng và gậy, hô rằng: "Nhờ uy quyền của Pharaô chúng ta sẽ thắng cuộc."

46. Rồi Môsê liệng xuống cây gậy của hắn, xem kìa! nó nuốt chửng tất cả những vật mà họ đã hóa phép.

47. Bọn thầy pháp phủ phục xuống lạy,

48. Nói rằng: "Chúng tôi tin tưởng Chúa của muôn loài,

49. "Chúa của Môsê và Aarôn."

50. Pharaô nói: "Các ngươi dám tin tưởng hắn trước khi ta cho phép các ngươi. Hắn quả là thầy dạy trò ảo thuật cho các ngươi. Rồi các ngươi sẽ biết hậu quả ra sao. Ta sẽ chặt tay và chân của các ngươi mỗi bên một cánh, rồi treo

các ngươi lên thập tự giá không sót một tên."

51. Họ nói: "Chẳng hề chi, bởi chúng tôi sẽ trở về với Chúa.

52. "Vì chúng tôi là những tín đồ đầu tiên, mong rằng Chúa sẽ tha thứ tội lỗi của chúng tôi."

53. Đoạn Ta đã phán với Môsê rằng: "Nhân lúc tôi trời hãy dẫn các bề tôi của Ta đi đi, các ngươi chắc chắn sẽ bị truy nã."

54. Pharaô sai các quan sứ đi khắp các thành thị bố cáo rằng:

55. "Bọn chúng chỉ là nhóm thiểu số,

56. "Và thường chống lại chúng ta.

57. "Phe ta thế đông và tinh nhuệ hơn nhiều."

58. Nên Ta đã đuổi bè lũ Pharaô ra khỏi hoa viên, suối nước,

59. Gia bảo và dinh thự cao sang.

60. Đã hẳn thế, Ta đã đem những vật ấy cho con cái Israel thừa hưởng.

61. Chúng đã truy nã và bắt kịp họ vào lúc hừng đông.

62. Khi hai bên thấy thấp thoáng bóng dáng kẻ thù, đoàn tùy tùng của Môsê nói: "Chúng ta sẽ bị bắt lại mất."

63. Hắn nói: "Không sao đâu, Chúa ở cạnh ta, Ngài sẽ dẫn dắt ta."

64. Ta đã phán với Môsê rằng: "Hãy chỉ cây gậy của ngươi xuống biển." Tức thì mặt nước tách ra làm đôi, mỗi bên giống như đỉnh núi khổng lồ.

65. Đoạn Ta cho bè lũ Pharaô tiến tới nơi ấy.

66. Ta đã cứu Môsê và tất cả những người đồng hành với hắn.

67. Rồi nhận chìm tất cả bè lũ Pharaô.

68. Quả thật trong chuyện này hàm chứa Phép Lạ nhưng hầu hết trong bọn chúng không hề tin tưởng.

69. Chúa thật là Mạnh Mẽ và đầy lòng từ bi.

70. Hãy kể cho chúng câu chuyện của Abraham.

71. Khi hắn bảo với thân phụ và dân chúng: "Các ông tôn thờ ai vậy?"

72. Họ trả lời: "Chúng tôi thờ hình tượng và lúc nào cũng hết lòng tôn thờ nó."

73. Hắn bảo: "Khi các ông cầu khẩn nó, nó có nghe thấu được chăng?

74. "Hoặc nó có lợi gì cho các ông hay làm hại các ông được chăng?"

75. Họ đáp: "Không, nhưng chúng tôi thấy tổ tiên của chúng tôi đã làm như thế."

76. Hắn bảo: "Các ông có biết gì về vật mà các ông đã tôn thờ chăng?

77. "Vật mà các ông và tổ tiên của các ông đã thờ đấy.

78. "Những vật ấy là kẻ địch của tôi, chỉ trừ Chúa của muôn loài,

79. "Đấng đã tạo ra tôi và chính Ngài là Đấng đã dẫn dắt tôi.

80. "Đấng ban cho tôi đồ ăn thức uống;

81. "Và khi tôi đau, chính Ngài chữa lành cho tôi;

82. "Ngài sẽ làm tôi chết rồi hồi sinh tôi lại;

83. "Là Đấng mà tôi cầu khẩn xin tha thứ tội lỗi của tôi khi đến Ngày Phục Sinh.

84. "Lạy Chúa, xin hãy ban cho tôi trí khôn ngoan và đặt tôi chung với những người chính trực;

85. "Và hãy ban cho tôi thanh danh ở hậu thế;

86. "Hãy cho tôi tham gia với những người thừa hưởng Cõi An Lạc;

87. "Và hãy tha thứ phụ thân của tôi dù người đã lầm lỗi.

88. "Ngày mà họ được hồi sinh lại, xin chớ làm tôi bị nhục nhã,

89. "Là ngày mà gia tài và con cái không có nghĩa gì cả,

90. "Chỉ trừ kẻ nào mang lòng thành kính đến với A-La."

91. Và Cõi An Lạc sẽ đến gần những người chính trực.

92. Và địa ngục sẽ được mở ra cho những kẻ nào đã theo tà đạo.

93. Rồi chúng sẽ bị hỏi: "Những kẻ mà các ngươi đã tôn thờ,

94. "Không màng đến A-La, nay ở đâu? Có thể nào chúng cứu được các ngươi hay cứu được chính thân của chúng không?"

95. Chúng và những kẻ đã theo tà đạo sẽ lần lượt bị liệng vào hỏa ngục.

96. Và cả bè lũ Iblis, tất cả đều chịu chung số phận.

97. Chúng bàn cãi với nhau dưới đó, nói rằng:

98. "Xin thề với A-La, quả thật chúng tôi đã theo tà đạo,

99. "Bởi chúng tôi đã xem các ngươi đồng đẳng với Chúa của muôn loài,

100. "Chỉ có những kẻ tội lỗi đã quyến rũ chúng tôi.

101. "Bây giờ chúng tôi không có ai để xin tội cả,

102. "Cũng không còn thân hữu nào cả.

103. "Chớ chi chúng tôi được phép trở về trần thế, chúng tôi sẽ nguyện trở thành tín đồ!"

104. Trong chuyện này quả hàm chứa Phép Lạ, nhưng hầu hết trong bọn chúng chẳng chịu tin tưởng.

105. Chúa thật là Mạnh Mẽ và đầy lòng từ bi.

106. Và dân chúng của Noah đã xem các Sứ Giả như là những kẻ nói láo,

107. Người huynh đệ Noah đã bảo họ: "Các ngươi còn chưa chịu ăn ở chân chính hay sao?

108. "Ta là Sứ Giả thành thật được phái xuống cho các ngươi.

109. "Nên hãy kính sợ A-La và nghe lời ta.

110. "Ta không đòi các ngươi tưởng thưởng về việc ấy. Phần thưởng của ta nằm trong tay Chúa của muôn loài,

111. "Nên hãy kính sợ A-La và nghe lời ta."

112. Họ nói: "Những kẻ bần cùng nhất mới nghe lời ngươi, chúng ta há lại đi tin tưởng ngươi hay sao?"

113. Noah bảo: "Việc họ làm thì ta hoàn toàn không biết,

114. "Chỉ có Chúa mới thanh toán công việc của họ, chớ chi các ngươi hiểu được!

115. "Ta không bao giờ xua đuổi những ai vững lòng tin,

116. "Ta chỉ là Người Khuyên Cáo mà thôi."

117. Họ nói: "Hỡi Noah, nếu ngươi không chịu bỏ đạo, ngươi sẽ bị ném đá đến chết đấy."

118. Hắn bảo: "Lạy Chúa, dân này đã cho là tôi nói láo.

119. "Xin hãy phân xử rõ ràng giữa tôi và họ, hãy cứu tôi và những tín đồ ở chung với tôi."

120. Nên Ta đã cứu hắn và những kẻ tùy tùng đem lên Thuyền Lớn đầy ắp

121. Rồi Ta nhận chìm những kẻ ở lại.

122. Trong câu chuyện này quả hàm chứa Phép Lạ, nhưng hầu hết trong bọn chúng chẳng chịu tin tưởng.

123. Chúa thật là Mạnh Mẽ và đầy lòng từ bi.

124. Bộ tộc Ad cũng đã phủ nhận các Sứ Giả.

125. Người huynh đệ Hud đã bảo họ: "Các ngươi còn chưa chịu ăn ở chân chính hay sao?

126. "Ta là Sứ Giả thành thật được phái xuống cho các ngươi.

127. "Nên hãy kính sợ A-La và nghe lời ta,

128. "Và ta không đòi các ngươi tưởng thưởng về việc ấy. Phần thưởng của ta nằm trong tay Chúa của muôn loài.

129. "Các ngươi xây lâu đài trên các đồi cao để khoe trương vinh dự hão huyền,

130. Và các ngươi xây dinh thự to lớn để định sống đời đời hay sao?

131. "Khi các ngươi hạ thủ, các ngươi hành động như là bạo chúa.

132. "Hãy kính sợ A-La và nghe lời ta.

133. "Hãy kính sợ Đấng đã ban cho các ngươi tất cả những vật mà các ngươi hiểu biết.

134. "Ngài đã ban cho các ngươi gia súc và con cái,

135. "Vườn tược và suối nguồn.

136. "Thật ra, ta chỉ e sợ cho các ngươi hình phạt của cái ngày ghê gớm ấy."

137. Họ nói: "Ngươi có thuyết giáo với chúng tôi hay không thuyết giáo đi nữa, chẳng quan hệ gì.

138. "Đây chẳng qua là tập tục của người xưa,

139. "Chúng tôi sẽ không bao giờ bị trừng phạt."

140. Chúng đã cho là hắn dối trá nên Ta đã tận diệt chúng. Trong chuyện ấy quả hàm chứa Phép Lạ, nhưng đa số trong bọn chúng không hề tin tưởng.

141. Chúa thật là Mạnh Mẽ và đầy lòng từ bi.

142. Bộ tộc Thamud cũng đã cho Sứ Giả của Chúa là giả dối.

143. Khi người huynh đệ Salih nói với chúng: "Các ngươi còn chưa chịu ăn ở chân chính hay sao?

144. "Ta là Sứ Giả thành thật được phái xuống cho các ngươi.

145. "Hãy kính sợ A-La và nghe lời ta,

146. "Ta không đòi các ngươi tưởng thưởng về việc ấy. Phần thưởng của ta nằm trong tay Chúa của muôn loài,

147. "Các ngươi sẽ được sống yên ổn ở đây mãi mãi hay sao,

148. "Tức là giữa hoa viên, suối nước,

149. "Vườn tược và những cây kè đầy quả hay sao?

150. "Các ngươi còn đẽo đá trong núi để xây nhà ở nữa sao?

151. "Hãy kính sợ A-La và nghe lời ta,

152. "Và chớ tuân theo mệnh lệnh của những kẻ hành động quá trớn.

153. "Chúng chỉ gây sự ác trên mặt đất này và chẳng hề làm việc thiện."

154. Chúng nói: "Ngươi chỉ là kẻ bị quỉ ám;

155. "Ngươi chỉ là người phàm tục như chúng tôi. Nếu ngươi nói thật, hãy trưng ra Phép Lạ xem sao."

156. Salih bảo: "Đây là con lạc đà cái. Nó có quyền uống nước và các ngươi cũng có quyền uống nước vào ngày đã định.

157. "Chớ hành hạ nó, bằng không hình phạt của cái ngày ghê gớm ấy sẽ giáng xuống các ngươi."

158. Nhưng chúng đã cắt nhượng chân của nó, rồi bắt đầu ăn năn hối cải.

159. Nên hình phạt đã giáng xuống người chúng. Quả thật trong câu chuyện này hàm chứa Phép Lạ nhưng hầu hết trong bọn chúng chẳng chịu tin tưởng.

160. Chúa thật là Mạnh Mẽ và đầy lòng từ bi.

161. Dân của Lot cũng đã cho Sứ Giả của Chúa là giả dối.

162. Khi người huynh đệ Lot bảo chúng: "Các ngươi còn chưa chịu ăn ở chân chính hay sao?

163. "Ta là Sứ Giả thành thật được phái xuống cho các ngươi.

164. "Hãy kính sợ A-La và nghe lời ta,

165. "Ta không đòi các ngươi tưởng thưởng về việc ấy. Phần thưởng của Ta nằm trong tay Chúa của muôn loài.

166. "Các ngươi còn theo đuổi bọn đàn ông mãi,

167. "Và không ngó ngàng đến thê thiếp mà Chúa đã tạo ra cho các ngươi hay sao? Không, các ngươi thật là tội lỗi đầy người."

168. Chúng trả lời: "Hỡi Lot, nếu ngươi chẳng chịu ngưng, ngươi sẽ bị tống cổ đi đấy."

169. Lot nói: "Thật ra ta chẳng ưa được việc các ngươi làm.

170. "Lạy Chúa, xin hãy cứu tôi tránh khỏi việc chúng làm."

171. Nên Ta đã cứu hắn và cả gia đình,

172. Chỉ trừ người phụ nữ già ở lại.

173. Rồi Ta đã tận diệt những người kia.

174. Ta đã gieo lên người chúng trận mưa đá. Thật là cơn mưa ghê gớm nhất cho những kẻ đã bị cảnh cáo.

175. Trong câu chuyện này quả hàm chứa Phép Lạ, nhưng đa số trong bọn chúng không hề tin tưởng.

176. Chúa thật là Mạnh Mẽ và đầy lòng từ bi.

177. Dân chúng của Rừng thẳm cũng đã cho Sứ Giả là dối trá.

178. Shu'aib đã bảo chúng: "Các ngươi còn chưa chịu ăn ở chân chính hay sao?

179. "Ta là Sứ Giả thành thật được phái xuống cho các ngươi.

180. "Nên hãy kính sợ A-La và nghe lời ta,

181. "Ta không đòi các ngươi tưởng thưởng về việc ấy. Phần thưởng của ta nằm trong tay Chúa của muôn loài.

182. "Hãy đo lường cho đủ và chớ đo thiếu;

183. "Và cân lường bằng cán cân thật chính xác.

184. "Chớ giảm bớt đồ vật của người khác, cũng chớ làm việc ác và gây loạn trên mặt đất.

185. "Hãy kính sợ Đấng đã sáng tạo ra các ngươi và những dân tộc đời xưa."

186. Chúng bảo: "Ngươi chỉ là kẻ bị quỉ ám.

187. "Ngươi chỉ là một người phàm tục như chúng tôi, chúng tôi nghĩ rằng ngươi là kẻ dối trá.

188. "Nếu ngươi nói thật, hãy làm rơi một mảnh của vòm trời xuống cho chúng tôi."

189. Hắn bảo: "Chúa biết rõ nhất việc các ngươi làm."

190. Chúng tuyên bố rằng hắn là kẻ nói láo. Nên hình phạt của cái ngày u ám ấy đã giáng xuống người chúng.

191. Trong câu chuyện này quả hàm chứa Phép Lạ, nhưng đa số trong bọn chúng không hề tin tưởng,

192. Chúa thật là Mạnh Mẽ và đầy lòng từ bi.

193. Đây quả thật là lời khải thị của Chúa của muôn loài,

194. Thánh Linh chân thật đã đem nó giáng lâm

195. Trên con tim của ngươi để ngươi trở thành Người Khuyên Cáo.

196. Bằng tiếng Á-rập thuần túy và minh bạch.

197. Điều này đã được đề cập đến trong Kinh Thánh của người xưa.

198. Việc những nhà hiền triết trong đám con cái Israel biết điều đó chẳng phải là Phép Lạ cho chúng hay sao?

199. Nếu Ta có ban nó cho người nước khác,

200. Và hắn có đọc nó cho chúng nghe đi nữa, chúng cũng chẳng hề tin nó.

201. Vì Ta đã làm sự bất tín ăn sâu vào con tim của những kẻ tội lỗi.

202. Chúng sẽ không tin tưởng nó cho đến khi chúng thấy sự trừng phạt.

203. Nhưng việc này chỉ xảy ra cho chúng một cách bất ngờ trong lúc chúng không biết gì cả,

204. Chúng sẽ nói: "Chúng tôi sẽ được triển hạn chăng?"

205. Sao! Chúng định hối thúc Ta ra tay trừng phạt hay sao?

206. Ngươi nghĩ sao? Nếu Ta để chúng hưởng lạc trong vài năm,

207. Rồi việc đã đe dọa chúng sẽ xảy ra

208. Lạc thú mà chúng đã vui hưởng không giúp gì được cho chúng cả.

209. Không có thành thị nào đã bị Ta phá hủy mà không được cảnh cáo trước.

210. Đây là lời khuyên cáo. Ta không bao giờ đối xử một cách bất công.

211. Các tà thần không hề mang nó giáng trần.

212. Chúng không xứng đáng để mang nó và cũng không có quyền năng để thực hiện việc ấy.

213. Chúng cũng không được phép lân la nghe trộm.

214. Chớ cầu nguyện thần thánh nào khác ngoài A-La, bằng không ngươi sẽ thành đồng bọn với những kẻ bị trừng phạt.

215. Hãy cảnh cáo những người thân thích của ngươi.

216. Và hãy rủ đôi cánh từ bi lên những tín đồ theo ngươi.

217. Nhưng nếu chúng vẫn chưa chịu nghe lời ngươi, hãy bảo: "Ta không can hệ gì đến việc các ngươi làm."

218. Và hãy tin cậy Đấng Cường Lực và Từ Bi.

219. Đấng nhìn kỹ ngươi khi ngươi đứng cầu nguyện.

220. Đấng nhìn kỹ cử chỉ của ngươi trong nhóm những kẻ phủ phục trước nhan Chúa.

221. Ngài quả thật nghe tất cả và biết tất cả.

222. Ngươi có muốn Ta báo cho ngươi biết những tà thần đã sa xuống cho ai chăng?

223. Chúng sa xuống những kẻ dối trá đầy tội lỗi,

224. Chúng kể đi kể lại những điều đã nghe nhưng hầu hết đều là dối trá.

225. Còn bọn thi nhân, chỉ có những kẻ lầm lẫn mới nghe lời họ.

226. Ngươi không thấy họ lang thang trong các thung lũng hay sao,

227. Và cả việc chúng chỉ nói mà không thực hành được?

228. Chỉ trừ những người vững lòng tin, năng làm việc thiện và thường tâm niệm A-La, và những người chỉ trả thù vì bị áp bức. Những kẻ bất lương rồi sẽ rõ nơi chúng phải quy hồi.

Chương 27   AL-NAML   Part 19

BỘ TỘC NAML
(Khải thị ở Mécca)

1. Nhân danh A-La, Đấng Khoan Hậu, Đấng Từ Bi.

2. Ta Sin.* Đây là những đoạn văn trong Kinh Koran và Quyển Sách minh bạch.

3. Là phương châm và tin mừng cho những người vững lòng tin,

4. Là những người năng cầu nguyện, bố thí và thật lòng tin tưởng ở Kiếp Lai Sinh.

5. Còn những kẻ không tin tưởng ở Kiếp Lai Sinh, Ta đã làm cho chúng thấy hành động của chúng là chính đáng, nên chúng cứ lang thang vơ vẩn.

6. Chính chúng là những kẻ sẽ chịu hình phạt đau đớn và là những kẻ thiệt thòi nhất ở Kiếp Lai Sinh.

7. Ngươi thật là người đã được ban Kinh Koran này từ Đấng Khôn Ngoan và Toàn Tri.

8. Hãy nhớ lúc Môsê bảo với người nhà: "Ta trông thấy một đám lửa, ta sẽ mang đến cho các ngươi tin tức về lửa ấy hoặc một khúc củi cháy để các ngươi sưởi ấm."

9. Khi hắn đến gần đám lửa, hắn nghe tiếng gọi: "Phúc thay cho người ở trong lửa và những người ở quanh đó. Vinh quang cho A-La, Chúa của muôn loài.

10. "Hỡi Môsê, Ta chính là A-La, Đấng Cường Lực và Khôn Ngoan.

11. "Hãy liệng xuống cây gậy của ngươi xem sao." Khi hắn thấy nó động đậy như con rắn, hắn quay lưng bỏ chạy và chẳng hề ngoái lại. "Hỡi Môsê, chớ sợ chi. Dưới sự hiện diện của Ta, Sứ Giả không có gì phải lo sợ.

* Chúa Trời Khoan Hậu và nghe thấu mọi việc

368

12. "Đối với những kẻ nào đã gây tội ác nhưng sau đó đem việc thiện chuộc lấy tội ác, Ta rất là Khoan Hồng và Từ Bi.

13. "Hãy đặt bàn tay vào áo choàng ngay trước ngực, khi giơ ra nó sẽ hóa trắng toát dù chẳng bệnh tật chi. Đây là một trong chín Phép Lạ trưng cho Pharaô và dân của hắn, vì chúng là lũ dân ương ngạnh."

14. Nhưng khi Phép Lạ của Ta hiện ra trước mặt chúng, chúng bèn nói: "Đây rõ ràng là trò phù thủy."

15. Mặc dầu trong lòng thì nhìn nhận Phép Lạ ấy là sự thật, nhưng vì lòng kiêu hãnh và vô đạo, chúng đã từ khước nó. Hãy xem chung cuộc của những kẻ hung ác đã ra sao!

16. Ta đã ban kiến thức cho Đavít và Solomon. Họ đã nói: "Sáng danh A-La, Đấng đã đặc biệt ban phước cho chúng tôi hơn nhiều tín đồ bề tôi của Ngài."

17. Sôlômôn là người kế vị Đavít và đã nói: "Hỡi các ngươi, chúng ta đã được chỉ bảo về ngôn ngữ của loài chim, và được ban đủ mọi vật, ấy quả thật là ân huệ của Chúa Trời.

18. Jinn, nhân gian và chim chóc hợp lại thành hàng ngũ dưới trướng của Sôlômôn,

19. Và tiến vào thung lũng Naml. Một người trong bộ tộc Naml hô rằng: "Hỡi dân miền Naml, hãy lui vào nhà, bằng không Solomon và quân đội của hắn sẽ không phân biệt được và giết các ngươi mất."

20. Sôlômôn nghe được thì mỉm cười và bảo: "Lạy Chúa, tôi xin cảm tạ ân huệ mà Ngài đã ban cho tôi và song thân của tôi, xin hãy chỉ dạy cho tôi những hành vi công chính để có thể làm Ngài hài lòng. Xin hãy nhủ lòng từ bi cho tôi

gia nhập với những bề tôi chân chính của Ngài."

21. Hắn duyệt lại bầy chim và nói: "Ta chẳng thấy Hudhud, tại sao vậy? Hắn đã lần vào nhóm vắng mặt hay sao?

22. "Chắc chắn ta sẽ nghiêm trị hắn hoặc xử tử hắn, chỉ trừ khi hắn đưa ra lý do rõ ràng."

23. Hắn chờ chẳng bao lâu thì Hudhud đến và tâu: "Thần đã biết rõ việc mà bệ hạ chưa biết, thần đã đem tin tức từ Saba đến cho bệ hạ.

24. "Thần đã tìm gặp người đàn bà cai trị họ. Nàng là người được ban nhiều của cải và ngự trên ngai vàng đầy uy lực.

25. "Thần thấy nàng và dân chúng của nàng thờ phụng mặt trời thay vì A-La. Satăng đã làm cho hành vi của họ trở nên đẹp đẽ dưới mắt họ và làm họ lạc khỏi chính đạo, nên họ không được hướng dẫn đúng đường.

26. "Vì Satăng đã cầm họ thờ phụng A-La, Đấng làm sáng tỏ mọi điều bí ẩn trong trời đất và am tường những việc mà các ngài giấu giếm và những việc mà các ngài tiết lộ.

27. "A-La! Không có Chúa Trời nào tồn tại ngoài Ngài, Chúa Tể của Ngai vàng vĩ đại."

28. Solomon bảo: "Chúng tôi sẽ xem ngươi đã nói thật hay nói dối.

29. "Hãy đem phong thơ này đến trao cho họ rồi lui về, chờ xem họ phúc đáp ra sao."

30. Nữ vương Saba bảo: "Hỡi chư khanh, trẫm đã nhận được một lá thơ cao quí

31. "Do Sôlômôn gởi, nói rằng: 'Nhân danh A-La, Đấng Khoan Hậu, Đấng Từ Bi,

32. 'Chớ tỏ thái độ kiêu ngạo với ta, hãy chịu khuất phục và đến yết kiến ta.' "

33. Nàng bảo: "Hỡi chư khanh, hãy cho trẫm

biết ý kiến về việc này, trẫm chưa hề quyết định việc gì mà không có lời bàn của chư khanh."

34. Họ tâu: "Chúng ta có đầy đủ lực lượng và binh lính tinh nhuệ. Bệ hạ chỉ cần ra lệnh, xin hãy cân nhắc kỹ mệnh lệnh của bệ hạ."

35. Nàng bảo: "Mỗi khi vua chúa xâm lăng vào nước nào thì họ đều tàn phá và bắt những người có quyền tước làm nô lệ, ấy là chuyện thường. Sôlômôn chắc chắn sẽ làm như thế.

36. "Trẫm sẽ gởi đồ công hiến cho họ và chờ sứ giả mang thơ phúc đáp về xem sao."

37. Khi sứ giả của nữ vương đến yết kiến Sôlômôn, hắn bảo: "Các ngươi định đem của cải để yểm trợ ta hay sao? Phần mà A-La đã ban cho ta còn phong phú hơn phần mà Ngài đã ban cho các ngươi. Chỉ có các ngươi tự hào về tặng vật của mình.

38. "Hãy trở về với họ. Ta sẽ dẫn đại quân đến gặp họ và họ sẽ không thể kháng cự nổi. Ta sẽ đánh đuổi họ khỏi xứ ấy và họ sẽ trở thành bọn hèn hạ nhục nhã."

39. Hắn nói tiếp: "Hỡi chư khanh, có ai trong các ngươi chịu đem đến cho trẫm một ngự tọa dành cho nữ vương trước khi họ đến với trẫm để tỏ lòng quy phục?"

40. Một người vóc to lớn trong nhóm Jinn tâu: "Thần sẽ đem nó đến trước khi bệ hạ ra khỏi dinh, vì thần có sức lực nên hãy giao việc ấy cho thần."

41. Một người khác có kiến thức về Kinh điển bước ra tâu: "Thần sẽ đem nó đến cho bệ hạ trong nháy mắt." Khi hắn thấy nó được đặt trước mắt, hắn bảo: "Đây thật là ân huệ Chúa đã ban, để thử xem trẫm là kẻ biết cảm tạ hay là kẻ vong ân. Kẻ nào có lòng cảm tạ thì lòng biết ơn ấy có lợi cho bản thân hắn, còn kẻ nào vong ân thì Chúa thật là Đấng Phong Phú và Rộng Lượng."

42. "Hãy làm ngự tọa này đẹp hẳn lên để ngự tọa của nàng trở nên tầm thường. Và chúng ta sẽ xem nàng theo chính đạo hay không theo chính đạo."

43. Khi nàng đến, có lời hỏi rằng: "Có phải ngự tọa của ngài giống như thế ấy chăng?" Nàng trả lời: "Gần giống như vậy. Chúng tôi đã biết trước việc này và đã tỏ lòng quy thuận."

44. Nhưng việc nàng đã tôn thờ kẻ khác ngoài A-La đã làm nàng lầm lẫn và trở thành một người trong đám dân bất tín.

45. Khi nàng được báo: "Hãy bước vào cung điện", nàng nhìn nó và tưởng đấy là giếng nước, nàng bèn vén áo lên và để lộ bàn chân ra. Sôlômôn mới bảo: "Đây là cung điện lót bằng thủy tinh." Nàng than: "Lạy Chúa, tôi thật là vô ý tứ, tôi xin cùng với Sôlômôn quy y với Chúa của muôn loài."

46. Và với bộ tộc Thamud, Ta đã khiến người huynh đệ của họ là Salih xuống bảo họ phải tôn thờ A-La, thì họ bèn chia ra làm hai phái tranh luận với nhau.

47. Hắn nói: "Hỡi các ngươi, tại sao các ngươi hối hả tìm sự dữ thay vì điều lành. Sao các ngươi không xin A-La tha thứ để được Ngài nhủ lòng thương?"

48. Chúng đáp: "Chúng tôi chiêm đoán thấy rằng ngươi và bè lũ của ngươi sẽ gặp tai họa." Hắn bảo: "Nguyên nhân của tai họa nằm trong tay A-La, các ngươi là những kẻ đang bị thử thách."

49. Trong thành phố có một nhóm gồm chín người, chuyên hoành hành trong xứ và hoàn toàn không có lòng hướng thiện.

50. Chúng đã giao ước rằng: "Hãy thề với A-La rằng chúng ta sẽ tập kích hắn và toàn gia vào lúc đêm tối, và cứ nói với người thừa kế của hắn: 'chúng tôi hoàn toàn không chứng kiến sự thảm sát gia đình hắn, thật đấy.'"

51. Chúng đã bày mưu thiết kế, nhưng Ta cũng đã trù liệu tuy chúng không biết.

52. Hãy xem nào, âm mưu của chúng kết cuộc đã thảm bại biết bao! Ta đã tiêu diệt bọn chúng không sót một người.

53. Này đây, nhà cửa của chúng trở nên

hoang phế vì sự ác chúng đã làm. Quả trong đó hàm chứa Phép Lạ ban cho những người trí thức.

54. Ta đã cứu vớt những người vững lòng tin và biết kính sợ Chúa Trời.

55. Hãy nhớ đến Lot, hắn đã bảo dân chúng: "Các ngươi biết đó là chuyện xấu xa mà còn dám phạm đến chăng?

56. "Sao! Các ngươi chẳng ngó ngàng đến phụ nữ mà ôm lòng mơ tưởng việc giao du với đàn ông hay sao? Các ngươi thật toàn là lũ ngu ngốc."

57. Nhưng dân của hắn chỉ nói: "Hãy đuổi gia đình của Lot ra khỏi thị trấn, vì họ cứ ra vẻ thanh sạch."

58. Nên Ta đã cứu hắn và gia đình, chỉ trừ người vợ của hắn; vì nàng đã đồng chung số phận với những người ở lại.

59. Rồi Ta đã làm mưa rơi lên người chúng, là cơn mưa ghê gớm nhất dành cho những kẻ đã bị cảnh cáo.

60. Hãy bảo: "Chúa vinh hiển thay, bình an cho những thuộc hạ đã được Ngài tuyển chọn. A-La và những tà thần mà chúng thờ chung với Ngài, bên nào siêu việt hơn đây?"

61. Ai là Đấng đã sáng tạo trời đất và làm mưa xuống cho các ngươi? Nhờ đó Ta đã làm sinh sôi nảy nở những vườn cây trái đẹp mắt. Các ngươi không thể nào làm cây cỏ nơi đó lớn mạnh được. Có Chúa Trời nào khác hơn A-La chăng? Không, chúng là những kẻ đã lạc xa khỏi chính đạo.

62. Ai đã làm đất lành thành nơi yên nghỉ, đặt sông ngòi trên đó, dựng núi non kiên cố và lập bức tường chắn giữa hai biển. Có Chúa Trời nào khác hơn A-La chăng? Không, hầu hết bọn chúng không biết điều đó.

63. Ai đáp lời những người lâm nạn khi họ cầu cứu đến Ngài, Ai đã cất bỏ tai họa và cho các ngươi thừa hưởng đất lành? Có Chúa Trời nào khác hơn A-La chăng? Các ngươi ít khi nghĩ đến việc này.

Chương 27 — AL-NAML

64. Ai hướng dẫn các ngươi trong bóng tối dầy đặc trên mặt đất và trên biển cả? Ai đã gởi gió đi để báo tin lành về sự từ bi của Ngài? Có Chúa Trời nào khác hơn A-La chăng? A-La siêu việt hơn những tà thần mà chúng thờ phụng.

65. Ai đã khởi đầu sự sáng tạo rồi lại tái tạo nó? Ai đã ban bố lương thực cho các ngươi từ trên trời và dưới đất? Có Chúa Trời nào khác hơn A-La chăng? Hãy bảo: "Nếu các ngươi nói thật, hãy trưng ra chứng cớ xem sao?"

66. Hãy bảo: "Chỉ trừ A-La, không ai trong trời đất có thể biết được cõi vô hình, và chúng cũng không biết lúc nào chúng sẽ được hồi sinh lại?"

67. Chúng không biết rõ lắm về Kiếp Lai Sinh; không, chúng vẫn hoài nghi về nó, nói đúng ra chúng hoàn toàn đui mù về nó.

68. Và những kẻ bất tín thì nói: "Sao! Sau khi chúng tôi và tổ tiên của chúng tôi trở thành đất bụi, có thật là chúng tôi sẽ bị hồi sinh lại chăng?

69. "Chúng tôi và tổ tiên của chúng tôi trước đây đã bị đe dọa như thế, nhưng đây chẳng qua là truyền thuyết của người xưa."

70. Hãy bảo: "Hãy đi khắp nơi mà xem chung cuộc của những kẻ tội lỗi đã ra sao!"

71. Ngươi không cần lo rầu vì chúng, cũng đừng tuyệt vọng vì âm mưu của chúng.

72. Chúng nói: "Nếu ngươi nói thật, khi nào lời giao ước này được thực hiện vậy?"

73. Hãy bảo: "Một phần trong việc mà các ngươi hối thúc sắp xảy ra đây."

74. Chúa của ngươi thật là đầy ân đức với nhân loại, nhưng đa số trong con người không hề biết cảm tạ.

75. Chúa của ngươi biết rõ việc mà chúng giấu giếm trong lòng và cả việc mà chúng tiết lộ.

76. Không có vật nào tồn tại trong trời đất mà không được ghi chép trong Quyển Sổ minh bạch.

77. Thật ra Kinh Koran này giải thích cho con cái Israel phần lớn những vấn đề mà họ thường tranh luận với nhau.

78. Kinh Điển này thật là sách chỉ đạo và là sự từ bi ban cho các tín đồ.

79. Chắc chắn Chúa của ngươi sẽ dùng trí huệ mà phân xử chúng. Ngài là Đấng Cường Lực và Am Tường mọi việc.

80. Nên hãy tin cậy nơi A-La, bởi ngươi đang dựa vào sự thật hiển nhiên.

81. Ngươi không thể làm cho người chết nghe được, cũng không thể nào làm cho kẻ tai điếc đang quay lưng bỏ chạy nghe tiếng kêu của ngươi.

82. Ngươi cũng không thể chỉ đường cho người mù tránh khỏi sự lầm lạc. Nhưng ngươi chỉ có thể làm cho những người tin tưởng ở Phép Lạ của Ta, tức là những người quy y, nghe được.

83. Khi tội trạng được phán ra cho chúng, Ta sẽ khiến vi trùng sinh sôi từ mặt đất và gieo họa cho chúng, bởi nhân gian chẳng hề tin tưởng ở Phép Lạ của Ta.

84. Hãy nhắc nhở cho chúng biết rằng ngày mà Ta triệu hồi từ chư dân những bè lũ đã phủ nhận Phép Lạ của Ta, chúng sẽ bị sắp thành hàng ngũ.

85. Khi chúng tập hợp đầy đủ xong, Ngài sẽ phán: "Các ngươi chẳng hiểu biết gì mà dám cho rằng Phép Lạ của Ta là giả dối. Việc các ngươi đã làm là gì vậy?"

86. Vì sự vô đạo mà chúng đã làm, hình án sẽ giáng xuống người chúng và chúng sẽ không nói được lời nào.

87. Chúng không biết rằng Ta đã làm ra đêm tối để chúng yên nghỉ, và ban ngày để trông thấy

hay sao? Trong đó quả hàm chứa Phép Lạ cho những người vững lòng tin.

88. Ngày mà kèn thổi vang lên, muôn loài ở trên trời và muôn loài ở dưới đất sẽ bị rúng động vì sự khủng khiếp, chỉ trừ những người mà A-La vừa ý. Và muôn loài sẽ kính cẩn đến trước nhan Ngài.

89. Ngươi nhìn núi non và cứ tưởng là kiên cố. Nhưng nó đang di chuyển như mây bay - thật là công trình của A-La, Đấng đã chu toàn mọi việc. Quả thật, Ngài biết rõ mọi việc các ngươi làm.

90. Kẻ nào làm việc thiện sẽ được phần thưởng lớn lao hơn việc ấy và sẽ tránh khỏi cơn khủng khiếp của ngày đó.

91. Kẻ nào làm việc ác sẽ bị liệng xuống mặt hướng vào Hỏa ngục: "Các ngươi cho rằng các ngươi sẽ không bị thù lao về việc các ngươi đã làm chăng?"

92. Hãy bảo: "Ta đã được lệnh chỉ thờ phụng Chúa của đô thị mà Ngài đã làm thành chốn thánh. Vạn vật thuộc về Ngài, và ta đã được lệnh phải quy y với Chúa Trời;

93. "Và tụng đọc Kinh Koran này." Nên kẻ nào tuân theo lời dẫn đạo thì sẽ có ích cho bản thân hắn, còn kẻ nào lầm lạc thì bản thân hắn sẽ lầm lạc. Hãy bảo: "Ta chỉ là người khuyến cáo."

94. Hãy bảo: "A-La vinh hiển thay. Ngài sẽ cho các ngươi thấy vô số Phép Lạ, rồi các ngươi sẽ hiểu ra. Chúa không hề quên lãng việc các ngươi làm."

CÂU CHUYỆN
(Khải thị ở Mécca)

1. Nhân danh A-La, Đấng Khoan Hậu, Đấng Từ Bi.

2. Ta Sin Mim.

3. Đây là những lời trong quyển Kinh Điển minh bạch.

4. Vì những người vững lòng tin, Ta sẽ kể cho ngươi nghe sự thật về câu chuyện của Môsê và Pharaô.

5. Pharaô đã hoành hành ở đất ấy, chia dân chúng thành nhiều phái và ngược đãi một phái trong đó, sát hại con trai của họ và tha sống phụ nữ. Hắn quả thật là kẻ tàn ác vô đạo.

6. Ta đã định ban ân huệ cho những kẻ đã bị ngược đãi, lập họ thành những người lãnh đạo và những người thừa hưởng ân huệ của Ta.

7. Và bành trướng họ ở đất ấy để cho Pharaô, Haman và quân đội của chúng thấy việc mà chúng hằng lo sợ về họ.

8. Ta đã khải thị cho người mẹ của Môsê rằng: "Hãy cho Môsê bú, nếu ngươi có lo sợ cho nó, hãy bỏ nó xuống sông; nhưng chớ sợ và chớ buồn rầu, bởi Ta sẽ trả nó về tay ngươi. Ta sẽ khiến nó làm Sứ Giả."

9. Dòng họ Pharaô đã lượm nó lên, nhưng rồi nó đã trở thành kẻ thù và thành mối đau khổ cho họ. Bởi Pharaô, Haman và quân đội của chúng thật đầy tội lỗi.

10. Người vợ của Pharaô nói: "Nó sẽ làm thiệp và bệ hạ vui mắt. Xin đừng sát hại nó. Rồi nó sẽ giúp ích cho chúng ta, chúng ta cứ nuôi

nó như con ruột." Lúc đó họ chẳng biết gì cả.

11. Con tim của người mẹ của Môsê bắt đầu xao xuyến. Nếu Ta không củng cố con tim của bà để bà thành tín đồ ngoan đạo, thì bà đã tiết lộ tông tích của nó rồi.

12. Bà đã bảo người chị của nó: "Hãy theo sát nó." Vì người chị đứng trên bờ xa ngó theo nên họ chẳng để ý đến.

13. Ta đã khiến nó cự tuyệt sự bú sữa của người nhũ mẫu. Người chị thưa: "Các ngài có muốn tôi giới thiệu cho các ngài một gia đình để trông nom nó thay cho các ngài chăng? vì họ sẽ thật lòng yêu mến nó."

14. Bằng cách ấy Ta đã trả nó về cho người mẹ của nó để làm vui mắt bà. Bà đã không phải đau khổ nữa và biết rằng lời hứa của A-La là sự thật. Nhưng hầu hết bọn chúng không biết chuyện đó.

15. Rồi khi hắn trưởng thành và thân thể cường tráng, Ta đã ban cho hắn sự khôn ngoan và kiến thức. Ta ban thưởng như thế cho những ai năng làm việc thiện.

16. Môsê đã lẻn vào thị trấn trong lúc không ai để ý đến, và gặp phải hai người đàn ông đang đánh lộn với nhau, một người thì thuộc về phái của Môsê, còn người kia thì thuộc về nhóm thù địch. Người thuộc về phái của Môsê đã xin hắn giúp chống lại người thuộc về phe địch. Nên Môsê đã thoi người kia một cái và làm hắn chết đi. Môsê nói: "Việc này là do Satăng xui khiến, hắn rõ ràng là kẻ thù chuyên làm cho con người lầm lạc."

17. Hắn thưa: "Lạy Chúa, chính tôi đã làm việc bất nhân, xin hãy tha thứ cho tôi." Nên Ngài đã tha thứ cho hắn. Ngài rất Khoan Hồng và Từ Bi.

18. Hắn thưa: "Lạy Chúa, vì Ngài đã ban ân huệ cho tôi, tôi sẽ không bao giờ ra tay giúp đỡ những kẻ tội lỗi."

19. Môsê ở lại thị trấn ấy cho đến buổi sáng, lòng lo sợ và dè dặt, thì kìa! kẻ đã xin hắn cứu giúp ngày hôm trước bây giờ lại xin hắn giúp

đỡ lần nữa. Môsê bảo hắn: "Ngươi thật là kẻ hay sinh sự."

20. Khi Môsê định tóm lấy người thù địch của cả hai, người ấy bèn nói: "Hỡi Môsê ngươi toan giết ta như ngươi đã sát hại người đàn ông ngày hôm qua hay sao? Ngươi chẳng muốn làm kẻ hiếu hòa mà chỉ định trở thành kẻ hung hãn."

21. Rồi có một người từ phía khác của thị trấn hối hả chạy đến báo rằng: "Hỡi Môsê, các vị phán quan đang bàn bạc với nhau cách giết người. Hãy mau mau trốn đi, ta thành thật khuyên ngươi đấy."

22. Nên hắn đã bỏ nơi ấy trốn đi, lòng lo sợ và e dè. Hắn bảo: "Lạy Chúa, xin hãy cứu tôi thoát khỏi tay lũ dân bất lương."

23. Khi hắn đi về hướng xứ Midian, hắn bảo: "Ta mong rằng Chúa sẽ dẫn dắt ta đến chính đạo."

24. Rồi hắn đã đến một giếng nước trong xứ Midian, hắn thấy một nhóm người đang cho bầy trừu uống nước. Đồng thời hắn thấy hai cô gái khác đang giữ bầy trừu lại không cho đến gần giếng nước. Hắn bèn hỏi: "Chuyện gì đã xảy ra vậy?" Họ trả lời rằng: "Chúng tôi không thể cho bầy trừu uống nước chỉ trừ khi những người chăn trừu này đem đàn trừu của họ đi khỏi, và cha của chúng tôi thì đã già nua."

25. Nên hắn đã thay họ cho bầy trừu uống nước. Đoạn hắn lui vào bóng mát, nói rằng: "Lạy Chúa, tôi đang mong mỏi bất cứ điều lành nào mà Ngài có thể ban cho tôi."

26. Một trong hai người con gái đã bèn lên đến gần Môsê nói rằng: "Cha tôi mời ông đến để đáp lễ việc ông đã cho bầy trừu uống nước." Môsê đến nhà ông ấy và bày tỏ sự tình. Ông ta bảo: "Đừng sợ chi, cậu đã thoát khỏi tay bọn bất lương."

27. Một trong hai người con gái nói: "Thưa cha, xin hãy mướn người này làm việc, người mà cha đáng phải mướn là người mạnh mẽ và thành thật."

28. Ông ta nói: "Tôi định gả cho cậu một trong hai đứa con gái của tôi, với điều kiện là cậu phải làm việc cho tôi trong tám năm trời. Nhưng nếu cậu làm đến mười năm, điều ấy tùy ý cậu. Tôi sẽ không bắt cậu làm lụng quá sức. Nếu A-La muốn, một ngày nào đó cậu sẽ rõ tôi là người ngay thẳng."

29. Môsê nói: "Đây là lời giao ước giữa tôi với ông. Trong hai khoảng thời gian nói trên, tôi có ở lại đến lúc nào, xin đừng khiển trách tôi. Và A-La sẽ làm nhân chứng cho lời nói của chúng ta."

30. Rồi Môsê đã làm xong thời hạn giao ước, khi hắn và gia đình đang trên đường lữ hành, hắn trông thấy một ngọn lửa ở phía núi ấy. Hắn bảo người nhà: "Hãy đợi một chốc, tôi thấy một ngọn lửa, họa chăng tôi sẽ đem về cho các ngươi tin tức ở đó, hoặc mang về một khúc củi cháy để các ngươi sưởi ấm."

31. Khi hắn đến gần nơi đó, từ giữa đám cây trong một chỗ được chúc phúc ở bên phải của thung lũng, hắn bị gọi rằng: "Hỡi Môsê, Ta chính là A-La, Chúa của muôn loài.

32. "Hãy liệng xuống cây gậy của ngươi xem sao." Khi hắn thấy nó động đậy như con rắn, hắn quay lưng bỏ chạy và chẳng hề ngoái lại. "Hỡi Môsê, hãy tới đây đừng sợ chi, bởi ngươi sẽ được an toàn.

33. "Hãy đặt bàn tay vào áo choàng ngay trước ngực, khi giơ ra nó sẽ hóa trắng toát dù chẳng bệnh tật chi, rồi hãy khép cánh tay lại và chớ sợ chi. Đây sẽ là hai chứng cớ của Chúa ban cho Pharaô và các cận thần, vì chúng toàn là lũ dân theo tà đạo."

34. Hắn thưa: "Lạy Chúa, tôi đã giết một người của bọn chúng nên tôi sợ rằng chúng sẽ sát hại tôi.

35. "Và Aarôn anh của tôi thì miệng lưỡi hoạt bát hơn tôi, nên hãy phái anh ấy làm người phụ tá cho tôi để chứng nhận rằng tôi nói thật. Tôi sợ rằng chúng sẽ cho là tôi nói láo."

36. Chúa phán: "Ta sẽ tăng cường cánh tay của ngươi bằng người anh ấy và Ta sẽ ban quyền uy cho cả hai để chúng không thể động đến các ngươi được. Hãy mang Phép Lạ của Ta đi đi. Hai đứa ngươi và những kẻ theo hai ngươi chắc chắn sẽ được thắng lợi."

37. Khi Môsê mang Phép Lạ hiển trứ của Ta đến với chúng, chúng bảo "đây chẳng qua là trò phù thủy giả tạo, từ đời tổ tiên ngày xưa chúng ta chưa hề nghe đến chuyện này.

38. Môsê bảo: "Chúa của ta biết rõ nhất ai là kẻ mang lời hướng đạo của Chúa, và ai sẽ được tưởng thưởng ở thiên đàng. Quả thật kẻ bất lương sẽ không bao giờ được vinh hiển."

39. Pharaô bảo: "Hỡi chư khanh, đối với các ngươi, ngoài trẫm ra không có Chúa nào cả. Này Haman, hãy nung đất làm gạch cho trẫm, và hãy cất một tháp cao để trẫm xem mặt Chúa Trời của Môsê ra sao, dẫu trẫm nghĩ rằng hắn chỉ nói dối."

40. Hắn và quân binh của hắn càng hoành hành trong xứ mà chẳng có lòng cải hóa. Chúng đinh ninh rằng chúng sẽ không bao giờ bị trả về cho Ta.

41. Nên Ta đã tóm lấy hắn và quân binh rồi liệng tất cả xuống biển. Xem kìa, chung cuộc của bọn bất lương thê thảm biết bao!

42. Ta đã làm chúng thành những kẻ đầu đảng dẫn dụ con người vào Hỏa Ngục. Đến Ngày

Phục Sinh, chúng sẽ không được ai cứu giúp cả.

43. Ta đã làm chúng bị chúc dữ suốt cả kiếp này, và đến Ngày Phục Sinh chúng sẽ bị tước đoạt tất cả hạnh phúc.

44. Sau khi đã hủy diệt nhiều thế hệ trước đó, Ta đã ban Kinh Thánh cho Môsê để làm nguồn sáng cho con người, là sự dẫn đạo và lòng từ bi, mong rằng chúng sẽ hồi cải.

45. Khi Ta giảng dạy lệnh trời cho Môsê, ngươi đã không hiện diện ở phía tây của Núi ấy, và ngươi cũng không phải là nhân chứng.

46. Nhưng sau đời Môsê, Ta đã lập nên nhiều thế hệ khác và kéo dài tuổi thọ của chúng. Và ngươi đã chẳng sống chung với người Midian để tụng đọc Phép Lạ của Ta cho chúng. Chính Ta đã phái các Sứ Giả xuống.

47. Khi Ta kêu gọi Môsê ngươi đã chẳng hiện diện ở bên cạnh Núi ấy. Nhưng Ta đã phái ngươi xuống để cảnh cáo đám dân mà trước đây chưa có người cảnh cáo nào đến với họ, ấy là do lòng từ bi của Chúa, mong rằng họ sẽ được giáo hóa.

48. Khi tai ương giáng xuống người chúng vì tội ác chúng đã làm, nếu chúng chẳng nói: "Lạy Chúa, sao Ngài chẳng ban Sứ Giả cho chúng tôi để chúng tôi nghe theo Phép Lạ của Ngài và trở thành tín đồ?", có lẽ Ta đã không phái ngươi xuống làm Sứ Giả.

49. Khi chân lý của Ta hiện xuống cho chúng, chúng nói: "Tại sao hắn chẳng được ban vật tương tự như vật mà Môsê đã nhận?" Không phải chúng đã từng phủ nhận vật mà Môsê đã được ban trước kia hay sao? Chúng còn nói: "Hai tên phù thủy đã tương trợ lẫn nhau," và rằng: "Chúng tôi chẳng tin bên nào cả."

50. Vậy hãy bảo: "Thế thì hãy trưng ra một Kinh Điển khác của A-La có thể làm sách chỉ đạo ưu tú hơn hai quyển này. Nếu các ngươi

nói thật ta sẽ tuân theo nó."

51. Nhưng nếu chúng không đáp lời ngươi, hãy biết rằng chúng chỉ theo đuổi dục vọng của chúng mà thôi. Có ai lầm lẫn hơn kẻ chỉ theo đuổi dục vọng của họ và không có một lời dẫn đạo của A-La? Quả thật A-La chẳng hề dẫn dắt những kẻ bất chính.

52. Thật ra Ta đã truyền cho chúng Lời Ngọc, mong rằng chúng sẽ được giáo hóa.

53. Trước đây, những người đã được Ta ban Kinh Điển đều hết lòng tin tưởng.

54. Khi nó được tuyên đọc cho họ, họ đều nói: "Chúng tôi tin tưởng nó, vì nó thật là chân lý do Chúa ban. Chúng tôi đã là những kẻ quy y với Chúa Trời trước khi được ban vật ấy."

55. Họ là những người kiên quyết, lấy ơn trả oán và thường bố thí những gì Ta đã ban cho họ, nên họ sẽ được tưởng thưởng gấp bội.

56. Khi họ nghe đến những chuyện tầm phào, họ quay mặt đi và nói: "Chúng tôi thì có công việc của chúng tôi và các ông thì có công việc của các ông. Chớ gì các ông được bình an. Chúng tôi không tìm kiếm những kẻ ngu xuẩn."

57. Ngươi không thể dẫn đạo tất cả những người mà ngươi yêu mến, nhưng A-La sẽ dẫn đạo bất cứ kẻ nào mà Ngài vừa lòng, và Ngài biết rõ nhất ai có thể chấp nhận sự dẫn đạo của Ngài.

58. Chúng nói: "Nếu chúng tôi mà nghe theo lời thuyết giáo của ngươi, chúng tôi đã bị đuổi khỏi xứ này." "Ta đã chẳng tạo cho chúng một thánh địa an toàn và khiến mọi loài trái cây tập trung lại để Ta làm lương thực ban cho chúng hay sao? Nhưng hầu hết trong bọn chúng chẳng biết gì cả.

59. Ta đã tiêu diệt biết bao nhiêu đô thị phồn vinh hoa lệ! Đây là nơi mà họ đã cư trú, nhưng sau đời họ ít ai đặt chân đến. Bởi Ta đã thừa hưởng nơi đó.

60. Chúa không bao giờ tiêu diệt các thành thị mà không phải Sứ Giả xuống thủ đô xứ ấy để tuyên đọc Phép Lạ cho chúng. Và Chúa cũng không bao giờ tiêu hủy thành thị chỉ trừ khi dân

Chương 28 — AL-QASAS — Part 20

chúng nơi đó là những kẻ bất lương.

61. Bất cứ vật gì mà các ngươi được ban ở thế gian này đều là nguồn vui tạm thời và là vật trang hoàng ở kiếp này. Nơi A-La mới có những vật tốt đẹp và trường cửu nhất. Các ngươi còn chưa hiểu sao?

62. Kẻ đã được Ta ban lời hứa toàn thiện và sắp được thực hành lời hứa ấy, với kẻ mà Ta đã ban cho nhiều lạc thú ở kiếp này nhưng đến Ngày Phục Sinh hắn sẽ bị vấn tội trước mặt Chúa Trời, hai bên có giống nhau chăng?

63. Ngày ấy Ta sẽ phán với chúng: "Những kẻ mà các ngươi đã chủ trương là đồng bạn với Ta nay ở đâu?"

64. Những kẻ mà lời phán quyết sẽ được thực hành kêu nài rằng: "Lạy Chúa, đây là những kẻ mà chúng tôi đã làm cho lầm lạc. Chúng tôi đã dụ dỗ họ nhưng chính thân chúng tôi đã sai lạc. Bây giờ chúng tôi đã từ bỏ họ và quay về với Ngài. Chúng tôi không phải là người mà họ thờ phụng."

65. Lại có lời phán: "Hãy kêu cứu với đồng bạn của các ngươi." Chúng bèn kêu cứu với họ nhưng chẳng thấy trả lời. Rồi chúng sẽ thấy tận mắt sự trừng phạt. Nếu chúng biết nghe lời dẫn đạo thì đâu đến nỗi này!

66. Ngày ấy Ngài sẽ phán với chúng: "các ngươi đã trả lời với Sứ Giả ra sao?"

67. Và ngày ấy vạn sự sẽ trở nên mờ tối, chúng sẽ không thể hỏi han với nhau nữa.

68. Nhưng kẻ nào biết hối cải, tin tưởng và năng làm việc thiện, hắn sẽ là một trong những người được vinh hiển.

69. Chúa sáng tạo như ý Ngài muốn và tuyển chọn con người tùy ý Ngài. Nhưng chúng không thể nào lựa chọn được. A-La vinh quang thay và quang lâm cao vời trên những tà thần mà chúng thờ ngang hàng với Ngài.

70. Chúa biết rõ những điều chúng giấu giếm cũng như những điều chúng bày tỏ.

71. Ngài chính là A-La. Không có Chúa Trời nào khác ngoài Ngài. Muôn lời ca ngợi Ngài ở Kiếp này cũng như Kiếp sau. Chính Ngài là Đấng Phán Quan và các ngươi rồi sẽ bị trả về cho Ngài.

72. Hãy bảo: "Nếu A-La làm cho đêm tối phủ

lên các ngươi mãi đến Ngày Phục Sinh. ngoài A-La ra có thần thánh nào khác có thể ban cho các ngươi ánh sáng chăng? Các ngươi còn chưa nghe thấu hay sao?"

73. Hãy bảo: "Nếu A-La làm cho ban ngày kéo dài trên các ngươi mãi đến Ngày Phục Sinh, ngoài A-La ra có thần thánh nào khác có thể ban cho các ngươi đêm tối để yên nghỉ chăng? Các ngươi còn chưa thấy hay sao?"

74. Ngài đã nhủ lòng từ bi mà sáng tạo cho các ngươi đêm và ngày để các ngươi có thể yên nghỉ và cầu xin ân huệ của Ngài, hy vọng rằng các ngươi sẽ biết cảm tạ.

75. Ngày ấy Ngài sẽ gọi chúng phán rằng: "Những kẻ mà các ngươi đã chủ trương là đồng bạn của Ta nay ở đâu?"

76. Rồi Ta sẽ chọn từ mỗi dân tộc một người chứng, Ta sẽ bảo: "Hãy trưng ra bằng chứng của các ngươi." Thì chúng sẽ biết rằng chân lý nằm trong tay A-La. Và những vật mà chúng đã chế tạo đều biến mất cả.

77. Korah là người xuất thân từ dân của Môsê, nhưng hắn rất hung bạo đối với họ. Ta đã ban cho hắn nhiều châu báu đến nỗi phải cần vài người vạm vỡ mới nhắc nổi chìa khóa của kho tàng ấy. Khi dân của hắn nói với hắn: "Chớ kiêu ngạo, bởi A-La chẳng thích những kẻ ngạo mạn.

78. "Hãy đem những vật mà A-La đã ban cho ngươi mà cầu xin nơi cư trú ở Kiếp Lai Sinh. Chớ quên phần của ngươi ở kiếp này, hãy năng làm việc thiện đối với kẻ khác như A-La đã ban phước cho ngươi. Chớ theo đuổi việc hung ác trên mặt đất này, bởi A-La chẳng ưa những kẻ gây sự hung ác."

79. Hắn nói: "Những vật này được ban cho ta vì kiến thức mà ta có." Hắn không biết rằng A-La đã tận diệt bao thế hệ trước hắn, hùng cường và giàu có hơn hắn hay sao? Tội trạng của những kẻ phạm tội thì không cần phải giải

thích dài dòng.

80. Hắn ăn mặc diêm dúa trước mặt mọi người. Những kẻ khao khát cuộc sống ở kiếp này bảo nhau: "Chớ chi chúng ta được ban ân huệ như Korah đã được ban! Hắn thật là giàu có."

81. Nhưng những người có kiến thức bảo rằng: "Các ngươi sẽ mắc họa đây. Kẻ nào tin tưởng và năng làm việc thiện sẽ được phần thưởng ưu đẳng của A-La, và chỉ có những người kiên quyết mới được ân huệ ấy."

82. Ta đã khiến đất chôn vùi hắn và dinh thự của hắn. Không ai chống lại A-La để cứu hắn và hắn cũng không thể cứu thân mình được.

83. Và những kẻ ngày trước đó đã ao ước địa vị của hắn bèn bảo nhau: "Chao ôi! Chính A-La là Đấng tăng giảm lương thực cho bề tôi như ý Ngài muốn. Nếu A-La không nhủ lòng thương chúng ta, có lẽ chúng ta đã bị chôn vùi dưới đất rồi. Hỡi ôi! kẻ vong ân sẽ không hề được vinh hiển."

84. Đây là nơi trú ngụ ở Kiếp Lai Sinh! Ta ban nó cho những người không có lòng kiêu hãnh cũng không gây sự hung ác. Chung cuộc sẽ về tay những người chính trực.

85. Kẻ nào năng làm việc thiện sẽ được ban thưởng trọng hậu hơn hành vi ấy, còn kẻ nào làm việc ác sẽ bị quả báo tương đương với việc ấy.

86. Đấng đã ban cho ngươi Kinh Koran sẽ đem ngươi về chốn mà ngươi sẽ trở về. Hãy bảo: "Chúa biết rõ nhất ai đang theo chính đạo và ai rõ ràng đang lầm lạc."

87. Ngươi không hề ngờ rằng Kinh Điển sẽ được ban cho ngươi; đây quả thật là lòng từ bi của Chúa, nên chớ trở thành kẻ yểm trợ bọn bất tín.

88. Một khi Phép Lạ của A-La đã được ban xuống cho ngươi, chớ để bọn bất tín làm ngươi

từ bỏ nó. Hãy mời nhân loại về với Chúa của ngươi, chớ thành đồng bạn với những kẻ thờ đa thần giáo.

89. Và chớ cầu khẩn đến thần thánh nào khác hơn A-La. Không có Chúa Trời nào khác ngoài Ngài. Trừ Ngài ra, muôn loài rồi sẽ tiêu tan. Ngài là Đấng Phán Quan. Tất cả các ngươi rồi sẽ bị trả về cho Ngài.

Chương 29 AL-'ANKABUT Part 20

CON NHỆN
(Khải thị ở Mécca)

1. Nhân danh A-La, Đấng Khoan Hậu, Đấng Từ Bi.

2. Alif Lam Mim.

3. Con người đinh ninh rằng nếu họ chỉ nói 'chúng tôi tin tưởng' thì họ sẽ được để yên và sẽ không bị thử thách hay sao?

4. Ta đã thử thách tiền nhân của chúng. Đương nhiên A-La sẽ phân biệt ai là người thành thật và ai là người dối trá.

5. Hay những kẻ phạm tội ác đinh ninh rằng chúng sẽ thoát khỏi tay Ta sao? Sự phán đoán của chúng thật là ngu xuẩn.

6. Kẻ nào mong mỏi sự hội diện với A-La, hãy để hắn chuẩn bị, vì giờ khắc do A-La định chắc chắn sẽ đến. Ngài là Đấng Nghe tất cả và Biết tất cả.

7. Kẻ nào cố gắng thì rốt cuộc cố gắng vì bản thân của hắn; A-La thật không bao giờ nương dựa vào ai cả.

8. Còn những người tin tưởng và năng làm việc thiện, Ta sẽ cất bỏ tội lỗi của họ và sẽ ban thưởng cho những công việc tốt đẹp nhất của họ.

9. Ta đã buộc con người phải ăn ở hiếu thảo với song thân của họ, nhưng nếu song thân cố ép buộc ngươi thờ chung với Ta vật mà ngươi hoàn toàn không biết, thì chớ nghe lời họ. Ta là nơi các ngươi sẽ trở về, Ta sẽ báo cho các ngươi rõ những hành vi mà các ngươi đã làm.

10. Còn kẻ nào tin tưởng và năng làm việc thiện, Ta sẽ cho hắn tham gia với những người chính trực.

11. Trong đám nhân gian có một số nói: "Chúng tôi tin tưởng nơi A-La", nhưng khi phải chịu khổ vì Ngài, họ xem sự áp bức của con người như là thiên tai. Rồi khi được Chúa ra tay cứu giúp, họ bèn nói: "Chúng tôi đã ở cạnh các bạn." Không phải A-La là Đấng thấu rõ nhất cõi lòng của nhân gian hay sao?

12. Và A-La biết rõ nhất ai thật lòng tin tưởng và ai là kẻ ngụy thiện.

13. Những kẻ bất tín nói với những người vững lòng tin rằng: "Hãy theo con đường của chúng tôi, chúng tôi sẽ gánh chịu tội lỗi của các ngươi." Nhưng chúng không thể gánh vác tội lỗi của họ. Chúng là những kẻ nói dối.

14. Nhưng chắc chắn chúng sẽ phải chịu gánh nặng của chúng và cả những gánh nặng khác nữa. Đến Ngày Phục Sinh chúng sẽ bị chất vấn về những vật mà chúng đã chế tạo.

15. Ta đã khiến Noah xuống với dân của hắn. Hắn đã ở chung với họ trong thời gian một ngàn năm trừ bớt năm mươi năm. Họ đã gây sự ác nên cơn đại hồng thủy đã chộp lấy họ.

16. Nhưng Ta đã cứu hắn và những người đồng hành trên thuyền và làm việc ấy thành Phép Lạ cho muôn người.

17. Hãy nhớ khi Abraham nói với dân chúng: "Hãy thờ phụng A-La và kính sợ Ngài. Điều này rất tốt cho các ngươi nếu các ngươi giác ngộ.

18. "Các ngươi chỉ thờ hình tượng và không màng đến A-La, các ngươi còn đặt điều giả dối. Những vật mà các ngươi thờ phụng ngoài A-La, chúng không có quyền năng gì để cung cấp lương thực cho các ngươi. Vì vậy hãy cầu xin Ngài ban cho lương thực, thờ phụng Ngài và hãy tỏ lòng cảm tạ Ngài. Vì các ngươi cuối cùng sẽ bị dẫn trả về cho Ngài.

19. "Nếu các ngươi có từ khước đi nữa cũng không sao, bởi bao thế hệ trước các ngươi đã từ khước như thế. Và Sứ Giả chỉ có bổn phận loan truyền thông điệp một cách rõ ràng mà thôi."

Chương 29   AL-'ANKABUT   Part 20

20. Chúng không biết A-La đã khởi đầu sự sáng tạo và lặp lại nó bằng cách nào hay sao? Việc ấy thật là dễ dàng đối với A-La.

21. Hãy bảo: "Hãy đi khắp cùng trên mặt đất để xem cách Ngài đã sáng tạo. Rồi Ngài lại làm ra sự sáng tạo kế tiếp." Bởi A-La có toàn quyền trên mọi việc.

22. Ngài trừng phạt kẻ nào Ngài muốn và tỏ lòng thương kẻ nào Ngài muốn. Và các ngươi sẽ bị dẫn trả về cho Ngài.

23. Các ngươi không thể làm hỏng kế hoạch của A-La ở trên trời hoặc ở dưới đất. Ngoài A-La ra các ngươi cũng không có ai che chở hoặc giúp đỡ cả.

24. Những ai không tin tưởng Phép Lạ của A-La và phủ nhận sự hội diện với Ngài, những kẻ này sẽ không được Ta nhủ lòng thương xót. Chúng sẽ chịu hình phạt đau đớn mà thôi.

25. Dân của Abraham chỉ đáp lời hắn rằng: "Hãy giết hắn hoặc hỏa thiêu hắn". Nhưng A-La đã cứu hắn thoát khỏi lửa đỏ. Quả thật trong ấy hàm chứa Phép Lạ ban cho những người vững lòng tin.

26. Abraham đã bảo: "Quả thật các ngươi không màng đến A-La và chọn hình tượng để thờ, do tình bằng hữu của các ngươi ở kiếp này. Đến Ngày Phục Sinh các ngươi sẽ chối nhau và trù ải lẫn nhau. Chỗ ở của các ngươi sẽ là Hỏa Ngục, và các ngươi sẽ không được ai cứu giúp cả."

27. Lot thì tin tưởng hắn; Abraham nói: "Ta xin Chúa che chở; Ngài thật là Đấng Cường Lực và Khôn Ngoan.."

28. Ta đã ban cho hắn Isaac và Jacob, và Ta đã ban năng lực tiên tri Và Kinh Điển cho con cháu của hắn. Ta đã ban cho hắn phần thưởng

ở kiếp này, và đến Kiếp Lai Sinh, hắn sẽ được tham gia với những người chính trực.

29. Còn phần Lot, hắn đã bảo dân chúng: "Các ngươi đang làm chuyện đáng tởm mà chưa có ai trước đây đã phạm phải.

30. "Các ngươi định la cà với đàn ông và cản trở những người lữ hành trên đường cái hay sao? Các ngươi dám làm chuyện sàm sỡ trong lúc tụ tập!" Nhưng dân của hắn chỉ đáp rằng: "Nếu ngươi nói thật, cứ đem đến cho chúng tôi hình phạt của A-La."

31. Hắn bảo: "Lạy Chúa, xin hãy giúp tôi chống lại lũ dân hung dữ này."

32. Khi các Sứ Giả của Ta mang tin mừng đến cho Abrahan, họ đã nói: "Chúng tôi sẽ tận diệt dân chúng ở thị trấn ấy. Bởi dân chúng ở đó toàn là những kẻ bất lương."

33. Hắn bảo: "Nhưng Lot đang ở đó." Họ bèn nói: "Chúng tôi biết rõ ai đang ở đó. Chắc chắn chúng tôi sẽ cứu hắn và gia đình, ngoại trừ người vợ của hắn, nàng là kẻ bị bỏ rơi lại."

34. Khi các Sứ Giả của Ta đến với Lot, hắn cảm thấy lo sợ cho họ và cảm thấy bất lực không bảo vệ họ được. Họ bèn nói: "Chớ sợ và chớ lo âu, chúng tôi sẽ cứu ông và gia đình của ông, chỉ trừ phu nhân của ông, bà ấy sẽ bị bỏ rơi lại.

35. "Chúng tôi sẽ giáng hình phạt từ trời cao xuống dân chúng ở thị trấn này, bởi chúng đã dám ương ngạnh."

36. Ta đã để lại Phép Lạ rõ ràng trong chuyện này cho những người biết suy nghĩ.

37. Với người Midian, Ta đã phái người huynh đệ của họ là Shu'aib xuống, nói rằng: "Hỡi các ngươi, hãy tôn thờ A-La, hãy e sợ Ngày Tận Thế và chớ làm chuyện ác hay phạm tội trên mặt đất."

38. Nhưng chúng cho hẳn là kẻ dối trá. Nên cơn động đất dữ dội đã chộp lấy chúng và chúng đã nằm la liệt trên nền nhà.

39. Ta cũng đã hủy diệt bộ tộc Ad và Thamud. Nơi cư trú đã hoang phế của chúng thật là rõ ràng trước mắt các ngươi. Satăng đã làm cho hành vi của chúng ra vẻ tốt đẹp, nên đã làm chúng lạc khỏi chính đạo, dù trước kia chúng là những người minh mẫn.

40. Ta cũng đã hủy diệt Korah, Pharaô và Haman. Môse đã mang Phép Lạ hiển nhiên đến với chúng nhưng chúng vẫn tỏ thái độ kiêu hãnh ở xứ ấy. Tuy vậy chúng vẫn không thể thắng lại Ta.

41. Ta xử phạt mỗi người tùy theo tội lỗi của họ. Trong số ấy có kẻ bị Ta gieo xuống trận bão cát khốc liệt, có kẻ thì bị sấm sét giáng xuống, có kẻ thì bị chôn vùi dưới đất, có kẻ thì bị chết đuối. A-La không bao giờ ngược đãi họ, chính họ đã tự hại thân mình.

42. Ví dụ về kẻ đã chọn người bảo hộ khác hơn A-La, hẳn giống như con nhện giăng lưới làm nhà. Căn nhà mỏng manh nhất là căn nhà của loài nhện. Chớ chi chúng hiểu được!

43. Quả thật A-La biết rõ mọi vật mà chúng thờ phụng không màng đến Ngài. Ngài là Đấng Cường Lực và Khôn Ngoan.

44. Ta đã đặt ra nhiều ví dụ cho nhân gian thấy, nhưng chỉ có những người trí thức mới hiểu nó được.

45. A-La đã dựa vào chân lý mà sáng tạo trời đất. Trong đó quả hàm chứa Phép Lạ ban cho những người vững lòng tin.

46. Hãy truyền tụng những điều đã được khải thị cho ngươi trong Kinh Điển và hãy năng cầu nguyện. Bởi sự cầu nguyện khiến con người tránh khỏi sự bất nhã và hung ác. Sự tâm niệm

Danh A-La là đức hạnh cao quí nhất. A-La am tường mọi việc các ngươi làm.

47. Chớ tranh luận với dân của Kinh Thánh ngoại trừ bằng cách tối thiện, còn những kẻ bất lương trong bọn chúng thì không bàn luận đến. Hãy bảo: "Chúng tôi tin tưởng ở những điều đã được khải thị cho chúng tôi và những điều đã được khải thị cho các ngươi. Chúa Trời của chúng tôi và Chúa Trời của các ngươi chỉ là một Đấng, và chúng tôi là những kẻ quy y với Ngài."

48. Ta đã ban Kinh Điển cho ngươi bằng cách ấy. Những ai đã được ban kiến thức thật sự về Kinh Thánh thì tin tưởng nó (Kinh Koran). Và một số người ở Mécca cũng tin tưởng nó. Chỉ có những kẻ vong ân mới phủ nhận Phép Lạ của Ta.

49. Trước khi được ban Kinh Điển này, ngươi chưa từng đọc đến Kinh Điển nào khác và cũng không hề chép lại Kinh Điển nào khác bằng tay phải của ngươi. Thế mà bọn ảo ngụy vẫn ôm lòng nghi hoặc.

50. Không, đây là những Phép Lạ ghi khắc trong con tim của những người trí thức. Và chỉ có những kẻ bất lương mới phủ nhận Phép Lạ của Ta.

51. Chúng nói: "Tại sao đích thân Chúa không ban Phép Lạ cho hắn?" Hãy bảo: "Phép Lạ nằm trong tay A-La, ta chỉ là người cảnh cáo minh bạch mà thôi."

52. Việc Ta ban Kinh Điển cho ngươi để ngươi truyền tụng cho chúng, chúng vẫn chưa mãn nguyện hay sao? Quả thật trong đó hàm chứa Lòng Từ Bi và Lời Giáo Huấn ban cho những người biết tin tưởng.

53. Hãy bảo: "A-La cũng đủ là nhân chứng giữa ta và các ngươi. Ngài am tường muôn loài trong trời đất. Còn kẻ nào tin tưởng ở sự ảo ngụy mà phản lại A-La, kẻ ấy sẽ bị diệt vong."

54. Chúng hối hả đòi hỏi ngươi trưng ra hình phạt. Nếu không có thời hạn đã định, thì hình phạt đã xảy ra cho chúng rồi. Chắc chắn hình phạt sẽ xảy đến cho chúng một cách thình lình trong lúc chúng không ngờ tới.

55. Chúng hối hả đòi hỏi ngươi trưng ra hình phạt, dù Địa Ngục đang bao vây bọn bất tín.

56. Ngày mà hình phạt xảy đến cho chúng

từ trên đầu và từ dưới chân, Ngài sẽ phán: "Hãy nếm mùi hậu quả của việc các ngươi đã làm."

57. Hỡi những bề tôi vững lòng tin của Ta! Đất lành của Ta thật là quảng đại vô biên, hãy tôn thờ Ta mà thôi.

58. Con người ai cũng phải nếm mùi cái chết, rồi các ngươi sẽ bị hoàn trả về cho Ta.

59. Kẻ nào tin tưởng và năng làm việc thiện, Ta sẽ cho họ sống đời đời trong dinh thự ở Cõi An Lạc có sông chảy bên dưới. Phần thưởng cho những người làm việc thiện thật toàn hảo biết bao.

60. Họ là những người kiên quyết và hoàn toàn tin cậy nơi Chúa.

61. Có biết bao nhiêu loài vật không thể mang nổi lương thực của chúng. Chính A-La ban lương thực cho chúng và cho các ngươi. Ngài là Đấng nghe tất cả và biết tất cả.

62. Nếu ngươi hỏi chúng: "Ai đã sáng tạo ra trời đất rồi khiến mặt trời và mặt trăng vận chuyển?" chúng sẽ trả lời: "A-La." Thế thì tại sao chúng lại ngoảnh mặt làm ngơ trước sự thật?

63. A-La gia tăng phẩm vật cho những bề tôi này và giảm bớt phần của những bề tôi khác tùy ý Ngài. Vạn sự A-La đều thấu rõ.

64. Nếu ngươi có hỏi chúng: "Ai đã làm mưa rơi từ trời cao xuống và hồi sinh lại mặt đất đã chết khô?" chúng sẽ trả lời: "A-La." Hãy bảo: "Sáng Danh A-La," nhưng hầu hết bọn chúng không hiểu được.

65. Cuộc sống ở Kiếp này chẳng qua là trò tiêu khiển du hí mà thôi. Kiếp sau mới thật là Bản Mệnh. Chớ chi chúng biết được điều này!

66. Khi chúng lên thuyền đi thì chúng hết lòng tin tưởng và cầu khẩn A-La. Nhưng khi Ngài đem chúng đến bờ bình an, thì kìa, chúng liền tôn thờ kẻ khác chung với Ngài.

67. Ấy là vì chúng đã quên những ân huệ Ta đã ban và chỉ mong hưởng lạc mà thôi. Nhưng chẳng bao lâu chúng sẽ rõ ra.

68. Chúng không thấy rằng Ta đã làm thánh địa này thành chốn an toàn cho chúng hay sao? Trong khi những người ở quanh đó thường bị cướp bóc. Thế mà chúng vẫn còn tin tưởng sự ảo nguy và phủ nhận ân huệ của A-La hay sao?

69. Có ai tội lỗi hơn kẻ dám đặt điều giả dối về A-La và từ khước chân lý khi nó hiện ra chăng? Chúng định cho rằng dưới Địa Ngục không có chỗ ở cho bọn bất tín hay sao?

70. Còn những kẻ nào chiến đấu vì con đường của Ta, Ta sẽ hướng dẫn họ đến chính đạo. A-La lúc nào cũng đứng chung với những người năng làm việc thiện.

AL-RUM

NGƯỜI LA MÃ
(Khải thị ở Mécca)

1. Nhân danh A-La, Đấng Khoan Hậu, Đấng Từ Bi.

2. Alif Lam Mim.

3. Người La-mã đã bị đánh bại,

4. Ở vùng đất gần đây, nhưng sau cơn đại bại họ sẽ được thắng lợi,

5. Trong vòng vài năm tới đây. Vạn sự trong quá khứ và tương lai đều do A-La điều khiển. Đến ngày ấy các tín đồ sẽ hoan hỷ,

6. Vì sự cứu trợ của A-La. Ngài yểm trợ kẻ nào mà Ngài muốn. Ngài là Đấng Cường Lực, Đấng Từ Bi.

7. A-La đã hứa thì không bao giờ bội ước. Nhưng đa số trong con người không biết điều ấy.

8. Chúng chỉ biết bề ngoài của cuộc sống ở kiếp này, còn Kiếp Lai Sinh thì chúng hoàn toàn không quan tâm đến.

9. Chúng chưa hề ngẫm nghĩ về chính bản thân của chúng hay sao? A-La đã sáng tạo trời đất và muôn loài trong đó chỉ vì chân lý và thời hạn đã định trước. Nhưng có nhiều người không hề tin tưởng ở sự hội diện với Chúa.

10. Chúng chưa từng du hành trên mặt đất để xem chung cuộc của tiên nhân đã ra sao chăng? Những người ấy còn hùng cường hơn chúng, cày cấy đất đai và phát đạt hơn chúng. Rồi Sứ Giả của chúng đã mang Phép Lạ hiển nhiên đến cho chúng. A-La không hề hãm hại chúng, chính chúng đã tự hại thân mình.

11. Nên chung cuộc của những kẻ thường làm sự ác đã thê thảm biết bao, bởi chúng đã dám phủ nhận Phép Lạ của Ta và đem nó làm trò cười.

12. A-La khởi đầu sự sáng tạo và lặp lại nó, các ngươi rồi sẽ bị trả về cho Ngài.

13. Ngày mà Giờ Khắc ấy xảy ra, kẻ phạm tội sẽ hoàn toàn tuyệt vọng.

14. Trong số những kẻ mà chúng thờ chung với Chúa Trời, không một ai sẽ gỡ tội cho chúng, rồi chúng sẽ phủ nhận những tà thần ấy.

15. Ngày mà Giờ Khắc ấy xảy ra, ngày ấy bọn chúng sẽ phân ra tứ tán.

16. Rồi những người vững lòng tin và năng làm việc thiện sẽ được vinh dự và hạnh phúc ở Cõi An Lạc.

17. Nhưng những kẻ không chịu tin tưởng, phủ nhận Phép Lạ của Ta và sự hội diện ở Kiếp Lai Sinh, những kẻ này sẽ phải nếm mùi hình phạt.

18. Nên hãy ca ngợi A-La mỗi sáng và chiều.

19. Vinh quang trong trời đất đều thuộc về Ngài. Hãy ca ngợi Ngài vào lúc chính ngọ và lúc mặt trời sắp lặn.

20. Ngài tạo người sống từ kẻ chết và tạo người chết từ kẻ sống. Ngài ban sinh mệnh cho mặt đất đã khô cằn. Các ngươi sẽ bị hồi sinh lại bằng cách ấy.

21. Một trong những Phép Lạ của Ngài là việc Ngài đã tạo ra các ngươi từ đất bụi. Hãy xem, các ngươi đã trở thành nhân loại phân ra tứ tán trên mặt đất.

22. Ngài đã tạo ra người vợ của các ngươi từ chính bản thân của các ngươi để các ngươi tìm nguồn an ủi, và Ngài đã đặt sự thương yêu và âu yếm giữa hai người, ấy là một trong những Phép Lạ của Ngài dành cho những ai biết suy nghĩ.

23. Sự sáng tạo trời đất và sự khác biệt về ngôn ngữ và màu da của các ngươi cũng là một trong những Phép Lạ của Ngài. Quả thật trong đó hàm chứa Phép Lạ dành cho những người trí thức.

24. Các ngươi có thể ngủ vào ban đêm và ban ngày, và sự cầu xin ân huệ nơi A-La cũng là một trong những Phép Lạ của Ngài. Quả thật trong đó hàm chứa Phép Lạ dành cho những người biết lắng tai nghe.

25. Ngài cho các ngươi thấy sấm chớp để làm sự khủng bố và hy vọng, làm mưa rơi từ trời cao xuống rồi hồi sinh lại mặt đất đã chết khô, ấy cũng là một trong những Phép Lạ của Ngài. Quả thật trong đó hàm chứa Phép Lạ dành cho những người biết phân biệt.

26. Trời đất đứng vững theo mệnh lệnh của Ngài. Khi Ngài gọi các ngươi một tiếng, hãy xem, các ngươi sẽ từ dưới đất mà hiện ra.

27. Muôn loài trong trời đất đều thuộc về Ngài. Tất cả đều phục tùng Ngài.

28. Ngài là Đấng khởi đầu sự sáng tạo rồi lặp lại nó, ấy là chuyện giản dị nhất đối với Ngài. Ngài là mô phạm cao cả nhất trong trời đất, và Ngài là Đấng Cường Lực, Đấng Khôn Ngoan.

29. Ngài đã đặt ra cho các ngươi một ví dụ về chính bản thân của các ngươi. Có khi nào các ngươi chia xẻ lương thực mà Ta đã ban cho những người nô lệ chăng? Và họ sẽ phú cường đến đỗi các ngươi sẽ e sợ họ như các ngươi thường e sợ lẫn nhau. Ta đã giải thích Phép Lạ như thế cho những ai biết suy nghĩ.

30. Nhưng những kẻ bất lương thì hoàn toàn không có kiến thức mà chỉ theo đuổi dục vọng của chúng. Ai có thể hướng dẫn kẻ mà A-La đã làm cho lầm lạc chăng? Không một ai giúp chúng cả.

31. Nên hãy hướng về tôn giáo và tận tụy thờ phụng Chúa Trời. Hãy tuân theo bản tính mà trong đó Ngài đã sáng tạo ra con người. Không có gì thay đổi trong sự sáng tạo của A-La. Đó là lòng tin trường cửu. Nhưng hầu hết

con người không biết điều đó.

32. Hãy hướng về Chúa Trời và tỏ lòng hối cải. Hãy kính sợ Ngài, năng cầu nguyện và chớ trở thành những kẻ thờ tà thần.

33. Còn những kẻ phân chia tôn giáo và tự chia ra thành phe phái, mỗi phái đều tự hào về vật mà chúng sở hữu.

34. Khi hoạn nạn xảy ra thì chúng kêu cứu với Chúa. Khi Ngài cho chúng nếm hương vị từ bi thì một phái trong bọn chúng bèn thờ tà thần chung với Chúa.

35. Ấy là sự vong ân đối với những gì Ta đã ban cho chúng. Các ngươi cứ tha hồ hưởng lạc rồi chẳng bao lâu các ngươi sẽ rõ.

36. Hay chúng định nói rằng Ta đã ban xuống cho chúng quyền hạn để thừa nhận tà thần của chúng hay sao?

37. Khi Ta cho con người nếm hương vị từ bi, họ bèn mừng rỡ. Nhưng khi hoạn nạn xảy đến vì hậu quả mà chúng đã thâu thập, chúng liền tuyệt vọng.

38. Chúng không biết rằng A-La gia tăng hay giảm bớt lương thực cho con người tùy ý Ngài hay sao? Quả thật ấy là Phép Lạ ban cho những người vững lòng tin.

39. Nên hãy chi cho thân tộc, những kẻ nghèo túng và những người lữ hành phần tương xứng. Ấy là việc tốt nhất cho những kẻ cầu xin ân huệ của A-La và chính những kẻ này rồi sẽ được thịnh vượng.

40. Các ngươi cho vay lãi nặng để làm giàu, nhưng dưới mắt A-La, điều ấy chẳng lời thêm phần nào cả. Nhưng chớ chi các ngươi bố thí để cầu xin ân đức của Ngài, những người này rồi sẽ được hậu thưởng gấp đôi.

41. Chỉ có A-La là Đấng đã sáng tạo ra các ngươi, ban lương thực cho các ngươi, làm các ngươi chết đi rồi hồi sinh lại. Có tà thần nào

của các ngươi có thể thực hiện được những việc trên hay không? Ngài vinh hiển thay và quang lâm cao vời trên những tà thần mà chúng đặt chung với Ngài.

42. Vì hành động mà con người đã làm, đất liền và biển cả đã hoang tàn. Ấy là vì Ngài muốn cho con người nếm mùi hậu quả của hành vi của họ, mong rằng họ sẽ quay về chính đạo.

43. Hãy bảo: "Hãy đi khắp nơi trên mặt đất để xem chung cuộc của tiền nhân đã ra sao! Hầu hết bọn họ đều là tín đồ đa thần giáo."

44. Hãy quay mặt hướng về sự thờ phụng tôn giáo chân chính trước ngày mà không ai tránh khỏi sẽ xảy ra từ A-La. Ngày ấy nhân gian sẽ bị chia thành hai phái.

45. Những kẻ bất tín sẽ chịu hậu quả của sự bất tín, còn những người năng làm việc thiện thì dọn sẵn điều lành cho bản thân họ.

46. Có nghĩa là Ngài sẽ ban ân huệ xuống để tưởng thưởng những người vững lòng tin và năng làm việc thiện. Chắc chắn Ngài không bao giờ yêu chuộng những kẻ bất tín.

47. Ngài gởi gió đi để báo tin lành, cho các ngươi nếm hương vị từ bi, khiến thuyền bè tiền tới theo mệnh lệnh của Ngài rồi các ngươi sẽ cầu xin ân huệ của Ngài, đây cũng là một trong những Phép Lạ của Ngài, mong rằng các ngươi sẽ biết cảm tạ.

48. Thật ra trước ngươi Ta đã phái các Sứ Giả mang Phép Lạ hiển nhiên xuống cho dân của họ. Ta đã trừng phạt những kẻ đắc tội. Nhưng Ta có bổn phận phải trợ giúp các tín đồ.

49. Chính A-La là Đấng gởi gió đi để thổi mây lên cao, Ngài trải nó ra trên nền trời như ý Ngài, rồi chồng chất thành từng lớp, có lẽ ngươi đã thấy mưa rơi từ đó. Khi Ngài làm nó rơi xuống những bề tôi mà Ngài muốn, hãy xem

cách họ hoan hỷ đến dường ấy,

50. Dù họ đã hoàn toàn tuyệt vọng trước khi cơn mưa trút xuống.

51. Nên hãy xem kỹ dấu vết của lòng từ bi của A-La, xem Ngài làm cách nào hồi sinh mặt đất đã chết khô. Đây mới thật là Đấng hồi sinh người đã chết, bởi Ngài là Đấng có quyền năng thực hiện mọi việc.

52. Khi thấy mùa màng trổ màu vàng nhờ cơn gió mà Ta đã gởi đi, chúng liền trở mặt và phủ nhận ân huệ của Ta.

53. Ngươi không thể làm cho người chết nghe được, ngươi cũng không thể nào làm cho người điếc nghe lời kêu gọi khi họ quay lưng đi.

54. Ngươi cũng không thể làm cho người mù tránh khỏi sự lạc lối. Ngươi chỉ có thể làm cho những người tin tưởng ở Phép Lạ của Ta và qui y với Ta nghe được.

55. Chính A-La đã sáng tạo ra các ngươi trong trạng thái yếu ớt, sau sự yếu ớt đến sức mạnh, sau sức mạnh đến sự yếu ớt và tuổi già. Ngài sáng tạo như ý Ngài muốn. Ngài là Đấng Toàn Tri, Toàn Năng.

56. Ngày mà Giờ Khắc ấy xảy ra, những kẻ phạm tội sẽ thề rằng chúng chỉ ở lại có một giờ, bởi chúng đã thường bị gạt gẫm như thế.

57. Nhưng những người có học thức và lòng tin sẽ bảo: "Thật ra các ngươi đã lưu lại đến Ngày Phục Sinh, đúng như lời trong Kinh Điển của A-La. Và bây giờ Ngày Phục Sinh đã đến nhưng các ngươi không biết đấy thôi."

58. Ngày ấy những kẻ bất lương có biện hộ bao nhiêu đi nữa cũng không có hiệu quả, và chúng cũng không được phép hối cải.

59. Ta đã đặt ra mọi thứ ví dụ cho con người trong Kinh Koran này. Dù ngươi có trưng ra Phép Lạ cho bọn bất tín, chúng sẽ bảo: "Các ngươi là những kẻ nói láo."

60. A-La niêm chặt con tim của những kẻ vô học thức như thế ấy.

61. Nên ngươi hãy kiên nhẫn. Quả lời hứa của A-La là sự thật. Chớ để những kẻ bất tín làm ngươi sa ngã.

LUQMAN
(Khải thị ở Mécca)

1. Nhân danh A-La, Đấng Khoan Hậu, Đấng Từ Bi.

2. Alif Lam Mim.

3. Đây là những lời trong quyển Kinh Điển về Sự Khôn Ngoan,

4. Là lời hướng dẫn và sự cứu rỗi ban cho những ai năng làm việc thiện.

5. Là những người năng cầu nguyện, bố thí và vững lòng tin ở Kiếp Sau.

6. Họ chính là những người tuân theo lời hướng dẫn của Chúa và chính họ sẽ được vinh hiển.

7. Trong đám nhân gian, có kẻ chỉ thích những chuyện tầm phào, dùng lời huyền hoặc làm kẻ khác lạc khỏi con đường của A-La và chê diễu con đường của Ngài. Những kẻ này rồi sẽ bị trừng phạt một cách nhục nhã.

8. Khi Phép Lạ của Ta được tuyên đọc, hắn bèn quay lưng đi một cách ngạo mạn, như là hắn không nghe rõ, hoặc như là trong hai tai hắn đầy đá. Nên hãy báo cho hắn biết hình phạt đau đớn.

9. Nhưng kẻ nào vững lòng tin và năng làm việc thiện chắc chắn sẽ được về Cõi An Lạc,

10. Nơi đó họ sẽ được sống vĩnh viễn. A-La đã thực hiện lời hứa chân thật. Ngài là Đấng Cường Lực, Đấng Khôn Ngoan.

11. Ngài đã sáng tạo ra thiên đàng mà không dùng đến cột trụ mắt thường thấy được. Ngài đã dựng trên mặt đất những dãy núi bất động để chúng không rung chuyển với các ngươi, rồi Ngài gieo rắc trên mặt đất mọi loài thú vật và đã cho mưa từ trời cao trút xuống làm trăm nghìn cây cỏ tốt tươi.

12. Đây là công trình sáng tạo của A-La. Nào hãy cho ta biết có ai khác hơn Ngài đã sáng tạo chăng? Không, kẻ bất lương rõ ràng đang lầm lạc.

13. Ta mượn lời khôn ngoan của Luqman rằng: "Hãy biết ơn A-La, kẻ nào có lòng cảm tạ thì sự cảm tạ ấy sẽ có lợi cho bản thân hắn. Đối với kẻ nào vong ân thì A-La là Đấng Phong Phú và đáng được ca ngợi.

14. Hãy nhớ lời Luqman dạy bảo con hắn: "Này con, chớ thờ tà thần bên cạnh A-La. Thờ tà thần chung với Chúa Trời là lỗi lầm ghê gớm."

15. Nói về cha mẹ Ta đã khuyên như sau. Vì bà mẹ phải yêu mòn khi hoài thai và phải mất hai năm mới dứt sữa, "Hãy cám ơn Ta và cha mẹ của ngươi. Ta là nơi cuối cùng ngươi phải đến.

16. "Nếu cha mẹ ngươi bắt buộc ngươi thờ phụng tà thần bên cạnh Ta trong khi ngươi chưa hiểu biết gì, chớ nghe lời họ. Tuy nhiên trong cuộc sống hằng ngày hãy đối xử tử tế với song thân và trong tâm hồn hãy nương theo con đường của kẻ nào về với Ta. Rốt cuộc Ta là nơi cuối cùng các ngươi phải đến và Ta sẽ báo cho các ngươi những việc các ngươi đã làm."

17. "Con hỡi! dẫu có vật gì nhẹ như hột giống mù tạt, dẫu nó nằm trong khe đá, ở trên trời hoặc dưới đất, chắc chắn A-La sẽ tìm ra, A-La thật là Đấng Minh Mẫn và Am Tường mọi việc.

18. "Con hỡi! hãy năng cầu nguyện, tưởng lệ việc thiện, răn cấm điều ác và hãy kiên nhẫn chịu đựng bất cứ chuyện gì xảy đến cho ngươi. Vì đó là những vấn đề quan trọng phải giải quyết.

19. "Đối với những người chung quanh, chớ quay mặt đi một cách hãnh diện, và không nên đi đứng một cách ngạo nghễ. A-La không hề yêu thương những kẻ kiêu ngạo.

20. "Hãy đi đứng một cách ôn hòa, tiếng làm Ta bực mình nhất là tiếng hí của con lừa."

21. A-La đã khiến tất cả những vật ở trên trời và tất cả những vật ở dưới đất phụng sự cho các ngươi và đã ban tất cả ân huệ cho các ngươi, các ngươi không biết hay sao? Trong đám nhân gian có kẻ không kiến thức, không lời hướng dẫn và không có quyền Kinh Điển để tham khảo mà dám bàn luận về A-La.

22. Khi bảo họ: "Hãy tuân theo những điều mà A-La đã khải thị," họ bèn trả lời: "Không, chúng tôi chỉ tuân theo cách tổ tiên đã làm." Sao! ngay cả khi Satăng dụ chúng vào hình phạt ở Hỏa Ngục hay sao?

23. Kẻ nào năng làm việc thiện và thành tâm qui y với Ngài thì kẻ ấy sẽ nắm được bàn tay vững chắc của Ngài. Vạn sự đều do Ngài định đoạt.

24. Nếu có ai không tin nơi Ta, ngươi chớ lo buồn. Ta là nơi họ phải đến và Ta sẽ báo cho họ biết những gì họ đã làm. A-La thấu rõ cõi lòng mọi người.

25. Ta sẽ cho chúng hưởng lạc đôi chút rồi trừng phạt chúng một cách nghiêm khắc.

26. Nếu ngươi hỏi chúng: "Ai đã sáng tạo ra trời đất?" chắc chắn chúng sẽ trả lời: "A-La." Nên hãy bảo: "A-La vinh hiển thay." Nhưng đa số trong bọn chúng chẳng biết gì cả.

27. Muôn loài trong trời đất đều thuộc về A-La. A-La thật là Đấng Phong Phú và đáng được ca ngợi.

28. Và như tất cả cây cối trên mặt đất là bút viết và thâm mực đầy cả bảy biển cũng không tả hết được lời dạy của A-La. Ngài thật là Đấng Cường Lực và Khôn Ngoan.

29. Sự sáng tạo và sự phục sinh các ngươi chỉ giống như sự sáng tạo và sự phục sinh một cá nhân mà thôi. A-La Nghe tất cả và Thấy tất

Chương 31 — LUQMAN — Part 21

cả.

30. Ngươi không biết rằng A-La làm đêm tối biến thành ban ngày và ban ngày thành đêm tối, khiến mặt trời và mặt trăng vận chuyển theo một chu kỳ nhất định, và rằng A-La am tường mọi việc các ngươi làm hay sao?

31. Vì chỉ có một mình A-La là Chúa Trời Thật Sự. Những vật mà chúng tôn thờ ngoài A-La đều là ảo nguy, chỉ có A-La là Đấng Tối Cao, Đấng Tối Đại không thể so sánh được.

32. Thuyền bè nhờ ân huệ của A-La mà xuôi ngược trên biển cả, ấy là vì Ngài muốn cho các ngươi thấy Phép Lạ của Ngài, ngươi không biết hay sao? Trong đó quả hàm chứa Phép Lạ dành cho những ai biết kiên nhẫn và biết cảm tạ.

33. Khi sóng cao như núi đổ lên đầu chúng, chúng hết lòng cầu khẩn A-La. Nhưng khi Ngài đem chúng đến bờ bình an, một số trong bọn chúng bèn trở mặt. Những kẻ phủ nhận Phép Lạ của Ta chỉ là những kẻ phản bội vong ân mà thôi.

34. Hỡi nhân gian, hãy xin Chúa che chở, hãy sợ cái ngày mà người cha không giúp được gì cho đứa con, và đứa con cũng không giúp được gì cho người cha. Lời hứa của A-La quả là sự thật. Đừng để cuộc sống ở trần gian này quyến rũ ngươi, cũng đừng để kẻ lừa phỉnh làm lòng tin của ngươi lay chuyển.

35. Quả thật, chỉ có A-La biết rõ Giờ Khắc ấy. Ngài làm mưa xuống và biết rõ những gì đang xảy ra trong tử cung. Không ai biết ngày mai họ sẽ sống bằng gì và không ai rõ họ sẽ chết nơi nào. A-La thật là Toàn Tri và Thông Lãm mọi việc.

AL-SAJDAH

SỰ LỄ BÁI
(Khải thị ở Mécca)

1. Nhân danh A-La, Đấng Khoan Hậu, Đấng Từ Bi.

2. Alif Lam Mim.

3. Lời khải thị của Kinh Điển mà trong đó không có điểm nào phải nghi ngờ là do Chúa của muôn loài ban xuống.

4. Hoặc chúng sẽ nói: "Hắn đã tạo ra nó." Không, ấy là chân lý do Chúa ban để ngươi cảnh cáo đám dân mà trước đây chưa có Người Cảnh Cáo nào đến, mong rằng chúng sẽ nghe theo lời dẫn đạo.

5. A-La chính là Đấng đã sáng tạo trời đất và muôn loài trong đó trong sáu thời kỳ, rồi quang lâm trên ngự tọa. Ngoài Ngài ra các ngươi sẽ không được ai cứu giúp hoặc gỡ tội giùm cả. Các ngươi còn chưa giác ngộ sao?

6. Từ trên trời Ngài ban mệnh lệnh xuống cho muôn loài trên mặt đất thi hành, rồi trong vòng một ngày chúng sẽ trở về trời với Ngài, thời gian của một ngày ấy theo cách các ngươi tính toán là một ngàn năm chẵn.

7. Ấy là Đấng am tường cõi vô hình và hữu hình, Đấng Cường Lực, Đấng Từ Bi,

8. Là Đấng đã chu toàn mọi vật mà Ngài đã sáng tạo. Ngài đã bắt đầu sự sáng tạo con người bằng đất.

9. Rồi Ngài đã tạo ra con cháu của hắn từ chất tinh túy của một giọt nước vô giá trị.

10. Kế đó Ngài nặn ra hình dạng và thổi luồng khí sinh mệnh vào nó. Ngài đã ban cho các ngươi tai, mắt và con tim. Nhưng các ngươi ít khi biết cảm tạ!

11. Và chúng nói: "Cái gì! sau khi chúng tôi tiêu tan vào đất bụi, làm gì có chuyện chúng tôi sẽ bị sáng tạo lần nữa?" Không, chúng chẳng hề tin tưởng sự hội diện với Chúa.

12. Hãy bảo: "Thiên thần của sự chết, có nhiệm vụ lo cho các ngươi, sẽ làm các ngươi

chết đi. Rồi các ngươi sẽ bị trả về với Chúa.

13. Chớ gì ngươi có thể thấy được những kẻ phạm tội cúi đầu trước nhan Chúa, thưa rằng: "Lạy Chúa, chúng tôi đã thấy và đã nghe, vậy xin hãy cho chúng tôi trở về để chúng tôi chuyên tâm làm việc thiện, bởi chúng tôi đã thật lòng tin tưởng."

14. Nếu Ta muốn, có lẽ Ta đã ban cho mỗi người lời dẫn đạo. Bây giờ lời phán của Ta về những kẻ bất lương đã được thực hiện, rằng: "Ta sẽ đem lũ Jinn và nhân gian nhét đầy vào Địa Ngục."

15. Nên hãy chịu hình phạt về việc các ngươi đã quên sự hội diện với Chúa ngày nay. Ta cũng đã quên các ngươi. Vì việc các ngươi đã thường làm hãy chịu hình phạt mãi mãi.

16. Những người khi nghe nhắc nhở đến Phép Lạ của Ta liền phủ phục xuống lạy và ca ngợi vinh quang của Chúa, chỉ có những người này mới tin tưởng ở Phép Lạ của Ta và không bao giờ ngạo mạn.

17. Thân thể họ tránh xa khỏi giường ngủ, rồi họ cầu khẩn Chúa với lòng kính sợ và hy vọng, đồng thời năng bố thí những gì Ta đã ban cho họ.

18. Phần thưởng cho việc thiện của họ là niềm vui của đôi mắt đang bị giữ kín, không ai có thể biết trước được.

19. Thế thì kẻ tin tưởng có giống như kẻ bất tuân chăng? Họ không hề đồng đẳng với nhau.

20. Những người vững lòng tin và năng làm việc thiện, vì sự nghiệp họ đã làm, họ sẽ được nơi an cư ở Vườn Địa Đàng.

21. Còn những kẻ không hề kính sợ Chúa, nơi định cư của chúng sẽ là Hỏa Ngục. Mỗi khi chúng toan vượt khỏi nơi đó, chúng liền bị kéo trở lại và sẽ bị phán rằng: "Hãy chịu hình phạt ở Hỏa Ngục mà các ngươi đã thường phủ nhận."

22. Ta sẽ cho chúng chịu hình phạt nhẹ nhàng trước khi giáng xuống hình phạt nặng nề, họa may chúng sẽ ăn năn hối cải quay về với Ta.

23. Kẻ đã được dạy bảo về Phép Lạ của Chúa nhưng vẫn ngoan cố quay lưng đi, có ai bất lương hơn kẻ này chăng? Ta sẽ trả thù những kẻ ngoan cố.

24. Ngày xưa Ta đã ban Kinh Thánh cho Môsê, ngươi không được nghi ngờ về sự hội diện này. Ta đã dùng nó làm sách chỉ đạo cho con cái Israel.

25. Khi họ kiên quyết và thật lòng tin tưởng ở Phép Lạ của Ta, Ta đã chọn trong đám họ những người lãnh đạo để hướng dẫn nhân gian theo mệnh lệnh của Ta.

26. Đến Ngày Phục Sinh, Chúa sẽ phân xử giữa họ về những điều mà họ thường tranh luận.

27. Ta đã tiêu diệt biết bao nhiêu thế hệ trước chúng, điều này chưa đủ làm bài học răn đời cho chúng hay sao? Chẳng phải chúng đang đi lại trên di tích của họ hay sao? Trong đó hàm chứa nhiều Phép Lạ, nhưng chúng vẫn chưa chịu lắng tai nghe chăng?

28. Ta đã trút nước xuống mặt đất khô cằn, làm ngũ cốc nảy nở để cho gia súc của chúng và cả bọn chúng ăn, chúng không hiểu hay sao? chúng còn chưa chịu nhìn đến hay sao?

29. Chúng nói: "Nếu các ngươi nói thật, thắng lợi này khi nào mới xảy ra đây?"

30. Hãy bảo: "Đến ngày thắng lợi, tín ngưỡng của bọn bất tín sẽ chẳng giúp ích gì cho chúng và chúng cũng không được triển hạn nữa."

31. Nên ngươi hãy quay lưng đi bỏ mặc chúng và cứ đợi. Bởi chúng cũng đang chờ đợi.

Chương 33 — AL-AHZAB — Part 21

BỘ TỘC LIÊN HỢP
(Khải thị ở Mêđina)

1. Nhân danh A-La, Đấng Khoan Hậu, Đấng Từ Bi.

2. Hỡi Nhà Tiên Tri, hãy xin A-La che chở cho, chớ tuân lời những kẻ bất tín và những kẻ ngụy thiện. A-La thật là Đấng Toàn Tri và Khôn Ngoan.

3. Hãy tuân theo những lời Chúa đã khải thị cho ngươi. A-La am tường mọi việc các ngươi làm.

4. Hãy tin cậy nơi A-La. Chính A-La mới xứng đáng là Đấng Bảo Hộ.

5. A-La không hề tạo cho con người hai quả tim trong lồng ngực. A-La cũng không hề khiến vợ của các người thành mẹ ruột của các ngươi, dù các ngươi có gọi họ là mẹ để kiếm cớ ly hôn đi nữa. Và Ngài cũng không bao giờ khiến con nuôi của các ngươi thành con ruột. Đây chỉ là những lời đầu môi chót lưỡi, còn A-La thì phán sự thật và dẫn dắt đến chính đạo.

6. Hãy gọi con nuôi bằng tên cha ruột của chúng, điều này mới thật là công bình dưới mắt A-La. Nếu các ngươi không biết rõ cha ruột của chúng, thì hãy gọi chúng dưới danh huynh đệ cùng tín ngưỡng hoặc người bằng hữu. Nếu các ngươi lầm lẫn trong vấn đề này thì các ngươi sẽ không bị khiển trách. Nhưng các ngươi sẽ chịu trách nhiệm về những việc mà các ngươi cố ý làm. A-La rất Khoan Hồng và Từ Bi.

7. Nhà Tiên Tri thì gần gũi với các tín đồ hơn là chính bản thân họ, và các thê thiếp của người thì ngang hàng với thân mẫu của họ. Theo Kinh Điển của A-La, những người cùng chung huyết thống thì gần gũi với nhau hơn là những tín đồ và những người di trú. Nhưng hãy đối xử tử tế với bằng hữu, điều này cũng đã được ghi chép trong Kinh Điển.

8. Hãy nhớ lúc Ta kết giao ước với các Nhà Tiên Tri, với nhà ngươi, với Noah, Abraham, Môsê và Jêsu con trai của Maria. Và Ta đã nhận lời thề long trọng của họ.

9. Để Ngài chất vấn người thành thật về lòng thành của họ. Và Ngài đã chuẩn bị hình phạt đau đớn cho những kẻ bất tín.

10. Hỡi những người vững lòng tin, hãy nhớ lại ân huệ của A-La khi quân địch tấn công các ngươi. Ta đã khiến gió bão và quân binh mà các ngươi không trông thấy được chống lại chúng. A-La là Đấng nhìn thấu việc các ngươi làm.

11. Khi chúng từ bên trên và bên dưới tấn công các ngươi, đôi mắt các ngươi gần như thất thần và con tim thì nhảy đến gần cuống họng, và các ngươi nghĩ này nghĩ nọ về A-La.

12. Nơi đó các tín đồ đã bị thử thách và đã bị rúng động mãnh liệt.

13. Lúc đó những kẻ ngụy thiện và những kẻ mà con tim bệnh hoạn nói rằng: "A-La và Sứ Giả chẳng hứa gì với chúng ta ngoài sự lừa dối."

14. Một phái trong bọn chúng đã nói: "Hỡi người Yathrib*, các ngươi không thể nào chống lại quân thù, nên rút lui thì tốt hơn." Một nhóm khác trong bọn chúng lại xin phép Nhà Tiên Tri để ra đi, nói rằng: "Nhà cửa của chúng tôi đều bỏ trống và không có ai trông nom cả." Thật ra nhà cửa của chúng chẳng bị bỏ trống, chúng chỉ muốn đào tẩu mà thôi.

15. Nếu chúng bị công kích từ mọi nẻo quanh thị trấn và bị bắt buộc phải bỏ đạo, có lẽ chúng sẽ ưng thuận mà chẳng ngần ngại gì.

16. Chúng đã giao ước với A-La rằng chúng sẽ không bao giờ quay lưng bỏ chạy. Nên lời giao ước với A-La rồi sẽ bị hạch hỏi.

* tên của thị trấn Mêđina trước khi di trú

17. Hãy bảo: "Dù các ngươi có thoát khỏi cái chết hoặc sự tàn sát đi nữa, các ngươi chỉ hưởng lạc một thời gian ngắn mà thôi."

18. Hãy bảo: "Nếu A-La muốn gây tai họa cho các ngươi hoặc nhủ lòng thương các ngươi, ai có thể bảo hộ các ngươi tránh khỏi A-La đây?" Ngoài A-La ra, chúng sẽ không có ai che chở hoặc cứu trợ cả.

19. Trong đám các ngươi A-La biết rõ ai là kẻ gây trở ngại và nói với người huynh đệ: "Hãy đến với chúng tôi," lại ít khi ra chiến trận,

20. Và thường tiếc rẻ sự giúp đỡ các ngươi. Nhưng khi đối đầu với cơn nguy biến, ngươi sẽ thấy chúng nhìn ngươi mắt trợn trắng như người sắp chết. Nhưng khi cơn khiếp đảm đã qua, chúng bèn chỉ trích ngươi bằng những lời kịch liệt vì lòng tham lam của cải. Những kẻ này không bao giờ thật lòng tin tưởng nên A-La đã làm công trình của chúng tiêu tan vô hiệu quả. Thật là việc dễ dàng đối với A-La.

21. Chúng nghĩ rằng bộ tộc liên hợp chưa rút quân đi, và nếu bộ tộc liên hợp có trở lại lần nữa, có lẽ chúng đã mong mỏi sống chung với bọn du mục đồng thời dọ thám tình thế của các ngươi. Nếu chúng có đứng chung với các ngươi đi nữa chúng sẽ không hề chiến đấu.

22. Với những kẻ nào biết kính sợ A-La và Ngày Tận Thế và thường tâm niệm A-La, Nhà Tiên Tri của A-La quả thật là tấm gương đầy đức hạnh.

23. Khi các tín đồ trông thấy quân đội của bộ tộc liên hợp, họ nói: "Đây là điều mà A-La và Sứ Giả đã hứa hẹn với chúng ta. Lời của A-La và Sứ Giả quả là sự thật." Việc ấy chỉ làm vững thêm lòng tin và lòng quy phục của họ.

24. Trong đám các tín đồ có những người

luôn luôn giữ lời giao ước với A-La. Trong nhóm người ấy có một số đã làm tròn lời thề, và một số khác đang chờ đợi và họ không bao giờ thay dạ đổi lòng.

25. Để A-La tưởng thưởng những người thành thật về lòng thành của họ và trừng phạt hoặc tha thứ bọn ngụy thiện như ý Ngài.

26. A-La đã đẩy lui bọn bất tín và làm chúng tức giận như điên, chúng đã chẳng được mối lợi nào cả. A-La đã yểm trợ các tín đồ trong chiến trận. A-La thật là Mạnh Mẽ, Toàn Năng.

27. Ngài đã kéo những người dân của Kinh Thánh đã trợ giúp họ ra khỏi thành lũy của chúng và gieo sự khiếp đảm vào tim chúng. Một số thì bị các ngươi sát hại và một số khác bị các ngươi bắt làm tù binh.

28. Rồi Ngài đã cho các ngươi thừa hưởng đất đai nhà cửa và tài sản của chúng, và cả đất đai mà các ngươi chưa hề đặt chân đến. A-La có quyền năng thực hành mọi việc.

29. Hỡi Nhà Tiên Tri! hãy bảo với thê thiếp của ngươi rằng: "Nếu các ngươi ao ước cuộc sống và vật trang hoàng của kiếp này, hãy đến đây, Ta sẽ ban bố cho các ngươi và sẽ cho các ngươi ra đi một cách nhã nhặn.

30. "Nhưng nếu các ngươi chọn A-La, Sứ Giả và nơi cư trú ở Kiếp Lai Sinh, thì A-La đã chuẩn bị phần thưởng lớn lao dành cho những ai trong các ngươi năng làm việc thiện."

31. Hỡi thê thiếp của Nhà Tiên Tri! nếu các ngươi phạm phải những hành vi bất nhã một cách hiển nhiên, hình phạt sẽ tăng lên gấp đôi. Thật là việc dễ dàng đối với A-La.

32. Nhưng ai trong các ngươi biết tuân lời A-La và Sứ Giả, lại năng làm việc thiện, Ta sẽ

ban thưởng cho nàng gấp đôi và chuẩn bị cho nàng phần thưởng đầy vinh dự.

33. Hỡi thê thiếp của Nhà Tiên Tri! Các ngươi không giống như những phụ nữ khác nếu các ngươi biết kính sợ Chúa Trời. Chớ ăn nói lả lơi, kẻo những kẻ mà con tim bệnh hoạn sẽ động lòng dâm dục, hãy nói năng một cách đoan trang.

34. Hãy ở lại trong nhà, chớ trang điểm như kiểu cách của những ngày vô trí thức; hãy năng cầu nguyện, bố thí, tuân lời A-La và Sứ Giả của Ngài. Hỡi những Người Nội Trợ, A-La mong cất bỏ khỏi thân các ngươi những điều nhơ nhuốc và hoàn toàn thanh tẩy các ngươi.

35. Hãy ghi nhớ những Phép Lạ của A-La và Sự Khôn Ngoan đã được truyền tụng trong nhà của các ngươi. A-La thật là Đấng Tinh Diệu và Thông Lãm mọi việc.

36. Những nam nữ quy y với Chúa Trời, những nam nữ vững lòng tin, những nam nữ biết tuân lời, những nam nữ thành thật, những nam nữ kiên quyết, những nam nữ khiêm tốn, những nam nữ năng bố thí, những nam nữ biết nhịn ăn, những nam nữ giữ lòng đoan chính, những nam nữ hay tâm niệm A-La, A-La đã dành cho họ sự ân xá và phần thưởng trọng hậu.

37. Một khi A-La và Sứ Giả đã quyết định điều gì, không một thiện nam tín nữ nào có thể tự ý chọn lựa về vấn đề của họ. Kẻ nào bất tuân lời A-La và Sứ Giả kẻ ấy rõ ràng đã lâm lạc.

38. Ngươi đã nói với kẻ mà A-La và ngươi đã thi ân, rằng: "Hãy giữ kỹ vợ ngươi và kính sợ A-La." Ngươi đã giấu giếm trong lòng điều mà A-La sắp sửa công bố, ngươi e sợ thiên hạ,

dù A-La là Đấng mà ngươi phải kính sợ nhất. Sau khi Zaid đã mãn nguyện về nàng và không cần đến nàng nữa, Ta đã cho phép ngươi kết hôn với nàng. Điều này cho phép các tín đồ có thể kết hôn với người vợ của con nuôi của họ sau khi hai người ấy đã ly dị xong. Mệnh lệnh của A-La phải được thực hiện.

39. Điều mà A-La bắt buộc Nhà Tiên Tri thực hiện thì không gì có thể cản trở người được. Đây cũng là cách mà A-La đã đối xử với người xưa, mệnh lệnh của A-La là sắc lệnh tuyệt đối.

40. Họ là những người đã rao truyền thông điệp của A-La và kính sợ Ngài, ngoài A-La ra họ không hề e sợ ai cả. Và một mình A-La cũng đủ để tính toán.

41. Mahômêt không phải là người cha của kẻ nào trong các ngươi, mà là Sứ Giả của A-La và là Nhà Tiên Tri cuối cùng. A-La là Đấng am tường mọi việc

42. Hỡi những kẻ vững lòng tin! hãy hết lòng tâm niệm A-La.

43. Và ca ngợi Ngài mỗi sáng và chiều.

44. Ngài ban phước cho các ngươi để đem các ngươi từ cõi âm u ra ánh dương quang, và các thiên sứ cũng thế. Ngài rất Từ Bi đối với các tín đồ.

45. Lời chào của họ khi hội diện với Ngài là: "Bình an cho Ngài", Ngài đã chuẩn bị cho họ phần thưởng đầy vinh dự.

46. Hỡi Nhà Tiên Tri, Ta đã phái ngươi xuống để làm Người Chứng, Người mang Phúc Âm và cũng là Người Cảnh Cáo,

47. Và là người triệu hồi cho A-La theo lệnh của Ngài, cũng là ngọn đèn để soi sáng.

48. Và hãy báo tin mừng cho mọi tín đồ rằng họ sẽ được Ngài ban ân huệ vô biên.

49. Chớ nghe lời bọn bất tín và những kẻ ngụy thiện, hãy làm ngơ trước sự đàn áp của

họ và hãy tin cậy nơi A-La, bởi một mình A-La đủ là Đấng Bảo Hộ.

50. Hỡi những kẻ vững lòng tin! khi các ngươi kết hôn với những người nữ tín đồ rồi ly dị với họ mà chưa hề rớ tới họ, thì các ngươi không có quyền đòi họ phải chờ đợi trước khi tái hôn. Hãy cung cấp phẩm vật cho họ và tiễn họ ra đi một cách nhã nhặn.

51. Hỡi Nhà Tiên Tri, Ta đã cho phép ngươi kết hôn với người mà ngươi đã trả tiền cheo cưới, người mà ngươi sở hữu bên tay phải xuất thân từ chiến lợi phẩm mà A-La đã ban cho ngươi, con gái của chú bác, con gái của cô, con gái của cậu và con gái của dì đã theo ngươi di trú, hoặc người nữ tín đồ muốn hiến thân cho Nhà Tiên Tri và Nhà Tiên Tri muốn kết hôn với nàng: điều này là đặc ân dành riêng cho ngươi, còn các tín đồ khác không được đặc ân này - Ta đã ban bố qui định cho các tín đồ về thê thiếp và những người mà họ sở hữu bên tay phải - để người không bị chỉ trích và gặp khó khăn trong việc thi hành phận sự. A-La là Đấng Khoan Dung và Từ Bi nhất.

52. Ngươi có thể bỏ mặc người này hoặc chọn lấy người khác tùy ý ngươi. Nếu ngươi muốn chắp nối lại với kẻ mà ngươi đã rẻ rúng, ngươi sẽ không bị chỉ trích. Điều ấy sẽ làm họ sung sướng, hết đau khổ và toàn thể thê thiếp sẽ hài lòng với những gì ngươi đã ban cho họ. A-La biết rõ mọi điều trong tim các ngươi, Ngài là Đấng Toàn Tri và Quảng Đại.

53. Nhưng từ đây về sau ngươi không được kết hôn nữa, dù nhan sắc của những người đàn bà khác có làm ngươi hài lòng đến đâu đi nữa, Ngươi không được thay đổi thê thiếp, chỉ trừ những người mà ngươi sở hữu bên tay phải. A-La thật am tường mọi việc.

54. Hỡi những người vững lòng tin! Nếu không được phép chớ bước vào nhà của Nhà

Tiên Tri để dùng bữa trước khi thực phẩm được dọn ra. Nhưng nếu các ngươi được mời thì cứ vào, khi dùng bữa xong hãy giải tán ngay, chớ la cà để trò chuyện. Vì điều ấy là mối phiền phức cho Nhà Tiên Tri, bởi người cảm thấy rụt rè khi buộc các ngươi rời khỏi. Nhưng A-La không hề rụt rè khi phải nói sự thật. Khi các ngươi có việc phải nhờ vả đến thê thiếp của Nhà Tiên Tri, hãy trò chuyện với họ qua bức màn chắn, điều này trong sạch cho chính con tim của các ngươi và con tim của họ. Các ngươi không được gây sự phiền não cho Sứ Giả của A-La, và cũng không được kết hôn với những người vợ của Sứ Giả sau khi người qua đời. Dưới mắt A-La, điều ấy là trọng tội.

55. Dù các ngươi có tiết lộ hay giấu giếm điều chi, A-La đều rõ cả.

56. Đối với cha ruột, con trai, anh em, con trai của anh em, con trai của chị em, bà con phái nữ hoặc những người mà họ sở hữu bên tay phải, họ có quyền gỡ màng che mặt để nói chuyện mà không bị tội. Hãy kính sợ A-La, hỡi thê thiếp của Nhà Tiên Tri, A-La quả thật là Nhân Chứng trước mọi việc.

57. A-La và tất cả các Thiên Sứ của Ngài đã chúc phúc cho Nhà Tiên Tri. Hỡi những người vững lòng tin! các ngươi nên chúc phúc cho người và cầu nguyện cho người được bình an.

58. Những kẻ nào gây phiền não cho A-La và Sứ Giả của Ngài, A-La sẽ chúc dữ chúng ở kiếp này và cả Kiếp Lai Sinh, đồng thời dành cho chúng hình phạt nhục nhã.

59. Và những kẻ nào gây phiền não cho các tín đồ nam nữ dù họ không phạm lỗi, những kẻ ấy sẽ phải chịu trách nhiệm đã vu khống và tội lỗi rõ ràng.

60. Hỡi Nhà Tiên Tri! hãy bảo thê thiếp và con cái của ngươi, và cả thê thiếp của các tín đồ, rằng họ phải kéo áo choàng ngoài sát vào người để được người khác nhận thức và khỏi bị trêu chọc. A-La là Đấng Khoan Hồng và Từ Bi.

61. Nếu những kẻ ngụy thiện và những kẻ hay đồn đãi tin thất thiệt không chịu rời khỏi thành phố, Ta sẽ khiến ngươi đối đầu với chúng. Và chúng chỉ được ở đây làm người láng giềng của ngươi trong một thời gian ngắn mà thôi.

62. Rồi chúng sẽ bị chúc dữ, nơi nào chúng bị phát giác thì bị tóm lấy và bị gia hình.

63. Đây là quán lệ của A-La đối với những người đời xưa và ngươi sẽ không thấy sự thay đổi nào trong quán lệ của A-La.

64. Con người thường hỏi ngươi về Giờ Khắc ấy. Hãy bảo: "Chỉ có A-La biết rõ chuyện ấy." Làm sao ngươi biết được khi nào Giờ Khắc ấy sắp xảy ra?

65. Chắc chắn A-La đã chúc dữ bọn bất tín và dành cho chúng hình phạt hỏa thiêu,

66. Chúng sẽ sống vĩnh viễn nơi đó và sẽ không có ai che chở hoặc giúp đỡ cả.

67. Ngày mà gương mặt chúng xoay vần trong lửa đỏ, chúng sẽ than: "Ôi, chớ gì chúng ta tuân lời A-La và tuân lời Sứ Giả!"

68. Chúng sẽ nói: "Lạy Chúa, chúng tôi đã nghe lời các trưởng lão và những người lãnh đạo, những kẻ này đã làm chúng tôi lạc lối.

69. "Lạy Chúa, hãy giáng cho chúng hình phạt gấp đôi và chúc dữ chúng những điều ghê gớm nhất."

70. Hỡi những người vững lòng tin! chớ bắt chước những kẻ đã vu khống và gây phiền não cho Môsê. A-La đã thanh minh cho hắn về những điều mà họ đã nói về hắn, và hắn là người phẩm vị cao cả ở nơi A-La ngự.

71. Hỡi những người vững lòng tin! hãy kính sợ A-La và ăn nói chân chính.

72. Ngài sẽ chúc phúc cho các ngươi về những việc thiện của các ngươi và sẽ tha thứ tội lỗi của các ngươi. Kẻ nào tuân lời A-La và Sứ Giả của Ngài, kẻ ấy chắc chắn sẽ được thắng lợi.

73. Ta đã trưng cho vòm trời, mặt đất và núi

non thấy tín ngưỡng này nhưng chúng đã từ chối việc đảm nhận bởi sự kinh sợ nó. Rồi con người đã chấp nhận tín ngưỡng. Thật ra con người là kẻ bất nghĩa và bất chấp hậu quả.

74. Nên A-La sẽ trừng phạt những kẻ ngụy thiện nam lẫn nữ và những tín đồ đa thần giáo nam lẫn nữ. Và A-La sẽ nhủ lòng thương những nam nữ vững lòng tin. A-La là Đấng Khoan Hồng và Từ Bi hơn hết.

Chương 34   AL-SABA'   Part 22

SABA
(Khải thị ở Mécca)

1. Nhân danh A-La, Đấng Khoan Hậu, Đấng Từ Bi.

2. Sáng Danh A-La, muôn loài trong trời đất đều thuộc về Ngài, vinh quang ở Kiếp Lai Sinh cũng thuộc về Ngài. Ngài là Đấng Khôn Ngoan, Đấng Thông Lãm mọi việc.

3. Ngài biết rõ bất cứ vật nào đi vào lòng đất, bất cứ vật nào xuất xứ từ đó, bất cứ vật nào từ trên trời xuống và bất cứ vật nào thăng thiên; Ngài là Đấng Từ Bi, Đấng Khoan Hồng hơn hết.

4. Những kẻ bất tín bảo: "Giờ Khắc ấy sẽ không bao giờ xảy đến." Hãy bảo: "Không hẳn vậy, xin thề với Chúa, Đấng thông tường cõi vô hình, rằng Giờ Khắc ấy chắc chắn sẽ xảy đến cho các ngươi! Ngay cả một hạt bụi tồn tại ở trên trời hay dưới đất, hoặc bất cứ vật gì nặng hay nhẹ hơn nó đều không thể thoát khỏi Ngài, không vật nào mà không được ghi chép trong quyển Sổ minh bạch,

5. "Để Ngài có thể ban thưởng những người tin tưởng và năng làm việc thiện. Chính những người này sẽ được tha thứ và được ban phẩm vật dồi dào."

6. Những kẻ nào âm mưu chống lại Phép Lạ của Ta và toan làm hỏng kế hoạch của Ta, những kẻ này sẽ chịu hình phạt đau đớn.

7. Những người có học thức thì biết rằng những lời do Chúa khải thị cho ngươi là sự thật, là phương châm hướng dẫn đến con đường của Đấng Cường Lực, Đấng được ca ngợi.

8. Còn những kẻ bất tín thì bảo: "Các ngươi có muốn chúng tôi chỉ cho các ngươi một người đàn ông dám nói rằng 'ngay cả khi các ngươi đã bị cắt thành từng mảnh các ngươi vẫn sẽ bị tái tạo' chăng?"

9. "Hắn dám đặt điều giả dối về A-La hay sao? Hoặc là hắn bị quỉ ám chăng? Không, chính những kẻ không tin ở Kiếp Lai Sinh đang chịu đựng hình phạt và đang lầm đường lạc lối.

10. Chúng không thấy trời đất trải rộng ra trước mặt và sau lưng chúng hay sao? Nếu Ta muốn, Ta có thể làm đất sụp nuốt lấy chúng, hoặc làm thiên tai từ trời cao giáng xuống người chúng. Trong đó hàm chứa Phép Lạ dành cho những bề tôi biết hối cải.

11. Ta cũng đã ban ân huệ cho Đavít, phán rằng: "Hỡi núi non và chim chóc, hãy cùng với hắn ca ngợi A-La." Ta đã làm sắt mềm ra cho hắn,

12. Phán rằng: "Hãy chế áo giáp theo kích thước, và hãy đo dây xích cho đúng ni tấc, hãy thực hành việc thiện bởi Ta đang nhìn việc các ngươi làm."

13. Và Ta đã ban gió cho Solomon, buổi sáng nó thổi đi một đoạn bằng cuộc hành trình một tháng, buổi chiều nó thổi về một đoạn cũng bằng cuộc hành trình một tháng. Ta cũng ban cho hắn một suối trào ra đồng chảy. Trong đám Jinn cũng có kẻ theo lệnh Chúa phụng sự cho hắn. Ta đã bảo chúng rằng nếu kẻ nào dám trái lệnh Ta, Ta sẽ cho hắn nếm mùi hình phạt hỏa thiêu.

14. Họ đã chế tạo cho hắn bất cứ món gì mà hắn muốn: những cung điện và hình tượng, những chén bát lớn như ao nước và những chảo nồi to tướng bất động. "Hỡi dòng dõi Đavít, hãy năng làm việc và hết lòng cảm tạ." Nhưng ít ai trong đám bề tôi của Ta biết cảm tạ.

15. Khi Ta cho tử thần rước hắn, không ai biết rằng hắn đã chết, chỉ trừ một con sâu từ dưới đất đã gặm mòn cây gậy của hắn. Nên khi hắn ngã xuống, lũ Jinn mới biết rằng nếu chúng thấy được cõi vô hình, có lẽ chúng đã không phải chịu cực khổ như thế ấy.

16. Thật ra ngày xưa dân Saba cũng đã được Phép Lạ trong xứ của họ. Có hai vườn hoa quả

ở bên tay phải và tay trái: "Hãy ăn lương thực của Chúa và hãy cảm tạ Ngài. Thật là đất lành, Chúa thật là Quảng Đại biết bao!"

17. Nhưng chúng đã ngoảnh mặt đi, nên Ta đã giáng cho chúng cơn lụt tàn khốc. Hai vườn hoa quả trở thành hai vườn đầy trái đắng với cây tân hà liễu và một số cây kè mà thôi.

18. Ta đã hoàn trả việc ấy vì sự vong ân của chúng. Và chỉ có những kẻ vong ân mới bị Ta báo đáp như thế.

19. Giữa dân Saba và những thị trấn mà Ta đã chúc phúc, Ta đã tạo những thị trấn dễ thấy từ xa và đã định từng chặng hành trình cho chúng. "Ngày cũng như đêm, hãy tiếp tục cuộc hành trình một cách yên ổn."

20. Nhưng chúng nói: "Lạy Chúa, hãy làm cho những đoạn trong cuộc hành trình dài thêm chút nữa." Chính bọn chúng đã tự hại thân mình, nên Ta đã làm chúng thành chuyện răn đời và đập chúng thành từng mảnh vụn. Thật là Phép Lạ dành cho những ai giữ lòng kiên quyết và biết cảm tạ.

21. Iblis đã chứng tỏ rằng sự phán đoán về họ là đúng lý, nên chỉ trừ một số tín đồ thật sự, hầu hết đã nghe theo lời hắn.

22. Iblis không có quyền hạn gì đối với họ, ấy chẳng qua là để Ta phân biệt xem ai biết tin tưởng ở Kiếp Lai Sinh và ai còn nghi ngờ về nó. Chúa của ngươi lúc nào cũng lưu ý đến mọi việc.

23. Hãy bảo: "Hãy cầu khẩn đến những vật mà các ngươi gọi là thần thánh ngoài A-La, chúng không thể điều khiển nổi trọng lượng của một hạt bụi trong trời đất, chúng cũng không sở hữu được một phần nào trong đó và cũng không có ai trợ giúp cả."

24. Không ai được phép điều đình với Ngài chỉ trừ những kẻ đã được Ngài cho phép. Khi con tim của chúng hết cơn sợ hãi, chúng bèn hỏi: "Chúa của các ngươi đã phán điều chi?"

Các Sứ Giả sẽ đáp: "Chân Lý, Ngài là Đấng Tối Cao, Tôi Đại."

25. Hãy bảo: "Ai đã ban cho các ngươi lương thực từ trên trời và dưới đất vậy?" Hãy trả lời: "Chính là A-La, phái của chúng tôi hoặc phái của các ngươi, một phái thì đang theo chính đạo, còn phái kia thì rõ ràng đang theo tà đạo."

26. Hãy bảo: "Các ngươi sẽ không bị chất vấn về tội lỗi của chúng tôi, và chúng tôi cũng không bị hạch hỏi về việc các ngươi làm."

27. Hãy bảo: "Chúa sẽ tập hợp chúng ta lại một chỗ và dựa vào chân lý mà phân xử. Ngài là Đấng Phán Quan, Đấng Thông Lãm mọi việc."

28. Hãy bảo: "Hãy cho ta thấy những tà thần mà các ngươi thờ ngang hàng với A-La. Không, các ngươi không thể thực hiện được điều đó, bởi Ngài là A-La, là Đấng Cường Lực và Khôn Ngoan."

29. Ta chỉ phái ngươi xuống để truyền Phúc Âm và để cảnh cáo nhân loại, nhưng đa số con người không biết điều đó.

30. Chúng hằng nói: "Nếu các ngươi nói thật, khi nào lời hứa ấy mới được thực hiện vậy?"

31. Hãy bảo: "Khi ngày đã được định cho các ngươi xảy đến, các ngươi không thể triển hoãn lại hoặc tiến tới thêm một khắc nào cả."

32. Những kẻ bất tín bảo: "Chúng tôi không bao giờ tin tưởng những điều trong Kinh Koran này và cả những điều có trước kia." Chớ chi người thấy được cảnh bọn ác nhân bị bắt đứng trước nhan Chúa và mỗi bên đổ tội cho nhau. Những kẻ đã bị xem là yếu thế sẽ nói với những kẻ hay ngạo mạn: "Nếu không có các ngươi, có lẽ chúng tôi đã trở thành tín đồ."

33. Những kẻ hay ngạo mạn sẽ đáp lại những kẻ đã bị xem là yếu thế: "Sau khi lời giáo huấn đã đến với các ngươi, các ngươi định cho rằng chúng tôi đã làm các ngươi lầm lạc chăng? Không chính các ngươi là những kẻ đã phạm tội."

34. Những kẻ đã bị xem là yếu thế bèn nói

với những kẻ hay ngạo mạn: "Không không, chính các ngươi đã bày mưu đặt kế ngày lẫn đêm, bắt chúng tôi phải từ khước A-La và thờ tà thần." Chúng sẽ hối hận khi chứng kiến sự trừng phạt. Ta sẽ đặt xiềng xích quanh cổ bọn bất tín. Chúng chỉ bị thù lao về những việc chúng đã làm.

35. Khi Ta khiến Người Cảnh Cáo đến đô thị nào thì những kẻ hào phú ở nơi ấy đều tuyên bố: "Chúng tôi chẳng tin được những điều mà nhà ngươi đã được giao phó."

36. Rồi chúng nói: "Chúng tôi có đầy dẫy của cải và con cái, chúng tôi sẽ không bị trừng phạt đâu."

37. Hãy bảo: "Quả thật Chúa gia tăng lương thực hoặc giảm thiểu nó cho bất cứ kẻ nào tùy ý Ngài, nhưng hầu hết trong con người không biết điều đó."

38. Không phải gia sản hoặc con cái của các ngươi làm cho các ngươi đến gần Ta được. Chỉ có những kẻ vững lòng tin và năng làm việc thiện được ân thưởng gấp đôi về việc họ đã làm, và họ sẽ được sống yên ổn trong những dinh thự tráng lệ.

39. Còn những kẻ dấy loạn toan chống lại Phép Lạ của Ta, những kẻ ấy sẽ bị kéo ra để chịu hình phạt.

40. Hãy bảo: "Chúa gia tăng lương thực hoặc giảm thiểu nó cho bất cứ bề tôi nào mà Ngài muốn. Bất cứ món gì các ngươi bố thí, Ngài sẽ bổ sung ngay. Ngài là Đấng Cung Cấp đầy đủ nhất."

41. Hãy nhớ ngày mà Ngài tập hợp chúng lại rồi phán hỏi các thiên sứ: "Đây có phải là những người đã thường thờ phụng các ngươi chăng?"

42. Họ liền thưa: "Ngài vinh hiển thay. Ngài là Đấng Bảo Hộ chúng tôi chống lại chúng. Chúng thì khác chúng chỉ thờ lũ Jinn và hầu hết bọn chúng tin tưởng lũ ấy."

43. "Hôm nay, các ngươi không có quyền năng gì để gây lợi hoặc làm hại kẻ khác." Rồi

Ta sẽ phán bảo những kẻ đã gây sự ác: "Hãy nếm mùi hình phạt của Hỏa Ngục mà các ngươi thường phủ nhận."

44. Khi Phép Lạ hiển nhiên của Ta được rao truyền cho chúng, chúng nói:"Đây chỉ là những điều giả dối." Khi chân lý hiện ra, những kẻ bất tín bèn nói: "Hoàn toàn là trò ảo thuật."

45. Ta chưa hề ban cho chúng Kinh Điển nào để chúng học hỏi và trước nhà ngươi Ta chưa hề phái Người Cảnh Cáo nào đến với chúng cả.

46. Và tiền nhân của chúng cũng đã phủ nhận sự thật, dù Ta đã ban cho họ nhiều gấp mười lần hơn chúng, nhưng họ đã cho những Sứ Giả của Ta là láo khoét. Nên sự biến đổi mà Ta đã gây ra khủng khiếp biết bao!

47. Hãy bảo: "Ta chỉ khuyên các ngươi một điều là hãy trình diện trước A-La hai người hoặc từng người một rồi ngẫm nghĩ xem. Các ngươi sẽ rõ là đồng bạn của các ngươi hoàn toàn vô tội, người chỉ là Người Cảnh Cáo để các ngươi tránh khỏi hình phạt khốc liệt."

48. Hãy bảo: "Ta không hề đòi hỏi các ngươi phần thưởng, ấy là của các ngươi. Phần thưởng của ta do A-La ban cho, Ngài là Nhân Chứng trước mọi việc."

49. Hãy bảo: "Quả thật, Chúa đem chân lý làm sáng tỏ sự ảo nguy. Ngài là Đấng thấu rõ cõi vô hình."

50. Hãy bảo: "Chân lý đã hiện ra. Sự ảo nguy không có quyền năng để bắt chước sự sáng tạo và cũng không thể tái tạo nó được."

51. Hãy bảo: "Nếu ta lầm lẫn, ta chỉ lầm lẫn cho bản thân của ta. Nếu ta được hướng dẫn đến nẻo chánh, ấy là nhờ Chúa đã khải thị cho ta. Chúa là Đấng nghe thấu mọi việc và thật là gần gũi."

52. Chớ chi ngươi thấy được cảnh chúng bị kinh hãi, không còn lối thoát và bị tóm lấy ở chỗ gần đây!

53. Chúng mới nói: "Chúng tôi tin tưởng ở

Chúa." Nhưng chúng làm sao đạt đến tín ngưỡng khi đã lạc quá xa rồi.

54. Trước đây chúng cũng đã từ khước nó, và từ chỗ xa mê mải việc phỏng đoán về nó.

55. Rồi một bức tường chắn sẽ được dựng lên giữa chúng và những vật mà chúng sở hữu, như những kẻ đồng loại với chúng đã bị xử phạt trước đó. Bọn chúng lúc nào cũng không hết nghi ngờ.

ĐẤNG SÁNG TẠO
(Khải thị ở Mécca)

1. Nhân danh A-La, Đấng Khoan Hậu, Đấng Từ Bi.

2. Hãy ca ngợi A-La, Đấng tạo thiên lập địa, Đấng làm các Thiên Sứ thành các Sứ Giả có hai đôi, ba đôi hoặc bốn đôi cánh, Đấng gia tăng sự sáng tạo như ý Ngài; bởi A-La có Quyền Năng thực hiện mọi việc.

3. Bất cứ ân huệ nào mà A-La muốn ban cho con người, không ai ngăn cản Ngài được. Và bất cứ vật nào bị Ngài kềm chế, không ai có thể phóng thích nó được. Ngài là Đấng Cường Lực, Đấng Khôn Ngoan.

4. Hỡi con người, hãy nhớ đến ân huệ mà A-La hằng ban cho các ngươi. Có Đấng Sáng Tạo nào khác hơn A-La đã cung cấp cho các ngươi từ trên trời và từ dưới đất chăng? Ngoài Ngài ra không ai đáng được tôn thờ cả. Thế thì tại sao các ngươi còn dám theo tà đạo?

5. Chúng có từ khước ngươi cũng không sao, bởi Các Sứ Giả của Chúa Trời trước đây đã bị cho là láo khoét. Rồi vạn sự sẽ được đem về cho A-La giải quyết.

6. Hỡi con người, quả lời hứa của A-La là sự thật. Chớ để cuộc sống ở kiếp này lường gạt các ngươi, cũng đừng để kẻ chuyên lừa phỉnh lừa dối các ngươi về A-La.

7. Satăng là kẻ thù của các ngươi, nên hãy xem hắn như thù địch. Hắn kêu gọi đồng đảng chỉ để mong chúng trở thành đồng bạn ở Hỏa Ngục mà thôi.

8. Những kẻ bất tín thì hình phạt khốc liệt đang chờ chúng. Còn những ai vững lòng tin và năng làm việc thiện thì sự khoan hồng và phần thưởng lớn lao đang chờ họ.

9. Kẻ chỉ làm điều ác và trang hoàng bằng sự ảo nguy có giống như kẻ vững lòng tin và năng làm việc thiện chăng? A-La làm cho kẻ này lạc lối hoặc hướng dẫn kẻ khác tùy ý Ngài. Vì vậy chớ để linh hồn của ngươi tiêu mòn vì chúng. Bởi A-La thấu rõ việc chúng làm.

10. A-La là Đấng làm gió thổi mây bay. Ta đem nó tưới xuống thửa đất khô cằn, làm mặt đất đã chết hồi sinh lại. Sự Phục Sinh sẽ giống như thế.

11. Kẻ nào tìm kiếm vinh quang hãy nhớ rằng mọi vinh quang nằm trong tay A-La. Những lời lẽ tốt đẹp sẽ được thăng thiên đến bên Ngài và những điều thiện sẽ được A-La tuyên dương. Còn những kẻ âm mưu việc ác, hình phạt khốc liệt đang chờ chúng và những âm mưu ấy sẽ tan như bọt nước.

12. A-La đã sáng tạo các ngươi từ đất bụi, rồi từ một giọt tinh dịch Ngài tạo ra các ngươi thành một đôi nam nữ. Không một người phụ nữ nào hoài thai hoặc sinh con mà Ngài không biết. Không một người trường thọ nào có thể kéo dài hay rút ngắn cuộc đời của hắn mà không được ghi chép trong Quyển Sổ. Điều này thật là giản dị đối với A-La.

13. Hai biển cả hoàn toàn không giống nhau: một bên thì ngon ngọt và dễ uống, còn bên kia thì mặn và đắng. Nhưng từ mỗi bên các ngươi đều ăn thịt tươi, và lấy đồ trang sức mà các ngươi đeo. Có lẽ ngươi thấy những thuyền bè rẽ sóng mà đi, ấy là để các ngươi cầu xin ân huệ của Ngài, mong rằng các ngươi sẽ biết cảm tạ.

14. Ngài hòa hợp ban đêm vào ban ngày, rồi hòa hợp ban ngày vào ban đêm. Ngài khiến mặt trời và mặt trăng làm việc, mỗi cái vận chuyển theo một chu kỳ nhất định. Đây là A-La, Chúa của các ngươi. Vương quyền thuộc về Ngài, và

những vật mà các ngươi thường sùng bái không hề sở hữu một mảy may nào.

15. Dù các ngươi có cầu khẩn đến chúng đi nữa, chúng sẽ không nghe được lời van của các ngươi, dẫu chúng có nghe đến đi nữa chúng không thể phúc đáp các ngươi được. Đến Ngày Phục Sinh, chúng sẽ phủ nhận việc các ngươi thờ chúng ngang hàng với Chúa Trời. Không ai có thể báo cáo cho ngươi rõ như Đấng Thông Lãm mọi việc.

16. Hỡi con người, chính các ngươi là những kẻ cần đến A-La, A-La là Đấng Phong Phú và đáng được ca ngợi.

17. Nếu Ngài muốn, Ngài có thể tận diệt các ngươi và sáng tạo ra thế hệ mới.

18. Chuyện như thế không có gì khó khăn đối với A-La.

19. Kẻ đang chịu gánh nặng không thể mang thêm gánh nặng của kẻ khác. Dù kẻ đang chịu gánh nặng xin người khác mang một phần, không ai được phép mang phần ấy dù là bà con thân thích đi nữa. Ngươi chỉ có thể cảnh cáo những kẻ kính sợ Chúa ở cõi vô hình và năng cầu nguyện. Kẻ nào tẩy mình thanh sạch thì kẻ ấy chỉ tẩy mình vì bản thân của hắn. Rồi vạn sự sẽ được đem về cho A-La phân xử.

20. Người mù và người sáng mắt hoàn toàn không giống nhau.

21. Bóng tối và ánh sáng cũng không giống nhau.

22. Bóng mát và hơi nóng cũng không giống nhau.

23. Kẻ sống và người chết cũng không giống nhau. Quả thật A-La muốn ai thì khiến người ấy nghe được. Nhưng ngươi không thể làm cho những kẻ trong mộ nghe thấu.

24. Ngươi chỉ là Người Cảnh Cáo.

25. Thật ra Ta đã phái ngươi đem chân lý xuống để làm người rao truyền Phúc Âm và làm Người Cảnh Cáo. Không có dân tộc nào mà Người Cảnh Cáo không được phái xuống.

26. Nếu chúng có cho là ngươi nói láo cũng không sao, bởi tiền nhân của chúng cũng cho các Nhà Tiên Tri của họ là láo khoét. Dù các Sứ

Giả đã mang Phép Lạ rõ ràng cùng với Thánh Thi và Kinh Điển rạng ngời đến với họ.

27. Nên Ta đã chộp lấy bọn bất tín. Sự biến đổi mà Ta đã gây ra khủng khiếp biết bao!

28. Ngươi không biết rằng A-La làm mưa từ trời cao xuống hay sao? Ta đã làm nảy nở vô số trái cây đủ màu sắc. Và họa lên sườn núi những đường sọc màu trắng, đỏ, đen và nhiều màu khác nữa;

29. Trong số nhân gian, dã thú và gia súc cũng vậy, mỗi nhóm chứa nhiều màu sắc khác nhau. Chỉ có những bầy tôi đầy kiến thức mới kính sợ A-La. Quả thật A-La là Đấng Cường lực và Khoan Dung hơn hết.

30. Những người tuân giữ lời dạy trong Kinh Điển của A-La, năng cầu nguyện và âm thầm hoặc công khai bố thí những gì Ta đã ban cho họ, chỉ có những kẻ này mong mỏi sự đổi chác không bao giờ lỗ lã.

31. Hy vọng rằng Ngài sẽ tưởng thưởng họ xứng đáng và có khi gia tăng thêm ân huệ của Ngài cho họ. Quả thật Ngài rất Khoan Dung và thù lao đầy đủ nhất.

32. Kinh Điển mà Ta đã khải thị cho ngươi là chân lý, để xác nhận những điều đã được ban trước đây. Quả thật A-La rất am tường và nhìn kỹ mọi thuộc hạ của Ngài.

33. Rồi Ta đã cho những bề tôi mà Ta tuyển chọn thừa kế Kinh Điển này. Trong số đó có kẻ đè nén dục vọng và kiên nhẫn chịu đựng, có kẻ thì đang nương theo chính đạo và có kẻ khác thì theo lệnh của A-La sốt sắng làm việc thiện. Ấy mới thật là ân huệ lớn lao,

34. Tức Vườn Địa Đàng! Họ sẽ được vào đây. Họ sẽ trang sức bằng vòng tay bằng vàng và ngọc trai, y phục thì dệt bằng tơ lụa.

35. Họ sẽ bảo: "Sáng danh A-La, Đấng đã cất bỏ khỏi người chúng ta nỗi sầu muộn. Quả thật Chúa là Đấng Khoan Hồng và Ân Thưởng đầy đủ.

36. "Là Đấng do lòng thương của Ngài mà định cư chúng ta ở nơi cư trú vĩnh viễn ấy và chúng ta sẽ không hề bị khổ lao cực nhọc."

37. Còn những kẻ không tin tưởng, lửa Địa Ngục đang chờ chúng. Chúng muốn chết cũng không được chết một cách dễ dàng và hình phạt sẽ không được nới tay. Ấy là cách Ta thù lao cho những kẻ vong ân.

38. Nơi đó chúng sẽ kêu cứu: "Ôi Chúa hỡi, xin hãy đem chúng tôi ra khỏi nơi này, chúng tôi nguyện sẽ làm những việc công chính hơn những việc đã làm trước đây." "Ta đã chẳng ban cho các ngươi một cuộc đời lâu dài đủ để kẻ nào biết hối cải có thì giờ mà hối cải hay sao? Hơn nữa, Người Cảnh Cáo đã đến với các ngươi. Nên các ngươi cứ chịu hình phạt, kẻ ác nhân sẽ không còn ai giúp đỡ nữa."

39. Quả thật, A-La biết rõ mọi bí mật trong trời đất. Ngài am tường mọi điều chúng ôm ấp trong lòng.

40. Ngài là Đấng đã đặt các ngươi làm người đại diện trên mặt đất. Nên kẻ nào không tin tưởng thì kẻ đó sẽ phải chịu hậu quả của lòng bất tín ấy. Lòng bất tín của chúng chỉ làm A-La thêm bất mãn, và lòng bất tín ấy chỉ làm tăng thêm sự tổn thất của chúng mà thôi.

41. Hãy bảo: "Các ngươi đã chứng kiến những tà thần mà các ngươi thờ phụng không màng đến A-La hay sao? Thế thì hãy chỉ cho ta thấy vật mà họ đã sáng tạo từ mặt đất. Hay các ngươi định cho rằng họ có tham dự vào sự sáng tạo thiên đàng chăng? Hoặc là Ta đã ban cho họ Kinh Điển để họ dẫn chứng hay sao?" Không không, bọn ác nhân chỉ hứa hẹn với nhau những điều gạt gẫm mà thôi.

42. A-La nắm giữ thiên địa để nó đừng di động. Dẫu nó có di động đi nữa ngoài Ngài ra

không ai có thể chống đỡ nó được. Quả thật Ngài là Đấng Quảng Đại và Khoan Hồng hơn hết.

43. Chúng đã long trọng thề với A-La rằng nếu có Người Cảnh Cáo nào hiện diện, chúng sẽ tuân theo lời chỉ đạo một cách thành tâm hơn bất cứ dân tộc nào khác. Nhưng khi Người Cảnh Cáo đến với chúng, người chỉ làm chúng tăng thêm ác cảm,

44. Khiến chúng thêm ngạo mạn và âm mưu sự ác trên mặt đất. Nhưng rốt cuộc ác kế chỉ bao vây người chủ mưu nó mà thôi. Chúng định chờ cách Chúa Trời đối xử với người xưa hay sao? Ngươi sẽ thấy không có gì thay đổi trong cách xử sự của A-La và ngươi cũng sẽ thấy không có sự tu chỉnh nào trong đường lối của Ngài.

45. Chúng chưa từng du hành trên mặt đất để thấy chung cuộc của tiền nhân đã thê thảm đến bực nào chăng? Dù họ thế lực mạnh hơn chúng. A-La là Đấng mà bất cứ vật nào tồn tại trong trời đất đều không thể làm hỏng kế hoạch của Ngài. Ngài là Đấng Toàn Tri, Toàn Năng.

46. Nếu A-La muốn trừng phạt con người vì hành vi của họ, có lẽ Ngài đã không chừa lại trên mặt đất một sinh vật nào cả. Nhưng Ngài cho chúng triển hoãn đến một thời hạn đã định, khi thời hạn ấy đến, chúng sẽ biết rằng A-La lúc nào cũng để mắt đến thuộc hạ của Ngài.

YA SIN
(Khải thị ở Mécca)

1. Nhân danh A-La, Đấng Khoan Hậu, Đấng Từ Bi.

2. Ya Sin.*

3. Xin thề trước quyển Koran đầy sự khôn ngoan,

4. Ngươi chính là một trong những Sứ Giả

5. Đang nương theo chính đạo.

6. Đây là lời khải thị của Đấng Cường Lực, Đấng Từ Bi,

7. Để ngươi cảnh cáo đám dân mà từ đời tổ phụ của chúng chưa có ai cảnh cáo nên chúng không hề biết suy nghĩ.

8. Lời của Ngài đã thành sự thực đối với đa số trong bọn chúng nhưng chúng vẫn chưa chịu tin.

9. Ta đã đặt gông cùm quanh cổ của chúng cao tới cằm để đầu của chúng bị kéo ngược về phía sau,

10. Và Ta đã dựng bức tường chắn trước mặt và sau lưng chúng, rồi bao trùm chúng lại để chúng không trông thấy được.

11. Ngươi có cảnh cáo chúng hay không, kết quả đều như nhau, bởi chúng chẳng hề tin tưởng.

12. Ngươi chỉ có thể cảnh cáo những kẻ tuân theo lời giáo huấn và kính sợ Chúa Trời Vô Hình và Khoan Hậu. Nên hãy truyền cho họ tin mừng về sự ân xá và phần thưởng cao quí.

13. Chỉ có Ta hồi sinh lại người chết và ghi chép những điều mà họ đã làm và những điều mà họ còn để lại. Mọi việc Ta đều ghi chép kỹ trong Sổ Sách minh bạch.

14. Hãy kể cho chúng nghe câu chuyện về dân

---

* Hỡi người toàn thiện

chúng ở thị trấn mà các Sứ Giả đã đến.

15. Khi Ta phái hai Sứ Giả đến với chúng, chúng đã từ khước họ; nên Ta đã củng cố họ bằng cách phái thêm người thứ ba xuống, họ nói: "Chúng tôi đã được phái xuống cho các người với tư cách là Sứ Giả."

16. Chúng trả lời: "Các ngươi chỉ là người trần như chúng tôi. Chúa Trời Khoan Hậu không khải thị điều chi cả. Các ngươi chỉ nói láo."

17. Họ trả lời: "Chúa biết rõ rằng chúng tôi là Sứ Giả do Ngài phái xuống cho các người.

18. "Và chúng tôi chỉ có bổn phận là rao truyền Thông Điệp cho các người."

19. Chúng bèn nói: "Chúng tôi thấy các ngươi chỉ mang tới điềm dữ. Nếu các ngươi không chịu ngưng, chúng tôi sẽ ném đá vào các ngươi và trừng trị các ngươi."

20. Họ trả lời: "Hung vận của các ngươi là do chính các ngươi tạo ra, dù các ngươi được khuyên cáo đi nữa. Không không, các ngươi là lũ dân phóng đãng."

21. Từ chốn xa của thị trấn có một người đàn ông chạy đến nói rằng: "Hỡi đồng bào, hãy tuân lời các Sứ Giả,

22. "Hãy nghe lời những người không hề đòi hỏi các ngươi sự đền đáp, họ là những người theo chính đạo.

23. "Làm sao tôi không tôn thờ Đấng đã sáng tạo ra tôi? Chính Ngài là nơi mà các ngươi sẽ bị hoàn trả về.

24. "Tôi có nên tôn thờ những thần thánh khác hơn Ngài chăng? Nếu Chúa Trời Khoan Hậu muốn gieo tai họa cho tôi, sự điều đình của họ không có hiệu quả gì cho tôi và họ không thể cứu tôi được.

25. "Trong trường hợp đó, chắc chắn tôi sẽ phạm lỗi.

26. "Tôi tin tưởng ở Chúa của các ngươi, xin hãy nghe lời tôi."

27. Có lời bảo hắn: "Cứ vào Thiên Đàng." Hắn than: "Ôi, chớ chi dân của tôi biết rằng

28. "Chúa đã tỏ lòng ân xá tôi và cho phép tôi tham gia với những người có vinh dự."

29. Sau đời hắn Ta đã không phái một tên

binh lính nào xuống trị dân của hắn, bởi Ta không cần phái ai cả.

30. Chỉ cần một tiếng sấm nổ, xem kìa! chúng tiêu tan cả.

31. Thương thay cho bề tôi của Ta! Không có Sứ Giả nào đến với chúng mà không bị chúng chê diễu.

32. Chúng không biết rằng Ta đã hủy diệt biết bao nhiêu thế hệ trước chúng hay sao? Họ không bao giờ trở lại với chúng nữa.

33. Tất cả sẽ bị tập hợp lại và bị dẫn trả về cho Ta.

34. Đất chết là một trong những Phép Lạ dành cho chúng. Ta đã hồi sinh nó và làm ngũ cốc sinh sôi nảy nở rồi chúng đã ăn ngũ cốc đó.

35. Ta cũng đã dựng trong đó những vườn tược đầy chà là và nho, đồng thời cho suối nước chảy trong đó,

36. Để chúng có thể dùng trái cây nơi đó, dù không phải bàn tay của chúng đã tạo ra nó. Thế mà chúng vẫn không biết cảm tạ hay sao?

37. Vinh hiển thay Đấng đã sáng tạo muôn loài thành đôi, tức là những loài nảy nở trên mặt đất, cả bản thân bọn chúng và cả những vật mà chúng không biết.

38. Và ban đêm cũng là một Phép Lạ dành cho chúng. Khi Ta kéo ban ngày đi, xem kìa! chúng rơi vào bóng tối.

39. Và mặt trời đang vận chuyển theo quỹ đạo định trước. Ấy là mệnh lệnh của Đấng Toàn Năng, Chúa Trời Toàn Tri.

40. Và đối với mặt trăng, Ta đã định từng chặng đường cho đến khi nó trở lại hình dáng ban đầu, giống như một cành khô của cây kè.

41. Mặt trời không thể nào đuổi kịp mặt trăng, và ban đêm không thể vượt qua ban ngày.

Tất cả đều trôi nổi trong thiên không.

42. Và một Phép Lạ khác dành cho chúng là Ta đã chở con cháu của chúng trên một chiếc thuyền đầy ắp,

43. Và Ta đã tạo cho chúng vật tương tự như chiếc thuyền để chúng đi.

44. Nếu Ta muốn Ta đã nhận chìm chúng, thì chúng sẽ không có ai giúp đỡ và không được ai cứu vớt cả,

45. Trừ phi Ta nhủ lòng từ bi, cho chúng hưởng lạc thêm một thời gian nữa.

46. Dù có bảo chúng: "Hãy đề phòng những gì ở trước mắt và những gì ở sau lưng các ngươi (tức là tội lỗi nhiễn nhiên và tội lỗi che đậy), họa may các ngươi sẽ được ban ân huệ,"

47. Khi Phép Lạ của Chúa giáng trần thì chúng liền ngoảnh mặt đi.

48. Khi bảo chúng: "Hãy bố thí một phần của tài sản mà A-La đã ban cho các ngươi," những kẻ bất tín bảo các tín đồ rằng: "Chúng tôi há lại đi nuôi dưỡng những kẻ mà A-La muốn nuôi dưỡng hay sao? Các ngươi rõ ràng đang lầm lẫn."

49. Và chúng thêm: "Nếu quả các ngươi nói thật, khi nào lời hứa này mới được thực hiện đây?"

50. Chúng chỉ chờ một tiếng sấm nổ chộp lấy chúng trong lúc chúng còn đang bàn luận.

51. Và chúng không thể nào lập lời di chúc cũng không thể trở về với gia đình.

52. Khi kèn thổi lên thì xem kìa! chúng sẽ rời hầm mộ và vội vã tiến về nơi Chúa ngự.

53. Chúng sẽ than: "Ôi! thật là đại họa! Ai đã đánh thức chúng ta khỏi hầm mộ đây? Đây là điều mà Chúa Trời Khoan Hậu đã giao ước, và các Sứ Giả quả đã nói sự thật."

54. Chỉ cần một tiếng sấm nổ, xem kìa! tất

cả bọn chúng đều bị dẫn đến trước nhan Ta.

55. Ngày ấy, không ai sẽ bị đối xử bất công cả, các ngươi chỉ được trả đủ về những việc mà các ngươi đã làm.

56. Ngày ấy, những người ở thiên đàng sẽ bận rộn vì nỗi hân hoan,

57. Họ và thê thiếp sẽ duỗi người trên ghế dài dưới bóng cây.

58. Họ sẽ có trái cây đầy đủ và sẽ được hưởng bất cứ vật gì mà họ ao ước

59. Lời chào của Chúa Trời Từ Bi sẽ là: "Bình an cho các ngươi."

60. Chúa Trời sẽ phán: "Hỡi những kẻ phạm tội, hôm nay hãy lánh xa khỏi những người chính trực!"

61. "Hỡi con cái của Ađam, Ta đã chẳng ra lệnh cho các ngươi là chớ thờ phụng Satăng hay sao? Bởi hắn là kẻ thù công khai của các ngươi,

62. "Và rằng các ngươi phải tôn thờ Ta. Ấy mới là chính đạo.

63. "Hắn đã làm một số lớn trong các ngươi bị lầm lẫn. Sao các ngươi còn chưa hiểu?

64. "Đây là Địa Ngục mà các ngươi đã được hứa hẹn.

65. "Vì các ngươi đã không chịu tin tưởng nên hôm nay hãy vào đó."

66. Ngày ấy Ta sẽ niêm chặt miệng chúng, hai tay của chúng sẽ nói với Ta và hai chân của chúng sẽ làm chứng về những điều chúng đã làm.

67. Nếu Ta muốn Ta có thể đoạt lấy đôi mắt của chúng, thì chúng sẽ tranh nhau tìm đường mà chạy. Nhưng làm sao chúng trông thấy được?

68. Nếu Ta muốn Ta có thể biến đổi hình dạng của chúng và làm chúng bất động ở một chỗ thì chúng không thể tiến tới hay thụt lùi được.

69. Đối với kẻ mà Ta đã ban một đời trường thọ, Ta có thể làm cho sức lực của hắn yếu đi. Thế mà chúng còn chưa giác ngộ hay sao?

70. Ta không hề chỉ dạy cho người cách làm thơ, việc ấy không hợp với người. Đây chỉ là Lời Giáo Huấn, là Kinh Koran giảng dạy mọi điều thật rõ ràng,

71. Để cảnh cáo những người sinh tồn rằng lời giao ước về sự trừng phạt sẽ được thực hiện đối với những kẻ bất tín.

72. Chúng không biết rằng chính tay Ta đã sáng tạo ra gia súc mà chúng đang sở hữu hay sao?

73. Ta đã khiến gia súc phục vụ cho chúng, một số thì chúng cỡi và một số thì chúng dùng làm thực phẩm.

74. Chúng đã được nhiều lợi ích từ gia súc và cả thức uống. Thế mà chúng vẫn chưa biết cảm tạ hay sao?

75. Chúng đã chọn những tà thần để tôn thờ và không màng đến A-La, tin rằng chúng sẽ được trợ giúp.

76. Họ không thể nào giúp đỡ chúng, chính họ cũng như chúng sẽ bị dẫn trả về nơi A-La ngự.

77. Nên ngươi chớ âu sầu về lời lẽ của chúng. Quả Ta biết rõ những điều chúng giấu giếm cũng như những điều chúng tiết lộ.

78. Con người không thấy rằng Ta đã tạo ra hắn từ một giọt tinh trùng hay sao? Nhưng xem kìa! con người là loài hay sinh sự nhất!

79. Và còn dám đặt ví dụ về Ta, quên cả sự sáng tạo ra hắn. Hắn nói: "Ai có thể hồi sinh lại xương xóc đã mục nát đây?"

80. Hãy bảo: "Chính Ngài, Đấng đã sáng tạo chúng từ lúc đầu sẽ hồi sinh chúng; Ngài biết rõ cách sáng tạo muôn loài,

81. "Ngài là Đấng tạo ra lửa cho các ngươi từ cành cây xanh thẫm, này đây các ngươi nhóm lửa từ đó.

82. "Chúng định nói rằng Đấng đã tạo thiên lập địa không thể sáng tạo vật tương tự như chúng hay sao? Không không, chính Ngài mới là Đấng Sáng Tạo Tối Cao, Đấng Toàn Tri."

83. Khi Ngài muốn điều chi Ngài chỉ cần ra lệnh: "Hãy nghe Ta", thì đã xảy ra như thế.

84. Vinh quang cho Ngài, vạn vật đều nằm trong tay Ngài. Và tất cả các ngươi sẽ bị dẫn trả về cho Ngài.

فَسُبْحَٰنَ ٱلَّذِى بِيَدِهِۦ مَلَكُوتُ كُلِّ شَىْءٍ وَإِلَيْهِ تُرْجَعُونَ ۝

Chương 37 — AL-SAFFAT

NGƯỜI ĐỨNG VÀO HÀNG NGŨ
(Khải thị ở Mécca)

1. Nhân danh A-La, Đấng Khoan Hậu, Đấng Từ Bi.

2. Xin thề với những người đứng vào hàng ngũ chỉnh tề,

3. Và đánh đuổi quân thù một cách dũng mãnh,

4. Rồi tụng đọc Kinh Koran như là Lời Giáo Huấn,

5. Sự thật, Chúa của ngươi là Đấng Duy Nhất,

6. Là Chúa của trời đất và muôn loài tồn tại trong đó, và là Chúa của nơi mặt trời mọc.

7. Ta đã trang hoàng tầng trời thấp nhất bằng những vì sao;

8. Và đã bảo vệ nó tránh khỏi lũ Satăng phản nghịch.

9. Chúng không thể nghe trộm những điều phát biểu trong hội nghị tối cao của các thiên sứ, và bị công kích liên tiếp từ bốn phương,

10. Bị xua đuổi và chịu hình phạt vĩnh viễn.

11. Dẫu có ai nghe trộm điều chi đi nữa, hắn sẽ bị ngọn lửa đỏ rực đuổi theo.

12. Nào hãy hỏi xem bọn chúng và những thiên sứ mà Ta đã tạo ra, ai được sáng tạo một cách bền bỉ hơn đây? Bọn chúng là những kẻ mà Ta đã sáng tạo từ đất sét.

13. Ngươi thì kinh ngạc nhưng bọn chúng vẫn chế diễu.

14. Khi được khuyên cáo chúng không hề quan tâm đến.

15. Khi nghe đến Phép Lạ, chúng tìm cách chế nhạo nó.

16. Nói rằng: "Rõ ràng là trò phù thủy.

17. "Sao! sau khi chúng tôi chết đi và trở thành đất bụi với xương xóc làm gì có chuyện chúng tôi sẽ bị hồi sinh lại?"

18. "Và cả tiên tổ của chúng tôi nữa hay sao?

19. Hãy bảo: "Đúng vậy, rồi các ngươi sẽ phải chịu sự nhục nhã."

20. Chỉ cần một lời gọi nghiêm trang, xem kìa! chúng mới nhìn kỹ trạng huống,

21. Than rằng: "Khổ thay! Ngày Phán Quyết đã đến."

22. Đây mới chính là Ngày phân xử sau cùng mà các ngươi đã không hề tin tưởng.

23. Có lời phán bảo các thiên sứ rằng: "Hãy triệu tập lũ ác nhân cùng với thê thiếp và những vật mà chúng thường tôn thờ.

24. "Không màng đến A-La, rồi hãy dẫn chúng lên đường đến Hỏa Ngục.

25. "Hãy bắt chúng dừng chân lại để chất vấn.

26. "Tại sao các ngươi không cứu giúp lẫn nhau?"

27. Không, đến ngày ấy chúng chỉ còn cách hàng phục mà thôi.

28. Chúng sẽ tụ tập lại hạch hỏi lẫn nhau.

29. Một phe nói: "Các ngươi thường đến với chúng tôi từ bên phải."

30. Phe kia trả lời: "Không, chính các ngươi đã không hề tin tưởng.

31. "Chúng tôi không có quyền hạn gì đối với các ngươi, các ngươi là lũ dân ngạo mạn.

32. "Bây giờ lời Chúa đã được phán ra thì chúng ta chỉ còn cách chịu sự trừng phạt mà thôi.

33. "Chúng tôi đã làm các ngươi lầm lạc bởi chúng tôi vốn đã lạc lối từ lúc đầu."

34. Đúng vậy, ngày ấy tất cả bọn chúng sẽ cùng chịu hình phạt như nhau.

35. Ta đối xử với những kẻ phạm tội như thế ấy,

36. Vì khi bảo chúng: "Không có Chúa Trời

nào khác ngoài A-La,"

37. Chúng liền nói rằng: "Chúng tôi lại đi bãi bỏ thần thánh của chúng tôi chỉ vì một nhà thơ mất trí chăng?"

38. Không, người đã mang chân lý đến và chứng nhận sự thật về các Sứ Giả đã giáng trần.

39. Chính các ngươi sẽ phải nếm mùi vị của hình phạt đau đớn.

40. Và các ngươi chỉ được đền đáp về những hành vi mà các ngươi đã làm.

41. Chỉ trừ những bề tôi mà A-La đã tuyển chọn,

42. Những người này sẽ được ban phần lương bổng đã biết trước,

43. Trái cây và vinh dự

44. Nơi Cõi An Lạc,

45. Tựa lưng vào ghế dài đối mặt nhau.

46. Những ly nước hứng từ suối nguồn sẽ được dâng lên cho họ.

47. Trắng xóa và làm người uống khoan khoái,

48. Không hề bị nhức đầu cũng không bị say sưa.

49. Bên cạnh họ sẽ có những phụ nữ với đôi mắt to và cái nhìn e lệ hầu cận họ.

50. Thật dịu dàng như quả trứng vùi trong cát.

51. Họ sẽ tụ lại hỏi han nhau.

52. Một người trong nhóm lên tiếng rằng: "Tôi có một người bạn,

53. "Hắn thường nói 'ngươi có tin rằng

54. 'Sau khi chúng ta chết và trở thành đất bụi với xương xóc, có thật là chúng ta sẽ bị xét xử chăng?' "

55. Và nói thêm: "Xin các ngài cứ nhìn xuống xem sao."

56. Đích thân người ấy cũng nhìn xuống, thì thấy người bạn đang chơi vơi trong Hỏa Ngục,

57. Bèn nói rằng: "Ngươi đã làm ta suýt nữa tiêu thân,

58. "Nếu không nhờ ân huệ của Chúa, có lẽ ta đã nhập bọn với những kẻ bị triệu hồi đến trước nhan Ngài.

59. "Xin hãy cho ta biết có phải sau khi chết,

60. "Chúng ta sẽ không chết lần nữa và sẽ không bị trừng phạt chăng?

61. "Đây quả là thắng lợi lớn lao.

62. Nên muốn được như vậy, kẻ nào có lòng thì phải cố gắng."

63. Sự ưu đãi và cây âm phủ, bên nào đáng chọn hơn?

64. Ta đã tạo ra nó để thử thách bọn ác nhân.

65. Ấy là loại cây mọc ở đáy Địa Ngục,

66. Trái của nó có hình dạng giống như đầu rắn.

67. Chúng sẽ ăn nó đến đầy bụng,

68. Và sẽ phải uống nước sôi,

69. Rồi trở về Địa Ngục.

70. Thật ra chúng đã thấy rằng tổ tiên lầm lỗi,

71. Nhưng chúng vẫn vội vã theo gót họ.

72. Và hầu hết trong tiền nhân của chúng đã lầm lỗi,

73. Dù Ta đã phái những người cảnh cáo xuống cho chúng.

74. Nào hãy xem, chung cuộc của những kẻ được cảnh cáo đã thê thảm biết bao.

75. Chỉ trừ những thuộc hạ mà A-La đã tuyển chọn.

76. Thật ra xưa kia Noah đã kêu cứu với Ta. Và sự đáp ứng của Ta thật tuyệt diệu biết bao!

77. Ta đã cứu hắn và gia tộc thoát khỏi đại họa,

78. Và cho con cháu của hắn sống sót.

79. Ta đã làm cho đời sau khen ngợi tên hắn,

Chương 37   AL-SAFFAT   Part 23

80. Và xưng tụng: "Bình an cho Noah trong số vạn dân!"

81. Ta ân thưởng những ai năng làm việc thiện như thế.

82. Hắn quả thật là thuộc hạ vững lòng tin nơi Ta.

83. Rồi luôn tiện Ta đã nhận chìm những kẻ còn lại.

84. Trong số những người cùng tín ngưỡng với hắn có Abraham,

85. Hắn đã đem lòng thành đến với Chúa,

86. Và hướng về thân phụ với chư dân bảo rằng: "Vật mà các ngươi thờ phụng là gì vậy?

87. "Các ngươi định tìm kiếm những thần thánh giả tạo và không màng đến A-La hay sao?

88. "Các ngươi nghĩ sao về Chúa của muôn loài?"

89. Rồi ngẩng lên nhìn những vì sao,

90. Nói rằng: "Ta không khỏe trong mình."

91. Nên mọi người quay lưng bỏ hắn mà đi.

92. Hắn bèn âm thầm đến chỗ những tà thần của họ, hỏi rằng: "Các ngươi không ăn được hay sao?

93. "Tại sao các ngươi không nói năng gì cả?"

94. Rồi hắn dùng bàn tay phải đập đổ những tượng ấy.

95. Dân chúng hối hả chạy đến.

96. Hắn bảo chúng: "Các ngươi định thờ phụng vật mà các ngươi đã chạm khắc hay sao?

97. "Các ngươi và tác phẩm của các ngươi đều do A-La tạo ra cả."

98. Chúng bèn nói: "Hãy dựng giàn hỏa và ném hắn vào đám lửa."

99. Chúng đã mưu đồ hại hắn, nhưng Ta đã làm cho chúng phải thảm bại.

100. Hắn thưa: "Ta sẽ đến nơi Chúa ngự, Ngài sẽ dẫn dắt ta.

101. "Lạy Chúa, xin hãy ban cho tôi một đứa con đầy lòng chính trực."

444

102. Nên Ta đã báo tin mừng cho hắn về đứa con thông minh.

103. Khi nó đủ lớn để làm lụng với hắn, hắn bảo: "Hỡi con yêu dấu, cha nằm mơ thấy việc sát hại con để thượng hiến, con nghĩ sao?" Đứa con bèn trả lời: "Thưa cha, xin cha ra tay theo mệnh lệnh. Nếu là ý Trời, cha sẽ thấy con là người biết chịu đựng."

104. Khi cả hai đồng ý tuân theo mệnh lệnh của Chúa Trời, Abraham bèn bắt đứa con quỳ mọp xuống đất,

105. Ta đã gọi hắn: "Hỡi Abraham,

106. "Ngươi đã thi hành y như giấc mơ." Ta đã tưởng thưởng những kẻ năng làm việc thiện như thế.

107. Thật là sự thử thách hiển nhiên.

108. Ta đã chuộc hắn bằng sự hy sinh lớn lao.

109. Ta đã lưu lại danh tiếng của hắn đến ngàn đời sau.

110. "Bình an cho Abraham!"

111. Ta đền đáp cho những người năng làm việc thiện như thế ấy.

112. Hắn là một trong những thuộc hạ vững lòng tin của Ta.

113. Ta cũng đã báo tin lành cho hắn về Isaac, một Nhà Tiên Tri và là người chính trực.

114. Ta cũng đã chúc phước cho hắn và Isaac. Rồi trong đám con cháu của họ có một số năng làm việc thiện nhưng cũng có một số khác phạm tội một cách trắng trợn.

115. Thật ra Ta cũng đã ban ân huệ cho Môsê và Aaron.

116. Ta đã cứu cả hai người và dân chúng của họ thoát khỏi cơn đại họa.

117. Ta đã giúp họ và họ đã được thắng lợi.

118. Và Ta đã ban cho họ một quyển Kinh Điển đặc biệt.

119. Rồi dẫn dắt họ đến chính đạo.

120. Ta đã lưu lại danh tiếng của họ đến ngàn đời sau:

121. "Bình an cho Môsê và Aarôn!"

122. Ta đã đền đáp cho những người năng làm việc thiện như thế ấy.

123. Quả thật cả hai đều là những thuộc hạ vững lòng tin của Ta.

124. Êlia cũng là một trong những Sứ Giả.

125. Hắn đã bảo dân chúng: "Các ngươi còn chưa kính sợ Chúa Trời hay sao?

126. "Các ngươi tôn thờ Bal và đành quên Đấng Sáng Tạo Lỗi Lạc nhất hay sao?

127. "Tức là A-La, Chúa của các ngươi và cũng là Chúa của tổ phụ của các ngươi."

128. Nhưng chúng cho hắn là kẻ nói láo, nên chắc chắn chúng sẽ bị triệu hồi về trước nhan Ngài;

129. Chỉ trừ những bề tôi mà A-La đã tuyển chọn.

130. Ta đã lưu lại danh tiếng của hắn đến ngàn đời sau.

131. Bình an cho Êlia và dân chúng của người!"

132. Ta đã đền đáp cho những người năng làm việc thiện như thế ấy.

133. Quả thật hắn là một trong những thuộc hạ vững lòng tin của Ta.

134. Và Lot cũng là một trong những Sứ Giả.

135. Xem kìa! Ta đã cứu hắn và toàn thể gia nhân của hắn,

136. Chỉ trừ người đàn bà cao tuổi còn sót lại.

137. Rồi Ta đã hủy diệt tất cả những người còn lại.

138. Các ngươi thường đi ngang qua di tích của họ vào buổi sáng

139. Và buổi chiều. Thế mà các ngươi còn chưa hiểu sao?

140. Jonah cũng là một trong những Sứ Giả.

141. Xem kìa, hắn đã trốn lên một chiếc thuyền đầy khách.

142. Hắn đã đánh cuộc với thủy thủ trên tàu và đã thua cuộc.

143. Và một con cá khổng lồ đã nuốt lấy hắn trong lúc hắn đang tự trách thân mình.

144. Nếu hắn không phải là kẻ tôn thờ Chúa Trời,

145. Chắc chắn hắn đã phải lưu lại trong bụng cá cho đến Ngày Phục Sinh.

146. Rồi Ta đã dạt hắn lên một bãi biển hoang vắng vì hắn đã mắc bệnh.

147. Ta đã khiến cây bầu nở trên đầu hắn.

148. Và Ta đã phái hắn xuống với hàng trăm ngàn người hoặc nhiều hơn nữa,

149. Họ đã thật lòng tin tưởng nên Ta đã ban cho họ lương thực trong một thời gian.

150. Ngươi hãy hỏi chúng xem Chúa của ngươi chỉ có toàn là con gái và chúng chỉ có toàn là con trai hay sao?

151. Hay chúng đã chứng kiến rằng Ta đã tạo ra các thiên sứ dưới hình dạng phụ nữ hay sao?

152. Chúng còn dám đặt điều láo khoét:

153. "A-La đã sinh con", chúng đã nói láo một cách trắng trợn.

154. Ngài lại đi chọn con gái thay vì con trai hay sao?

155. Tại sao các ngươi lại phán đoán như thế?

156. Các ngươi còn chưa giác ngộ hay sao?

157. Hay các ngươi có quyền hạn gì chăng?

158. Nếu các ngươi nói thật, hãy trưng ra Kinh Điển của các ngươi xem.

159. Chúng dám cho rằng A-La và lũ Jinn là cùng chung huyết thống, nhưng chính lũ Jinn thừa hiểu rằng chúng sẽ bị triệu hồi về trước nhan Chúa để chịu sự phân xử

160. A-La vinh hiển thay. Ngài không quan hệ gì với những vật mà chúng mô tả.

161. Nhưng những bề tôi mà A-La đã tuyển chọn thì không hành động như thế.

162. Quả thật các ngươi và những vật mà các người thờ phụng

163. Không thể chống cự lại A-La để làm cho những kẻ khác lầm lạc.
164. Chỉ trừ những kẻ sẽ bị tiêu thân dưới Địa Ngục.
165. Các thiên sứ bảo: "Không có ai trong chúng tôi mà không có địa vị hẳn hòi.
166. "Và chúng tôi lúc nào cũng sắp hàng tề chỉnh,
167. "Chúng tôi mới thật là những người ca ngợi Chúa Trời."
168. Quả thật chúng thường nói:
169. "Nếu chúng ta được tiền nhân chỉ dạy,
170. "Có lẽ chúng ta đã trở thành bề tôi trung thực của A-La."
171. Nhưng khi nó quang lâm, chúng đã không chịu tin tưởng. Chẳng bao lâu chúng sẽ biết rõ.
172. Chắc chắn lời nói của Ta về những bề tôi và Các Sứ Giả đã được loan truyền.
173. Chính chúng là những kẻ cần sự giúp đỡ,
174. Và quân binh của Ta chắc chắn sẽ thắng.
175. Nên ngươi hãy lánh xa chúng một thời gian.
176. Hãy quan sát chúng, vì chẳng bao lâu chúng sẽ hiểu ra.
177. Chúng định hối thúc Ta ra tay trừng phạt hay sao?
178. Một khi hình phạt giáng xuống sân nhà chúng, buổi sáng ấy sẽ trở thành buổi sáng thê thảm đối với những kẻ đã bị cảnh cáo.
179. Nên ngươi hãy lánh xa chúng một thời gian.
180. Hãy quan sát chúng, vì chẳng bao lâu chúng sẽ hiểu ra.
181. Chúa của ngươi vinh hiển thay, Chúa Trời Cao Quí và Mạnh Mẽ, không liên hệ gì với những vật mà chúng mô tả.
182. Và bình an cho các Sứ Giả!
183. Sáng Danh A-La, Chúa của muôn loài.

SAD
(Khải thị ở Mécca)

1. Nhân danh A-La, Đấng Khoan Hậu, Đấng Từ Bi.

2. Sad.* Xin thề trước quyển Koran đầy lời giáo huấn,

3. Những kẻ bất tín thì luôn luôn ngạo mạn và tạo phản.

4. Ta đã hủy diệt biết bao nhiêu thế hệ trước chúng! Chúng đã kêu cứu nhưng không còn thì giờ để trốn thoát nữa.

5. Chúng lấy làm lạ vì Người Cảnh Cáo đã xuất thân từ trong bọn chúng, và những kẻ bất tín nói rằng: "Ấy là tên phù thủy, tên nói láo trắng trợn.

6. "Hắn định biến chư thần thành một Chúa Trời duy nhất hay sao? Ấy mới thật là chuyện lạ."

7. Những tên thủ lãnh trong bọn chúng nói rằng: "Hãy tiến lên và bảo vệ chư thần. Đây là việc có âm mưu rõ rệt.

8. "Chúng ta chưa hề nghe đến chuyện này từ những tôn giáo khác. Đây chỉ là sự giả mạo.

9. "Chúng ta đông đảo như thế này, sao chỉ có hắn được ban lời khuyên cáo?" Không không, chúng vẫn ôm lòng hoài nghi lời khuyến cáo của Ta. Không đâu, chúng vẫn chưa nếm mùi hình phạt của Ta.

10. Hay chúng cho rằng chúng sở hữu kho tàng của chúa của ngươi, Đấng Cường Lực, Đấng Thi Ân Vĩ Đại.

11. Hay chúng cho rằng vương quyền trong trời đất và muôn loài trong đó thuộc về chúng sao? Nếu vậy hãy để chúng tìm mọi cách leo lên.

12. Binh đội của đoàn quân liên hợp sẽ bị đánh bại.

* Chúa Trời Thật Sự

Chương 38 — SAD — Part 23

13. Trước đời chúng, dân chúng của Noah, bộ tộc Ad, bè lũ Pharaô tức lãnh chúa xài nọc và cừ, tất cả đều cho các Sứ Giả là kẻ nói láo;

14. Và bộ tộc Thamud, dân của Lot và dân cư trong Rừng thẳm là quân liên hợp.

15. Mỗi dân tộc đã dám cho các Sứ Giả của Ta là kẻ nói láo, nên chúng không thể thoát khỏi hình phạt của Ta.

16. Những kẻ này chỉ chờ một tiếng sấm nổ thì chúng sẽ không được triển hạn nữa.

17. Chúng bảo: "Lạy Chúa, xin hãy mau mau ban cho chúng tôi phần đã định."

18. Hãy kiên nhẫn chịu đựng lời chúng nói, hãy nhớ đến bề tôi của Ta là Đavít, là người đầy sức mạnh và thường tỏ lòng hối cải với Chúa Trời.

19. Ta đã khiến núi non phục tùng hắn và cùng hắn ca ngợi Chúa Trời mỗi sáng và chiều.

20. Ta cũng đã khiến chim chóc tụ lại thành đàn chầu chực hắn, tất cả đều quyến luyến hắn.

21. Ta đã củng cố vương quyền của hắn, ban cho hắn trí khôn và khả năng phán quyết chính xác.

22. Ngươi có nghe đến câu chuyện về hai người cãi vã nhau khi họ leo lên bức tường của thánh đường của hắn?

23. Khi họ bước vào Đavít cảm thấy lo sợ, nhưng hai người ấy đã nói: "Xin đừng sợ, chúng tôi đang cãi vã nhau, một trong hai chúng tôi người này đang chèn ép người kia, xin hãy phân xử giùm chúng tôi và đừng thiên vị bên nào cả. Rồi xin hãy dẫn dắt chúng tôi đến nẻo chính.

24. "Đây là người anh của tôi, anh ta có chín mươi chín con trừu cái, còn tôi chỉ có một con. Vậy mà anh ấy còn đòi 'hãy giao nó cho ta', rồi dùng lời lẽ tranh luận làm tôi phải thua cuộc."

25. Đavít bảo: "Đương nhiên, việc anh của ngươi đòi hỏi ngươi phải thêm con trừu cái vào

đàn trừu đông đảo của hắn là hành vi bất chính. Quả có nhiều kẻ đồng bạn mà phản bội lẫn nhau. Chỉ trừ những người tin tưởng ở Chúa Trời và năng làm việc thiện, nhưng những người ấy chỉ là số rất ít." Đavít biết rằng Ta đã thử thách hắn, nên hắn đã cầu xin Chúa tha thứ, quỳ xuống tỏ lòng hối cải với Ngài.

26. Nên Ta đã tha thứ hắn. Rồi hắn đã được ở kề cạnh Ta và được chỗ cư trú tuyệt hảo.

27. "Hỡi Đavít, Ta đã khiến ngươi làm người đại diện trên mặt đất, nên hãy phân xử nhân gian một cách công chính, và chớ theo đuổi những dục vọng đê hèn, bằng không nó sẽ làm ngươi lạc khỏi con đường của A-La." Những kẻ nào lạc khỏi con đường của A-La, vì sự lãng quên Ngày Thanh Toán chúng sẽ chịu hình phạt khốc liệt.

28. Ta đã chẳng sáng tạo trời đất và muôn loài trong đó như là trò tiêu khiển. Ấy là quan niệm của những kẻ bất tín. Vì Hỏa Ngục, hỡi ôi, tai họa thay cho bọn bất tín.

29. Làm sao Ta có thể đối xử với người vững lòng tin và năng làm việc thiện giống như kẻ hay gây sự ác trên mặt đất? Làm sao Ta có thể đối xử với người chính trực giống như là kẻ ác nhân?

30. Ta khải thị cho ngươi Kinh Điển đã được chúc phúc, mong rằng chúng sẽ theo những lời trong đó mà tỉnh ngộ, và để những người được ban kiến thức biết hối cải.

31. Ta cũng đã ban phước cho Đavít và Solomon, là bề tôi lỗi lạc năng hối cải.

32. Khi những đoàn tuấn mã với vó câu lẹ làng được dẫn ra mắt hắn vào lúc trời chiều,

33. Hắn bảo: "Trẫm rất yêu chuộng những vật xuất sắc vì nó làm trẫm nhớ đến Chúa." Hắn thích chúng đến nỗi khi chúng được đem ra sau trướng hắn bảo:

34. "Hãy dẫn chúng lại đây cho trẫm." Rồi hắn bắt đầu vuốt ve chân cẳng và cổ của chúng.

35. Ta đã thử thách Solomon bằng cách đặt trên ngai vàng của hắn một xác chết. Chẳng bao lâu hắn đã tỉnh ngộ ra và cầu xin Ngài nhủ lòng thương.

36. Hắn bảo: "Lạy Chúa, xin hãy tha thứ tôi và hãy ban cho tôi một vương quốc mà không ai sẽ thừa kế sau đời tôi. Bởi Ngài là Đấng Thi Ân Vĩ Đại."

37. Nên Ta đã khiến gió tuân lời hắn, nơi nào hắn đến thì nó thổi nhẹ nhàng theo lệnh của hắn.

38. Và cả những người khổng lồ phải phục vụ hắn để thực hành những công trình kiến trúc và thợ lặn,

39. Và luôn cả những kẻ bị xiềng gông vào cổ.

40. "Đây là tặng vật của Ta. Nên cứ tùy ý ngươi ban bố hay gìn giữ mà không cần tính toán.

41. Quả thật hắn đã được địa vị ở gần Ta và chỗ an cư tuyệt hảo.

42. Hãy nhớ đến bề tôi của Ta là Job. Hắn đã cầu khẩn Chúa rằng: "Satăng đã làm tôi điêu đứng khổ sở."

43. "Hãy dùng đầu gối của ngươi để thúc cho con thú chở ngươi chạy nhanh lên. Đây là nước lạnh để rửa mình và để uống."

44. Ta đã ban cho hắn gia đình và những người tương đương như thế. Ấy mới thật là lòng thương xót của Ta và là sự nhắc nhở những kẻ biết suy nghĩ.

45. Và Ta đã bảo hắn: "Hãy nhổ lấy một nắm cỏ khô mà quất, và chớ bội ước." Ta biết rằng hắn là người kiên quyết. Thật là bề tôi xuất chúng, Job lúc nào cũng tỏ lòng hối cải với Chúa Trời.

46. Hãy nhớ đến những bề tôi của Ta là Abraham, Isaac và Jacob, họ là những người lực lưỡng và có mắt nhìn đời.

47. Ta đã chọn họ với mục đích đặc biệt là nhắc nhở con người về Kiếp Lai Sinh.

48. Họ là những người hiền đức nhất mà Ta đã tuyển chọn.

49. Và hãy nhớ đến Ishmael, Êlisha và Dhu'l-Kifl, cả ba đều là hiền nhân.

50. Ấy mới thật là sự giáo huấn, rằng những người chính trực sẽ được nơi an cư tuyệt hảo,

51. Mọi cổng của Vườn Địa Đàng sẽ được mở ra cho họ,

52. Họ sẽ nằm nghỉ trên ghế dài và kêu đem lại vô số trái cây và thức uống.

53. Bên cạnh họ sẽ có những người phụ nữ trinh bạch với cái nhìn đằm thắm hầu hạ họ.

54. Ấy là phần mà các ngươi được hứa hẹn ở Ngày Thanh Toán,

55. Lương thực mà Ta ban sẽ không bao giờ cạn.

56. Đây là phần cho các tín đồ. Nhưng đối với những kẻ ương ngạnh, nơi quy hồi của chúng sẽ đầy khổ ải.

57. Là Địa Ngục, nơi đó chúng sẽ bị hỏa thiêu. Thật là nơi cư trú đầy khổ ải biết bao!

58. Đây là phần mà chúng phải chịu, nên hãy để chúng nếm thử: nước sôi bỏng và thức uống lạnh ngắt và hôi thối.

59. Và vô số hình phạt tương tự như thế.

60. Hỡi những tên đầu đảng, đây là bè lũ cùng vào chung với các ngươi. Không một lời đón tiếp, toàn là những kẻ bị thiêu thân dưới Hỏa Ngục.

61. Chúng nói: "Không, chính các ngươi mới không được đón tiếp. Chính các ngươi đã làm chúng tôi chịu khổ như thế này. Thật là chỗ nghỉ đầy khổ ải biết bao!"

62. Rồi lại nói thêm: "Lạy Chúa, kẻ nào đã làm chúng tôi chịu khổ như thế này, xin hãy bắt hắn chịu hình phạt gấp đôi."

63. Có kẻ lại nói: "Sao chúng ta không thấy rõ chân tướng của những kẻ mà chúng ta đã biết là đồng bọn với lũ ác nhân?

64. "Có lẽ vì chúng ta hay đem họ làm trò cười nên chúng ta đã không nhìn ra được."

65. Quả đây là sự thật, cuộc tranh luận của đám dân ở Hỏa Ngục là thế ấy.

66. Hãy bảo: "Ta chỉ là Người Cảnh Cáo. Không có Chúa Trời nào khác hơn A-La, Đấng Duy Nhất, Đấng Tối Cao;

67. Là Chúa của trời đất và muôn loài tồn tại trong đó, là Đấng Cường Lực, Đấng Ân Xá Vĩ Đại.

68. Hãy bảo: "Đây là lời báo rất quan trọng,

69. "Mà các người đã thường phủ nhận.

70. "Ta không biết họ bàn bạc gì về nó ở Hội Nghị Tối cao.

71. "Nhưng việc ta chỉ là một Người Cảnh Cáo đã được khải thị rõ ràng."

72. Khi Chúa của ngươi phán với các thiên sứ: "Ta sẽ sáng tạo ra con người bằng đất sét.

73. "Vậy khi Ta hoàn thành hắn và phà hơi Thánh Linh vào người hắn, các ngươi hãy quỳ lạy hắn."

74. Toàn thể thiên sứ đã quỳ lạy.

75. Nhưng chỉ có Iblis là không tuân lời. Hắn đã tỏ thái độ ngạo mạn và theo lũ bất tín.

76. Chúa Trời phán: "Hỡi Iblis, sao ngươi không quỳ lạy kẻ mà Ta đã tạo ra bằng hai bàn tay của Ta. Ngươi định tỏ thái độ ngạo mạn hay định cho rằng ngươi là kẻ tối cao hay sao?"

77. Hắn nói: "Tôi có ưu điểm hơn hắn. Ngài đã tạo tôi bằng lửa, còn hắn thì Ngài tạo ra bằng đất sét."

78. Chúa Trời phán: "Vậy ngươi hãy cút đi, bởi ngươi đã bị loại trừ.

79. "Và lời chúc dữ của ta sẽ đè nặng lên ngươi cho đến Ngày Phán Quyết."

80. Hắn nói: "Lạy Chúa, xin hãy cho tôi được triển hạn đến ngày mà mọi người được hồi sinh lại."

81. Chúa Trời phán: "Ta sẽ cho ngươi được triển hạn

| Part 23 | SAD | Chương 38 |

82. "Đến ngày đã định."

83. Hắn bảo: "Thế thì xin thề trước quyền uy của Ngài, tôi sẽ làm cho toàn thể bọn chúng bị sa ngã.

84. "Chỉ trừ những bề tôi mà Ngài đã tuyển chọn."

85. Chúa Trời phán: "Thế thì đến lượt chân lý. Ta phán bảo sự thật,

86. "Rằng Ta sẽ đem ngươi và bè lũ của ngươi lập đầy Địa Ngục."

87. Hãy bảo: "Ta không đòi hỏi các ngươi đền đáp về việc này, và ta cũng không phải là kẻ ngụy thiện.

88. "Đây chính là Lời Giáo Huấn dành cho muôn người.

89. "Chẳng bao lâu các ngươi sẽ rõ sự thật về nó."

Chương 39   AL-ZUMAR   Part 23

TẬP ĐOÀN
(Khải thị ở Mécca)

1. Nhân danh A-La, Đấng Khoan Hậu, Đấng Từ Bi.

2. Lời khải thị trong Kinh Điển này là do A-La, Đấng Cường Lực, Đấng Khôn Ngoan ban xuống.

3. Chính Ta là Đấng đã khải thị Kinh Điển này bằng sự thật cho ngươi. Nên hãy thờ phụng A-La, hãy dâng hết lòng thành kính tận tụy với Ngài.

4. Thật ra chỉ có A-La là nơi các ngươi phải tỏ lòng thành kính mà thôi. Những kẻ chọn người bảo hộ khác hơn A-La thì hay nói: "Chúng tôi thờ phụng họ vì họ làm cho chúng tôi được đến gần bên A-La." A-La sẽ phân xử chúng về điểm mà chúng thường tranh luận. A-La không bao giờ dẫn dắt những kẻ vong ân hay láo khoét.

5. Nếu A-La muốn có một đứa con, Ngài đã chọn một trong những kẻ mà Ngài đã sáng tạo rồi. Ngài vinh hiển thay! Ngài là A-La, Đấng Duy Nhất, Đấng Vạn Năng.

6. Ngài đã dựa vào chân lý mà sáng tạo ra trời đất. Ngài làm ban đêm bao phủ ban ngày rồi làm ban ngày bao phủ đêm tối. Ngài đã khiến mặt trời và mặt trăng vận chuyển theo thời kỳ đã định. Quả thật chỉ có Ngài là Đấng Cường Lực, Đấng Ân Xá Vĩ Đại.

7. Ngài đã tạo ra các ngươi từ một con người, rồi từ đó Ngài tạo ra người vợ của hắn. Ngài đã ban cho các ngươi bốn loài thú thành đôi cả thảy tám con. Ngài tạo ra các ngươi từ từ bên trong ba tầng bóng tối ở trong bụng của người mẹ. Đây là A-La, là Chúa của ngươi. Ngài nắm chủ quyền, không có Chúa Trời nào

khác hơn Ngài. Thế sao các ngươi vẫn ngoảnh mặt đi?

8. Dẫu các ngươi có tỏ thái độ vong ân đi nữa, A-La là Đấng không bao giờ cần đến các ngươi. Nhưng Ngài sẽ không dung thứ sự phản trắc trong đám bề tôi của Ngài. Nếu các ngươi biết cảm tạ, Ngài sẽ hoan hỷ về điều đó. Người gánh nặng sẽ không bao giờ lãnh gánh nặng của kẻ khác. Rồi các ngươi sẽ trở về với Chúa, Ngài sẽ báo cho các ngươi biết việc các ngươi đã làm. Đương nhiên Ngài thấu rõ mọi điều giấu giếm trong lòng.

9. Khi tai ương giáng xuống con người, hắn bèn tỏ lòng sám hối mà cầu khẩn Chúa. Nhưng khi Ngài đích thân thi ân cho hắn, hắn liền quên phứt điều hắn đã cầu nguyện trước đó, rồi đặt tà thần chung với A-La, để quyến rũ nhân gian lạc khỏi con đường của Ngài. Hãy bảo: "Cứ vui chơi với hành vi bất tín của ngươi một thời gian, ngươi sẽ trở thành đồng đẳng ở Hỏa Ngục."

10. Người thức suốt đêm, quỳ phủ phục xuống hoặc đứng thẳng người cầu nguyện với A-La, lòng ghê sợ Kiếp Lai Sinh và mong mỏi lòng thương của Chúa, có giống như kẻ không thực hành những điều trên chăng? Hãy bảo: "Người trí thức làm sao giống như kẻ vô trí thức được?" Quả thật, chỉ có những người trí thức mới giác ngộ được.

11. Hãy bảo: "Hỡi những bề tôi vững lòng tin của Ta, hãy kính sợ Chúa. Kẻ nào năng làm việc thiện ở kiếp này thì sẽ được ân thưởng trọng hậu. Đất lành của A-La rộng bao la. Những ai bền lòng kiên quyết thì sẽ được phần thưởng vô giới hạn."

12. Hãy bảo: "Ta đã được lệnh phải thành tâm thờ phụng Ngài,

13. "Và là người đầu tiên quy y với Ngài."

14. Hãy bảo: "Thật ra nếu ta bất tuân lời Chúa, ta e sợ hình phạt của cái ngày ghê gớm ấy."

15. Hãy bảo: "Ta thờ phụng A-La và thành tâm tận tụy với Ngài,

16. "Còn các ngươi không màng đến A-La thì cứ thờ phụng những kẻ mà các ngươi yêu thích." Hãy bảo: "Kẻ tổn thất là kẻ đến Ngày Phục Sinh sẽ bị mất cả bản thân và gia quyến. Thật là sự tổn thất hiển nhiên."

17. Trên đầu chúng vòm lửa bao phủ, dưới chân chúng sàn lửa dàn ra. Đây là cảnh mà A-La đã cảnh cáo các bề tôi của Ngài. "Hỡi những bề tôi của Ta, hãy chọn Ta làm Đấng Bảo Hộ."

18. Những người tránh xa tà thần, không thờ chúng mà tôn thờ A-La, tin mừng sẽ dành cho những người này. Vậy hãy báo tin mừng cho những bề tôi của Ta,

19. Là những người biết lắng tai nghe lời ngọc và tuân theo những điều tối thiện trong đó. Chính những người này rồi sẽ được A-La dẫn đạo, và chính những người này là những người biết nhận thức.

20. Còn kẻ mà hình phạt đã bị tuyên cáo, làm sao ngươi có thể cứu hắn thoát khỏi Hỏa Ngục?

21. Những kẻ biết kính sợ Chúa thì sẽ được ban dinh thự tráng lệ, bên dưới có sông chảy róc rách. Đây là lời giao ước của A-La. Và A-La không bao giờ bội ước.

22. Ngươi không thấy hay sao? A-La đã làm mưa rơi từ trời cao xuống rồi làm nó chảy thành muôn vàn lạch suối trên mặt đất, nhờ đó thảo mộc sinh sôi nảy nở thành nhiều màu sắc. Rồi ngươi sẽ thấy nó héo đi trở thành màu vàng úa, chẳng bao lâu Ngài biến nó thành rơm rạ. Quả thật trong đó hàm chứa lời giáo huấn dành cho những ai biết suy nghĩ.

23. Kẻ mà A-La đã mở rộng con tim để hấp thụ Islam, tức là hấp thụ ánh minh quang của Chúa, có giống kẻ đang mò mẫm trong bóng tối của sự bất tín chăng? Khổ thay cho những kẻ mà con tim chai đá không nhớ đến A-La! Những kẻ này đang bước theo tà đạo.

24. A-La đã ban thông điệp hoàn hảo nhất dưới hình thức Kinh Điển. Những lời trong đó

bổ túc cho nhau và được lặp đi lặp lại dưới nhiều hình thức khác nhau. Những kẻ kính sợ Chúa sẽ rút da lại khi nghe đến những lời ấy, rồi làn da và con tim của họ từ từ mềm dịu ra khi họ tâm niệm đến A-La. Đây chính là lời hướng dẫn của A-La. Ngài dẫn đạo kẻ mà Ngài muốn. Kẻ nào bị Ngài làm cho lạc lối thì sẽ không còn ai dẫn dắt cả.

25. Là những kẻ đến Ngày Phục Sinh, ngoài gương mặt trần thì không có gì để chống đỡ trước hình phạt khốc liệt cả. Kẻ ác nhân sẽ bị tuyên cáo rằng: "Hãy nếm thử những gì mà các ngươi đã làm."

26. Những người trước đời chúng cũng đã cho các Sứ Giả của Ta là láo khoét; nên hình phạt đã giáng xuống người chúng trong lúc chúng không ngờ đến.

27. Nên A-La đã khiến chúng phải chịu sự nhục nhã ở kiếp này và hình phạt ở Kiếp Lai Sinh chắc chắn sẽ ghê gớm hơn, chớ gì chúng biết được!

28. Thật ra Ta đã dẫn giải nhiều ví dụ cho con người trong Kinh Koran này mong rằng chúng sẽ biết ăn năn sám hối.

29. Ta đã khải thị Kinh Koran này bằng một ngôn ngữ minh bạch không có gì khó hiểu, mong rằng chúng sẽ ăn ở chân chính.

30. A-La đã đặt ví dụ như sau: một người thì thuộc nhóm người luôn luôn cãi vã nhau và một người thì hết lòng trung thành với một người chủ mà thôi; hai bên có giống nhau chăng? A-La vinh hiển thay. Nhưng hầu hết bọn chúng không biết gì cả.

31. Chắc chắn ngươi sẽ phải chết, và chắc chắn chúng sẽ chết.

32. Đến Ngày Phục Sinh các ngươi sẽ cãi vã với nhau trước nhan Chúa.

33. Có ai đắc tội hơn kẻ dám láo khoét về A-La và phủ nhận sự thật khi nó được ban cho hắn? Chúng định cho rằng dưới địa ngục không có chỗ ở cho bọn bất tín hay sao?

34. Những kẻ mang chân lý đến và kẻ chứng nhận sự thật là sự thật, những kẻ này mới thật

là người chính trực.

35. Nơi Chúa ngự, họ sẽ được những gì họ muốn, đây là phần thưởng dành cho những ai năng làm việc thiện.

36. Ngài sẽ tha thứ tội lỗi mà họ đã làm và sẽ tưởng thưởng tùy theo hành vi tốt đẹp nhất của họ.

37. Duy có A-La cũng không đủ cho bề tôi của Ngài hay sao? Vậy mà chúng vẫn toan dùng kẻ khác hơn Ngài để đe dọa người. Kẻ nào đã bị Ngài làm lạc lối thì không có ai để dẫn dắt cả.

38. Còn kẻ nào mà A-La đã dẫn đạo thì không ai có thể làm hắn sai lạc. A-La không phải là Đấng Cường Lực, Đấng Trừng Phạt hay sao?

39. Nếu ngươi có hỏi chúng: "Ai đã sáng tạo ra thiên đàng và mặt đất?" chắc chắn chúng sẽ trả lời: "A-La." Hãy bảo: "Các ngươi nghĩ sao, nếu A-La định gieo hoạn nạn cho ta, những kẻ mà các ngươi tôn thờ không màng đến A-La có thể cắt bỏ hoạn nạn ấy chăng? Hoặc và nếu Ngài muốn ban ân huệ cho ta, những kẻ ấy có thể cản trở ân huệ của Ngài chăng?" Hãy bảo: "A-La cũng đủ cho ta. Kẻ nào tin tưởng thì trông cậy nơi Ngài."

40. Hãy bảo: "Hỡi dân của ta, các ngươi cứ hành động như ý muốn, ta cũng đang hành động đây, rồi các ngươi sẽ rõ,

41. "Ai sẽ bị hình phạt làm hắn nhục nhã và sẽ chịu sự đau khổ vĩnh viễn."

42. Thật ra Ta đã khải thị Kinh Điển này cho ngươi vì tương lai của nhân loại. Nên kẻ nào nghe lời chỉ đạo thì có lợi cho bản thân, còn kẻ nào lầm lạc thì lãnh họa vào thân. Ngươi chẳng phải là người giám hộ họ.

43. A-La đoạt lấy linh hồn của con người đem đi lúc họ từ trần và ngay cả trong lúc họ

đang ngủ nhưng chưa chết. Rồi Ngài cầm giữ lại những kẻ mà Ngài đã định là tới số và thả về những kẻ khác cho tới thời kỳ đã định. Trong đó quả hàm chứa phép Lạ ban cho những ai biết suy nghĩ.

44. Hay chúng định bỏ A-La mà chọn kẻ khác để gỡ tội chăng? Hãy bảo: "Những kẻ ấy không có quyền hạn gì và không hề biết suy tưởng."

45. Hãy bảo: "Mọi sự điều đình đều do A-La quyết định. Chủ quyền trong trời đất thuộc về Ngài. Rồi các ngươi sẽ bị dẫn trả về cho Ngài."

46. Khi Danh A-La được xưng tụng, những kẻ không tin tưởng Kiếp Lai Sinh thì lòng tràn đầy sự tức tối. Nhưng khi những kẻ khác hơn A-La được xưng tụng, chúng bèn hoan hỷ.

47. Hãy bảo: "Hỡi A-La, Đấng Sáng Tạo trời đất, Đấng Thông Lãm cõi vô hình và cõi hữu hình; chỉ có Ngài là Đấng sẽ phân xử giữa bề tôi của Ngài về những điều mà họ thường tranh luận."

48. Những kẻ bất lương thì định đem tất cả tài sản có trên mặt đất và cả phần gấp đôi hơn nữa để làm tiền chuộc tội lỗi ở Ngày Phục Sinh. Nhưng A-La sẽ trưng ra sự kiện mà chúng không ngờ đến.

49. Tội lỗi mà chúng đã làm sẽ hiển hiện ra và việc mà chúng đã thường chê diễu sẽ bao vây chúng.

50. Khi hoạn nạn trút xuống con người, hắn cầu khẩn đến Ta. Nhưng khi Ta ban ân huệ cho hắn, hắn bèn nói: "Việc này cũng nhờ kiến thức của ta mà ra." Không, đây chỉ là sự thử thách nhưng hầu hết trong bọn chúng không biết.

51. Những người trước đời chúng cũng nói một giọng, dù những vật họ thâu thập đã chẳng

giúp ích gì cho họ cả.

52. Sự ác mà họ đã thâu thập đã chộp lấy họ. Giờ đây, kẻ nào gây việc ác sẽ chịu hậu quả tương tự. Chúng không thể nào thoát khỏi tay Ta.

53. A-La tăng gia hoặc giảm thiểu lương thực cho bất cứ ai tùy ý Ngài, chúng không biết hay sao? Quả thật trong đó hàm chứa Phép Lạ cho những người vững lòng tin.

54. Hãy bảo: "Hỡi những bề tôi của Ta đã lãng phí linh hồn của họ! Chớ thất vọng về lòng thương của A-La, Ngài là Đấng hằng tha thứ mọi tội lỗi. Ngài thật là Đấng Khoan Dung và Từ Bi hơn hết.

55. "Hãy quay về với Chúa của các ngươi và thành tâm quy y với Ngài, trước khi hình phạt giáng xuống các ngươi, bằng không các ngươi sẽ không được cứu rỗi.

56. "Hãy tuân theo lời giáo huấn tôi thiện mà Chúa đã khải thị cho các ngươi, trước khi hình phạt đột nhiên xảy ra trong lúc các ngươi không ngờ đến.

57. "Bằng không các ngươi sẽ phải than: 'Ôi khổ thay, vì tôi đã bỏ bê việc thờ phụng A-La và là đồng bọn với những kẻ đã dám nhạo báng.'

58. "Hoặc có kẻ sẽ nói: 'Nếu A-La dẫn dắt tôi có lẽ tôi đã thành người chính trực;'

59. Hoặc có kẻ khi chứng kiến hình phạt sẽ nói: 'Nếu tôi mà được trở về trần thế, tôi sẽ làm việc thiện' "

60. Chúa Trời sẽ trả lời: "Không không, Phép Lạ của Ta đã đến với ngươi, nhưng ngươi đã cho nó là giả dối, ngươi đã dám ngạo mạn và tỏ thái độ bất tín."

61. Đến Ngày Phục Sinh, ngươi sẽ thấy gương mặt của đồng bọn của những kẻ đặt điều láo khoét về A-La bị bôi đen. Chúng định cho rằng dưới Địa Ngục không có chỗ ở cho những kẻ kiêu ngạo hay sao?

62. A-La sẽ dẫn những người chính trực đến

nơi an toàn, họ sẽ không gặp tai ương và không phải chịu khổ ải.

63. A-La là Đấng Sáng Tạo ra muôn loài và là Đấng giám hộ muôn loài.

64. Chìa khóa của thiên đàng và mặt đất nằm trong tay Ngài. Kẻ nào không tin tưởng ở Phép Lạ của A-La, kẻ ấy sẽ bị tổn thất.

65. Hãy bảo: "Các ngươi định buộc ta thờ phụng những thần thánh khác hơn A-La chăng? Hỡi những kẻ ngu xuẩn."

66. Ngươi và những người trước ngươi đã được khải thị rằng: "Nếu nhà ngươi đặt tà thần bên cạnh A-La, công trình của ngươi sẽ tiêu tan và ngươi sẽ là kẻ tổn thất."

67. Không, ngươi hãy tôn thờ A-La và hãy tỏ lòng cảm tạ Ngài.

68. Chúng không thể nào đánh giá A-La được. Đến Ngày Phục Sinh, toàn thể mặt đất chỉ bằng một nắm tay Ngài, và vòm trời sẽ do bàn tay phải của Ngài cuộn lên. Ngài vinh hiển thay và quang lâm cao vời trên tất cả những kẻ mà chúng thờ chung với Ngài.

69. Khi kèn thổi lên, chỉ trừ những người mà A-La vừa lòng, mọi người ở trên trời và dưới đất sẽ ngã ra bất tỉnh. Rồi khi kèn thổi lên lần thứ hai, xem kìa! cả bọn đều trỗi dậy nhìn dáo dác.

70. Mặt đất sẽ chói lòa ánh sáng của Chúa, Quyển Sổ sẽ được mở ra, các Nhà Tiên Tri và các nhân chứng sẽ được gọi đến, lúc đó chúng sẽ bị công lý phân xử và không ai sẽ bị đối xử bất công.

71. Mỗi người sẽ được đền bù đầy đủ về việc họ đã làm. Và Ngài thông lãm mọi việc họ đã làm.

72. Rồi những kẻ bất tín sẽ bị điệu xuống Địa Ngục thành từng lũ, khi chúng đến nơi, cổng sẽ được mở ra, người gác cổng sẽ bảo chúng: "Các Sứ Giả xuất thân từ trong nhóm các ngươi đã chẳng đến truyền tụng cho các ngươi Phép Lạ của Chúa và cảnh cáo các ngươi về sự hội diện của ngày nay hay sao?" Chúng sẽ bảo: "Vâng, lời tuyên án về sự trừng phạt đã được thực hiện cho những người bất tín."

73. Rồi sẽ có lời bảo: "Hãy bước vào cổng Địa Ngục rồi ở đó. Nơi cư trú của lũ ngạo mạn thật khổ ải biết bao."

74. Những người biết kính sợ Chúa Trời sẽ được hướng dẫn đến Thiên Đàng thành đoàn thể, khi họ đến nơi cổng sẽ được mở ra, người gác cổng sẽ chào họ: "Bình an cho các ngài, thật hạnh phúc thay, xin hãy vào đây sinh sống."

75. Rồi họ sẽ bảo: "A-La vinh hiển thay, Ngài đã thực hiện lời hứa với chúng tôi, đã cho chúng tôi thừa hưởng đất lành và cho chúng tôi cư trú nơi Cõi An Lạc như chúng tôi đã hằng mong mỏi." Phần thưởng cho những người thành tâm chân chính thật tuyệt hảo biết bao!

76. Rồi ngươi sẽ thấy các thiên sứ bao quanh Ngai Vàng và hết lời ca ngợi vinh quang của Chúa. Rồi công lý sẽ phân xử chúng. Và vang lên lời ca ngợi: "Sáng Danh A-La, Chúa của muôn loài."

Part 24 — AL-MU'MIN — Chương 40

TÍN ĐỒ
(Khải thị ở Mécca)

1. Nhân Danh A-La, Đấng Khoan Hậu, Đấng Từ Bi.

2. Ha Mim.*

3. Lời khải thị của Kinh Điển này truyền xuống từ A-La, Đấng Cường Lực, Đấng Toàn Tri.

4. Đấng Tha Thứ tội lỗi và Chấp Nhận sự sám hối, Nghiêm Khắc trong sự trừng phạt và là Đấng Ban Bố ân huệ. Không có Chúa Trời nào khác hơn Ngài. Ngài là nơi muôn loài sẽ trở về.

5. Chỉ có những kẻ bất tín mới dị nghị về Phép Lạ của A-La. Nên chớ để sự tung hoành trong xứ của chúng làm ngươi hoa mắt.

6. Trước đám dân này, dân của Noah và những người sau đời họ đã hằng phủ nhận Phép Lạ của Ta. Xứ nào cũng tìm cách bắt bớ Sứ Giả, dùng những lý lẽ ảo nguỵ để tranh luận, mong uốn éo sự thật. Rồi Ta đã tóm lấy bọn chúng, sự trừng phạt của Ta đã khủng khiếp dường nào!

7. Lời phán của Chúa về bọn bất tín đã trở thành sự thật như thế ấy, rằng chúng sẽ thành dân cư ở Hỏa Ngục.

8. Những người khiêng Ngai Vàng và những người bao quanh nó đều ca ngợi vinh quang của A-La, tin tưởng ở Ngài và van xin sự tha thứ cho những người vững lòng tin, rằng: "Lạy Chúa, Ngài hiểu suốt mọi việc trong lòng từ bi và kiên thức của Ngài. Xin hãy tha thứ những người biết sám hối và nương theo con đường của Ngài, xin hãy bảo vệ họ tránh khỏi hình phạt dưới Địa Ngục.

9. "Lạy Chúa, xin hãy cho họ vào Cõi An Lạc

---

* Đấng được ca ngợi, Chúa Trời Tôn Kính

mà Ngài đã hứa với họ và cả cha mẹ, thê thiếp và con cái có đức hạnh của họ. Ngài thật là Đấng Cường Lực, Đấng Khôn Ngoan.

10. "Xin hãy bảo vệ họ tránh khỏi tội lỗi. Ngày ấy kẻ nào đã được Ngài bảo vệ tránh khỏi tội lỗi sẽ được Ngài nhủ lòng thương. Ấy mới thật là thắng lợi vĩ đại."

11. Bọn bất tín sẽ bị báo rằng: "Các ngươi đã được kêu gọi nên theo đạo nhưng các ngươi đã từ khước, vì vậy cơn phẫn nộ của A-La sẽ ghê gớm hơn sự phẫn nộ giữa đồng bọn của các ngươi."

12. Họ bèn van nài: "Lạy Chúa, Ngài đã làm chúng tôi chết hai phen và hồi sinh hai phen. Chúng tôi sẽ khai hết tội lỗi của chúng tôi. Vậy có lối nào để thoát ra chăng?"

13. Có lời bảo chúng: "Đây là vì khi A-La được tuyên xưng là Đấng Duy Nhất, các ngươi chẳng chịu tin, nhưng khi tà thần được thờ chung với A-La, các ngươi mới tin tưởng. Bây giờ quyền phán quyết chỉ thuộc về A-La, Đấng Chí Cao, Đấng Vĩ Đại không thể so sánh được.

14. Ngài là Đấng trưng Phép Lạ cho các ngươi thấy và từ trời cao ban lương thực xuống cho các ngươi. Nhưng chỉ có những người ăn năn sám hối mới lãnh hội được lời giáo huấn.

15. Nên hãy cầu khẩn A-La, hãy thành tâm thờ phụng Ngài dù bọn bất tín có oán ghét đi nữa.

16. Ngài là Đấng Phẩm Trật Tối Cao, Là Chúa Tể của Ngai Vàng, Ngài truyền lệnh rồi ban lời khải thị cho bề tôi mà Ngài vừa lòng để cảnh cáo về Ngày Hội Diện,

17. Ngày mà toàn thể bọn chúng hiện diện, không có việc nào của chúng có thể che mắt A-La. "Hôm nay chủ quyền thuộc về ai?", "Thuộc về A-La, Đấng Duy Nhất, Đấng Tối Cao.

18. "Hôm nay mọi người sẽ được trả đầy đủ về việc họ đã làm. Hôm nay hoàn toàn không có sự bất công. Quả thật, A-La tính toán rất nhanh chóng."

19. Ngươi hãy cảnh cáo chúng về Ngày Sắp Đến, lúc đó con tim của chúng sẽ tràn đến cổ họng và chúng phải nghẹn ngào vì nỗi đau khổ. Kẻ ác nhân sẽ không còn thân hữu cũng không có ai đứng ra xin tội giùm cả.

20. Ngài thấu rõ việc làm hoa mắt người và những điều mà con tim giấu giếm.

21. A-La dựa vào sự thật mà phân xử, còn những vật mà chúng thờ phụng không màng đến Ngài sẽ không phân xử được điều chi cả. Quả thật, A-La là Đấng Nghe tất cả và Thấy tất cả.

22. Chúng chưa từng du hành trên mặt đất để xem chung cuộc của tiền nhân đã ra sao chăng? Họ có nhiều thế lực và để lại nhiều di tích trên mặt đất hơn chúng. Nhưng A-La đã tóm lấy họ vì tội ác của họ và họ đã không có ai để chống cự lại A-La.

23. Ấy là vì khi các Sứ Giả đến với họ mang theo Phép Lạ hiển nhiên, họ đã tỏ thái độ bất tín nên đã bị A-La chộp lấy. Ngài thật là Cường Lực và Nghiêm Khắc trong sự trừng phạt.

24. Ta đã phái Môsê đem Phép Lạ của Ta và quyền năng hiển trứ,

25. Đến với Pharaô, Haman và Korah, nhưng chúng đã nói: "Hắn là tên phù thủy chuyên lường gạt."

26. Khi hắn mang chân lý của Ta đến với chúng, chúng bảo: "Hãy tàn sát tất cả con trai và tha sống phụ nữ!" Nhưng toan tính của bọn bất tín chỉ là sự không thành.

27. Rồi Pharaô lại nói: "Hãy để trẫm giết Môsê, nếu để hắn thờ Chúa của hắn, trẫm e rằng

hẳn sẽ thay đổi tôn giáo của các ngươi và làm khắp xứ nổi loạn."

28. Môsê bảo: "Tôi xin Chúa của tôi đồng thời là Chúa của các ngươi che chở tôi để tránh khỏi những kẻ ngạo mạn không biết tin tưởng ở Ngày Thanh Toán."

29. Trong số gia nhân của Pharaô có một người tin tưởng nhưng giấu kín lòng tin của hắn, nói rằng: "Các ngài định giết người chỉ vì hắn đã mang Phép Lạ rõ ràng từ Chúa của các ngài đến cho các ngài và đã nói: 'Chúa của tôi là A-La' hay sao? Nếu hắn nói dối, hắn sẽ bị tội về sự dối trá; nhưng nếu hắn nói thật thì những điều mà hắn đã đe dọa các ngài sẽ giáng xuống các ngài đây. Chắc chắn A-La không bao giờ dẫn dắt những kẻ phản bội và dối trá.

30. "Hỡi dân của tôi, hôm nay các ngươi nắm chủ quyền, là kẻ thống trị trong xứ, nhưng một mai khi hình phạt của A-La giáng xuống chúng ta, ai sẽ giúp chúng ta và bảo vệ chúng ta đây?" Pharaô nói: "Trẫm chỉ bày tỏ cho các ngươi thấy điểm mà trẫm đã nghĩ ra. Chỉ có trẫm là người hướng dẫn các ngươi đến chính đạo."

31. Rồi kẻ có lòng tin lại nói: "Hỡi dân của tôi, tôi e rằng các ngươi sẽ gặp những chuyện giông như Ngày Trừng Phạt của tiền nhân.

32. "Như trường hợp của dân chúng của Noah, Ad, Thamud và những người sau đời họ. A-La không bao giờ có ý định đối xử bất công với bề tôi của Ngài.

33. "Hỡi dân của tôi, tôi e sợ cho các ngươi ngày mà mọi người sẽ kêu cứu với nhau.

34. "Ngày mà các ngươi sẽ quay lưng bỏ chạy. Không có ai sẽ giúp các ngươi chống lại A-La. Kẻ nào đã bị A-La làm cho lạc lối sẽ không còn sự chỉ dẫn nào cả.

35. "Và trước đây Joseph đã mang bằng chứng hiển nhiên đến với các ngươi, nhưng các ngươi cứ nghi ngờ mãi những điều mà hắn đem đến, cho đến khi hắn qua đời các ngươi mới bảo:

'Sau khi Joseph chết A-La sẽ không bao giờ lập nên Sứ Giả khác." A-La đã làm mê muội những kẻ bất lương hay nghi ngờ như thế,

36. "Những kẻ dị nghị về phép Lạ của A-La mà không có chứng cớ nào cả, những kẻ này chỉ làm A-La và những người vững lòng tin thêm oán ghét. A-La đã niêm chặt con tim của những kẻ ngạo mạn như thế."

37. Pharaô bảo: "Hỡi Haman, hãy xây cho trẫm một tháp cao để trẫm có thể tìm cách tới gần,

38. "Tức là cách đạt đến thiên đàng, để trẫm xem thử dung nhan của Chúa Trời của Môsê, dù trẫm thừa biết rằng hắn là kẻ nói láo." Dưới mắt Pharaô hành vi tội lỗi của hắn trở nên công chính, hắn đã lạc xa khỏi chính đạo và mọi toan tính đều trở thành vô nghĩa.

39. Người vững lòng tin ấy đã nói: "Hỡi dân của tôi, hãy theo tôi, tôi sẽ hướng dẫn các ngươi đến nẻo chánh.

40. "Hỡi dân của tôi, cuộc sống ở kiếp này chỉ là phần tạm bợ, còn Kiếp Lai Sinh mới thật là căn nhà vĩnh viễn.

41. "Kẻ nào làm điều ác chỉ được trả quả báo tương đương với việc ấy, nhưng dù nam hay nữ, kẻ nào làm việc thiện và biết tin tưởng sẽ được vào Cõi An Lạc, nơi đó họ sẽ được cung cấp lương thực không cần tính toán

42. "Và hỡi dân của tôi, khi tôi kêu gọi các ngươi để tìm đến sự cứu rỗi sao các ngươi lại kêu tôi xuống Hỏa Ngục.

43. "Các ngươi kêu gọi tôi đừng tin tưởng nơi A-La và thờ chung với Ngài những vật mà tôi không hề biết đến, còn tôi thì mời các ngươi đến với Đấng Cường Lực, Đấng Hằng Ân Xá.

44. "Vật mà các ngươi kêu gọi tôi thật không xứng đáng để tôn thờ ở kiếp này cũng như ở Kiếp Lai Sinh, nơi chúng ta cuối cùng phải đến là A-La, và những kẻ tội lỗi sẽ thành người ở Hỏa Ngục.

45. "Chẳng bao lâu nữa các ngươi sẽ nhớ lại những điều tôi đã nói với các ngươi, và tôi đã phó thác thân tôi cho A-La. Quả thật, Ngài Thông Lãm mọi bề tôi của Ngài."

46. Rốt cuộc A-La đã cứu hắn thoát khỏi những ác kế mà chúng đã âm mưu, và hình phạt đã bao trùm lấy toàn gia của Pharaô,

47. Chúng đã bị phơi trong Hỏa Ngục ngày lẫn đêm. Đến ngày mà Giờ Khắc ấy xảy ra, sẽ có lời phán: "Hãy ném bè lũ Pharaô vào hình phạt ghê gớm nhất."

48. Rồi chúng sẽ cãi vã với nhau trong Hỏa Ngục, phe yếu thế sẽ nói với những kẻ thường ngạo mạn: "Chúng tôi đã theo các ngươi tới đây, vậy có thể nào các ngươi cất bỏ giùm chúng tôi một phần lửa chăng?"

49. Những kẻ ngạo mạn bèn đáp: "Tất cả chúng ta đều ở trong Hỏa Ngục. A-La đã phân xử bề tôi của Ngài xong xuôi rồi."

50. Rồi những kẻ ở trong Hỏa Ngục sẽ nói với người gác cổng: "Xin các ngài làm ơn cầu khẩn với Chúa của các ngài để xin Ngài giảm bớt hình phạt một ngày cũng được."

51. Họ sẽ nói: "Các Sứ Giả của các ngươi đã chẳng mang Phép Lạ minh bạch đến với các ngươi sao?" Chúng sẽ trả lời: "Vâng." Người gác cổng sẽ nói: "Thế thì cứ ở đó mà kêu gào." Nhưng lời kêu gào của bọn bất tín chỉ tan vào cõi hư không.

52. Chắc chắn Ta sẽ trợ giúp các Sứ Giả và những người vững lòng tin ở kiếp này và ở ngày mà nhân chứng sẽ được mời đến.

53. Ngày ấy lời biện hộ của những kẻ phạm tội sẽ trở nên vô ích, chúng sẽ bị chúc dữ và bị cho vào nơi cư trú đầy khổ ải.

54. Thật ra Ta đã ban lời giáo huấn cho Môsê và cho con cái Israel thừa hưởng Kinh Thánh.

55. Là lời giáo huấn và lời khuyên cáo dành cho những ai biết suy nghĩ.

56. Nên ngươi hãy kiên nhẫn. Lời hứa của A-La là sự thật. Hãy xin Ngài gia hộ để tránh xa tội lỗi. Hãy ca ngợi vinh quang của Chúa mỗi sáng và chiều.

57. Những kẻ chẳng được ban quyền năng gì mà dám bàn cãi về Phép Lạ của A-La, cõi lòng của những kẻ này chỉ toàn là sự trống rỗng lớn lao. Nên hãy xin A-La gia hộ. Ngài là Đấng Nghe tất cả và Thấy tất cả.

58. Sự tạo thiên lập địa là sự nghiệp lớn lao hơn sự sáng tạo ra nhân loại, nhưng hầu hết trong con người không biết điều đó.

59. Người mù và người sáng mắt hoàn toàn không đồng đẳng với nhau. Người tin tưởng và năng làm việc thiện với người chuyên làm điều ác cũng thế. Các ngươi ít khi biết hồi tâm.

60. Giờ Khắc ấy chắc chắn sẽ xảy ra, không có gì nghi ngờ cả, nhưng hầu hết trong con người vẫn không tin tưởng.

61. Chúa phán: "Hãy cầu khẩn Ta, Ta sẽ đáp lại lời cầu nguyện của các ngươi. Nhưng kẻ nào ương ngạnh không chịu tôn thờ Ta, kẻ ấy sẽ bị xua đuổi và phải vào Địa Ngục."

62. Chính A-La là Đấng đã làm đêm tối để các ngươi yên nghỉ, và ban ngày để các ngươi trông thấy. Quả thật, A-La là Đấng ban ân huệ cho con người, nhưng hầu hết trong con người không hề biết cảm tạ.

63. Đây là A-La, Chúa của các ngươi, là Đấng Sáng Tạo ra vạn vật. Không có Chúa Trời nào khác ngoài Ngài. Thế thì tại sao các ngươi vẫn ngoảnh mặt đi?

64. Chỉ có những kẻ phủ nhận Phép Lạ của A-La mới ngoảnh mặt đi như thế.

65. A-La là Đấng đã đem mặt đất làm nơi yên nghỉ cho các ngươi, đem vòm trời làm tàn lọng, ban cho các ngươi hình dáng và làm hình dáng ấy thêm hoàn mỹ. Ngài đã ban cho các ngươi những vật tươi tốt. Đấy là A-La, là Chúa của các ngươi. Nên phước thay cho A-La, Chúa của muôn loài.

66. Ngài là Chúa Trời Hằng Sống. Không có Chúa Trời nào khác ngoài Ngài. Nên hãy cầu khẩn Ngài và hết lòng thờ phụng Ngài. Sáng Danh A-La, Chúa của muôn loài.

67. Hãy bảo: "Ta đã bị cấm chỉ không được tôn thờ những kẻ mà các ngươi cầu khẩn không màng đến A-La, vì ta đã được Chúa ban Phép Lạ rõ ràng, và ta đã được ra lệnh phải quy y với Chúa của muôn loài."

68. Ngài là Đấng đã tạo ra các ngươi từ đất bụi, rồi từ một giọt tinh trùng, rồi từ một giọt máu đông. Ngài đã cho các ngươi chào đời thành trẻ sơ sinh, rồi Ngài cho các ngươi lớn lên đầy đủ sức lực, đoạn làm cho các ngươi già nua. Trong số các ngươi có một số bị chết sớm nhưng dù sao đi nữa Ngài chỉ cho các ngươi sống đến một thời hạn đã định, mong rằng các ngươi sẽ học hỏi thêm sự khôn ngoan.

69. Ngài là Đấng ban sự sống và gây ra cái chết. Khi Ngài quyết định việc gì, Ngài chỉ cần phán: "Hãy nghe Ta," thì đã xảy ra như vậy.

70. Ngươi không thấy những kẻ đang bàn cãi về Phép Lạ của A-La hay sao? Chúng định quay mặt đi tránh xa sự thật hay sao?

71. Những kẻ phủ nhận Kinh Điển và những điều mà Ta đã ủy thác cho các Sứ Giả, những

kẻ này chẳng bao lâu sẽ hiểu rõ,

72. Cổ chúng sẽ bị mang gông và chúng sẽ bị xiềng lại rồi bị kéo đi,

73. Bị liệng vào nước sôi bỏng rồi sẽ bị thiêu thân trong Hỏa Ngục.

74. Khi chúng bị chất vấn: "Vật mà các ngươi đã thờ phụng không màng đến A-La nay ở đâu?"

75. Chúng sẽ trả lời: "Chúng đã bỏ rơi chúng tôi. Không không, trước đây chúng tôi không hề thờ phụng vật gì cả." A-La sẽ làm bọn bất tín rối loạn như thế.

76. "Ấy là vì các ngươi thường hống hách trên mặt đất và hưởng lạc một cách bất chính.

77. "Các ngươi hãy vào cổng Địa Ngục và sống mãi mãi nơi đó. Nơi cư trú của bọn kiêu ngạo thật đầy khổ ải biết bao."

78. Nên ngươi cứ kiên nhẫn chịu đựng. Lời hứa của A-La chắc chắn là sự thật. Dù Ta có cho ngươi thấy một phần trong những điều mà Ta đã hứa với chúng, hoặc có khi Ta sẽ triệu ngươi về trước khi thực hiện lời hứa, dù sao đi nữa chúng sẽ bị dẫn trả về cho Ta.

79. Trước ngươi Ta đã phái nhiều Sứ Giả xuống, một số Ta đã đề cập với ngươi nhưng còn một số khác Ta chưa hề nói đến. Không Sứ Giả nào có thể trưng ra Phép Lạ mà không được A-La cho phép thi hành. Một khi mệnh lệnh của A-La được ban ra, vạn sự sẽ được chân lý phân xử, những kẻ đã thường uốn éo sự thật sẽ bị tận diệt.

80. A-La là Đấng đã tạo ra gia súc cho các ngươi, để các ngươi cỡi hoặc dùng làm thực phẩm.

81. Ngoài ra gia súc cũng mang nhiều lợi ích cho các ngươi, nhờ chúng mà các ngươi có thể làm mãn nguyện những nhu cầu mà con tim các ngươi đòi hỏi.

82. Ngài đã trưng cho các ngươi thấy những Phép Lạ. Này, các ngươi định phủ nhận Phép Lạ nào của A-La đây?

83. Chúng chưa từng du hành trên mặt đất để xem chung cuộc của tiền nhân đã ra sao chăng? Họ có nhiều thế lực và đã để lại nhiều di tích hơn chúng. Nhưng tất cả những vật mà họ đã thâu thập chẳng giúp ích gì cho họ cả.

84. Khi các Sứ Giả mang Phép Lạ hiển nhiên đến với họ, họ ỷ vào kiến thức đã có mà tỏ thái độ ngạo mạn. Rồi những điều mà họ hay chê diễu đã bao vây họ.

85. Khi họ chứng kiến hình phạt của Ta, họ mới nói: "Chúng tôi chỉ tin tưởng A-La mà thôi, chúng tôi xin từ bỏ những vật mà chúng tôi thường thờ chung với Ngài."

86. Đến lúc chứng kiến hình phạt của Ta, lòng tin của họ sẽ không giúp ích gì cho họ cả. Đây là cách mà A-La đã đối xử với bề tôi của Ngài từ xưa đến nay. Những kẻ bất tín đã bị tận diệt như thế ấy.

HA MIM SAJDAH

SỰ GIẢI THÍCH
(Khải thị ở Mécca)

1. Nhân danh A-La, Đấng Khoan Hậu, Đấng Từ Bi.

2. Ha Mim*

3. Đây là lời khải thị của Đấng Khoan Hậu, Đấng Từ Bi.

4. Là Kinh Điển mà những lời trong đó đã được giải thích tường tận, là Kinh Koran viết bằng một ngôn ngữ minh bạch hùng hồn, dành cho những người có kiến thức.

5. Là vật báo tin mừng và cũng là sự cảnh cáo. Nhưng hầu hết trong bọn chúng ngoảnh mặt đi chẳng chịu lắng tai nghe.

6. Chúng nói: "Các ngươi có mời mọc chúng tôi đi nữa, con tim của chúng tôi đã bị bức màn chắn, hai lỗ tai thì đầy đặc và giữa chúng tôi với các ngươi có bức màn chắn lại. Nên cứ thi hành phận sự của ngươi, chúng tôi cũng đang hành động đây."

7. Hãy bảo: "Tôi chỉ là một người trần như các ngươi. Tôi đã được khải thị rằng Chúa Trời của các ngươi là Chúa Trời Duy Nhất. Cứ theo chính đạo đến với Ngài và xin Ngài ân xá." Khổ thay cho những kẻ thờ tà thần,

8. Là những kẻ không hề biết bố thí, chính chúng là những người hằng phủ nhận Kiếp Lai Sinh.

9. Còn những người vững lòng tin và năng làm việc thiện, chắc chắn họ sẽ được phần thưởng vô tận.

10. Hãy bảo: "Đấng đã sáng tạo ra mặt đất trong hai thời kỳ, có thật là các ngươi không tin tưởng ở Ngài hay sao? Các ngươi dám đặt những kẻ khác ngang hàng với Ngài hay sao?" Ấy mới thật là Chúa của muôn loài.

11. Ngài đã đặt trên đó những núi non bất

---

* Đấng được ca ngợi, Chúa Trời Tôn Kính

động và chúc phước lành cho nó, rồi Ngài cung cấp lương thực có chừng mực trong bốn thời kỳ dành cho những ai đang tìm kiếm.

12. Đoạn Ngài thăng thiên trong lúc vòm trời như mây khói và phán với trời đất: "Dù muốn hay không cả hai hãy đến đây." Chúng trả lời: "Chúng tôi xin vui lòng đến."

13. Nên Ngài đã chia chúng thành bảy vòm trời, và khải thị cho mỗi vòm trời sứ mệnh của nó. Ta đã dùng đèn trang hoàng vòm trời thấp nhất và bảo vệ nó. Đây là sắc lịnh của Đấng Cường Lực, Đấng Toàn Tri.

14. Nhưng nếu chúng ngoảnh mặt đi thì hãy bảo: "Ta cảnh cáo các ngươi rằng hình phạt tàn khốc đã giáng xuống Ad và Thamud sẽ giáng xuống các ngươi."

15. Khi các Sứ Giả đã hiện ra trước mặt và sau lưng họ, nói rằng: "Chớ tôn thờ ai ngoài A-La," họ bảo: "Nếu Chúa muốn như thế, chắc chắn Ngài đã phái thiên sứ xuống. Chúng tôi chẳng tin được vật mà các ngươi được giao phó."

16. Bộ tộc Ad đã hành động ngang ngược trên mặt đất một cách bất chính và dám nói rằng: "Có ai thế lực mạnh mẽ hơn chúng ta chăng?" Chúng không biết rằng A-La, Đấng đã sáng tạo ra chúng, là Đấng mạnh mẽ hơn chúng biết bao chăng? Vậy mà chúng vẫn phủ nhận Phép Lạ của Ta.

17. Nên Ta đã gieo xuống chúng cơn gió lốc trong suốt những ngày tai ương, để chúng nếm mùi của hình phạt nhục nhã ở kiếp này. Nhưng hình phạt ở Kiếp Lai Sinh còn nhục nhã gấp bội, và chúng sẽ không bao giờ được cứu rỗi.

18. Và Ta đã ban lời chỉ đạo cho bộ tộc Thamud, nhưng họ thích sự đui mù hơn là sự

hướng dẫn, nên tai ương của sự trừng phạt nhục nhã đã chộp lấy họ, vì những điều họ đã thâu thập.

19. Nhưng Ta đã cứu những người vững lòng tin và hành động chính trực.

20. Ngày mà những kẻ thù của A-La bị tập hợp lại, chúng sẽ sắp hàng hướng về Hỏa Ngục.

21. Khi chúng đến nơi, tai mắt và làn da của chúng sẽ làm chứng về những việc mà chúng đã làm.

22. Chúng sẽ bảo làn da của chúng: "Sao các ngươi lại làm chứng bất lợi cho chúng tôi?" Làn da sẽ trả lời: "Ngài đã khiến chúng tôi nói ra như Ngài đã khiến muôn loài phát biểu. Ngài là Đấng đã sáng tạo ra các ngươi trước nhất, và Ngài là nơi các ngươi sẽ bị dẫn trả về.

23. "Trong lúc các ngươi phạm tội, các ngươi đã chẳng hề e sợ rằng tai mắt và làn da của các ngươi sẽ làm chứng bất lợi cho các ngươi; không, các ngươi còn dám nghĩ rằng A-La chẳng biết nhiều gì về những việc các ngươi đã làm.

24. "Ý nghĩ về Chúa mà các ngươi thường đinh ninh trong lòng rốt cuộc đã hủy hoại các ngươi. Bây giờ các ngươi đã trở thành những kẻ thua thiệt."

25. Nếu chúng có chịu đựng đi nữa, Hỏa Ngục là nơi cư trú của chúng; nếu chúng có cầu xin sự ân xá, chúng sẽ không được phúc đáp nữa.

26. Ta đã chỉ định cho chúng những bè lũ thân thiết, những kẻ này đã cho chúng thấy những gì ở trước mắt và sau lưng chúng thật hấp dẫn. Rồi lời tuyên án sẽ được phán cho chúng như đã phán cho lũ Jinn và biết bao nhiêu thế hệ trước chúng. Chúng thật là những kẻ thua thiệt.

27. Những kẻ bất tín bảo: "Chớ lắng tai nghe

Kinh Koran này. Cứ làm ồn trong lúc người ta tụng đọc nó thì các ngươi sẽ thắng thế."

28. Chắc chắn Ta sẽ cho những kẻ bất tín nếm mùi của hình phạt khốc liệt, và sẽ trả quả báo về những hành vi ác độc nhất của chúng.

29. Đây là sự đền bù cho những kẻ thù của A-La, tức là Hỏa Ngục. Chúng sẽ cư trú vĩnh viễn nơi đó, là quả báo cho việc chúng thường phủ nhận Phép Lạ của Ta.

30. Bọn bất tín sẽ nói: "Lạy Chúa, hãy cho chúng tôi thấy mặt bè lũ Jinn và những người đã làm chúng tôi mê muội, để chúng tôi giẫm chân lên người chúng, làm cho chúng phải thành những kẻ đê tiện nhất."

31. Còn những người nói: "Chúa của tôi là A-La," và giữ lòng kiên quyết, thiên sứ sẽ giáng trần bảo họ: "Chớ sợ và chớ lo buồn; hãy vui hưởng Cõi An Lạc mà các ngươi đã được hứa hẹn.

32. "Chúng tôi sẽ che chở các ngươi ở kiếp này cũng như ở Kiếp Lai Sinh. Các ngươi sẽ được ban mọi điều mà tâm hồn các ngươi mong muốn, các ngươi sẽ được hưởng mọi vật mà các ngươi đòi hỏi.

33. "Đây là sự khoản đãi của Đấng Từ Bi, Đấng Hằng Ân Xá."

34. Có ai hùng biện hơn kẻ khuyên con người tôn thờ A-La và năng làm việc thiện, xưng rằng: "Tôi là một trong những người qui y"?

35. Thiện và ác không hề đồng đẳng với nhau. Vậy hãy lấy thiện trả ác. Những kẻ ôm lòng thù hận ngươi rồi sẽ trở thành thân hữu của ngươi.

36. Nhưng chỉ có những người kiên quyết và những người có lòng nhẫn nại vô biên thực hành được điều này.

37. Và nếu Satăng có xúi giục ngươi làm chuyện ác, hãy xin A-La che chở cho. Bởi Ngài là Đấng Nghe tất cả và Biết tất cả.

38. Đêm cũng như ngày, mặt trời cũng như mặt trăng đều là những Phép Lạ của Ngài. Chớ quỳ lạy mặt trời hay mặt trăng mà hãy quỳ lạy A-La, Đấng đã sáng tạo ra chúng, nếu các ngươi cho rằng các ngươi thật lòng tôn thờ Ngài.

39. Nhưng nếu chúng tỏ vẻ kiêu ngạo và quay lưng đi, chúng chỉ rước họa vào thân. Còn những người ở cạnh Chúa thì ngày đêm ca ngợi Ngài và không có chi phải ưu phiền.

40. Khi ngươi nhìn thửa đất hoang khô héo, ngươi sẽ thấy một trong những Phép Lạ của Ta. Khi Ta giáng mưa xuống, mặt đất sẽ động đậy, sinh ra cây cỏ xanh tươi. Đấng đã hồi sinh mặt đất là Đấng sẽ hồi sinh người chết. Quả thật Ngài là Đấng có quyền năng thực hiện mọi việc.

41. Kẻ nào xuyên tạc lời khải thị của Ta, kẻ ấy không thể thoát khỏi mắt Ta. Đến Ngày Phục Sinh, kẻ bị liệng vào Hỏa Ngục và kẻ đến chốn an toàn, bên nào hạnh phúc hơn? Cứ hành động như ý các ngươi, Ngài Thông Lãm mọi việc các ngươi làm.

42. Kẻ nào được ban Lời Giáo Huấn mà không tin tưởng nó, kẻ ấy sẽ bị tổn thất. Nó mới thật là Kinh Điển phi thường.

43. Phía trước và phía sau của nó không có một khe hở nào để cho sự giả dối chen lấn vào. Nó là lời khải thị của Đấng Khôn Ngoan, Đấng đáng được ca tụng.

44. Những điều Ta đã phán cho ngươi toàn là những điều mà Ta đã phán cho các Sứ Giả trước đây. Chúa của ngươi là Đấng hằng ân xá nhưng cũng là Đấng trừng phạt rất nghiêm khắc.

45. Nếu Ta san hành Kinh Koran này bằng tiếng nước ngoài, chắc chắn chúng sẽ nói: "Tại sao những lời lẽ trong đó chẳng được giải thích? Bản thảo thì bằng tiếng ngoại quốc, còn nhà tiên tri là người Á-rập, tại sao vậy?" Hãy bảo: "Nó là lời dẫn đạo và là thuốc chữa lành cho những người vững lòng tin." Nhưng đối với những kẻ

bất tín, hai tai của chúng đây đặc không nghe được và mắt thì không thấy được. Chúng tựa như những kẻ bị kêu gọi từ một chỗ thật xa xôi.

46. Thật ra Ta đã ban Kinh Thánh cho Môsê. Nhưng có nhiều ý kiến bất đồng về nó. Nếu không có lời Chúa đã phán trước đây, có lẽ chúng đã bị phân xử lâu rồi. Chúng lúc nào cũng không hết hoài nghi.

47. Kẻ nào làm việc thiện thì có lợi cho bản thân hắn, kẻ nào làm điều ác thì rước họa vào thân. Chúa không bao giờ đối xử bất công với bề tôi của Ngài.

48. Chỉ có Ngài biết rõ Giờ Khắc ấy. Không có trái nào từ bẹ nở ra, không có giống cái nào thụ thai hay sinh sản mà Ngài không biết. Ngày mà Ngài hỏi chúng: "Kẻ được cho là đồng bạn của Ta nay ở đâu?" Chúng sẽ trả lời: "Xin thưa với Ngài, không có một ai trong chúng tôi chứng kiến cả."

49. Bởi những vật mà chúng thường cầu khẩn sẽ biến mất, chúng sẽ rõ rằng chúng không còn lối thoát nữa.

50. Con người cầu xin hạnh phúc không biết mệt, nhưng khi gặp phải tai ương hắn hoàn toàn tuyệt vọng.

51. Nếu sau cơn hoạn nạn Ta có nhủ lòng thương hắn, chắc chắn hắn sẽ bảo: "Ấy là lẽ đương nhiên, Giờ Khắc ấy không bao giờ xảy đến. Dù ta có bị trả về với Chúa đi nữa, ta sẽ được hưởng những vật hảo hạng nhất." Ta sẽ báo cho bọn bất tín biết tất cả những việc chúng đã làm và sẽ cho chúng nếm mùi hình phạt nghiêm khắc.

52. Khi Ta ban ân huệ cho con người, hắn liền quay lưng bỏ đi. Nhưng khi gặp phải tai ương hắn bèn cầu khẩn dài dòng.

53. Hãy bảo: "Đây là vật do A-La ban nhưng các ngươi cứ không tin tưởng. Hãy cho ta biết có ai lầm lạc hơn kẻ đã phân ly khỏi con đường của A-La chăng?"

54. Ta sẽ trưng cho chúng thấy Phép Lạ của Ta ở cõi thiên không và cả trong bọn chúng, cho đến khi nào chúng hiểu rằng nó là chân lý. Một mình Chúa của ngươi cũng không đủ để làm người chứng trước mọi việc hay sao?

55. Vâng, chúng vẫn còn hoài nghi về sự hội diện với Chúa, dù Ngài là Đấng bao trùm vạn vật.

HỘI NGHỊ
(Khải thị Mécca)

1. Nhân danh A-La, Đấng Khoan Hậu, Đấng Từ Bi.

2. Ha Mim.*

3. Ain Sin Qaf.**

4. A-La, Đấng Cường Lực, Đấng Khôn Ngoan, đã khải thị cho ngươi và những người trước ngươi như thế này.

5. Muôn loài trong trời đất đều thuộc về Ngài. Ngài là Đấng Tối Cao, Tối Đại.

6. Khi những vòm trời gần như nứt rạn từ phía trên, các thiên sứ sẽ ca ngợi vinh quang của Chúa và cầu xin sự ân xá cho muôn loài trên mặt đất. A-La quả thật là Đấng Hằng Ân Xá, Đấng Từ Bi.

7. Những kẻ đã chọn người bảo hộ khác hơn A-La, Ngài sẽ để ý đến chúng. Ngươi chẳng phải là kẻ giám hộ chúng.

8. Ta đã khải thị Kinh Koran này cho ngươi bằng tiếng Á-rập, để ngươi cảnh cáo Bà Mẹ của các đô thị và những người sống quanh đó, đồng thời cảnh cáo họ về Ngày Triệu Tập không còn gì phải nghi ngờ. Ngày đó một số sẽ được vào thiên đàng còn một số khác sẽ vào Địa Ngục.

9. Nếu A-La muốn Ngài đã tạo chúng thành một dân tộc duy nhất; nhưng Ngài chỉ nhủ lòng thương kẻ nào Ngài vừa ý. Còn những kẻ phản trắc, chúng sẽ không có ai giúp đỡ hoặc che chở cả.

10. Chúng định chọn những người bảo hộ khác hơn Ngài hay sao? Chính A-La mới là Đấng

Bảo Hộ thật sự, là Đấng hồi sinh người chết và có quyền năng thực hiện mọi việc.

11. Các ngươi có tranh luận điều chi đi nữa, rốt cuộc quyền phán quyết do A-La nắm giữ. Hãy bảo: "Đây là A-La, Chúa của ta, ta tin cậy nơi Ngài và lúc nào cũng sám hối với Ngài."

12. Đấng sáng tạo trời đất đã tạo cho các ngươi thành đôi nam nữ và tạo cho gia súc thành đôi. Từ đó Ngài tăng gia các ngươi thêm đông đảo. Không vật gì có thể so sánh được với Ngài. Ngài là Đấng Nghe tất cả và Thấy tất cả.

13. Chìa khóa của trời đất nằm trong tay Ngài. Ngài gia tăng hay giảm thiểu lương thực cho bất cứ kẻ nào như ý Ngài. Đương nhiên Ngài Am Tường mọi việc.

14. Ngài đã định cho các ngươi tôn giáo mà Ngài đã phán cho Noah. Là tôn giáo mà Ta đã khải thị cho ngươi, cho Abraham, Môsê và Jêsu, rằng: "Hãy kiên quyết theo đạo, chớ chia rẽ nhau về nó." Tôn giáo mà các ngươi kêu gọi những kẻ thờ tà thần chỉ là gánh nặng cho chúng. A-La tuyển chọn kẻ mà Ngài vừa ý và dẫn dắt kẻ biết sám hối với Ngài.

15. Nhưng chúng chỉ chia rẽ nhau sau khi được hấp thụ kiến thức, và trở thành những phe phái chống đối với nhau. Nếu không có lời Chúa phán về thời kỳ đã định, vấn đề ấy đã được phân xử lâu rồi. Và sau đời họ, những người thừa kế Kinh Thánh vẫn không hết hoài nghi về nó.

16. Nên ngươi hãy kêu gọi nhân gian theo tín ngưỡng này, hãy giữ lòng kiên quyết tuân theo mệnh lệnh, chớ theo đuổi những dục vọng đê hèn của chúng, hãy bảo: "Tôi tin tưởng ở Kinh Điển mà A-La đã ban, tôi đã được ra lệnh phải phân xử các ngươi một cách công bình. A-La là Chúa của chúng tôi và cũng là Chúa của các ngươi. Chúng tôi chịu hậu quả của việc chúng tôi làm, các ngươi chịu hậu quả của việc các ngươi làm. Giữa chúng tôi và các ngươi không có gì đáng để tranh luận cả. A-La sẽ tập hợp chúng ta lại và Ngài là nơi mọi người sẽ trở về."

17. Những kẻ đã nói 'tôi xin theo đạo' nhưng lại tranh luận về A-La, đối với Ngài sự cãi cã ấy thật là vô ích, chúng chỉ làm Ngài nổi giận và sẽ chịu hình phạt nghiêm khắc.

18. A-La là Đấng đã ban xuống Kinh Điển chứa đầy chân lý và Cán Cân. Giờ Khắc ấy có thể sắp xảy ra nhưng làm sao ngươi biết được?

19. Những kẻ không tin tưởng ở Giờ Khắc ấy thì hối hả đòi hỏi nó. Nhưng những người tin tưởng thì e sợ nó và biết rằng nó là sự thật. Hãy coi chừng! những kẻ tranh luận với nhau về Giờ Khắc ấy thật đã sai lầm quá đỗi.

20. A-La là Đấng Độ Lượng với bề tôi của Ngài và cung cấp lương thực cho kẻ nào mà Ngài vừa ý, là Đấng Cường Lực đầy Quyền Năng.

21. Kẻ nào mong muốn sự gặt hái ở Kiếp Lai Sinh, Ta sẽ làm mùa màng của hắn phong phú thêm; còn kẻ nào mong muốn sự gặt hái ở kiếp này, Ta cũng ban cho, nhưng đến Kiếp Lai Sinh hắn sẽ không được phần nào cả.

22. Chúng cho rằng những đồng bạn của A-La đã định cho chúng tôn giáo mà A-La đã răn cấm hay sao? Nếu không có lời báo của Ta về sự phán quyết sau cùng, vấn đề của chúng đã được giải quyết rồi. Chắc chắn những kẻ ác nhân sẽ phải chịu hình phạt đau đớn.

23. Ngươi sẽ thấy những kẻ ác nhân sợ rằng hậu quả của những điều mà chúng đã thâu hoạch sẽ giáng xuống người chúng. Nhưng những người tin tưởng và năng làm việc thiện sẽ được ở trong đồng cỏ của Cõi An Lạc. Họ sẽ được Chúa ban bất cứ món gì họ muốn. Thật là ân huệ lớn lao của Chúa Trời.

24. Đây là tin lành mà A-La ban cho những bề tôi của Ngài biết tin tưởng và năng làm việc

thiện. Hãy bảo: "Ta không đòi hỏi các ngươi thù lao về việc này, nhưng ta chỉ mong mỏi tình thương như là tình bà con ruột thịt." Kẻ nào thâu hoạch điều thiện, Ta sẽ ban thêm kết quả tốt cho hắn. A-La thật là Đấng Hằng Ân Xá và Thù Lao đầy đủ.

25. Chúng định nói: "Hắn đã đặt điều giả dối về A-La" hay sao? Nếu A-La muốn, Ngài đã niêm chặt con tim của ngươi rồi. Ngược lại, Ngài đã phá sự ảo nguy và thể hiện chân lý qua lời nói của Ngài. Ngài thấu rõ mọi điều ôm ấp trong lòng.

26. Và Ngài cũng là Đấng chấp nhận sự sám hối của bề tôi của Ngài và tha thứ tội lỗi, là Đấng Am Tường mọi việc các ngươi làm.

27. Ngài chấp nhận lời cầu nguyện của những người vững lòng tin và năng làm việc thiện, và tăng gia thêm ân huệ của Ngài cho họ. Nhưng những kẻ bất tín thì phải chịu hình phạt ghê gớm.

28. Nếu A-La ban bố lương thực cho bề tôi của Ngài một cách thừa thải, chắc chắn chúng sẽ tạo phản trên mặt đất; nên Ngài chỉ ban bố theo một lượng đã định như ý Ngài. Quả thật, Ngài lúc nào cũng lưu ý và quan sát những bề tôi của Ngài.

29. Ngài cũng là Đấng làm mưa xuống trong lúc chúng hoàn toàn tuyệt vọng, và rải rắc lòng thương của Ngài. Ngài là Đấng Bảo Hộ Đáng Được Ca Ngợi.

30. Một trong những Phép Lạ của Ngài là sự tạo thiên lập địa và sự sáng tạo ra mọi sinh vật mà Ngài đã rải rắc trong đó. Và Ngài có toàn quyền gom tất cả mọi loài lại một chỗ khi Ngài muốn.

31. Bất cứ tai ương nào giáng xuống các ngươi, ấy là do việc các ngươi đã thâu hoạch mà ra. Thật ra A-La là Đấng hay tha thứ tội lỗi.

32. Các ngươi không thể nào phá vỡ kế hoạch của A-La trên mặt đất. Ngoài A-La các ngươi không có ai che chở hoặc giúp đỡ cả.

485

33. Những thuyền bè như đỉnh núi chạy trên biển cả cũng là Phép Lạ của Ngài.

34. Nếu Ngài muốn, Ngài có thể làm gió đứng yên thì chúng sẽ bất động tại chỗ. Trong đó quả thật là Phép Lạ dành cho những ai kiên nhẫn và có lòng cảm tạ.

35. Hoặc Ngài có thể làm thuyền chìm đắm vì những việc mà chúng (con người) đã thâu thập. Nhưng phần lớn Ngài đều tha thứ cả.

36. Hoặc Ngài có thể tận diệt chúng để những kẻ dị nghị về Phép Lạ của A-La biết rằng họ không còn lối thoát.

37. Bất cứ vật gì mà các ngươi được ban chỉ là phần tạm bợ ở kiếp này. Phần mà A-La dành cho những người vững lòng tin và tin cậy nơi Chúa thì hoàn hảo hơn và lâu dài hơn,

38. Họ là những người cô tránh tội lỗi nặng nề và sự sa đọa, dù họ có nổi giận đi nữa họ liền tha thứ,

39. Là những người thường lắng tai nghe lời Chúa, năng cầu nguyện, mọi việc đều bàn bạc với nhau rồi mới quyết định và thường bố thí những gì Ta đã ban cho họ,

40. Là những người khi bị đàn áp thì hợp sức lại mà chống đỡ.

41. Bị đả thương thì trả thù bằng sự đả thương tương tự; nhưng kẻ nào biết tha thứ và hành động ấy mang lại sự hòa giải, kẻ ấy sẽ được A-La ban thưởng. A-La không hề yêu chuộng những kẻ ác nhân.

42. Nhưng người phải tự vệ vì bị đàn áp thì không có điều chi chỉ trích được.

43. Chỉ có những kẻ áp bức người khác và hành động bất chính trên mặt đất mới đáng bị chỉ trích. Những kẻ này sẽ phải chịu hình phạt đau đớn.

44. Những người tính nhẫn nại và hay tha thứ, những người này mới đáng gọi là bền lòng kiên quyết.

45. Còn kẻ nào mà A-La đã định là lầm lạc,

sau đó sẽ không có ai che chở cả. Rồi ngươi sẽ thấy những kẻ phạm tội khi chứng kiến hình phạt mới nói: "Còn lối nào để trở về chăng?"

46. Và ngươi sẽ thấy cảnh bọn chúng bị dẫn đến trước Hỏa Ngục, mắt nhìn xuống vì sự xấu hổ và liếc trộm vào đó. Lúc ấy những người tin tưởng sẽ bảo: "Đến Ngày Phục Sinh những kẻ bị mất cả bản thân và gia quyến mới thật là những kẻ tổn thất." Hãy xem! Những kẻ ác nhân phải chịu hình phạt vĩnh viễn.

47. Ngoài A-La ra chúng không còn ai cứu giúp cả. Những kẻ đã bị A-La định là lâm lạc sẽ không còn lối nào cả.

48. Hãy lắng tai nghe lời Chúa trước ngày mà không ai có thể tránh khỏi Thiên Mệnh của A-La. Ngày ấy các ngươi không còn lối thoát, cũng không thể cự tuyệt được.

49. Dù chúng có quay lưng bỏ đi, Ta đã chẳng phái ngươi làm người giám hộ chúng. Nhiệm vụ của ngươi chỉ là rao truyền Thông Điệp mà thôi. Khi Ta cho con người hưởng ân huệ của Ta, hắn liền mừng rỡ. Nhưng khi hoạn nạn giáng xuống vì bàn tay chúng đã làm, con người quên ơn ngay.

50. Vương quyền trong trời đất thuộc về A-La. Ngài sáng tạo như ý muốn. Ngài ban con gái cho kẻ mà Ngài muốn, hoặc ban con trai tùy ý Ngài;

51. Hoặc Ngài làm cho nam nữ thành phu phụ và kẻ nào Ngài muốn thì Ngài làm họ hiếm hoi. Ngài thật là Đấng Toàn Tri, Đấng đầy Quyền Năng.

52. A-La chỉ nói chuyện với con người bằng cách khải thị, hoặc phán từ sau màn trướng, hoặc phái một sứ giả xuống để khải thị những điều Ngài muốn theo mệnh lệnh của Ngài. Ngài thật

Chương 42   AL-SHURA   Part 25

là Đấng Tối Cao, Đấng Khôn Ngoan.

53. Ta đã ra lệnh khải thị cho ngươi như thế này. Ngươi đã chẳng biết Kinh Thánh là gì và tôn giáo là gì; nên Ta đã dùng nó (lời khải thị) làm ánh minh quang để dẫn dắt những bề tôi mà Ta vừa ý. Ngươi chính là kẻ hướng dẫn nhân loại đến chính đạo,

54. Là con đường của A-La, Đấng mà muôn loài trong trời đất đều thuộc về Ngài. Quả thật, muôn loài rồi sẽ trở về với A-La.

---

* Đấng Được Ca Ngợi, Chúa Trời Tôn Kính
** Đấng Toàn Tri, Đấng Nghe thấu muôn loài, Đấng Nắm Quyền Năng

SỰ TRANG HOÀNG
(Khải thị ở Mécca)

1. Nhân danh A-La, Đấng Khoan Hậu, Đấng Từ Bi.

2. Ha Mim.

3. Xin thề trước quyển Kinh minh bạch này,

4. Ta đã khải thị nó qua Kinh Koran này bằng một ngôn ngữ sáng suốt và hùng biện để mong các người hiểu được.

5. Và quả thật nó đã được khởi nguyên từ nguồn chung của mọi điều hướng dẫn tối cao và đầy sự khôn ngoan.

6. Có thể nào Ta rút lại lời giáo huấn không ban cho các người và bỏ rơi các người vì các người là lũ dân phóng đãng chăng?

7. Ta đã phái biết bao nhiêu Nhà Tiên Tri xuống cho những dân tộc trước đây!

8. Mỗi khi Nhà Tiên Tri đến với chúng, chúng đều chê nhạo họ.

9. Ta đã tận diệt những kẻ nhiều thế lực hơn dân này. Tiền lệ của người xưa đã có sẵn rồi.

10. Nếu người có hỏi chúng: "Ai đã sáng tạo ra trời đất?" Chắc chắn chúng sẽ trả lời: "Chúa Trời Cường Lực, Đấng Toàn Tri đã sáng tạo chúng."

11. Ngài là Đấng đã làm đất lành thành chốn yên nghỉ cho các người, rồi thiết lập đường xá trong đó để các người có thể theo chính đạo;

12. Là Đấng đã làm mưa từ trời cao xuống theo một lượng nhất định, nhờ đó làm sống lại mảnh đất đã chết khô. Ngay cả các người sẽ bị hồi sinh giống như thế;

13. Là Đấng đã sáng tạo muôn loài thành đôi, đã tạo ra thuyền bè và gia súc cho các người chuyên chở;

14. Để khi các người ngồi vững trên lưng chúng, họa may các người sẽ nhớ đến ân huệ của Chúa và xưng rằng: "Ngài vinh hiển thay,

Chương 43   AL-ZUKHRUF   Part 25

Đấng đã khiến nó phục vụ chúng tôi, chúng tôi không thể nào điều khiển nó được.

15. "Chắc chắn chúng tôi sẽ trở về với Chúa."

16. Vậy mà chúng vẫn cho rằng một số trong những bề tôi là con cháu của Ngài. Con người thật là kẻ vong ân.

17. Các ngươi định cho rằng Ngài chọn con gái trong số những kẻ mà Ngài đã sáng tạo và ban con trai cho các ngươi hay sao?

18. Khi tin tức tương tự như điều mà chúng đặt để về Chúa Trời Khoan Hậu được truyền đến tai chúng, ai nấy mặt mày tối sầm lại và lòng đầy nỗi lo buồn.

19. Các ngươi định gán cho Chúa Trời những kẻ được nuôi dưỡng trang sức đẹp đẽ và khi tranh luận thì hoàn toàn vô căn cứ hay sao?

20. Chúng mô tả các thiên sứ, những bề tôi của Chúa Trời Khoan Hậu, như là con gái. Chúng đã chứng kiến sự sáng tạo ra họ hay sao? Thế thì lời chứng của chúng sẽ được ghi chép và chúng sẽ bị hạch hỏi.

21. Chúng còn nói: "Nếu Chúa Trời Khoan Hậu muốn, chúng tôi đã chẳng tôn thờ họ." Chúng chẳng hiểu biết gì về nó và cứ phỏng đoán bậy bạ mà thôi.

22. Chúng định cho rằng Ta đã ban Kinh Điển trước vật này, nên chúng giữ chặt nó chăng?

23. Không đâu, chúng nói: "Chúng tôi thấy rằng tổ tiên của chúng tôi đã theo một tôn giáo và chúng tôi chỉ bắt chước để được dẫn đạo."

24. Tương tự như thế, trước nhà ngươi, mỗi khi Ta phái Người Cảnh Cáo xuống thành thị nào thì các nhà phú hào nơi đó đều bảo: "Chúng tôi thấy rằng tổ tiên của chúng tôi đã theo một tôn giáo và chúng tôi đang tuân theo như họ."

25. Người Cảnh Cáo của họ bảo: "Sao! ngay cả khi ta đem đến cho các ngươi sự dẫn đạo siêu việt hơn tôn giáo mà tổ tiên của các ngươi đã thờ hay sao?" Chúng trả lời: "Chúng tôi thật không tin nổi những điều mà các ngươi đã được giao phó."

26. Nên Ta đã trả thù chúng. Nào hãy xem

chung cuộc của những kẻ đã từ khước các Nhà Tiên Tri!

27. Hãy nhớ lúc Abraham bảo với phụ thân và dân chúng: "Tôi không can hệ gì với vật mà các ông thờ phụng.

28. "Chỉ trừ Đấng đã sáng tạo ra tôi, chắc chắn Ngài sẽ dẫn dắt tôi."

29. Và hắn đã dùng nó làm lời giáo huấn cho hậu thế, mong rằng họ sẽ quay về nẻo chánh.

30. Không không, Ta chỉ cho chúng và tổ tiên của chúng hưởng lạc một thời gian đến khi chân lý và Sứ Giả mang sự giải thích giáng trần.

31. Nhưng khi chân lý xuất hiện, chúng bèn nói: "Đây là trò ảo thuật, chúng tôi chẳng nhìn nhận nó đâu."

32. Chúng nói: "Tại sao Kinh Koran này chẳng được ban cho người lãnh đạo của hai đô thị?"

33. Chúng là những kẻ phân phối lòng thương của Chúa của ngươi hay sao? Chính Ta mới là Đấng phân phối lương thực cho chúng ở trần thế. Ta nâng một số trong bọn chúng lên những tước vị cao cả và khiến những kẻ khác phục vụ họ. Lòng thương của Chúa thật là hoàn hảo hơn những gì chúng đã tích trữ.

34. Nếu nhân loại không trở thành một dân tộc duy nhất, có lẽ Ta đã ban cho những kẻ không tin tưởng Chúa Trời Khoan Hậu những căn nhà mái lợp bằng bạc và những nấc thang bằng bạc để chúng leo lên,

35. Và những căn nhà có cánh cửa bằng bạc với những ghế dài để tựa lưng,

36. Và những vật trang hoàng khác. Nhưng tất cả chẳng qua là phần tạm bợ ở kiếp này. Kiếp Lai Sinh nơi Chúa ngự mới thật là dành cho những người chính trực.

37. Kẻ nào ngoảnh mặt đi không tâm niệm

Chương 43   AL-ZUKHRUF

đến Chúa Trời Khoan Hậu, Ta sẽ khiến satăng làm đồng bạn với hắn.

38. Satăng làm chúng lạc khỏi con đường của Chúa Trời nhưng chúng thì cứ tưởng là đamg nương theo chính đạo;

39. Cho đến khi chúng ra mắt Ta, một trong những người ấy sẽ nói: "Ôi, chớ gì giữa ta và ngươi cách xa nhau như hai miền cực!" thật là bạn hữu tai hại biết bao!

40. "Các ngươi đã thường phạm tội, hôm nay các ngươi có nói gì cũng không gỡ tội được, tất cả hãy chịu hình phạt."

41. Ngươi có thể làm người điếc nghe được hoặc hướng dẫn người mù và kẻ hiển nhiên lầm lạc được chăng?

42. Dẫu Ta có triệu ngươi về, chắc chắn Ta sẽ trả thù chúng;

43. Hoặc Ta sẽ trưng cho ngươi thấy điều Ta đã giao ước với chúng; bởi Ta có toàn quyền đối với chúng.

44. Nên ngươi hãy kiên trì những điều mà Ta đã khải thị cho ngươi, bởi ngươi đang ở trên chính đạo.

45. Nó thật là lời giáo huấn dành cho ngươi và dân chúng của ngươi; rồi các ngươi sẽ bị gọi đến để chất vấn.

46. Hãy hỏi các Sứ Giả mà Ta đã phái trước ngươi, xem Ta đã chỉ định thần thánh khác hơn A-La cho chúng tôn thờ chăng?

47. Ta đã khiến Môsê đem Phép Lạ của Ta đến với Pharaô và những cận thần, nói rằng: "Tôi thật là Sứ Giả của Chúa của muôn loài."

48. Nhưng khi hắn trưng Phép Lạ của Ta cho chúng, xem kìa! chúng cười nhạo nó.

49. Ta đã cho chúng thấy những Phép Lạ càng ngày càng lớn thêm và đã giáng hình phạt lên người chúng, mong rằng chúng sẽ biết mà trở về với chính đạo.

50. Chúng bảo: "Hỡi tên phù thủy, hãy cầu nguyện giùm chúng tôi y như lời mà Chúa đã giao ước với ngươi, rồi chắc chắn chúng tôi sẽ

chấp nhận sự hướng dẫn."

51. Nhưng khi Ta cất bỏ hình phạt khỏi người chúng, xem kìa! chúng liền nuốt lời.

52. Pharaô đã tuyên bố với dân chúng rằng: "Hỡi chư dân! Chủ quyền của Ai-cập và những dòng sông chảy dưới chân trẫm chẳng phải thuộc về trẫm hay sao? Các ngươi còn chưa hiểu sao?

53. "Không, trẫm lỗi lạc hơn tên đáng khinh này, là kẻ không thể bày tỏ ý kiến một cách rõ ràng.

54. "Tại sao hắn không được ban những vòng tay bằng vàng, sao các thiên sứ chẳng đứng sát nhau mà hộ tống hắn?"

55. Hắn đã làm dân chúng xao xuyến bằng cách ấy và họ đã vâng lời hắn. Thật là lũ dân hung ác.

56. Nên khi chúng khêu khích cơn phẫn nộ của Ta, Ta đã báo thù chúng và làm tất cả phải chết đuối.

57. Ta đã đem họ làm tiền lệ, là ví dụ dành cho những thế hệ sau đó.

58. Khi con trai của Maria được đưa ra để dẫn chứng, thì kìa! dân chúng của ngươi xôn xao bàn tán về việc ấy;

59. Chúng nói: "Chư thần của chúng ta và hắn, ai siêu việt hơn đây?" Chúng dẫn chứng việc này chỉ để tranh luận mà thôi. Thật ra chúng là lũ dân hay sanh sự.

60. Hắn chỉ là một trong những bề tôi của Ta. Ta đã ban ân huệ cho hắn và đem hắn làm tấm gương cho con cái Israel.

61. Nếu Ta muốn, từ các ngươi Ta có thể tạo ra những thiên sứ để thừa kế đất lành.

62. Hắn là người tiên báo về Giờ Khắc ấy. Nên chớ nghi ngờ việc này. Hãy theo ta, đây mới thật là chính đạo.

Chương 43   AL-ZUKHRUF   Part 25

63. Chớ để satăng quấy rầy các ngươi, hẳn là kẻ thù công khai của các ngươi.

64. Khi Jêsu xuất hiện với minh chứng trong tay, hẳn bảo: "Quả thật, ta đem sự khôn ngoan đến với các ngươi và làm sáng tỏ những điều mà các ngươi thường tranh luận. Nên hãy kính sợ A-La và nghe lời ta.

65. "Chính A-La mới là Chúa của ta và cũng là Chúa của các ngươi. Nên hãy tôn thờ Ngài. Đây mới thật là chính đạo."

66. Nhưng các phe phái đã bất đồng ý kiến. Nên khổ thay cho những kẻ ác nhân vì phải chịu hình phạt của cái ngày đau đớn ấy.

67. Chúng chỉ còn chờ đợi Giờ Khắc ấy xảy ra, trong lúc chúng không ngờ tới.

68. Chỉ trừ những người chính trực, ngày ấy thân hữu sẽ trở thành thù địch với nhau.

69. "Hỡi những bề tôi của Ta, hôm nay các ngươi không có điều chi phải lo sầu cũng không có điều chi phải buồn rầu;

70. "Bởi các ngươi là những người tin tưởng Phép Lạ của Ta và đã tỏ lòng quy y,

71. "Các ngươi và thê thiếp, cứ hoan hỷ mà bước vào Cõi An Lạc."

72. Những dĩa chén bằng vàng sẽ được chuyển cho họ, trong đó đầy những món mà ai cũng thèm muốn và làm vui mắt mọi người. "Các ngươi cứ sống mãi mãi ở đây.

73. "Đây là Cõi An Lạc mà các ngươi được thừa kế để báo đáp lại những điều mà các ngươi đã làm.

74. "Trái cây mà các ngươi thích ăn thì đầy dẫy nơi đây."

75. Còn những kẻ phạm tội sẽ phải chịu hình phạt vĩnh viễn ở Địa Ngục.

76. Hình phạt ấy sẽ không được nới tay, chúng sẽ hoàn toàn tuyệt vọng.

77. Ta chẳng hề làm hại chúng, chính chúng đã tự hại thân mình.

78. Và chúng sẽ kêu gào: "Hỡi chủ ngục! hãy xin Chúa cho chúng tôi chết phứt đi." Hắn sẽ đáp: "Các ngươi phải ở đây mãi mãi."

79. Chúa Trời sẽ phán: "Ta đã mang chân lý đến cho các ngươi, song đa số trong các ngươi có ác cảm với nó."

80. Hay chúng đã trù liệu được kế hoạch nào chăng? Ta cũng đã trù liệu đây.

81. Chúng nghĩ rằng Ta không nghe được những điều bí mật và những lời chúng bàn bạc hay sao? Không! Ta nghe thấu cả và các Sứ Giả của Ta sẽ ở cạnh chúng mà ghi chép đầy đủ.

82. Hãy bảo: "Nếu Chúa Trời Khoan Hậu có con trai, ta đã là kẻ đầu tiên phục vụ rồi."

83. A-La vinh hiển thay, là Chúa của trời đất, Chúa của Ngai vàng và không liên quan gì đến những kẻ mà chúng mô tả.

84. Nên hãy để chúng mãi mê đàm luận vô ích và cười giỡn cho đến khi chúng chạm trán với Ngày mà chúng đã được giao ước.

85. Ngài chính là Chúa Trời ở thiên đàng và cũng là Chúa Trời trên mặt đất. Ngài là Đấng Khôn Ngoan, Đấng Toàn Tri.

86. Phước thay cho Ngài, Đấng nắm chủ quyền của trời đất và muôn loài trong đó, Đấng biết rõ khi nào Giờ Khắc ấy xảy ra, Đấng mà các ngươi rồi sẽ bị trả về.

87. Những kẻ mà chúng cầu khẩn không màng đến Ngài, họ không có quyền hạn gì để xin tội cả. Chỉ có người làm chứng trước sự thật thực hiện được, và chúng biết rõ điều này.

88. Nếu ngươi hỏi chúng: "Ai đã sáng tạo các ngươi?" Chắc chắn chúng sẽ trả lời: "A-La." Thế sao chúng lại quay lưng bỏ đi?

89. Ta đã nghe lời than của Mahômết: "Chúa hỡi! bọn này toàn là lũ dân bất tín."

90. Nên ngươi cứ bỏ mặc chúng, ngươi chỉ cần nói: "Bình an cho các ngươi," vì chẳng bao lâu chúng sẽ rõ.

KHÓI
(Khải thị ở Mécca)

1. Nhân danh A-La, Đấng Khoan Hậu, Đấng Từ Bi.

2. Ha Mim.

3. Xin thề trước quyển Kinh Điển minh bạch này.

4. Quả thật Ta đã khải thị nó vào một Đêm đầy phước lành. Từ lâu Ta không ngừng cảnh cáo con người tránh khỏi tội lỗi.

5. Trong đó những lời dạy hiền triết đều được cắt nghĩa rõ ràng,

6. Là mệnh lệnh do chính Ta ban ra. Quả thật từ lâu Ta đã phái rất nhiều Sứ Giả xuống,

7. Do lòng từ bi của Chúa của ngươi. Ngài thật là Đấng Nghe tất cả và Biết tất cả.

8. Là Chúa của trời đất và muôn loài trong đó. Chớ chi các ngươi biết tin tưởng.

9. Không có Chúa Trời nào khác hơn Ngài. Ngài ban sự sống và gây ra cái chết. Ngài là Chúa của các ngươi và cũng là Chúa của tổ tiên của các ngươi.

10. Nhưng chúng vẫn ôm lòng hoài nghi mà đùa bởn.

11. Ngươi hãy chờ đến ngày mà bầu trời phủ đầy khói xuất hiện,

12. Và bao phủ vạn người. Thật là nỗi thống khổ đau đớn.

13. Vạn người sẽ than: "Lạy Chúa, xin hãy cất bỏ hình phạt khỏi người chúng tôi, chúng tôi thật là tín đồ."

14. Chúng làm cách nào mà hấp thụ được lời khuyên cáo? Trước đây Sứ Giả đã đến giải thích mọi điều tường tận cho chúng,

15. Song chúng đã quay lưng bỏ đi nói rằng: "Hắn đã được truyền dạy, là người bị quỉ ám."

16. Và như Ta có nới tay trừng phạt một chút, các ngươi liền trở mặt ngay.

17. Ngày mà Ta bao vây các ngươi một cách mãnh liệt, chắc chắn Ta sẽ trả thù.

18. Trước đời chúng Ta đã thử thách dân chúng của Pharaô. Một Sứ Giả cao qui đã đến với chúng,

19. Nói rằng: "Hãy giao cho ta những bề tôi của A-La. Ta là Sứ Giả thành thật đến đây vì các ngươi;

20. "Chớ tỏ thái độ phạm thượng đối với A-La. Ta mang quyền uy hiển trứ đến với các ngươi.

21. "Nếu các ngươi ném đá vào ta, ta xin Chúa của ta và cũng là Chúa của các ngươi che chở ta.

22. "Nếu các ngươi không tin ta thì hãy lánh xa ta."

23. Rồi hắn đã cầu nguyện với Chúa: "Những kẻ này thật là lũ dân đắc tội.

24. Chúa Trời phán: "Hãy nhân đêm tối đem những bề tôi của Ta đi đi, vì chắc chắn ngươi sẽ bị truy nã.

25. "Và hãy băng qua biển trong lúc biển yên nước cạn. Chắc chắn quân đội của chúng sẽ bị chết đuối."

26. Có biết bao nhiêu hoa viên và suối nước mà chúng đã bỏ lại!

27. Và cả những vườn tược với dinh thự tráng lệ!

28. Và những tiện nghi khoái lạc mà chúng đã vui hưởng!

29. Định mệnh là thế. Tất cả những vật ấy Ta đều cho dân tộc khác thừa kế.

30. Trời đất không nhỏ một giọt nước mắt cho chúng, chúng cũng không được triển hoãn giây phút nào cả.

31. Và Ta đã cứu con cái Israel thoát khỏi cơn thống khổ nhục nhã,

32. Do Pharaô gây ra; hắn là kẻ cao ngạo và đầy tội lỗi.

33. Rồi Ta đã chọn họ đặt trên vạn dân ở thời ấy.

34. Ta đã ban cho họ một số Phép Lạ đầy sự thử thách rõ ràng.

35. Những kẻ này thường nói:

36. "Một khi chúng tôi chết thì không còn sự sống nữa, làm gì có chuyện chúng tôi sẽ bị hồi sinh lại.

37. "Nếu các ngươi nói thật, hãy dẫn tổ tiên của chúng tôi đến đây."

38. Chúng định cho rằng chúng siêu việt hơn dân Tubba' và những người trước đó chăng? Là những kẻ đã bị Ta tận diệt vì tội lỗi của chúng.

39. Ta đã chẳng sáng tạo trời đất và muôn loài trong đó như là trò tiêu khiển.

40. Ta đã sáng tạo chúng vì chân lý, nhưng hầu hết trong bọn chúng không hiểu điều đó.

41. Quả thật Ngày Phán Quyết là thời hạn đã định cho toàn thể bọn chúng,

42. Ngày mà bạn hữu không thể tỏ tình bạn hữu nữa, và chúng không thể được cứu thoát,

43. Chỉ trừ những người mà A-La nhủ lòng thương. Ngài thật là Đấng Cường Lực, Đấng Từ Bi.

44. Quả thật, Zaqqum (cây âm phủ)

45. Sẽ là món ăn cho những kẻ tội lỗi,

46. Như đồng nóng chảy trong bụng chúng,

47. Như nước sôi hừng hực.

48. "Hãy bắt hắn và liệng hắn vào Hỏa Ngục;

49. "Rồi tưới lên đầu hắn hình phạt của nước sôi."

50. "Nào hãy nếm thử! Ngươi đã thường tự hào là người mạnh mẽ và cao quí.

51. "Đây là điều mà ngươi đã hoài nghi."

52. Những người chính trực sẽ ở chốn an toàn,

53. Giữa hoa viên và suối nước,

54. Mặc áo bằng lụa và gấm thêu, ngồi đôi diện nhau.

55. Sự việc sẽ xảy ra như thế. Và Ta sẽ cho họ kết hôn với những trinh nữ có đôi mắt to thật mỹ lệ.

56. Họ sẽ được mọi thứ trái cây mà không cần phải lo lắng.

57. Ngoại trừ cái chết lần đầu tiên, họ sẽ không chết nơi đó nữa. Ngài sẽ cứu họ thoát khỏi hình phạt ở Hỏa Ngục,

Part 25   AL-DUKHAN   Chương 44

58. Ấy mới thật là ân huệ của Chúa. Thật là thắng lợi lớn lao.

59. Ta đã làm nó (Kinh Koran) dễ hiểu qua lời nói của ngươi, mong rằng chúng sẽ biết ăn năn hối cải.

60. Nên ngươi hãy đợi, bởi chúng cũng đang đợi.

AL-JATHIYAH

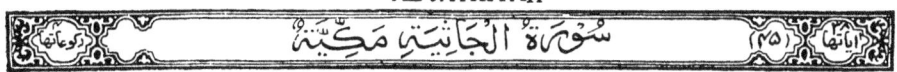

Part 25   SỰ QUỲ XUỐNG   Chương 45
(Khải thị ở Mécca)

1. Nhân danh A-La, Đấng Khoan Hậu, Đấng Từ Bi.

2. Ha Mim.

3. Lời khải thị trong Kinh Điển này là do A-La, Đấng Cường Lực, Đấng Khôn Ngoan ban xuống.

4. Quả thật trời đất đều hàm chứa Phép Lạ ban cho những người vững lòng tin.

5. Sự sáng tạo ra các ngươi và muôn loài mà Ngài đã rải rắc trên mặt đất đều là những Phép Lạ dành cho những người có tín ngưỡng.

6. Sự luân phiên của ngày và đêm, việc A-La làm mưa rơi từ trời cao xuống nhờ đó hồi sinh lại mặt đất đã chết khô, và cả sự đổi hướng của cơn gió đều là những Phép Lạ dành cho những người biết suy nghĩ.

7. Đây là những Phép Lạ của A-La mà Ta truyền tụng cho ngươi bằng sự thật. Sau khi phủ nhận A-La và Phép Lạ của Ngài, chúng còn những lời nào khác để tin tưởng chăng?

8. Khổ thay cho những kẻ dối trá đầy tội lỗi,

9. Là những kẻ khi nghe tụng đọc Phép Lạ của Ta thì làm như không nghe thấu và tỏ thái độ bất tín ngạo mạn. Nên hãy báo cho chúng biết hình phạt đau đớn.

10. Khi chúng hiểu được lời nào của Ta

chúng liền chê diễu nó. Những kẻ này sẽ phải chịu hình phạt nhục nhã.

11. Trước mặt chúng là Địa ngục, những vật mà chúng đã thâu thập và cả những kẻ bảo hộ mà chúng đã chọn ngoài A-La, lúc đó sẽ không giúp ích gì cho chúng cả. Chỉ có hình phạt lớn lao đang chờ chúng.

12. Đây là lời dẫn đạo. Nhưng ai không tin tưởng ở Phép Lạ của Chúa sẽ phải chịu hình phạt đau đớn.

13. A-La là Đấng đã khiến biển cả phục vụ các ngươi, khiến thuyền bè tiến tới theo mệnh lệnh của Ngài để các ngươi cầu xin ân huệ của Ngài, mong rằng các ngươi sẽ biết cảm tạ.

14. Ngài đã khiến muôn loài trong trời đất phục vụ các ngươi; tất cả đều do Ngài mà ra. Trong đó quả có Phép Lạ dành cho những người biết hồi tâm.

15. Hãy bảo những người vững lòng tin rằng hãy tha thứ những kẻ không e sợ Ngày mà A-La sẽ thanh toán, để Ngài đền đáp chúng về những việc chúng đã thâu thập.

16. Kẻ nào làm việc thiện thì có lợi cho bản thân hắn, kẻ nào làm việc ác thì lãnh họa vào thân. Rồi tất cả các ngươi sẽ bị dẫn về nơi Chúa ngự.

17. Ta đã ban cho con cái Israel Kinh Thánh, quyền lực và khả năng tiên tri. Ta cũng đã ban cho chúng những phẩm vật tươi tốt và đã tuyển chọn chúng trong đám vạn dân của thời ấy.

18. Ta đã ban cho chúng những mệnh lệnh rõ ràng. Nhưng sau khi được ban kiến thức chúng bắt đầu tranh luận vì sự ganh đua lẫn nhau. Chắc chắn Chúa của ngươi đến Ngày Phục Sinh sẽ phân xử chúng về những điều mà chúng đã thường bất đồng ý kiến.

19. Rồi Ta đã đặt ngươi trên nẻo đường quang minh của tín ngưỡng, nên hãy nương theo nó, chớ theo đuổi dục vọng đê hèn của những kẻ vô tri.

20. Bởi chúng không thể giúp ngươi chống lại A-La. Kẻ ác nhân chỉ có kẻ ác nhân tương tự che chở, còn A-La thì che chở những người chính trực.

21. Kinh Điển này hàm chứa những minh chứng ban cho con người, là sự dẫn đạo và lòng thương ban cho những ai vững lòng tin.

22. Những kẻ phạm tội ác định nghĩ rằng Ta sẽ xem chúng ngang hàng với những người vững lòng tin và năng làm việc thiện và sẽ làm sự sinh tử của hai bên giống nhau hay sao? Sự phán đoán của chúng thật là ngu xuẩn.

23. A-La đã dựa vào chân lý mà sáng tạo ra trời đất, rằng mỗi người sẽ được đền đáp về những gì họ đã thâu thập, họ sẽ không bao giờ bị đối xử bất công cả.

24. Ngươi có biết kẻ đã xem dục vọng của hắn như thần thánh chăng? A-La đã làm hắn lầm lẫn từ cội rễ, Ngài đã niêm chặt hai tai và con tim của hắn và đã bịt mắt hắn lại. Thế thì ngoài A-La ra có ai sẽ dẫn dắt hắn chăng? Các ngươi còn chưa giác ngộ sao?

25. Chúng thường nói: "Không có gì khác ngoài cuộc sống ở kiếp này; chúng tôi sống và chết nơi đây, chỉ có thời gian hủy diệt chúng tôi." Nhưng chúng hoàn toàn không có kiến thức gì cả và chỉ phỏng đoán mà thôi.

26. Khi Phép Lạ của Ta được tụng đọc cho chúng, chúng bèn phản kháng rằng: "Nếu các ngươi nói thật, hãy đem tiên tổ của chúng tôi ra xem nào."

27. Hãy bảo: "Chính A-La là Đấng ban cho các ngươi sự sống và làm các ngươi chết; rồi đến Ngày Phục Sinh không có gì phải nghi ngờ Ngài sẽ tập hợp các ngươi lại một chỗ. Nhưng hầu hết con người không biết điều đó."

28. Vương quyền trong trời đất thuộc về

Ngài. Ngày mà Giờ Khắc ấy xảy ra, những kẻ phủ nhận chân lý sẽ là kẻ tổn thất.

29. Rồi ngươi sẽ thấy mọi người bị triệu hồi đến quỳ xuống trước lý lịch của họ: "Hôm nay các ngươi sẽ được đền đáp về những việc mà các ngươi đã làm.

30. "Đây là Quyển Sổ của Ta, nó kể lể sự thật về các ngươi. Ta đã ghi chép đầy đủ những việc các ngươi đã làm."

31. Ngược lại những kẻ vững lòng tin và năng làm việc thiện sẽ được Chúa đón vào vòng từ bi của Ngài. Thật là sự thành công rõ ràng.

32. Còn những kẻ bất tín sẽ bị phán: "Phép Lạ của Ta đã chẳng được truyền tụng cho các ngươi hay sao? Các ngươi là lũ ngạo mạn và đầy tội lỗi.

33. "Và khi được báo: 'Lời hứa của A-La quả là sự thật và Giờ Khắc ấy chắc chắn sẽ xảy ra không có gì nghi ngờ cả,' các ngươi nói rằng: 'Chúng tôi chẳng biết Giờ Khắc ấy là cái quái gì, đó chỉ là sự tưởng tượng, chúng tôi chẳng tin được.'"

34. Và hậu quả ghê gớm của những hành vi chúng đã làm sẽ hiện ra trước mắt chúng, việc mà chúng đã thường chê diễu sẽ bao vây chúng.

35. Chúng sẽ bị phán rằng: "Hôm nay Ta sẽ bỏ quên các ngươi như các ngươi đã quên sự hội diện của ngày nay. Các ngươi chỉ còn chỗ ở dưới Hỏa Ngục và sẽ không có ai cứu giúp cả.

36. "Việc này cũng vì các ngươi đã nhạo báng Phép Lạ của A-La và cuộc sống ở trần thế đã làm hoa mắt các ngươi." Ngày đó chúng sẽ không được ra khỏi chốn ấy và cũng không được phép xin tội.

37. Nên hãy ca ngợi A-La, Chúa của trời, Chúa của đất, Chúa của muôn loài

38. Sự vĩ đại của trời đất thuộc về Ngài, Ngài

là Đấng Cường Lực, Đấng Khôn Ngoan.

AL-AHQAF

ĐỒI CÁT
(Khải thị ở Mécca)

1. Nhân danh A-La, Đấng Khoan Hậu, Đấng Từ Bi.

2. Ha Mim.

3. Lời khải thị trong Kinh Điển này là do A-La, Đấng Cường Lực, Đấng Khôn Ngoan ban xuống.

4. Ta chỉ sáng tạo trời đất và muôn loài trong đó theo chân lý và thời hạn đã định; nhưng những kẻ bất tín thì ngoảnh mặt đi trước những điều mà chúng đã bị cảnh cáo.

5. Hãy bảo: "Các ngươi biết gì về những vật mà các ngươi thờ phụng không màng đến A-La chăng? Nếu chúng có sáng tạo ra vật gì từ mặt đất này, hãy cho ta thấy. Hay chúng đã tham gia vào sự sáng tạo thiên đàng chăng? Nếu các ngươi nói thật, hãy đem đến cho ta một Kinh Điển đã được khải thị trước Kinh Điển này hoặc một hình tích gì về kiến thức đã có."

6. Những kẻ không màng đến A-La mà cầu khẩn những vật chẳng hề đáp lại lời họ cho đến Ngày Phục Sinh, có ai lầm lạc hơn những kẻ này chăng? vì chúng chẳng biết đến lời cầu nguyện của họ.

7. Khi nhân loại bị triệu hồi về một chỗ, những tà thần sẽ trở thành kẻ thù của họ và sẽ phủ nhận việc họ đã tôn thờ chúng.

8. Khi Phép Lạ rõ ràng của Ta được tụng đọc, những kẻ bất tín bèn nói: "Đây quả là trò phù thủy."

9. Hoặc "Hắn đã giả mạo ra nó." Hãy bảo: "Nếu ta đã giả mạo ra nó, các ngươi không thể nào cứu ta thoát khỏi tay A-La. Ngài biết rõ nhất những gì các ngươi dị nghị về Kinh Koran này. Ngài đủ để làm Người Chứng giữa ta và các ngươi. Ngài là Đấng Khoan Dung và Từ Bi hơn hết."

10. Hãy bảo: "Ta không phải là Sứ Giả báo điềm mới lạ. Ta cũng không biết việc gì sẽ xảy ra cho ta và các ngươi ở kiếp này. Ta chỉ tuân theo lời khải thị và chỉ là Người Cảnh Cáo rõ ràng."

11. Hãy bảo: "Đây là Kinh Điển do A-La ban nhưng các ngươi vẫn không chịu tin, dù một nhân chứng xuất thân từ con cái Israel đã chứng nhận rằng Koran là do A-La khải thị và tin tưởng nó, hãy cho ta biết các ngươi sẽ xử sự như thế nào?" Quả thật A-La không hề dẫn dắt những kẻ ác nhân.

12. Và những kẻ bất tín bảo với những người vững lòng tin: "Nếu nó hàm chứa những điều toàn thiện, họ không thể nào qua mặt chúng tôi để đạt đến nó." Và vì chúng không giác ngộ được, chúng bèn nói: "Đây là chuyện bịa đặt có từ xưa."

13. Trước Kinh Điển này đã có Kinh Thánh của Môse, là sách dẫn đạo và sự từ bi. Và Kinh Điển này được khải thị bằng tiếng Á-rập để làm trọn những lời tiên tri trước đây, để cảnh cáo những kẻ ác nhân, để làm tin mừng cho những ai năng làm việc thiện.

14. Quả thật, những ai nói 'Chúa của chúng tôi là A-La' và bền lòng kiên quyết, họ không có gì phải e sợ hoặc buồn rầu cả.

15. Những người này sẽ được cư trú đời đời ở Cõi An Lạc, là phần thưởng cho những điều họ đã làm.

16. Ta đã buộc con người phải ăn ở hiếu thảo

với song thân. Người mẹ hoài thai đứa con trong lo âu và chịu đau đớn khi sinh nó ra. Từ sự hoài thai cho đến khi dứt sữa mất khoảng ba mươi tháng trường. Khi hắn lớn lên và đến tuổi bốn mươi hắn sẽ bảo: "Lạy Chúa, hãy cho phép tôi cảm tạ Ngài đã ban ân huệ cho tôi và song thân của tôi, hãy khiến tôi làm những việc thiện để Ngài vui lòng. Xin hãy khiến dòng dõi của tôi ăn ở chính trực. Tôi hằng xưng tội với Ngài, tôi là kẻ quy y với Ngài."

17. Đối với những người như thế Ta sẽ chấp nhận những hành vi tôi thiện và bỏ qua những tội lỗi của họ. Họ sẽ được nơi cư trú ở Cõi An Lạc, là lời hứa chân thật đã được ban cho họ.

18. Nhưng có kẻ dám nói với song thân của hắn rằng: "Chán lắm! hai người định cảnh cáo tôi rằng tôi sẽ bị kéo lên lần nữa hay sao? Biết bao nhiêu thế hệ đã qua đời rồi đấy." Cả hai bèn kêu cứu với A-La và bảo hắn: "Khổ thay cho ngươi! hãy tỏ lòng tin vì lời giao ước của A-La là sự thật." Nhưng hắn bảo: "Đây chẳng qua là huyền thoại của người xưa."

19. Những kẻ này đương nhiên sẽ bị hình phạt giáng xuống giống như hình án mà những tập đoàn của Jinn và nhân gian đã chết trước đây phải chịu. Chúng mới thật là những kẻ tổn thất.

20. Mọi người đều có giai cấp tùy theo việc họ đã làm, ấy là để A-La báo đáp đầy đủ cho những hành vi của họ, và không ai sẽ bị đối xử bất công.

21. Ngày mà những kẻ bất tín bị đày xuống Hỏa Ngục, sẽ có lời phán bảo chúng: "Các ngươi đã sống một cách hoang phí ở trần thế và đã say sưa hưởng lạc. Nhưng hôm nay các ngươi sẽ bị trả thù bằng hình phạt ô nhục vì các ngươi đã hoành hành trên mặt đất không kể công lý và đã dám tỏ thái độ ương ngạnh."

22. Hãy kể lại câu chuyện về người huynh đệ Ad khi hắn đứng trên đồi cát cảnh cáo dân

chúng, dù đã có nhiều Người Cảnh Cáo xuất hiện trước và sau đời hắn, nói rằng: "Chớ nên thờ ai khác hơn A-La. ta e sợ cho các ngươi hình phạt của cái ngày ghê gớm ấy."

23. Chúng trả lời: "Ngươi đến đây định làm chúng tôi từ bỏ chư thần của chúng tôi hay sao? Nếu quả ngươi nói thật, hãy trưng cho chúng tôi thấy điều mà ngươi đã đe dọa chúng tôi."

24. Hắn bảo: "Chỉ có A-La biết điều đó. Ta chỉ rao truyền cho các ngươi điều mà ta đã được giao phó, song ta thấy rằng các ngươi toàn là lũ dân ngu xuẩn."

25. Khi chúng thấy đám mây tiến đến gần thung lũng mà chúng đang ở, chúng nói: "Đó là đám mây làm mưa cho chúng ta." "Không đâu, đây là điều mà các ngươi đã hối hả tìm kiếm, là cơn bão sẽ gieo hình phạt tàn khốc.

26. "Nó sẽ tàn phá mọi vật theo mệnh lệnh của Chúa." Buổi sáng hôm sau ngoại trừ dấu tích của nhà cửa, không gì còn sót lại cả. Ta đã báo đáp những kẻ tội lỗi như thế.

27. Ta đã gây cho chúng thế lực mà Ta đã không ban cho các ngươi, Ta cũng đã cho chúng hai tai hai mắt và con tim. Nhưng tai mắt và con tim của chúng đã chẳng giúp ích cho chúng bởi chúng đã từ khước Phép Lạ của A-La, và những điều mà chúng thường chê nhạo đã bao vây chúng.

28. Ta đã hủy diệt các thị trấn quanh chỗ của các ngươi và đã thay đổi Phép Lạ cho chúng thấy, mong rằng chúng sẽ hồi tâm quay về chính đạo.

29. Những tà thần mà chúng đã thờ phụng ngoài. A-La, mong rằng sẽ được đến gần Ngài, sao chẳng ra tay trợ giúp chúng? Không đâu, những vật ấy thật ra đã biến mất cả. Đây chỉ là những vật mà chúng đã đặt để và chế tạo ra.

30. Ta đã khiến một nhóm trong lũ Jinn muốn nghe Kinh Koran đến với ngươi. Khi họ đến chỗ tụng đọc nó, họ đã bảo nhau: "Im đi và hãy lắng tai nghe," khi lời tụng chấm dứt, họ trở về với đồng bọn và cảnh cáo chúng.

31. Nói rằng: "Hỡi chư dân, chúng tôi quả đã đi nghe Kinh Điển được truyền xuống sau đời Môsê, nó làm trọn những điều đã có từ trước, là sách hướng dẫn đến chân lý và chính đạo.

32. "Hỡi chư dân, hãy đáp lời người sứ triệu hồi của A-La, hãy tin nơi Ngài. Ngài sẽ tha thứ tội lỗi của các ngươi và sẽ bảo vệ các ngươi tránh khỏi hình phạt đau đớn.

33. "Và nếu có kẻ nào không đáp lời người sứ triệu hồi của A-La đi nữa, hắn không thể làm hỏng kế hoạch của A-La trên mặt đất, ngoài Ngài ra hắn sẽ không được ai bảo vệ cả. Những người như thế thật rõ ràng đang lầm lạc."

34. A-La đã sáng tạo ra trời đất mà chẳng hề mệt mỏi vì sự sáng tạo ấy, là Đấng có quyền năng hồi sinh người chết, chúng không biết hay sao? Vâng, Ngài thật có quyền năng thực hiện mọi việc.

35. Ngày mà những kẻ bất tín bị đày xuống Hỏa Ngục, sẽ có lời phán bảo chúng: "Đây chẳng phải là sự thật hay sao?" Chúng sẽ nói: "Xin thề với Chúa, quả đúng vậy." Ngài sẽ phán: "Vậy hãy nếm mùi hình phạt vì lòng bất tín của các ngươi."

36. Nên ngươi hãy kiên nhẫn như các Sứ Giả có ý chí cương quyết đã từng kiên nhẫn chịu đựng, chớ nên tỏ thái độ hấp tấp đối với chúng. Ngày mà chúng chứng kiến hình phạt chúng đã từng bị đe dọa, chúng sẽ cảm thấy rằng chúng chỉ lưu lại có một tiếng đồng hồ mà thôi. Hãy rao truyền lời cảnh cáo rằng chỉ có lũ dân tà ác sẽ bị tiêu diệt.

MAHÔMÊT
(Khải thị ở Mêđina)

1. Nhân danh A-La, Đấng Khoan Hậu, Đấng Từ Bi.

2. Những kẻ tỏ thái độ bất tín và làm trở ngại con đường của A-La, Ngài sẽ làm cho hành vi của chúng vô hiệu quả.

3. Nhưng đối với những người vững lòng tin, năng làm việc thiện và tin tưởng những điều đã được khải thị cho Mahômết, là chân lý do Chúa ban, Ngài sẽ cất bỏ tội lỗi khỏi người họ và cải thiện tình trạng của họ.

4. Vì những kẻ bất tín chỉ theo đuổi sự ảo ngụy, còn những người vững lòng tin thì nương theo chân lý do Chúa ban. Ngài đã dẫn giải ví dụ về chúng cho con người thấy.

5. Khi các ngươi đối đầu với những kẻ bất tín trong trận chiến, hãy trảm thủ chúng, khi các ngươi thắng thế hãy trói chúng lại, cho đến khi trận chiến hạ gánh nặng của nó xuống, hãy thả chúng ra hoặc dùng chúng đòi tiền chuộc. Đây là sắc lệnh. Nếu A-La muốn, đích thân Ngài đã đối đầu với chúng, nhưng Ngài làm thế để thử lòng các ngươi với nhau. Còn những người đã tuẫn giáo vì con đường của A-La, Ngài sẽ không bao giờ làm cho hành vi của họ trở nên vô ích.

6. Ngài sẽ dẫn dắt họ và cải thiện tình trạng của họ,

7. Ngài sẽ cho họ vào Cõi An Lạc mà Ngài đã báo với họ.

8. Hỡi những người vững lòng tin nếu các ngươi ủng hộ A-La, Ngài sẽ ủng hộ các ngươi và củng cố địa vị của các ngươi.

9. Còn những kẻ bất tín, số phận của chúng là sự diệt vong, Ngài sẽ làm những hành vi của chúng trở nên vô hiệu quả.

10. Ấy là vì chúng đã ghét bỏ những điều mà A-La đã khải thị, nên Ngài sẽ làm cho công trình của chúng tiêu tán.

11. Chúng chưa từng du hành trên mặt đất để xem chung cuộc của tiền nhân đã ra sao chăng? A-La đã tận diệt họ không nương tay, và đối với bọn bất tín việc tương tự như thế sẽ xảy ra.

12. Ấy là vì A-La là Đấng Bảo Hộ những người vững lòng tin, còn những kẻ bất tín sẽ không được ai che chở cả.

13. Quả thật, A-La sẽ cho những người vững lòng tin và năng làm việc thiện vào Cõi An Lạc có sông chảy bên dưới; trong khi những kẻ bất tín còn say mê hưởng lạc và ăn uống như súc vật, rồi rốt cuộc sẽ xuống Hỏa Ngục mà ở.

14. Có biết bao nhiêu đô thị, phú cường hơn đô thị đã đánh đuổi ngươi, đã bị Ta tận diệt, họ đã không có ai cứu giúp cả!

15. Thế thì kẻ dựa vào minh chứng do Chúa ban với kẻ chỉ thấy những hành vi tội lỗi là chính đáng và chỉ theo đuổi những dục vọng đê hèn, hai bên có giống nhau chăng?

16. Nói về Cõi An Lạc mà những người chính trực đã được hứa hẹn, trong đó sẽ có những dòng sông mà nước không hôi thối, những dòng sông đầy sữa có vị không thay đổi, những dòng sông đầy rượu làm người uống khoan khoái và những dòng sông đầy mật trong suốt. Họ sẽ được đủ thứ trái cây và cả sự ân xá của Chúa. Có thể nào những người được hưởng đặc ân như trên lại giống như những kẻ sống dưới Hỏa Ngục và bị bắt uống nước sôi bỏng đến đứt ruột?

17. Trong bọn chúng có kẻ đã để tai nghe lời ngươi, song rốt cuộc đã bỏ ngươi mà đi. Chúng bảo với những người đã được ban kiến

thức rằng: "Hắn vừa thuyết điều chi vậy?" Chính những kẻ này có con tim bị A-La niêm chặt và chỉ theo đuổi những dục vọng đê hèn của chúng.

18. Còn những người tuân theo lời dẫn đạo, A-La sẽ tăng gia sự dẫn đạo và ban cho họ lòng chính trực.

19. Chúng chỉ chờ Giờ Khắc ấy đột nhiên giáng xuống người chúng, dù điềm báo đã xuất hiện rồi. Một khi Giờ ấy thật sự xảy ra, làm sao chúng hấp thụ được lời khuyên cáo nữa?

20. Nên hãy biết rằng ngoài A-La ra không có Chúa Trời nào cả, hãy cầu xin sự tha thứ cho tội lỗi của ngươi và tội lỗi của các nam nữ tín đồ. A-La biết rõ động tĩnh của các ngươi và nơi các ngươi hiện diện.

21. Những người vững lòng tin nói: "Sao chẳng có Chương nào được khải thị cả?" Nhưng khi một Chương minh bạch được khải thị trong đó có đề cập đến sự chiến đấu, ngươi sẽ thấy những kẻ mà con tim bệnh hoạn nhìn ngươi mắt trợn trắng như người sắp chết. Nên tai ương sẽ giáng xuống người chúng!

22. Sự tuân lệnh và sự ăn nói lễ độ rất tốt cho bản thân chúng. Một khi vấn đề được quyết định xong, sự thành tâm đối với A-La là điều tối thiện cho chúng.

23. Vì có quyền hành trong tay mà các ngươi định dấy loạn khắp xứ và dám đoạn tình cốt nhục hay sao?

24. Chính những kẻ này rồi sẽ bị A-La chúc dữ làm cho tai điếc mắt đui.

25. Chúng chưa từng suy nghĩ về Kinh Koran hay sao? Hay là con tim của chúng đã bị khóa chặt rồi chăng?

26. Những kẻ sau khi được ban lời dẫn đạo

minh bạch lại quay lưng bỏ đi, những kẻ này chắc chắn sẽ bị Satăng cám dỗ và phô bày cho chúng thấy những kỳ vọng hão huyền.

27. Ấy là vì chúng đã nói với những người có ác cảm với lời khải thị của A-La rằng: "Tùy theo vấn đề chúng tôi có thể theo phe các ngươi," nhưng A-La biết rõ mọi điều bí mật của chúng.

28. Nhưng khi thiên sứ làm chúng chết đi rồi đánh vào mặt và lưng chúng, làm sao chúng xoay sở được?

29. Ấy là vì chúng chỉ theo đuổi những việc làm A-La phẫn nộ và oán ghét những điều mà Ngài hài lòng. Nên Ngài đã làm hành vi của chúng trở nên vô hiệu.

30. Hay là những kẻ mà con tim bệnh hoạn định cho rằng A-La sẽ không đưa ra ánh sáng sự xảo quyệt của chúng chăng?

31. Nếu Ta muốn Ta có thể chỉ dẫn cho ngươi để ngươi nhận dạng chúng. Và qua giọng nói của chúng ngươi có thể phân biệt được ngay. A-La biết rõ mọi hành vi của các ngươi.

32. Ta sẽ thử thách các ngươi cho đến khi Ta phân biệt trong các ngươi ai là kẻ nhiệt tâm và ai là người kiên quyết. Ta sẽ làm thay đổi cả danh vọng của các ngươi.

33. Những kẻ sau khi được ban lời dẫn đạo minh bạch lại tỏ thái độ bất tín, làm trở ngại con đường của A-La và chống đối với Sứ Giả, chúng không thể làm tổn hại cho A-La một mảy may nào và Ngài sẽ làm cho hành vi của chúng trở nên vô hiệu.

34. Hỡi những người vững lòng tin! hãy vâng lời A-La và hãy vâng lời Sứ Giả, đừng để hành vi của các ngươi trở nên vô ích.

35. Những kẻ tỏ thái độ bất tín và làm trở ngại con đường của A-La, rồi chết đi trong lúc vẫn còn ôm lòng bất tín, A-La sẽ không bao giờ dung thứ những kẻ này.

Chương 47 — MUHAMMAD

36. Nên chớ nản lòng và chớ đòi hỏi hòa bình, bởi các ngươi chắc chắn sẽ được thắng lợi. A-La đang đứng về phe các ngươi, Ngài sẽ không bao giờ làm tổn thất hành động của các ngươi.

37. Cuộc sống ở kiếp này chẳng qua là trò tiêu khiển và sự hưởng lạc. Nếu các ngươi tin tưởng và ăn ở chính trực, Ngài sẽ hậu thưởng các ngươi, và Ngài không bao giờ đòi hỏi tài sản của các ngươi.

38. Và nếu Ngài có đòi hỏi tài sản của các ngươi và ép buộc các ngươi, các ngươi sẽ trở nên keo kiệt và không chừng Ngài sẽ đưa ra ánh sáng lòng hiềm thù của các ngươi.

39. Hãy nhớ kỹ, các ngươi là những kẻ được kêu gọi để chi phí vì con đường của A-La, nhưng có kẻ trong các ngươi tỏ thái độ keo kiệt và kẻ nào keo kiệt thì sẽ lãnh tội keo kiệt vào thân. A-La là Đấng Phú Cường, chính các ngươi mới là kẻ bần hàn. Nếu các ngươi quay lưng đi, Ngài sẽ đem dân tộc khác thay thế vào chỗ của các ngươi, và họ sẽ không giống như các ngươi.

AL-FATH

Chương 48 — THẮNG LỢI
(Khải thị ở Mêđina)

1. Nhân danh A-La, Đấng Khoan Hậu, Đấng Từ Bi.

2. Chính Ta đã ban cho ngươi thắng lợi rõ ràng,

3. Để A-La bù đắp những khuyết điểm của ngươi trong quá khứ và tương lai, để Ngài hoàn thành ân huệ dành cho ngươi và để hướng dẫn ngươi đến chính đạo;

4. Và để A-La giúp ngươi bằng sự yểm trợ mạnh mẽ phi thường.

5. Ngài là Đấng đã gieo sự yên tĩnh trong con tim của các tín đồ để họ cùng cố lòng tin đã có -bởi quân binh ở trên trời và dưới đất đều thuộc về A-La, Ngài là Đấng Toàn Tri, Đấng Khôn Ngoan-

6. Để Ngài cho những tín đồ nam nữ vào Cõi An Lạc có sông chảy bên dưới và sống đời đời nơi đó và để cất bỏ tội lỗi khỏi người họ -dưới mắt A-La, ấy mới thật là thắng lợi tối cao-

7. Và để Ngài trừng phạt những nam nữ ngụy thiện và những nam nữ thờ đa thần giáo, là những kẻ thường ước đoán sai lầm về A-La. Tai họa ghê gớm đang chờ chúng, bởi cơn phẫn nộ của A-La sẽ giáng xuống người chúng. Ngài đã chúc dữ chúng và đã dọn sẵn Địa Ngục cho chúng. Thật là chôn gởi thân đầy khổ ải.

8. Quân binh ở trên trời và dưới đất đều thuộc về A-La, Ngài là Đấng Cường Lực, Đấng Khôn Ngoan.

9. Ta đã phái ngươi xuống làm Người Chứng, người rao truyền phúc âm và là Người Cảnh Cáo,

10. Để các ngươi tin tưởng nơi A-La và Sứ Giả của Ngài, giúp đỡ người và tôn kính người, và để các ngươi ca ngợi Ngài mỗi sáng và chiều.

11. Những người đã thề trung thành với ngươi chính là những người đã thề trung thành với A-La. Bàn tay của Ngài đang đặt trên bàn tay của họ. Nên kẻ nào phá lời thề ước, kẻ ấy sẽ lãnh họa vào thân; còn kẻ nào làm trọn lời giao ước với A-La, kẻ ấy sẽ được Ngài ân thưởng trọng hậu.

12. Những bộ tộc du mục đã ở lại sẽ biện minh với ngươi rằng: "Tài sản và gia tộc đã làm chúng tôi bận bịu, nên xin ngài làm ơn cầu xin sự ân xá cho chúng tôi." Chúng dám thốt ra trên đầu lưỡi những điều chẳng có trong lòng. Hãy bảo: "Nếu A-La định hãm hại các ngươi hoặc định ban phước cho các ngươi, ai có thể giúp các ngươi để cản trở A-La được chăng? Không đâu, Ngài Am Tường mọi việc các ngươi làm.

13. "Các ngươi đã nghĩ rằng Sứ Giả và các

tín đồ sẽ không bao giờ trở về với gia đình họ, và ước đoán ấy đã làm con tim các ngươi khoan khoái. Các ngươi đã nghĩ ra những ý tưởng đê tiện và là lũ dân đã suy đồi."

14. Đối với những kẻ chẳng tin tưởng ở A-La và Sứ Giả của Ngài, Ta đã chuẩn bị lửa đỏ dành cho những kẻ bất tín này.

15. Vương quyền trong trời đất thuộc về A-La. Ngài tha thứ hoặc trừng phạt ai tùy ý Ngài. A-La là Đấng Khoan Dung và Từ Bi hơn hết.

16. Khi các ngươi lên đường để thâu hoạch chiến lợi phẩm, những kẻ đã ở lại sẽ nói: "Hãy cho chúng tôi theo các bạn." Chúng toan đổi cả mệnh lệnh của A-La. Hãy bảo: "Các ngươi không được theo chúng tôi, A-La đã định như thế." Chúng sẽ nói: "Không phải vậy, các bạn ganh ghét chúng tôi đấy thôi." Không không, chúng chẳng hiểu gì cả.

17. Hãy bảo với những bộ tộc du mục đã ở lại: "Các ngươi sẽ bị kêu gọi để chiến đấu với một nhóm dân rất dũng mãnh. Các ngươi phải chiến đấu cho đến khi chúng đầu hàng. Nếu các ngươi tuân lệnh, A-La sẽ ân thưởng các ngươi trọng hậu. Nhưng nếu các ngươi quay lưng lẩn trốn như các ngươi đã từng quay lưng lẩn trốn trước đây, Ngài sẽ xử các ngươi bằng hình phạt đau đớn."

18. Chỉ trừ những người đui mù, què quặt hay bệnh hoạn, họ sẽ không bị khiển trách. Những ai tuân lệnh A-La và Sứ Giả của Ngài, Ngài sẽ cho họ vào Cõi An Lạc có sông chảy bên dưới; nhưng kẻ nào quay lưng bỏ trốn, Ngài sẽ trừng trị hắn bằng hình phạt đau đớn.

19. Quả thật, A-La rất hài lòng khi thấy các tín đồ đã tuyên thệ trung thành với ngươi dưới

bóng Cây ấy. Ngài biết rõ con tim họ đã nghĩ gì, Ngài đã gieo sự yên tĩnh trong lòng họ và đã ban thưởng bằng sự thắng lợi ở kế bên.

20. Và vô số chiến lợi phẩm mà họ sẽ thâu thập. A-La thật là Đấng Cường Lực, Đấng Khôn Ngoan.

21. Ngài đã hứa ban cho các ngươi nhiều chiến lợi phẩm mà các ngươi sẽ phải thâu thập, và Ngài đã vội vàng ban xuống cho các ngươi. Ngài đã kềm chế bàn tay của kẻ địch của các ngươi, mong rằng chiến lợi phẩm sẽ là Phép Lạ dành cho các tín đồ và dẫn dắt các ngươi đến chính đạo.

22. Ngài cũng đã hứa ban cho các ngươi thắng lợi khác mà các ngươi chưa thể đạt đến, nhưng A-La đã bao vây nó. A-La thật có quyền năng về mọi việc.

23. Nếu bọn bất tín có khiêu chiến với các ngươi đi nữa, chắc chắn chúng sẽ quay lưng bỏ chạy. Bởi chúng sẽ không còn một ai để bảo hộ hay yểm trợ cả.

24. Đây là quán lệ của A-La đã có từ xưa, ngươi sẽ thấy không có gì thay đổi trong quán lệ của Ngài.

25. Sau khi Ngài đã làm các ngươi thắng bọn chúng, tại thung lũng Mécca, Ngài là Đấng đã vì các ngươi mà dằn tay chúng lại, rồi vì chúng mà dằn tay các ngươi lại. A-La nhìn thấu việc các ngươi làm.

26. Chúng là những kẻ ôm lòng bất tín cản trở không cho các ngươi vào Thánh Điện. Và cản trở những phẩm vật dành để đem đi thượng hiến. Và nếu không vì sự hiện diện của những nam nữ vững lòng tin mà các ngươi không biết đến, nên các ngươi có thể sát hại họ và phải đắc tội, Ngài đã cho phép các ngươi chiến đấu rồi, nhưng Ngài đã không làm thế bởi Ngài muốn mở rộng cửa từ bi đón kẻ nào mà Ngài muốn. Nếu họ đã ở riêng rẽ với bọn bất tín, chắc chắn Ta đã trừng trị những kẻ bất tín bằng hình phạt đau đớn.

27. Khi những kẻ bất tín ôm ấp trong tim sự

phẫn nộ đầy vẻ kiêu căng, tức sự phẫn nộ của những ngày vô tri, A-La đã ban sự yên tĩnh cho Sứ Giả và các tín đồ đồng thời khiến họ giữ vững lòng chính trực, bởi họ là những người xứng đáng và đầy đủ tư cách để thực hiện điều ấy. A-La thật am tường mọi việc.

28. A-La đã trưng cho Sứ Giả của Ngài thấy Thị Kiến trở thành sự thật: nếu A-La muốn, các người sẽ hớt tóc, cạo râu và tiến vào Thánh Điện một cách an toàn, không có chi phải lo sợ. Ngài biết những điều mà các ngươi không biết. Trước việc này, Ngài đã định cho các ngươi một thắng lợi trong tầm tay.

29. Ngài là Đấng đã phái Sứ Giả đem lời dẫn đạo và tôn giáo về sự thật giáng trần, với ý định là đặt nó lên trên mọi tôn giáo khác.

30. Mahômết là Sứ Giả của A-La. Những ai theo người thì kiên quyết đối với bọn bất tín, nhưng chính họ thì thương mến lẫn nhau. Chắc ngươi thấy họ cúi mình quỳ xuống và kính cẩn cầu nguyện, mong mỏi ân huệ và sự hài lòng của A-La. Vì gập mình xuống cầu nguyện, dấu vết của phẩm hạnh hẳn rõ trên trán họ. Thật giống như lời mô tả hình dáng của tín đồ trong Sách Lễ Luật và Sách Phúc Âm, như là một hạt giống nảy mầm, mạnh mẽ và vươn lên bằng thân cây cứng cỏi; làm cho người gieo hạt vui mừng. Những kẻ bất tín có lẽ tức giận điên cuồng vì quang cảnh của họ, nhưng A-La đã hứa tha thứ và trọng thưởng những người vững lòng tin và năng làm việc thiện.

Part 26   AL-HUJURAT   Chương 49

CĂN PHÒNG
(Khải thị ở Mêđina)

1. Nhân danh A-La, Đấng Khoan Hậu, Đấng Từ Bi.

2. Hỡi những người vững lòng tin! chớ bạo dạn thi hành trước sự hiện diện của A-La và Sứ Giả của Ngài, hãy kính sợ A-La. A-La thật là Đấng Nghe tất cả, Đấng Khôn Ngoan.

3. Hỡi những người vững lòng tin! chớ ngỏ lời với Nhà Tiên Tri bằng giọng nói huênh hoang như lúc các người trò chuyện với nhau, nếu không công trình của các người sẽ trở nên tiêu tán trong lúc các người không ngờ đến.

4. Quả thật những ai hạ thấp giọng trước sự hiện diện của Sứ Giả của A-La, họ là những người mà A-La đã chứng minh rằng có cõi lòng tôn kính Chúa, những người này sẽ được tha thứ và được ân thưởng trọng hậu.

5. Những kẻ kêu gọi ngươi từ một chỗ xa ở ngoài căn phòng của ngươi, những kẻ này thật không ý tứ gì cả.

6. Họ phải chờ đến khi ngươi ra khỏi phòng để gặp họ mới đúng. A-La thật là Đấng Khoan Dung và Từ Bi hơn hết.

7. Hỡi những người vững lòng tin! nếu có kẻ bất lương nào đem tin đến cho các người, hãy xác nhận kỹ, nếu không các người có thể hãm hại người vô tội vì sự vô tri, rồi ăn năn hối hận vì hành vi đã làm.

8. Hãy nhớ rằng Sứ Giả của A-La đang hiện diện trong đám các người; nếu người đã làm như ý các người trong hầu hết các vấn đề, có lẽ các người đã bị khốn khổ. Nhưng Ngài đã gây dựng lòng tin trong các người và đem lòng

517

tin ấy trang hoàng con tim của các ngươi, hơn nữa Ngài đã làm các ngươi ghét bỏ sự bất tín, sự tà ác và sự phản trắc. Những người như thế mới thật là những người theo chính đạo,

9. Nhờ lòng thương và ân đức của A-La. A-La là Đấng Toàn Tri, Đấng Khôn Ngoan.

10. Nếu có hai nhóm tín đồ tranh chấp lẫn nhau, các ngươi hãy đứng ra hòa giải giữa hai bên; nếu sau đó phe này vi phạm đến phe kia, hãy chống lại phe vi phạm cho đến khi chúng trở lại mệnh lệnh của A-La. Nếu chúng trở lại, hãy hòa giải hai bên một cách công bình và hãy hành động một cách quang minh chính đại. A-La chỉ yêu chuộng những người chính trực.

11. Toàn thể tín đồ là huynh đệ với nhau. Nên hãy giữ hòa khí giữa các huynh đệ. Hãy kính sợ A-La rồi các ngươi sẽ được Ngài nhủ lòng thương.

12. Hỡi những kẻ vững lòng tin! chớ để dân xứ này chê nhạo dân xứ khác, bởi họ có thể siêu việt hơn dân xứ này cũng chớ để những người phụ nữ này chê nhạo những phụ nữ khác, bởi họ có thể giỏi giắn hơn những phụ nữ này. Các ngươi không được nói xấu lẫn nhau, cũng không nên gọi nhau bằng những tên riêng khó nghe vào tai. Đã theo đạo mà lại xưng hô với nhau bằng những danh từ hạ tiện là việc xấu xa. Kẻ nào không biết sửa chữa thật là kẻ đắc tội.

13. Hỡi những kẻ vững lòng tin! nên tránh sự nghi ngờ, bởi trong nhiều trường hợp sự nghi ngờ là tội lỗi. Và chớ dọ thám hoặc gièm pha lẫn nhau. Có ai trong các ngươi thích ăn mảnh thịt của người anh em đã chết chăng? Không, chắc chắn các ngươi cũng gớm ghét điều ấy. Nên hãy kính sợ A-La, Ngài thật là Đấng Đầy Lòng Trắc Ẩn và Từ Bi.

14. Hỡi con người, Ta đã sáng tạo các ngươi từ một người nam và một người nữ, Ta đã chia các ngươi ra thành những dòng giống và những

bộ tộc để các ngươi quen biết với nhau. Người đáng kính nhất trong các ngươi là người chính trực nhất. A-La thật là Đấng Toàn Tri, Đấng Am Tường mọi việc.

15. Những bộ tộc du mục nói: "Chúng tôi tin tưởng." Hãy bảo: "Các ngươi chưa tin tưởng đâu, đúng ra phải nói 'chúng tôi đã thành tín đồ của Islam,' vì lòng tin thật sự vẫn chưa ăn sâu vào con tim của các ngươi." Nhưng nếu các ngươi tuân lời A-La và Sứ Giả của Ngài, Ngài sẽ không rút bớt phần nào trong sự nghiệp của các ngươi. A-La thật là Đấng Khoan Dung và Từ Bi hơn hết.

16. Tín đồ là những người thật sự tin tưởng A-La và Sứ Giả của Ngài, không bao giờ nghi hoặc, đem hết tài sản lẫn sinh mạng để chiến đấu vì A-La. Chính họ mới là những người thành thật.

17. Hãy bảo: "Các ngươi định báo cho A-La rõ tín ngưỡng của các ngươi hay sao? dù A-La là Đấng biết rõ mọi vật trong trời đất, là Đấng am tường mọi việc cả."

18. Việc chúng trở thành tín đồ của Islam, chúng coi nó như là ân huệ đối với ngươi. Hãy bảo: "Chớ coi sự theo đạo Islam của các ngươi như là ân huệ đối với ta. Trái lại, chính A-La đã thi ân cho các ngươi bằng cách dẫn dắt các ngươi đến tín ngưỡng này, nếu các ngươi nói thật."

19. Quả thật, A-La am tường mọi bí mật trong trời đất. A-La nhìn thấu mọi việc các ngươi làm.

QAF
(Khải thị ở Mécca)

1. Nhân danh A-La, Đấng Khoan Hậu, Đấng Từ Bi.

2. Qaf*. Xin thề trước quyển Koran đầy vinh quang.

3. Chúng lấy làm lạ rằng Người Cảnh Cáo đã xuất thân từ trong bọn chúng. Bọn bất tín nói: "Đây là chuyện lạ!

4. "Cái gì! sau khi chúng tôi chết và trở thành đất bụi, làm gì có chuyện chúng tôi sẽ bị hồi sinh lại? Thật là sự quy hồi khó mà xảy ra."

5. Ta biết rõ đất lành đã giảm bớt chúng bao nhiêu người và nơi Ta có Quyển Sổ ghi chép đầy đủ cả.

6. Không đâu, chúng đã phủ nhận sự thật khi nó xuất hiện nên chúng cứ mắc vào tình trạng rối loạn.

7. Chúng chưa từng nhìn lên vòm trời trên đầu chúng để nghĩ xem Ta đã làm cách nào để sáng tạo và trang hoàng nó chăng? Và trong ấy không có một khe hở nào cả.

8. Còn mặt đất, Ta đã trải nó ra và dựng trên đó những núi non bất động, và làm nảy nở trên đó mọi loài thảo mộc đẹp đẽ;

9. Để làm niềm vui và sự giáo huấn ban cho tất cả những bề tôi năng hối cải với Chúa Trời.

10. Ta cũng làm mưa đầy phước lành từ trời cao rơi xuống, nhờ đó gây dựng nên vườn tược và sản xuất ra ngũ cốc,

11. Và cả những cây chà là nở thành chùm chồng chất lên nhau,

12. Để làm lương thực cho những bề tôi của Ta, hơn nữa Ta đã đem mưa hồi sinh lại mảnh đất đã chết khô. Sự Phục Sinh sẽ giống như thế ấy.

* Đấng Nắm Quyền Năng!

13. Trước bọn chúng, dân của Noah, dân của Giếng nước và bộ tộc Thamud đã phủ nhận sự thật,

14. Và cả bộ tộc Ad, bè lũ Pharaô và đồng bào của Lot,

15. Và dân cư trong Rừng Thẳm với dân Tubba nữa. Tất cả đều đã cho các Sứ Giả là láo khoét, hậu quả là hình phạt mà Ta đã cảnh cáo đã giáng xuống người chúng.

16. Ta đã mệt mỏi vì sự sáng tạo đầu tiên chăng? Không đâu, nhưng chúng vẫn nghi ngờ về sự sáng tạo mới.

17. Quả Ta đã sáng tạo ra con người và Ta biết rõ linh hồn của hắn thì thầm điều chi với hắn, Ta gần gũi với hắn hơn cả tĩnh mạch cổ của hắn.

18. Khi hai thiên sứ ghi chép hành vi của nhân gian ngồi đối diện với nhau, một bên phải và một bên trái,

19. Mỗi khi con người thốt ra lời nào đều có thiên sứ giám hộ sẵn sàng ghi chép nó.

20. Rồi khi sự mê man lúc lâm chung xảy ra, có lời bảo: "Đây chính là việc mà các ngươi đã tìm cách thoát khỏi."

21. Rồi kèn loa sẽ thổi lên: "Đây là Ngày Giao Ước."

22. Mọi linh hồn sẽ phải trình diện cùng với một thiên sứ triệu hồi và một thiên sứ làm chứng.

23. "Các ngươi đã chẳng để ý đến việc này; bây giờ Ta đã cất bỏ mạng che của các ngươi, hôm nay mắt các ngươi sẽ nhìn rõ cả."

24. Rồi đồng bạn của hắn sẽ nói: "Tôi đã chuẩn bị xong xuôi cả."

25. "Hai ngươi hãy liệng vào Hỏa Ngục tất cả những kẻ thù của chân lý đã dám ngạo mạn,

26. "Kẻ làm trở ngại việc thiện, kẻ phản trắc, kẻ nghi ngờ,

27. "Là kẻ lập tà thần mà thờ không màng đến A-La. Nên hai ngươi hãy liệng hắn vào hình phạt ghê gớm ấy."

Chương 50 — QAF

28. Đồng bạn của hắn sẽ nói: "Lạy Chúa, không phải tôi đã làm hắn phản bội; chính hắn đích thân đã lầm lạc."

29. Chúa Trời sẽ bảo: "Chớ cãi vã trước mặt Ta. Trước đây Ta đã cảnh cáo các ngươi.

30. "Lời tuyên án mà Ta đã ban sẽ không thể thay đổi được. Ta không phải là kẻ đối xử bất công với bề tôi."

31. Ngày ấy Ta sẽ hỏi Địa Ngục: "Đầy cả chưa?" thì có tiếng trả lời: "Còn ai nữa không?"

32. Và Thiên đàng sẽ đến gần những người chính trực, không còn là chốn xa vời nữa.

33. "Đây là chốn đã được hứa cho những người hướng tâm về Chúa Trời và giữ gìn qui luật,

34. Là những người trong lòng kính sợ Chúa Trời Khoan Hậu và lúc nào cũng tỏ lòng sám hối với Ngài.

35. "Hãy an tâm vào đó. Đây mới thật là Ngày Vĩnh Cửu."

36. Nơi đó họ sẽ được bất cứ món gì họ muốn, nơi Ta ngự thì còn nhiều hơn nữa.

37. Trước chúng Ta đã tận diệt biết bao nhiêu thế hệ hùng cường hơn chúng! Khi hình phạt xảy ra, họ lang thang khắp xứ, nhưng có chỗ nào để họ lánh nạn chăng?

38. Trong đó quả là sự giáo huấn dành cho những người có con tim, những người để tai nghe và những người hay quan sát.

39. Quả Ta đã tạo ra trời đất và muôn loài trong đó trong sáu thời kỳ mà chẳng hề mệt mỏi.

40. Nên hãy nhẫn nại chịu đựng lời chúng nói, hãy ca ngợi Chúa của ngươi trước khi mặt trời mọc và lặn;

41. Hãy ca ngợi Ngài thêm vào buổi tối và cả sau khi lễ bái.

42. Hãy nghe đây! Ngày mà người triệu hồi đứng kêu gọi từ một chỗ gần đây,

43. Ngày ấy chúng sẽ nghe tiếng còi thật sự, ấy là ngày chui ra khỏi hầm mộ.

44. Chính Ta là Đấng ban sinh mệnh và gây ra cái chết. Ta là nơi quy hồi cuối cùng.

45. Ngày ấy mặt đất đột nhiên nứt rạn trên đầu chúng và chúng sẽ vội vã lên đường, đây là sự triệu tập, là việc dễ dàng đối với Ta.

46. Ta biết rõ nhất những điều chúng nói. Ngươi chẳng phải là kẻ được phái xuống để cưỡng bách chúng. Vì vậy, chỉ nên giảng dạy Kinh Koran cho kẻ nào biết e sợ lời cảnh cáo của Ta.

AL-DHARIYAT

VẬT RẢI RẮC
(Khải thị ở Mécca)

1. Nhân danh A-La, Đấng Khoan Hậu, Đấng Từ Bi.

2. Xin thề với những cơn gió đã rải rắc khắp nơi,

3. Xin thề với những đám mây đầy hơi nước,

4. Xin thề với những dòng sông chảy nhẹ nhàng,

5. Và xin thề với các thiên sứ đã thi hành phận sự theo mệnh lệnh,

6. Rằng điều mà các ngươi được giao ước là sự thật;

7. Và Sự Phán Quyết chắc chắn sẽ xảy ra.

8. Xin thề với vòm trời đầy những quỹ đạo,

9. Rằng các ngươi hoàn toàn bất đồng ý kiến.

10. Kẻ nào quay lưng đi trước sự thật thì sẽ bị sự thật chối bỏ.

11. Kẻ nói láo sẽ bị trù ải,

12. Là những kẻ lạc lõng trong chốn mê muội.

13. Chúng hỏi: "Khi nào mới đến Ngày Phán Quyết?"

14. Đây là ngày mà chúng sẽ bị trừng phạt dưới Hỏa Ngục.

15. "Hãy nếm mùi hình phạt của các ngươi. Đây là việc mà các ngươi đã hối thúc."

16. Còn những người chính trực sẽ được an cư giữa những hoa viên và suối nước,

17. Lãnh những phần mà Chúa ban cho họ; bởi họ trước đó đã năng làm việc thiện.

18. Buổi tối họ chỉ ngủ rất ít;

19. Và cầu xin sự ân xá vào lúc rạng đông.

20. Trong tài sản của họ có phần dành cho những người ăn xin và những người nghèo khổ

21. Mặt đất này đầy dẫy những Phép Lạ ban cho những người có lòng tin chân thành,

22. Và hiện hữu ngay cả trong bản thân của các ngươi nữa. Các ngươi còn chưa chịu nhìn đến hay sao?

23. Và vòm trời thì chứa lương thực cho các ngươi và những vật mà các ngươi đã được hứa hẹn.

24. Xin thề với Chúa của trời đất, đó là sự thật, giống như sự thật mà các ngươi thường nói.

25. Ngươi có nghe đến câu chuyện về những người khách cao quí của Abraham chăng?

26. Khi họ bước vào nhà của Abraham chào rằng: "Bình an cho ông!" hắn đáp: "Bình an cho các ông, dường như các ông là khách lạ."

27. Rồi hắn lui vào nhà trong đem ra một con bê béo tốt,

28. Và đặt nó trước mặt họ, mời rằng: "Xin các ông hãy dùng."

29. Hắn cảm thấy lo sợ trong lòng. Họ nói: "Chớ sợ chi," rồi báo cho hắn tin mừng về sự chào đời của đứa con trai thông minh.

30. Lúc ấy người vợ của hắn và hai má than

rằng: "Đã hiếm hoi mà lại già nua như thế này!"

31. Họ bảo: "Chúa của bà đã phán như thế. Ngài quả là Đấng Khôn Ngoan, Đấng Toàn Tri."

32. Abraham hỏi: "Hỡi các sứ giả, công việc của các ông là gì vậy."

33. Họ đáp: "Chúng tôi là những người được phái đến với lũ dân đầy tội lỗi,

34. "Để giáng xuống chúng cơn mưa bằng hòn đất sét,

35. "Mà trên đó Chúa đã đóng dấu dành cho những kẻ phạm tội phóng đãng."

36. Ta đã cứu vớt những tín đồ trong đám dân ấy,

37. Và Ta chỉ tìm ra một căn nhà có người quy y.

38. Ta đã để lại Phép Lạ cho những ai biết e sợ hình phạt đau đớn.

39. Như trong chuyện về Môsê, Ta đã phái hắn mang quyền uy hiển trứ đến với Pharaô.

40. Nhưng hắn đã ỷ vào quyền thế mà ngoảnh mặt đi, nói rằng: "Thầy phù thủy hay người điên đây."

41. Nên Ta đã tóm lấy hắn và quân binh liệng xuống biển. Hắn mới là kẻ đáng bị khiển trách.

42. Như trong chuyện về bộ tộc Ad, Ta đã gieo cho chúng cơn gió tàn khốc.

43. Sau khi nó thổi qua mọi vật đều trở nên trơ trụi.

44. Như trong chuyện về bộ tộc Thamud, khi bảo chúng: "Các ngươi hãy hưởng lạc một thời gian."

45. Nhưng chúng đã ương ngạnh chống lại mệnh lệnh của Chúa. Nên sấm sét đã giáng xuống trong lúc chúng nhìn chằm chập;

46. Và chúng đã không thể chỗi dậy, cũng không thể bảo toàn tính mạng.

47. Trước đó dân của Noah cũng thế, toàn là những người không biết kính sợ Chúa Trời.

Chương 51   AL-DHARIYAT   Part 27

48. Chính tay Ta đã tạo ra thiên đàng, bởi Ta nắm quyền uy vô biên.

49. Và Ta đã trải rộng mặt đất ra, Ta đã chuẩn bị muôn loài tuyệt diệu biết bao!

50. Và Ta đã sáng tạo muôn loài thành đôi, mong rằng các ngươi sẽ giác ngộ.

51. Nên các ngươi hãy tìm cách đến gởi thân cho A-La. Ta là Người Cảnh Cáo minh bạch do Ngài phái xuống cho các ngươi.

52. Và chớ thờ tà thần chung với A-La. Ta là Người Cảnh Cáo minh bạch do Ngài phái xuống cho các ngươi.

53. Những người trước bọn chúng đều giống nhau, mỗi khi Sứ Giả được phái xuống cho họ, họ đều nói: "Thầy phù thủy hoặc người điên đây!"

54. Hay chúng đã truyền khẩu nhau như lời di chúc chăng? Không, chúng toàn là lũ dân ngạo mạn.

55. Nên cứ bỏ mặc chúng, ngươi sẽ không bị khiển trách về việc ấy.

56. Và hãy tiếp tục sự giảng đạo, bởi sự giảng đạo sẽ giúp ích những người vững lòng tin.

57. Ta đã tạo ra Jinn và con người chỉ để chúng thờ phụng Ta.

58. Ta không hề mong mỏi chúng cung cấp lương thực hay cho Ta ăn uống.

59. Quả thật, Chính A-La mới là Đấng Ban Bố Vĩ Đại, Đấng Cường Lực Vô Song.

60. Những kẻ làm việc ác sẽ được hưởng phần tương tự như phần mà tiền nhân của chúng đã hưởng. Nên chớ để chúng hối thúc Ta ra tay trừng phạt.

61. Khổ thay cho những kẻ không tin Ngày Giao Ước!

AL-TUR

NGỌN NÚI
(Khải thị ở Mécca)

1. Nhân danh A-La, Đấng Khoan Hậu, Đấng Từ Bi.

2. Xin thề trước Ngọn Núi ấy;

3. Xin thề trước Kinh Điển đã được ghi chép

4. Trên giấy da trừu;

5. Xin thề trước Thánh Điện đông người tham bái;

6. Xin thề trước Đỉnh Thiên cao vời;

7. Xin thề trước biển cả nổi sóng;

8. Rằng hình phạt của Chúa chắc chắn sẽ xảy ra;

9. Mà không ai có thể tránh khỏi.

10. Ngày mà vòm trời sẽ chuyển động dữ dội,

11. Và núi non sẽ dời đổi một cách khủng khiếp.

12. Ngày ấy tai ương sẽ giáng xuống những kẻ đã thường chối bỏ sự thật.

13. Và những kẻ đã mãi mê bàn tán chuyện tầm phào.

14. Ngày mà chúng sẽ bị ném vào ngọn lửa dưới Địa Ngục,

15. "Đây là Hỏa Ngục mà các ngươi đã thường cho là sự láo khoét.

16. "Đây là trò ảo thuật chăng, hay các ngươi chưa thấy chăng?

17. "Cứ thiêu thân trong đó; dù các ngươi có chịu đựng hay không chịu đựng nổi đều như nhau cả. Bởi các ngươi chỉ bị báo đáp tương xứng với việc các ngươi đã làm."

18. Còn những người chính trực thì được ở Cõi An Lạc và hạnh phúc đời đời,

19. Hưởng thụ phần Chúa ban cho họ, Ngài đã cứu họ khỏi sa vào hình phạt ở Hỏa Ngục.

20. "Nhờ công việc mà các ngươi đã năng làm, cứ yên tâm mà ăn uống,

21. "Và hãy tựa lưng vào ghế dài đã xếp hàng sẵn." Ta sẽ cho họ kết hôn với những người nữ có đôi mắt to thật mỹ lệ.

22. Và nếu con cháu của những tín đồ cũng tỏ lòng tin như họ, Ta sẽ cho con cháu ấy theo họ. Ta sẽ không giảm bớt phần nào trong phần thưởng dành cho công đức của họ. Mỗi người đều được báo đáp tương xứng với việc họ đã thâu hoạch.

23. Ta sẽ ban cho họ đầy dẫy trái cây và thịt như họ mong muốn.

24. Họ sẽ chuyền ly từ người này qua người khác mà không một chuyện tầm phào hay tội ác nào xảy ra cả.

25. Những thiếu niên như hạt trai được giữ kín sẽ hầu hạ họ.

26. Họ sẽ đối mặt hỏi han nhau,

27. Nói rằng: "Trước đây khi chúng ta còn ở nhà, chúng ta đã hằng e sợ sự phẫn nộ của Chúa Trời;

28. "Nhưng Ngài đã ban ơn cho chúng ta và cứu chúng ta khỏi sa vào hình phạt hỏa thiêu.

29. "Trước đây chúng ta đã thường cầu nguyện với Ngài. Ngài thật là Đấng Ân Đức, Đấng Từ Bi."

30. Nên hãy rao giảng lời giáo huấn, bởi ngươi là kẻ mà Chúa đã ban ơn. Ngươi chẳng phải là thầy bói cũng không phải là người điên.

31. Chúng định cho rằng 'hắn chỉ là nhà thơ, hãy chờ đến khi nào tai ương giáng xuống người hắn' hay sao?

32. Hãy bảo: "Các ngươi hãy đợi! Ta cũng đợi cùng các ngươi đây."

33. Trí tuệ của chúng đã khiến chúng nói như thế hay sao? hay chúng chỉ toàn là lũ dân ương ngạnh?

34. Chúng định nói 'hắn đã giả mạo ra nó' hay sao? Không đâu, chúng không hề tin tưởng.

35. Nếu chúng nói sự thật, hãy để chúng trưng ra lời giáo huấn tương tự như vật này!

36. Chúng đã được sáng tạo hoàn toàn không mục đích gì chăng? Hay chúng định cho rằng chúng là kẻ sáng tạo chăng?

37. Chúng đã sáng tạo ra trời đất hay sao? Không đâu, chúng hoàn toàn không có lòng tin.

38. Hay chúng đang sở hữu kho tàng của Chúa của ngươi và là người quản lý nó chăng?

39. Hay là chúng có cầu thang mà bắc lên trời để nghe trộm chăng?

40. Ngài chọn con gái mà các ngươi lại được ban con trai hay sao?

41. Hay ngươi đòi hỏi chúng tiền thưởng nên chúng phải chịu nợ nần chăng?

42. Hay chúng hiểu biết về cõi vô hình và mô tả nó ra chăng?

43. Chúng đang âm mưu phản loạn nhưng chính bọn bất tín sẽ bị vướng vào âm mưu ấy.

44. Hay chúng còn thần thánh nào khác hơn A-La chăng? A-La thật quang lâm cao vời trên tất cả những tà thần mà chúng thờ chung với Ngài!

45. Nếu chúng thấy một mảnh của vòm trời rớt xuống, chúng sẽ bảo: "Ấy là những đám mây chồng chất lên nhau."

46. Nên hãy bỏ mặc chúng cho đến ngày chúng bị sét đánh,

47. Ngày ấy âm mưu của chúng sẽ trở nên vô hiệu quả và chúng sẽ không được ai giúp đỡ cả.

48. Đối với những kẻ ác đức còn hình phạt khác hơn điều trên nữa. Nhưng đa số trong con người không biết điều đó.

49. Nên hãy kiên nhẫn chờ đến khi Chúa của ngươi phân xử; bởi ngươi đang ở trong tầm mắt của Ta. Hãy ca ngợi vinh quang của Chúa mỗi khi thức dậy;

50. Đồng thời hãy ca ngợi Ngài trong đêm tối và vào lúc tinh tú mờ dần.

Chương 53   AL-NAJM   Part 27

NGÔI SAO
(Khải thị ở Mécca)

1. Nhân danh A-La, Đấng Khoan Hậu, Đấng Từ Bi.

2. Xin thề với ngôi sao sắp lặn,

3. Rằng đồng bạn của các ngươi chẳng lầm lẫn cũng không hề lạc lối,

4. Người cũng không phát biểu như ý muốn,

5. Đây chỉ là lời khải thị do Chúa đã mặc thị cho người.

6. Đấng có năng lực phi thường đã dạy bảo cho người,

7. Tức là Đấng Nắm Quyền Năng. Ngài đã thực hiện sự thăng thiên cho người.

8. Khi người lên đến phần cao nhất ở chân trời,

9. Người tiến đến gần Chúa Trời và Ngài nghiêng mình về phía người,

10. Và hai bên đến gần nhau bằng khoảng cách của hai cây cung hoặc gần hơn nữa.

11. Rồi Ngài truyền cho bề tôi những lời khải thị.

12. Con tim của Nhà Tiên Tri không hề nói láo về những việc đã thấy.

13. Vậy mà các ngươi vẫn toan tranh luận với người về những việc mà người đã thấy hay sao?

14. Chắc chắn người đã chứng kiến sự quang lâm của Ngài lần thứ hai,

15. Gần Cây Bách Hương mọc ở chốn xa không thể với tới.

16. Mà bên cạnh đó là Cõi An Lạc của Nơi Cư Trú Vĩnh Cửu.

17. Lúc đó tàn lọng đã che trên Cây Bách Hương.

18. Đôi mắt của người không rời khỏi chốn ấy, cũng chẳng nhìn vơ vẩn nơi khác.

19. Quả thật người đã chứng kiến Phép Lạ lớn lao nhất của Chúa.

20. Vậy mà các ngươi vẫn định kể lể với ta về Lat và Uzza hay sao!

21. Và kẻ thứ ba là Manat nữa!*

22. "Sao! các ngươi có con trai và Ngài có con gái hay sao!"

23. Thật là sự chia chác bất công.

24. "Đây chỉ là những cái tên mà các ngươi và tổ tiên của các ngươi đã mệnh danh. A-La chẳng bao giờ ban quyền hạn cho những vật ấy." Chúng chỉ theo đuổi sự phỏng đoán và dục vọng riêng tư mà thôi, dù lời dẫn đạo của Chúa đã ban xuống cho chúng.

25. Con người muốn gì được nầy hay sao?

26. Không không, Kiếp Sau cũng như kiếp này đều thuộc về A-La.

27. Trên trời có biết bao nhiêu thiên sứ nhưng không ai có quyền xin tội, chỉ trừ những người mà A-La muốn và cho phép họ.

28. Những kẻ không hề tin tưởng ở Kiếp Lai Sinh thì đặt cho các thiên sứ những tên gọi của phụ nữ;

29. Chúng hoàn toàn không hiểu gì cả và chỉ mãi mê ước đoán. Sự ước đoán không thể đương đầu với chân lý được.

30. Kẻ nào bỏ đi trước lời giáo huấn của Ta, thì ngươi hãy làm lơ với kẻ ấy. Hắn chỉ tham muốn cuộc sống ở trần thế mà thôi.

31. Kiến thức của chúng chỉ có bao nhiêu đấy thôi. Chúa của ngươi biết rõ nhất ai đã lạc khỏi con đường của Ngài, và ai đang nương theo chính đạo.

32. Muôn loài trong trời đất đều thuộc về A-

---

* Những ngẫu tượng mà bộ tộc Quraish ở Mécca thường sùng bái

La, để Ngài trừng trị những kẻ đã làm việc ác và tưởng thưởng trọng hậu nhất cho những ai đã năng làm việc thiện.

33. Những lỗi nhỏ nhặt thì không kể đến, kẻ nào cố tránh xa tội lỗi nặng và những hành động vô luân, Chúa của ngươi thật có lòng tha thứ vô biên. Ngài biết rõ các ngươi từ khi các ngươi được sáng tạo từ lòng đất, và khi các ngươi hãy còn là thai nhi trong bụng mẹ. Nên chớ cho rằng các ngươi đã được thanh tẩy trong sạch. Ngài biết rõ nhất ai là người chính trực.

34. Ngươi có thấy kẻ đã quay lưng bỏ đi,

35. Kẻ chỉ bố thí một chút mà rất tiếc rẻ.

36. Hắn có đủ kiến thức để nhìn thấu cả cõi vô hình hay sao?

37. Hay là hắn chưa hề nghe đến những điều ghi chép trong Thánh Thư của Môsê chăng?

38. Và câu chuyện về Abraham, người đã làm trọn lời giao ước?

39. Rằng người mang gánh nặng sẽ không phải chịu gánh nặng của kẻ khác.

40. Rằng con người chỉ được hưởng những điều mà hắn đã cố gắng làm.

41. Và thành quả của nỗ lực ấy chẳng bao lâu sẽ được nhìn nhận;

42. Rồi hắn sẽ được ân thưởng đầy đủ.

43. Và muôn loài rồi sẽ trở về nơi Chúa ngự,

44. Là Đấng làm con người cười và khóc;

45. Là Đấng gây ra sự chết và ban sự sống;

46. Là Đấng đã sáng tạo ra đôi nam nữ,

47. Từ một giọt tinh trùng khi nó chảy vào;

48. Cũng là Đấng thực hiện sự sáng tạo lần thứ hai;

49. Là Đấng làm giàu có và ban tài sản cho con người mãn nguyện.

50. Rằng Ngài là Chúa của Sao Thiên Lang;

51. Rằng Ngài đã hủy diệt bộ tộc Ad,

52. Và bộ tộc Thamud không sót một người,

53. Và trước đó Ngài đã tiêu diệt dân của Noah, là lũ tàn ác ngạo mạn.

54. Ngài cũng đã lật đổ những đô thị của dân chúng của Lot,

55. Và vật bao phủ đã trùm lên những đô thị ấy.

56. Thế thì, hỡi con người, các ngươi còn dị nghị điều chi về ân huệ của Chúa?

57. Đây là Người Cảnh Cáo tương tự như những Người Cảnh Cáo đời xưa.

58. Giờ phải đến đang tiến đến gần,

59. Trừ A-La ra không ai có thể tránh khỏi nó.

60. Các ngươi ngạc nhiên về lời rao giảng này chăng?

61. Các ngươi cứ cười nhạo mà chẳng biết khóc ư?

62. Các ngươi vẫn còn kiêu ngạo chăng?

63. Hãy quỳ xuống trước A-La và tôn thờ Ngài.

AL-QAMAR

VẦNG TRĂNG
(Khải thị ở Mécca)

1. Nhân danh A-La, Đấng Khoan Hậu, Đấng Từ Bi.

2. Giờ khắc ấy đã đến gần và vầng trăng đã vỡ làm đôi.

3. Nếu chúng có chứng kiến một Phép Lạ

nào, chúng sẽ nói: "Ấy chỉ là trò ảo thuật nhất thời mà thôi."

4. Chúng phủ nhận sự thật và cứ theo đuổi sự ước đoán. Nhưng mệnh lệnh của Chúa Trời chắc chắn sẽ được thực hiện.

5. Chúng đã được rao giảng về những lời tiên tri, trong đó đầy những lời cảnh cáo nghiêm khắc,

6. Là sự khôn ngoan tuyệt đỉnh, nhưng rốt cuộc nó chẳng giúp ích gì cho chúng cả.

7. Nên ngươi hãy bỏ mặc chúng. Ngày mà Người Sứ Triệu Hồi gọi chúng đến chốn ô nhục,

8. Đôi mắt của chúng chỉ biết nhìn xuống và chúng sẽ rời khỏi hầm mộ như bầy châu chấu bay tán loạn,

9. Vội vã tiến về phía Người Sứ Triệu Hồi. Lũ bất tín sẽ bảo: "Thật là ngày lâm nạn."

10. Trước chúng dân của Noah cũng đã phủ nhận sự thật. Chúng cho bề tôi của Ta là kẻ nói láo, bảo rằng: "Ấy là người điên phải bị đuổi đi."

11. Vì vậy hắn phải cầu khẩn với Chúa rằng: "Tôi đã thua cuộc, xin hãy cứu tôi."

12. Lúc đó Ta đã mở những cổng trời và làm mưa tuôn xối xả,

13. Làm mặt đất tràn đầy những suối nguồn, và mặt nước dâng lên vì mục đích đã định.

14. Ta đã chở hắn trên vật làm bằng ván gỗ và đinh,

15. Nó trôi nổi dưới mắt Ta: ấy là phần thưởng cho kẻ đã bị xua đuổi.

16. Ta đã đem nó làm Phép Lạ cho hậu thế. Có ai sẵn lòng lãnh hội lời giáo huấn chăng?

17. Hình phạt và sự cảnh cáo của Ta đã ghê gớm dường nào!

18. Ta đã làm Kinh Koran này dễ hiểu và dễ nhớ. Có ai sẵn lòng lãnh hội lời giáo huấn chăng?

19. Bộ tộc Ad cũng đã phủ nhận sự thật. Hình phạt và sự cảnh cáo của Ta đã ghê gớm dường nào!

20. Ta đã gieo cho chúng cơn gió dữ dội vào

ngày bất hạnh không dứt tai ương.

21. Nó cuốn con người đi như là thân cây kè bị bứng cả gốc rễ.

22. Hình phạt và sự cảnh cáo của Ta đã ghê gớm dường nào!

23. Ta đã làm Kinh Koran này dễ hiểu và dễ nhớ. Có ai sẵn lòng lãnh hội lời giáo huấn chăng?

24. Bộ tộc Thamud cũng đã từ khước Người Cảnh Cáo.

25. Chúng nói: "Cái gì, kẻ xuất thân trong nhóm chúng tôi và chỉ là một người tầm thường như thế này! chúng tôi há lại đi nghe lời hắn hay sao? Làm như thế chẳng những theo tà đạo mà còn như điên khùng nữa.

26. "Tại sao lời giáo huấn chỉ được khải thị cho hắn mà thôi? Không đâu, hắn chỉ là tên nói láo hay khoe khoang."

27. "Ngày mai chúng sẽ rõ ai mới là kẻ nói láo hay khoe khoang!

28. "Ta sẽ gởi cho chúng một con lạc đà cái để thử thách chúng. Hỡi Salih, hãy chịu khó xem chúng.

29. "Hãy bảo chúng là chúng chỉ được luân phiên lãnh nước uống vào giờ đã định, còn con lạc đà cái sẽ được phép uống vào mỗi khi kéo nước."

30. Nhưng chúng đã gọi một người đồng đẳng tới bắt lấy và cắt nhượng chân của nó.

31. Hình phạt và sự cảnh cáo của Ta đã ghê gớm dường nào!

32. Ta chỉ cần giáng xuống chúng một tiếng sấm nổ, chúng sẽ ngã rạp xuống như rơm rạ bị giẫm nát.

33. Ta đã làm Kinh Koran này dễ hiểu và dễ nhớ. Có ai sẵn lòng lãnh hội lời giáo huấn chăng?

34. Dân của Lot cũng đã từ chối không nghe lời những Người Cảnh Cáo.

35. Ta đã gieo trận bão đá lên người chúng, chỉ trừ gia đình của Lot, Ta đã cứu họ vào lúc hừng đông,

36. Ấy là ân huệ của Ta. Ta ân thưởng như thế cho kẻ nào có lòng cảm tạ.

37. Thật ra hắn đã cảnh cáo chúng về sự trừng phạt của Ta, nhưng chúng đã hoài nghi lời cảnh cáo ấy.

38. Và chúng đòi Lot phải nộp những người khách ấy cho chúng. Nên Ta đã làm chúng mù mắt: "Hãy nếm mùi hình phạt và sự cảnh cáo của Ta."

39. Sáng sớm hôm sau, hình phạt đã không ngớt trút xuống thân chúng.

40. "Hãy nếm mùi hình phạt và sự cảnh cáo của Ta."

41. Ta đã làm Kinh Koran này dễ hiểu và dễ nhớ. Có ai sẵn lòng lãnh hội lời giáo huấn chăng?

42. Và Người Cảnh Cáo đã đến với dân của Pharaô.

43. Chúng đã cho rằng mọi Phép Lạ của Ta là giả dối. Nên Ta đã tóm lấy chúng, theo cách của Đấng Cường Lực, Đấng Toàn Năng.

44. Những kẻ bất tín trong các ngươi siêu việt hơn chúng chăng? Hoặc các ngươi là trường hợp ngoại lệ đã được ghi chép trong Thánh Thư hay sao?

45. Chúng nói rằng 'chúng ta là phe thắng trận' hay sao?

46. Chẳng bao lâu tất cả sẽ bị quét sạch và phải quay lưng bỏ chạy.

47. Không, Giờ Khắc ấy chính là thời hạn đã định cho chúng; Giờ Khắc ấy sẽ đầy tai biến và khổ ải.

48. Những kẻ tội lỗi quả đang lầm lạc và loạn trí.

49. Ngày mà chúng bị điệu xuống mặt hướng vào Hỏa Ngục, sẽ có lời bảo chúng: "Hãy nếm thử cảm giác của Địa Ngục."

50. Ta đã sáng tạo muôn loài có chừng mực.

51. Mệnh lệnh của Ta được thi hành chỉ bằng một lời nói, như là một cái nháy mắt.

52. Ta đã hủy diệt những dân tộc trước đây, là những kẻ giống như các ngươi. Có ai sẵn lòng lãnh hội lời giáo huấn chăng?

53. Mọi việc chúng làm đều được ghi chép trong Sổ Sách.

54. Và mọi dữ kiện lớn hay nhỏ đều được viết ra tỉ mỉ.

55. Những người chính trực sẽ được vào Cõi An Lạc đầy suối nguồn,

56. An tọa trong chỗ ngồi của sự thật, dưới sự hiện diện của Chúa Tể Toàn Năng.

AL-RAHMAN

ĐẤNG KHOAN HẬU
(Khải thị ở Mécca)

1. Nhân danh A-La, Đấng Khoan Hậu, Đấng Từ Bi.

2. Chính Chúa Trời, Đấng Khoan Hậu,

3. Đã truyền thụ Kinh Koran này.

4. Ngài đã sáng tạo ra con người,

5. Và dạy hắn cách phân biệt.

6. Mặt trời và mặt trăng vận chuyển theo sự tính toán hẳn hòi,

7. Cỏ dại và cây cối đều kính cẩn quỳ lạy Ngài.

8. Ngài đã dựng vòm trời thật cao và đặt một cán cân,

9. Để các ngươi đừng vi phạm sự đo lường.

10. Hãy cân lường mọi vật thật công chính, và chớ cân lường thiếu hụt.

11. Ngài cũng đã tạo ra mặt đất cho muôn loài;

12. Nơi đó có đủ thứ trái cây và những cây kè đầy quả,

13. Những ngũ cốc nở trên cành khô, và những cây cỏ đầy hương thơm.

14. Hỡi con người và lũ Jinn, thế thì còn ân huệ nào của Chúa mà hai phe các ngươi sẽ phủ nhận được chăng?

15. Ngài đã tạo ra con người bằng đất sét khô như cách làm đồ gốm,

16. Và tạo ra lũ Jinn từ ngọn lửa.

Chương 55 — AL-RAHMAN — Part 27

17. Thế thì còn ân huệ nào của Chúa mà hai phe các ngươi sẽ phủ nhận được chăng?

18. Là Chúa của hai phương Đông và hai phương Tây!

19. Thế thì còn ân huệ nào của Chúa mà hai phe các ngươi sẽ phủ nhận được chăng?

20. Ngài đã tạo ra hai đại dương kế cận nhau và một ngày kia sẽ thông thương được.

21. Giữa hai bên có một ranh giới không ai vượt qua được.

22. Thế thì còn ân huệ nào của Chúa mà hai phe các ngươi sẽ phủ nhận được chăng?

23. Từ hai biển trên cho ra đầy ngọc trai và san hô.

24. Thế thì còn ân huệ nào của Chúa mà hai phe các ngươi sẽ phủ nhận được chăng?

25. Những thuyền bè rẽ sóng đi như ngọn núi trên biển cả đều là của Ngài.

26. Thế thì còn ân huệ nào của Chúa mà hai phe các ngươi sẽ phủ nhận được chăng?

27. Muôn loài trên mặt đất rồi sẽ tiêu tan,

28. Chỉ trừ dung nhan của Chúa của ngươi, Đấng Đầy Vinh Quang và Đáng Tôn Kính, là còn tồn tại.

29. Thế thì còn ân huệ nào của Chúa mà hai phe các ngươi sẽ phủ nhận được chăng?

30. Muôn loài trong trời đất đều cầu xin nơi Ngài. Mỗi lúc, Ngài biểu hiện qua nhiều Phép Lạ khác nhau.

31. Thế thì còn ân huệ nào của Chúa mà hai phe các ngươi sẽ phủ nhận được chăng?

32. Chẳng bao lâu Ta sẽ để mắt đến các ngươi; hỡi hai nhóm mạnh mẽ!

33. Thế thì còn ân huệ nào của Chúa mà hai phe các ngươi sẽ phủ nhận được chăng?

34. Hỡi bè lũ Jinn và nhân gian! nếu các ngươi có năng lực vượt khỏi giới hạn của trời đất thì hãy làm. Nhưng các ngươi không thể nào thực hiện nếu không được Ngài cho phép.

35. Cả hai nhóm của các ngươi định cho rằng có ân huệ nào của Chúa là giả dối chăng?

36. Lửa đỏ và khói sẽ giáng xuống các ngươi và các ngươi không thể nào tránh được.

37. Thế thì còn ân huệ nào của Chúa mà hai phe các ngươi sẽ phủ nhận được chăng?

38. Khi vòm trời vỡ làm đôi và nhuộm màu hồng như làn da đỏ thắm,

39. Thế thì còn ân huệ nào của Chúa mà hai phe các ngươi sẽ phủ nhận được chăng?

40. Ngày ấy con người cũng như lũ Jinn sẽ không còn bị chất vấn về tội lỗi của họ nữa.

41. Thế thì còn ân huệ nào của Chúa mà hai phe các ngươi sẽ phủ nhận được chăng?

42. Những kẻ tội lỗi sẽ bị phát giác qua chân tướng của chúng, rồi làn tóc mây và hai bàn chân của chúng sẽ bị tóm lấy.

43. Thế thì còn ân huệ nào của Chúa mà hai phe các ngươi sẽ phủ nhận được chăng?

44. Đây là Địa Ngục mà bọn tội lỗi thường phủ nhận,

45. Chúng sẽ chơi vơi trong nước sôi hừng hực ở nơi ấy.

46. Thế thì còn ân huệ nào của Chúa mà hai phe các ngươi sẽ phủ nhận được chăng?

47. Nhưng đối với kẻ nào biết kính sợ oai phong của Chúa, sẽ có hai Cõi An Lạc-

48. Thế thì còn ân huệ nào của Chúa mà hai phe các ngươi sẽ phủ nhận được chăng?

49. Trong đó đầy dẫy cây cối.

50. Thế thì còn ân huệ nào của Chúa mà hai phe các ngươi sẽ phủ nhận được chăng?

51. Trong hai vườn ấy đều có suối chảy róc rách.

52. Thế thì còn ân huệ nào của Chúa mà hai phe các ngươi sẽ phủ nhận được chăng?

53. Và nơi đó có đủ thứ trái cây trổ thành đôi.

54. Thế thì còn ân huệ nào của Chúa mà hai phe các ngươi sẽ phủ nhận được chăng?

55. Họ sẽ được duỗi mình trên ghế trường

kỳ có phủ gấm thêu. Và trái cây của hai vườn ấy thì rủ xuống gần tầm tay của họ.

56. Thế thì còn ân huệ nào của Chúa mà hai phe các ngươi sẽ phủ nhận được chăng?

57. Nơi đó sẽ có những trinh nữ với đôi mắt dịu dàng mà trước đến nay nhân gian và Jinn chưa hề rớ đến-

58. Thế thì còn ân huệ nào của Chúa mà hai phe các ngươi sẽ phủ nhận được chăng?

59. Những trinh nữ ấy tựa như hồng ngọc hay ngọc trai.

60. Thế thì còn ân huệ nào của Chúa mà hai phe các ngươi sẽ phủ nhận được chăng?

61. Phần thưởng cho việc thiện đương nhiên sẽ là việc thiện.

62. Thế thì còn ân huệ nào của Chúa mà hai phe các ngươi sẽ phủ nhận được chăng?

63. Và ngoài hai vườn ấy sẽ còn hai vườn khác.

64. Thế thì còn ân huệ nào của Chúa mà hai phe các ngươi sẽ phủ nhận được chăng?

65. Hai vườn sau này thì đầy bóng cây xanh,

66. Thế thì còn ân huệ nào của Chúa mà hai phe các ngươi sẽ phủ nhận được chăng?

67. Trong đó cũng có hai ngọn suối chảy róc rách.

68. Thế thì còn ân huệ nào của Chúa mà hai phe các ngươi sẽ phủ nhận được chăng?

69. Cả hai vườn đều có đủ thứ trái cây, cây kè và cây lựu.

70. Thế thì còn ân huệ nào của Chúa mà hai phe các ngươi sẽ phủ nhận được chăng?

71. Nơi đó sẽ có những trinh nữ đẹp đẽ và hiền hậu-

72. Thế thì còn ân huệ nào của Chúa mà hai phe các ngươi sẽ phủ nhận được chăng?

73. Những mỹ nhân với đôi mắt to lóng lánh, ẩn hiện bên trong lầu các,

74. Thế thì còn ân huệ nào của chúa mà hai phe các ngươi sẽ phủ nhận được chăng?

75. Mà trước nay nhân gian và Jinn chưa hề rớ đến những nàng ấy.

76. Thế thì còn ân huệ nào của Chúa mà hai phe các ngươi sẽ phủ nhận được chăng?

77. Họ sẽ tựa lưng vào gối màu xanh trên những tấm thảm mỹ lệ.

78. Thế thì còn ân huệ nào của Chúa mà hai phe các ngươi sẽ phủ nhận được chăng?

79. Phước thay cho danh của Chúa của ngươi, Đấng Đầy Vinh Quang và Đáng Tôn Kính.

AL- WAQI'AH

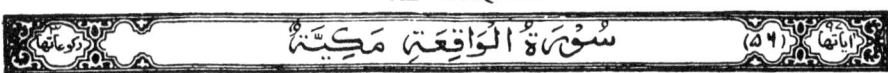

BIẾN CỐ
(Khải thị ở Mécca)

1. Nhân danh A-La, Đấng Khoan Hậu, Đấng Từ Bi.

2. Khi Biến Cố ấy xảy ra -

3. Không ai có thể phủ nhận việc ấy nữa -

4. Có kẻ thì bị hạ xuống, cũng có kẻ khác được nâng lên cao.

5. Khi mặt đất rung chuyển dữ dội,

6. Và núi non sẽ bị vỡ ra từng mảnh,

7. Đoạn trở thành cát bụi bay tứ tán,

8. Các ngươi sẽ bị chia ra làm ba phái:

9. Thứ nhất là những người đứng về bên phải - may mắn thay cho những người đứng về bên phải!

10. Thứ hai là những người đứng về bên trái - rủi thay cho những kẻ đứng về bên trái!

11. Thứ ba là những người tiên phong, họ sẽ đi đầu đoàn.

12. Họ sẽ được triệu đến gần với Chúa Trời.

13. Họ sẽ được vào Cõi An Lạc đầy Hạnh Phúc.

14. Phần lớn là những tín đồ của buổi ban đầu,

15. Và thiểu số còn lại là những tín đồ đã quy y sau này.
16. Trên những ghế trường kỷ dệt bằng gấm thêu,
17. Họ sẽ tựa lưng vào đó mặt đối mặt.
18. Những thiếu niên trẻ trung mãi mãi sẽ hầu cận họ,
19. Dâng lên những ly rượu, những bình nước và những cốc đầy nước hứng ở suối -
20. Mà người uống sẽ không bị nhức đầu hay say sưa -
21. Và dâng lên những trái cây mà họ đã chọn,
22. Và cả thịt chim mà họ thích.
23. Và có cả những mỹ nhân với đôi mắt thật to,
24. Thật giống như những hạt trai được giữ kín.
25. Đây là phần thưởng ban cho sự nghiệp họ đã làm.
26. Nơi đó họ sẽ không bao giờ nghe đến những chuyện tầm phào hay những chuyện tội lỗi,
27. Chỉ trừ lời chào "bình an, bình an" mà thôi.
28. Còn những người đứng về bên phải - may mắn thay cho những người đứng về bên phải -
29. Họ sẽ được ở giữa những cây bách hương không gai góc,
30. Và những cây chuối trổ đầy nải,
31. Bóng mát lan tràn,
32. Bên cạnh suối chảy róc rách,
33. Đầy dẫy những trái cây,
34. Không hề cạn cũng không bị cấm cử.
35. Họ sẽ được những người bạn đồng sàng cao quí,
36. Ta đã tạo ra họ thành những tạo vật mỹ lệ,

37. Và để họ hãy còn trinh bạch,

38. Khả ái và cùng lứa tuổi với nhau,

39. Dành cho những người đứng về bên phải:

40. Một số lớn thuộc về những tín đồ của buổi ban đầu,

41. Và một số lớn khác là những tín đồ đã quy y sau này.

42. Nhưng còn những người đứng về bên trái - rủi thay cho những kẻ đứng về bên trái!

43. Chúng sẽ chơi vơi trong lửa cháy và nước sôi bỏng.

44. Dưới bóng tối của khói đen,

45. Không một làn gió mát hay sự khoan khoái nào cả.

46. Trước đó chúng đã sống một đời xa hoa

47. Và thường gây tội lỗi.

48. Lại hay nói: "Sao! Sau khi chúng tôi chết đi và trở thành đất bụi với xương xóc, làm gì có chuyện chúng tôi sẽ bị hồi sinh lại,

49. "Và cả tổ tiên của chúng tôi nữa sao?"

50. Hãy bảo: "Thật vậy, người đời xưa cũng như người đời sau

51. "Đều sẽ bị triệu tập lại vào giờ nhất định của ngày đã định sẵn.

52. "Rồi hỡi những kẻ đã lầm đường lạc lối và thường phủ nhận sự thật,

53. "Các người phải ăn cây Zaqqum,

54. "Đến đầy bụng,

55. "Và uống nước sôi hừng hực,

56. "Uống như là con lạc đà bị khát khô cả cổ họng."

57. Đó sẽ là sự tiếp tân chúng ở Ngày Phán Quyết.

58. Ta đã sáng tạo ra các ngươi. Tại sao các ngươi vẫn chưa chịu nhìn nhận sự thật?

59. Các ngươi nghĩ sao về giọt tinh trùng mà các ngươi nhỏ xuống?

60. Chính các ngươi đã sáng tạo nó hay Ta là Đấng Sáng Tạo nó chăng?

61. Ta đã định cái chết cho tất cả các ngươi, không ai có thể ngăn trở Ta

62. Trong việc thay hình đổi dạng các ngươi và việc hồi sinh các ngươi thành những vật mà các ngươi hoàn toàn không biết.

63. Chắc chắn các ngươi biết rõ sự sáng tạo đầu tiên. Sao các ngươi vẫn chưa chịu hồi tâm?

64. Các ngươi có từng nghĩ đến những hạt giống mà các ngươi đã gieo chăng?

65. Các ngươi đã làm nó nảy mầm hay chính Ta là Đấng Trồng Trọt chăng?

66. Nếu Ta muốn, Ta đã làm nó nát vụn ra, thì các ngươi sẽ than thở:

67. "Ôi, chúng ta phải mắc nợ rồi.

68. "Chúng ta không còn gì cả."

69. Các ngươi có từng nghĩ đến nước mà các ngươi uống chăng?

70. Các ngươi đã làm mưa từ đám mây rơi xuống, hay chính Ta là Đấng Ban mưa móc?

71. Nếu Ta muốn, Ta đã làm nó mặn chát đi. Thế sao các ngươi vẫn chưa biết cảm tạ?

72. Các ngươi có từng nghĩ đến ngọn lửa mà các ngươi nhúm chăng?

73. Các ngươi đã sản xuất ra cây cối, hay chính Ta là Đấng sản xuất nó?

74. Ta đã tạo nó để làm sự giáo huấn và để giúp ích những người lữ hành.

75. Nên hãy ca ngợi danh của Chúa của ngươi, Đấng Vĩ Đại.

76. Không không, Ta xin thề trước những vì sao băng -

77. Ấy là lời thề long trọng, chớ chi các ngươi hiểu được -

78. Rằng đây thật là Kinh Koran cao quí.

79. Được ghi chép trong Kinh Điển bảo tồn kỹ lưỡng,

80. Mà chỉ có những người đã thanh tẩy mới được phép sờ đến nó.

81. Là lời khải thị từ Chúa của muôn loài.

82. Các người dám khinh miệt bài giảng huyền diệu này hay sao?

83. Các người cho nó là giả dối mà từ đó các người tìm cách sinh nhai hay sao?

84. Vậy tại sao khi linh hồn của kẻ lâm chung lên đến cổ họng của hắn,

85. Mà lúc đó các người cứ nhìn trân trối-

86. Dù Ta ở gần hắn hơn các người nhưng các người chẳng thấy -

87. Vậy nếu các người chẳng bị triệu hồi,

88. Sao các người không thể đẩy linh hồn ấy lui vào trong? Và như các người nói thật.

89. Giờ đây nếu hắn là một trong những người được đến gần bên Chúa Trời,

90. Hắn sẽ được sự sung túc thoảng hương vị của hạnh phúc và Cõi An Lạc đầy Phước Lành.

91. Nếu hắn là một trong những người đứng về bên phải,

92. "Bình an cho người, kẻ đứng về bên phải."

93. Nhưng nếu hắn là một trong những kẻ đã phủ nhận sự thật và đang lâm lạc,

94. Hắn sẽ được nước sôi bỏng nghênh tiếp,

95. Và phải thiêu thân trong Hỏa Ngục.

96. Quả đây là sự thật hẳn hòi.

97. Nên hãy ca ngợi danh của Chúa của người, Đấng Vĩ Đại.

SẮT
(Khải thị ở Mêđina)

1. Nhân danh A-La, Đấng Khoan Hậu, Đấng Từ Bi.

2. Muôn loài trong trời đất đều ca ngợi A-La. Ngài là Đấng Cường Lực, Đấng Khôn Ngoan.

3. Ngài là Đấng thông trị trời đất, Ngài ban sinh mệnh và gây ra cái chết, Ngài có quyền năng thực hiện mọi việc.

4. Ngài là Đấng hiện hữu trước nhất và sau cùng nhất, là Đấng biểu trưng và ẩn tàng, là Đấng thông lãm mọi việc.

5. Ngài chính là Đấng đã sáng tạo trời đất trong sáu thời kỳ và ngự trên Ngai vàng. Ngài biết rõ mọi vật chui vào lòng đất và mọi vật sinh sôi từ đó, cả những vật từ trời cao rơi xuống và những vật thăng thiên. Ngài ở cạnh các ngươi dù ở bất cứ nơi nào đi nữa. A-La nhìn kỹ việc các ngươi làm.

6. Ngài là Đấng thông trị trời đất. Vạn sự đều do Ngài định đoạt.

7. Ngài chuyển đêm tối qua ban ngày và chuyển ban ngày qua đêm tối. Ngài am tường những điều giấu kín trong tận khảm.

8. Hãy tin tưởng nơi A-La và Sứ Giả của Ngài. Hãy bố thí một phần trong gia sản mà Ngài đã cho các ngươi thừa kế. Kẻ nào trong các ngươi biết tin tưởng và năng bố thí thì sẽ được trọng thưởng.

9. Sứ Giả đã kêu gọi các ngươi hãy tin tưởng Chúa, nếu các ngươi thật là tín đồ. sao các ngươi chẳng chịu tin tưởng nơi A-La?

10. Ngài là Đấng ban những Phép Lạ rõ ràng cho những bề tôi, mong rằng sẽ đem các ngươi từ chốn âm u ra cõi minh quang. A-La thật đầy lòng trắc ẩn từ bi đối với các ngươi.

11. Sao các ngươi chẳng chịu chi phí vì con đường của A-La, dù di sản của trời đất đều thuộc về Ngài? Những người đã chi phí và chiến đấu trước Thắng Lợi ấy chẳng giống như những người sau đó. Đương nhiên họ sẽ chiếm trước vị cao cả hơn những người đã chi phí và chiến đấu sau đó. Tuy nhiên, A-La đã hứa ban thưởng cho cả hai bên. A-La Am Tường mọi việc các ngươi làm.

12. Ai cho A-La vay mượn một cách hào phóng thì Ngài sẽ hoàn lại gấp đôi, và kẻ ấy sẽ được ban thưởng trọng hậu.

13. Ngày mà ngươi thấy những thiện nam tín nữ với ánh minh quang chiếu sáng trước mặt và bên tay phải của họ, sẽ có lời phán: "Hôm nay sẽ có tin mừng cho các ngươi! Là Cõi An Lạc có sông chảy bên dưới, hãy sống mãi ở nơi đó. Thật là sự thành công lớn lao."

14. Ngày ấy những nam nữ ngụy thiện sẽ nói với những tín đồ rằng: "Xin hãy cho chúng tôi mượn ánh minh quang của các ngươi," sẽ có lời bảo chúng: "Các ngươi hãy trở lại mà tự tìm ánh minh quang." Rồi giữa hai bên sẽ có bức tường chắn lại, trong đó có một cánh cửa. Bên trong cánh cửa là sự từ bi hỉ xả và bên ngoài là sự trừng phạt.

15. Chúng sẽ gọi chuyện với các tín đồ: "Chẳng phải chúng tôi đã chung vai sát cánh với các người hay sao?" Họ sẽ trả lời: "Quả có thật, song các người đã tự quyến rũ thân mình, sợ sệt, nghi ngờ và bị lòng tham muốn lường gạt cho đến khi mệnh lệnh của A-La được ban ra. Satăng đã lường gạt các người về A-La.

16. "Nên hôm nay tiền chuộc của các người sẽ không được thâu nhận, và của tất cả những kẻ bất tín cũng thế. Nên chỗ cư trú cuối cùng của các người sẽ là Hỏa Ngục, là kẻ che chở các người đấy, ôi thật là chung cuộc đầy khổ ải."

17. Các người định cho rằng thời điểm mà tâm hồn của những tín đồ sẽ quy phục trước chân lý do A-La ban để làm sự giáo huấn chưa đến hay sao? Trước đây có những người đã được ban Thánh Thư, song kỳ hạn của họ đã được kéo dài đến đổi con tim của họ trở nên chai cứng và đa số trong bọn họ đều là những kẻ tàn ác.

18. A-La hồi sinh lại mặt đất đã chết khô. Ta đã làm Phép Lạ rõ ràng cho các người thấy, mong rằng các người sẽ giác ngộ.

19. Những nam nữ năng bố thí và những người đã cho A-La vay mượn một cách hào phóng thì sẽ được hoàn lại gấp đôi, và sẽ được ban thưởng trọng hậu.

20. Những người tin tưởng nơi A-La và Các Sứ Giả của Ngài, dưới mắt Chúa họ là những người thành thật và là nhân chứng trước sự thật. Những người này sẽ được phần thù lao tương xứng và ánh minh quang. Nhưng những kẻ nào không chịu tin tưởng và phủ nhận những Phép Lạ của Ta, chúng sẽ thành những người cư trú ở Địa Ngục.

21. Hãy nhớ rằng cuộc sống ở trần gian này chỉ là trò tiêu khiển, sự hưởng lạc và trang hoàng, là chốn mà các người khoe khoang với nhau và cạnh tranh với nhau về tài sản và số con cái.

Cuộc đời này giống như thảo mộc sau cơn mưa, làm người canh tác mừng rỡ; chẳng bao lâu nó khô héo đi trở màu vàng rồi thành mảnh rơm nát vụn. Kiếp Lai Sinh tuy có hình phạt nghiêm khắc, song cũng có sự ân xá và sự hài lòng của A-La. Còn cuộc sống ở trần thế chẳng qua là sự hưởng lạc đầy gian dối.

22. Các ngươi hãy tranh nhau xin Chúa tha thứ và tìm đến Cõi An Lạc rộng lớn như trời đất, là nơi được chuẩn bị dành cho những người tin tưởng ở A-La và Sứ Giả của Ngài. Đây là ân huệ của A-La, Ngài ban nó cho kẻ nào Ngài vừa ý, A-La thật là Đấng sở hữu ân huệ vô biên.

23. Tất cả những tai ương xảy ra trên mặt đất và trong chính bản thân của các ngươi, trước khi Ta thực hiện chúng, đều được ghi chép trong Sổ Sách - thật là việc giản dị đối với A-La -

24. Để các ngươi đừng rầu rĩ về những vật đã mất và không mừng rỡ về những vật mà Ngài đã ban cho. A-La chẳng hề yêu chuộng những kẻ tự đắc hay khoe khoang.

25. Là những kẻ keo kiệt và hay khuyên người khác sống keo kiệt. Nếu có ai quay lưng bỏ đi thì A-La là Đấng Phong Phú và Đáng Được Ca Ngợi.

26. Quả thật, Ta đã phái các Sứ Giả đem Phép Lạ hiển trứ xuống, và cùng với họ Ta đã ban Kinh Thánh và Cán Cân để con người hành động một cách công chính. Ta cũng đã ban cho các ngươi chất sắt, vừa là vũ khí mạnh mẽ vừa đem lại nhiều lợi ích cho con người, và để A-La phân biệt xem ai là kẻ giúp đỡ Ngài và các Sứ Giả của Ngài dù họ chẳng bao giờ chứng kiến Ngài. A-La thật là Đấng Mạnh Mẽ Phi Thường.

27. Ta cũng đã phái Noah và Abraham, rồi ban cho con cháu của họ năng lực tiên tri với Kinh Thánh. Một số trong bọn họ đã tuân theo lời hướng dẫn, song đa số trong bọn họ trở thành những kẻ ương ngạnh.

28. Rồi Ta đã khiến nhiều Sứ Giả khác theo

gót chân họ và đến lượt Jêsu, con trai của Maria, Ta đã ban cho hắn Sách Phúc Âm. Ta đã gieo lòng trắc ẩn và từ bi vào con tim của những người theo hắn. Chế độ tu viện mà họ đã sáng lập, dù Ta không hề định sẵn cho họ, là để cầu xin sự hài lòng của A-La. Nhưng họ đã không giữ đúng qui luật. Dù Ta đã ban thưởng cho những người vững lòng tin trong đám họ, nhưng đa số trong ấy là những kẻ ương ngạnh.

29. Hỡi những người vững lòng tin! hãy kính sợ A-La và tin tưởng ở Sứ Giả của Ngài. Được vậy Ngài sẽ gia tăng lòng từ bi của Ngài lên gấp đôi và ban cho các ngươi. Ngài sẽ ban ánh minh quang soi đường cho các ngươi đi và tha thứ các ngươi - A-La thật là Đấng Khoan Dung và Từ Bi hơn hết -

30. Để dân của Kinh Thánh đừng nghĩ rằng các tín đồ sẽ không được hưởng phần nào trong ân huệ của A-La, vì mọi ân huệ hoàn toàn nằm trong tay của A-La. Ngài ban nó cho kẻ nào Ngài muốn. A-La là Đấng sở hữu ân huệ vô biên.

AL-MUJADILAH

Chương 58 — NGƯỜI PHỤ NỮ KÊU NÀI
(Khải thị ở Mêđina)

1. Nhân danh A-La, Đấng Khoan Hậu, Đấng Từ Bi.

2. A-La đã nghe thấu lời lẽ của người phụ nữ đang kêu nài với ngươi về người chồng của nàng và than thở với A-La. A-La cũng đã nghe rõ lời đối thoại của hai người. A-La thật Nghe tất cả và Thấy tất cả.

3. Trong nhóm các ngươi có kẻ gọi thê thiếp

của họ là mẹ để tìm cách ly hôn, thê thiếp không phải là mẹ của họ, mẹ của họ là người đã sinh ra họ. Họ dám thốt ra những lời giả dối đáng tởm, nhưng A-La là Đấng hay xóa bỏ tội lỗi, Đấng Khoan Dung hơn hết.

4. Kẻ nào đã gọi vợ của họ là mẹ, mà sau đó lại bỏ lời, trước khi hai người rớ tới nhau, hãy phóng thích một người nô lệ. Điều này đặt ra để răn các ngươi. A-La am tường mọi việc các ngươi làm.

5. Nhưng nếu không có người nô lệ, hắn phải nhịn ăn liên tiếp trong hai tháng trước khi hai người rớ tới nhau. Và kẻ nào không thể thực hiện được điều đó hắn phải cấp thực phẩm cho sáu mươi người nghèo. Điều này định ra để các ngươi thật lòng tin tưởng A-La và Sứ Giả của Ngài. Đây là qui luật do A-La định. Những kẻ bất tín sẽ bị trừng phạt một cách đau đớn.

6. Những ai chống đối A-La và Sứ Giả của Ngài sẽ bị lăng nhục như những người trước chúng đã bị lăng nhục. Ta đã ban xuống những Phép Lạ hiển trứ. Những kẻ bất tín sẽ bị trừng phạt một cách đau đớn.

7. Ngày mà A-La hồi sinh toàn thể bọn chúng, Ngài sẽ báo cho chúng biết việc chúng đã làm. A-La đã ghi chép kỹ lưỡng những việc ấy song chúng thì quên bằng cả. A-La là nhân chứng trước mọi việc.

8. Ngươi không biết rằng A-La thông lãm mọi vật tồn tại trong trời đất hay sao? Nếu có ba người mật đàm với nhau, thì Ngài là người thứ tư, nếu có năm người thì Ngài là người thứ sáu, không ít hơn cũng không nhiều hơn, nơi nào chúng có mặt thì Ngài hiện diện ở nơi ấy. Rồi đến Ngày Phục Sinh Ngài sẽ báo cho chúng biết việc chúng đã làm. Đương nhiên A-La am tường mọi việc.

9. Ngươi có từng thấy những kẻ đã bị cấm việc mật đàm mà dám phạm điều răn cấm ấy

chăng? Chúng mật đàm để mưu tính tội ác, sự thù hằn và sự phản trắc đối với Sứ Giả. Khi chúng đến với ngươi, chúng chào ngươi bằng cách chào khác với cách chào của A-La. Chúng thường bảo nhau: "Sao A-La chẳng trừng trị chúng ta về những điều mà chúng ta nói?" Địa Ngục cũng đủ cho chúng, nơi đó chúng sẽ bị hỏa thiêu, thật là chung cuộc đầy khổ ải biết bao!

10. Hỡi những người vững lòng tin! khi các ngươi mật đàm với nhau, chớ âm mưu tội ác, sự thù hằn và sự phản trắc đối với Sứ Giả, hãy bàn bạc cách nào để đạt đến đức hạnh và sự chính trực. Hãy kính sợ A-La, Đấng là nơi mà tất cả các ngươi rồi sẽ bị triệu hồi về.

11. Lời mật đàm vì mục đích tội lỗi là do Satăng mà ra, để làm những người vững lòng tin phải lo âu. Tuy nhiên nếu không được A-La cho phép, chúng không thể nào hãm hại họ được. Nên mọi tín đồ phải tin cậy nơi A-La.

12. Hỡi những người vững lòng tin! khi được bảo 'Hãy tránh chỗ!' trong hàng ngũ của các ngươi, thì hãy đứng dẹp qua một bên, bởi A-La sẽ dọn chỗ trống cho các ngươi. Và khi được bảo 'Hãy đứng dậy' (để lên đường) thì hãy đứng dậy; A-La sẽ nâng cao phẩm trật của những người vững lòng tin trong nhóm các ngươi và những người đã được ban kiến thức. A-La am tường mọi việc các ngươi làm.

13. Hỡi những người vững lòng tin! Trước khi hỏi ý kiến của Sứ Giả về việc riêng tư, hãy bố thí vì A-La. Điều này tốt và trong sạch cho bản thân của các ngươi. Nhưng nếu các ngươi không có vật gì để cho thì A-La là Đấng Khoan Dung và Từ Bi hơn hết.

14. Các ngươi e sợ sự bố thí trước khi hỏi ý kiến về việc riêng hay sao? Dẫu các ngươi không thực hành đi nữa, A-La thật là Khoan Hồng đối với các ngươi, nên hãy cầu nguyện, bố thí như thường lệ, tuân lời A-La và Sứ Giả.

A-La am tường mọi việc các ngươi làm.

15. Ngươi không biết kẻ đã kết bạn với lũ người làm A-La phẫn nộ hay sao? Chúng không phải là đồng bạn của các ngươi và các ngươi cũng không phải là đồng bạn của chúng. Chúng thừa biết điều đó nhưng vẫn thề thốt một cách giả dối.

16. A-La đã chuẩn bị cho chúng hình phạt khốc liệt. Hành động của chúng thật là đê tiện.

17. Chúng đã đem lời thề làm bức màn che dấu những hành vi tội lỗi của chúng và toan làm trở ngại con đường của A-La. Vì vậy hình phạt nhục nhã đang chờ chúng.

18. Tài sản cũng như con cái của chúng sẽ không giúp ích gì cho chúng trước A-La. Chúng sẽ thành những người cư trú ở Hỏa Ngục và phải sống vĩnh viễn nơi đó.

19. Ngày mà A-La hồi sinh mọi người lại, chúng sẽ thề với Ngài như đã thề với các ngươi, chúng nghĩ rằng chúng vẫn còn cớ để bào chữa. Thật là những kẻ nói láo một cách trắng trợn.

20. Satăng đã nắm đầu bọn chúng và làm chúng quên bẵng sự tâm niệm A-La. Chúng là đồng đảng của Satăng. Bây giờ đồng đảng của Satăng mới là kẻ tổn thất.

21. Kẻ nào chống đối A-La và Sứ Giả của Ngài là kẻ hạ tiện nhất.

22. A-La đã định: "Ta và Sứ Giả của Ta chắc chắn sẽ thắng." A-La thật là Mạnh Mẽ Phi Thường.

23. Ngươi sẽ không bao giờ thấy nhóm dân nào tin tưởng ở A-La và Ngày Tận Thế lại giao hữu với những kẻ chống đối A-La và Sứ Giả

của Ngài, dù những kẻ ấy là cha ruột, con ruột, anh em hay người thân thích của họ. Họ là những người mà con tim đã được A-La ghi khắc lòng tin chân thật và được A-La củng cố bằng thánh linh của Ngài. Ngài sẽ cho họ vào Cõi An Lạc có sông chảy róc rách, họ sẽ sống đời đời nơi đó. A-La sẽ hài lòng về họ và họ sẽ hoan hỷ về Ngài. Họ thuộc về đảng phái của A-La. Hỡi các người, hãy nghe đây! đảng của A-La sẽ được vinh hiển.

AL-HASHR

Chương 59 — SỰ TRỤC XUẤT
(Khải thị ở Mêđina)

1. Nhân danh A-La, Đấng Khoan Hậu, Đấng Từ Bi.

2. Muôn loài trong trời đất đều ca ngợi A-La, Ngài là Đấng Cường Lực, Đấng Khôn Ngoan.

3. Ngài là Đấng đã đánh đuổi những kẻ bất tín trong nhóm dân của Kinh Thánh ra khỏi nhà cửa của họ vào lần trục xuất đầu tiên. Các ngươi đã không ngờ rằng chúng sẽ ra đi, còn chúng thì đinh ninh rằng thành lũy của chúng có thể bảo vệ chúng để chống cự lại A-La. Nhưng A-La đã tấn công chúng trong lúc chúng không ngờ và gieo sự kinh hoàng vào con tim của chúng, nên chính tay chúng và bàn tay của các tín đồ đã phá hoại nhà cửa của chúng. Hỡi những kẻ có mắt, hãy lãnh hội bài học này!

4. Dẫu A-La không quyết định sự trục xuất chúng đi nữa, chắc chắn Ngài đã trừng phạt chúng ở kiếp này. Và đến Kiếp Lai Sinh chúng sẽ phải chịu hình phạt ở Hỏa Ngục.

5. Ấy là vì chúng đã chống đối A-La và Sứ

Giả của Ngài; và kẻ nào chống cự lại A-La. Ngài sẽ trả đũa lại một cách khốc liệt.

6. Các người đốn ngã những cây kè hoặc chừa chúng lại dựng đứng trên gốc rễ đều là do mệnh lệnh của A-La, điều này để làm nhục những kẻ phản trắc.

7. Và bất cứ vật gì mà A-La đã tước đoạt của chúng để ban cho Sứ Giả, không phải vì các người đã thúc ngựa hay lạc đà để chiếm đoạt nó, nhưng A-La đã ban quyền năng cho Sứ Giả cai trị kẻ nào Ngài muốn. A-La có quyền năng thực hiện mọi việc.

8. Những chiến lợi phẩm mà A-La đã lấy từ dân cư ở các đô thị và ban cho Sứ Giả thì dành cho A-La, Sứ Giả và những người thân cận, cho những trẻ cô nhi, những người nghèo khổ và những người lữ hành; để những vật ấy đừng sa vào tay của những kẻ giàu có trong nhóm các người. Bất cứ vật nào mà Sứ Giả ban thì hãy nhận, món nào mà người răn cấm thì hãy lánh xa. Và hãy kính sợ A-La, bởi A-La trả đũa thật là khốc liệt.

9. Những chiến lợi phẩm này cũng dành cho những người di trú nghèo khổ, là những người đã bỏ lại nhà cửa và gia sản để cầu xin ân huệ và sự hài lòng của A-La và đã giúp đỡ A-La và Sứ Giả của Ngài. Những người này mới thật là những người vững lòng tin.

10. Trước khi họ đến, những người đã an cư lập nghiệp trong thị trấn và đã theo đạo thì mến chuộng những người đến chỗ họ để di trú, và trong lòng họ thì không hề tham muốn những chiến lợi phẩm đã được ban cho những người di trú, dù nghèo khổ đi nữa họ vẫn lo cho những người di trú thật chu đáo hơn cả bản thân họ. Chính những người không ôm lòng tham muốn rồi sẽ được thành công.

11. Những chiến lợi phẩm cũng dành cho những người đến sau họ. Những người ấy bảo: "Lạy Chúa, xin hãy tha thứ chúng tôi và những huynh đệ đã theo đạo trước chúng tôi và xin đừng gieo vào con tim của chúng tôi sự thù oán

những người vững lòng tin.Chúa hỡi! Ngài quả thật đầy lòng Trắc Ẩn Từ Bi."

12. Ngươi đã chẳng thấy những kẻ ngụy thiện nói với lũ huynh đệ bất tín trong đám dân của Kinh Thánh hay sao? rằng: "Nếu các ngươi bị trục xuất chúng tôi sẽ cùng đi với các ngươi, chúng tôi sẽ không nghe lời bất cứ kẻ nào chống lại các ngươi, nếu các ngươi bị tấn công chúng tôi sẽ cứu giúp các ngươi." Nhưng A-La chứng nhận rằng chúng đã nói láo.

13. Nếu những người kia bị trục xuất, chúng sẽ không hề ra đi với họ. Nếu những người kia bị tấn công, chúng sẽ không bao giờ cứu giúp họ. Dẫu chúng có giúp họ đi nữa, chúng sẽ quay lưng bỏ chạy và họ sẽ không còn ai cứu trợ cả.

14. Thật ra trong tâm khảm chúng e sợ các ngươi hơn cả A-La. Bởi chúng là đám dân chẳng hiểu biết gì cả.

15. Ngoại trừ khi ở trong những thị trấn có đồn lũy hoặc từ sau vách thành, chúng sẽ không hợp lại để khiêu chiến với các ngươi. Sự giao tranh trong nội bộ của chúng thật là kịch liệt. Ngươi cứ tưởng là chúng đoàn kết, nhưng cõi lòng của chúng hoàn toàn chia rẽ. Bởi chúng là đám dân không có ý thức gì cả.

16. Trường hợp này giống như những kẻ đã hiện diện một thời gian ngắn trước bọn chúng, đã phải nếm mùi hậu quả ác nghiệt của hành vi của họ. Và hình phạt đau đớn đang chờ bọn chúng.

17. Chúng cũng giống như Satăng, hắn bảo con người: "Chớ tin tưởng," nhưng khi con người tỏ lòng bất tín thì hắn lại bảo: "Ta chẳng can hệ gì với các ngươi, ta chỉ kính sợ A-La, là Chúa của muôn loài."

18. Nhưng rốt cuộc cả hai đều phải sa vào Hỏa Ngục rồi sống vĩnh viễn ở nơi đó. Đây là quả báo cho những kẻ ác nhân.

19. Hỡi những kẻ vững lòng tin! hãy kính sợ A-La; mỗi người hãy suy nghĩ về việc phải làm cho ngày mai. Hãy kính sợ A-La, bởi A-La thật Am Tường việc các ngươi làm.

20. Chớ như những kẻ đã quên bẵng A-La, vì Ngài đã làm chúng quên cả bản thân của

chúng. Chúng là bọn phản nghịch.

21. Người cư trú ở Hỏa Ngục và người cư trú ở Cõi An Lạc hoàn toàn không giống nhau. Người cư trú ở Cõi An Lạc mới là kẻ thắng lợi.

22. Nếu Ta khải thị Kinh Koran này lên một đỉnh núi, ngươi sẽ thấy nó phủ phục xuống và vỡ tan ra vì e sợ A-La. Đây là tỉ dụ Ta đặt ra, mong rằng con người biết hối tâm.

23. Ngài là A-La và không có Chúa Trời nào khác tồn tại ngoài Ngài, Đấng Thông Lãm cõi vô hình cũng như cõi hữu hình. Ngài là Đấng Khoan Hậu, Đấng Từ Bi.

24. Không có Chúa Trời nào khác ngoài Ngài, Đấng Tối Cao, Đấng Chí Thánh, là Nguồn Bình An, Đấng Ban Sự An Ninh, Đấng Bảo Hộ, Đấng Cường Lực, Đấng Tối Đại và Tối Cao. Sáng Danh A-La, Đấng siêu việt hơn những vật mà chúng thờ chung với Ngài.

25. Ngài là A-La, Đấng Sáng Tạo, Đấng Chế Tạo và Đấng Tạo Hình. Những danh từ đẹp đẽ nhất đều dành cho Ngài. Muôn loài trong trời đất ca tụng Ngài, Ngài là Đấng Cường Lực, Đấng Khôn Ngoan.

AL-MUMTAHANAH

NGƯỜI PHỤ NỮ BỊ THỬ THÁCH
(Khải thị ở Mêđina)

Chương 60

1. Nhân danh A-La, Đấng Khoan Hậu, Đấng Từ Bi.

2. Hỡi những người vững lòng tin! chớ giao hữu với kẻ thù của Ta và kẻ thù của các ngươi; chớ tỏ tình bằng hữu với những kẻ phủ nhận chân lý đã được ban cho các ngươi, đã đánh đuổi Sứ Giả và các ngươi ra khỏi cố hương chỉ vì các ngươi tin tưởng A-La, Chúa của các

ngươi. Nếu các ngươi lên đường để chiến đấu vì Ta và mong mỏi sự hoan hỷ của Ta, chớ kết bạn với chúng, chớ lén lút gởi thông điệp về sự giao hữu với chúng; Ta biết rõ nhất điều mà các ngươi giấu giếm cũng như điều mà các ngươi bày tỏ, kẻ nào trong các ngươi làm thế là kẻ đã lạc khỏi chính đạo.

3. Nếu chúng chiếm lợi thế hơn các ngươi, chúng liền trở mặt thành kẻ thù của các ngươi, chúng sẽ vươn hai bàn tay và lưỡi của chúng về phía các ngươi, lòng đầy ác ý, mong mỏi rằng các ngươi sẽ trở mặt tỏ thái độ bất tín.

4. Đến Ngày Phục Sinh, những người thân thích cũng như con cái của các ngươi đều chẳng giúp ích gì cho các ngươi. Ngài sẽ phân xử các ngươi. A-La nhìn tất cả những việc các ngươi làm.

5. Abraham và những người cùng chung với hắn là tấm gương tốt cho các ngươi. Họ đã bảo dân chúng: "Chúng tôi chẳng can hệ gì đến các ngươi và những vật mà các ngươi thờ phụng không màng đến A-La. Chúng tôi không tin tưởng những điều mà các ngươi đang tin tưởng. Cho đến khi nào các ngươi chỉ tin tưởng A-La, giữa chúng tôi và các ngươi vẫn còn sự thù nghịch và oán hận mãi mãi." Chỉ trừ Abraham thì bảo với thân phụ rằng: "Con sẽ cầu xin sự ân xá cho cha, dù con không có quyền hạn gì đối với A-La về vấn đề của cha." Họ cầu nguyện với Chúa Trời: "Lạy Chúa, chúng tôi tin cậy nơi Ngài, chúng tôi hằng sám hối với Ngài và Ngài là nơi quy hồi cuối cùng.

6. "Lạy Chúa, xin đừng đem chúng tôi làm sự thử thách với những kẻ bất tín, xin hãy tha thứ chúng tôi, lạy Chúa, bởi Ngài là Đấng Cường Lực, Đấng Khôn Ngoan."

7. Câu chuyện của họ là tấm gương tốt cho các ngươi, tức cho mọi người còn hy vọng ở A-La và Ngày Tận Thế. Nếu có kẻ nào ngoảnh mặt đi, thì A-La thật là Đấng Phú Cường và Đáng Được Ca Ngợi.

8. Có thể rằng A-La sẽ kết tình bằng hữu giữa

các ngươi và những kẻ đang là thù địch của các ngươi. A-La thật là Đấng Toàn Năng, là Đấng Khoan Dung và Từ Bi hơn hết.

9. Về những người đã không khiêu chiến với các ngươi vì tôn giáo của các ngươi và không xua đuổi các ngươi ra khỏi cố hương của các ngươi, A-La không cấm các ngươi việc đối xử tử tế và công bằng với họ. Bởi A-La yêu chuộng những kẻ công bằng.

10. A-La chỉ cấm các ngươi không được kết bạn với những kẻ đã khiêu chiến với các ngươi vì tôn giáo của các ngươi, và đã xua đuổi các ngươi hoặc giúp kẻ khác xua đuổi các ngươi ra khỏi cố hương. Kẻ nào kết bạn với chúng là kẻ phản nghịch.

11. Hỡi những người vững lòng tin! Khi những người nữ tín đồ đến tị nạn với các ngươi, hãy thử lòng họ. A-La biết rõ nhất tín ngưỡng của họ. Nếu các ngươi thấy rằng họ thật là tín đồ, chớ trả họ về với những kẻ bất tín. Những phụ nữ này không được phép kết hôn với chúng và chúng cũng không được phép kết hôn với họ. Nhưng hãy trả cho những người chồng bất tín ấy phần tiền mà chúng đã chi xài cho họ. Nếu các ngươi nộp tiền cheo cưới cho họ, các ngươi có thể kết hôn với họ mà không phải đắc tội. Nhưng chớ tiếp tục cuộc hôn nhân với người phụ nữ bất tín; hãy đòi lại phần tiền mà các ngươi đã chi cho họ, và có lẽ họ sẽ đòi các ngươi trả lại phần tiền họ đã chi. Đây là phán đoán của A-La. Ngài phân xử cho các ngươi. A-La thật là Đấng Toàn Tri và Khôn Ngoan.

12. Nếu có người vợ nào của các ngươi bỏ trốn về phe của những kẻ bất tín, rồi khi các ngươi phục thù và đoạt được chiến lợi phẩm của bọn bất tín, hãy trả cho những tín đồ mà vợ họ đã bỏ đi phần tương đương với phần mà họ đã chi cho vợ của họ. Hãy kính sợ A-La, Đấng mà các ngươi tin tưởng.

13. Hỡi Nhà Tiên Tri! Khi những nữ tín đồ đến với ngươi, nếu họ thề với ngươi rằng họ sẽ không thờ ai chung với A-La, không trộm cắp, không gian dâm, không sát hại con cái, không đặt để những chuyện vu không, cũng không cãi lời ngươi về những điều chính đáng, thì hãy chấp

nhận lời thệ ước của họ và cầu xin A-La tha thứ cho họ. A-La thật là Đấng Khoan Dung và Từ Bi hơn hết.

14. Hỡi những người vững lòng tin! Chớ giao hữu với đám dân đã làm A-La phẫn nộ. Chúng hoàn toàn tuyệt vọng về Kiếp Lai Sinh như là những kẻ bất tín đang tuyệt vọng cho những người trong mộ.

AL-SAFF

Chương 61   HÀNG NGŨ
(Khải thị ở Mêdina)

1. Nhân danh A-La, Đấng Khoan Hậu, Đấng Từ Bi.

2. Muôn loài trong trời đất đều ca ngợi A-La, Ngài là Đấng Toàn Năng, Đấng Khôn Ngoan.

3. Hỡi những người vững lòng tin! sao các ngươi lại thốt ra những điều mà các ngươi không thực hành?

4. Điều A-La ghét nhất là việc các ngươi nói mà chẳng làm.

5. Quả thật, A-La yêu chuộng những người đứng vào hàng ngũ nghiêm chỉnh như là căn nhà kiên cố đổ bằng chì và chiên đấu vì Ngài.

6. Hãy nhớ lúc Môsê bảo dân chúng: "Hỡi chư dân, tại sao các ngươi toan hãm hại ta dù các ngươi biết rằng ta là Sứ Giả mà A-La phái xuống cho các ngươi?" Chúng đã lạc khỏi chính đạo vì A-La đã làm con tim của chúng uốn khúc đi, bởi A-La chẳng hề dẫn dắt đám dân ương ngạnh.

7. Hãy nhớ lúc Jêsu, con trai của Maria, bảo rằng: "Hỡi con cái Israel, ta chính là Sứ Giả mà A-La đã phái xuống cho các ngươi, để làm trọn những điều trong Sách Lễ Luật trước đời ta, và để báo tin mừng về một Sứ Giả sẽ xuất hiện sau đời ta. Tên của người sẽ là Admad." Khi

hắn đem minh chứng đến với chúng, chúng bảo: "Thật rõ ràng là trò phù thủy."

8. Có ai lầm lẫn hơn kẻ đã được kêu gọi qui hồi về Islam mà lại đặt điều giả dối về A-La? A-La chẳng hề dẫn dắt những kẻ ác nhân.

9. Chúng định đem miệng lưỡi để dập tắt ánh minh quang của A-La nhưng dù những kẻ bất tín oán ghét nó đi nữa, Ngài sẽ hoàn thành ánh minh quang ấy.

10. Ngài là Đấng đã phái Sứ Giả đem lời hướng dẫn và tôn giáo chân thật xuống để Ngài đặt nó trên mọi tôn giáo khác, dù những kẻ thờ tà thần oán ghét đi nữa.

11. Hỡi những kẻ vững lòng tin! hay là để Ta chỉ cho các ngươi cách đổi chác để cứu các ngươi thoát khỏi sự trừng phạt đau đớn?

12. Hãy tin tưởng ở A-La và Sứ Giả của Ngài. Hãy đem tài sản và sinh mạng của các ngươi chiến đấu vì A-La. Nếu các ngươi biết, điều này thật tốt cho bản thân của các ngươi.

13. Ngài sẽ tha thứ tội lỗi của các ngươi, cho các ngươi vào Cõi An Lạc có sông chảy róc rách và nơi cư trú thanh sạch đầy hoan hỷ ở Vườn Địa Đàng. Thật là thắng lợi tối cao.

14. Và Ngài sẽ ban ân huệ khác mà các ngươi thích: ấy là sự yểm trợ của A-La và sự thắng lợi gần kề. Nên hãy báo tin mừng cho các tín đồ.

15. Hỡi những người vững lòng tin! hãy yểm trợ A-La như Jêsu, con trai của Maria, đã nói với các đồ đệ: "Ai sẽ giúp ta vì A-La?" Các đồ đệ bảo: "Chúng tôi là những kẻ yểm trợ vì A-La." Một phái trong con cái Israel thì tin tưởng, còn một phái khác thì chẳng tin tưởng.

Chương 61   AL-SAFF   Part 28

Nên Ta đã giúp phái tin tưởng và khiến họ đối đầu với kẻ thù. Và họ đã thắng thế.

AL-JUMU'AH

Chương 62   SỰ TẬP HỢP   Part 28
(Khải thị ở Mêđina)

1. Nhân danh A-La, Đấng Khoan Hậu, Đấng Từ Bi.

2. Muôn loài trong trời đất đều ca ngợi A-La, Đấng Tối Cao, Đấng Chí Thánh, Đấng Cường Lực, Đấng Khôn Ngoan.

3. Ngài là Đấng đã phái một người trong đám dân vô học làm Sứ Giả để truyền cho họ Phép Lạ của Ngài, để thanh tẩy họ đồng thời giảng dạy Kinh Điển và sự khôn ngoan cho họ, dù trước kia họ đã theo tà đạo.

4. Và cho cả những người trong nhóm của họ nhưng chưa theo kịp họ. Ngài là Đấng Cường Lực, Đấng Khôn Ngoan.

5. Đây là ân huệ của A-La. Ngài ban nó cho kẻ mà Ngài vừa lòng. A-La sở hữu nguồn ân huệ vô biên.

6. Những kẻ đã phải gánh vác Lề Luật nhưng không thể gánh vác nó, giống như con lừa chở sách. Thật là ví dụ xấu xa của đám dân thường phủ nhận Phép Lạ của Ta. A-La không hề dẫn dắt những kẻ ác nhân.

7. Hãy bảo: "Hỡi những người Do Thái, nếu các người cho rằng ngoại trừ những dân tộc

AL-JUMU'AH — Chương 62

khác, chỉ có các ngươi là bạn hữu của A-La thì hãy cầu xin cái chết, nếu các ngươi nói thật."

8. Nhưng chúng sẽ không bao giờ mong mỏi điều ấy, vì những việc mà bàn tay chúng đã gây ra trước đó. Và A-La biết rõ ai là kẻ gây ra sự ác.

9. Hãy bảo: "Sự chết mà các ngươi đang trốn tránh sẽ viếng các ngươi. Rồi các ngươi sẽ bị dẫn trả về cho Ngài, là Đấng thông tường cõi vô hình cũng như cõi hữu hình, Ngài sẽ báo cho các ngươi việc các ngươi đã làm."

10. Hỡi những người vững lòng tin! Khi được kêu gọi đến lễ bái vào Ngày Thứ Sáu, hãy vội vàng đến cầu nguyện với A-La. Hãy bỏ mặc chuyện làm ăn buôn bán. Nếu các ngươi biết được, điều này thật hữu ích cho các ngươi.

11. Khi xong Sự Lễ Bái, hãy phân tán ra mà tìm kiếm ân huệ của A-La, hãy nhớ tâm niệm A-La, rồi các ngươi sẽ được thịnh vượng.

12. Khi chúng thấy hàng hóa hay trò giải trí, chúng liền chạy về phía ấy, bỏ ngươi đứng lại một mình. Hãy bảo: "Vật tồn tại nơi A-La còn tốt hơn trò giải trí và hàng hóa nữa, A-La mới là Đấng Ban Bố đầy đủ nhất."

AL-MUNAFIQUN

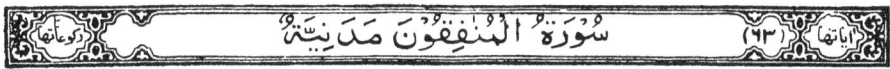

NHỮNG KẺ NGỤY THIỆN — Chương 63
(Khải thị ở Mêđina)

1. Nhân danh A-La, Đấng Khoan Hậu, Đấng Từ Bi.

2. Khi những kẻ ngụy thiện đến với ngươi, chúng bảo: "Chúng tôi làm chứng rằng thầy là

Chương 63   AL-MUNAFIQUN   Part 28

Sứ Giả của A-La." A-La thừa biết rằng ngươi là Sứ Giả của Ngài, nhưng A-La cũng làm chứng rằng những kẻ ngụy thiện đã nói láo.

3. Chúng đã dùng lời thề ước làm chỗ ẩn nấp và toan cản trở con đường của A-La. Việc chúng làm thật là đê tiện.

4. Ấy là vì chúng đã theo đạo rồi lại bỏ đạo. Nên con tim của chúng đã bị niêm chặt đến đỗi chúng không hiểu biết gì cả.

5. Khi ngươi thấy chúng, ngươi cứ hài lòng với cử chỉ của chúng, nếu chúng nói năng, ngươi cứ lắng tai nghe. Chúng tựa như khúc gỗ dựa vào tường. Chúng nghĩ rằng mọi lời kêu la đều hướng về chúng. Chúng là kẻ thù, nên ngươi hãy đề phòng. Chớ chi chúng bị A-La chúc dữ! Chúng đã lầm lạc đến dường nào!

6. Khi bảo chúng: "Hãy đến đây, để Sứ Giả của A-La xin tội cho các ngươi" chúng liền ngoảnh mặt đi, rồi ngươi sẽ thấy chúng quay lưng bỏ đi một cách ngạo nghễ.

7. Ngươi có xin tội hay không xin tội cho chúng cũng chẳng can hệ gì. A-La sẽ không bao giờ tha thứ chúng. A-La không hề dẫn dắt lũ dân phản trắc.

8. Chúng là những kẻ đã nói: "Chớ giúp đỡ những kẻ theo Sứ Giả của A-La, rồi họ sẽ bỏ hắn mà ly tán;" trong khi kho tàng của trời đất thuộc về A-La mà những kẻ ngụy thiện chẳng hiểu gì cả.

9. Chúng nói: "Nếu chúng ta mà trở về Mê-đi-na, những kẻ nhiều thế lực nhất sẽ đánh đuổi những kẻ yếu thế đi;" trong khi thế lực thật sự nằm trong tay của A-La, Sứ Giả và các tín đồ, nhưng những kẻ ngụy thiện không biết điều ấy.

10. Hỡi những người vững lòng tin! chớ để tài sản và con cái của các ngươi quyến rũ các ngươi đến quên cả sự tâm niệm A-La, kẻ nào làm thế sẽ là kẻ tổn thất.

11. Trước khi thần chết viếng các ngươi, hãy bố thí những gì Ta đã ban cho các ngươi. Bằng không các ngươi sẽ phải nói: "Lạy Chúa! chớ chi Ngài triển hạn cho tôi một thời gian để tôi bố thí và trở thành người chính trực."

12. Khi giờ đã định xảy ra, A-La sẽ không triển hạn cho một ai cả; A-La Am Tường mọi việc các ngươi làm.

AL-TAGHABUN

SỰ ĂN THUA
(Khải thị ở Mêđina)

1. Nhân danh A-La, Đấng Khoan Hậu, Đấng Từ Bi.

2. Muôn loài trong trời đất đều ca ngợi A-La. Vương quyền thuộc về Ngài, vinh quang ở nơi Ngài. Ngài có quyền năng thực hiện mọi việc.

3. Chính Ngài là Đấng sáng tạo ra các ngươi, trong các ngươi có kẻ không hề tin tưởng và có kẻ biết tin tưởng. A-La nhìn kỹ việc các ngươi làm.

4. Ngài dựa vào chân lý mà sáng tạo trời đất, Ngài đã tạo ra hình dạng của các ngươi và làm hình dạng ấy thêm toàn hảo; rồi chung cuộc sẽ quy hoàn về nơi Ngài.

5. Ngài biết rõ bất cứ vật gì tồn tại trong trời đất. Ngài thấu rõ những điều mà các ngươi giấu giếm cũng như những điều mà các ngươi tiết lộ; A-La am tường hơn hết những điều được giấu kín trong lòng.

6. Tin tức về những kẻ bất tín ngày xưa chưa thấu đến tai các ngươi hay sao? Chúng đã phải

nếm mùi hậu quả ghê gớm của hành vi của chúng, và đã phải chịu hình phạt đau đớn.

7. Ấy cũng vì các Sứ Giả đã mang Phép Lạ minh bạch đến với chúng, nhưng chúng nói: "Kẻ phàm tục lại dẫn dắt chúng ta hay sao?" Chúng đã tỏ thái độ bất tín và bỏ đi, nhưng A-La không hề cần đến chúng, Ngài là Đấng Phong Phú và Đáng Được Ca Ngợi.

8. Những kẻ bất tín đinh ninh rằng chúng sẽ không bị hồi sinh lại. Hãy bảo: "Thật vậy, xin thề với chúa, chắc chắn các ngươi sẽ bị hồi sinh lại rồi các ngươi sẽ được báo rõ những điều các ngươi đã làm. Thật là việc giản dị đối với A-La."

9. Vì vậy, hãy tin tưởng ở A-La và Sứ Giả của Ngài và Ánh Minh Quang mà Ta đã ban xuống. A-La Am Tường mọi việc các ngươi làm.

10. Đến Ngày Triệu Tập, ngày mà Ngài sẽ tập hợp các ngươi lại, ấy sẽ là ngày ăn thua. Kẻ nào tin tưởng nơi A-La và năng làm việc thiện, Ngài sẽ trừ bỏ sự ác trong hành vi của họ và cho họ vào Cõi An Lạc có sông chảy róc rách, nơi đó họ sẽ được sống đời đời. Thật là thắng lợi lớn lao.

11. Nhưng kẻ nào không tin tưởng và phủ nhận Phép Lạ của Ta, hẳn sẽ thành kẻ cư trú ở Hỏa Ngục và phải sống vĩnh viễn nơi đó; thật là chung cuộc đầy khổ ải biết bao!

12. Không có tai ương nào xảy ra mà không được phép của A-La. Kẻ nào tin tưởng nơi A-La, Ngài sẽ hướng dẫn con tim của hắn đến nẻo chánh. A-La Am Tường mọi việc cả.

13. Hãy tuân lời A-La và tuân lời Sứ Giả. Nếu các ngươi có ngoảnh mặt đi nữa, thì Sứ Giả của Ta chỉ có bổn phận rao truyền thông điệp mà thôi.

14. A-La! Không có Chúa Trời nào khác hơn Ngài. Nên hãy để các tín đồ tin cậy nơi Ngài.

15. Hỡi những người vững lòng tin! Trong số thê thiếp và con cái của các ngươi, chắc chắn

sẽ có kẻ thù oán các ngươi, nên hãy đề phòng. Nhưng nếu các ngươi làm ngơ, miễn chấp và tha thứ thì A-La thật là Đấng Khoan Dung và Từ Bi hơn hết.

16. Tài sản và con cái của các ngươi chỉ là sự thử thách, còn phần thưởng nơi A-La thật là vô biên.

17. Nên hãy hết lòng tôn kính A-La, hãy lắng tai nghe và tuân lời, hãy năng bố thí vì Ngài, ấy là điều hữu ích cho bản thân của các ngươi. Kẻ nào đè nén lòng tham muốn của hắn, kẻ ấy rồi sẽ được vinh hiển.

18. Nếu các ngươi cho A-La vay mượn một cách hào phóng, Ngài sẽ trả lại các ngươi phần gấp đôi và sẽ tha thứ các ngươi; A-La là Đấng Hằng Báo Đáp và Nhẫn Nại,

19. Là Đấng Am Tường cõi vô hình cũng như cõi hữu hình, Đấng Cường Lực, Đấng Khôn Ngoan.

AL-TALAQ

SỰ LY HÔN
(Khải thị ở Mêđina)

1. Nhân danh A-La, Đấng Khoan Hậu, Đấng Từ Bi.

2. Hỡi Nhà Tiên Tri! khi các ngươi ly dị với thê thiếp, hãy ly dị với họ sau một thời hạn đã định. Hãy tính toán thời hạn ấy và hãy kính sợ Chúa của các ngươi. Nếu họ chẳng phạm phải những hành vi đồi bại một cách lộ liễu, chớ đuổi họ ra khỏi nhà hoặc để họ ra đi. Đây là qui định mà A-La đã đặt ra; kẻ nào vi phạm đến qui định của Ngài, kẻ ấy đã tự hại thân mình. Tuy ngươi không biết, nhưng có thể sau đó A-La sẽ làm sự kiện mới xảy ra.

3. Nếu thời hạn đã định sắp mãn, hoặc giữ họ lại một cách tử tế, hoặc cho họ ra đi một

cách nhã nhặn. Hãy mời hai người công chính trong các ngươi tới làm chứng, và hãy chứng nhận sự thật trước A-La. Đây là sự khuyên cáo cho những ai tin tưởng ở A-La và Ngày Tận Thế. Kẻ nào kính sợ A-La, Ngài sẽ mở lối thoát cho hắn,

4. Và sẽ ban bổ lương thực cho hắn từ chỗ mà hắn chẳng ngờ đến. Kẻ nào hết lòng tin cậy nơi A-La thì một mình Ngài cũng đủ cho họ. Quả thật, A-La sẽ hoàn thành mục tiêu của Ngài. Mọi vật A-La đều định thời hạn rõ ràng.

5. Trong đám thê thiếp của các ngươi, ngay cả những người đã đến tuổi hết kinh nguyệt, nếu các ngươi có hoài nghi về họ, thời hạn là ba tháng; ngay cả những người chưa có kinh nguyệt cũng thế. Và đối với những người đã thọ thai, thời hạn sẽ kéo dài đến khi họ sinh xong gánh nặng của họ. Kẻ nào kính sợ A-La, Ngài sẽ làm cho công việc của hắn được trôi chảy.

6. Đây là mệnh lệnh mà A-La đã ban cho các ngươi. Kẻ nào kính sợ A-La, Ngài sẽ trừ bỏ sự ác trong hành vi của họ và sẽ tăng gia phần thưởng cho họ.

7. Tùy theo khả năng tài chánh của các ngươi, hãy cho họ cư trú cùng nhà với các ngươi trong thời hạn đã định, chớ đày đọa họ để gây khó khăn cho họ. Nếu họ đã thọ thai, hãy chi phí đầy đủ cho họ đến khi họ sinh xong gánh nặng. Nếu họ vì các ngươi mà cho đứa bé bú sữa, hãy đền đáp cho họ. Hãy bàn bạc với nhau cách thích đáng nhất. Nhưng nếu các ngươi bất đồng ý kiến, hãy để người phụ nữ khác cho đứa trẻ bú.

8. Kẻ giàu có thì hãy chi phí một cách tương xứng, kẻ nào tài chánh eo hẹp thì hãy chi phí trong phần mà A-La đã ban cho họ. A-La không hề bắt ai phải đảm đương quá phần mà Ngài đã ban. Sau cơn khổ cực, A-La sẽ ban sự an lạc.

9. Có biết bao nhiêu đô thị đã chống cự lại

Part 28   AL-TALAQ   Chương 65

mệnh lệnh của Chúa và Các Sứ Giả! Ta đã thanh toán chúng một cách nghiêm khắc và trừng phạt chúng một cách đau đớn!

10. Chúng đã nếm mùi vị của sự ác trong hành vi của chúng, rốt cuộc sự nghiệp của chúng đều tiêu tan.

11. A-La đã chuẩn bị cho chúng hình phạt khốc liệt. Hỡi những người có lòng tin biết giác ngộ, hãy kính sợ A-La. A-La thật đã ban cho các ngươi sự Giáo Huấn;

12. Phái một Sứ Giả xuống truyền tụng Phép Lạ của A-La cho các ngươi, để đem những người vững lòng tin và năng làm việc thiện từ bóng tối ra ánh minh quang. Kẻ nào tin tưởng ở A-La và năng làm việc thiện, Ngài sẽ cho hắn vào Cõi An Lạc có sông chảy róc rách để sống đời đời nơi đó. A-La sẽ ban cho hắn đầy đủ lương thực.

13. A-La là Đấng đã sáng tạo ra bảy thiên đàng, và từ mặt đất tạo ra một số tương đương như thế. Mệnh lệnh của Ngài đã xuyên qua đó mà truyền xuống, để các ngươi hiểu rằng A-La có quyền năng thực hiện mọi việc, và rằng kiến thức của Ngài bao gồm vạn vật.

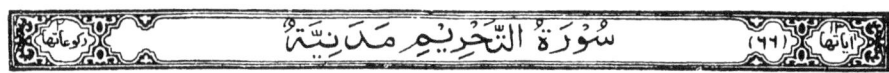

Part 28   SỰ NGĂN CẤM   Chapter 66
(Khải thị ở Mêđina)

1. Nhân danh A-La, Đấng Khoan Hậu, Đấng Từ Bi.

2. Hỡi Nhà Tiên Tri! tại sao ngươi lại tự ngăn cấm việc mà A-La đã cho phép ngươi làm, để lấy lòng thê thiếp của ngươi? A-La thật là Đấng Khoan Dung và Từ Bi hơn hết.

3. Thật ra A-La đã nhìn nhận việc các ngươi

phá bỏ lời thề, A-La là Đấng Bảo Hộ cho các ngươi, là Đấng Toàn Tri và Khôn Ngoan.

4. Nhà Tiên Tri đã dặn dò một trong những người vợ giữ bí mật của một câu chuyện, nhưng nàng đã tiết lộ nó, A-La đã báo cho người biết chuyện ấy, người bèn cho nàng biết một phần, còn một phần thì không đề cập đến. Khi người cho nàng biết, nàng bảo: "Ai đã tiết lộ cho ông hay chuyện ấy?" Người đáp: "Đấng Toàn Tri, Chúa Trời Thông Lãm đã báo cho tôi biết."

5. Bây giờ, nếu hai ngươi tỏ lòng hối cải với A-La, thật là tốt cho hai ngươi, song việc trong lòng cả hai đã có tà ý là sự thật. Nếu hai ngươi có âm mưu chống lại người đi nữa, A-La sẽ là Đấng yểm trợ người, rồi Gabriel và những người chính trực trong các tín đồ và cả các thiên sứ cũng sẽ yểm trợ người.

6. Nếu người có ly dị với các ngươi đi nữa, Chúa sẽ ban cho người những thê thiếp khác cao quí hơn các ngươi, tức là những phụ nữ biết tin tưởng, phục tùng, lúc nào cũng hối cải với Chúa Trời, năng lễ bái và nhịn ăn, kể cả quả phụ và trinh nữ.

7. Hỡi những người vững lòng tin! hãy giữ thân các ngươi và gia đình của các ngươi tránh khỏi Hỏa Ngục, mà nhiên liệu là con người và đá sạn. Trên đó sẽ có những thiên sứ nghiêm khắc dữ dằn, không bao giờ cãi lại mệnh lệnh của A-La và thi hành đúng như mệnh lệnh đã ban.

8. Hỡi những người vững lòng tin! Đến ngày này chớ biện minh nữa. Các ngươi chỉ được báo đáp về những việc mà các ngươi đã làm.

9. Hỡi những người vững lòng tin! hãy thật lòng ăn năn sám hối với A-La. Có thể Chúa sẽ trừ bỏ những sự ác trong hành vi của các ngươi, cho các ngươi vào Cõi An Lạc có sông chảy róc rách, ngày ấy A-La sẽ không lăng nhục Sứ Giả và những kẻ có lòng tin theo người, ánh minh quang của họ sẽ tiến tới trước mặt họ và bên tay phải của họ. Họ sẽ bảo: "Lạy Chúa, xin hãy

hoàn thành ánh minh quang cho chúng tôi, xin hãy tha thứ chúng tôi; bởi Ngài có quyền năng thực hiện mọi việc."

10. Hỡi Nhà Tiên Tri! hãy chống lại bọn bất tín và những kẻ ngụy thiện; hãy tỏ thái độ cứng rắn đối với chúng. Chỗ ở của chúng là Địa Ngục, thật là chung cuộc đầy khổ ải biết bao!

11. A-La đã đặt ra một ví dụ cho bọn bất tín, tức câu chuyện về người vợ của Noah và người vợ của Lot. Cả hai đều phục vụ cho bề tôi chính trực của Ta, nhưng cả hai đã phản lại họ. Hai người chồng đã không thể cứu cả hai thoát khỏi tay A-La, có lời bảo: "Cả hai ngươi hãy vào Hỏa Ngục cùng với những người đang tiến vào."

12. Và A-La đã đặt ra một ví dụ khác cho những người vững lòng tin, tức câu chuyện về người vợ của Pharaô, nàng đã bảo: "Lạy Chúa, xin hãy cất cho tôi một căn nhà ở Cõi An Lạc gần bên Ngài. Xin hãy cứu tôi thoát khỏi tay Pharaô và ác nghiệp của hắn. Xin hãy cứu tôi thoát khỏi lũ dân tàn ác."

13. Và câu chuyện của người con gái của Imran là Maria, nàng đã giữ trọn lòng trinh bạch; Ta đã phả hơi Thánh Linh vào đó, và nàng đã đem thân mình làm trọn lời Chúa phán trong Kinh Thánh, nàng là người biết phục tùng.

AL-MULK

VƯƠNG QUYỀN
(Khải thị ở Mécca)

1. Nhân danh A-La, Đấng Khoan Hậu, Đấng Từ Bi.

2. Phước thay cho Đấng nắm vương quyền trong tay Ngài, Đấng có quyền năng thực hiện mọi việc;

3. Đấng đã tạo ra sự sống và cái chết để xem

Chương 67 — AL-MULK

ai trong các ngươi năng làm việc thiện. Ngài là Đấng Cường Lực, Đấng Khoan Dung hơn hết.

4. Là Đấng đã tạo ra bảy vòm trời chồng chất lên nhau. Ngươi không thể nào tìm ra khuyết điểm trong sự sáng tạo của Chúa Trời Từ Bi. Nào hãy nhìn lên xem: Ngươi có thấy khe hở nào chăng?

5. Cứ nhìn lên nữa đi, tầm mắt của ngươi chỉ phản chiếu trở lại làm ngươi thất vọng và mệt mỏi.

6. Ta đã dùng đèn trang hoàng tầng trời thấp nhất, để đánh đuổi bè lũ Satăng đi. Ta đã chuẩn bị hình phạt bằng lửa đỏ cho bọn chúng.

7. Những kẻ nào không tin tưởng nơi Chúa của chúng, hình phạt ở Địa Ngục đang chờ chúng, thật là chung cuộc đầy khổ ải biết bao!

8. Khi chúng bị ném vào đó chúng sẽ nghe tiếng lửa cháy hừng hực,

9. Gần như nổ tung ra vì cơn phẫn nộ. Mỗi khi một đám người bất tín bị ném vào đó, người gác cổng sẽ hỏi chúng: "Không có Người Cảnh Cáo nào đến với các ngươi hay sao?"

10. Chúng sẽ đáp: "Quả có, Người Cảnh Cáo đã đến với chúng tôi nhưng chúng tôi đã coi hắn là kẻ nói láo, rằng: 'A-La chẳng khải thị điều chi cả, ngươi thật là lầm lẫn quá đỗi.' "

11. Và tiếp: "Chớ chi chúng tôi biết để tai nghe và chịu suy nghĩ, chúng tôi đâu phải thành kẻ ở Hỏa Ngục như thế này."

12. Rồi chúng sẽ xưng tội; nhưng người ở Hỏa Ngục thì không thể với tới lòng thương của Chúa Trời.

13. Quả thật, kẻ nào kính sợ Chúa ở cõi vô hình, họ sẽ được ân xá và trọng thưởng.

14. Dù các ngươi có giấu giếm hay bày tỏ điều muốn nói, A-La thấu rõ mọi điều trong

tâm khảm các ngươi.

15. Đấng đã sáng tạo ra các ngươi lại không biết điều đó hay sao? Ngài là Đấng Tinh Diệu, Đấng Thông Lãm mọi việc.

16. Ngài là Đấng đã làm mặt đất bằng phẳng cho các ngươi, nên hãy tiến lên mọi nẻo đường trên đó, hãy ăn lương thực mà Ngài đã ban. Rồi các ngươi sẽ bị triệu hồi về nơi Ngài.

17. Các ngươi yên tâm rằng khi mặt đất rung chuyển, Đấng ngự trên trời sẽ không làm mặt đất sụp xuống chôn vùi các ngươi hay sao?

18. Các ngươi yên tâm rằng Đấng ngự trên trời sẽ không gieo xuống các ngươi trận bão cát hay sao? Rồi các ngươi sẽ rõ lời cảnh cáo của Ta đã ghê gớm dường nào.

19. Thật ra những người trước đời chúng đã cho các Sứ Giả của Ta là láo khoét; hình phạt của Ta đã đau đớn biết bao!

20. Chúng không thấy chim chóc trên đầu chúng hay sao? Nó xòe cánh ra không động đậy, rồi xếp cánh lại bay vọt đi. Ngoài Chúa Trời Khoan Hậu, không ai đỡ thân nó cả. Ngài quả nhìn thấu mọi việc.

21. Có ai lập binh đội để giúp các ngươi chống lại Chúa Trời Khoan Hậu chăng? Bọn bất tín chỉ mơ mộng hão huyền mà thôi.

22. Nếu Ngài ngưng cung cấp lương thực, ai sẽ là kẻ cung cấp cho các ngươi đây? Không, chúng vẫn khăng khăng tỏ thái độ ương ngạnh và hiềm thù.

23. Sao! kẻ đang đi cúi gầm mặt xuống lại được hướng dẫn đàng hoàng hơn kẻ ngẩng mặt lên bước trên chính đạo chăng?

24. Hãy bảo: "Ngài là Đấng đã sáng tạo ra các ngươi, ban cho các ngươi tai mắt và con tim, nhưng các ngươi ít khi biết cảm tạ."

25. Hãy bảo: "Ngài là Đấng đã tăng gia các ngươi trên mặt đất, rồi các ngươi sẽ bị triệu hồi về nơi Ngài."

26. Chúng nói: "Nếu các ngươi nói thật, khi nào lời hứa này xảy ra đây?"

27. Hãy bảo: "Chỉ có A-La biết việc ấy, còn

ta chỉ là Người Cảnh Cáo minh bạch mà thôi."

28. Khi thấy việc ấy đến gần bên, gương mặt của những kẻ bất tín đầy vẻ sầu não và sẽ có lời phán: "Này đây là việc mà các ngươi đã thường đòi hỏi."

29. Hãy bảo: "Nếu A-La hứa tận diệt ta và những người theo ta, hoặc nhủ lòng thương họ, ai sẽ bảo vệ những kẻ bất tín để tránh khỏi hình phạt đau đớn đây?"

30. Hãy bảo: "Ngài là Chúa Trời Khoan Hậu, chúng tôi tin tưởng nơi Ngài và hết lòng tin cậy nơi Ngài. Chẳng bao lâu các ngươi sẽ rõ ai mới là kẻ lầm lạc."

31. Hãy bảo: "Nếu một mai nước của các ngươi rút cả vào lòng đất, ai sẽ làm cho nước chảy ra đây?"

AL-QALAM

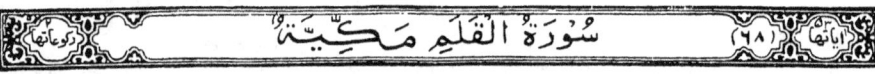

Chương 68   BÚT VIẾT   Part 29
(Khải thị ở Mécca)

1. Nhân danh A-La, Đấng Khoan Hậu, Đấng Từ Bi.

2. Xin thề với bình mực và bút viết và những vật mà họ dùng để ghi chép,

3. Nhờ ơn Chúa của ngươi, ngươi chẳng phải là người loạn trí.

4. Chắc chắn phần thưởng vô tận đang dành cho ngươi.

5. Ngươi là kẻ có nhiều đặc tính cao quí.

6. Chẳng bao lâu ngươi sẽ thấy và chúng cũng sẽ thấy

7. Rằng ai trong các ngươi mới là kẻ bị loạn trí.

8. Đương nhiên Chúa của ngươi biết rõ nhất ai là kẻ đang lạc khỏi con đường của Ngài và ai là kẻ đang được dẫn đạo.

9. Nên ngươi chớ chiều theo ý muốn của những kẻ phủ nhận sự thật.

10. Chúng mong rằng ngươi sẽ chịu hòa giải rồi chúng sẽ chịu hòa giải.

11. Chớ khuất phục trước bất cứ kẻ nào hay thề thốt một cách khinh suất,

12. Là kẻ chuyên nói xấu và tới lui phỉ báng người khác,

13. Cản trở việc thiện, phá giới và đầy tội lỗi,

14. Hung bạo và nơi xuất thân không rõ ràng,

15. Là kẻ hay khoe khoang tài sản và con cái.

16. Khi Phép Lạ của Ta được truyền tụng cho hắn, hắn bảo: "Toàn là chuyện đời xưa!"

17. Chắc chắn Ta sẽ đóng dấu lên sống mũi của hắn.

18. Ta sẽ thử thách chúng như Ta đã thử thách những người chủ vườn khi họ thề rằng họ sẽ hái tất cả trái cây nội trong buổi sáng,

19. Không chừa cây nào và cũng chẳng nói 'Nếu Chúa Trời cho phép'.

20. Vì vậy Chúa của các ngươi đã giáng tai ương xuống thửa vườn trong lúc họ vẫn còn yên giấc;

21. Sáng hôm sau, thửa vườn tựa như đã bị xén hết hoa quả.

22. Khi trời hừng sáng họ gọi nhau,

23. Rằng: "Nếu hái trái, hãy đến vườn vào buổi sáng sớm."

24. Khi lên đường họ rỉ thầm với nhau,

25. Rằng: "Bữa nay chớ cho bất cứ kẻ nghèo nào đến viếng vườn."

26. Rồi họ lên đường vào buổi sáng sớm, cả quyết rằng sẽ hoàn thành mục đích.

27. Nhưng khi trông thấy nó, họ la lên: "Hỡi ôi chúng ta đã lạc đường!

28. "Không phải vậy, chúng ta đã bị tước đoạt tất cả rồi."

29. Người đứng đầu nhất trong bọn họ mới bảo: "Tôi đã chẳng nói với các ông 'sao các ông không ca ngợi Chúa Trời' hay sao?"

30. Họ bèn bảo: "Vinh quang thay cho Chúa của chúng ta. Quả chúng ta đã gây sự ác."

31. Rồi họ quay lại người này đổ tội cho người kia.

32. Họ bảo: "Khổ thay cho chúng ta! Bởi chúng ta đã tỏ thái độ ương ngạnh.

33. "Có lẽ Chúa sẽ ban cho chúng ta một mảnh vườn khác phong phú hơn mảnh vườn này; chúng ta hãy hạ mình van xin Chúa xem sao."

34. Ấy là hình phạt ở trần thế. Hình phạt ở Kiếp Lai Sinh còn ghê gớm hơn. Chớ chi chúng biết được!

35. Kẻ nào ăn ở chính trực, hẳn sẽ được hưởng Cõi An Lạc đầy Hạnh Phúc nơi Chúa ngự.

36. Ta lại đối xử với những kẻ quy y giống như với những kẻ đắc tội hay sao?

37. Chuyện gì đã xảy ra cho các ngươi vậy? Các ngươi nghĩ sao đây!

38. Hay là các ngươi đã có một Kinh Điển nào khác để học hỏi,

39. Mà trong đó các ngươi sẽ có bất cứ món gì mà các ngươi đã chọn chăng?

40. Hay là các ngươi đã kết giao ước với Ta cho đến Ngày Phục Sinh rằng các ngươi sẽ được bất cứ món gì các ngươi muốn hay sao?

41. Hãy hỏi chúng rằng ai trong bọn chúng sẽ chứng rõ điều ấy đây.

42. Hay chúng còn 'đồng bạn' nào của Chúa Trời chăng? Thế thì hãy để chúng chế tạo những 'đồng bạn' ấy, nếu quả chúng nói thật.

43. Ngày mà sự thật được phô bày ra, chúng sẽ bị gọi đến để quỳ lạy, nhưng chúng không thể thực hành được;

44. Đôi mắt nhìn xuống và sự nhục nhã bao phủ người chúng. Thật ra chúng đã được kêu gọi phải quỳ lạy trong lúc chúng vẫn còn khang kiện, nhưng chúng đã chẳng tuân lời.

45. Nên hãy để mặc Ta đối phó với những kẻ phủ nhận lời phán của Ta. Ta sẽ kéo chúng dần dần vào chỗ diệt vong trong lúc chúng không

ngờ đến.

46. Tạm thời Ta cho chúng triển hạn, bởi kế hoạch của Ta thật chu toàn.

47. Hay là ngươi đã đòi chúng tiền thưởng, khiến chúng phải gánh vác nợ nần chăng?

48. Hay là chúng thấy được cõi vô hình và mô tả nó ra chăng?

49. Nên ngươi hãy bền lòng kiên quyết trong việc thực hành mệnh lệnh của Chúa, chớ như Người Đàn Ông trong bụng cá, kêu cứu với Chúa mà lòng đầy lo lắng.

50. Nếu ân đức của Chúa không rủ xuống cho hắn, có lẽ hắn đã bị dân chúng nguyền rủa và bị vất vào bãi đất hoang rồi.

51. Nhưng Chúa đã chọn hắn và biến hắn thành một trong những người chính trực.

52. Khi nghe đến Lời Giáo Huấn, những kẻ bất tín gần như muốn đánh đuổi ngươi khỏi địa vị mà Chúa đã ban, bằng đôi mắt căm hờn và nói: "Hắn quả là kẻ loạn trí."

53. Không đâu, đây chẳng qua là Lời Giáo Huấn ban cho muôn người.

AL-HAQQAH

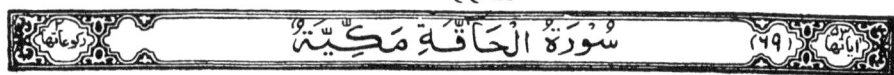

Part 29   SỰ TẤT NHIÊN   Chương 69
(Khải thị ở Mécca)

1. Nhân danh A-La, Đấng Khoan Hậu, Đấng Từ Bi.

2. Sự Tất Nhiên!

3. Sự Tất Nhiên là gì?

4. Điều chi sẽ làm ngươi hiểu được Sự Tất Nhiên là gì?

5. Bộ tộc Thamud và bộ tộc Ad đã cho tai ương đột nhiên ấy là láo khoét.

6. Rồi bộ tộc Thamud đã bị tận diệt bằng cơn sấm sét dữ dội.

7. Và bộ tộc Ad đã bị tiêu diệt bằng trận gió ào ạt,

8. Mà Ngài đã khiến thổi vào bọn chúng trong bảy ngày tám đêm liên tiếp, để ngươi thấy rằng dân chúng ở đó nằm la liệt như thân cây kè bị đốn ngã.

9. Ngươi có thấy dấu tích nào của chúng chăng?

10. Pharaô, những người trước đời hắn và dân chúng ở những đô thị bị hủy diệt đã không ngừng phạm tội.

11. Chúng đã cãi lời Sứ Giả của Chúa, nên Ngài đã chộp chúng một cách khốc liệt.

12. Khi mặt nước dâng lên, Ta đã đem các ngươi lên thuyền,

13. Ấy là để làm sự giáo huấn cho các ngươi và để những lỗ tai biết lắng nghe nghe thấu được nó.

14. Khi kèn thổi lên một hồi,

15. Khi mặt đất và núi non bị nổi phồng lên rồi nổ tung ra cùng một lúc,

16. Ngày ấy, Biến Cố lớn lao ấy sẽ xảy ra.

17. Vòm trời sẽ trở nên mỏng manh và nứt rạn ra.

18. Các thiên sứ sẽ sắp hàng quanh chỗ ấy. Ngày ấy, tám thiên sứ sẽ nhấc bổng Ngai Vàng của Chúa.

19. Ngày ấy các ngươi sẽ bị kéo đến trước nhan Chúa Trời, không còn bí mật nào của các ngươi sẽ giấu giếm được cả.

20. Rồi kẻ nào được trao quyển sổ vào tay phải, hắn sẽ nói: "Nào hãy lại đây đọc sổ của tôi.

21. "Bởi tôi biết rằng tôi sẽ chịu sự thanh toán."

22. Rồi hắn sẽ được một cuộc sống đầy hoan hỷ,

23. Ở trong Cõi An Lạc thật tráng lệ,

24. Những buồng trái cây gần trong tầm tay.

25. "Hãy ăn uống thật vui vẻ bởi nhờ những việc thiện mà các ngươi đã làm trước đây."

26. Song kẻ nào bị trao quyền sổ vào tay trái, hắn sẽ than: "Ôi, chớ chi tôi đừng bị trao quyền sổ này!

27. "Tôi cũng chẳng muốn biết sự thanh toán của tôi đã ra sao nữa!

28. "Ôi chớ chi tôi chết phứt cho xong chuyện!

29. "Tài sản của tôi đã chẳng giúp ích gì cho tôi.

30. "Quyền hành của tôi cũng tiêu tan cả."

31. "Các ngươi hãy bắt lấy hắn và trói lại,

32. "Rồi hãy liệng hắn xuống Địa Ngục.

33. "Hãy xiềng dây xích dài bảy mươi tấc vào người hắn.

34. "Hắn đã chẳng tin tưởng nơi A-La, Đấng Vĩ Đại.

35. "Cũng không sốt sắng trong việc bố thí thực phẩm cho người nghèo.

36. "Vì vậy hôm nay hắn sẽ không được ai che chở cả;

37. "Đồ ăn thì toàn là rác rến,

38. "Mà chỉ có những kẻ đầy tội lỗi mới ăn."

39. Không đâu, Ta thề với muôn vật mà các ngươi trông thấy,

40. Và với muôn vật mà các ngươi không thấy.

41. Rằng đây là lời lẽ của một Sứ Giả cao quí;

42. Và không phải là lời lẽ của một nhà thơ; các ngươi thật tin tưởng rất ít!

43. Cũng không phải là lời lẽ của thầy bói; các ngươi thật hồi cải rất ít!

44. Đây là lời khải thị từ Chúa của muôn loài.

Chương 69 — AL-HAQQAH

45. Nếu người đã đặt để những điều giả dối về Ta,

46. Có lẽ Ta đã chộp lấy cánh tay phải của người,

47. Và đã cắt đứt tĩnh mạch cổ của người rồi.

48. Lúc đó không ai trong các ngươi có thể bảo vệ người cả.

49. Nó là sự giáo huấn dành cho những người chính trực.

50. Ta biết rằng có một số trong các ngươi phủ nhận Phép Lạ của Ta.

51. Nó là nguồn thất vọng cho những kẻ bất tín.

52. Nó mới thật là chân lý chính thống.

53. Nên hãy ca ngợi Danh Chúa, Đấng Vĩ Đại.

AL-MA'ARIJ

Chương 70 — ĐỈNH THĂNG THIÊN
(Khải thị ở Mécca)

1. Nhân danh A-La, Đấng Khoan Hậu, Đấng Từ Bi.

2. Một người hay chất vấn đã hỏi rằng khi nào sự trừng phạt mới xảy ra

3. Cho những kẻ bất tín, mà không ai có thể kháng cự được.

4. Việc ấy do A-La, Chúa Tể của đỉnh thăng thiên tối cao gây ra.

5. Các thiên sứ và Thánh Linh thăng thiên đến bên Ngài trong vòng một ngày tính ra tương đương với năm mươi ngàn năm.

6. Nên ngươi hãy điềm tĩnh mà rán chịu đựng

7. Chúng cứ tưởng là nó hãy còn lâu lắm,

8. Nhưng Ta thấy nó đang tiến đến gần bên.

9. Ngày ấy bầu trời sẽ trở nên như đồng chảy.

10. Và núi non sẽ biến thành như những núi lông trừu,

11. Bạn hữu sẽ không hỏi han đến bạn hữu nữa,

12. Dù họ đứng đối diện với nhau. Rồi kẻ phạm tội mong rằng có thể dâng con cái của hắn làm tiền chuộc thân để thoát khỏi hình phạt của ngày ấy,

13. Và dâng cả thê thiếp, huynh đệ,

14. Cả đến thân tộc đã che chở hắn,

15. Và hiến tất cả mọi người trên mặt đất cũng không sao, miễn là cứu được thân hắn.

16. Nhưng không! chỉ còn lửa của Hỏa Ngục,

17. Làm tróc da từ đầu đến chân.

18. Lửa sẽ kêu gọi kẻ thụt lùi lại và quay lưng bỏ chạy,

19. Là kẻ đã thường gom góp tiền của và tích trữ nó.

20. Con người sinh ra vốn tính hà tiện.

21. Khi gặp tai ương, hắn than van không ngớt,

22. Nhưng khi được hạnh vận chiếu cố, hắn liền trở nên keo kiệt.

23. Ngoại trừ những người năng cầu nguyện.

24. Họ lúc nào cũng sẵn sàng cầu nguyện,

25. Và những kẻ mà trong tài sản của họ có một phần riêng

26. Dành cho những người ăn xin và những người bần cùng,

27. Và những người tin rằng Ngày Phán Quyết sẽ xảy ra,

28. Những người ghê sợ sự trừng phạt của Chúa -

29. Không ai có thể được an toàn trước hình phạt của Chúa -

Chương 70 — AL-MA'ARIJ

30. Những người giữ lòng trong sạch -

31. Chỉ trừ việc giao hợp với thê thiếp và những người mà họ sở hữu bên tay phải, những việc này sẽ không bị chỉ trích;

32. Nhưng kẻ nào toan vượt quá giới hạn đó, kẻ ấy thật đã vi phạm qui luật -

33. Những người giữ kỹ vật đã được ủy thác và lời giao ước,

34. Những người ngay thẳng trong lúc làm chứng,

35. Và những người năng cầu nguyện,

36. Chính những người này sẽ được vào Cõi An Lạc và đáng được tuyên dương.

37. Nhưng vì sao những kẻ bất tín lại vội vã tiến về phía ngươi,

38. Chia thành bè phái từ bên phải và bên trái?

39. Kẻ nào trong bọn chúng cũng mong được vào Cõi An Lạc hay sao?

40. Không bao giờ! Ta đã tạo ra chúng bằng vật mà chúng hằng biết.

41. Không đâu! Ta thề với Chúa của Phương Đông và Phương Tây, rằng Ta có đủ quyền năng

42. Để đem những kẻ khác ưu tú hơn thay thế vào chỗ của chúng, kế hoạch của Ta sẽ không bao giờ thất bại.

43. Nên cứ bỏ mặc cho chúng mãi mê tán ngẫu và đùa giỡn cho đến khi chúng đối diện với ngày đã hứa.

44. Ngày ấy chúng sẽ vội vã rời khỏi hầm mộ như là đua nhau tập hợp về chỗ có cờ hiệu,

45. Hai mắt nhìn xuống lòng đầy sự xấu hổ. Đây mới là ngày mà chúng đã được giao ước.

NOAH
(Khải thị ở Mécca)

1. Nhân danh A-La, Đấng Khoan Hậu, Đấng Từ Bi.

2. Ta đã phái Noah đến với dân của hắn, phán rằng: "Hãy cảnh cáo dân chúng của ngươi trước khi hình phạt đau đớn xảy ra cho chúng."

3. Hắn bảo: "Hỡi chư dân! ta thật là Người Cảnh Cáo được phái xuống cho các ngươi,

4. "Để các ngươi tôn thờ A-La, kính sợ Ngài và tuân lời ta.

5. "Ngài sẽ tha thứ tội lỗi của các ngươi và cho các ngươi triển hoãn đến một thời hạn đã định. Khi thời hạn mà A-La đã định xảy ra, các ngươi sẽ không được gia hạn nữa, chớ chi các ngươi hiểu được!"

6. Hắn thưa: "Lạy Chúa, tôi đã kêu gọi dân của tôi ngày lẫn đêm,

7. "Nhưng lời kêu gọi của tôi chỉ làm chúng càng bỏ trốn đi.

8. "Mỗi khi tôi kêu gọi chúng để Ngài tha thứ chúng, thì chúng đặt ngón tay vào hai lỗ tai và dùng y phục che khuất mặt mày, khăng khăng từ chối và càng thêm ngạo mạn.

9. "Rồi tôi lớn tiếng kêu gọi chúng về chính đạo.

10. "Tôi đã công khai ngỏ lời với chúng và đôi khi âm thầm nói chuyện với chúng.

11. "Tôi đã nói 'hãy xin Chúa tha thứ, bởi Ngài là Đấng Hằng Ân Xá.

12. 'Ngài sẽ ban mưa móc dồi dào cho các ngươi.

13. 'Ngài sẽ khuếch trương tài sản và con cái của các ngươi. Ngài sẽ ban vườn tược và sông ngòi cho các ngươi.

Chương 71   NUH   Part 29

14. 'Sao các ngươi còn chưa tôn xưng sự uy nghiêm của A-La?

15. 'Ngài đã tạo ra các ngươi thành nhiều hình dạng và qua nhiều giai đoạn.

16. 'Các ngươi không thấy rằng A-La đã tạo ra bảy vòm trời chồng chất lên nhau,

17. 'Và đã đặt mặt trăng trên đó để làm ánh sáng, đặt mặt trời làm đèn rọi như thế nào chăng?

18. 'Ngài đã nuôi dưỡng các ngươi lớn lên như cây cối mọc trên đất lành,

19. 'Rồi Ngài sẽ hoàn trả các ngươi về nơi đó; và Ngài sẽ kéo các ngươi lên lần nữa.'

20. 'A-La đã trải rộng đất lành cho các ngươi,

21. 'Nhờ vậy mà các ngươi có thể qua lại trên những nẻo đường thênh thang trong đó.' "

22. Noah thưa: "Lạy Chúa, chúng đã cãi lời tôi, và nghe theo kẻ mà tài sản và con cái chỉ làm hắn thêm tổn hại.

23. "Chúng đã dự trù một âm mưu ghê gớm.

24. "Chúng bảo nhau: 'Dù trong trường hợp nào đi nữa, các ngươi chớ bỏ chư thần của các ngươi. Chớ bỏ thần Wadd, thần Suwa, thần Yaghuth, thần Ya'uq và thần Nasr.'*

25. "Chúng đã quyến rũ nhiều người, nên xin Ngài hãy làm cho bọn ác nhân này càng thêm hư hỏng."

26. Vì tội lỗi của chúng, chúng đã bị chết đuối và bị ném vào Hỏa Ngục. Chúng không thể tìm ra kẻ nào yểm trợ chúng để chống lại A-La.

27. Noah lại thưa: "Lạy Chúa, xin đừng để một kẻ bất tín nào sót lại trên mặt đất;

28. "Bởi nếu Ngài để chúng sót lại, chúng chỉ quyến rũ bề tôi của Ngài và chỉ sinh ra những kẻ tội lỗi vong ơn mà thôi.

* Những tà thần của dân Á-rập thờ đa thần giáo.

29. "Lạy Chúa, xin hãy tha thứ tôi và song thân của tôi, những người bước vào nhà tôi để theo đạo và cả những nam nữ tín đồ, xin hãy làm cho bọn ác nhân dần dần bị diệt vong."

AL-JINN

JINN
(Khải thị ở Mécca)

1. Nhân danh A-La, Đấng Khoan Hậu, Đấng Từ Bi.

2. Hãy bảo: "Ta đã được khải thị rằng một nhóm trong bọn Jinn đã để tai nghe rồi tuyên bố: 'Chúng tôi quả đã nghe Kinh Koran thật là phi thường,

3. 'Nó hướng dẫn đến chính đạo; chúng tôi tin tưởng nơi nó và sẽ không thờ ai khác chung với Chúa.'

4. 'Uy quyền của Chúa thật cao vời. Ngài chẳng có thê thiếp hay con cái chi cả.

5. 'Thật ra trong nhóm chúng tôi có những kẻ ngu ngốc thường đặt để những điều cực kỳ giả dối về A-La.

6. 'Chúng tôi đã nghĩ rằng con người và Jinn sẽ không bao giờ nói dối về A-La.

7. 'Thật ra trong đám nhân gian có kẻ thường xin những người trong lũ Jinn che chở, điều này chỉ làm bọn chúng thêm kiêu ngạo;

8. 'Cũng như các ngươi, chúng đã đinh ninh rằng A-La sẽ không bao giờ phái Sứ Giả xuống.

9. 'Khi chúng tôi sờ đến bầu trời, chúng tôi thấy rằng nó đầy những người canh gác lực lưỡng và đầy ắp sao băng.

10. 'Chúng tôi thường ngồi trên ghế ở đó để nghe trộm. Nhưng bây giờ kẻ nào toan nghe trộm như thế, hắn sẽ thấy một vì sao băng đang mai phục chờ hắn.

11. 'Chúng tôi hoàn toàn không biết rằng Chúa sẽ có ý định giáng tai ương xuống con người trên mặt đất hay định hướng dẫn họ đến chính đạo.

12. 'Trong chúng tôi có người chính trực song cũng có kẻ không phải thế; chúng tôi chia thành nhiều bè phái khác nhau.

13. 'Chúng tôi biết rằng chúng tôi không thể làm hỏng kế hoạch của A-La trên mặt đất, cũng không thể thoát khỏi tay Ngài.

14. 'Khi chúng tôi nghe lời kêu gọi đến sự dẫn đạo, chúng tôi tin tưởng. Kẻ nào tin tưởng nơi Chúa sẽ không sợ bị tổn thất hay ngược đãi.

15. Trong chúng tôi có người quy y với Chúa Trời, song cũng có kẻ bước lạc khỏi chính đạo. Kẻ quy y với Chúa Trời là kẻ mong tìm đến chính đạo.

16. 'Kẻ lạc khỏi chính đạo sẽ trở thành nhiên liệu của Địa Ngục.' "

17. Với những ai đang nương theo chính đạo, Ta sẽ ban nước uống dồi dào cho họ,

18. Để đem nó mà thử thách họ. Còn kẻ nào ngoảnh mặt đi trước lời giáo huấn của Chúa, Ngài sẽ tống cổ hắn vào hình phạt cực kỳ khốc liệt.

19. Mọi chốn thờ phụng đều thuộc về A-La. Các ngươi không được tôn xưng danh của ai khác chung với A-La.

20. Khi Bề Tôi của A-La đứng dậy cầu nguyện với Ngài, chúng đổ xô đến làm ngươi gần như nghẹt thở.

21. Hãy bảo: "Ta chỉ cầu nguyện với Chúa của ta mà thôi, ta không thờ ai khác chung với Ngài."

22. Hãy bảo: "Ta không có quyền năng gì để hãm hại hay giúp ích cho các ngươi."

23. Hãy bảo: "Chắc chắn không ai có thể bảo vệ ta tránh khỏi A-La. Ngoài Ngài ra ta không thể tìm ra chỗ ẩn náu.

24. "Nhiệm vụ của ta chỉ là sự rao truyền lời khải thị và thông điệp của A-La." Nhưng kẻ nào cãi lời A-La và Sứ Giả của Ngài, lửa Địa Ngục đang chờ chúng, nơi đó chúng sẽ phải sống đời đời kiếp kiếp.

25. Chẳng bao lâu chúng sẽ chứng kiến điều đã được giao ước, chúng sẽ rõ bên nào có kẻ yểm trợ yếu thế và ít quân binh hơn.

26. Hãy bảo: "Ta không rõ điều các người được giao ước sắp xảy ra hay là Chúa đã định cho nó một thời hạn lâu dài."

27. Ngài là Đấng Thông Lãm cõi vô hình; và không bao giờ tiết lộ những điều bí mật cho một ai cả,

28. Ngoại trừ Sứ Giả mà Ngài đã chọn. Rồi Ngài sẽ cho thiên sứ hộ vệ trước mặt và sau lưng người,

29. Để Ngài xem họ (các Sứ Giả của Ngài) có rao truyền thông điệp của Chúa hay không. Ngài bao vây môi trường của họ và mọi việc Ngài đều tính toán kỹ càng.

AL-MUZZAMMIL

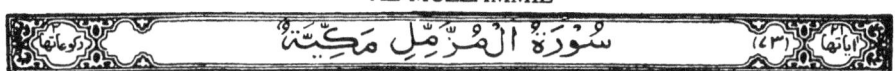

NGƯỜI LẤY ÁO CHE MẶT
(Khải thị ở Mécca)

1. Nhân danh A-La, Đấng Khoan Hậu, Đấng Từ Bi.

2. Hỡi người lấy áo che mặt,

3. Hãy thức để cầu nguyện trong đêm tối, chỉ trừ một ít thời giờ -

4. Hoặc phân nửa của ban đêm, hoặc ít hơn cũng được,

5. Hoặc kéo dài hơn chút nữa cũng không sao - rồi hãy tụng đọc Kinh Koran này một cách khoan thai hàm súc.

6. Bởi Ta đang phó thác cho ngươi những lời trang trọng.

7. Sự thức đêm là cách công hiệu nhất để đè nén tự ngã và lời cầu nguyện sẽ có ý nghĩa nhất.

Chương 73 — AL-MUZZAMMIL — Part 29

8. Bởi suốt ngày ngươi phải bận bịu công chuyện.

9. Vì vậy hãy tâm niệm danh Chúa, hãy quên mọi điều trần tục mà phụng sự Ngài.

10. Ngài là Chúa của Phương Đông và Phương Tây; không có Chúa Trời nào khác hơn Ngài; nên hãy chọn Ngài làm Đấng Giám Hộ.

11. Hãy cố gắng chịu đựng những điều chúng nói; hãy rời khỏi chúng một cách hòa nhã. -

12. Hãy để Ta đối phó với những kẻ phủ nhận sự thật, chúng là những kẻ mãi mê hưởng lạc, hãy triển hạn cho chúng một thời gian.

13. Nơi Ta, gông cùm lửa đỏ,

14. Những thức ăn vướng cổ họng và hình phạt đau đớn đang chờ đợi.

15. Ngày ấy mặt đất và núi non cùng rung chuyển, rồi núi non sẽ nổ tung thành những đồi cát.

16. Ta đã khiến Sứ Giả đến với các ngươi, để làm nhân chứng cho các ngươi, như Ta đã phái Sứ Giả đến với Pharaô ngày xưa,

17. Nhưng Pharaô đã cãi lời Sứ Giả, Ta đã tiêu diệt hắn bằng hình phạt ghê gớm.

18. Nếu các ngươi vẫn khăng khăng tỏ thái độ bất tín, ngày mà trẻ con sẽ phải bạc đầu, các ngươi làm cách nào để bảo toàn tính mạng đây?

19. Ngày ấy bầu trời sẽ vỡ ra từng mảnh và lời hứa của Ngài sẽ thành sự thật.

20. Đây quả thật là lời giao ước. Kẻ nào muốn, hãy để hắn tìm đường về với Chúa.

21. Quả thật, Chúa biết rằng ngươi hằng thức để cầu nguyện vào khoảng hai phần ba, có khi khoảng phân nửa hoặc một phần ba của đêm tối, và nhóm người theo ngươi cũng thế. Chính A-La tính toán ban đêm và ban ngày. Ngài biết rằng các ngươi không thể tính toán thời gian một cách chính xác nên Ngài đã nhủ lòng thương các ngươi. Hãy tụng đọc Kinh Koran bởi phần lớn trong đó rất giản dị. Ngài biết rằng trong các

ngươi, có người đang bệnh hoạn, có người đang trên đường lữ hành để tìm kiếm ân huệ của A-La, và có người thì đang chiến đấu vì Ngài. Các ngươi hãy tụng đọc những đoạn giản dị trong đó, hãy năng cầu nguyện, bố thí và cho A-La vay mượn một cách hào phóng. Bất cứ điều thiện nào mà các ngươi đã thực hành vì bản thân mình, các ngươi sẽ thấy phần thưởng ấy nơi A-La ngự. Dĩ nhiên nó sẽ là phần thưởng tốt đẹp nhất và lớn lao nhất. Hãy xin A-La tha thứ cho. A-La thật là Đấng Khoan Dung và Từ Bi hơn hết.

AL-MUDDATHTHIR

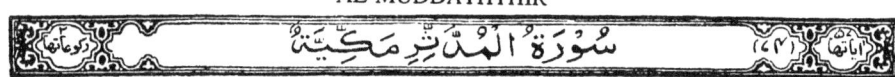

NGƯỜI PHỦ ÁO CHOÀNG
(Khải thị ở Mécca)

Chương 74

1. Nhân danh A-La, Đấng Khoan Hậu, Đấng Từ Bi.

2. Hỡi người lấy áo choàng phủ kín thân thể!

3. Hãy thức dậy và cảnh cáo.

4. Hãy ca ngợi Chúa của ngươi.

5. Hãy thanh tẩy y phục của ngươi,

6. Hãy tránh xa những vật nhơ nhuốc,

7. Chớ thi ân mà lòng mong được hoàn trả nhiều hơn số đó,

8. Hãy vì Chúa của ngươi mà kiên nhẫn chịu đựng sự thử thách.

9. Ngày mà kèn thổi vang lên,

10. Ấy sẽ là ngày đầy tai ương.

11. Bọn bất tín sẽ không còn một chỗ yên thân.

12. Kẻ mà Ta đã sáng tạo, hãy để Ta đối phó với hắn.

Chương 74 — AL-MUDDATHTHIR — Part 29

13. Ta đã ban cho hắn thật nhiều của cải,

14. Và cả đoàn con trai sống chung với hắn,

15. Ta đã cung cấp cho hắn đủ món cần thiết.

16. Thế mà hắn vẫn còn mong Ta ban bố thêm.

17. Không đời nào! bởi hắn đã tỏ thái độ hiềm khích trước Phép Lạ của Ta.

18. Chẳng bao lâu Ta sẽ bắt hắn phải chịu gian khổ.

19. Xem kìa! hắn bày mưu thiết kế!

20. Tai họa cho hắn! âm mưu ghê gớm thay!

21. Tai họa thêm cho hắn! âm mưu thật ghê gớm!

22. Rồi hắn để mắt đến,

23. Hắn nhăn mặt, cau mày lại,

24. Đoạn quay lưng đi một cách ngạo mạn,

25. Nói rằng: "Đây chẳng qua là trò phù thủy có từ xưa;

26. "Chẳng qua là lời lẽ của người trần tục đấy thôi."

27. Chẳng bao lâu Ta sẽ cho hắn vào saqar.

28. Làm sao ngươi hiểu được saqar là gì?

29. Nó không dung thứ và không chừa lại một ai cả.

30. Nó làm cháy sém thân thể.

31. Trên đó có mười chín thiên sứ.

32. Ta chỉ khiến toàn những thiên sứ để canh gác Hỏa Ngục. Số thiên sứ mà Ta đã định ra chẳng qua là để thử thách những kẻ bất tín, để những người đã được ban Kinh Thánh càng thêm tin chắc, để những người vững lòng tin tăng cường lòng tin của họ, để những người đã được ban Kinh Thánh và các tín đồ không nghi

ngờ nữa, để những kẻ mà tâm hồn bệnh hoạn và những kẻ bất tín nói: "A-La định bày tỏ điều chi qua ví dụ này vậy?" A-La làm như thế để dẫn dắt hoặc làm lạc lối bất cứ kẻ nào mà Ngài muốn. Ngoài Ngài ra không ai biết rõ quân binh của Chúa của ngươi. Đây chẳng qua là Lời Giáo Huấn dành cho con người mà thôi.

33. Không không, xin thề với vầng trăng,

34. Với đêm tối sắp tàn,

35. Với buổi hừng đông sắp chói rạng,

36. Rằng nó thật là tai họa lớn lao,

37. Là Lời Cảnh Cáo ban cho con người,

38. Cho những ai trong các ngươi muốn tiến lên hay lùi lại.

39. Mỗi linh hồn đều bị thế chân vì những vật họ đã thâu thập;

40. Chỉ trừ những người ở bên tay phải.

41. Họ sẽ ở Cõi An Lạc hỏi han nhau

42. Về những kẻ phạm tội.

43. "Chuyện gì đã khiến các ngươi phải xuống Hỏa Ngục vậy?"

44. Chúng sẽ nói: "Chúng tôi đã chẳng cầu nguyện,

45. "Cũng chẳng chia lương thực cho người nghèo.

46. "Chúng tôi đã mãi mê tán ngẫu với những kẻ hay đùa bỡn,

47. "Và thường phủ nhận Ngày Phán Quyết,

48. "Cho đến khi thần chết viếng chúng tôi."

49. Nên sự xin tội của những người trung gian chẳng giúp ích gì cho chúng.

Chương 74   AL-MUDDATHTHIR   Part 29

50. Tại sao chúng lại quay lưng đi trước lời giáo huấn?

51. Như là những con lừa đang sợ hãi

52. Tìm lối thoát khỏi nanh vuốt sư tử.

53. Không đâu, mọi người trong bọn chúng đều mong được ban những tấm giấy mở sẵn.

54. Không đời nào! Chúng chẳng hề e sợ Kiếp Lai Sinh.

55. Không đời nào! Đây là lời khuyên cáo.

56. Vậy kẻ nào muốn hãy để hắn tâm niệm nó.

57. Nhưng họ không thể tâm niệm trừ phi A-La vừa ý. Chỉ có Ngài là Đấng Đáng Được Kính Sợ, Đấng Hằng Tha Thứ.

AL-QIYAMAH

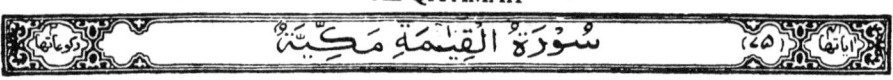

Chương 75   SỰ PHỤC SINH   Part 29
(Khải thị ở Mécca)

1. Nhân danh A-La, Đấng Khoan Hậu, Đấng Từ Bi.

2. Không đâu! Ta thề trước Ngày Phục Sinh.

3. Và thề với linh hồn tự thú tội,

4. Con người đinh ninh rằng Ta sẽ không tom góp xương xóc của hắn hay sao?

5. Không đâu, Ta có quyền năng hồi phục lại đến cả những đầu ngón tay của hắn.

6. Nhưng con người vẫn theo đuổi những sự ác;

7. Hỏi rằng: "Khi nào mới đến Ngày Phục Sinh?"

8. Khi mắt bị chói lòa,

9. Khi vầng trăng bị khuyết đi,

10. Rồi mặt trời và mặt trăng bị gom về một chỗ,

11. Ngày ấy con người sẽ hỏi: "Có chỗ nào để thoát chăng?"

12. Không! Không còn chỗ nào để thoát cả!

13. Ngày ấy chỉ có Chúa của ngươi là nơi tập hợp.

14. Ngày ấy con người sẽ được báo rõ về những việc hắn đã làm và những việc còn sót lại.

15. Không không, con người mới thật là nhân chứng cho bản thân của hắn,

16. Dù hắn có biện bạch đi nữa.

17. Ngươi chớ uốn lưỡi theo lời khải thị để mau ghi nhớ nó,

18. Chính Ta có bổn phận phải thu xếp và tụng đọc nó.

19. Nên khi Ta tụng đọc nó, ngươi hãy theo Ta mà tụng đọc.

20. Rồi Ta sẽ giải thích những lời trong đó.

21. Không, các ngươi chỉ yêu cuộc sống ngắn ngủi ở kiếp này,

22. Và quên bẵng Kiếp Lai Sinh.

23. Ngày ấy một số gương mặt sẽ hớn hở,

24. Lòng náo nức ngẩng lên nhìn Chúa;

25. Và một số gương mặt khác thì sầm lại,

26. Lo rằng tai họa sắp giáng xuống thân họ.

27. Đúng vậy! khi linh hồn của kẻ lâm chung lên đến cổ họng,

28. Sẽ có lời bảo: "Có thầy phù thủy nào cứu hắn được chăng?"

29. Hắn biết rằng đã đến lúc phải ra đi;

30. Hai chân quều lại;

31. Ngày ấy hắn sẽ bị triệu hồi về với Chúa,

32. Bởi hắn đã chẳng nhìn nhận sự thật cũng không chịu cầu nguyện;

33. Còn phủ nhận sự thật và quay lưng bỏ đi.

34. Rồi đến thăm người thân mà ưỡn ngực ra vẻ tự phụ.

35. "Khổ thay cho ngươi! thật khổ thay!

36. "Khổ thay cho ngươi! thật khổ thay!"

37. Con người đinh ninh rằng hắn sẽ không bị kiềm chế hay sao?

38. Từ lúc đầu hắn không phải là một giọt tinh dịch chảy ra sao?

39. Rồi hắn biến thành một giọt máu nhỏ, sau đó Ngài đã uốn nắn và hoàn thành hắn.

40. Đoạn Ngài phân biệt hai giống nam nữ.

41. Đấng như thế lại không đủ khả năng để phục sinh người chết hay sao?

AL-DAHR

Chương 76 — VẬN MỆNH (Khải thị ở Mécca) — Part 29

1. Nhân danh A-La, Đấng Khoan Hậu, Đấng Từ Bi.

2. Trong đời người, không phải có một thời kỳ mà con người chẳng xứng đáng để được đề cập đến hay sao?

3. Ta đã cho hắn chịu sự thử thách rồi làm hắn thành một sinh vật biết nghe và thấy được.

4. Ta đã chỉ đường cho hắn dù hắn là kẻ biết ơn hay vong ơn đi nữa.

5. Ta đã chuẩn bị gông xiềng và Hỏa Ngục dành cho những kẻ bất tín.

Part 29　　　　　　　　　　AL-DAHR　　　　　　　　　Chương 76

6. Nhưng người đức hạnh sẽ được bưu bôi có ướp long não,

إِنَّ ٱلْأَبْرَارَ يَشْرَبُونَ مِن كَأْسٍ كَانَ مِزَاجُهَا كَافُورًا ۝

7. Ấy là dòng suối mà những bề tôi của A-La uống. Ta làm nó chảy ào ạt như ý Ta.

عَيْنًا يَشْرَبُ بِهَا عِبَادُ ٱللَّهِ يُفَجِّرُونَهَا تَفْجِيرًا ۝

8. Họ làm tròn lời hứa và e sợ ngày mà tai họa lan tràn.

يُوفُونَ بِٱلنَّذْرِ وَيَخَافُونَ يَوْمًا كَانَ شَرُّهُ مُسْتَطِيرًا ۝

9. Vì lòng kính yêu Ngài, họ cung cấp lương thực cho kẻ nghèo, trẻ cô nhi và tù nhân,

وَيُطْعِمُونَ ٱلطَّعَامَ عَلَىٰ حُبِّهِ مِسْكِينًا وَيَتِيمًا وَأَسِيرًا ۝

10. Nói rằng: "Chúng tôi cho các người ăn uống chỉ vì mong sự hài lòng của A-La. Chúng tôi không hề mong mỏi sự đền ơn hay cảm tạ của các người.

إِنَّمَا نُطْعِمُكُمْ لِوَجْهِ ٱللَّهِ لَا نُرِيدُ مِنكُمْ جَزَاءً وَلَا شُكُورًا ۝

11. "Chúng tôi e sợ ngày mà Chúa sẽ cau mày nổi giận."

إِنَّا نَخَافُ مِن رَّبِّنَا يَوْمًا عَبُوسًا قَمْطَرِيرًا ۝

12. Nên đến ngày ấy Ta sẽ cứu họ thoát khỏi tai ương, Ta sẽ ban cho họ sự hân hoan và hạnh phúc.

فَوَقَاهُمُ ٱللَّهُ شَرَّ ذَٰلِكَ ٱلْيَوْمِ وَلَقَّاهُمْ نَضْرَةً وَسُرُورًا ۝

13. Vì lòng kiên quyết của họ, Ta sẽ ban cho họ Cõi An Lạc và tơ lụa,

وَجَزَاهُم بِمَا صَبَرُوا جَنَّةً وَحَرِيرًا ۝

14. Nơi đó, họ sẽ duỗi người trên ghế trường kỷ, không bị nóng như thiêu cũng chẳng thấy lạnh lẽo.

مُّتَّكِئِينَ فِيهَا عَلَى ٱلْأَرَائِكِ لَا يَرَوْنَ فِيهَا شَمْسًا وَلَا زَمْهَرِيرًا ۝

15. Bóng cây sẽ phủ trên người họ, hoa quả thì mọc gần trong tầm tay để hái.

وَدَانِيَةً عَلَيْهِمْ ظِلَالُهَا وَذُلِّلَتْ قُطُوفُهَا تَذْلِيلًا ۝

16. Những bình bằng bạc và những ly thủy tinh được chuyền từ người này sang người khác,

وَيُطَافُ عَلَيْهِم بِـَٔانِيَةٍ مِّن فِضَّةٍ وَأَكْوَابٍ كَانَتْ قَوَارِيرَا۠ ۝

17. Những ly chê bằng bạc nhưng sáng chói như thủy tinh, trong đó họ sẽ uống theo lượng tùy thích.

قَوَارِيرَا۟ مِن فِضَّةٍ قَدَّرُوهَا تَقْدِيرًا ۝

18. Và nơi đó họ cũng được uống bưu bôi ướp gừng,

وَيُسْقَوْنَ فِيهَا كَأْسًا كَانَ مِزَاجُهَا زَنجَبِيلًا ۝

19. Hứng từ ngọn suối tên là Salsabil.

عَيْنًا فِيهَا تُسَمَّىٰ سَلْسَبِيلًا ۝

20. Những thiếu niên trẻ trung mãi sẽ hầu cận họ. Khi người trông thấy chúng, người sẽ tưởng

وَيَطُوفُ عَلَيْهِمْ وِلْدَانٌ مُّخَلَّدُونَ إِذَا رَأَيْتَهُمْ

chúng là những hạt trân châu rơi rải rác.

21. Khi ngươi trông thấy, ngươi sẽ rõ đây là một vương quốc quảng đại đầy hạnh phúc.

22. Họ sẽ mặc những y phục bằng lụa qúi màu xanh có thêu thùa trên đó. Rồi họ sẽ được mang những vòng tay bằng bạc. Chúa sẽ ban cho họ những thức uống thanh khiết.

23. "Đây là phần thưởng của các ngươi, sự khổ lao của các ngươi đã được nhìn nhận."

24. Quả thật Ta đã khải thị Kinh Koran này cho ngươi.

25. Nên hãy kiên nhẫn chờ đến khi Chúa của ngươi phân xử, chớ nhượng bộ với những kẻ tội lỗi và những kẻ vong ơn.

26. Hãy tâm niệm danh Chúa mỗi sáng và chiều.

27. Khi đêm đến hãy phủ phục lạy Ngài, suốt đêm hãy ca ngợi vinh quang của Ngài.

28. Những kẻ này chỉ yêu cuộc sống ở trần thế, và chẳng quan tâm đến cái ngày lao khổ sắp xảy ra.

29. Ta đã tạo ra chúng rồi làm sức lực của chúng được cường tráng. Khi Ta muốn, Ta có thể đem kẻ khác tương đương thay thế vào chỗ của chúng.

30. Quả thật, đây là Lời Giáo Huấn. Nên kẻ nào muốn, cứ tìm đường về với Chúa.

31. Nhưng các ngươi không thể thực hiện ý muốn của các ngươi trừ phi A-La mong như thế. A-La thật là Đấng Toàn Tri, Đấng Khôn Ngoan.

32. Kẻ nào Ngài muốn, Ngài sẽ cho vào vòng từ bi của Ngài. Còn đối với những kẻ ác nhân; Ngài đã chuẩn bị hình phạt đau đớn rồi.

Part 29   AL-MURSALAT   Chương 77

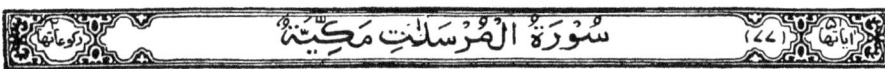

NHỮNG KẺ ĐƯỢC GỞI ĐI
(Khải thị ở Mécca)

1. Nhân danh A-La, Đấng Khoan Hậu, Đấng Từ Bi.

2. Xin thề với những mật sứ đã được gởi đi,

3. Và với những vật thổi một cách lẹ làng,

4. Và với lực lượng hùng hậu đã gieo rắc chân lý ra khắp nơi,

5. Và với những kẻ biết phân biệt hẳn hòi,

6. Họ sẽ truyền bá lời khuyến cáo ra khắp nơi,

7. Để biện minh và cảnh cáo,

8. Quả thật điều các ngươi được hứa chắc chắn sẽ xảy ra.

9. Khi những ngôi sao tắt đi,

10. Khi vòm trời nứt rạn,

11. Khi núi non bị nổ tung,

12. Khi các Sứ Giả xuất hiện vào giờ đã định.

13. Đến ngày nào những biến cố trên mới xảy ra?

14. Đến Ngày Phán Quyết.

15. Làm sao ngươi hiểu được Ngày Phán Quyết là gì!

16. Đến Ngày ấy, khổ thay cho những kẻ phủ nhận sự thật!

17. Ta đã chẳng hủy diệt người xưa hay sao?

18. Bây giờ Ta sẽ làm cho bọn hậu thế nối gót chúng.

19. Ta đối xử với những kẻ phạm tội như thế.

Chương 77 — AL-MURSALAT — Part 29

20. Đến Ngày ấy khổ thay cho những kẻ phủ nhận sự thật!

21. Ta đã chẳng sáng tạo ra các ngươi từ một giọt tinh dịch,

22. Rồi đặt nó vào một chỗ an toàn.

23. Cho đến một thời hạn đã định hay sao?

24. Ta đã tính toán như thế, cách tính toán của Ta thật siêu phàm biết bao!

25. Đến Ngày ấy khổ thay cho những kẻ phủ nhận sự thật!

26. Ta đã chẳng tạo ra mặt đất,

27. Để chứa đựng người sống và kẻ chết hay sao?

28. Ta đã dựng trên đó những đỉnh núi cao và ban cho các ngươi nước ngọt để uống.

29. Đến Ngày ấy khổ thay cho những kẻ phủ nhận sự thật!

30. "Nào bây giờ hãy tiến đến chỗ của vật mà các ngươi đã cho là láo khoét,

31. "Không không, hãy tiến đến chỗ của bóng mát có ba phần,

32. "Thật ra chẳng phải là bóng mát cũng không che nổi lửa thiêu."

33. Nó phun lên khói lửa như lâu đài khổng lồ,

34. Như những con lạc đà màu vàng hung.

35. Đến Ngày ấy, khổ thay cho những kẻ phủ nhận sự thật!

36. Đó là ngày mà chúng không thể mở miệng nói,

37. Cũng không được phép biện bạch.

38. Đến Ngày ấy, khổ thay cho những kẻ phủ nhận sự thật!

39. "Đây là Ngày Phán Quyết; Ta đã tập hợp các ngươi và tiền nhân của các ngươi lại.

40. "Bây giờ nếu các ngươi có sách lược gì hãy đem ra để chống lại Ta."

41. Đến Ngày ấy, khổ thay cho những kẻ phủ nhận sự thật!

42. Nhưng người chính trực sẽ được ở dưới bóng mát bên cạnh suối nguồn,

43. Và được đầy hoa quả mà họ hằng mong muốn.

44. "Các ngươi hãy ăn và uống cho thỏa thích; đây là phần thưởng cho những việc các ngươi đã làm."

45. Ta đến đáp những kẻ năng làm việc thiện như thế ấy.

46. Đến Ngày ấy khổ thay cho những kẻ phủ nhận sự thật!

47. "Hỡi những kẻ phủ nhận sự thật, hãy ăn và hưởng lạc một thời gian ngắn ngủi ở kiếp này, các ngươi thật đã đầy tội lỗi."

48. Đến Ngày ấy, khổ thay cho những kẻ phủ nhận sự thật!

49. Khi bảo chúng: "Hãy quỳ xuống," chúng chẳng chịu quỳ xuống.

50. Đến Ngày ấy, khổ thay cho những kẻ phủ nhận sự thật!

51. Sau lời này, còn lời nào chúng sẽ chịu tin tưởng chăng?

AL-NABA'

TIN TỨC
(Khải thị ở Mécca)

Chương 78

1. Nhân danh A-La, Đấng Khoan Hậu, Đấng Từ Bi.

2. Chúng hỏi han nhau về điều chi vậy?

3. Về tin tức của biến cố lớn lao ấy,

4. Mà chúng thường bất đồng ý kiến.

5. Không, chẳng bao lâu chúng sẽ rõ.

6. Không, Ta lập lại lần nữa, chẳng bao lâu chúng sẽ rõ.

7. Ta đã chẳng trải mặt đất thành giường ngủ,

Chương 78   AL-NABA'   Part 30

8. Và đem núi non làm cái chốt hay sao?

9. Ta đã tạo ra các ngươi thành đôi,

10. Ta đã đem giấc ngủ làm sự yên nghỉ cho các ngươi,

11. Và khiến đêm tối làm màn phủ,

12. Và đã đem ban ngày làm nguồn sống.

13. Ta đã tạo trên đỉnh đầu các ngươi bảy vòm trời thật kiên cố.

14. Và đem mặt trời làm ngọn đèn soi sáng.

15. Từ những đám mây Ta làm mưa rơi xuống dào dạt,

16. Để nhờ đó làm ngũ cốc và thảo mộc nảy nở,

17. Và cả những vườn tược đầy hoa quả phong đăng.

18. Quả thật, Ngày Phán Quyết đã được định sẵn:

19. Ngày mà kèn thổi vang lên, các ngươi sẽ hợp thành đoàn thể mà đến;

20. Thiên đàng sẽ được mở ra và sẽ biến thành những cổng vào.

21. Núi non sẽ bị dời đổi và trở thành như ảo cảnh.

22. Địa Ngục trở thành chỗ mai phục,

23. Là chốn dung thân của những kẻ phản trắc,

24. Chúng sẽ phải sống vĩnh viễn nơi đó.

25. Chúng sẽ không được hưởng một cơn gió mát hay một thức uống nào cả,

26. Chỉ trừ nước nóng bỏng hoặc lạnh buốt mà thôi.

27. Là sự đền bù thật tương xứng.

28. Chúng đã không hề e sợ sự thanh toán,

29. Và hoàn toàn không nhìn nhận Phép Lạ của Ta,

600

AL-NABA'

30. Và mọi điều mà Ta đã ghi chép trong Kinh Điển.

31. "Nên bây giờ các ngươi hãy nếm mùi vị của sự trừng phạt; Ta chỉ tăng thêm hình phạt cho các ngươi mà thôi."

32. Những người chính trực thì được thắng lợi:

33. Là những vườn cây trái và vườn nho,

34. Với những thiếu nữ đồng trinh cùng lứa tuổi,

35. Và rượu đổ đầy cốc.

36. Nơi đó họ sẽ không nghe chuyện tầm phào hoặc lời giả dối.

37. Là phần thưởng do Chúa ban - là tặng phẩm tùy theo sự thanh toán -

38. Là Chúa của thiên đàng, mặt đất và muôn loài trong đó, là Đấng Khoan Hậu. Chúng hoàn toàn không thể nào gợi chuyện với Ngài được.

39. Ngày mà Thánh Linh và các thiên sứ sắp hàng, chúng không thể ngỏ lời, chỉ trừ kẻ được Chúa Trời Khoan Hậu cho phép và chỉ nói những lời chính đáng.

40. Đây sẽ là ngày của sự thật. Nên kẻ nào muốn, hãy để hắn tìm đường về với Chúa.

41. Quả thật Ta đã cảnh cáo các ngươi về sự trừng phạt sắp xảy ra: là ngày mà con người sẽ chứng kiến những việc họ đã làm, và những kẻ bất tín sẽ nói: "Ôi, chớ chi tôi trở thành đất bụi!"

AL-NAZI'AT

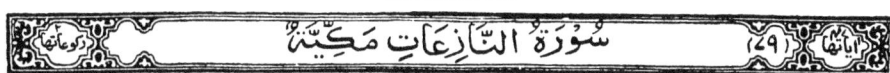

NGƯỜI LÔI CUỐN
(Khải thị ở Mécca)

Chương 79

1. Nhân danh A-La, Đấng Khoan Hậu, Đấng Từ Bi.

2. Xin thề với những người lôi cuốn dân chúng về với tín ngưỡng một cách mạnh mẽ,

3. Và với những người buộc chặt mối dây,

4. Và với những người lướt đi thật nhanh chóng,

5. Rồi tiến tới và siêu việt hơn những kẻ khác,

6. Họ sẽ dàn xếp công việc đã được giao phó.

7. Ngày ấy mặt đất sẽ bị địa chấn,

8. Và trận địa chấn kế tiếp xảy ra.

9. Ngày ấy con tim sẽ bị run rẩy,

10. Đôi mắt sẽ phải nhìn xuống.

11. Chúng nói: "Có thật chúng tôi sẽ bị hoàn lại như hình dáng ban đầu chăng?

12. "Sao! ngay cả khi chúng tôi đã trở thành xương xóc mục rã hay sao?"

13. Chúng nói thêm: "Nếu quả thế, thật là sự quy hồi đầy tổn thất."

14. Nhưng chỉ có một tiếng kêu mà thôi,

15. Xem kìa! tất cả bọn chúng đều bị hồi sinh lại và hiện ra.

16. Câu chuyện của Môsê có thấu đến tai ngươi chăng?

17. Khi Chúa gọi hắn đến thung lũng chí thánh Tuwa, Ngài phán:

18. "Hãy đến nơi Pharaô ở, hắn thật hống hách.

19. "Hãy bảo hắn 'Ngài có muốn được thanh tẩy chăng?

20. 'Tôi sẽ hướng dẫn Ngài đến với Chúa; rồi Ngài sẽ kính sợ Chúa.' "

21. Rồi hắn đã cho Pharaô thấy Phép Lạ lớn lao,

22. Nhưng hắn cho đó là điều giả dối và chẳng tuân lời.

23. Hắn bỏ đi và âm mưu hại Môsê.

24. Hắn triệu tập dân chúng lại và tuyên bố,

25. Nói rằng: "Ta mới là Chúa của các ngươi, là đấng tối cao."
26. Vì vậy A-La đã chộp lấy hắn để trừng trị hắn ở kiếp sau cũng như kiếp này.
27. Ấy quả là bài học dành cho ai biết e sợ.

28. Việc sáng tạo ra các ngươi có khó khăn hơn bầu trời mà Ngài đã dựng nên chăng?
29. Ngài giương nó lên cao và làm nó bằng phẳng.
30. Ngài đã làm ban đêm tối đi, rồi từ đó làm buổi hừng đông xuất hiện;
31. Đồng thời Ngài cũng trải rộng mặt đất ra,
32. Từ đó Ngài tạo ra nước và đồng cỏ,
33. Rồi Ngài dựng núi non thật kiên cố.

34. Tất cả đều là lương thực ban cho các ngươi và gia súc của các ngươi.
35. Nhưng khi tai ương lớn lao ấy xảy ra,
36. Ngày mà con người sẽ hồi tưởng lại những gì họ đã nỗ lực làm,
37. Khi Địa Ngục hiển hiện ra cho người đang chứng kiến,

38. Kẻ nào hống hách kiêu căng,

39. Và yêu chuộng cuộc sống ở trần thế,

40. Lửa Địa Ngục sẽ là nhà của hắn.

41. Nhưng kẻ nào e sợ sự đứng trước mặt Chúa, và đè nén linh hồn tránh xa dục vọng,

42. Cõi An Lạc sẽ là nhà của họ.

43. Chúng hỏi ngươi về Giờ Khắc ấy: "Khi nào nó mới xảy ra đây?"

44. Nhưng ngươi dựa vào đâu mà loan báo việc ấy được?

45. Chỉ có Chúa của ngươi biết rõ việc ấy.

46. Ngươi chỉ là Người Cảnh Cáo kẻ nào biết sợ việc ấy.

47. Ngày mà chúng chứng kiến việc ấy, chúng sẽ cảm thấy rằng chúng chỉ lưu lại trần thế có một đêm hay nhiều lắm là đến sáng mà thôi.

'ABASA

Chương 80 SỰ CAU MÀY
(Khải thị ở Mécca)

1. Nhân danh A-La, Đấng Khoan Hậu, Đấng Từ Bi.

2. Người cau mày lại và quay mặt đi,

3. Vì một người mù đã đến bên người.

4. Làm sao ngươi biết được, không chừng hắn mong được thanh tẩy bản thân,

5. Hoặc tỏ lòng theo đạo và Lời Giáo Huấn sẽ giúp ích cho hắn?

6. Còn với kẻ vô can ra vẻ tự phụ,

7. Ngươi lại để ý đến,

8. Dẫu hắn có được thanh tẩy hay không, điều ấy chẳng can hệ gì đến ngươi.

9. Nhưng người vội vã đến với ngươi,

10. Và biết kính sợ Chúa,

11. Mà ngươi lại không quan tâm đến hắn.

12. Đây mới thật là Lời Giáo Huấn -

13. Nên kẻ nào muốn hãy để hắn tâm niệm nó -

14. Được ghi chép trên những trang giấy đáng tôn kính,

15. Cao quí và thanh khiết,

16. Do bàn tay của những người thư ký,

17. Cao thượng và đầy đức hạnh.

18. Tai họa thay cho con người! thật toàn là lũ vong ơn!

19. Ngài đã sáng tạo ra con người bằng chi?

20. Ngài sáng tạo hắn bằng một giọt tinh dịch, rồi làm cho thân thể hắn cân đối;

21. Ngài đã làm con đường bằng phẳng cho hắn,

22. Ngài làm hắn chết đi và đặt hắn vào hầm mộ.

23. Rồi khi Ngài muốn, Ngài sẽ hồi sinh hắn lại.

24. Không đâu! con người vẫn chưa thực hành điều mà Ngài đã bắt hắn phải làm.

25. Nào hãy để con người ngẫm nghĩ về thực phẩm của họ:

26. Ta đã làm mưa rơi dào dạt biết bao,

27. Rồi chia mặt đất ra đúng phần,

28. Đoạn làm sinh sôi nảy nở trên đó những loại ngũ cốc,

29. Nho và rau cải,

30. Ô-liu và trái chà là.

31. Và cả những vườn tược xanh tươi rậm rạp,

32. Trái cây và thảo mộc,

33. Tất cả đều là thực phẩm ban cho các ngươi và gia súc của các ngươi.

34. Nhưng khi có tiếng hô vang rền,

35. Ngày mà con người trốn khỏi huynh đệ,

36. Trốn khỏi cha mẹ,

37. Trốn khỏi vợ con,

Chương 80   'ABASA   Part 30

38. Ngày ấy, mỗi người đều có mối lo làm hắn quên cả kẻ khác.

39. Ngày ấy, một số thì gương mặt tươi tắn,

40. Cười đùa vui vẻ!

41. Và một số khác thì gương mặt đầy cát bụi,

42. Mặt tối sầm lại.

43. Những kẻ này là những kẻ đã tỏ thái độ bất tín và lòng hung dữ.

AL-TAKWIR

Chương 81   SỰ BAO PHỦ   Part 30
(Khải thị ở Mécca)

1. Nhân danh A-La, Đấng Khoan Hậu, Đấng Từ Bi.

2. Khi mặt trời bị bao phủ,

3. Và các vì sao tắt hẳn đi,

4. Khi núi non dời đổi,

5. Khi con lạc đà cái có thai mười tháng bị bỏ rơi,

6. Khi mãnh thú bị tập trung lại,

7. Khi hai biển thông thương với nhau,

8. Khi con người bị tập trung về một chỗ,

9. Khi việc đứa bé gái bị chôn sống được đem ra chất vấn:

10. "Nó có tội gì mà phải bị sát hại?"

11. Khi sách vở lan tràn,

12. Khi vòm trời bị để lộ liễu ra,

13. Khi lửa trong Hỏa Ngục cháy bừng lên,
14. Và khi Cõi An Lạc tiến đến gần bên,
15. Lúc đó con người sẽ rõ những gì họ đã làm.
16. Không! Ta thề với những vì sao sắp lặn,
17. Tiến tới rồi tắt đi,
18. Ta thề với đêm tối sắp tàn,
19. Với buổi hừng đông vừa ló dạng,
20. Rằng đây quả thật là lời khải thị của một Sứ Giả cao quí,
21. Người đầy quyền lực, được an tọa bên cạnh Chúa Tể của Ngai Vàng,
22. Nơi đó người hết lòng tuân phục và thành tâm tin tưởng.
23. Đồng bạn của các ngươi chẳng hề loạn trí.
24. Người chắc chắn đã chứng kiến Ngài ở tận chân trời thật quang đãng.
25. Người chẳng phải là kẻ giấu giếm kiến thức về cõi vô hình.
26. Đây cũng không phải là lời lẽ của qui Sa tăng bị chúc dữ.
27. Thế thì các ngươi còn bỏ đi đâu nữa?

28. Đây chẳng qua là Lời Giáo Huấn cho muôn người,
29. Cho kẻ nào mong tìm về chính đạo,
30. Nhưng nếu Chúa của muôn loài là A-La không cho phép, các ngươi cũng không mong mỏi được điều chi cả.

Chương 82   AL-INFITAR   Part 30

SỰ NỨT RẠN
(Khải thị ở Mécca)

1. Nhân danh A-La, Đấng Khoan Hậu, Đấng Từ Bi.

2. Khi vòm trời bị nứt rạn,

3. Khi những vì sao rơi tán loạn,

4. Khi biển cả dâng cao,

5. Khi những hầm mộ bị khai quật,

6. Linh hồn sẽ rõ những gì nó đã làm và những gì còn sót lại.

7. Hỡi con người, điều chi đã thúc giục các ngươi phản lại Chúa Trời Khoan Hậu?

8. Là Đấng sáng tạo ra các ngươi, ban cho các ngươi hình dạng rồi tu chỉnh cho cân đối.

9. Ngài uốn nắn các ngươi như ý Ngài.

10. Không đâu, các ngươi hoàn toàn phủ nhận Sự Phán Quyết.

11. Nhưng trên đầu các ngươi có những người giám sát,

12. Những thư ký cao quí,

13. Biết rõ mọi việc các ngươi đã làm.

14. Quả thật, người đức hạnh sẽ được vào cõi hạnh phúc;

15. Kẻ ác nhân phải sa xuống Địa Ngục;

16. Đến Ngày Phán Quyết, chúng sẽ bị hỏa thiêu trong đó;

17. Chúng sẽ không thể thoát khỏi nơi đó.

18. Làm sao ngươi hiểu được Ngày Phán Quyết là gì!

19. Và lại, làm sao ngươi hiểu được Ngày Phán Quyết là gì!

20. Là ngày mà linh hồn nào cũng không có khả năng đả động đến linh hồn khác được! Ngày ấy, chỉ còn mệnh lệnh của A-La.

AL-TATFIT

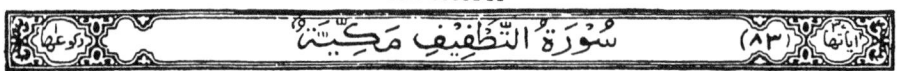

NHỮNG KẺ CÂN THIẾU
(Khải thị ở Mécca)

1. Nhân danh A-La, Đấng Khoan Hậu, Đấng Từ Bi.
2. Tai họa thay cho những kẻ đo lường thiếu hụt;
3. Là những kẻ khi mua vào từ kẻ khác thì được đo lường thật đầy đủ;
4. Nhưng khi đích thân chúng đo lường hay cân bán cho kẻ khác, chúng đo lường thiếu hụt.
5. Những kẻ ấy không biết rằng chúng sẽ bị hồi sinh lại
6. Vào một ngày ghê gớm hay sao?
7. Ngày mà nhân loại sẽ đứng trước nhan Chúa của muôn loài.
8. Không! lý lịch của bọn ác nhân đều có đủ trong Sijjin.
9. Làm sao ngươi hiểu được Sijjin là gì?
10. Nó là quyển sổ được ghi chép đầy đủ.
11. Đến ngày ấy, tai họa thay cho những kẻ từ khước,
12. Những kẻ phủ nhận Ngày Phán Quyết.
13. Và chỉ có những kẻ phản trắc đầy tội lỗi mới phủ nhận nó,
14. Khi Phép Lạ của Ta được tụng đọc cho hắn, hắn bảo: "Toàn là truyền thuyết đời xưa!"
15. Không đâu, tài vật mà chúng đã thâu thập đã làm con tim của chúng bị rỉ sét.
16. Không đâu, ngày ấy chúng sẽ bị cản không cho thấy nhan Chúa,

17. Rồi bị thiêu thân dưới Hỏa Ngục,

18. Rồi sẽ có lời bảo chúng: "Này đây là việc mà các ngươi đã thường phủ nhận."

19. Không đâu! lý lịch của người đức hạnh đều có đủ trong Illiyyin.

20. Làm sao ngươi hiểu được Illiyyin là gì?

21. Nó là quyển sổ được ghi chép đầy đủ.

22. Những người hầu cận Chúa Trời sẽ làm chứng điều đó.

23. Quả thật, người đức hạnh sẽ được vào cõi hạnh phúc,

24. Tựa lưng vào ghế trường kỷ mà ngắm nghía.

25. Ngươi sẽ thấy gương mặt họ tràn đầy hạnh phúc.

26. Họ sẽ được rót rượu hãy còn niêm phong,

27. Vật niêm phong sẽ là xạ hương, nên kẻ nào khao khát hãy để họ tìm đến,

28. Rượu ấy sẽ được hòa với nước Tasnim,

29. Là dòng suối mà chỉ có những người hầu cận mới được uống.

30. Những kẻ tội lỗi đã thường cười nhạo những người vững lòng tin;

31. Khi chúng đi qua mặt những người ấy, chúng thường nháy mắt với nhau.

32. Khi chúng quay về với gia đình, chúng ra vẻ tự đắc;

33. Khi gặp các tín đồ chúng thường nói: "Những kẻ này thật đã theo tà đạo!"

34. Dù chúng chẳng được phái xuống để canh giữ họ.

35. Nhưng hôm nay, chính các tín đồ sẽ cười nhạo những kẻ bất tín,

36. Tựa lưng vào ghế trường kỷ mà ngắm nghía.

37. Những kẻ bất tín chưa được trả đủ về việc chúng đã làm chăng?

AL-INSHIQAQ — Chương 84

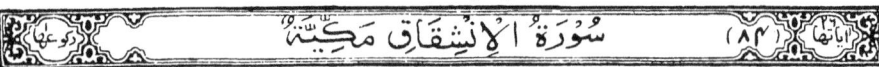

SỰ VỠ RA
(Khải Thị ở Mécca)

1. Nhân danh A-La, Đấng Khoan Hậu, Đấng Từ Bi.

2. Khi vòm trời vỡ ra,

3. Và hết lòng lắng tai nghe lời Chúa,

4. Khi mặt đất được trải rộng ra,

5. Muôn loài trong đó đều bị liệng ra ngoài và nó trở nên trống rỗng,

6. Và hết lòng lắng tai nghe lời Chúa.

7. Hỡi con người, ngươi quả rất cố gắng nỗ lực hướng về Chúa, chẳng bao lâu ngươi sẽ được hội diện với Ngài.

8. Kẻ nào được trao sổ lý lịch của hắn vào bàn tay phải,

9. Hắn sẽ được thanh toán một cách dễ dàng,

10. Rồi sẽ được trở về nhà lòng hoan hỷ.

11. Nhưng kẻ nào bị trao sổ lý lịch ở sau lưng,

12. Hắn sẽ kêu ca mong được chết phứt đi

13. Và sẽ bị thiêu thân trong Hỏa Ngục cháy đỏ.

14. Quả trước đó hắn đã sống sung sướng với gia đình,

15. Và chẳng hề nghĩ rằng sẽ bị trả về với Chúa Trời.

16. Đúng vậy! Chúa đã nhìn kỹ việc hắn làm.

17. Không đâu! Ta thề với ánh sáng của buổi hoàng hôn,

18. Với đêm tối và mọi vật mà nó bao phủ,

19. Với vầng trăng sắp tròn đầy,

20. Rằng các ngươi chắc chắn sẽ phải bước từ giai đoạn này sang giai đoạn khác.

21. Thế thì tại sao chúng vẫn chưa chịu tin tưởng,

22. Và khi Kinh Koran này được tụng đọc, chúng chẳng chịu quỳ lạy,

23. Trái lại, những kẻ bất tín còn dám cho rằng nó là giả dối.

24. Song A-La biết rõ mọi điều chúng ôm ấp trong tâm khảm.

25. Nên hãy báo cho chúng biết sự hiện hữu của hình phạt đau đớn.

26. Nhưng những người tin tưởng và năng làm việc thiện thì khác, họ sẽ được phần thưởng không hề cạn.

AL-BRURJ

Chương 85

CHÒM SAO
(Khải thị ở Mécca)

1. Nhân danh A-La, Đấng Khoan Hậu, Đấng Từ Bi.

2. Xin thề với bầu trời đầy những chòm sao,

3. Với Ngày Giao Ước,

4. Với kẻ làm chứng và kẻ bị làm chứng,

5. Những tên đầu đảng trong hang đều bị sát hại,

6. Lửa đốt bằng củi,

7. Chúng ngồi cạnh đó,

8. Chứng kiến việc chúng đã gây ra cho tín đồ.

9. Chúng đã đàn áp tín đồ chỉ vì họ đã tin tưởng nơi A-La, là Đấng Toàn Năng và Đáng

Được Ca Ngợi,

10. Là Đấng nắm vương quyền trong trời đất, là Nhân Chứng trước mọi việc.

11. Những kẻ nào đã áp bức nam nữ tín đồ mà chẳng ăn năn hối cải, chúng sẽ bị trừng phạt ở Địa Ngục, và sẽ bị hỏa thiêu.

12. Còn những người biết tin tưởng và năng làm việc thiện, Cõi An Lạc có sông chảy róc rách đang chờ họ. Thật là thắng lợi lớn lao.

13. Sự công hãm của Chúa thật là mãnh liệt.

14. Ngài là Đấng sáng tạo rồi lại tái tạo nhiều lần;

15. Ngài là Đấng Khoan Dung Từ Ái;

16. Là Chúa Tể của Ngai vàng, là Đấng vinh quang rực rỡ;

17. Là Đấng thực hiện mọi điều như ý Ngài.

18. Câu chuyện về binh đội chưa thấu đến tai ngươi hay sao?

19. Của bọn Pharaô và Thamud đây.

20. Những kẻ bất tín vẫn khăng khăng phủ nhận sự thật,

21. A-La đã bao vây chúng tứ phía.

22. Đây mới thật là Kinh Koran đầy vinh quang,

23. Ghi khắc trên những tấm bảng được bảo tồn kỹ lưỡng.

Chương 86 — AL-TARIQ

KHÁCH DẠ HÀNH
(Khải thị ở Mécca)

1. Nhân danh A-La, Đấng Khoan Hậu, Đấng Từ Bi.

2. Xin thề với bầu trời và khách dạ hành-

3. Làm sao ngươi hiểu được khách dạ hành là gì?

4. Ấy là vì sao có ánh sáng chói lọi -

5. Mọi linh hồn đều có người giám sát canh chừng.

6. Hãy để con người suy nghĩ từ đâu mà hắn được tạo ra.

7. Hắn đã được tạo ra từ một giọt nước bắn ra,

8. Giọt nước ấy đã chảy ra từ chỗ giữa hông và xương sườn.

9. Ngài có cả quyền năng để hồi sinh hắn

10. Vào ngày mà mọi bí mật đều bị phơi bày.

11. Con người sẽ không còn sức lực hay kẻ yểm trợ nào cả.

12. Xin thề với những đám mây làm mưa tuôn đều đặn.

13. Và với mặt đất tràn đầy thảo mộc,

14. Rằng đây là lời phán quyết,

15. Và chẳng phải là chuyện tầm phào.

16. Chúng đang bài mưu thiết kế.

17. Song Ta cũng đang âm mưu trù liệu.

18. Nên ngươi hãy bỏ mặc những kẻ bất tín. Hãy bỏ mặc chúng một thời gian.

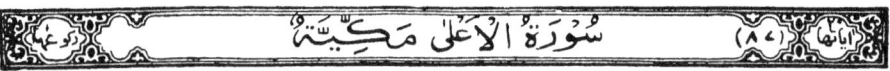

ĐẤNG TỐI CAO
(Khải thị ở Mécca)

1. Nhân danh A-La, Đấng Khoan Hậu, Đấng Từ Bi.

2. Hãy ca ngợi danh Chúa của ngươi, là Đấng Tối Cao,

3. Đấng sáng tạo rồi hoàn thành,

4. Đấng hoạch định rồi hướng dẫn,

5. Đấng làm đồng cỏ mọc xanh tươi,

6. Rồi biến nó thành cỏ khô đen đúa và mục nát đi.

7. Ta sẽ truyền thụ cho ngươi Kinh Koran và ngươi sẽ không quên nó được.

8. Chỉ trừ khi A-La muốn. Quả thật, Ngài biết rõ những điều công khai cũng như những việc bí mật.

9. Ta sẽ ban cho ngươi mọi phương tiện để ngươi dễ dàng xoay sở.

10. Nên hãy lên đường truyền đạo; sự truyền đạo thật hữu ích.

11. Ai biết kính sợ sẽ theo đạo;

12. Song kẻ vô lại thì ngoảnh mặt đi.

13. Hắn là kẻ sẽ vào Hỏa Ngục.

14. Nơi đó hắn sẽ dở sống dở chết.

15. Quả thật, người thanh tẩy bản thân thì sẽ được vinh hiển,

16. Là người hằng tâm niệm danh Chúa và năng cầu nguyện.

17. Tuy nhiên, các ngươi chỉ yêu chuộng cuộc sống ở kiếp này,

18. Trong khi Kiếp Lai Sinh thì tốt đẹp và trường cửu hơn.

19. Điều này thật ra đã được ghi chép trong Kinh Thánh đời xưa -

20. Tức Kinh Thánh của Abraham và Môsê.

AL-GHASHIYAH

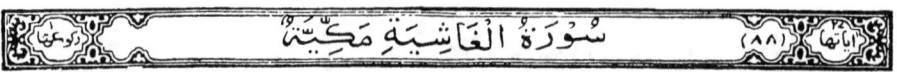

Chương 88   THIÊN TAI BAO PHỦ
(Khải thị ở Mécca)

1. Nhân danh A-La, Đấng Khoan Hậu, Đấng Từ Bi.

2. Ngươi có nghe nói về thiên tai bao phủ muôn loài chăng?

3. Ngày ấy, một số gương mặt thì cúi xuống;

4. Mệt mỏi và chán nản.

5. Chúng sẽ vào Hỏa Ngục đang cháy;

6. Và sẽ phải uống nước suối nóng bỏng;

7. Thức ăn thì toàn là cỏ khô đầy gai góc,

8. Chẳng làm béo bở cũng không hết cơn đói.

9. Và một số gương mặt thì hơn hở,

10. Mãn nguyện về công lao của họ,

11. Sống trong Cõi An Lạc thật tráng lệ.

12. Nơi đó ngươi sẽ không nghe đến một chuyện tầm phào nào cả;

13. Nơi đó suối chảy rào rạt,

14. Những ghế trường kỷ được nâng lên cao,

15. Những ly rượu được đặt ngay chỗ,

16. Những gối dựa sắp xếp thật đẹp mắt,

17. Những tấm thảm trải ra thật trang nhã.

18. Chúng chưa ngẫm nghĩ xem con lạc đà đã được sáng tạo như thế nào hay sao?

19. Xem bầu trời được giương lên như thế nào,

20. Xem núi non được dựng lên như thế nào,

21. Xem mặt đất được trải ra như thế nào chăng?

22. Vì vậy, hãy khuyên cáo, bởi ngươi chỉ là người khuyên cáo;

23. Ngươi chẳng phải là người cai quản họ.

24. Nhưng kẻ nào ngoảnh mặt đi và tỏ thái độ bất tín,

25. A-La sẽ ra tay trừng phạt chúng thật nặng nề.

26. Ta là nơi chúng phải quy hồi.

27. Chính Ta sẽ gọi chúng đến để thanh toán.

AL-FAJR

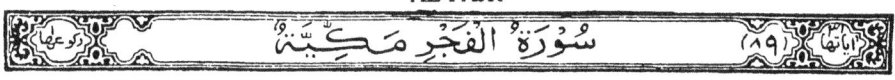

BUỔI HỪNG ĐÔNG
(Khải thị ở Mécca)

Chương 89

1. Nhân danh A-La, Đấng Khoan Hậu, Đấng Từ Bi.

2. Xin thề với Buổi Hừng Đông,

3. Với Mười Đêm,

4. Với Số Chẵn và Số Lẻ,

5. Với Đêm sắp tàn.

6. Trong đó không có bằng chứng hiển nhiên nào dành cho những người biết nhận thức hay sao?

7. Ngươi chưa thấy cách Chúa đã đối xử với Ad ra sao chăng?

8. Tức bộ tộc ở Iram, nơi đầy những dinh thự tráng lệ,

Chương 89 — AL-FAJR

9. Mà cho đến nay chưa có nơi nào được kiến tạo đến dường ấy.

10. Và với Thamud, bộ tộc đẽo đá trong thung lũng,

11. Và với Pharaô, lãnh chúa của những đồn binh lớn lao.

12. Chúng đã hoành hành khắp nơi,

13. Và không ngừng gieo sự ác.

14. Nên Chúa đã quất ngọn roi hình phạt lên người chúng.

15. Quả thật Chúa của ngươi lúc nào cũng quan sát.

16. Nói về con người, khi Chúa thử thách hắn bằng cách ưu đãi hắn và ban ân huệ cho hắn, hắn bèn nói: "Chúa đã ưu đãi tôi."

17. Nhưng khi Ngài thử thách hắn bằng cách giảm bớt lương thực của hắn, hắn bèn nói: "Chúa đã ghét bỏ tôi."

18. Chẳng phải vậy, các ngươi không hề chiều cố đến trẻ cô nhi,

19. Các ngươi chẳng hề khuyến khích nhau sự chia thực phẩm cho người nghèo,

20. Các ngươi thèm muốn di sản của kẻ khác,

21. Và ham mê tài sản một cách mù quáng.

22. Không đâu, khi mặt đất bị vỡ ra từng mảnh,

23. Chúa của ngươi và thiên sứ sắp hàng lớp này đến lớp khác sẽ cùng nhau giáng lâm;

24. Ngày ấy Địa Ngục sẽ được đem đến gần; ngày ấy con người sẽ giác ngộ, nhưng sự giác ngộ ấy còn có giá trị gì nữa?

25. Hắn sẽ than: "Ôi, chớ chi tôi biết làm việc thiện để đức cho thân tôi!"

26. Nên ngày ấy, Ngài sẽ gieo xuống hình phạt mà không ai có thể bắt chước,

27. Ngài sẽ trói chặt bằng cách mà không ai có thể thực hiện được.

AL-FAJR — Chương 89

28. Hỡi linh hồn đang yên nghỉ!

29. Hãy trở về với Chúa một cách hoan hỷ và được Ngài vui lòng,

30. Hãy tham gia với những bề tôi của Ta,

31. Hãy vào Cõi An Lạc của Ta.

AL-BALAD

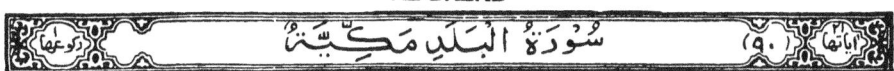

THỊ TRẤN
(Khải thị ở Mécca)

Chương 90

1. Nhân danh A-La, Đấng Khoan Hậu, Đấng Từ Bi.

2. Ta thề với Thị Trấn này -

3. Ngươi là công dân của thị trấn này -

4. Ta thề với người cha và đứa con của hắn,

5. Ta đã sáng tạo con người để đương đầu với nghịch cảnh.

6. Hắn nghĩ rằng không ai có quyền đả động đến hắn hay sao?

7. Hắn bảo: "Tôi đã chi phí rất nhiều."

8. Hắn nghĩ rằng không ai dòm ngó đến hắn hay sao?

9. Không phải Ta đã ban cho hắn đôi mắt,

10. Lưỡi và hai vành môi hay sao?

11. Ta đã chỉ cho hắn hai lối đi.

12. Nhưng hắn không bao giờ chọn lối cao thượng.

13. Làm sao ngươi hiểu được lối cao thượng là gì?

14. Đó là sự phóng thích một người nô lệ.

Chương 90   AL-BALAD   Part 30

15. Hoặc sự ban thực phẩm vào ngày đói khổ

16. Cho trẻ cô nhi thân thích,

17. Hoặc người nghèo lâm đất bụi.

18. Hơn nữa, hắn phải tin tưởng và cùng nhau khích lệ sự nhẫn nại, cùng nhau khích lệ sự nhân từ.

19. Họ là những người được đứng về bên phải.

20. Nhưng kẻ nào chẳng tin tưởng Phép Lạ của Ta, chúng là những người đứng về bên trái,

21. Và lửa sẽ vây kín chúng tứ phương.

AL-SHAMS

Chương 91   MẶT TRỜI   Part 30
(Khải thị ở Mécca)

1. Nhân danh A-La, Đấng Khoan Hậu, Đấng Từ Bi.

2. Xin thề với mặt trời và ánh dương quang.

3. Với mặt trăng theo sau nó,

4. Với ban ngày khi nó tỏa ra ánh sáng,

5. Với đêm tối khi nó che vầng thái dương lại,

6. Với trời cao và sự sáng tạo nó,

7. Với mặt đất và sự khuếch trương nó,

8. Với linh hồn và sự hoàn thành nó -

9. Ngài đã dạy cho nó sự phân biệt điều ác và điều thiện -

10. Kẻ nào thanh tẩy linh hồn chắn chắn sẽ được vinh hiển,

11. Kẻ nào làm nhơ bẩn linh hồn thì sẽ sa đọa.

620

AL-SHAMS

12. Bộ tộc Thamud đã chối bỏ sự thật chỉ vì bản tính ương ngạnh của chúng
13. Khi những kẻ đê tiện nhất trong bọn chúng đứng lên,
14. Sứ Giả của A-La đã bảo: "Này là con lạc đà của A-La, hãy để nó uống nước."
15. Nhưng chúng chẳng chịu nghe lời hắn và đã sát hại nó. Nên Chúa đã tận diệt chúng vì tội lỗi của chúng và nhất loạt san bằng mọi vật.
16. Kết quả ra sao, Ngài không hề lo lắng đến.

AL-LAIL

BAN ĐÊM
(Khải thị ở Mécca)

1. Nhân danh A-La, Đấng Khoan Hậu, Đấng Từ Bi.
2. Xin thề với ban đêm sắp tối dần!
3. Với ban ngày khi nó đang sáng tỏ,
4. Với sự sáng tạo nam nữ,
5. Nhiệm vụ của các ngươi thật là đa dạng.
6. Kẻ nào năng bố thí và biết ăn ở chân chính,
7. Điều nào đúng thì công nhận là đúng,
8. Ta sẽ ban cho hắn mọi phương tiện để dễ dàng xoay sở.
9. Nhưng kẻ nào sống keo kiệt và tỏ thái độ thờ ơ ngạo mạn,
10. Lại chối bỏ những điều chân chính,
11. Ta sẽ khiến hắn tiến vào nẻo đường đầy hoạn nạn.
12. Khi hắn bị tiêu diệt, tài sản của hắn sẽ không giúp ích gì cho hắn cả.
13. Chính Ta là Đấng hướng dẫn.

Chương 92   AL-LAIL   Part 30

14. Kiếp Lai Sinh cũng như kiếp này đều thuộc về Ta.

15. Ta cảnh cáo các ngươi về Hỏa Ngục đang cháy đỏ.

16. Chỉ có kẻ đê tiện nhất mới bị ném vào đó,

17. Là kẻ hằng chối bỏ sự thật và quay lưng bỏ đi.

18. Nhưng người chính trực sẽ lánh xa nơi ấy,

19. Là người hằng bố thí tài sản để được thanh tẩy,

20. Và không hề đòi hỏi người khác sự đền ơn,

21. Mà chỉ một lòng mong mỏi sự hài lòng của Chúa Tối Thượng.

22. Chẳng bao lâu Ngài sẽ đáp lại lòng mong mỏi của hắn.

AL-DUHA

Chương 93   BUỔI SÁNG   Part 30
(Khải thị ở Mécca)

1. Nhân danh A-La, Đấng Khoan Hậu, Đấng Từ Bi.

2. Xin thề với buổi sáng rực rỡ.

3. Với ban đêm yên tĩnh,

4. Chúa của ngươi chẳng bỏ rơi ngươi, cũng chẳng bất mãn về ngươi.

5. Ngươi sẽ được khả quan hơn ở giai đoạn sau này hơn là giai đoạn trước.

6. Chẳng bao lâu Chúa sẽ ban cho ngươi và làm ngươi hoan hỷ.

7. Không phải Ngài đã tìm thấy ngươi là trẻ mồ côi và bảo bọc ngươi hay sao?

8. Ngài đã tìm thấy ngươi đang lang thang và dẫn dắt ngươi về với Ngài.

9. Ngài đã tìm thấy ngươi đang nghèo khổ và làm ngươi giàu có.

10. Vì vậy, trẻ mồ côi, chớ áp bức nó,

11. Kẻ nào ngửa tay xin, chớ khiến trách họ,

12. Ân huệ của Chúa, hãy công bố ra.

AL-INSHIRAH

Part 30
MỞ RỘNG
(Khải thị ở Mécca)
Chương 94

1. Nhân danh A-La, Đấng Khoan Hậu, Đấng Từ Bi.

2. Không phải Ta đã mở rộng cõi lòng của ngươi,

3. Cất bỏ gánh nặng trên người của ngươi.

4. Gánh nặng đã làm ngươi cong lưng,

5. Và đã nêu cao danh tiếng của ngươi hay sao?

6. Quả thật trong cái khổ có cái sướng,

7. Trong cái sướng có cái khổ.

8. Khi được rảnh rang, hãy nỗ lực,

9. Và hãy hết lòng kính yêu Chúa của ngươi.

AL-TIN

Part 30
CÂY VẢ
(Khải thị ở Mécca)
Chương 95

1. Nhân danh A-La, Đấng Khoan Hậu, Đấng Từ Bi.

2. Xin thề với Cây Vả và Cây Ô-liu,

Chương 95   AL-TIN   Part 30

3. Với Núi Sinai,

4. Và với Thị Trấn Bình An,

5. Ta đã sáng tạo con người thành hình dạng toàn mỹ nhất;

6. Rồi trả hắn về trạng thái đê hèn nhất,

7. Chỉ trừ những người tin tưởng và năng làm việc thiện, họ sẽ được phần thưởng vô tận.

8. Thế thì còn điều chi để buộc tội rằng ngươi đã láo khoét về Sự Phán Quyết chăng?

9. A-La chẳng phải là Đấng Phán Quan Tối Cao hay sao?

AL-'ALAQ

Chương 96.   GIỌT MÁU ĐÔNG   Part 30
(Khải thị ở Mécca)

1. Nhân danh A-La, Đấng Khoan Hậu, Đấng Từ Bi.

2. Hãy công bố rằng nhân danh Chúa của ngươi là Đấng Sáng Tạo,

3. Đấng đã tạo ra con người từ một giọt máu đông.

4. Hãy công bố rằng Chúa của ngươi là Đấng Cao Thượng,

5. Đấng đã dạy con người cách cầm bút viết,

6. Dạy con người những điều mà hắn chưa biết.

7. Không không! con người thật là ngoan cố,

8. Tự hào rằng một thân hắn tự lập tự túc,

9. Dù Chúa là nơi phải quy hồi.

10. Ngươi có thấy kẻ đang ngăn trở

11. Bề tôi của Ta khi người đang cầu nguyện?

12. Hãy cho Ta biết kẻ ấy đang nương theo chính đạo,

13. Hoặc đang khuyến khích sự công chính chăng?

14. Hay là hắn đang chối bỏ sự thật và quay lưng bỏ đi chăng?

15. Hắn không biết rằng A-La đang nhìn hắn hay sao?

16. Nếu hắn chẳng chịu ngừng, Ta sẽ nắm lấy tóc mây của hắn và vật hắn xuống,

17. Làn tóc mây đầy láo khoét và tội lỗi.

18. Nên hãy để hắn kêu gọi đồng đảng,

19. Ta cũng sẽ triệu tập những người gác cổng Địa Ngục.

20. Dù sao đi nữa chớ nhượng bộ hắn, hãy quỳ lạy và tiến đến gần Chúa.

AL-QADR

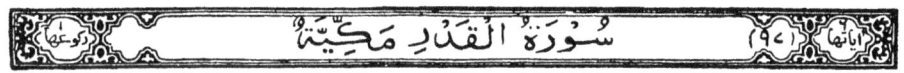

ĐÊM THIÊN MỆNH
(Khải thị ở Mécca)

1. Nhân danh A-La, Đấng Khoan Hậu, Đấng Từ Bi.

2. Ta đã ban nó xuống vào Đêm Thiên Mệnh.

3. Làm sao ngươi biết được Đêm Thiên Mệnh là gì?

4. Một Đêm Thiên Mệnh quan trọng hơn cả ngàn tháng trường.

5. Đêm ấy, các thiên sứ và Thánh Linh đã theo mệnh lệnh của Chúa mà giáng lâm bàn về mọi vấn đề.

6. Suốt đêm bình an cho đến buổi hừng đông.

Chương 98   AL-BAYYINAH   Part 30

MINH CHỨNG
(Khải thị ở Mécca)

1. Nhân danh A-La, Đấng Khoan Hậu, Đấng Từ Bi.

2. Những người bất tín trong nhóm dân của Kinh Thánh và những kẻ thờ hình tượng chẳng chịu từ bỏ hành vi sai lầm của chúng cho đến khi minh chứng hiện ra,

3. Tức Sứ Giả của A-La, tuyên đọc những lời Thánh Thư thanh khiết.

4. Hàm chứa những mệnh lệnh vĩnh cửu.

5. Những kẻ được ban Kinh Thánh đã chia rẽ nhau sau khi minh chứng xuất hiện.

6. Họ chỉ được ra lệnh rằng phải tôn thờ A-La, hết lòng tuân lời Ngài, sống ngay thẳng, năng cầu nguyện và bố thí. Ấy là tôn giáo của những người theo chính đạo.

7. Những kẻ thờ hình tượng và những người bất tín trong nhóm dân của Kinh Thánh sẽ sa vào Hỏa Ngục và sống vĩnh viễn ở đấy. Thật là lũ hạ tiện nhất trong con người.

8. Những người vững lòng tin và năng làm việc thiện là những người toàn thiện nhất trong con người.

9. Phần thưởng của họ đang ở nơi Chúa ngự, tức Vườn Địa Đàng có sông chảy trong đó, họ sẽ sống đời đời ở nơi đó. A-La hài lòng về họ và họ hoan hỷ tôn kính Ngài. Đây mới thật dành cho kẻ kính sợ Chúa.

AL-ZILZAL

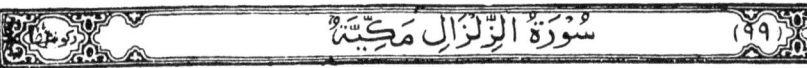

ĐỊA CHẤN
(Khải thị ở Mécca)

1. Nhân danh A-La, Đấng Khoan Hậu, Đấng Từ Bi.

2. Khi mặt đất rung dữ dội,

3. Và ném ra tất cả gánh nặng của nó,

4. Và con người tự hỏi: "Chuyện gì đã xảy ra vậy?"

5. Ngày đó mặt đất sẽ kể lể,

6. Vì Chúa đã ra lệnh cho nó.

7. Ngày đó nhân gian sẽ lần lượt tới để nhận lãnh bảng cáo trạng về việc làm của họ.

8. Lúc đó kẻ nào chỉ làm một việc thiện cỏn con như hạt bụi sẽ thấy nó,

9. Và kẻ nào chỉ làm một điều ác cỏn con như hạt bụi cũng sẽ thấy nó.

AL'ADIYAT

ĐOÀN CHIẾN MÃ PHÌ HƠI
(Khải thị ở Mécca)

1. Nhân danh A-La, Đấng Khoan Hậu, Đấng Từ Bi.

2. Xin thề với đoàn chiến mã phì hơi,

3. Làm bắn ra những tia lửa,

4. Và đột nhiên công kích vào lúc rạng đông,

5. Làm bụi bay mờ mịt nơi ấy,

6. Và xâm nhập đến tận bản doanh của quân địch.

Chương 100 — AL 'ADIYAT

7. Con người thật là vong ơn đối với Chúa;

8. Và chính hắn làm chứng điều đó;

9. Hắn yêu quí tài sản một cách kịch liệt.

10. Hắn không biết hay sao, khi những kẻ dưới mộ bị kéo lên,
11. Khi những điều trong tâm khảm bị phơi trần,
12. Đến ngày ấy Chúa sẽ để ý đến chúng.

AL-QARI'AH

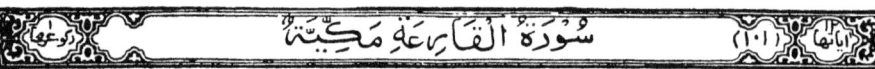

Chương 101 — THIÊN TAI ĐẦY TIẾNG ĐỘNG
(Khải thị ở Mécca)

1. Nhân danh A-La, Đấng Khoan Hậu, Đấng Từ Bi.

2. Thiên tai đầy tiếng động!

3. Thiên tai đầy tiếng động là gì?

4. Làm sao ngươi hiểu được thiên tai đầy tiếng động là gì?

5. Ngày ấy con người sẽ giống như loài nhậy rơi tứ tán,

6. Và núi non sẽ giống như những nùi lông trừu.

7. Lúc ấy, kẻ nào cân nặng,

8. Sẽ được sống một đời sung sướng.

9. Còn kẻ nào cân nhẹ,

10. Địa ngục sẽ là mẫu thân của hắn.

11. Làm sao ngươi hiểu được đó là gì?

12. Là Lửa đang bừng cháy.

AL-TAKATHUR — Chương 102

TỰ HÀO VỀ ĐỒ VẬT
(Khải thị ở Mécca)

1. Nhân danh A-La, Đấng Khoan Hậu, Đấng Từ Bi.

2. Các ngươi thường tự hào về đồ vật đến đỗi sinh ra rồ trí,

3. Cho tới khi bước vào hầm mộ.

4. Hãy thôi đi! các ngươi sắp rõ đây.

5. Một lần nữa, hãy thôi đi! các ngươi sắp rõ đây.

6. Hãy thôi đi! chớ chi các ngươi hiểu được rõ ràng.

7. Các ngươi sẽ thấy Địa Ngục hiển hiện ở trần thế.

8. Các ngươi sẽ thấy nó tận mắt.

9. Rồi đến ngày ấy, các ngươi sẽ bị gọi đến để chất vấn về sự hưởng lạc ở trần thế.

AL-'ASR — Chương 103

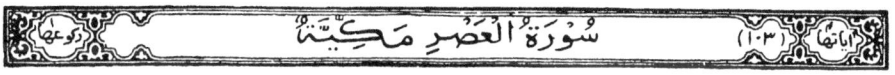

THỜI BUỔI SUY VONG
(Khải thị ở Mécca)

1. Nhân danh A-La, Đấng Khoan Hậu, Đấng Từ Bi.

2. Xin thề với thời buổi suy vong,

3. Con người đang trên đường tự diệt,

4. Chỉ trừ những người biết tin tưởng và năng làm việc thiện, đem chân lý khuyên nhủ với nhau và khuyến khích nhau giữ lòng cương quyết.

Chương 104 AL-HUMAZAH Part 30

KẺ GIÈM PHA
(Khải thị ở Mécca)

1. Nhân danh A-La, Đấng Khoan Hậu, Đấng Từ Bi.

2. Tai họa thay cho những kẻ hay gièm pha, phi báng,

3. Là kẻ thu thập tài sản và đếm đi đếm lại,

4. Nghĩ rằng tài sản sẽ làm hắn bất tử.

5. Không đâu! Hắn sẽ bị ném vào hình phạt nghiền nát.

6. Làm sao ngươi hiểu được hình phạt nghiền nát là gì?

7. Là lửa thiêu của A-La,

8. Cháy bén lên qúa con tim.

9. Trên đầu chúng thì bị đậy nắp lại

10. Thành những cột trụ kéo dài không dứt.

AL-FIL

Chương 105 CON VOI Part 30
(Khải thị ở Mécca)

1. Nhân danh A-La, Đấng Khoan Hậu, Đấng Từ Bi.

2. Ngươi chẳng thấy cách Chúa đối phó với đoàn binh cỡi voi ra sao chăng?

3. Không phải Ngài đã làm hỏng âm mưu của chúng hay sao?

4. Ngài đã khiến từng đàn chim bay trên đầu chúng,

5. Và ném đá gạch vào người chúng,

6. Làm chúng như những cọng rơm bị ăn mòn.

630

AL-QURAISH

BỘ TỘC QURAISH
(Khải thị ở Mécca)

1. Nhân danh A-La, Đấng Khoan Hậu, Đấng Từ Bi.

2. Vì lòng quyến luyến của bộ tộc Quraish-

3. Ngài đã làm họ không rời bỏ cuộc hành trình mùa đông và mùa hè -

4. Hãy để họ tôn thờ Chúa của Thánh Điện này,

5. Là Đấng đã nuôi họ thoát khỏi cơn đói, làm họ yên tâm hết cơn sợ hãi.

AL-MA'UN

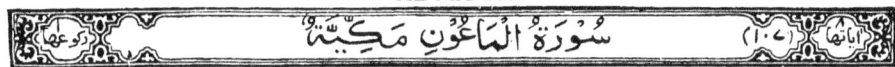

HÀNH VI TỪ THIỆN
(Khải thị ở Mécca)

1. Nhân danh A-La, Đấng Khoan Hậu, Đấng Từ Bi.

2. Ngươi có biết kẻ chối bỏ Sự Phán Quyết chăng?

3. Là kẻ xua đuổi trẻ mồ côi,

4. Và không sốt sắng trong việc ban thực phẩm cho người nghèo.

5. Tai họa thay cho những kẻ cầu nguyện,

6. Mà chẳng lưu tâm đến lời cầu nguyện của chúng,

7. Lòng chỉ mong được mọi người để mắt đến,

8. Và từ khước những hành vi từ thiện.

Chương 108   AL-KAUTHAR   Part 30

SỰ GIÀU SANG
(Khải thị ở Mécca)

1. Nhân danh A-La, Đấng Khoan Hậu, Đấng Từ Bi.

2. Ta đã ban cho ngươi sự giàu sang,

3. Nên hãy cầu nguyện với Chúa và dâng hiến sự hy sinh.

3. Kẻ thù của ngươi chắc chắn sẽ thành kẻ tuyệt hậu.

AL-KAFIRUN

Chương 109   NHỮNG KẺ BẤT TÍN   Part 30
(Khải thị ở Mécca)

1. Nhân danh A-La, Đấng Khoan Hậu, Đấng Từ Bi.

2. Hãy bảo: "Hỡi những kẻ bất tín!

3. "Ta không thờ phụng vật mà các ngươi tôn thờ;

4. "Các ngươi không thờ phụng Đấng mà ta tôn thờ;

5. "Và ta sẽ không thờ phụng vật mà các ngươi tôn thờ;

6. "Các ngươi sẽ không thờ phụng Đấng mà ta tôn thờ.

7. "Các ngươi theo đạo của các ngươi, ta theo đạo của ta."

AL-NASR

SỰ YỂM TRỢ
Khải thị ở Mêđina

1. Nhân danh A-La, Đấng Khoan Hậu, Đấng Từ Bi.
2. Khi sự yểm trợ của A-La và thắng lợi xảy ra,
3. Ngươi sẽ thấy hằng lũ nhân gian xin theo đạo của A-La,
4. Hãy ca ngợi sự vinh quang của Chúa và xin Ngài tha thứ. Ngài thật Đấy Lòng Trắc Ẩn đối với người biết ăn năn sám hối.

AL-LAHAB

NGỌN LỬA
(Khải thị ở Mécca)

1. Nhân danh A-La, Đấng Khoan Hậu, Đấng Từ Bi.
2. Hai bàn tay của Abu Lahab sẽ bị hủy đi và hắn sẽ tiêu thân.
3. Tài sản và mọi vật mà hắn đã thâu thập chẳng giúp ích chi cho hắn.
4. Hắn sẽ bị thiêu thân trong lửa đỏ;
5. Và vợ hắn sẽ mang củi tới đốt.
6. Dây thừng sẽ thắt quanh cổ nàng.

Chương 112 AL-IKHLAS Part 30

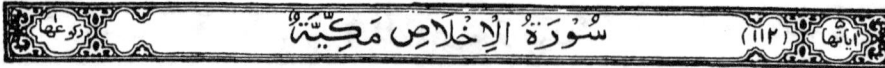

TÍNH DUY NHẤT THIÊNG LIÊNG CỦA CHÚA TRỜI
(Khải thị ở Mécca)

1. Nhân danh A-La, Đấng Khoan Hậu, Đấng Từ Bi.

2. Hãy bảo: "Ngài là Đấng Duy Nhất,

3. "A-La, Đấng Độc Lập và Cứu Rỗi muôn loài.

4. "Ngài chẳng sinh ra cũng chẳng được sinh ra;

5. "Không có một ai đồng đẳng với Ngài."

AL-FALAQ

Chương 113 BUỔI BÌNH MINH Part 30
(Khải thị ở Mécca)

1. Nhân danh A-La, Đấng Khoan Hậu, Đấng Từ Bi.

2. Hãy bảo: "Ta xin Chúa của buổi bình minh gia hộ,

3. "Để tránh khỏi việc ác mà Ngài đã gây ra,

4. "Và tránh khỏi việc ác khi màn đêm phủ xuống,

5. "Và tránh khỏi việc ác của những kẻ thắt nút dây rồi phà hơi vào nó,

6. "Và tránh khỏi việc ác của những kẻ đố kỵ khi họ ghen ghét."

NHÂN GIAN
(Khải thị ở Mécca)

1. Nhân danh A-La, Đấng Khoan Hậu, Đấng Từ Bi.

2. Hãy bảo: "Ta xin Chúa của nhân loại gia hộ,

3. "Là Chúa Tể của nhân loại,

4. "Là Chúa Trời của nhân loại.

5. "Để tránh khỏi việc ác của những kẻ đồn đãi một cách lén lút,

6. "Những kẻ thì thầm vào con tim của con người.

7. "Ở trong lũ jinn và nhân gian."

www.ingramcontent.com/pod-product-compliance
Lightning Source LLC
Chambersburg PA
CBHW082147070526
44585CB00020B/2124